LỊCH SỬ VIỆT NAM THỜI TỰ CHỦ [TẬP BẢY]

LỊCH SỬ VIỆT NAM THỜI TỰ CHỦ

MINH MỆNH

- HỒ BẠCH THẢO -

Thiết kế bìa: UYÊN NGUYÊN TRẦN TRIẾT

Dàn trang: ĐỖ HUỲNH ĐĂNG NGỌC

Nhà Xuất Bản
NHÂN ẢNH, 2026
ISBN: 9798295673160

HỒ BẠCH THẢO

LỊCH SỬ VIỆT NAM

THỜI TỰ CHỦ

MINH MỆNH

TẬP BẢY

NHÂN ẢNH
2026

Lời nói đầu

Nguyễn Vương Phúc Ánh là một chính khách có đầu óc tương đối phóng khoáng; quyết dành ngai vàng, không kể đến phương tiện phải nhờ cậy ngoại bang như Xiêm La hoặc Pháp. Nhưng quân Xiêm đến giúp bị đại bại bởi phe Tây Sơn tại Rạch Gầm; nhờ Giáo sĩ Bá Đa Lộc, mang con làm tin, sang Pháp cầu viện; hiệp ước ký, rồi cũng bị huỷ bỏ. Cuối cùng dựa vào bầy tôi tâm huyết, cùng lòng dân miền Nam trung nghĩa ra sức phò Nguyễn; từ Xiêm La giong thuyền phục quốc, lấy lại được thành Gia Định.

Niềm hy vọng nhờ nước ngoài thì quân Xiêm La sợ Tây Sơn như cọp, còn phía Tây phương thì chỉ có một ít người ưa mạo hiểm tình nguyện đến giúp, nên chẳng đáng là bao! Riêng cậu con trai đầu là Đông cung Cảnh, rời nhà ra đi lúc lên 4; năm 13 tuổi [1789] trở về nước, đã quen phong tục Tây phương nên không chịu lạy trước bàn thờ tổ tiên, khiến Hoàng thái hậu phải khuyên bảo mãi mới nghe. Với những điều diễn ra trước mắt, cùng ý thức hệ tôn quân sẵn trong lòng; khiến Nguyễn Vương không thể chần chừ gì thêm, dùng danh Nho dạy các Hoàng tử miệt mài theo Nho học.

Hoàng tử Cảnh được Ngô Tòng Chu rèn cặp, chẳng may mất sớm. Riêng Hoàng tử Đởm , do Quốc sư Nguyễn Đăng Tuân dạy dỗ; với bản tính thông minh, đảm lược, trau dồi học vấn uyên bác; nên rất được Vua cha quí mến, chọn nối ngôi tức Vua Minh Mệnh.

Xét qua hành trạng, Minh Mệnh xứng đáng là đứng anh quân thời quân chủ. Với võ công lừng lẫy, mở mang bờ cõi đến tận các nước Ai Lao, Chân Lạp. Về sách lược cai trị, chủ trương trung ương tập quyền, đặt quan cai trị xuống tận các châu huyện dân tộc thiểu số, nhằm bỏ thế tập cha truyền con nối. Về kinh tế nhà Vua đôn đốc vỡ hoang, chăm sóc đê điều, cải tiến hệ thống vận tải giúp hàng hoá thực phẩm lưu thông điều hoà. Ngài hàng năm đưa hải thuyền ra nước ngoài để mua khí giới tàu thuyền, và tìm hiểu tình hình an ninh khu vực . Ngoài ra Vua rất yêu văn học, là tác giả 2 tập văn ngự chế, và 5 tập thơ ngự chế.

Nhưng nỗ lực của nhà Vua phần nhiều gặp những phản ứng không thuận lợi. Hoài bảo mở nước Việt thành nước Đại Việt tức Đại Việt Nam, bị láng giềng Xiêm La đố kỵ; nước này liên tục xúi dục hai nước Ai Lao, Chân Lạp gây mối bất ổn. Chia địa phương thành phủ, huyện; trực tiếp cai trị là nguyên nhân lớn gây các cuộc nổi dậy của Nông Văn Vân năm 1833, và tại Chân Lạp năm 1840. Ngài lưu ý đến các phát minh của Tây phương, nhiều lần cho người ra nước ngoài mua tàu thuyền, máy hơi nước, súng ống; nhưng cấm dân tiếp xúc với người Tây phương, không mời họ đến truyền dạy; nên sự hiểu biết về văn minh Tây phương rất mù mờ, việc cấm đạo càng gây mối hấn khích.

Nhà Vua rất mê say chiến thắng; khi nhận cờ đỏ phi báo "*chém được thủ nghịch Nông Văn Vân*", Ngài rất vui, mệnh bày tiệc rượu, sai cung tần ca hát liên hô "*Cao Bình bình phục, Cao Bình bình phục*." Nhưng mãi cho đến tháng cuối cùng trước khi mất [tháng chạp năm Minh Mệnh thứ 21

[24/12/1840-22/1/1841]; bấy giờ viên Đề đốc Hải Tây [tây biển hồ Tonlesap] Vũ Đức Trung, bị đại quân Xiêm La ép phải bỏ thành rút lui; việc này khiến nhà Vua không khỏi ôm mối sầu muộn, trước khi lìa trần!

201.
Vua Minh Mệnh. (1)
[14/2/1820-2/2/1821]

Vua Minh Mệnh tên huý là Hiệu, lại có tên Đởm, là Hoàng tử thứ tư của Vua Gia Long; sinh ngày Đinh Mão 23 tháng 4 năm Tân Hợi [25/5/1791], tại xóm Tân Lộc, phía phải thành Gia Định [gần dinh Độc Lập, Sài Gòn]; sau này vào năm Minh Mệnh thứ 13 [1832] dựng chùa Khải Tường ở đó; mẹ là Thuận thiên Cao hoàng hậu Trần thị. Vua có 43 người vợ; gồm: 1 Hoàng hậu Hồ Thị Hoa, 2 Phi, 6 Tần, 2 Tiếp dư, 7 Quí nhân, 2 Mỹ nhân, 8 Tài nhân, 15 Cung nhân; sinh được 78 Hoàng tử, 64 Hoàng nữ. Ngày Kỷ Mùi 11 tháng 6 năm Gia Long thứ 15 [5/7/1816] được sách phong làm Hoàng thái tử; ngày Đinh Mùi 19 tháng chạp năm thứ 18 [3/2/1820], Vua Gia Long mất, bèn lên ngôi Hoàng đế tại điện Thái Hoà.

Mồng một tháng giêng năm Canh Thìn [14/2/1820] vua đặt niên hiệu là Minh Mệnh và ban chiếu đại xá gồm 16 điều; đại để "*Những tiền thóc sản vật mà dân còn thiếu từ năm Gia Long thứ 18 trở về trước đều tha miễn cả; phàm tội sung quân và tội lưu trở xuống đều thả, tội tử thì lượng cho khoan giảm.*" vvv...

Vua dụ Tổng trấn Gia Định Nguyễn Văn Nhân phải dò xét kỹ ý hướng của Chân Lạp để yên ủi vỗ về, dù có chi phí cũng không nên tiếc. Lại lo triều ta từ khi gây dựng nước cho đến nay, người Xiêm há lại không thắc mắc! Nay có thể nhân lúc nước ta có tang, mưu toan đánh úp lấy Nam Vang; kế lớn ở biên cương, cần tiên liệu kỹ.

Lạc Hoàn [Lạc Hòn, Savannakhet] sai sứ cống; sứ giả đến Nghệ An, xin đến kinh lạy chầu. Quan tại trấn đem việc tâu lên, Vua y cho; Sứ giả đến yết kiến ở điện, ban cho hậu rồi bảo về.

Người Thanh Hoá là Trần Hữu Bảo đào được một cái ấn bằng đồng, có chữ "**Sắc mệnh chi bảo**" (1). Sau lưng khắc "**Nguyên Hoà ngũ niên tạo**"; Nguyên Hoà là niên hiệu của vua Lê Trang Tông, năm thứ 5 tức10/2/1537-30/1/1538. Người Quảng Đức là Hồ Quang đào được một cái ấn ngọc, trong có chữ: "**Trung hoà vị dục**" (2). Quan địa phương dâng lên, Vua sai thưởng bạc theo thứ bậc khác nhau; Trần Hữu Bảo bạc 20 lạng, Hồ Quang 5 lạng.

Đem bạc, lụa, trâu, rượu cho cha Lê Văn Duyệt là Văn Toại và mẹ Lê Chất là Đào thị và ban thư khen ngợi uỷ lạo.

Thống quản đồn Uy viễn là Nguyễn Văn Tồn chết. Vua dụ bộ Lễ rằng: "*Nguyễn Văn Tồn tuy là ở ngoài giáo hoá (3), nhưng làm tôi thờ Tiên đế, đã nhiều năm vất vả, một lòng trung thành, rất đáng thưởng*". Bèn sai quan dụ tế, cho hai cây gấm Tống, 20 tấm vải, 200 quan tiền.

Sai sứ báo tang cho nước Xiêm. Lấy Tham tri Lễ bộ Bùi Đức Mân sung Chánh sứ, Thiêm sự Công bộ Trương Quang Hải và Thuộc nội cai đội Ngô Văn Trung sung Giáp, Ất phó sứ; tặng Phật vương 2 cân kỳ nam, 3 cân nhục quế, 1.000 cân đường phèn, 2.000 cân đường cát và the sa vải đều 100 tấm. Đức Mân đến, vua Xiêm khoản đãi rất hậu, hỏi rằng:

"Tục nước tôi viếng đám tang lấy bố thí làm hậu, nay muốn sai sứ đem vàng để làm phước có được không?"

Đức Mân nói:

"Không hại gì".

Khi về vua quở trách rất dữ, giao cho bộ Hình nghị tội; Trịnh Hoài Đức và Phạm Đăng Hưng hết sức xin cho, mới được khỏi tội.

Thuở đầu triều Gia Long văn từ tạp dụng quốc âm, từ Minh Mệnh trở về sau văn chương trong trường ốc cùng đơn tấu của thần dân, chữ nét đều căn cứ **Khang Hy Tự Điển**, không được loạn dùng chữ thảo, khoảng cách phải rõ ràng.

Tôn mẹ đẻ là Thái Hoàng Hậu. Hậu tên huý Ngọc Đang, người châu Hoá, con gái của Tham tri Trọng, sinh vào ngày 27 tháng giêng năm Mậu Tý [15/3/1768] , năm nay 53 tuổi; cư tại cung Từ Thọ, lấy ngày sinh nhật Hậu làm Thánh Thọ tiết.

Tháng 2 [14/3-12/4/1820], sai các cửa biển dự trữ tiền gạo để cấp cho người bị nạn. Mỗi thủ sở cửa biển đều dự trữ tiền 100 quan, gạo 100 phương, khi có người bị nạn thì xem việc công hay việc tư, tuỳ thứ bậc mà cấp.

Đặt trạm đường thuỷ ở sông Vĩnh Tế [An Giang]. Trước đây Hà Tiên có việc báo cho Gia Định tất phải theo đường biển, nhiều khi chậm trễ. Đến nay ra lệnh cho thành Gia Định đặt trạm đường thuỷ để báo tin quan trọng, nếu đường sông có chỗ nào chưa thông, thì tạm đi đường bộ.

Quan trấn Bình Định tâu:

"Các sở đầm nguồn Trà Đinh, Thạch Bàn, Kiều Bông, Hà Náo, Ô Kiêm, Đồng Trí thuộc hạt ấy ít người muốn trưng,

xin giảm giá để tiện cho dân".

Vua y cho; căn dặn từ nay về sau ai muốn trưng thì cho trưng, ai không muốn thì chớ bắt ép.

Tổng trấn Gia Định là Nguyễn Văn Nhân dâng biểu xin được viếng tang. Vua y cho, sai Hiệp tổng trấn Trịnh Hoài Đức quyền lĩnh ấn Tổng trấn. Vua nghĩ Văn Nhân là người huân cựu, tuổi lại già nên bảo cho đi đường thong thả, chớ để nhọc mệt, khi đến, vời vào yết kiến, thung dung cho ngồi, yên ủi hỏi han mãi.

Bắt đầu đúc tiền "**Minh Mệnh thông bảo**", sai lấy mẫu tiền gửi cho cục Bảo tuyền ở Bắc Thành theo đúng phép mà đúc.

Cấm người đi mua thực phẩm cho quan lại Hoàng thân mua rẻ đồ vật ở chợ. Vua bảo Ký lục Quảng Đức [Thừa Thiên] Nguyễn Văn Hưng rằng:

"*Kinh thành là nơi đô hội, buôn bán đông đúc, gần đây nghe nói người thượng thiện và nhà bếp ở các nha môn, nhiều kẻ lấy thanh thế nạt người mà mua hàng rẻ, người ở chợ lấy làm khổ. Trẫm muốn luật pháp thi hành từ chỗ gần, cho nên ra lệnh cho người thượng thiện đều đeo tín bài để biết* [bài khắc hai chữ Thượng thiện], *hễ dám làm càn điều phi pháp thì bắt trị không tha".*

Hạ lệnh cho các Hoàng tử và Hoàng đệ vào học ở Hữu Phương đường. Lấy Cần Chính điện học sĩ Ngô Đình Giới, Lê Đại Nghĩa sung chức Giảng quan; Vua dụ rằng:

"*Trẫm từ lúc nhỏ, nhờ sức giúp đỡ sửa chữa của khanh. Nay bọn Quân* [Nguyễn Phúc Quân] *Cự* [Nguyễn Phúc Cự] *(3) là em nhỏ của trẫm, đều sinh trưởng ở nơi thâm cung, không dạy thì không thành người có đức được. Khanh nên sớm hôm khéo dẫn bảo, có lỗi thì đánh, chớ để cho thành tính kiêu căng lười biếng".*

Nhân cho cái roi để dạy. Lại thấy Quảng Oai công Quân có tính kiêu hoang, đặc mệnh Hàn lâm trực giảng là Nguyễn Công Vị riêng sung giảng quan Công phủ, hằng ngày đến dẫn bảo. Vị tâu nói:

"*Quảng Oai công chuyên chơi đùa mà lười học, sợ một mình thần không thể làm cho nên được*".

Vua hỏi rằng:

"*Không có Nguyễn Khoa Thường là trưởng sử ở đấy à*"?

Vị đáp rằng:

"*Trưởng sử đối với Hoàng đệ thấy thì lạy, gọi thì dạ, còn sợ gì mà học*".

Vua nói rằng:

"*Về phận trên dưới thì vậy nhưng còn sự giúp đỡ khuyên bảo thì không thể làm hết chức trách sao?*".

Tháng 3 [13/4-11/5/1820] bộ Hộ tâu về ngạch thuế sân chim, Vua cho bỏ đi và nói rằng:

"*Dân là đồng bào ta, vật là cùng sống với ta, người làm vua nên suy lòng nhân với dân kịp đến muôn vật, khiến đều thoả sống. Nay bọn tiểu dân trục lợi lấy việc đánh chim làm làm nghề nghiệp, làm hại nhiều sinh vật, lòng ta không nỡ để như thế. Vậy bãi đi*".

Thổ phỉ ở Thái Nguyên là Hà Đoan Thiệu nguỵ xưng là Lý nguyên soái và Lương Hoàng Hải nguỵ xưng là Quốc lão họp đảng đi cướp bóc, đông đến 2.000 người, đánh vây trấn thành. Trấn thủ Phan Văn Hài đóng chặt thành để tự thủ; Quan Bắc Thành nghe tin báo, lập tức sai Vệ uý vệ Hùng dũng là Đỗ Thiên Thẩm họp đánh. Thẩm đem 300 quân đánh nhau với giặc, bắt chém rất nhiều; Thiệu bỏ chạy. Tin thắng trận tâu lên, Vua sai thưởng cho Thẩm và Hài mỗi người một bộ mũ áo đại triều, cho quân lính hơn 600 lạng bạc. Người chết hay bị thương thì hậu cấp cho. Rồi Thiệu chạy đến xã Quỳnh Động [thuộc huyện Yên Thế, Bắc Ninh]. Thẩm cùng Thống quản thập cơ là Ngô Văn Vĩnh đuổi bắt được Thiệu và Lương Hoàng Hải cùng đồ đảng hơn 160 người. Vua cho rằng quan Bắc Thành Lê Văn Phong điều độ đúng, ban chiếu khen. Thưởng thêm cho quân lính hơn 300 lạng bạc; thăng Thẩm chức Chưởng cơ, các tướng hiệu theo thứ tự được thăng thưởng. Khi dâng án lên, vua không nỡ giết nhiều, chỉ ra lệnh giết Thiệu và Hải cùng vài người chánh phạm, còn các người khác thì rộng tha hết.

Ngày 4 tháng 3 [16/4/1820], Tổng trấn Bắc Thành Lê Tông Chất, Bảo tuyền Đại sứ Trương Văn Minh vào hầu.

Ngày Bính Dần mồng 10 [22/4/1820], vua cùng bầy tôi dâng sách vàng tôn thuỵ vua Gia Long là Khai Thiên Hoằng Đạo Lập Kỷ Thuỳ Thống Thần Văn Thánh Vũ Tuấn Đức Long Công Chí Nhân Đại Hiếu Cao hoàng đế, miếu hiệu là Thế tổ.

Trước kia Thế tổ Cao hoàng đế đau nặng, bọn Cai bạ hầu thuốc Trần Văn Đại và Y chánh Nguyễn Tiến Hậu, Y phó Đoàn Quang Hoảng đều phải tội giam ở ngục; đến bấy giờ các đại thần hết sức xin, được tha cho về làng. Sau đó Vua bảo hầu cận rằng:

"*Nghề làm thuốc khó tinh. Khi Tiên đế ốm, bọn Văn Đại hầu thuốc thang, hỏi thì lúc nào cũng nói là tất khỏi, sau cùng không có hiệu nghiệm gì, khiến trẫm đến nay còn giận".*

Hoãn công việc đào sông Vĩnh Tế. Vua mới lên ngôi, thấy việc đào sông từ mùa đông năm ngoái đến nay, người nước Chân Lạp đều phục dịch nhọc mệt khổ sở, xuống dụ cho Tổng trấn Gia Định thường để ý hỏi han; người ốm thì cấp thuốc, người chết thì cấp tiền vải. Bọn Ốc Nha và Bồn Nha theo làm việc ở nơi công trường hơn 100 người đều thưởng cho gươm, súng tay và áo mặc. Đến nay công việc chưa xong, đã thành sông được 3.224 trượng [1 trượng=4 mét], chưa thành sông 9.992 trượng; Vua không nỡ để cho nhọc sức dân mãi, nên hoãn lại. Những chỗ chưa kịp đào thì ra lệnh cho tạm mở lạch nhỏ, có thể cho thuyền nhỏ đi lại thông được mà thôi.

Bọn con cháu nhà Lê là Lê Duy Tự, Lê Duy Cảo, con cháu chúa Trịnh là Trịnh Hiệu, Trịnh Cương đến Kinh chầu bái. Sai hữu ty hàng tháng cấp cho tiền gạo; bọn Duy Tự dâng 70 lạng bạc làm lễ mừng, vua dụ sai trả lại.

Cai cơ Trần Hữu Khách quản thuyền hiệu Bạch Yến chở vật công từ Quảng Nam bị mắc cạn ở cửa biển Thuận An; Khách bị giáng làm Chánh đội trưởng. Nhân chuẩn y lời bộ Lại bàn định: Phàm thuyền vận tải ra vào cửa biển, những chỗ nông sâu đều do Thủ ngự cắm tiêu chỉ bảo; nếu chỉ sai thì bắt tội Thủ ngự. Nếu theo ý riêng mình mà đi bừa thì bắt tội người quản thuyền.

Bộ Lễ bàn dâng nghi chú lễ Ninh lăng và các lễ tiết. Vua xem tờ tâu, bảo Nguyễn Văn Nhân, Lê Chất, Nguyễn Đức Xuyên rằng:

"Lễ tang lễ táng là việc lớn, nhiều nghi tiết lắm, ta đương lúc đau thương trong lòng rối loạn, các khanh nên xét kỹ,

chớ để sai lễ".

Tháng 4 [12/5-10/6/1820], chuẩn bị làm lễ Ninh lăng vua Thế Tổ, kính cáo ở Giao Miếu Xã Tắc, lấy Lê Văn Duyệt làm Tổng hộ sứ, Lê Chất làm phó, đem phép đi đứng đường thuỷ đường bộ huấn luyện cho các quân.

Vào ngày 13 [24/5/1820], linh giá xuất phát, vua đi bộ theo đến điện tranh ở bến sông Hương, rước linh giá lên thuyền. Ngày 16 [27/5/1820] linh giá đến điện tranh ở trước hoàng đường, giờ Dậu [17-19 giờ] an táng vào huyệt. Ngày hôm sau đem việc làm lễ xong kính cáo ở Giao Miếu Xã Tắc; bố cáo cho trong ngoài. Thưởng cho các quân thuỷ bộ đi theo 14.000 quan tiền, cho quân binh hộ vệ 1.400 quan.

Diên Khánh công là Tấn [Nguyễn Phúc Tấn, em Vua] từng nhân việc tự tiện lấy roi đánh Cai đội Thị trung là Lê Văn Hương. Vua đương ngự ở Tiện điện, các tước công đều ở đấy; Vua quay lại nhìn Diên Khánh công, nhỏ nước mắt khóc, trách rằng:

"Hương kia cũng là phẩm quan của triều đình, có tội nên tâu lên, sao lại tự lấy roi đánh người ta? Vả lại phép của Tiên đế lập ra là của chung của thiên hạ, chứ có phải riêng của anh em ta đâu! Em không thấy Tiên đế thiết trách Định Viễn công Bính à? Bấy giờ Định Viễn công có lỗi nhỏ, mà anh vì Bính hai ba lần xin tha, Tiên đế vẫn không tha. Như thế là vì nghĩ rằng các hoàng thân sinh trưởng ở chỗ giàu sang, cậy mình được yêu thương đặc biệt, nên coi nhẹ mà phạm hiến chương, cho nên không thể không nghiêm ngặt để răn người sau. Nay anh lấy lòng Tiên đế làm lòng mình mà yêu em, em cũng nên lấy lòng anh làm lòng mình mà yêu anh, cùng nhau cẩn thận giữ phép sẵn, để giữ tiếng lành mãi không cùng.

Chớ nên lại làm thế nữa".

Diên Khánh công cúi đầu tạ lỗi. Vua vời các văn võ đại thần dụ rằng:

"*Việc Diên Khánh công đã làm có trái với phép, các khanh hãy vì trẫm tha thứ cho, từ nay về sau có kẻ nào bắt chước lỗi ấy thì không rộng tha nữa*".

Sứ bộ sang Thanh là bọn Cần Chính điện học sĩ Nguyễn Xuân Tình, Đông các học sĩ Đinh Phiên, Hàn lâm Thị độc Nguyễn Hữu Bình trở về, đem dâng hai con cừu; một con đực một con cái, lông nhỏ mềm, sạch trắng như bông, đuôi to mà ngắn, con đực thì hai sừng cuốn vòng lại đối với nhau, sai đem nuôi ở Thanh Phong đường.

Vua nghe nói đầy tớ nhà Thái trưởng công chúa Ngọc Du vợ Chưởng hậu quân Võ Tánh cậy thế lấn người; Vua không ra mặt cấm, mới vời con bà ấy là Khinh xa đô uý Võ Khánh đến trách rằng:

"*Nước có điển hình, sao mày không khuyên mẹ mày đi*".

Khánh thưa rằng:

"*Không thể khuyên can được*".

Vua bảo rằng:

"*Làm con thờ cha mẹ phải nên lấy lời nói dịu dàng can ngăn ở lúc việc chớm phát, để cha mẹ đừng mắc vào điều phi nghĩa, không thế thì trách nhiệm ở mày*".

Làm xe ngọc kính [Xe có lồng kính]. Sai Vũ Khố làm theo cách thức của Tây Phương mà làm; thưởng cho thợ 100 quan tiền.

Tháng 5 [11/6-9/7/1820], cho những cung nhân của Vua

Gia Long, người nào không có con thì về với người thân. Lúc đầu là vua sai làm dãy nhà dài ở sau điện Hoàng Nhân cho cung nhân ở để đợi hết tang. Lê Văn Duyệt xin theo di mệnh của Gia Long, ai muốn về thì cho về; Vua cho lời ấy là phải, ra lệnh cấp cho mỗi người 2 năm lương.

Triệu các Hương cống khoa Kỷ Mão [1819] về kinh, cho làm hành tẩu ở sáu bộ để học tập chính sự, cấp lương tháng cho mỗi người tiền 2 quan, gạo 2 phương. Rồi sai Nguyễn Hữu Thận chọn lấy vài người học hạnh thuần cẩn sung làm trực học cho các Hoàng tử. Thận cử Trương Đăng Quế, Doãn Văn Xuân và Ngô Hữu Vĩ.

Lấy Tả quân Lê Văn Duyệt lãnh Tổng trấn thành Gia Định. Phàm truất thăng quan lại, hưng lợi trừ hại, tất cả việc thành và việc biên cương đều cho tuỳ nghi mà làm.

Xuống chiếu tìm sách cũ; Thượng thư Trịnh Hoài Đức dâng sách **Gia Định thông chí** , 3 quyển và sách **Minh Bột di ngư văn thảo;** Chiêm hậu Hoàng Công Tài dâng sách **Bản triều ngọc phả**, 2 bản và sách **Kỷ sự**, 2 bản; người Quảng Đức là Cung Văn Hi dâng sách **Khai quốc công nghiệp diễn chí**, 7 quyển; người Thanh Hoa là Nguyễn Đình Chính dâng sách **Minh lương khải cáo lục**, 34 điều; người Quảng Ngãi là Võ Nguyên Biều dâng sách **Cố sự biên lục**, 1 quyển. Vua khen, thưởng cho vàng lụa theo các bậc khác nhau.

Ngày Tân mùi 16 [26/6/1820], yết lăng Thiên Thụ [lăng Gia Long].

Xây cầu Ngự Hà trong nội thành; cầu ở phía bắc kho Thái Thương và kho Vũ Khố. Năm đầu Gia Long mới bắc cầu gỗ gọi là cầu Thanh Câu, lâu ngày cầu hư; Vua mới sai các quân chồng đá xây ở dưới, để ba khoảng trống, trên lát đá xanh, hai bên có lan can bằng đá. Hơn một tháng cầu xong, vì tên sông là Ngự Hà cho nên đặt tên cầu là cầu Ngự Hà.

Tháng 6 [10/7-8/8/1820], con cháu nhà Lê là Lê Duy Thản ốm chết. Lấy Lê Duy Cát làm Cai cơ trật Chánh tam phẩm, để coi giữ việc thờ tự nhà Lê, hằng năm cấp tiền gạo như cũ.

Dựng hành cung Thanh Hoá: một chính đường, một tiền đường. Trước gọi là Hoàng cung quy vọng đường, đến nay gọi là Hành cung.

Thái trưởng Công chúa Ngọc Du mất; Công chúa là con gái thứ hai Hưng tổ Hiếu Khang hoàng đế [thân phụ Vua Gia Long]; gả cho Chưởng Hậu quân đại tướng quân Võ Tánh. Vua cho nghỉ chầu; chi của công để lo việc tang, lại cho thêm 1.000 quan tiền và 1.000 phương gạo.

Sai đình thần tham chước bàn bạc luật lệ quốc triều; muốn định lại luật lệnh. Lại cho rằng Nguyễn Văn Thành, Vũ Trinh và Trần Hựu là ba người có tội, nên bỏ tên soạn giả.

Bắt đầu dựng Quốc sử quán; bèn sai chọn đất ở bên tả trong kinh thành, họp thợ xây đắp, hơn một tháng thì xong.

Đắp trường súng ở mặt sau trong kinh thành. Sai quân lính tập bắn, xây nhà vuông làm chỗ vua ngự xem.

Các trấn Hà Tiên, Vĩnh Thanh, Định Tường bệnh dịch phát to. Dụ cho sở tại làm lễ cầu đảo; người bị bệnh không kể quan, quân hay dân đều cho thuốc men. Người chết, quân lính thì theo lệ cấp tiền tuất và cấp thêm một tấm vải; dân thì đàn ông đàn bà, người già người trẻ, mỗi người cấp 3 quan tiền. Người nào hài cốt bộc lộ không người chăm sóc, thì nhà nước liệm táng cho. Lại sai Trung sứ tuyên dụ cho quan địa phương phải thân đi cấp tiền tuất, hỏi thăm dịch khí nhẹ hay dữ, và số quân dân bị ốm chết, cứ mỗi ngày tâu một lần.

Trấn Sơn Tây bắt được những quân giặc trốn là Nguyễn Hữu Danh và Đỗ Trọng Ngũ, đem giết; thưởng cho biền binh đi bắt hơn 50 lạng bạc. Cai đội Nguyễn Văn Thư đánh nhau với giặc bị chết, đình thần bàn cấp tiền tuất 30 quan; Vua nói:

"Thư là một tỳ tướng nhỏ, hăng hái không tiếc thân, cái nghĩa làm tôi căm giặc phải nên như thế".

Bèn cấp thêm cho 10 lạng bạc.

Tháng 7 [9/8-6/9/1820], từ Bình Thuận trở ra đến Quảng Bình tin báo bệnh dịch. Vua lấy bạch đậu khấu trong kho và phương thuốc chữa dịch sai người ban cấp. Sắc cho các địa phương mỗi nơi đặt một đàn tế lễ; người ốm thì cấp thuốc, người chết cấp tiền vải,

Xuống chiếu cầu lời nói thẳng. Thiêm sự Lễ bộ là Nguyễn Đăng Tuân dâng sớ gồm sáu điều:

1) Đặt viện Ngự sử; ở trong triều thì đàn hặc sửa chữa trăm quan để khiến gắng sức siêng năng, ngoài thì kiểm soát các châu huyện để răn sự gian tham nhũng lạm.

2) Đặt Thái phỏng sứ; sai đi khắp các châu quận, xét chính tích, xem tình dân, nghiệm xem các thủ thần giỏi hay không, và để thấu suốt lợi hại của dân.

3) Bớt những viên chức thừa đi; tại huyện phàm việc giấy tờ kiện tụng, lương tiền, binh lính, dao dịch cầu cống, đường sá là giao cả cho Tri huyện. Nếu một người không

làm nổi thì đặt hai người, để cho họ được phát triển điều sở học, rồi mới trách được việc phục vụ cho dân.

4) Đặt nhà học ở dinh trấn châu huyện; xin chọn những bậc lão sư túc nho làm Trợ giáo.

5) Mở khoa ân thí; xin sang năm mở ân khoa như điều lệ nước Đại Thanh.

6) Cử hành ban ơn thờ tự. Nay nhà Vua là chủ bách thần, thần kỳ lớn nhỏ đều được nhờ ơn, duy những cô hồn không người thờ cúng thì chưa kịp thương đến. Đời xưa có nói rằng:

"*Ma quỷ không có chỗ nương tựa thì làm dịch lệ.*"

Xin định làm lệ tế, để cho cô hồn có chỗ nương tựa.

Sớ tâu lên, Vua sai đình thần bàn để lần lượt thi hành.

Định rõ thêm điều cấm thuốc phiện. Vua dụ bầy tôi rằng:

"*Thuốc phiện là thứ thuốc độc từ nước ngoài đem lại, những phường du côn lêu lổng lúc mới hút cho là phong lưu, rồi chuyển thành thói quen, thường thường nghiện mà không thể bỏ được. Quan thì bỏ cả chức vụ, dân thì phá hết sản nghiệp, thậm chí gầy mòn thành tật. Tổn thương cơ thể sinh mệnh. Nên bàn để nghiêm cấm đi*".

Bấy giờ đình thần bàn tâu: Không kể quan hay dân, ai dám hút thuốc phiện, và cất giấu mà nấu nướng buôn bán thì xử tội đồ. Ai bắt được mà tố cáo thì thưởng bạc 20 lạng. Cha anh không hay răn cấm con em, xóm giềng biết mà không tố giác, đều bị xử trượng.

Lời nghị tâu lên, nhà Vua chấp nhận và ghi thêm quan chức phạm thì phải cách chức.

Sai bọn biện lý Nội vụ phủ là Hồ Hữu Thẩm đến Quảng Nam và Quảng Ngãi hội với quan các trấn đặt mua đường cát. Khi Hữu Thẩm về, đem việc dân vui lòng bán cho nhà nước, Vua hài lòng nói rằng:

"Đường cát dân không thể ăn cho khỏi đói, mặc cho khỏi rét được mà người Tây thì ưa lắm. Từ nay về sau nên mua nhiều để đổi lấy hàng hoá của Tây. Đến như thóc gạo tơ bông, vải lụa, dân ta phải nhờ đấy mà sống, thì không thể đổi được".

Nhà sư ở nước Chân Lạp tên là Kế làm loạn. Kế dùng bùa chú mê hoặc dân Chân Lạp, người theo càng ngày càng đông, bèn họp đảng mưu loạn, tự xưng là Chiêu vương, lấn cướp các đạo Quang Hoá, Quản Phong, Thuận Thành thuộc trấn Phiên An; dân Việt sợ chạy. Phó tổng trấn Gia Định là Hoàng Công Lý nghe tin báo, tức thì sai Trấn thủ Phiên An là Đào Quang Lý đem quân đi đánh. Lại báo cho Vua Chân Lạp phái viên An phủ phủ Ba Cầu Nam là Tham Vi Đô Chân góp sức đánh bắt, Quang Lý không đánh được, Tham Vi Đô Chân lại bị giặc bắt, giặc càng hung dữ, chiếm núi tại Ba Cầu Nam để hoành hành cướp bóc. Tổng trấn Lê Văn Duyệt đã đến Gia Định, sai Hoàng Công Lý tiến đánh dẹp, gửi hịch cho nước Chân Lạp thêm quân để làm thế đánh hai mặt. Công Lý đánh, giặc thua chạy, bèn dẫn quân về.

Ngày Bính Tý 22 [30/8/1820] dựng cung Từ Thọ cho mẹ Vua tại phía tây cấm thành; sai thự Tiền quân là Trần Văn Năng trông coi, dụ Văn Năng rằng:

"Nay bệnh dịch lưu hành, đáng nên để cho quân dân nghỉ ngơi, đình bãi các công tác. Duy việc dựng cung Từ Thọ là việc không thể hoãn được. Ngươi nên hiểu dụ cho quân nhân

biết ý bất đắc dĩ của trẫm".

Vua Gia Khánh nhà Thanh băng , Thái tử là Miên Ninh lên ngôi, lấy năm sau làm năm Đạo Quang thứ 1 [1821].

Vua sắp đi tuần miền Bắc; từ Quảng Đức [Thừa Thiên] trở ra đến Bắc Thành có 35 sở dịch trạm, thì sáu sở Thượng Xá [huyện Hải Lăng, Quảng Trị], Trấn Ninh, Dũng Quyết [Vinh, Nghệ An], Đa Giá [huyện Gia Viễn, Ninh Bình], Lam Cầu [huyện Duy Tiên, Hà Nam], Hoàng Mai [huyện Quỳnh Lưu, Nghệ An] gần lỵ sở dinh trấn thì nghỉ lại ở Hành cung; ngoài ra sang xuân phải dựng 16 sở nghỉ trưa và 13 sở nghỉ đêm, đều cấp tiền 200 quan. Vua Dụ rằng:

"*Đặt hành cung để phòng lúc dừng chân, nên làm bằng gỗ tạp và cỏ tranh, cần tiết kiệm, không chuộng mỹ quan, đến như cầu cống đường sá có chỗ nào vỡ lở hư nát thì sửa lại, cũng bất tất phải làm cao rộng*".

Đổi huyện Gia Định thành huyện Gia Bình [Bắc Ninh], vì trùng tên với trấn Gia Định.

Tháng 8 [7/9-6/10/1820], sư Kế nước Chân Lạp cướp phủ Thời Thu. Quan Chân Lạp là Vị Bôn Lịch bị thua chết, quân giặc tiến sát đến thành Nam Vang. Có thư của vua Chân Lạp cáo cấp; Tổng trấn Lê Văn Duyệt sai Đô thống chế Nguyễn Văn Trí và Trấn thủ Vĩnh Thanh Nguyễn Văn Thuỵ [Thoại] đem hơn 1.000 quân đến cứu viện. Lại sai Chưởng cơ Phan Công Nghĩa, Vệ uý Lê Kim Nhượng, Cai cơ Trần Văn Hạnh, Nguyễn Văn Tuyết đem thêm quân tiếp ứng.

Tháng 8 có dịch lớn, chiếu ban cho ngự dược cùng tiền. Lúc bấy giờ đô thành dịch lệ phát lớn, tháng 9 truyền nhiễm tại các trấn Bắc Thành, quan dân chết có đến hàng ngàn. Ngày 13 [19/9/1820] ban chiếu tỏ sự đau buồn, mệnh y quan bọn Trịnh Hoài Đức tập hợp những phương thuốc tốt để hướng dẫn, lại ban thuốc và tiền tử tuất.

Hữu Tham tri bộ Lễ Nguyễn Du chết. Du người Nghệ An [huyện Nghi Xuân, Hà Tĩnh] học rộng giỏi thơ, rất giỏi về quốc ngữ. Nhưng tính nhút nhát, mỗi khi ra mắt vua thì sợ sệt không hay nói gì; Vua Gia Long từng dụ rằng:

"*Nhà nước dùng người, duy có tài là dùng, vốn không có coi nam bắc khác nhau. Khanh cùng Ngô Vị đã được tri ngộ làm quan đến chức á khanh, nên điều gì biết thì nói ra hết, dâng điều hay sửa điều dở, để hết chức mình. Sao cứ rụt rè sợ hãi, chỉ việc vâng dạ!*". Đến bây giờ có mệnh sai sang nước Thanh một lần nữa, chưa kịp đi thì chết. Vua thương tiếc, cho 20 lạng bạc, 1 cây gấm Tống; khi đưa tang về lại cho thêm 300 quan tiền.

Nước Xiêm La sai sứ là bọn Phi Nhã Tiệp Cô Sỹ đến dâng lễ tiến hương và khánh hạ. Công văn nhiều chỗ không hợp; xưng Phật vương là Trưởng giả, vật tặng biếu đều là những vật nước Xiêm thưởng cho bề tôi. Sứ đến Gia Định, Vua giao cho Tổng trấn Lê Văn Duyệt giải quyết, Tổng trấn khước từ lễ vật, Sứ giả tuân theo. Khi sứ giả đến kinh đô, vua cho ngồi, yên ủi hỏi han, muốn may cho áo tang. Sứ giả nói ở trong nước đã có may sẵn, bèn thôi không may nữa; lễ tiến hương xong, cho rất hậu rồi bảo về.

Sứ thần Việt Nam đến nhà Thanh cáo ai Vua Gia Long mất, đợi mệnh tại ải Nam Quan:

***"Ngày 2 Ất Dậu tháng 8 năm Gia Khánh thứ 25* [8/9/1820]...**

Cứ theo tấu triệp của bọn Nguyễn Nguyên [Tổng đốc Lưỡng Quảng] *rằng Quốc vương Việt Nam Nguyễn Phúc*

Ánh mất, viên nối dõi Nguyễn Phúc Kiểu theo lệ soạn biểu cáo ai, cùng sai Bồi thần đến quan ải trình bày; viên Bồi thần hiện tại quan ải đợi mệnh.

'Nước Việt Nam vốn được phong làm phiên thần, nay viên Quốc vương mất, sai Sứ đến cáo ai, đáng ra lệnh đến kinh khuyết. Nay ra lệnh Tổng đốc truyền chỉ lệnh viên Bồi thần vào Quan ải; tra biện các nghi tiết cần thiết vê việc phong chức thế tập." (**Tuyên Tông Thực Lục** quyển 2, trang 6)

Khi vào nội địa, Tổng đốc Lưỡng Quảng bèn tâu lên và báo tin nước này có việc chú cháu tranh chức; ý chỉ Vua Minh Mệnh tranh chức với con Đông cung Cảnh; đây chỉ là tin đồn, riêng Vua Thanh cho rằng đó là việc nội bộ nên không quan tâm đến:

***"Ngày 12 Ất Mùi tháng 8 năm Gia Khánh thứ 25* [18/9/1820]**

Dụ các Quân cơ đại thần:

"Nguyễn Nguyên dâng tấu triệp về việc người con nối dõi Quốc vương Việt Nam sai Sứ thần cáo ai; lại có phiến tấu xưng rằng nghe tin nước này có việc chú cháu tranh chức. Chuyện đó đối với ngoại Phiên để tự họ làm, Thiên triều coi như không nghe và không thấy; viên Tổng đốc chỉ cần thông sức các quan văn võ không động thanh sắc, trinh thám mật, giữ biên cảnh yên tĩnh là được. Đem dụ này cho Nguyễn Nguyên , lại dụ Triệu Thận Chẩn hay biết." (**Tuyên Tông Thực Lục** quyển 2, trang 34)

Ngày 12 Ất Mùi 12 [18/9/1820], dựng bia Vua Gia Long gọi là bia **Thánh Đức Thần Công** ở lăng Thiên Thụ.

Tháng 9 [7/10-5/11/1820], sai sứ sang nhà Thanh; Hữu

Tham tri bộ Lại Ngô Vị sung Chánh sứ, Thiêm sự bộ Hình Trần Bá Kiên, Hàn lâm Thị độc học sĩ Hoàng Văn Thịnh sung giáp, ất Phó sứ. Sai thự Tham tri bộ Binh Trịnh Hiến làm Chánh hậu mệnh, Ký lục Quảng Bình Hoàng Kim Hoán làm Phó hậu mệnh, đến cửa ải Lạng Sơn lo liệu việc đi sứ.

Tặng cha Lê Văn Duyệt là Chưởng cơ Lê Văn Toại làm Thống chế. Trước đây Toại ốm chết, Duyệt nghĩ rằng đương có tang Vua, không dám chế tang phục, xin mệnh ở triều. Vua cho rằng lễ là theo tình người, đặc cách cho Duyệt may áo sổ gấu để tang cha, táng tế xong, trở lại chịu tang Vua. Cho thêm Toại 9 cây gấm đoạn, 150 lạng bạc, 2.000 quan tiền; sai quan dụ tế. Lại ra lệnh cho Tham tri Hộ tào Nguyễn Xuân Thục đem 300 lính hộ việc tang.

Nước Chân Lạp sai sứ đến chầu. Trước kia vua Chân Lạp là Chăn dâng biểu xin đến cửa quyết chầu hầu; Vua cho 150 người tuỳ tòng. Chăn đến Gia Định xưng có bệnh; Vua xuống chiếu cho về nước. Chăn bèn tâu xin bọn ốc Nha Chiết Luyện, Phì Mục, Mân Tri Mạt đến Kinh dâng lễ tiến hương và lễ khánh hạ; Vua y cho.

Nguyễn Văn Trí và Nguyễn Văn Thuỵ [Thoại] đánh phá được sư Kế ở Nam Vang. Khởi đầu Kế đem hơn 30 chiếc binh thuyền tiến bức thành Nam Vang; Vua Chân Lạp muốn bỏ thành chạy. Vừa lúc bọn Trí đến Châu Đốc, gấp chọn thuyền nhẹ mà tiến. Khi đến thành thì quân giặc đã qua đò, sang đất Cổ Nha Chăn cách thành chỉ hơn 10 dặm. Trí tiến trước, Thuỵ tiếp ứng sau; quan Chân Lạp là Chiêu Chuỳ Đồng Phù đem quân đi theo. Gặp giặc ở Ỷ Hôn, đánh phá được, chém giết rất nhiều. Bắt được 2 tên quan Chân Lạp, từng hàng theo giặc; Kế và bọn Tham Đích Tây đều chạy trốn. Quan quân đuổi theo, bắt chém hơn 400 người. Quân của bọn Phan Công Nghĩa đóng ở Liêu Hiêu nghe giặc ở Bà Nam chiếm giữ chỗ hiểm, sai Quản đạo Tân Châu là Vũ Văn Sáng dẫn quân tiến lên, Sáng đánh thua, bị giặc giết chết. Nghĩa cùng bọn Lê Kim Nhượng, Nguyễn Văn Tuyết kế đến, giặc bèn lui chạy. Đuổi theo tới Khu Trung, đánh phá được, lấy được đồ quân nhu khí giới, đảng giặc nhiều người hàng.

Phó tổng trấn Gia Định là Hoàng Công Lý tham lam trái phép, bị quân nhân tố cáo hơn mười việc; Lê Văn Duyệt đem sự việc tâu lên. Sai đình thần hội bàn, đều nói:

"*Công Lý bị người kiện, nếu triệu về Kinh để xét, tất phải đòi nhân chứng đến, không bằng để ở thành mà tra xét là tiện hơn*".

Vua cho là phải, bèn hạ Công Lý xuống ngục, sai Thiêm sự Hình bộ Nguyễn Đình Thịnh đến hội với Tào thần ở thành Gia Định mà xét hỏi.

Tháng 10 [6/11-5/12/1820], Nguyễn Văn Trí đánh phá được sư Kế ở Ba Tầm Lai thuộc phủ Thời Thu. Trước kia, thua trận Ỷ Hôn, Kế cùng bọn Tham Đích Tây chạy đến Lạng Khoan, chẹn chỗ hiểm để giữ; quan Chân Lạp là Bông Sa Sô Phì đánh không được. Quan quân ta đến Xuy Sóc, vì có khe lớn ngăn trước mặt, không thể tiến được. Trí giả cách rút quân về Long Sô, giặc nghe tin, lại dẫn quân ra. Trí ra lệnh cho quân sĩ đương đêm ngậm tăm theo bốn đường đều tiến đến Ba Tầm Lai, phía trước phía sau cùng đánh hăng, phá vỡ được, chém được sư Kế, đầu hàng vài trăm người; bọn Tham Đích Tây đều trốn chạy. Tin thắng trận tâu lên, vua mừng bảo bầy tôi rằng:

"*Giặc tăng kia gây loạn, dần dà gần tới Nam Vang, may Lê Văn Duyệt vừa đến, sai tướng dẹp tắt. Nếu không thì Nam*

Vang thất thủ, hỏng nát phên giậu của ta, sẽ không lợi cho thành Gia Định".

Quốc vương Chân Lạp là Chăn lấy cớ có những quan phiên giao thông với sư Kế làm loạn, mà không hay ngăn được, chịu đến Gia Định xin chịu tội; Vua sai sứ mang chiếu đến yên ủi.

Tháng 11 [6/12/1820-3/1/1821] ,Trấn thủ Phiên An là Đào Quang Lý có tội bị hạ ngục. Khi Quang Lý ở trấn, có người tố cáo làm trái phép, quan thành Gia Định tra xét tâu lên. Vua nói:

"*Quang Lý là công thần Vọng Các cũ, không biết tự yêu thân danh để mắc vào pháp luật, rất đáng thương tiếc*".

Khi án dâng lên, Lý bị khép vào tội lấn xén tiền công tiền tư hơn 9 vạn quan; Vua nghĩ đến công lao, miễn cho tội chết, bắt giam kín, đòi lại tang vật.

Sứ bộ sang nhà Thanh là bọn Ngô Vị, Trần Bá Kiên, Hoàng Văn Thịnh sắp qua ải Nam Quan. Vừa được mật tin báo tang vua Thanh; bọn Ngô Vị, Trịnh Hiến bàn rằng biểu văn trước dùng ấn son, nay nên đổi ấn màu chàm nhằm hợp với tang chế. Liền làm công văn tư qua phủ Thái Bình xin hoãn hạn mở cửa ải và chuyển dâng biểu tâu lên. Vua nói:

"*Việc mở cửa quan đã hẹn trước, quốc tang báo sau, người Thanh không ngại gì ấn dấu son, tại sao sứ thần lại sinh chuyện mà chần chờ như thế?*".

Lập tức dụ cho dùng biểu dấu son như cũ.

Đổi định lệ thuế nhập cảng và dâng lễ cho các thuyền buôn nước ngoài. Lệ cũ, thuyền buôn Mã Cao và các nước phương Tây đến buôn bán, cũng đánh thuế như lệ thuyền buôn Quảng Đông, cứ lấy thước tấc bề rộng các thuyền mà thu. Vua muốn tỏ lòng yêu mến người phương xa, sai đình thần bàn định phân biệt xuất xứ thuyền, theo ngạch cũ mà khoan giảm.

Ngày mồng 1 tháng chạp [4/1/1821], chiếu ban huỷ 4 loại tiền đời Tây Sơn: Thái Đức, Quang Trung, Cảnh Thịnh, Bảo Hưng, hứa thâu nạp vào cung thiêu huỷ; mua bán trên thương trường hạn trong 5 năm, ngoài hạn cấm.

Thổ phỉ ở Sơn Tây là Trần Lê Quyền nguỵ xưng hoàng thúc nhà Lê, tụ đảng ở Lâm Thao [Phú Thọ] mưu khởi loạn. Quan Bắc Thành mật sai Quản cơ Lê Công Chiếu đem quân tìm bắt được Lê Quyền và bè đảng mười mấy người. Việc tâu lên, thưởng cho quân sĩ 200 quan tiền.

Xuống chiếu mở khoa thi Hương và thi Hội: đặc biệt cho mở ân khoa, mùa thu năm Tân Tỵ [1821] thi Hương, mùa xuân năm Nhâm Ngọ [1822] thi Hội.

Gọi bọn Tiến sĩ triều Lê là Nguyễn Đăng Sở và Đỗ Lệnh Thiện, Sinh đồ ở Bắc Thành là Phạm Đình Hổ, Phan Huy Chú, Sĩ nhân là Ngô Du, Đoàn Nguyên, Đỗ Huy Ngạc, Nguyễn Minh Khiêm; do bộ dẫn vào yết kiến. Lệnh Thiện và Đình Hổ vì ốm từ chối; Đăng Sở đến kinh, được bổ Hàn lâm viện Tu soạn; bọn Huy Chú được bổ các chức Biên tu, Kiểm thảo, theo bậc khác nhau.

Đảng giặc Chân Lạp đã dẹp hết, sai rút binh về. Khởi đầu bọn Vệ uý Lê Kim Nhượng và Trần Văn Quế đuổi đánh dư đảng của sư Kế ở Lang Sóc, phá được, giặc tan tác; bọn Tham Đích Tây, Kế Luyện Na Côn lần lượt về hàng. Lê Văn Duyệt tâu xin rút binh, nhưng để Nguyễn Văn Thuỵ [Thoại] với 700 quân sĩ lưu lại bảo hộ nước Chân Lạp; đợi khi nào tạm yên sẽ trở về Châu Đốc.

Vua nước Chân Lạp thấy viên quan Chiêu Chuỳ Tôn La Ca Đồng Phù ngang nghịch vô đạo, gửi mật thư cho Gia Định. Chợt Đồng Phù có việc đến thành, Lê Văn Duyệt bắt lấy, đem sự việc tâu lên; Vua nói:

"*Hắn là quan phiên, nên để vua phiên xử trị*".

Bèn sai đóng gông giải giao Đồng Phù và bọn quan phản nghịch Tham Đích Tây; dụ Vua Chân Lạp rằng:

"*Pháp luật là chung của thiên hạ. Bọn Tham Đích Tây phản quốc theo giặc, Đồng Phù khi quân ngược dân, theo pháp luật đều phải giết. Vương nên cương quyết, xử theo nghĩa lớn, không nên nhu nhược*".

Vua Chân Lạp vâng mệnh giết hết, rồi xin sắm sửa sản vật địa phương sai sứ sang tạ; Vua nghĩ nước ấy mới yên nên miễn cho.

Lê Văn Duyệt dâng sớ nói:

"*Gần đây nghe tin nước Xiêm La sửa soạn binh giáp và xin quân ở nước Hồng Mao* [Anh], *chưa hiểu cớ gì. Thần đã thao diễn các quân để dự phòng sự bất ngờ, và sai người đi đến Ô Đỗ của Hồng Mao để dò xét động tĩnh*".

Vua khen phải, bảo từ nay dò được tình trạng gì thì soạn biểu tâu lên ngay

Ban bạc cho bọn con cháu nhà Lê là Lê Duy Cáo và con cháu nhà Trịnh là Trịnh Hiệu, theo thứ bậc khác nhau; lại cho Duy Cáo triều phục Chánh tam phẩm.

Chánh sứ sang nhà Thanh là Ngô Vị chết ở phủ Nam

Ninh ,Vua nghe tin nói:

"Vị chết vì việc nhà vua, trước dẫu có lỗi, nhưng cũng là để làm việc công, cũng nên thương xót".

Sai cấp cho gia đình 30 lạng bạc; đến khi đưa tang về, sai quan dụ tế, lại cho thêm 100 lạng bạc. Riêng Vua Đạo Quang nhà Thanh, cũng ban chiếu chỉ thưởng tuất:

***"Ngày 25 Ất Hợi tháng 3 năm Đạo Quang thứ nhất* [26/4/1821]**

Thưởng cho cố Việt Nam Cống sứ Ngô Thời Vị 300 lạng bạc." (**Tuyên Tông Thực Lục** quyển 15, trang 19)

Đắp ba đoạn đê mới ở Sơn Nam Hạ; một đoạn tại hai xã Kim Lũ và Tiên Liệt huyện Mỹ Lộc [Nam Định], một đoạn tại hai xã Trà Lý và Lương Phú huyện Chân Định [Nam Định], một đoạn tại xã Sơ Lâm và Hàn Lâm huyện Thượng Nguyên [Nam Định].

Năm nay bệnh dịch phát từ mùa thu cho đến mùa đông, bắt đầu từ Hà Tiên, lan ra đến Bắc Thành, nay đã dứt. Số hộ khẩu chết tất cả là 206.835 người, không kể số nam phụ lão ấu ở ngoài hộ tịch; chẩn cấp tổng kê hơn 73 vạn quan tiền.

Bộ Hộ tâu dâng sách hội kê đinh điền tiền gạo vàng bạc năm nay: số đinh hơn 620.240 người; ruộng 3.076.300 mẫu, và hơn 26.750 khoảnh; tiền hơn 1.925.920 quan; thóc hơn 2.266.650 hộc; vàng hơn 580 lạng; bạc hơn 12.040 lạng. Bộ Binh tâu dâng nhân số năm nay về binh ngạch, quan lại trong ngoài, các sắc binh tượng cùng các hạng binh tính, biệt nạp, tạp lưu, gồm hơn 204.220 người.

Chú thích:

1. Sắc mệnh chi bảo: cái ấn đóng sắc mệnh của vua.

2. Trung hoà vị dục: chữ từ sách **Trung Dung**, nghĩa là: đạo được trung hoà thì trời đất yên ngôi vị, muôn vật sinh nở.

3. Nguyễn Văn Tồn gốc người Chân Lạp.

4. Mẹ Nguyễn Phúc Quân, Nguyễn Phúc Cự là bà Phi Lê Thị Bình. Bà Bình là con út Vua Lê Hiển Tông, em Ngọc Hân Công chúa, từng là vợ của Nguyễn Quang Toản.

202.
Vua Minh Mệnh. (2) [3/2/1821-22/1/1822]

Tháng giêng năm Minh Mệnh thứ 2 [3/2-3/3/1821], nhân làm vườn ngự ở phía đông kinh thành, có kẻ làm thư nặc danh gièm pha; Vua bảo thị vệ rằng:

"*Làm vườn ngự là nhân cũ sửa lại, chứ không phải dựng mới*".

Đúc súng đại bác Uy phước. Trước đó quân Thị trung đào được vạn cân đồng đem dâng; Vua sai đúc ba khẩu đại bác, đều đặt tên là "**Bảo quốc an dân đại tướng quân**", đích thân chế bài minh khắc vào súng.

Ngày Nhâm Tuất mồng 10 [12/2/1821], duyệt binh. Sáng sớm quân binh các dinh thuộc các quân Thị trung, Thị nội, Thần sách đều họp cả ở trước điện Càn Nguyên. Sai Thị thư viện và các bộ, hiệp với bộ Binh xét điểm; Vua mặc nhung phục ngự ở điện Càn Nguyên xem duyệt; lệ duyệt binh bắt đầu từ đấy.

Sau khi biết tin Vua Gia Khánh mất, Vua Minh Mệnh xin sai Sứ đến Bắc Kinh dâng hương, nhưng phía Trung Quốc từ chối, lấy cớ Sứ bộ không thể đến kịp ngày tống tiễn linh cửu:

"***Ngày Đinh Mão 15 tháng giêng năm Đạo Quang thứ nhất*** **[17/2/1821].** *Dụ các Quân Cơ đại thần:*

Cứ Triệu Thận Chẩn [Tuần phủ Quảng Tây] *tâu người nối dõi tại nước Việt Nam Nguyễn Phúc Kiểu nhân phụng Nhân Tông Duệ Hoàng đế di chiếu xin sai Sứ dâng biểu văn, phẩm vật đến kinh đô dâng hương; lại xin đệ biểu văn, sản phẩm địa phương mừng lên ngôi, cùng trình tiến năm Tân Tỵ* [1821] *cống lệ.*

Việt Nam vốn là nước Phiên phong, chăm lo chức cống. Nay người nối dõi nước này là Nguyễn Phúc Kiểu tiếp phụng di chiếu, muốn sai Sứ thần từ xa đến dâng hương, việc làm do tự lòng chí thành. Duy linh cữu của Nhân Tông Duệ Hoàng đế định vào tháng 3 năm nay rời đến Sơn Lăng; viên Quốc vương sai sứ dâng hương tính theo hành trình đến kinh đô thì đã sau ngày lễ vĩnh viễn phụng an này, nên không kịp để cung tiến. Nay ra lệnh Tuần phủ lập tức thông tri Quốc vương, lệnh không cần sai sứ từ xa đến dâng hương; việc mang phương vật đến để mừng lên ngôi cũng không cần đệ trình; còn tiến cống năm Tân Tỵ thì hiện đang chịu quốc tang 27 tháng, không mừng tại triều và đình chỉ yến tiệc, nên không tiện đến. Nay cho phép kỳ cống sau, gộp 2 kỳ cống để tỏ lòng thể tuất nước Phiên xa xôi. Viên Tuần phủ hãy gửi văn thư cho viên Quốc vương để có thể tuân theo. Đưa dụ này truyền để hay biết." (**Tuyên Tông Thực Lục** quyển 12, trang 21-2)

Tháng hai [4/3-1/4/1821], bắt đầu xây dựng Quốc tử giám: ở giữa xây Giảng đường, đằng trước làm Di luân đường, hai bên tả hữu làm phòng ở cho Tôn sinh, Giám sinh. Khi Vua mới lên ngôi, sai dinh trấn Quảng Đức gọi thợ và sắm gỗ; sau vì có bệnh dịch lại thôi, đến nay mới xây dựng.

Ở Hương Sơn [Hà Tĩnh] cướp nổi lên; viên quan võ đi bắt cướp là Nguyễn Văn Thiết bị chết. Việc tâu lên, Vua răn đe Trấn thủ Nguyễn Văn Xuân rằng:

"*Cuộc hành quân này quân cướp có 60 người mà quân của Thiết cũng 60 người, không phải là quân ít, giặc nhiều, mà không địch nổi, làm sao lại chịu thua? Ấy bởi tại ngươi ngày thường kỷ luật không nghiêm nên đến nỗi thế. Nay phải dạy khuyên quân lính, liệu phương lùng bắt, khiến cho giặc hết dân yên. Nếu điều độ sai trái, bọn cướp thừa cơ quấy rối thêm thì dù thương ngươi già, nhưng còn phép nước thì sao? Ngươi phải kính theo lời ta, chớ chểnh mảng*".

Dụ đến, Xuân sợ hãi xin nhận tội, rồi tức khắc thân đem binh voi đuổi đánh, bắt được hơn 20 tên cướp.

Ngày Quý Sửu mồng 3 tháng ba [4/4/1821] , tôn Hoàng mẫu làm Hoàng thái hậu. Vua đem bầy tôi đến cung Từ Thọ, dâng sách vàng, ấn vàng để làm lễ tiến tôn; ngày hôm sau, vua ngự điện Thái Hoà, ban ân chiếu cho Hoàng tộc, các quan, cùng người già cả trên 80 tuổi.

Nước Vạn Tượng sai sứ vào cống. Sứ giả là bọn Phì Chủ Phô vào yết kiến tâu rằng:

"*Tiểu quốc xa nghe tin Tiên đế chầu trời, Hoàng thượng mới lên ngôi báu, nhưng vì núi sông cách trở, chưa dám tin làm đúng, cho nên chỉ theo lệ hằng năm sửa lễ cống, còn lễ viếng và lễ mừng còn thiếu. Cúi xin thánh thượng lượng thương tình xa xôi, thứ cho tội sơ suất là may cho tiểu quốc*".

Vua an ủi, ban cho nhiều vật, rồi bảo về.

Lại sai quan đi bảo hộ nước Chân Lạp; nhân Vua Nặc Chăn dâng biểu rằng:

"*Nước nhỏ yếu, trước đã nhờ ơn vun trồng của Thế tổ Cao hoàng đế, sai quan bảo hộ, nước nhờ được yên ổn. Vì*

Chăn còn trẻ dại, nghe lời gièm pha, đến nỗi quan quân bảo hộ rút về Gia Định, trong nước liền xảy ra các loạn nghịch Kế, nghịch Tây. Nhờ quan quân tiến đánh, dẹp hết được đảng nghịch, Chăn mà giữ được nước nhà đều là nhờ ơn tái tạo của triều đình. Vậy xin đặt quan bảo hộ như trước".

Vua sai Nguyễn Văn Thuỵ [Thoại] đóng giữ đồn Châu Đốc, lĩnh chức Bảo hộ nước Chân Lạp, kiêm lý việc biên giới Hà Tiên; dụ rằng:

"*Châu Đốc là đất xung yếu, ngươi nên khéo phủ dụ, mộ dân buôn lập thành làng mạc để hộ khẩu ngày một tăng, đồng ruộng ngày mở mang. Còn việc biên phòng cũng phải cẩn thận. Phàm có biểu văn, công văn của Chân Lạp, phải duyệt trước rồi hãy phát. Công việc nước ấy thì nhất thiết uỷ cho bọn vua phiên, quan phiên theo quốc tục mà làm. Lại nên nghiêm cấm quân sĩ không được mưu việc riêng, để giữ quốc thể*".

Vua thăm trường súng, xem các quân diễn bắn. Nhân sai một người trong Văn thư phòng hằng ngày đến trường bắn xem ai bắn trúng thì thưởng. Bắn trúng đích thưởng 2 lạng bạc, trúng khuyên thưởng 1 quan tiền.

Nhân vừa mới tiến tôn hiệu cho Hoàng thái hậu; ngày Bính Dần 16 [17/4/1821], vua rước Hoàng thái hậu đi yết lăng Vua Gia Long, tức lăng Thiên Thụ.

Tha thuế cho dân các xã thợ mộc, thợ xẻ, thợ đóng thuyền thuộc Bắc Thành và Nghệ An. Bắc Thành 10 xã thợ mộc số đinh 430 người; Nghệ An 1 xã thợ mộc số đinh 393 người, 6 xã thôn thợ xẻ số đinh 1.430 người, 5 xã thợ đóng thuyền số đinh 720 người.

Tháng tư [2/5-30/5/1821] Hàn lâm viện Biên tu Phan Huy

Chú dâng bộ sách tự soạn là **Lịch Triều Hiến Chương Loại Chí** gồm 49 quyển; được thưởng một cặp áo sa, 30 lạng bạc.

Miễn thuế cho bảy mỏ vàng, đồng, kẽm, chì và diêm tiêu ở Bắc Thành. Gồm mỏ vàng Nà Ấp ở Lạng Sơn, mỏ đồng đỏ Trình Lạn ở Hưng Hoá, mỏ kẽm Quang Vinh và Cam Lộ ở Thái Nguyên, mỏ chì Khôn Hiến ở Thái Nguyên, mỏ chì Phước Ninh ở Tuyên Quang, mỏ diêm tiêu Minh Lương và Minh Nông ở Sơn Tây. Chủ mỏ và phu khoán bỏ đi; quan Bắc Thành tâu lên, nên cho miễn thuế.

Vua đi xem xét quanh kinh thành, thấy có bệnh binh nằm ở bờ ao, hỏi ra là lính ở vệ Ban trực tiền. Liền sai Thái y viện điều trị; phạt Quản vệ và Cai đội không chăm sóc lính.

Định lệ thuế sâm ở trên núi Sa Kỳ [huyện Sơn Tịnh, Quảng Ngãi]. Sâm hộ có 30 người, hằng năm mỗi người nộp 3 cân sâm, không có sâm thì nộp thay bằng tiền, 8 quan.

Quản tàu Long Phi là Nguyễn Văn Thắng [Chaigneau] hết nghỉ phép từ Pháp trở về, dâng hàn thử biểu. Vua nhân hỏi:

"*Ngươi lại muốn về sao?*".

Văn Thắng đáp:

"*Thần chịu ơn dày của nước, không biết lấy gì báo đáp. Nay tuổi già, xin làm tôi trọn đời*".

Vua nói:

"*Người ta ở đời quý ở chỗ lập công danh mà thôi. Ngươi theo đòi Tiên đế, hưởng lộc mấy chục năm, tuy là người ngoại quốc, cũng đã là thần tử bản triều. Nếu quả thực có thể trọn tiết làm tôi thì lưu danh nghìn đời trong sử sách, há chẳng hay sao! Nếu trở về nước Tây thì chẳng qua chỉ là một thường dân mà thôi".*

Có người Pháp cùng đi với Văn Thắng, dâng quốc thư và sản vật địa phương, đậu thuyền ở Đà Nẵng. Đem dịch thư ra nội dung xin thông thương. Vua giao đình thần bàn, rồi hạ lệnh cho ty Thương bạc đưa thư trả lời nhận cho, và biếu nhiều phẩm vật: 100 cân da voi, 30 cân da dê, 10 tấm da hổ, 100 tấm da trâu, 500 tấm da hươu, 200 tấm sa nam, 200 tấm the nam, 100 tấm lụa Cao Bộ, 125 đường phèn, đường phổi mỗi thứ 1.000 cân, 10.000 cân đường cát, 2 cây ngà voi, 2 cỗ sừng tê, giao cho người ấy mang về nước.

Riêng **Việt Nam Pháp Thuộc Sử** của Soạn giả Phan Khoang chép rằng:

Nhân hết phép nghỉ 3 năm, Chaigneau trở lại nước ta; đem phẩm vật và thư của Vua Louis 18 nước Pháp xin lập thương ước, Chaigneau được giao làm Lãnh sự. Vua Minh Mệnh khéo léo từ chối, qua thư đại ý như sau:

"Bờ cõi nước tôi ở cực nam, bờ cõi quí quốc ở cực tây, hai nước có nhiều bể ngăn cách nhau và xa nhau biết mấy nghìn dặm. Người nước tôi ít khi sang được quí quốc, và có thư quí quốc gửi sang, thông ngôn nước tôi không được giỏi lắm; cho nên trong thư ý nói Hoàng đế muốn lập ra thể lệ và muốn điều đình việc thông thương với quí quốc, tôi chỉ hiểu chừng chừng mà thôi. Vả các đồ Hoàng đế làm quà cho tôi, cũng không thấy kể trong thư. Về việc thông thương thì tôi nghĩ rằng việc buôn bán đã có luật lệ định sẵn, người các nước khác đến nước tôi đều theo luật lệ ấy. Nếu người quí quốc muốn sang buôn bán cứ theo luật lệ ấy..."

Thư này viết bằng chữ Hán, Vua Minh Mệnh bảo:

"Vua nước Pháp đã có những người thông minh để dịch

rõ ý các thư từ của ta; vả lại Vua nước Pháp viết thư cho ta bằng chữ Pháp, thì ta viết bằng chữ Hán , ấy cũng là sự thường."

Trong lúc trò chuyện với kẻ thân cận, nhà Vua nói rằng theo đề nghị của người Pháp, nước Nam không được quyền lợi gì cả; còn nói đến tình giao hiếu xưa kia giữa hai nước thì Ngài cho rằng những người giúp Vua Gia Long đã được hậu thưởng rồi (1).

Tháng năm [31/5-28/6/1821], sai quan soạn sách **Liệt Thánh Thực Lục**. Vua rất để ý việc soạn sử, mới lên ngôi đã cho tìm thư tịch cũ còn sót ở mọi nơi, rồi sắc cho đại thần biên tập những điều mắt thấy tai nghe về buổi đầu trung hưng, để dâng lên. Đến nay lấy Chưởng Hữu quân Nguyễn Văn Nhân làm Tổng tài, Thượng thư Trịnh Hoài Đức và Phạm Đăng Hưng làm Phó tổng tài, bọn Tham tri Trần Minh Nghĩa 25 người làm Biên tu (2). Đặt 5 người Khảo hiệu, 12 người Thu chưởng, 8 người Đằng lục; lấy Quốc sử quán làm nơi soạn sách

Viên cựu Phó tổng trấn Gia Định Hoàng Công Lý can tội tham nhũng, tang vật đến trên 2 vạn quan tiền; sai quan thành Gia Định đòi hỏi. Khi thành án, giao đình thần bàn xét, đáng tội chết, bèn đem giết; tịch thu gia sản đem trả lại cho binh dân.

Sau khi Chánh sứ sang nhà Thanh là Ngô Vị chết ở phủ Nam Ninh, Phó sứ Trần Bá Kiên lên thay; tiếp tục hành trình, đến tháng 5 đến chiêm cận Vua Đạo Quang tại cửa Thần Vũ, Bắc Kinh:

"***Ngày Bính Thìn mồng 6 tháng 5 năm Đạo Quang thứ nhất*** **[6/6/1821]**

Bọn sứ thần nước Việt Nam Trần Bá Kiên 2 người, chiêm cận ở ngoài cửa Thần Vũ." (**Tuyên Tông Thực Lục** quyển 18, trang 6)

Phái đoàn dâng biểu xin phong cho Vua Minh Mệnh; Vua Thanh chấp nhận, mệnh Án sát Quảng Tây Phan Cung Thìn sang phong:

"***Ngày Bính Dần 17 tháng 5 năm Đạo Quang thứ nhất* [16/6/1821]**

Quốc vương Việt Nam Nguyễn Phúc Kiểu sai Bồi thần dâng biểu xin phong và trình tiến sản vật địa phương. Mệnh lưu đến kỳ cống sau, ban thưởng như thường lệ. Mệnh Án sát sứ Quảng Tây Phan Cung Thìn đến phong." (**Tuyên Tông Thực Lục** quyển 18, trang 19)

Tháng sáu [29/6-28/7/1821], nước Chân Lạp sai sứ vào cống và dâng đồ lễ mừng cung Từ Thọ, mẹ Vua. Đến khi bọn Ốc Nha Lịch Y, Giá Lung đến yết kiến, vua triệu lên điện thăm hỏi và dụ rằng:

"*Ngươi về bảo quốc vương và các quan phiên nên cùng lòng hiệp sức để lo việc nước. Việc lớn thì triều đình xếp đặt cho, còn việc nhỏ thì lo tính lấy. Há chỉ chuyên dựa vào người mà không nghĩ làm hết phận sự mình sao?*".

Nước Thuỷ Xá xin phụ thuộc vào nước ta. Đầu đời Gia Long, Quốc trưởng nước ấy sai sứ đến Phú Yên xin quy phục, Vua cho nhiều rồi bảo về. Đến nay sai người mang đồ vật được cho trước kia và cồng thau, sáp ong làm tin đến đồn Phước Sơn, xin cho sứ được vào cống. Quan trấn tâu lên; Vua khen là có lòng thiết tha, y cho.

Tháng bảy [29/7-26/8/1821], thi Hương ân khoa ở hai

trường Quảng Đức [Thừa Thiên], Nghệ An. Sai Thượng thư bộ Hình bộ Lê Bá Phẩm sung Đề điệu trường Quảng Đức, Thị trung Trực học sĩ tham bồi công việc bộ Lại Đinh Phiên sung Giám thí; Hàn lâm viện chưởng viện học sĩ là Hoàng Kim Hoán sung Đề điệu trường Nghệ An, Ký lục Quảng Bình là Trần Lợi Trinh sung Giám thí.

Lấy số đỗ Hương cống gồm 40 người. Trường Quảng Đức 25 người: Bùi Văn Lý, Phạm Hữu Nghi, Thân Văn Duẩn, Phạm Văn Thiện, Nguyễn Quốc Hoan, Phùng Nghĩa Phương, Ngô Bá Tuấn, Lê Văn Lễ, Trần Văn Tưu, Lê Văn Hi, Nguyễn Hữu Hoàng, Tào Quang Lệ, Hoàng Công Huyến, Đỗ Văn Du, Bùi Ngọc Chấn, Nguyễn Văn Sơn, Nguyễn Đình Tân, Hoàng Văn Minh, Nguyễn Văn Thống, Nguyễn Thừa Giảng, Phan Thế Chấn, Nguyễn Hữu Gia, Phan Hữu Nghĩa, Dương Quỳnh, Hà Thúc Trương. Trường Nghệ An 15 người: Phan Hữu Tính, Đỗ Mẫn, Chu Danh Hiển, Đinh Văn Phác, Phan Văn Bưu, Nguyễn Thế Tịnh, Phan Cử, Nguyễn Minh Đức, Nguyễn Bật Lượng, Nguyễn Trọng Phu, Trần Huy Phác, Hồ Sĩ Tiêm, Nguyễn Trọng Ngọc, Nguỵ Khắc Tuần, Nguyễn Cơ Thể.

Gọi thợ rèn ở hai xã Minh Lương, Tân Chàng thuộc huyện Thiên Lộc [Hà Tĩnh] về kinh làm việc, tha cho thuế thân năm nay.

Chuẩn bị để nhà Vua ngự giá Bắc Thành; quan Giám thành đem bản đồ đường thuỷ từ kinh sư ra Bắc dâng lên. Từ kinh sư đến hành cung Quảng Bình 8 trạm, từ hành cung Thạch Khê [huyện Thạch Hà, Hà Tĩnh] đến hành cung Nghệ An 3 trạm, từ hành cung Thanh Hoá đến hành cung Bỉm Sơn [huyện Hà Trung, Thanh Hoá]1 trạm, từ hành cung Thanh Bình [Ninh Bình] đến hành cung Bắc Thành 6 trạm, đều theo đường thuỷ. Vua ra lệnh phàm trên đường chỗ nào đường thuỷ có thể đi thuyền được, đều sai Vệ uý vệ Phấn dực Nội thuỷ là Nguyễn Tài Năng chỉnh bị thuyền ghe để chờ.

Tháng tám [27/8-25/9/1821], tướng giặc ở Sơn Tây là bọn Đỗ Hoành Thản, Đỗ Văn Kỷ kết đảng mưu loạn. Cai đội giữ đồn Bá Dương là Nguyễn Duy Trữ sai thuộc hạ nhập đảng dụ đến xã Thuỵ Hương thuộc huyện Từ Liêm [Hà nội], bắt được Thản, Kỷ và đảng giặc hơn mười người. Việc tâu lên, thưởng 100 lạng bạc.

Sai Chưởng cơ giám thành Trần Văn Học đi Gia Định chiếu địa giới các trấn trong hạt thành và nước Chân Lạp mà vẽ núi sông đường sá để dâng. Học khéo vẽ mà tuổi đã già. Vua bảo rằng:

"*Ngươi sống không bao lâu nữa, không nghĩ đến để tiếng về sau ru?*"

Học đáp:

"*Xin vâng mệnh.*"

Tháng chín [26/9-25/10/1821], định chương trình Bắc tuần; sai Hoàng tử và đại thần ở lại kinh; điểm các đại thần quan viên hỗ giá.

Ban kỷ luật hành quân, nghe hiệu lệnh chiêng trống mà tiến hay dừng, cốt sao đội ngũ nghiêm chỉnh, không được vượt thứ tự tranh nhau. Nơi vua trú chân trong hành cung thì treo màn, ở ngoài thành thì vây thành lưới. Quan túc vệ thì tướng không lìa binh, quân không được bỏ hàng ngũ.

Vét kênh Tiểu Khê ở Quảng Bình để đường thuỷ được thông. Từ cầu Tiểu Khê đến xã Thổ Ngoã [huyện Quảng

Trạch, Quảng Bình], dài trên 4.880 trượng [1 trượng=4 mét]. Sai quan giám thành đến chỉ bảo, những người ứng dịch được cấp đầy đủ tiền gạo, ruộng đất chỗ nào bị đào mất thì được đền tiền.

Thi Hương ân khoa ở các trường Gia Định, Thanh Hoa, Thăng Long, Sơn Nam. Sai Hữu Tham tri bộ Hộ bộ Nguyễn Xuân Thục làm Đề điệu trường Gia Định, Ký lục Quảng Ngãi là Vũ Huy Đạt làm Giám thí; Hàn lâm viện chưởng viện học sĩ là Hoàng Kim Hoán làm Đề điệu trường Thanh Hoa, Cai bạ Bình Định là Hoàng Văn Quyền làm Giám thí; Tả Tham tri bộ Lễ bộ Bùi Đức Mân làm Đề điệu trường Thăng Long, Hàn lâm viện Thị giảng học sĩ Nguyễn Tuần Lý làm Giám thí; Hữu Tham tri bộ Hình Vũ Đức Thông làm Đề điệu trường Sơn Nam, Thị trung Trực học sĩ tham bồi Lại bộ Đinh Phiên làm Giám thí. Khi danh sách đệ lên, lấy đỗ tất cả 92 Hương cống.

Trường Gia Định 16 người: Nguyễn Văn Kỳ, Bùi Nguyên Thọ, Vũ Công Nhàn, Nguyễn Khắc Hài, Trương Phác, Tôn Thọ Đức, Đoàn Khiêm Quang, Tống Đức Hưng, Trịnh Quang Khanh, Nguyễn Vĩnh Trinh, Phạm Tuấn, Trương Văn Uyển, Lê Bá Đằng, Hồ Văn Nghĩa, Phạm Ngọc Oánh, Lê Đức Ngạn.

Trường Thanh Hoa 19 người: Hoàng Sĩ Quang, Phạm Xuân Bích, Nhữ Bá Sĩ, Nguyễn Xuân Thiều, Bùi Trần Đản, Nguyễn Thu, Phạm Phổ, Thiều Nguyên Diệu, Vũ Đức Dụng, Phạm Viết Cao, Đặng Kim Giám, Lê Bảo, Hoàng Sĩ Cơ, Bùi Danh Kỳ, Nguyễn Trọng Ôn, Bùi Lê Nghệ, Lê Huy Điện, Bùi Quốc Trinh, Nguyễn Trị.

Trường Thăng Long 23 người: Lê Duy Trinh, Lê Hựu,

Nguyễn Huy Vĩ, Nguyễn Đăng Chu, Hoàng Dũ Quang, Phạm Thế Phổ, Đỗ Cao Mai, Vũ Vĩnh, Ngô Huy Tuấn, Nguyễn Quốc Cẩm, Nguyễn Huy Chiểu, Nguyễn Quốc Thanh, Lý Văn Loát, Vũ Đình Hoán, Đoàn Thế Trạch, Phạm Quang Vy, Phùng Văn Bằng, Phạm Gia Lâm, Nguyễn Văn Bính, Đào Đình Nghiễm, Dương Đức Hoành, Dương Xuân Triêm, Ngô Hiến.

Trường Sơn Nam 34 người: Nguyễn Văn Diễn, Hà Quyền, Trương Mãn, Phạm Đình Trạc, Dương Bá Cung, Lưu Diệu, Lưu Hân, Lê Quang, Vũ Đức Khuê, Đặng Văn Đồng, Nguyễn Đình Dao, Lê Đan Quế, Lê Lễ, Hoàng Quý Đức, Nguyễn Huy Chiếu, Phạm Xuân Kiểm, Nguyễn ý, Nguyễn Xuân Xưởng, Mai Khắc Mẫn, Vũ Quý Đức, Lê Khản, Phạm Đình Tương, Phạm Nhưng, Trần Văn Yêm, Vũ Tuấn, Lê Duy Thị, Nguyễn Bá Huống, Vũ Đăng Dương, Nguyễn Thế Tự, Vũ Công Nho, Trương Chân, Ngô Vi Dực, Trần Lê Hoán, Vũ Đức Tuế.

Ngày Canh Tuất mồng 3 [28/9/1821], đại duyệt binh. Sai Chưởng Tượng quân Nguyễn Đức Xuyên và thự Tiền quân Trần Văn Năng làm Phù liễn. Lại sai Thống chế Tôn Thất Dịch thống lĩnh Trung dinh, Đô thống chế Nguyễn Văn Vân, Phó đô thống chế Nguyễn Văn Trí thống lĩnh Tả dinh, Thống chế Vũ Viết Bảo thống lĩnh Hữu dinh, đều nghiêm chỉnh trước quân binh để đợi hiệu lệnh. Ngày ấy, vua mặc binh phục đeo gươm cưỡi ngựa đến ngự doanh, lên lầu duyệt thị. Hạ lệnh cho các quân bày trận pháp đều y theo quân lệnh mà tiến dừng; rồi dùng trâu rượu thưởng và uỷ lạo.

Ngày Quý Sửu mồng 6 [1/10/1821], vua thân đến Thái Miếu cáo việc Bắc tuần.

Ngày Ất Mão mồng 8 [3/10/1821], vua đem bầy tôi đến cung Từ Thọ mừng sức khoẻ mẹ, rồi ban ăn ở tả vu và hữu vu.

Ngày Nhâm Tuất 15 [10/10/1821], xa giá từ kinh sư xuất phát. Thuyền ngự đi theo dòng Hương giang; ngày ấy trời mưa, đến chiều tạnh. Đi qua đâu kỳ lão các địa phương đều bày hương án vui mừng đón rước.

Ngày Giáp Tý 17 [12/10/1821] thuyền ngự đến kênh Mới ở Quảng Trị, quan địa phương đem dân khơi thông dòng sông. Thưởng cho 100 lạng bạc, 500 quan tiền.

Ngày Bính Dần 19 [14/10/1821], đến kênh Tiểu Khê ở Quảng Bình. Nước cạn, thuyền ngự không đi được, biền binh đi theo cùng với dân sở tại đóng cọc giữ nước rồi kéo thuyền qua, đến cửa ngã ba sông, thưởng cho biền binh 2.000 quan tiền; lại dụ bộ Hộ rằng:

"*Đường kênh cạn hẹp, là lỗi ở người hướng đạo không biết chỉ bảo. Nay dân ta chăm lo việc công, ra sức chỉ vài ngày là thuyền đến được sông cái, trẫm há lại vì cớ quan tồi mà chẳng thương đến dân sao*?"

Bèn thưởng cho dân 1.000 quan tiền.

Ngày Canh Ngọ 23 [18/10/1821], ngự giá qua sông Gianh, thưởng cho phu đò 20 lạng bạc và miễn thuế thân cho dân thôn Thanh Hà [huyện Bố Trạch, Quảng Bình].

Ngày Tân Mùi 24 [19/10/1821], ngự giá vượt núi Hoành Sơn, thưởng cho lính kiệu 500 quan tiền.

Ngày Nhâm Thân 25 [20/10/1821], trú chân ở hành cung Suối Sa [Hà Tĩnh], bỗng gặp bão, mưa to như trút. Đêm, vua dậy thấy thị thần đều ướt át rét mướt, tự mình rót rượu và lấy thuốc viên đem cho. Lại sai người sở tại lấy củi than cấp cho các quân đốt sưởi chống rét; thưởng bạc tiền cho quan quân trực đêm.

Ngày Giáp Tuất 27 [22/10/1821], đến hành cung Thạch Khê [huyện Thạch Hà, Hà Tĩnh], triệu kỳ lão sở tại đến hỏi về việc làm ruộng. Đáp rằng:

"*Gần đây bị hạn hán, nay lại bị gió bão, sợ dân gian khó tránh khỏi mất mùa đói kém.*"

Vua yên ủi rằng:

"*Trẫm sắp tha tô thuế để dân được hồi lại. Các kỳ lão nên khuyên răn con em cố sức làm ăn, chăm nghề căn bản, sống yên nơi đồng ruộng, đừng nên vin cớ mất mùa đói kém rủ nhau trộm cướp mà tự hãm mình vào pháp luật*".

Ngày Bính Tý 29 [24/10/1821], ngự giá đến hành cung Nghệ An; tha thuế mùa đông năm nay cho dân, dụ rằng:

"*Hạt các ngươi bỗng gặp nạn bão, tuy lúa ruộng nhà cửa không hại lắm, nhưng trẫm nghĩ rằng trời đã vì dân mà đặt ra vua, thì kẻ làm vua phải coi dân như con, để lòng thương nuôi như cha hiền đối với con trẻ, chưa rét đã lo cho mặc, chưa đói đã lo cho ăn, há lại đợi khóc oe oe đòi bú mới cho ăn ư? Trẫm từ khi lên ngôi, không ngày nào không lo cho dân cư đông đúc được mùa. Hạt ngươi đất xấu dân nghèo, thường bị mất mùa. Nay cảnh ấy đã mục kích, nếu lại theo lệ thường mà chờ đến nơi xem xét thì tình dân mắc nạn đương mong mỏi đấy, gặp phải quan lại tham nhũng tòng trung sinh tệ, thì há lại chẳng thêm nỗi phiền nhiễu cho làng xóm phải cung ứng hay sao! Vậy tha cho thóc thuế về vụ đông*".

Lại sai Hàn lâm viện Thừa chỉ là Hoàng Quýnh đi xem

xét dân tình. Quýnh về nói: trong dân gian, thuế vụ đông đã có nhiều người nộp trước từ vụ hạ rồi. Nay nhất thiết tha thuế thì của ấy trên chẳng vào được kho, dưới chẳng hề đến dân, mà chỉ là một dịp đầy túi cho bọn quan lại tham nhũng thôi. Vua lập tức truyền dụ:

"*Phàm ai đã nộp thuế rồi thì lưu trừ vào thuế năm sau.*"

Ngày Nhâm Ngọ mồng 5 [30/10/1821] tháng mười, ngự giá đến hành cung Thanh Hoa. Mấy trăm kỳ lão đến chiêm bái. Vua triệu hỏi; mọi người đều lấy việc tật dịch và mất mùa mà đáp. Vua khen là thành thực, thưởng cho 300 lạng bạc; tha nửa thuế ruộng, thuế thân cho vụ đông năm nay.

Con cháu nhà Lê là Lê Duy Cáo, con cháu họ Trịnh là Trịnh Trụ vào yết kiến, ban cho mỗi người một bộ y phục. Lại thưởng con cháu nhà Lê 100 lạng bạc, con cháu họ Trịnh 50 lạng bạc.

Ngày Mậu Tý 11 [5/11/1821], vua thân đến yết Nguyên miếu [miếu Nguyễn Kim]; Sau khi xa giá hồi loan, sẽ soạn văn dựng bia để tỏ rõ từ đâu gây nên nghiệp lớn, truyền nối lâu dài.

Ngày Canh Dần 13 [7/11/1821], ngự giá đến hành cung Thanh Bình [Ninh Bình]. Tha cho dân nửa số thuế tô vụ đông năm nay; lúa mùa bị bão, sai quan khám xét để tha thuế.

Ngày Ất Mùi 18 [12/11/1821], ngự giá đến hành cung Bắc Thành. Hôm ấy trời tạnh ráo, nhân dân hạt thành dắt già bế trẻ hoan nghênh rợp đường. Họ đều nói:

"*Nghi vệ đời thái bình xưa nay chưa từng thấy*".

Ngày 19 [13/11/1821], Vua ngự tại đền Trấn Vũ, các quan

đến bái. Ngày 20 [14/11/1821] tân Cống sĩ đến bái mừng; ngày 21 [15/11/1821] kỳ lão Bắc Thành bái mừng, người trên 70 tuổi được ban 2 quan 219 đồng tiền, từ 90 trở lên thêm 1 tấm quyên [Lụa mộc, lụa sống], một trăm tuổi thêm 1 lạng bạc; quân trong 5 doanh, ban thêm tiền ăn, mỗi ngày được 200. Ngày 22 [16/11/1821], các trấn quân dân đến bái mừng; quì tâu ngoài cửa ngũ môn dâng 1000 chương văn, đặc mệnh quan văn hàn duyệt đọc văn lý có thể tâu được gồm 120 chương. Ngày hôm đó du thuyền dạo Hồ Tây, có người đến mừng và trình bày rằng:

-Thiên tử cư tang, du hành yến tiệc, sắc phục hồng tía, trái với lễ điển; khiến cho mưa dầm suốt tuần không thấy ánh mặt trời, rau củ không chín, trâu chó lắm tai dịch.

Nhà vua triệu đến ban thưởng nhiều và bảo:

-Theo chế độ cư tang, tại nhung lữ (3) không cấm; nhưng nhận được lời của ngươi, kẻ liên hệ khí huyết há lại không lạnh lòng!

Cho Tổng trấn Bắc Thành Lê Chất một thanh gươm Tây chạm mạ vàng, một khẩu súng Tây dát vàng, cho Phó tổng trấn Lê Văn Phong một thanh gươm Tây chạm mạ vàng, một khẩu súng Tây dát bạc; các liêu thuộc ở thành tất cả 125 người, từ Tòng nhị phẩm đến Tứ phẩm, mỗi người đều thưởng gươm mạ bạc và súng chữ vàng theo thứ bậc khác nhau.

Tháng mười một [25/11-23/12/1821] vua ở hành cung Bắc Thành, thấy sứ Thanh chậm đến, nên gửi thư hỏi.

Lấy Sinh đồ ở Hải Dương là Phạm Đình Hổ sung chức Hành tẩu ở Hàn lâm viện; Hổ nhân dâng một quyển **Tiền Lê Hội Điển**, một quyển **Bang Giao Điển Lệ**, và một quyển thơ thù phụng. Sau đó xin từ không đến kinh.

Nước Chân Lạp đói, xin bán thóc cho; sai quan thành Gia Định cho 300 phương gạo.

Vua ngự lầu Ngũ Môn duyệt binh Bắc Thành, số binh trên 14.000 người; đến phường Nghi Tàm [quận Tây Hồ, Hà Nội] xem diễn trận voi.

Hữu tham tri Binh bộ lĩnh Binh tào Bắc Thành là Trần Quang Vĩnh dâng sớ điều trần mười việc. Vua xem sớ rồi nói:

"Đặt kho thường bình là phép hay đời xưa, nhưng thực hành rất khó. Không được người tốt thì dân không được nhờ ơn. Đại khái lời tâu nửa được nửa hỏng, Trẫm cũng chọn điều hay cho thi hành."

Tháng chạp [24/12/1821-22/1/1822] Sứ thần Trần Bá Kiên và Hoàng Văn Thịnh từ nước Thanh về. Nhân sắc rằng từ nay đi sứ phải chọn người tài thức.

Chiếu cấm sách **Tứ Bình Thực Lục**, vì chép việc phần nhiều phù phiếm.

Ngày Tân mão 15[7/1/1822] tế Chạp, sai Hoàng trưởng tử tế thay. Sứ nhà Thanh là án sát Quảng Tây Phan Cung Thìn đến Nam Quan. Trước vua được tin Cung Thìn sắp đến, sai Phó đốc trấn Thanh Hoa là Phan Văn Thuý, Hữu tham tri Lại bộ là Nguyễn Văn Hưng, Tham bồi Lễ bộ là Đinh Phiên sung chức hậu mệnh sứ ở cửa quan, Phó đô thống chế quân Thần sách là Nguyễn Văn Trí, Hữu tham tri Hình bộ là Vũ Đức Thông, thự Tham tri là Nguyễn Hựu Nghi sung chức hậu tiếp sứ ở địa đầu Kinh Bắc, Thống chế Thị nội là Vũ Viết Bảo, Hữu tham tri Hộ bộ là Nguyễn Công

Tiếp sung chức hậu tiếp sứ ở công quán Gia Quất. Đều cấp cho ấn quan phòng bằng ngà "Hậu mệnh", "Hậu tiếp" và sai đi trước. Cung Thìn đã đến cửa quan, hẹn lấy ngày 20 tuyên phong, ngày 21 dụ tế. Hậu mệnh sứ là bọn Phan Văn Thuý xin đổi lấy ngày 18 tuyên phong, ngày 19 dụ tế. Cung Thìn đòi có quốc thư. Vua liền sai viết thư kíp đệ. Cung Thìn thuận theo, gấp đường mà đến

Ngày Giáp ngọ [10/1/1822], lễ sách phong xong. Sáng sớm hôm ấy đặt lỗ bộ [đồ nghi vệ như cờ, quạt vv...] đại giá ở sân điện Kính Thiên suốt đến cửa Chu Tước. Từ phía ngoài cửa Chu Tước đến bến đò sông Nhĩ Hà thì xếp bày binh voi, nghi vệ rất thịnh. Sai Tả thống chế Thị trung Tôn Thất Dịch làm thân thần mang mũ áo bào tía sang công quán Gia Quất, trấn thủ Sơn Nam hạ là Nguyễn Văn Hiếu, Tả tham tri Binh bộ là Trần Minh Nghĩa, Tả tham tri Hộ bộ là Đoàn Viết Nguyên đến nhà tiếp sứ ở bến sông để nghênh tiếp. Vua đội mũ cửu long, mặc hồng bào, đeo đai ngọc đứng chờ ở cửa Chu Tước, hoàng thân và các quan mặc phẩm phục theo hầu. Tổng trấn Bắc Thành Lê Chất và Hiệp biện đại học sĩ Trịnh Hoài Đức đều sung chức thị vệ đại thần. Giờ ngọ, sứ Thanh Phan Cung Thìn theo long đình đến điện Kính Thiên làm lễ tuyên phong. Chưởng Tượng quân Nguyễn Đức Xuyên sung chức thụ sắc sứ. Lễ xong vua mời Cung Thìn đến Tiền điện, ung dung mời trà rồi lui. Cho đặt yến ở công quán Gia Quất và tặng biếu phẩm vật. Cung Thìn nhận lụa vải, còn đều trả lại và tạ ơn. Ngày ất mùi [11/1.1822], lễ dụ tế. Hai ngày trước Phan Cung Thìn đến công quán Gia Quất dâng lụa tế 50 tấm và đồ tế phẩm chiết thành số bạc 100 lạng, do hậu tiếp sứ là Vũ Viết Bảo đệ tiến. Vua sai hữu ty sắm sửa xôi lợn cỗ bàn và thêm lụa tế 100 tấm, hôm ấy đem bày ở điện Thị Triều. Vua mặc lễ phục đến trước thần ngự dâng rượu lạy cáo, rồi sai quan ra tiếp sứ. Giờ thìn, Cung Thìn theo long đình đến làm lễ dụ tế. Chưởng Thuỷ quân là Tống Phước Lương sung chức Bổng tửu sứ [Bổng tửu sứ: sứ bưng rượu], Thượng thư Hộ bộ Nguyễn Hữu Thận sung chức Điển nghi sứ, Hiệp trấn Sơn Nam hạ Bùi Đức Mân, Hữu tham tri Công bộ Trần Văn Tính sung chức Tả hữu bổng tửu sứ. Lễ xong, Cung Thìn từ biệt về công quán. Lại đặt yến và tặng biếu như trước. Cung Thìn chỉ nhận ngọc quế Thanh Hoa và ngay hôm ấy trở về nước. Vua sai hậu mệnh sứ là bọn Phan Văn Thuý tiễn ra cửa quan

Cung Thìn phụng mệnh sang sứ, phàm việc nhất thiết theo điển lễ nước ta, khiêm tốn mềm mỏng, tình tứ lời lẽ đều rất là đầy đủ

Sai sứ sang nước Thanh. Lấy Hàn lâm viện chưởng viện học sĩ Hoàng Kim Hoán sung Chánh sứ, Thiêm sự Lễ bộ Phan Huy Thực và Thiêm sự Binh bộ Vũ Du sung giáp ất Phó sứ; sai chế ấn phụng sứ bằng ngà cấp cho. Sau đó, người Thanh cho là nước ta đương có quốc tang, báo hoãn đồ cống, chờ kỳ cống sau nộp một thể.

Vua bàn hồi loan. Tổng trấn Bắc Thành Lê Chất và Phó tổng trấn Lê Văn Phong đem văn võ quan liêu các trấn thuộc thành vào bái. Dụ rằng: "*Bọn ngươi chịu ơn nước đã hậu, tuy trẫm lên ngôi chưa lâu, ơn trạch chưa có gì, nhưng há không nghĩ đến đức của Tiên đế sao? Các ngươi đều phải hết chức vụ, võ thì coi quân, không xẻo xén khắc nghiệt, thì quân không đến nỗi trốn tránh, văn thì trị dân, nhất thiết giữ công bằng, thì có thể làm cho dân tin phục. Phải nên cố gắng*". Bọn Chất lạy tạ.

Ngày Bính Thân 20 [12/1/1822], xa giá tự Thăng Long khởi hành. Ngày Mậu Tuất 22 [14/1/1822] đến hành cung Thái Lai; sai quan trấn Thanh Hoa sửa lễ tạ Nguyên miếu; ngày Bính Ngọ 30 [22/1/1822], thuyền ngự đến phá Tam Giang. Trước đó đã sai binh mã trích từng toán đến các hành cung để chuẩn bị, lại sai vệ Phấn dực quân Nội thuỷ dự bị thuyền ghe chia đến các bến sông Ròn [huyện Quảng Trạch, Quảng Bình], sông Gianh [huyện Bố Trạch, Quảng Bình], Nhật Lệ [Đồng Hới, Quảng Bình], Hồ Xá [huyện Vĩnh Linh, Quảng Trị] chờ sẵn. Khi hồi loan, đi gấp; đến tối ngày 30 tết đã tới phá Tam Giang, tính ra chỉ có 11 ngày.

Năm nay Thượng thư Phạm Đăng Hưng khảo định lịch pháp. Đăng Hưng cùng Giám phó Nguyễn Hữu Thận tấu định kinh thành cùng Gia Định, Bắc Thành thời tiết, khí hậu; Y theo kinh độ trên địa đồ liệt kê mặt trời lặn và mọc, cùng ngày đêm dài ngắn; mỗi chổ y theo địa đồ, cao độ của địa cực, định vĩ độ.

Chú thích:

1. Phan Khoang, **Việt Nam Pháp Thuộc Sử**, Sài Gòn: NXB Khai Trí, trang 88.

2. Biên tu: Biên tập; Khảo hiệu: Khảo xét hiệu đính; thu chưởng: Thu hoạch; đằng lục: Sao chép.

3. Nhung lữ: Minh Mệnh biện luận rằng tuy đang chịu đại tang, nhưng hiện nay ngự giá Bắc tuần, trong nhung lữ [trong quân] không cấm ăn mặc; tuy nhiên là kẻ liên hệ huyết khí há lại không lạnh lòng

203. Vua Minh Mệnh (3) [23/1/1822-10/2/1823]

Ngày Đinh mùi mồng một tháng giêng năm Minh Mệnh thứ 3 [23/1/1822], Vua ngự giá về tới kinh sư; đến yết điện Hoàng Nhân nơi thờ Vua cha; rồi yết cung Từ Thọ mừng sức khoẻ mẹ. Ngày Nhâm Tý mồng 6 [28/1/1822], đem việc lễ bang giao đã xong; cáo các miếu, điện.

Chuẩn định từ nay các chiếu văn đều phải niêm yết ở lầu Phu Văn; các Tri huyện trong kinh kỳ phải dẫn kỳ lão, hương lý và thân hào đến trước lầu để lạy xem.

Thế Miếu làm xong: nhà chính, nhà trước đều chín gian hai chái; hai bên tả hữu hai nhà vuông; chính giữa sân là gác Hiển Lâm ba tầng; bên tả là cửa Tuấn Liệt trên có lầu chuông; bên hữu là cửa Phong Công trên có lầu trống; phía trước có tả vu hữu vu thờ các vị tòng tự; tường vây quanh có 5 cửa; phía trước gọi là cửa Miếu. Ngày Ất Mão mồng 9 [31/1/1822], vua đem bầy tôi rước thần chủ Thế tổ Cao hoàng đế và Thừa Thiên Cao hoàng hậu lên Thế Miếu.

Sai Giám thành phó sứ là Đỗ Phước Thịnh đến đạo Cam Lộ ngắm đo từ sông xã Điếu Ngao đến Ai Lao, vẽ thành bản đồ hình thế núi sông để dâng. Vua sai truyền dụ cho Sách trưởng bảy sách Cam Lộ rằng:

"Bọn ngươi đời đời dâng cống, đã hơn 200 năm nay, cũng

là phiên thuộc của triều đình. Phàm đất đai thuộc bản đồ, phải có bờ cõi rõ ràng để dùng trong việc trị dân giữ nước chớ nên ngờ sợ.”

Sai sứ sang nước Xiêm, dùng Cai bạ Nguyễn Kim Truy làm Chánh sứ, Cai cơ Ngô Văn Trung làm Phó sứ. Tặng Phật vương 3 cân quế và sa; the, trừu, lụa mộc, lụa trắng, mỗi thứ 100 tấm.

Ngày Tân Mùi 25 [16/2/1822], làm lễ duyệt binh.

Sai Thượng thư Hộ bộ Nguyễn Hữu Thận, kiêm quản lý Khâm thiên giám. Quân binh Thanh Hoa bắt được tướng giặc là Lê Văn Thông ở Nông Cống đem giết.

Tháng hai [22/2-22/3/1822], bắt đầu duyệt tuyển tại năm trấn Sơn Nam thượng, Sơn Nam hạ, Hải Dương, Sơn Tây, Kinh Bắc tại Bắc Thành. Sai Tổng trấn Lê Chất quản lĩnh ấn vụ duyệt tuyển, khi tổng kết dâng lên đinh số tăng nhiều. Số đinh năm trấn và phủ Hoài Đức vào năm Canh Thìn [1820] có 190.226 người, năm Tân Tỵ [1821] 189.271 người, đến năm nay sổ tuyển lên tới 193.817 người; Vua thưởng cho bọn Lê Chất và Tham tri bộ Hộ Nguyễn Công Tiệp.

Đổi phủ Thượng Hồng, trấn Hải Dương làm phủ Bình Giang; phủ Hạ Hồng làm phủ Ninh Giang; lại đổi phủ Tam Đa, trấn Sơn Tây làm phủ Vĩnh Tường.

Thuyền trưởng nước Xiêm là Hoàng Nghi Hữu nhân bị bão vào đậu thuyền ở Bình Định, xin vay 2.000 quan tiền công và 500 phương gạo; Vua chuẩn cho vay.

Thư lại ở bộ Công là bọn Nguyễn Bút giả tạo ấn tín đơn bằng để mạo lĩnh lương kho. Việc phát giác, Vua dụ bộ Hình rằng:

"Ngay ở chốn Kinh thành mà dám làm càn không sợ như vậy thì biết ngày thường chúng nó làm bậy đến thế nào. Trẫm quyết không làm điều nhân từ nhu nhơ để cho đảng ác càng ngày càng quá, di luỵ đến người lương thiện".

Sai đem chém ngay ở chợ Đông.

Bọn tướng giặc ở Bắc Thành là Vũ Đình Lục, nguỵ xưng quân dinh Trung khuông, Nguyễn Thế Chung, nguỵ xưng Thống lĩnh Sơn Nam thượng đạo, nhóm họp đồ đảng quấy nhiễu cướp bóc vùng Sơn Tây và Sơn Nam thượng, hạ; chống lại quan quân trong mười mấy năm nay. Lúc quản phủ ứng Hoà [Hà Tây] là Nguyễn Văn Quý đem quân đi tuần bắt, gặp Thế Chung ở Chương Đức [huyện Chương Mỹ, Hà Tây], binh của giặc hơn 200 mà binh của Quý chỉ có 80; ít chẳng địch được nhiều, Quý hết sức đánh, tay đâm được mấy tên giặc rồi chết ở trận. Quan Bắc Thành chia quân đi đuổi bắt; Thế Chung trốn về vùng Thiên Bản [huyện Vụ Bản, Nam Định], hội với Đình Lục. Quan mật sai thổ hào ở Nam Chân là Đỗ Hữu Lực dùng kế dụ đến nhà, bắt được. Việc tâu lên, vua cho Lê Chất làm việc trúng thời cơ, xuống dụ ngợi khen, cho Đỗ Hữu Lực làm Cai cơ, ban cho áo mũ Chánh ngũ phẩm, 2.000 quan tiền và 100 lạng bạc. Bọn Đình Lục và Thế Chung bị giết, đem đầu bêu ở các trấn.

Tháng ba [23/3-21/4/1822], thuyền bị nạn của nước Xiêm đậu ở hải phận phường An Hải, thuộc Quảng Ngãi; cấp tiền gạo rồi cho đi.

Mỏ đồng Tụ Long ở Tuyên Quang sản xuất nhiều đồng, phu tập hợp đông. Người lĩnh trưng xin lĩnh với giá 15.000 quan tiền, chiết trả bằng khối đồng đỏ 25.000 cân; y cho.

Giặc ở Kinh Bắc xưng là Tổng quản Thái họp đảng ở

xã Cổ Biện, huyện Gia Lâm [Bắc Ninh]. Phó vệ uý Nguyễn Văn Lễ đem quân vây bắt; Lễ xông lên trận trước, bị trúng đạn chết. Cai đội Lê Văn Thi và Ngô Ngọc Kim cố sức đánh, chém mấy đầu giặc, cướp được khí giới. Thái bèn chạy sang Sơn Tây, hợp đảng với Thống lĩnh giặc Phan Hố. Quản phủ Vĩnh Tường [Vĩnh Phúc] là Trần Đình Dy, Vệ uý vệ Nguyễn Đức Niên, Phó vệ uý vệ Phạm Văn Lượng, Quản cơ Hoàng Văn Truyền đem binh và voi đuổi đến xã Bồng Mạc, huyện An Lạc, đánh chém được tên Thái, bắt sống được tên Hố cùng bè đảng hơn 50 người. Việc tâu lên; truy tặng Nguyễn Văn Lễ làm Vệ uý, cho 1 cây gấm Tống, lụa vải mỗi thứ đều 5 tấm và 30 lạng bạc; thưởng bọn Trần Đình Dy 6 người mỗi người 10 lạng bạc và cấp quân công theo thứ bậc khác nhau; lại thưởng cho quân binh 300 quan tiền.

Ngày Canh Thân 15 [6/4/1822], ban đại yến cho Hoàng tử, Hoàng thân và các quan văn võ từ Tam phẩm trở lên ở điện Cần Chính; nhân bộ Lễ đặt bài ca **Bát Dật**, sai nhạc công trình diễn.

Truy xét việc dẹp giặc ở nước Chân Lạp, thưởng cho Lê Văn Duyệt; Vua ban dụ rằng:

"*Trước đây tội thần* [bề tôi có tội] *Hoàng Công Lý phụng mệnh trấn thủ Gia Định, làm việc ngang trái để đến nỗi bọn nghịch nước Chân Lạp mưu nhòm ngó, giết chóc dân buôn và cất quân chống cự. Đến khi trẫm sai Lê Văn Duyệt vào trấn thủ, tuỳ cơ phân phái biền binh đi đánh bắt, không bao lâu mà bình định xong, báo tin thắng về triều. Tuy đã thi ân ban thưởng cho quân sĩ, nhưng nghĩ việc điều khiển chỉ huy là do mưu của người, triều đình nghị công thù lao há nên để sót. Vậy thưởng cho Lê Văn Duyệt gia một cấp quân công; những văn võ tòng chinh ai thực là có công lao thì cũng phải xét rõ đệ sách tâu lên, để giao bộ nghị công".*

Bắt đầu mở ân khoa thi Hội và định phép thi. Những Hương cống các khoa trước và Hương cống triều Lê chưa ra làm quan đều cho vào thi, do bộ Lễ làm danh sách đệ tâu. Các giám sinh đã sát hạch được dự thi, thì do quan Quốc tử giám làm danh sách đệ tâu. Sai Hiệp biện đại học sĩ Trịnh Hoài Đức sung Chủ khảo trường thi Hội, Hữu Tham tri Hình bộ Ngô Đình Giới sung Phó chủ khảo, Thị trung Trực học sĩ Đinh Phiên và Tế tửu Quốc tử giám Vũ Xuân Biền sung Tri cống cử. Dụ rằng:

"*Khoa thi Hội này là khoa đầu tiên, là điển lễ quan trọng, các ngươi nên rất mực công bằng, đừng phụ lời khuyên bảo của trẫm*".

Khoa này, Hương cống, Giám sinh dự thí là 164 người. Các kỳ đệ nhất, đệ nhị, đệ tam đều do vua ra đề, kỳ đệ tứ thì vua sai quan trường ra đề. Kết quả lấy 5 quyển trúng cách dâng lên. Vua cho là ít, bèn sai lấy thêm. Thế rồi lấy trúng cách 8 người là: Hà Quyền, Trần Lê Hiệu, Nguyễn ý, Lê Quang, Phan Hữu Tính, Đinh Văn Phác, Vũ Đức Khuê, Phan Bá Đạt.

Tháng 3 nhuần [22/4-20/5/1822], trấn Bình Định từ đầu mùa xuân không mưa, ruộng lúa thiệt hại nhiều; nay mới báo, nên Vua quở trách sự chậm trễ. Bèn hạ lệnh cho bộ Hộ xét chỗ tai nạn nặng thì khỏi đóng thuế, chỗ nhẹ thì giảm một nửa; các quan coi trấn đều bị giáng 2 cấp.

Nguyễn Cư Tuấn, con công thần Nguyễn Cư Trinh, có tội hối lộ; nhà Vua tha cho tội chết, bắt đi đày. Con Cư Tuấn là Cư Sĩ tình nguyện chịu tội thay cha; Vua khen nên tha cho.

Tù phạm tại trấn Thanh Hoá phá ngục, quân binh đuổi

đánh; có người bị thương hoặc chết. Vua sai Cai đội cẩm y đến lột áo mũ quan coi trấn, chờ xét; riêng cấp tiền cho quân binh bị thương vong và ban thưởng cho người có công đuổi bắt.

Dân vùng biển Việt Nam bị bão, thuyền trôi dạt đến Quảng Đông; Vua Đạo Quang ra lệnh cấp tuất theo thông lệ:

"***Ngày Giáp Thìn 29 tháng 3 nhuần năm Đạo Quang thứ 2*** **[20/5/1822].**

Phủ tuất dân Di Việt Nam gặp bão; theo như lệ." (**Tuyên Tông Thực Lục** quyển 32 trang 44)

Tháng tư [21/5-18/6/1822], Vua thấy nhạc mới hát lên đúng nhịp; bèn thưởng lụa sa và bạc cho các Nhạc sinh và nhân viên bộ Lễ.

Làm lại chùa Thiên Tôn ở xã Đậu Kinh huyện Triệu Phong Quảng Trị. Chùa này do Thái Tông Hiếu Triết Hoàng đế (2) dựng nên; lúc Vua ngự giá Bắc tuần, nhớ di tích xưa, bèn sai dựng lại.

Định phép thi Đình. Năm nay thi tại điện Cần Chính, Nguyễn Ý đậu Đệ nhị giáp tiến sĩ xuất thân; bọn Lê Quang, Phan Hữu Trinh, Hà Quyền, Đinh Văn Phác, Vũ Văn Khuê, Phan Bá Đạt, Trần Lê Hiệu 7 người đậu Đệ tam giáp đồng tiến sĩ xuất thân.

Mạc Văn Cao tại Hưng Hoá họp đảng mưu khởi loạn. Thổ mục châu Văn Bàn là Nguyễn Bảo Cẩm và Lưu Trọng Chương mưu bắt sống được tên Cao và đồ đảng. Bèn cho Bảo Cẩm và Trọng Chương làm Thổ tri phủ và thưởng tiền cho binh lính.

Tháng năm [19/6-17/7/1822], truy phục nguyên hàm

Chưởng cơ cho Ngô Văn Sở, cho giữ chức Trấn thủ Thanh Hoa ngoại [Ninh Bình]. Sở có lỗi bị cách, nay Vua nghĩ trước có công nên đặc ân khai phục.

Tết Đoan Ngọ mồng 5 [23/6/1882] Vua đến cung Từ Thọ chúc mừng mẹ, sau đó ngự tại điện Thái Hoà nhận lời mừng. Ngày hôm đó công sở đều nghỉ, việc này thành thông lệ.

Tháng 6 [18/7-16/8/1822], bọn Cai đội Hồ Văn Khuê đáp thuyền Đại Trung sang Quảng Đông mua hàng hoá.

Ngoài biển Hà Tiên thường có giặc Chà Và cướp bóc khách thương. Viên Thủ ngự Phú Quốc sai Thứ đội trưởng Ngô Văn Đức và Nguyễn Văn Sương đánh bắt. Đức thác bệnh, Sương mang quân đi một mình; gặp giặc giao chiến, chém được 3 tên, tịch thu 1 chiếc thuyền. Người đánh cá Đặng Văn Tứ cũng đem thuyền ra tiếp ứng; chém được 3 đầu, bắt sống 5 tên; dư đảng chạy đến nước Chân Lạp, cũng bị người địa phương bắt đem nộp. Sự việc tâu lên, Vua đặc cách cho Nguyễn Văn Sương chức Cai đội, thưởng cho Đặng Văn Tứ và dân Chân Lạp tiền; riêng Nguyễn Văn Đức rụt sợ, bị tội chém để răn.

Quảng Trị bị sâu keo, quan địa phương không báo, chỉ ghi vào sổ nhật ký **Phong Vũ** [gió mưa]. Vua biết tin quở mắng, giáng Cai bạ và Ký Lục một cấp. Nhân nhà Vua qui định các thiên tai như hạn hán, mưa bão, lụt, sâu keo; ngoài việc ghi vào sổ nhật ký **Phong Vũ,** phải có tờ tâu riêng.

Ngày Bính Tý mồng 4 tháng bảy [20/8/1822] dựng bia lăng Trường Nguyên thờ Triệu tổ Nguyễn Kim tại núi Triệu Tường, huyện Tống Sơn [Hà Trung], Thanh Hoá.

Tổng đốc xứ Manh Nha Hố [Calcutta, Ấn Độ] thuộc

nước Anh Cát Lợi là Hà Sĩ Định sai Cá La Khoa Thắc mang thư và tặng phẩm vật 500 khẩu súng tay, một bộ đèn pha lê lớn. Thuyền đến Đà Nẵng, quan tại dinh Quảng Nam dịch thư dâng lên; nội dung xin thông thương như các nước khác, không xin lập phố để ở. Ca La Khoa Thắc thành khẩn xin yết kiến; Vua nói:

"*Hắn là người của Tổng đốc phái đi, không phải do mệnh của Quốc vương, không cho.*"

Những phẩm vật biếu không nhận. Sai Thương bạc soạn thư báo cho biết điều lệ về các nước ngoài đến buôn bán; tặng thưởng, rồi bảo về. Tặng Tổng đốc Hà Sĩ Định 3 đôi ngà voi, 10 cân quế, kỳ nam; trầm hương đều 5 cân, 4 toà sừng tê bịt vàng, 300 cân đường phèn; tặng Cá La Khoa Thắc 1 đôi ngà voi, 2 cân quế, 1 toà sừng tê, 2 cân trầm hương; thưởng người đi thuyền bò, dê, lợn, mỗi thứ 10 con; gà, vịt đều 100 con; gạo trắng, gạo đỏ đều 50 bao; gạo nếp 20 bao. Cá La Khoa Thắc nhận những đồ vật tặng riêng mình và người trên thuyền; riêng vật tặng viên Tổng đốc thì không dám nhận.

Riêng bài nghiên cứu của Dr. Lamb nhan đề "**British Missions to Cochin China**" [Người Anh công cán Đông Dương] cho biết nhà cầm quyền tối cao Calcutta sai sứ Crawfurd đến gặp Vua Minh Mệnh vào năm 1821-1822, nội dung chính là buôn bán.

Ngày Nhâm Dần mồng một tháng tám [15/9/1822] bái yết lăng Thiên Thụ [Gia Long].

Dựng công quán tại cửa biển Đà Nẵng, để dự bị làm chỗ trú ngụ cho quan viên đi công cán.

Cấp tiền gạo cho tăng chúng chùa Thiên Mụ. Mỗi tháng

cấp 60 quan tiền, 50 phương gạo đỏ, 5 phương gạo trắng, 6 thăng muối; cho mộ 50 người phu miễn dao dịch.

Tháng chín [15/10-13/11/1822], nước Xiêm La đem quốc thư đến cáo tang Vua thứ ba. Đình thần đều nói Vua thứ ba khi lập ra không thấy báo, nay gửi thư cáo phó, thực không hợp lệ; nhưng hai nước thông hiếu đã lâu, họ có lời báo, thì cũng nên đi phúng. Vua hạ lệnh, nhân Sứ giả họ đến, đưa đồ tặng Phật vương và phúng điếu Vua thư ba, rồi bảo về.

Cho Tiến sĩ đệ nhị giáp Nguyễn Ý làm Hàn lâm viện biên tu soạn; các Tiến sĩ đệ tam giáp Hà Quyền, Trần Lê Hiệu, Lê Quang, Phan Hữu Tính, Đinh Văn Phác, Vũ Đức Khuê, Phan Bá Đạt làm Biên tu. Lê Hiệu cáo có mẹ già, xin từ để nuôi mẹ, Vua y cho; riêng Nguyễn Ý chẳng bao lâu thì mất.

Cấp tiền vốn cho các hộ làm đường ở Quảng Nam, Quảng Ngãi. Nhân nơi này giá gạo đắt do nhà giàu tích trử, để chờ bán giá cao; nên thuận theo yêu cầu các hộ làm đường, phát ra 15.000 hộc gạo dùng để cấp tiền vốn, với giá 1 hộc 1 quan, khiến gạo thị trường xuống giá.

Kinh sư lụt to; Quảng Bình, Quảng Trị cũng mưa lụt. Dân chết đuối và nhà cửa trâu bò trôi mất, đều được cấp tuất.

Dân Hưng Hoá là Lý Khai Ba nổi loạn. Khai Ba người động Cam Đường, châu Thuỷ Vĩ [Lao Cai], lấy tà thuật mê hoặc lòng người, khiến dân thiểu số theo đông; xưng là Lý Hoàng, họp đồ đảng vài nghìn người cướp động Vũ Lao, giết Cai đội Nguyễn Văn Ba chiếm đồn Trấn Hà [châu Văn Bàn, Lào Cai]. Trấn thủ Hưng Hoá Nguyễn Đức Niên đem binh đánh, giặc bỏ đồn đến cướp phá phố Bảo Thắng [huyện Bảo Thắng, Lào Cai].

Nhận tin cáo cấp, quan Bắc Thành lập tức sai Chưởng cơ Nguyễn Khắc Tuân lãnh 1.000 binh theo bờ phía bắc sông Thao, cùng Nguyễn Đức Niên lãnh 1.000 binh theo đường phía nam sông Thao cùng tiến; truyền hịch cho Trấn thủ Tuyên Quang Đào Văn Thành đem 1.000 quân đến động Cảo Niên sách ứng. Lại sai Chiêu sứ châu Chiêu Tấn [phủ An Tây, Hưng Hoá] Đèo Quốc Thuyên, Tuyên uý sứ châu Vị Xuyên [Hà Giang] Nguyễn Thế Nga đều đem binh châu chia đường ngăn đánh.

Đây là cuộc hành quân tương đối lớn, Vua ban dụ khuyến khích kẻ lập công được thăng thưởng, trông ngóng chần chừ bị xử theo quân pháp, bắt được đầu sỏ Lý Khai Ba được thăng quan hàm Chánh ngũ phẩm, thưởng 400 lạng bạc.

Tháng mười [14/11-12/12/1822], trấn Nghệ An gạo đắt; sai Thiêm sự tại kinh hội đồng với quan trấn địa phương mở các kho Kỳ Lân, Hà Trung , Tiên Lý bán 30.000 hộc thóc cho dân.

Quốc vương Chân Lạp Nặc Chăn đưa thư đến Gia Định, xin đem binh dân hợp sức đào sông Vĩnh Tế. Lê Văn Duyệt tâu lên, Vua xuống dụ khen ngợi; sai Văn Duyệt qui hoạch trước. Văn Duyệt xin điều động hơn 39.000 binh dân thành Gia Định và các trấn Vĩnh Thanh, Định Tường cùng đồn Uy Viễn, và hơn 16.000 binh dân Chân Lạp; Vua chấp nhận, thúc dục tiến hành.

Thổ phỉ trấn Hưng Hoá Lý Khai Ba nghe tin quan quân đuổi bắt, bèn sai đồ đảng chiếm giữ chổ hiểm yếu để chống cự. Trấn thủ Nguyễn Đức Niên sai Tri huyện Văn Chấn là Cầm Nhân Bình dùng 200 quân đi tiên phong, giặc đặt phục binh, Nhân Bình bị bắn chết. Đức Niên phái Phó quản cơ Nguyễn Văn Đạo dẫn binh đánh tiếp, chém được vài tên, giặc lui. Lúc này Đức Niên bị bệnh, cho đóng quân tại đồn Trấn Hà [châu Văn Bàn, Lào Cai]; Chưởng cơ Nguyễn Khắc Tuấn tiếp đến Trấn Hà, chia quân đi truy nã. Quan Bắc Thành phái thêm Quản phu Quốc Oai Phan Bá Hùng đem 1.000 binh án giữ và dục Khắc Tuấn tiến đánh động Cam Đường.

Tháng mười một [13/12/1822-11/1/1823], dùng Hàn lâm viện Kiểm thảo Nguyễn Danh Giáp làm Giám phó Khâm thiên giám. Giáp từng trình bày lịch pháp, xin theo "**Đại Thanh Tinh Lịch**" mà làm lịch thất chính [thất chính: mặt trời, mặt trăng, các sao Kim, Mộc, Thuỷ, Hoả, Thổ], kinh vĩ [kinh vĩ: độ dọc và độ ngang của địa cầu] để xét nghiệm hành độ lấn phạm của năm vì sao [năm vì sao: Kim, Mộc, Thuỷ, Hoả, Thổ]; chép rõ sự thực vào sử sách để truyền cho đời sau.

Thổ phỉ ở Hưng Hoá vây lâu bảo Bảo Thắng, Chiêu thảo đồng tri là Điêu Quốc Thể cố giữ thành chống cự, bắn súng giết được hơn 40 tên, giặc mở vây. Trấn thủ Tuyên Quang là Đào Văn Thành đến động Cáo Niên, giặc đem vài trăm đồ đảng cự lại; Thành đốc binh bắn súng, chúng chết và bị thương nhiều. Chưởng cơ Nguyễn Khắc Tuấn tiến đến Lư Khê, Thành dẫn binh đến cùng họp. Tổng trấn Bắc Thành Lê Chất dâng biểu trình bày việc dẹp giặc ở Hưng Hoá; Vua bảo nên lưu tâm điều độ để sớm yên biên thuỳ, nếu cần phái thêm binh ở Kinh và Thanh Nghệ thì Vua sẽ trù liệu. Trấn thủ Hưng Hoá là Nguyễn Đức Niên chết ở trong quân; bèn cho một cây gấm Tống và 10 tấm vải.

Ngày mồng 1 tháng chạp [12/1/1823], vua ngự tại điện Thái Hoà, ban lịch khắp nơi, lấy làm lệ thường hằng năm.

Ban đồng hồ cát (3) cho sáu bộ, phủ Nội vụ, Vũ Khố, Khâm thiên giám, các trấn và những nơi quan trọng như Điện Hải, Châu Đốc.

Bọn giặc ở Nghệ An nổi ở huyện Thanh Chương. Bố biền là Phó vệ uý vệ Nghiêm võ Nguyễn Văn Minh bị giặc đánh thua, Cai đội Phạm Văn Định chết trận, binh nhiều người bị thương. Việc đến tai vua. Vua nói:

"Hơn một trăm quan quân, mà không thể giết được một bọn giặc nhỏ, lại đến nỗi chết và bị thương, chức võ hèn đến thế là cùng. Nguyễn Văn Minh thì xử trượng và cách chức, đóng gông 3 tháng, gặp có sai phái cho gắng sức chuộc tội. Phạm Văn Định cho tiền tuất 50 quan."

Ngày Mậu thân mồng 8 [19/1/1823], vua rước Hoàng thái hậu yết lăng Thiên Thụ.

Tướng giặc ở Thanh Hoa là Lê Hữu An cướp tại huyện Ngọc Sơn [huyện Tĩnh Gia, Thanh Hoá]. Ấn thủ đồn Thổ Sơn là Vệ uý Hồ Bôi và Quản phủ Tĩnh Gia là Vũ Văn Huân đem binh đón đánh, bắt sống được Hữu An và đồ đảng hơn 20 người. Vua thưởng cho bọn Bôi mỗi người một lần kỷ lục và thưởng biền binh 200 quan tiền.

Trấn thủ Tuyên Quang là Đào Văn Thành đóng binh ở Lư Khê. Chưởng cơ Nguyễn Khắc Tuấn tiến trước đến bảo Bảo Thắng, sai Vệ uý Nguyễn Văn Ứng coi thuyền lương, để do đường thuỷ đường bộ đều tiến. Bọn giặc giữ Ấn Sơn để ngăn chặn đường thuỷ. Khắc Tuấn đánh phá được, binh đến Bô Khê đóng đồn ở bờ bắc, giặc lui giữ bờ phía nam. Khắc Tuấn nhân ban đêm đánh úp, giặc chạy đến động Cam Đường. Quan Bắc Thành đem tình trạng tâu lên. Vua thưởng cho quan và binh 1.000 quan tiền.

Nguyễn Khắc Tuấn tiến binh đến động Cam Đường, sai bọn Vệ uý Hữu quân quản cơ Trung hùng Phạm Đình Bảo đánh đồn giặc, đốt trại lán. Tướng giặc Lý Khai Ba chạy đến động Hương Sơn. Quân đuổi theo, bắt sống được tướng giặc là Vi Văn Ba và Lý Văn Lật. Giặc lại giữ động Gia Phú; Khắc Tuấn đánh chém hơn 10 tên, bắt sống Phi hổ tướng quân là Triệu Thành Bảo. Đào Văn Thành đánh động Vũ Lao, cũng chém được hơn 20 tên. Giặc chạy trốn, quân triều đình chia đường đuổi theo , liên tiếp đánh vỡ, bắt sống Quốc lão Lý Văn Nhị, Tiền phong Triệu Văn Khánh, Đặng Văn Lập, Triệu ả Đội, Lý Văn Đinh, và đồ đảng vài mươi người, thu được giấy tờ, ấn tín, súng ống, khí giới nhiều vô kể. Nghe tin thắng trận. Vua sai phát nhiễu hoa hồng, nhiễu mộc hồng và nhiễu trắng ở kho mỗi thứ 5 tấm, gửi cho quan Bắc Thành, để liệu mà thưởng cấp.

Quản Tào chính là Lê Bá Phẩm và Phạm Văn Tường dâng bản tổng kê tiền bạc thuế thuyền tàu tại các địa phương trong ba năm Kỷ Mão [1819], Canh Thìn [1920], Tân Tỵ [1921].

Năm Kỷ Mão, thuyền tàu 3.148 chiếc, nộp thuế ban (4) và thuế cảng: Bạc đĩnh hạng 10 lạng là 66 đĩnh, hạng 1 lạng là 1.721 đĩnh, tiền hơn 2.430 quan.

Năm Canh thìn, thuyền tàu 3.246 chiếc, nộp thuế ban và thuế cảng cùng thuế Hạ Châu (5): Bạc đĩnh hạng 10 lạng là 92 đĩnh, hạng 1 lạng là 1.297 đĩnh, tiền hơn 28.800 quan.

Năm Tân tỵ, thuyền tàu 3.190 chiếc, nộp thuế ban và thuế cảng cùng thuế Hạ Châu: Bạc đĩnh hạng 10 lạng là 83 đĩnh, hạng 1 lạng là 509 đĩnh, bạc phiến 2 phiến, tiền hơn 32.470 quan.

Vào năm nay, Nhâm Ngọ [1822], chiến thuyền Pháp đến

Đà Nẵng, thuyền trưởng Courson de la Ville Hellio xin yết kiến Vua, nhưng ngài không cho.

Chú thích:

1.Bát dật: Một điệu vũ nhạc thời xưa có tám hàng, mỗi hàng tám người; chỉ có Vua mới được dùng.

2.Thái Tông Hiếu Triết Hoàng đế: Chúa Nguyễn Phúc Tần.

3.Sa lậu: Ở Trung Quốc mùa rét nước đóng thành băng, đồng hồ phải dùng cát thay nước nhỏ giọt; nước ta cũng bắt chước cách ấy.

4. Thuế ban:Căn cứ thuyền tàu to nhỏ rộng hẹp mà đánh thuế.

5. Thuế Hạ Châu: Hạ Châu là Tân Gia Ba, thuyền Hạ Châu sang buôn bán đánh thuế theo lệ riêng.

204.
Vua Minh Mệnh (4)
[11/2/1823-30/1/1824]

Tháng giêng năm Minh Mệnh thứ 4 [11/2/1823-12/3/1823], bắt đầu đặt các chức Đề đốc và Phủ doãn, Phủ thừa thuộc phủ Thừa Thiên; Đề đốc, Phủ doãn đều Chánh tam phẩm, Phủ thừa Chánh tứ phẩm.

Định lệ ban thưởng thọ cho quan và dân. Các địa phương dâng sách tâu lên, thọ dân trên 100 tuổi hơn 100 người: Quảng Trị, thọ nam 9 người, thọ phụ [phụ nữ sống thọ] 24 người; Quảng Bình, thọ nam 1 người, thọ phụ 2 người; Quảng Nam, thọ nam 27 người, thọ phụ 10 người; các trấn hạt Gia Định, thọ nam 5 người, thọ phụ 2 người; Nghệ An, thọ nam 6 người, thọ phụ 4 người; các trấn Bắc Thành, thọ nam 5 người, thọ phụ 9 người; Quảng Đức [Thừa Thiên], thọ phụ 6 người; Thanh Hoa, thọ phụ 1 người.

Thổ phỉ ở Hưng Hoá dẹp yên, sai rút quân về. Trước đó quan quân đánh phá hai động Gia Phú và Cam Đường, bọn giặc chạy tan các nơi, ra đầu thú đến 1.200 người; Lý Khai Ba thế quẫn đến trốn tại đất Động Hồ. Có người Trung Quốc ở phố Bảo Thắng là Vi Trung Tú đến nơi quân thứ của Chưởng cơ Nguyễn Khắc Tuấn xin ra sức, bèn đem gia thuộc tìm bắt sống được Khai Ba và đảng chúng đem nộp. Tin báo thắng trận, Vua mừng lắm, dụ rằng:

"Bọn cuồng man ngu xuẩn ấy lại dám nhóm họp như đàn ong, giương còng như bọ ngựa, mà chậm bị trời phạt nên càng thêm ngoan cuồng. Nay tướng sĩ theo mệnh lệnh, một lòng căm thù giặc, binh dân Man Thổ đều vui lòng ra sức, hăng hái như thế, nên khen nên thưởng. Vậy thưởng thụ trước cho Vi Trung Tú chức hàm Ngũ phẩm và 400 lạng bạc; tướng biền đi trận thì đợi sách công trạng tâu lên, sẽ khen thưởng hậu để đền công khó nhọc. Tướng giặc Lý Khai Ba thì xử tội lăng trì, đầu lâu bỏ vào hòm giải về kinh".

Trung Tú tự cho mình là con nhà buôn, không muốn làm quan, xin tiếp tục mua thuế quan hai sở Quán Ty và Bảo Thắng. Quan Bắc Thành tâu lên; Vua không cho, dụ rằng:

"Trung Tú tuy quê quán ở nước Thanh mà ngụ ở Bảo Thắng lâu rồi, thì cũng là người trong nước. Nhà nước lập pháp, có thưởng có phạt, há lại vì ăn mặc khác tiếng nói khác mà đình thưởng sao? Vậy thưởng thụ Kiến công đô uý, trật Tòng ngũ phẩm, và thưởng bạc theo số trước. Như nó quả quyết không muốn nhận thì cấp cho mũ áo Ngũ phẩm để vinh thân và tỏ rõ thường điển đền công của triều đình".

Quan Bắc Thành tâu rằng:

"Hai châu Văn Bàn, Thuỷ Vĩ, thổ Tri phủ là Nguyễn Bảo Cẩm, thổ Cai châu là Hoàng Kim Nghiêm, Cựu phó châu là Lương Kim Tam không biết vỗ về dân châu, nhiều bề sách nhiễu, đến nỗi dân man căm tức, buộc lòng theo giặc, phiền đến quan quân phải tiến đánh. Nay việc binh đã xong, xin xử chém bọn Bảo Cẩm, bêu đầu để cho dân man phục tình yên nghiệp". Vua y theo.

Tháng hai [13/3-10/4/1823], lại đào sông Vĩnh Tế. Sai Tổng trấn Gia Định Lê Văn Duyệt trông coi công việc. Trước định khởi công từ tháng giêng; Văn Duyệt nghe tin Hưng Hoá giặc nổi lên, bèn dâng sớ xin hoãn. Vua dụ rằng:

"...*Nay tướng sĩ theo mệnh đã đánh vào ổ giặc, tướng giặc chẳng lâu sẽ bị giết thôi, có thể không lo đến việc miền Bắc nữa, khanh nên phát binh dân vét đào sông ấy để xong công việc....*"

Đến nay Duyệt tâu xin lượng phát hơn 35.000 binh dân ở thành và các trấn Vĩnh Thanh, Định Tường, đồn Uy viễn, cùng hơn 10.000 binh dân nước Chân Lạp ra làm, mỗi tháng cấp tiền gạo theo như lệ đời Gia Long.

Giặc trốn ở Nghệ An là Lê Quang Chấn họp đảng quấy phá cướp bóc địa hạt Nam Đàn, Hương Sơn, làm hại dân đã lâu; quan trấn sai Vệ uý Thần sách là Cao Khả Cận, Phó vệ uý là Đỗ Văn Thịnh đem binh voi đi tuần bắt Chấn ở xã Phước Lộc [Hương Khê, Hà Tĩnh] và đảng chúng hơn 400 người. Đỗ Văn Thịnh dẫn binh đến trước, cùng chúng đánh nhau, chém được vài đầu, bắt sống Chấn tại trận. Cao Khả Cận đến tiếp, đuổi bắt được vài mươi người, thu hết súng và khí giới. Sự việc tâu lên, Vua nói:

"*Trước nay binh biền ở Nghệ An chỉ việc này là xuất sắc, rất đáng khen*". Thưởng cho bọn Thịnh kỷ lục quân công và súng tay, áo đoạn; binh đinh thì thưởng tiền bạc theo thứ bậc.

Ngày Giáp Thìn mồng 4 [16/3/1823], đúc ấn "**Hoàng đế chi bảo**" (1) nuốm làm rồng cuốn hai tầng, vuông 3 tấc 2 phân, dày 5 phân, bằng vàng mười tuổi, nặng 180 lạng 9 đồng 2 phân. Phàm chiếu thư, sắc dụ đều đóng ấn này.

Sai bọn Cai cơ Ngô Văn Trung và Tuần hải đô dinh Hoàng Trung Đồng chia quản 2 thuyền hiệu Bình Ba, Định Lãng đi

Hạ Châu [Singapore]; Vua dụ rằng:

"Chuyến đi này không phải để mua hàng hoá, chính là muốn biết núi sông phong tục nhân vật của nước ngoài. Bọn ngươi đến nơi phải xem kỹ la bàn, ghi chép rõ ràng cho biết phương hướng".

Đời Gia Long xây đắp đài Điện Hải, công việc buổi đầu, người trông coi không được giỏi, nên không được kiên cố. Lại thêm gần sát bờ biển, nước biển xói mòn, ngày càng sụt lở, từng đóng cọc xây đá, mà sóng nước mạnh dữ, sức người không chống được. Nay sai người ngắm đo hình thế, nên dời về phía nam hơn 50 trượng là chỗ đất cao rộng. Lại đặt một pháo đài ở núi nhỏ phía đông trạm Nam Ổ gọi là pháo đài Định Hải, núi ấy cũng gọi là núi Định Hải. Đài Điện Hải cao 12 thước, ngoài quách cao 7 thước; pháo đài Định Hải cao 5 thước 8 tấc; trong đài đều dựng nhà quân trú phòng và kho thuốc đạn.

Ngày Giáp Tý 24 [5/4/1823], tiết Thanh minh. Vua rước Hoàng thái hậu đi yết lăng Thiên Thụ [lăng Gia Long]. Trước kia hằng năm cứ tháng chạp thì yết, xét tháng chạp thời tiết quá lạnh, nên đặt thông lệ đổi sang tiết Thanh Minh.

Giặc người thiểu số ở Thuận Thành là Tà La Mân, họp quân đốt phá đồn Thị Linh [huyện Tánh Linh, Bình Thuận]. Quan trấn Bình Thuận sai Phó quản cơ Thái Văn Thận lĩnh 100 binh, hợp với Trấn thủ Thuận Thành Nguyễn Văn Vĩnh đuổi bắt. Binh đến đồn Thị Linh, giặc trốn xa; Vĩnh bèn sửa lại đồn, đặt phòng thủ nghiêm cẩn rồi về. Quan thành Gia Định thấy xứ ấy tiếp với địa đầu đạo Hưng Phước [Bà Rịa], trấn Biên Hoà; bèn sai Quản đạo Nguyễn Văn Châu dụ được Tà La Mân đem hơn 400 người bộ lạc quy thuận. Quan thành Gia Định xin cấp cho áo quần tiền gạo, khiến họ tụ họp làm ăn; Vua y cho.

Xét chiến công tại Hưng Hoá, Bắc Thành dâng sách công trạng dẹp giặc, chia làm ba bậc nhất, nhị, tam. Sau khi triều đình nghị bàn, Vua chấp chuẩn thưởng cho bọn Vệ uý Phạm Đình Bảo, Trấn thủ Đào Văn Thành, Tuyên uý sứ Nguyễn Thế Nga, tất cả 106 người cấp kỷ quân công, mũ áo, bạc, đoạn và cho thăng thụ thực thụ theo thứ bậc khác nhau. Những người chết trận là Quản cơ Hoàng Văn Liễu tặng Vệ uý Tả quân, Trưởng hiệu Lê Văn Xuân, Cai đội Nguyễn Văn Bi tặng Phó quản cơ, binh dân đi trận thì thưởng 12.000 quan tiền; ai chết, hay bị thương thì cấp tuất cho gia đình.

Tháng ba [11/4-10/5/1823], tướng giặc ở Bắc Thành là Nguyễn Đức Khoa họp đảng tự xưng Chánh tướng Trung quân, đồ đảng là Hoàng Đình Thạnh xưng Chánh tướng Tiền quân, Vũ Tiêm xưng Chánh tướng Hậu quân, cướp phá miền Hải Dương, Bắc Ninh. Quan Bắc Thành sai Chưởng cơ Tiền quân là Vũ Văn Lương quản lĩnh binh và voi đi tuần để bắt. Khoa đem hơn 700 người đồ đảng mưu đến huyện Thanh Lâm [huyện Nam Sách, Hải Dương]. Khi đến xã Trung Trinh [huyện Lang Tài, Bắc Ninh] thì Lương bắt gặp, chia binh chặn đánh, bắt sống được Khoa, Tiêm và đồ đảng hơn 60 người, chém được hơn 120 đầu, bắt được cờ trống khí giới rất nhiều. Thạnh chạy thoát. Quan Bắc Thành đem sự trạng tâu lên; Vua dụ khen, thưởng cho Vũ Văn Lương quân công gia một cấp, một tấm sa mãng lan (2), một súng tay Tây dương nạm vàng, một kính thiên lý mạ bạc. Biền binh đi trận thì thưởng kỷ lục, bạc, lụa, tiền, và bổ thụ theo thứ bậc khác nhau. Khoa và Tiêm đều bị xử lăng trì. Bọn đồ đảng bị bắt 51 người thì thành thần xin giảm tội tử mà xử lưu [đi đày]. Đến khi án tâu lên; triều đình quyết định hơn 10 người phát sung quân, còn đều bị xử tử, riêng Thạnh sau đó bị quan quân bắt được, đem giết.

Quốc trưởng nước Nam Chưởng là Phìa La Xà Át Nha sai sứ là đạo Tự và đạo Hiệu Xà đến xin quy thuận, đến huyện Thuỵ Nguyên [huyện Thiệu Hoá, Thanh Hoá], nhờ Phạm Thúc Nho đề đạt đến trấn Thanh Hoa, thư nói rằng nước ấy 20 năm nay nghe thấy uy đức của triều đình, bốn lần tìm đường sang cống mà không được tới, nay lại sai sứ dâng thư xin làm thần thuộc. Trấn thần đem việc tâu lên, Vua bảo bầy tôi rằng:

"*Nước Nam Chưởng ở phía Tây Nam, bờ cõi cách xa, từ trước chưa thông chức cống, nay đã khẩn xin quy thuận, hướng theo giáo hoá, lòng thành thực đáng khen. Vậy sai trạm đưa tới Kinh*".

Khi đến kinh đô cho vào chiêm bái; sai bộ Lễ bàn định kỳ cống và phẩm vật cống; ban thưởng cho Quốc trưởng và sứ giả, rồi bảo về.

Tháng tư [11/5-8/6/1823], sách vàng ngự chế về **đế hệ** (3) và sách bạc ngự chế về **phiên hệ** làm xong. Dòng đế và dòng phiên đều 20 chữ. Dòng đế là:

Miên (bộ miên), Hồng (bộ nhân), Ưng (bộ kỷ), Bửu (bộ miên), Vĩnh (bộ ngọc); Bảo (bộ phụ), Quý (bộ nhân), Định (bộ ngôn), Long (bộ tài), Trường (bộ hoả); Hiền (bộ bối), Năng (bộ lực), Kham (bộ tài), Kế (bộ ngôn), Thuật (bộ tâm); Thế (bộ ngọc), Thuỵ (bộ thạch), Quốc (bộ đại), Gia (bộ hoà), Xương (bộ tiểu).

Ngày Kỷ dậu mồng 10 [20/5/1823], đặt đại triều nghi ở điện Thái Hoà để tuyên đọc sách vàng. Lễ xong, ban sách bạc chép thế hệ cho các phiên thân công, tất cả mười quyển.

Hoãn công việc đào sông Vĩnh Tế. Vua cho là thời tiết mùa hạ, công việc đào sông chỉ còn hơn 1.700 trượng [1 trượng=4 mét]; dòng sông hiện đã thành hơn 10.500 trượng, chi tiền hơn 515.200 quan, gạo hơn 99.400 phương; sai đình việc, cho binh dân về. Thưởng cho Lê Văn Duyệt gia 1 cấp và đoạn mãng, đoạn hoa đều 1 tấm; Trương Tấn Bửu và bọn giám tu chuyên biện được thưởng kỷ lục và bạc lụa theo thứ bậc; thưởng vóc lụa cho quốc vương Chân Lạp; các quan đốc biện Chân Lạp cũng cho áo quần.

Tháng năm [9/6-7/7/1823], sai binh lính hai vệ Thần uy, Chấn uy, cơ Ngũ thuỷ, cơ Kiên chu, đi lấy gỗ đóng thuyền Thuỵ Long. Sai Chưởng cơ là bọn Nguyễn Văn Chấn [Vannier]và Nguyễn Văn Thắng [Chaigneau] hiệp cùng với Vệ uý Nguyễn Tài Năng coi đóng theo kiểu thuyền lớn của Tây phương. Chấn, Thắng lấy cớ không hiểu việc đóng thuyền từ chối; Vua bảo bộ Công rằng:

"*Chấn, Thắng vốn là người Tây, Hoàng khảo ta nghĩ thương có một chút công lao, đặc cách cho họ tên, lại đề bạt đến chức hàm nhị phẩm. Sau khi đại định, chưa từng sai phái việc gì. Nay trẫm thấy chúng vốn có tiếng là giỏi về thuỷ, thông thạo binh thuyền, cho nên sai hiệp cùng Tài Năng coi đóng thuyền Tây. Chúng đã không muốn, trẫm cũng không bắt ép*".

Tổng trấn Bắc Thành Lê Chất đến kinh đô, vào yết kiến; nhân xin về Bình Định thăm mẹ. Vua cho, ban cho người mẹ là Đào thị mũ áo nhị phẩm.

Thanh Nghệ và Ninh Bình bị đại hạn, đói. Vua bàn xây đắp thành hai phủ Diễn Châu và Tĩnh Gia và thành đạo Ninh

Bình, trả công thay cho phát chẩn. Sai phái 6 người Lang trung, Chủ sự chia đi phối hợp với quan trấn, đạo, phát tiền gạo thuê dân làm và mua sắm vật liệu. Sau vì tháng tám mưa lụt, bèn đình công việc. Duy có phái viên ở phủ Diễn Châu là Lang trung Nguyễn Hữu Dực và Chủ sự Trương Minh Giảng khéo xếp đặt, dân đến làm thuê nhiều, khỏi bị đói mà việc cũng thành công; Vua khen lắm, thưởng kỷ lục đều 1 thứ.

Nước Chân Lạp sai sứ vào cống. Sứ đến Gia Định, Tổng trấn đem việc tâu lên. Vua dụ bộ Lễ rằng:

"Nước Phiên thờ nước lớn, lễ phải như thế. Nhưng năm ngoái lễ mừng Bắc tuần hồi loan đã có chiếu chỉ để trừ vào cống lệ năm nay; vậy cống phẩm lần này nên sai trả lại, sứ thần cũng miễn đến kinh đô".

Tháng sáu [8/7-5/8/1823] sai Cai đội Nguyễn Đắc Suý và Hàn lâm viện Thị thư Trần Chấn đi Quảng Đông [Trung Quốc] làm việc công.

Quan Bắc Thành tâu rằng:

"Xã Lư Khê, châu Thuỷ Vĩ, trấn Hưng Hoá, giáp châu Văn Bàn; phía trên cách Bảo Thắng 2 ngày đường; phía dưới cách đồn Trấn Hà [châu Văn Bàn, Lào Cai] *1 ngày đường, mà ven sông đều khe núi, là nơi quan yếu trên đường thuỷ của Bắc Thành, nay việc quân đã xong, xin đặt bảo* [đồn] *ở đấy để nghiêm phòng thủ".*

Vua y theo lời xin; cho Đội trưởng châu Chiêu Tấn là Điêu Doãn Hiển làm Chánh đội trưởng, đem 100 binh thổ và dân thổ đóng giữ. Lại cho Chiêu thảo Đồng tri là Điêu Quốc Thể làm Phòng ngự sứ, vẫn giữ đồn Bảo Thắng, Chánh đội trưởng là Sầm Nhân Trang làm Cai đội, giữ đồn Trấn Hà,

Thổ tù Đinh Công Dụng làm Đội trưởng, giữ đồn Đông Quang [huyện Trấn Yên, Yên Bái].

Định lệ chẩn tuất cho nhà dân bị cháy trong Kinh thành. Phố dài phía chính nam ở trong thành bị thất hoả 200 hộ. Vua dụ sai cứ một gian nhà cấp cho 2 quan tiền; bất luận đàn ông, đàn bà, người lớn, trẻ con, mỗi nhân khẩu cấp 1 phương gạo; người bị thương thì cho 2 quan, chết thì 3 quan. Kể từ nay gặp tai nạn thì chiếu lệ này mà cấp. Duy nhà nào phát hoả đầu tiên thì không được dự. Quân dân phạm tội gây cháy thì viên Đề đốc kinh thành theo luật mà xử đoán; quan viên mà phạm thì tâu xin phân xử.

Tháng bảy [6/8-4/9/1823], định lệ các địa phương tâu báo về hoả tai. Trước đây ba huyện Nghi Xuân, La Sơn, Chân Lộc ở Nghệ An nhà dân bị cháy trước sau tất cả 681 hộ; quan trấn đem sự việc báo lên, vua hạ lệnh cấp cho mỗi hộ 2 quan tiền, 1 hộc thóc. Nhân dụ các địa phương rằng từ sau nhà dân cùng một ngày hoả tai mà cháy lan đến 100 hộ trở lên, của cải đồ đạc tổn hại nhiều, nhà bị tai nạn đói rét, thì cứ sự thực tâu ngay lên, đợi chỉ tuân hành; như hoả tai tầm thường thì không cần tâu báo.

Thanh Hoa có giặc biển cướp xã Cự Nham huyện Quảng Xương, giết hại dân, đốt phá hơn 300 nhà, cướp hết của cải rồi đi. Sự việc tâu lên; Vua rất thương, hạ lệnh cấp mỗi nhà 2 quan tiền 1 hộc thóc, người chết thì 3 quan, bị thương thì 2 quan; sắc cho quan trấn phái binh đi tuần bắt.

Giặc biển Chà Và cướp đảo Lại Dữ [Hòn Rái] ở Hà Tiên. Binh hai đội An Hải, Thanh Châu đánh, bắt sống và chém được mấy tên. Giặc chạy về phía đông; sự việc tâu lên, Vua. thưởng cho 100 quan tiền.

Tháng tám [5/9-3/10/1823], sai Vũ Khố chế súng tay thuốc nổ mạnh theo kiểu Tây Dương; thưởng cho thợ 100 quan tiền.

Đặt nhà học ở phủ huyện; sai bộ Công gửi quy thức cho mà làm. Nhà học ở phủ 3 gian 2 chái, chi tiền 300 quan; nhà học ở huyện, các bề cao rộng dài ngang có hơi giảm, chi tiền 250 quan.

Tổng trấn thành Gia Định là Lê Văn Duyệt dâng biểu xin vào yết kiến; Vua chuẩn cho hơn 1.000 người biền binh bộ hạ đi theo. Sai Phó tổng trấn Trương Tấn Bửu quyền lĩnh ấn vụ Tổng trấn; gặp Tấn Bửu ốm, bèn sai thự Tiền quân Trần Văn Năng làm Phó tổng trấn, Năng từ biệt kinh đô vào nam nhậm chức.

Ở Kinh sư gió to mưa dữ, cán cờ trên kỳ đài gãy; sai dựng lại, gió mạnh lại gãy. Quảng Trị, Quảng Bình, Quảng Nam mưa to và lụt.

Tháng chín [4/10-2/11/1823], lại thu thuế nguồn Ba Tơ [huyện Ba Tơ] ở Quảng Ngãi. Theo lệ trước nguồn Ba Tơ hằng năm nộp thuế 200 quan tiền. Từ năm Gia Long thứ 15 [1816] giặc người thiểu số quấy nhiễu, đường buôn bán bị đứt, trải 8 năm tha thuế. Đến nay tù trưởng bảy sách dân thiểu số đã hàng phục, người buôn lại muốn thông thương, xin giảm nửa thuế; quan trấn tâu cho họ; Vua chấp nhận.

Tháng mười [3/11-1/12/1823], hoãn tô thuế năm nay cho các trấn Thừa Thiên, Quảng Trị, Quảng Nam, Quảng Bình, Quảng Ngãi, Bình Định vì khoảng mùa hạ nắng nhiều, sang thu lại bão lụt, giá gạo đắt lên. Lại sai phát thóc kho kinh 30.000 hộc, kho Quảng Nam 35.000 hộc, kho Quảng Trị 13.000 hộc, kho Quảng Bình, Quảng Ngãi đều 10.000 hộc, kho Bình Định 23.000 hộc, bán ra cho dân.

Quan Bắc Thành tâu rằng năm mỏ vàng, kẽm, đồng, diêm tiêu ở các trấn; chủ mỏ và phu khoán đều xiêu tán, xin miễn thuế. Theo lệ mỏ vàng Đồng Bộc ở Lạng Sơn, mỗi năm nộp thuế vàng 9 lạng; mỏ kẽm An Lãng ở Hải Dương nộp thuế kẽm 720 cân; hai mỏ đồng đỏ Màn Đỏ và Lầm Khê ở Hưng Hoá mỗi nơi nộp thuế đồng 600 cân; mỏ diêm tiêu Hữu Vĩnh ở Tuyên Quang thuế diêm tiêu 100 cân; nay Vua cho miễn.

Hiệp trấn Tuyên Quang là Phạm Tiến Lượng hà khắc nhũng lạm của dân, việc phát giác, phải tội giảo giam hậu. Lấy Tham hiệp Tuyên Quang là Trần Văn Toản làm Thự hiệp trấn Tuyên Quang, Hàn lâm viện Thị giảng học sĩ là Nguyễn Mậu Bách làm Thự tham hiệp Tuyên Quang.

Tháng mười một [2/12-31/12/1823], quan Bắc Thành tâu rằng thóc lúa năm nay các trấn thu hoạch được 8, 9 phần 10. Vua bảo quan hầu rằng:

"Như thế cũng là được mùa rồi, địa thế Bắc Thành rộng rãi, năm nào hơi mất mùa, thì bọn bậy bạ thường hay dụ dân mọn đem nhau đi trộm cướp. Năm nay được mùa, dân ta đều vui no ấm, còn lo gì nữa".

Tổng trấn Gia Định Lê Văn Duyệt đến kinh vào bệ kiến. Vua triệu lên điện, yên ủi hỏi han hồi lâu; nhân bàn việc dựng nghiệp khó nhọc, Duyệt xin lập nhà bia ở Sa Đéc [Đồng Tháp] để ghi công trạng. Vua nói:

"Hoàng khảo ta công lao to lớn như trời đất không thể nói được, bia thần công thánh đức chỉ chép đại lược mà thôi, chưa đủ hình dung được hết. Nay khanh xin dựng bia cũng là phải, để thong thả sẽ bàn".

Tổng trấn Bắc Thành Lê Chất sau khi thăm mẹ tại Bình Định, cũng vào xin yết kiến.

Có 7 chiếc thuyền giặc vào cướp xã Bạch Câu thuộc huyện Nga Sơn, trấn Thanh Hoa. Hiệp trấn Bùi Đức Mân, nghe tin báo, lập tức sai Tri huyện Lê Hữu Tuệ, Cai đội Tống Văn Vị đem binh dân đánh bắt, chém được mấy tên. Giặc vỡ chạy, nhiều đứa ngã xuống nước chết; bắt được 2 chiếc thuyền. Sự việc tâu lên; Vua thưởng Tuệ quân công 1 cấp, Vị kỷ lục 1 thứ, cho binh dân 300 quan tiền.

Sai Văn thư phòng xếp đặt **Ngự Chế Văn Tập**; Vua ghi tại đầu tập về nội dung biên soạn như sau:

"*.....Nhân nghĩ việc trên kia, hoặc lâu xa cách mẹ hiền, thức ngủ không yên, hình ra bút giấy; hoặc khi đánh giặc ngoài biên, trù tính việc quân; hoặc khi cầu mưa nắng, đón được phước trời; hoặc răn bảo các quan, định rõ phép lệnh; cho đến những bài minh, bài ký, không nỡ bỏ đó lâu ngày, bèn tự mình bỏ bớt những cái không quan yếu đến 4, 5 phần 10. Nhân sai xếp làm văn tập ngự chế để xem, không phải là chép văn chương mà là chép sự thực. Từ nay về sau có làm được bài gì cũng cứ thực xếp nối vào, để xem chính sự đắc thất thế nào, trước sau siêng năng trễ nải thế nào, để tự mình cố gắng...*"

Tháng chạp [1/1-30/1/1824], Trấn thủ Tuyên Quang Đào Văn Thành mất. Vua nghĩ Thành đánh bắt giặc tại Hưng Hoá có công, truy tặng Chưởng cơ, cho 300 quan tiền, 20 tấm lụa. Lấy Quản cơ Tiền quân là Lê Huy Tích giữ chức quyền Trấn thủ Tuyên Quang.

Người Biên Hoà là Nguyễn Văn Trung dâng sách **Quốc Triều Diễn Chí;** thưởng cho 10 lạng bạc.

Giặc ở Thái Nguyên là Nguyễn Đình Cúc, nguỵ xưng là Quận công, họp đảng cướp bóc hơn 20 năm, quan địa phương bắt không được. Đến nay lại dung chứa Lê Duy Khang, nói láo là con cháu nhà Lê để lừa dân , ngầm họp ở núi Tam Tu, xã Thần Sa [huyện Động Hỷ, Thái Nguyên], chiêu dụ các tên tội phạm trốn ở các trấn, đặt danh hiệu để mưu khởi loạn. Quan Bắc Thành nghe báo, lập tức sai Thống quản thập cơ Hậu quân Ngô Văn Vĩnh, Thống quản thập cơ Trung quân Lê Văn Sách cùng Trấn thủ Thái Nguyên Phan Văn Hài, đều đem binh và voi, chia đường tiến đánh, đến thẳng sào huyệt. Giặc đem đồ đảng 800 người kháng cự; quân triều đình chém được hơn 30 đầu, bắt sống được hơn 40 tên; giặc thua to, bỏ cờ trống, súng ống, khí giới chạy trốn, chết ở rừng rú rất nhiều. Cúc chạy trốn sang xã Đức Lân, huyện Tư Nông [huyện Phú Bình, Thái Nguyên]; Phó thống thập cơ Tả quân là Vũ Văn Thân đem quân truy kích tìm bắt được Cúc cùng đồ đảng vài mươi người. Bấy giờ Cúc trốn tại nhà Tuần Thiện ở Yên Thế [Bắc Giang]; quan quân vây bắt được, giải về Bắc Thành, bị chém cùng vợ. Tham bổ: Tuần Thiện người Yên Thế; lúc Lê Chiêu Thống sang Tàu, Thiện nhặt được đồ vật trở nên giàu có, người vợ cũng dõng mạnh tập võ nghệ, giỏi cửi ngựa bắn cung. Sau khi chồng mất, người vợ mang binh mã ra vào tranh hoành cùng hào mục.

Sự việc tâu lên. Vua khen, thưởng cho Ngô Văn Vĩnh và Lê Văn Sách kỷ lục quân công đều 1 thứ; Vũ Văn Thân trước bị giáng 1 cấp, cho được phục chức; lại thưởng cho mỗi người 1 thanh gươm đầu sư tử mạ vàng của Tây dương. Những biền binh đi trận thì thưởng kỷ lục, thực thụ và tiền bạc theo thứ bậc. Người chết, người bị thương thì được cấp tuất hậu. Cúc bị xử lăng trì; đồ đảng nó là Nguyễn Tri Địch [xưng Tiết chế], Ngô Mậu [xưng Tham quân], Đặng Đình Quyến [xưng Thống lãnh], tụ họp ở Sơn Nam. Vệ uý vệ Định võ là Nguyễn Đình Phổ đem quân đi đánh, bắt được giết đi; thưởng cho Đình Phổ kỷ lục quân công 1 thứ.

Quốc vương nước Diến Điện sai sứ đến thông hiếu.

Trước đó Tổng trấn Gia Định Lê Văn Duyệt sai thuộc hạ là Nguyễn Văn Độ đi thuyền buôn sang các nước bên ngoài nước Hồng Mao [chỉ nước Singapore] tìm mua đồ binh dụng, bị gió bạt đến trấn Đào Quai nước Diến Điện. Quan trấn ấy bắt Độ đưa về thành An Hoà. Vua nước ấy ngờ Độ là gián điệp của nước Xiêm, xét hỏi nghiêm ngặt. Đến lúc biết là người nước ta, bèn hậu đãi đưa về; nhân sai bồi thần là bọn Hợp Thần Thăng Thụ Nhĩ Miêu ,Ty Chí Tu Giá Nô Tha đem quốc thư và phẩm vật đến tặng: 1 cái ấn vàng, 40 cái nhẫn vàng, 1 cái hộp trầu sơn đỏ, 1 chuỗi hạt châu không cháy, 1 bức chiên tơ đỏ, trừu tơ đại hồng và trừu tơ tố hồng mỗi thứ 2 bức. Quan thành Gia Định sai dịch thư tâu lên, thư đại lược như sau:

"Trước đây nước ấy vẫn muốn giao hiếu tỏ lòng thành, khoảng năm Gia Long đã 2 lần sai sứ đi, nhưng không đến nơi được. Nay nghe nhà vua mới nối ngôi, nước ấy vui mừng lắm, dâng thư lên tâu, và xin nước ta tuyệt giao với nước Xiêm."

Vua với đại thần bàn bạc; bọn Nguyễn Đức Huyên, Trần Văn Tính cho là nước Diến Điện cùng nước Xiêm thù nhau lâu đời, nay đến thông hiếu, ý đồ có thể biết được. Vả ta với nước Xiêm đã hoà hiếu với nhau, mà lại giao thông với nước Diến Điện thì người Xiêm chắc không khỏi ngờ vực; chi bằng tặng thưởng hậu, rồi bảo về.

Vua quyết không bỏ giao hiếu với Xiêm, gây hiềm thù để mệt nhọc quân lính; vậy lời xin của nước Diến Điện không cho thi hành. Nhưng nghĩ sứ thần vượt biển đi xa, giữa đường lại gặp hoả tai, nên trả lại đồ cống, tặng thưởng cho Quốc vương và Sứ thần. Thưởng cho Quốc vương: quế 23 cân, sa, lụa, the, trừu mỗi thứ 100 tấm, đường cát 1.000 cân. Thưởng cho Sứ thần: Chánh sứ, bạc 100 lạng; Phó sứ, bạc

80 lạng; áo mở bụng bằng đoạn mãng mỗi người 1 cái; quần mỗi người 1 cái. Quân đi theo 40 người, mỗi người đều 4 lạng bạc, áo mở bụng bằng đoạn lông đỏ và quần, mỗi người mỗi thứ 1 cái. Rồi sai đình thần viết thư trả lời, đình thần lại xin trong phẩm vật tặng thì nhận 1 cái nhẫn vàng khảm hồng bảo thạch để yên ủi tình người xa, Vua theo lời xin. Sai Quản cơ Nguyễn Văn Uẩn và Chánh tuần Hoàng Trung Đồng đem binh thuyền và mang lương tiền 6 tháng, đưa sứ giả đến địa đầu Diến Điện thì về; lại sai bộ Lễ đem việc ấy báo cho Xiêm, người Xiêm gửi thư đến cảm tạ.

Chú thích:

1. Ấn **Hoàng Đế Chi Bảo** lưu lạc tại Pháp, được ông Nguyễn Thế Hồng mua lại vào tháng 2 năm 2023, hiện lưu giữ tại bảo tàng Hoàng Gia Nam Hồng, Bắc Ninh; ảnh chụp ấn dưới đây:

2. Sa mãng lan: một thứ lụa sa, thêu rồng bốn móng.

3. Đế hệ: dòng chính của vua. Phiên hệ: dòng của các vương công.

205.
Vua Minh Mệnh (5) [31/1/1824-7/3/1825]

Ngày mồng một tháng giêng năm Minh Mệnh thứ 5 [31/1/1824] Vua thân đem bầy tôi đến cung Từ Thọ, làm lễ mừng tuổi mẹ; kể từ năm nay, lấy ngày này làm lệ thường.

Cho con trai Chưởng Hậu quân Lê Chất là Vệ uý Lê Hậu lấy trưởng công chúa [con gái Vua Gia Long] thứ tám tên là Ngọc Cửu; con trai Chưởng Tượng quân Nguyễn Đức Xuyên là Vệ uý Nguyễn Đức Hựu lấy trưởng công chúa thứ chín là Ngọc Nguyệt; con trai Chưởng Tả quân Lê Văn Duyệt là Kiêu kỵ Đô uý Lê Văn Yến [con Lê Văn Phong thừa tự Lê Văn Duyệt] lấy trưởng công chúa thứ mười là Ngọc Ngôn; con trai Thị trung Đô thống chế Nguyễn Văn Khiêm là Kiêu kỵ Đô uý Nguyễn Thường Tuân lấy trưởng công chúa thứ mười một là Ngọc Tôn.

Giặc Bắc Thành Nguyễn Điều là đồ đảng của tướng giặc Dương Đình Cúc nguỵ xưng là Tiền quân chánh tướng lẩn trốn ở Hải Dương, chiêu dụ bọn hào mục mưu nổi loạn. Quan Bắc Thành sai Phó vệ uý vệ Phạm Văn Lượng theo người báo, đem quân ập đánh, bắt được Điều và 6 đồ đảng đem giết; thưởng cho quân binh 300 quan tiền.

Vào giờ Sửu [1-3 giờ sáng] ngày 25 [24/2/1824], động đất

tại huyện Thuận An [Bắc Ninh].

Tháng hai [1/3-29/3/1824], đào tiếp sông Vĩnh Tế. Lấy binh dân các trấn thuộc thành Gia Định và nước Chân Lạp hơn 24.700 người làm việc, chi cấp lương tiền như lệ năm Minh Mệnh thứ 4. Phó tổng trấn Trần Văn Năng xin để lại quân dân hai trấn Phiên An, Biên Hoà để đào đá xây thành. Vua dụ rằng:

"Việc xây dựng năm nay chưa tiện, sẽ đợi sang năm. Còn như sông này, liền với tân cương, rất quan hệ đến việc biên phòng, so với việc xây thành đằng nào cần hơn? Huống chi hai việc đều làm, sao cho xong được, kiến thức ngươi sao hẹp hòi thế?"

Rồi sai đem cả quân dân đến đào sông. Phát tiền kho 1.000 quan mua trâu rượu, khao những người làm việc.

Sai các địa phương từ Nghệ An ra Bắc xét hỏi trong dân gian có người nào là yêm hoạn ((1) tuổi từ 13 trở lên đến 65 trở xuống, thì do trạm dẫn về kinh, không được giấu giếm; giấu một người bị đánh 80 trượng. Vua bảo Thái thường Tự khanh Hoàng Kim Hoán rằng:

"Đời trước nhà Hán nhà Đường mất nước, tuy rằng do số trời, nhưng chưa hẳn là không bởi bọn này gây ra. Song công việc ở trong cung cấm không có nó cũng không xong. Nay bọn cung giám chỉ có hơn 10 người, không đủ sai khiến, cho nên muốn kén thêm. Nhưng chỉ dùng để giữ cửa và truyền bảo mệnh lệnh, không cho can dự đến chính sự triều đình, tưởng cũng không hại gì".

Lê Văn Duyệt và Lê Chất dâng sớ xin từ chức Tổng trấn. Vua bảo rằng:

"Hai thành là chỗ trọng trấn ở miền Nam miền Bắc, trẫm đương nhờ cậy các khanh, sao lại nói ra lời ấy?".

Hai người quỳ khóc mãi không thôi. Vua hỏi hai ba lần. Chất nói:

"Bệ hạ bảo thần chết thần không dám tránh, chứ việc Bắc Thành thần không thể làm được".

Vua bảo rằng:

"Phải chăng có việc gì khó lắm sao?"

Chất nói:

"Không phải vì việc gì khó, thần làm được hay không là ở bệ hạ thôi".

Vua ngạc nhiên hỏi:

"Tại sao nói thế?"

Chất nói:

"Trước kia cái án Lê Duy Thanh [con Lê Quí Đôn] *tham tang* [tham ô] *thần cùng Hình tào xét hỏi, tội Thanh đáng giết, kịp đến khi bắt giao triều đình xét, lại được giảm nhẹ, ấy là phép không đủ tin với dân, nên thần không thể làm việc thành được".*

Vua bảo rằng:

"Việc ấy là công nghị của đình thần, chẳng phải riêng một mình trẫm".

Sai lấy bản án Duy Thanh, giao cho Chất bàn lại. Rồi lại hạ chiếu theo chỉ trước phát Duy Thanh đi Quảng Bình ra sức chuộc tội.

Tháng ba [30/3-28/4/1824], đào sông Vĩnh Điện [thị xã

Hội An, Quảng Nam]

Xứ ấy có con sông nhỏ, từ xã Cẩm Sa dài hơn 1.640 trượng [1 trượng=4 mét], đường nước nông hẹp, sai Cai bạ Lê Đại Cương đốc suất 3.000 dân trong hạt để đào cho rộng ra. Người làm việc mỗi tháng được cấp tiền 3 quan, gạo 1 phương. Đào hơn 2 tháng thì xong, đặt tên là sông Vĩnh Điện; cầu sông ấy cũng gọi là cầu Vĩnh Điện. Quan tại dinh lại tâu rằng từ dinh thành đến cửa biển Đại Chiêm từ trước đến nay chỉ do đường nhỏ bờ sông mà đi, xin khi đào sông xong cho đắp luôn đường mới dài hơn 2.380 trượng để tiện đi lại; Vua y cho.

Giặc người thiểu số ở Cam Răng thuộc Thuận Thành là Tà La Mân lại tụ họp ở núi Đàn Linh [huyện Tánh Linh, Bình Thuận]. Trấn thần Bình Thuận báo về thành Gia Định để chuyển tâu lên. Vua bảo rằng:

"*Việc quân Bình Thuận dẫu do thành trông coi ở xa, nhưng tình trạng hoang man thì tâu thẳng mới phải, do thành tâu lên chẳng chậm mà nhỡ việc sao? Giặc man ấy nhóm ở hang núi, không dập tắt ngay thì sẽ thành đông*".

Bèn dụ cho quan Trấn thần lấy 150 người quân tinh nhuệ trong trấn, uỷ cho Cai cơ Thuận nghĩa là Lê Văn Ngoạn đem đi đánh dẹp. Trấn thủ Thuận Thành là Nguyễn Văn Vĩnh đem quân bản trấn đi đưa đường. Quân Ngoạn đến, Tà La Mân trốn xa, bắt được đồ đảng vài mươi người. Vua sai giết những đầu sỏ, còn người bị hiếp phải theo thì tha.

Định lại lệnh cấm thuốc phiện. Vua thấy thuốc phiện làm hại người rất sâu, đã có điều cấm, mà tệ vẫn chưa hết; bèn sai đình thần bàn định, đặt điều luật rất nghiêm. Phàm khách buôn ngoại quốc trên đường bộ hay đường thuỷ, đã biết rõ lệnh cấm mà còn cố ý giấu giếm thuốc và nhựa để buôn bán riêng, và các tiệm phố tiêm thuốc bán cho khách, cùng lại dịch quân dân cố ý hút trộm thì đều phải tội mãn lưu [lưu đày 3000 dặm]; người làng xóm biết mà không giác ra cùng cha anh không cấm đoán được con em đều phải tội mãn trượng [đánh100 trượng]; quan chức hút trộm thì phải tội trượng và cách chức, mãi mãi không được bổ dụng; dùng gia sản của người phạm tội, thưởng cho người cáo giác.

Thổ phỉ ở Thanh Hoa tụ họp hơn 500 người cướp bóc vùng Ngọc Sơn [huyện Tĩnh Gia, Thanh Hoá], Nông Cống. Quan Trấn sai bọn Vệ uý Nguyễn Văn Phượng và Hồ Bôi đem quân và voi đi đánh bắt. Gặp giặc đánh nhau, chém được tướng và đồ đảng vài mươi đứa, bắt sống được 4 tên, thu được khí giới rất nhiều. Việc tâu lên. Thưởng cho bọn Phượng kỷ lục quân công đều 1 thứ, cùng áo đoạn hoa rồng tròn và dao tây mạ vàng mỗi thứ một cái, biền binh thì thưởng bạc tiền theo thứ bậc.

Bắt đầu định điều cấm bán trộm thóc gạo. Vua thấy ở Gia Định có nhiều gian thương chở trộm thóc gạo đem bán ở Hạ Châu [Singapore] và bán cho lái buôn người Thanh, sai đình thần bàn định điều cấm để trừ tệ ấy. Triều đình cho là thành Gia Định là trấn lớn ở miền Nam, ruộng đất mầu mỡ, thóc gạo nhiều hơn cả mọi nơi, trước nay từ Bình Định trở ra Bắc đều nhờ có gạo miền Nam; nếu giá gạo Gia Định lên cao thì gạo các nơi cũng lên theo, quan hệ đến quốc kế dân sinh. Biện pháp ngăn cấm bán trộm thóc, phàm nhà nước ban luật treo giải thưởng thì người ham mà tìm cách được thưởng, bắt phạt ngặt thì người sợ mà không dám phạm. Cụ thể các địa phương ở ven biển, quan sở tại phải nghiêm sức canh giữ, để tâm tuần xét, nếu bắt được kẻ buôn lậu thì của cải thóc gạo trong các thuyền bắt được, đều thưởng cho cả, mà chủ thuyền buôn bị bắt tội. Nếu không xét biết, để người địa phương bắt được thì cũng thưởng cho người địa phương hết những tang vật bắt được, mà quan địa phương thì giáng 1 cấp lưu, người thủ ngự thì giáng 4 cấp đổi đi. Người hạt khác bắt được thì cũng thưởng như thế, quan sở tại giáng 2 cấp lưu, người thủ ngự cách chức. Ăn tiền cố ý tha thì tính tang vật theo luật uổng pháp (2)) mà xử nặng. Nếu như trong hạt Gia Định có người buôn xin đi Hạ Châu buôn bán thì trong thuyền chỉ cho tính số người mà chở đủ ăn thôi, trái thế mà bắt được, thì phạt; Vua theo lời bàn.

Thấy dấu chân người khổng lồ dài 1 thước [1 thước = 0.4 mét] 7 tấc, ngang 5 tấc tại Đông Ngàn [Bắc Ninh], Trà Hương [huyện Kiến Thuy, Hải Dương], Phù Lôi [huyện Sóc Sơn, Hà Nội].

Tháng tư [29/4-27/5/1824], giặc ở Hưng Hoá là Bàn Văn Lập, đồ đảng tướng giặc Lý Khai Ba; nguy xưng Đô đốc đại tướng quân, lẩn lút ở trại Man Pha nước Thanh [thuộc huyện Văn Sơn, Vân Nam]. Phòng ngự sứ quản châu Thuỷ Vĩ là Đèo Quốc Thể mật sai người Thanh ở động Gia Phú là Lương Chính Đức bắt được giết đi. Thưởng cho Quốc Thể 1 thứ kỷ lục, cho bọn Chính Đức 300 quan tiền.

Sai Tổng trấn Bắc Thành Lê Chất thống lĩnh 4 vệ quân kinh đô, đi kinh lược các địa phương Thanh Hoá, Nghệ An. Vua thấy hai trấn ấy đói kém, trộm cướp nổi lên, cho nên sai Chất đi, phàm mọi việc bắt bớ, xếp đặt việc có lợi nên làm, có hại nên bỏ, đều cho tuỳ nghi thu xếp. Chất đến nơi, tâu xin xây đắp thành tại các huyện Tĩnh Gia [Thanh Hoá] , Diễn Châu [Nghệ An], Thạch Hà [Hà Tĩnh], và dời đặt phủ ly Hà

Trung [Thanh Hoá] đến xã Phú Điền và đặt thêm các đồn Thọ Mai [Nghệ An], Tam Lệ [Nghệ An], Ngọc Giáp [Thanh Hoá], thuê dân làm, lấy công thay phát chẩn, người xin làm mỗi tháng cấp tiền 3 quan, gạo 2 phương. Vua y lời, hạ lệnh phàm mua vật liệu thì trả một nửa bằng thóc.

Quốc vương Chân Lạp là Nặc Chăn đưa thư đến quan bảo hộ Nguyễn Văn Thuỵ [Thoại] nói rằng:

"*Nước ấy ông cháu cha con đời đời làm phiên thuộc, trên nhờ triều đình bồi đắp, giữ được nhân dân, dưới có Thuỵ trước sau bảo hộ, trừ nạn nước Xiêm, dẹp yên giặc Kế, kể công gấp mười Mạc Thiên Tứ, xin cắt đất ba phủ Lợi ỷ Bát, Chân Sâm, Mật Luật để báo đức của Thuỵ, cũng như việc cũ báo Mạc Thiên Tứ*".

Thuỵ đem thư ấy báo cho thành Gia Định biết. Quan tại thành đem sự việc tâu lên. Vua hạ lệnh cho đình thần bàn kỹ . Bọn Nguyễn Đức Xuyên, Nguyễn Hữu Thận cho rằng:

"*Đất đai Chân Lạp là bờ cõi của triều đình, Thuỵ dẫu có hiền tài và khó nhọc cũng là phận sự người bầy tôi mà thôi. Chăn, sao được cắt đất để đền ơn riêng, Thuỵ sao được tự lấy làm công của mình mà nhận báo ơn, không nên cho*".

Nguyễn Văn Hưng cho rằng:

"*Đất ấy nên lấy mà không nên lấy ngay; nay hãy sai thành thần lấy chuyện báo riêng là phi lý mà bẻ, mà mật khiến Thuỵ bảo Chăn sai sứ trước xin đặt quan để vỗ về, nhân thế "dùng Hạ mà biến Di" thì rồi sau nhân dân ba phủ ấy cũng sẽ như Uy viễn ngày nay, đất đai ba phủ cũng sẽ như Trà Vinh Mân Thít* [Trà Vinh] *ngày nay, thế là không lấy mà lấy vậy*".

Phạm Đăng Hưng cho rằng:

"Đất ba phủ ấy gần kề Châu Đốc, vượt mà lấy được thì cái thế tân cương ngày thêm mạnh, ấy cũng là cơ hội tốt, nhận lấy là phải".

Lê Văn Duyệt cho rằng:

"Chân Lạp báo ơn Thuỵ không phải là bản tâm đâu, chỉ vì cớ người Xiêm nuôi nấng em nó cho nên muốn giữ vững sự giúp đỡ của ta mà thôi. Nếu nhận lấy thì hơi tham mà người Xiêm lấy cớ nói được; từ không lấy cả thì sợ trái với sơ ý trù biên của Thế tổ Cao hoàng đế ta. Vả đất ba phủ ấy thì Lợi ỷ Bát hơi xa, không nhận cũng phải; còn Chân Sâm và Mật Luật thì Giang Thành, Châu Đốc của ta ở ngay chính giữa, thần xin nhận lấy đất mà trả lại thuế má, để cho họ biết là triều đình ta chỉ vì kế sách bờ cõi chứ không phải vì lợi vậy. Nhân đấy mà vỗ về thương yêu nhân dân, khiến cho sâu ngấm ơn ta, vui lòng theo về, ngày sau sẽ có lúc dùng đến. Nếu nay bỏ không lấy, giả sử có việc lôi thôi ở biên giới thì Châu Đốc, Hà Tiên chưa hẳn giữ được, mà hàng rào của Gia Định sẽ yếu vậy".

Trịnh Hoài Đức cho rằng:

"Cơ hội không nên bỏ qua, sự biến chẳng biết thế nào là cùng; cơ biến mà lường đo được là ở người sáng suốt. Duyệt giữ trọng khổn đã lâu, biết rõ biên tình, xin châm chước lời của Duyệt mà làm là tốt nhất".

Các lời bàn dâng lên, Vua xuống dụ bảo rằng:

"Trẫm xem những lời tâu của các khanh, duy có lời bàn của Duyệt, hơi vừa ý trẫm. Nhà nước ta cốt mở rộng đức hoá, phàm đạo giúp trẻ nhỏ, thương mồ côi, đỡ nghèo ngặt, nối mối đứt, dù bỏ ra trăm vạn tiền kho, vài nghìn lính thú cũng cứ xem là nghĩa mà làm, không ngại khó nhọc tốn phí.

Huống chi một vài phủ nhỏ cỏn con, đối với triều đình có hay không cũng chẳng làm gì. Chỉ nghĩ nước Chân Lạp là nước nhỏ, ở xen vào giữa hai nước lớn, cái lòng sợ ngoại xâm rất là thiết tha, cho nên cố kết giao tình với bảo hộ là ý muốn cho căn bản được bền vững mà thôi. Trẫm xét kỹ tấm lòng thành thực, không nỡ phụ nguyện vọng của họ. Vậy hạ lệnh cho Nguyễn Văn Thuỵ nhận lấy nhân dân hai phủ Chân Sâm [huyện Tây Xuyên xưa, nay thuộc tỉnh An Giang] *và Mật Luật* [huyện Tây Xuyên xưa, nay thuộc tỉnh An Giang] *họ hiến mà coi giữ dạy bảo cho biết giới luật để giữ gìn bờ cõi của họ. Còn như thuế lệ thì đều do quốc vương Chân Lạp chiếu quản. Lại đem sự việc đầu đuôi viết thư trả lời*"

Tháng năm [28/5-26/6/1824], việc đào sông Vĩnh Tế xong; Vua nói rằng:

"*Đào con sông ấy để trọn công trước, thực là lợi ức muôn năm vô cùng về sau*".

Bèn sai dựng bia để ghi; thưởng kỷ lục và sa, bạc cho đổng lý Nguyễn Văn Thuỵ [Thoại] cùng những người tham biện. Ban gấm, đoạn cho quốc vương Chân Lạp và áo quần cho quan nước này đã tham gia việc đào sông.

Tết Đoan dương mồng 5 tháng 5 [1/6/1824]; trước đó 1 ngày cho các quan văn võ từ Tam phẩm trở lên ăn yến ở điện Cần Chính, các uỷ viên địa phương, cùng quan Tứ phẩm trở xuống ăn yến ở Triều Đường bên hữu.

Sai Tổng trấn Bắc Thành Lê Chất về lỵ sở. Vua thấy Chất đi kinh lược Thanh Nghệ, mọi việc đã thành mối, mà hai trấn Hải Dương, Bắc Ninh thuộc Bắc Thành thì giặc cướp trốn náu còn nhiều, dụ rằng:

"*Từ khi khanh đi Thanh Nghệ, chia đặt canh giữ, trộm*

cướp vì đấy mà dứt, lấy công thay chẩn, dân nghèo nhờ đấy mà sống, nhân dân địa phương tưởng đã yên ổn, dù có còn một hai đứa phạm trốn, rồi hẳn cũng bắt được, chẳng cần phải lo. Nay nên lấy then khoá cửa Bắc làm trọng. Vậy để lại 2 vệ quân Kinh, chia đóng thú Thanh Nghệ, còn [2 vệ] *đem ngay về Bắc Thành đóng giữ để cho giặc hết dân yên, cho trẫm khỏi lo về miền Bắc".*

Lính cơ An thuận đóng thú ở Châu Đốc có Thập trưởng là Hồ Văn Nhương hai lần bỏ trốn; Nguyễn Văn Thuỵ [Thoại] bắt được đem chém trước rồi sau mới báo thành để chuyển tâu. Lê Văn Duyệt cho rằng:

"*Thuỵ có chức trách giữ biên giới, muốn mượn một người phạm tội trốn để răn quân chúng, xin miễn cho tội chuyên quyền*".

Vua y cho.

Đặt súng đại bác ở trên các đài của kinh thành, gồm: đài Nam Minh, Nam Thắng, Nam Xương, Đông Thái, Đông Hoà, Đông Vĩnh, Bắc Định, Bắc Thanh, Bắc Thuận, Tây Thành, Tây Thanh, Tây An và đài Thái Bình, tất cả 13 sở; mỗi đài dựng một kho thuốc súng, một điếm canh.

Lấy Lang trung Lại bộ là Nguyễn Công Trứ, Lang trung Lễ bộ là Thân Văn Quyền giữ chức thự Tư nghiệp Quốc tử giám. Hoàng Kim Hoán tâu rằng hai người ấy một người là khoa mục xuất sắc, một người thì quan thân quyền quý đều biết tiếng, có thể làm khuôn mẫu cho học trò, xin cử sung chức ấy, nên có mệnh này.

Thổ tù động Trịnh Vạn [huyện Thọ Xuân] ở Thanh Hoa họp đảng mưu làm giặc. Quan trấn sai Vệ uý Nguyễn Văn Phượng và thự Vệ uý vệ Vũ Văn Tín đem quân binh chia đường tiến đánh. Giặc nghe tin vỡ trốn; quan binh đuổi đánh, chém được hơn 10 tên, đốt 16 sở đồn trại. Bọn chạy trốn vào các động sách nhiều đứa bị dân sở tại bắt được. Việc tâu lên; thưởng cho binh dân bạc tiền theo thứ bậc.

Ngày Quý tỵ mồng một tháng sáu [27/6/1824], có nhật thực

Xây cầu đá cho đường quan phủ Thừa Thiên; Hương Trà 5 cầu, Phú Vang 8 cầu.

Đắp năm đoạn đê mới và hai đoạn đê cũ ở Bắc Thành dài hơn 2.173 trượng [1 trượng=4 mét], chi tiền hơn 66.140 quan. Trấn Sơn Nam, hai con đê mới: Một con ở xã Lưu Khê đến xã Bộ Đầu huyện Thượng Phúc [huyện Thường Tín, Hà Tây]; một con ở xã Đà Xuyên đến xã Bảo Đà huyện Nam Xang [huyện Lý Nhân, Hà Nam]. Trấn Nam Định, một con đê mới ở các xã Mai Xá, Mỹ Lộc huyện Mỹ Lộc. Trấn Sơn Tây, hai con đê mới: một con ở xã Đại Cát đến xã Mạc Xá huyện Từ Liêm, một con ở xã Cam Giá thượng huyện Phúc Thọ [Hà Tây], hai đoạn đê cũ ở các xã Hạ Trì, Thượng Cát, một đoạn ở xã Thượng Cát.

Nước Chân Lạp sai sứ đến cống; Vua cho lụa vóc và phẩm vật rồi bảo về.

Sai Tổng trấn Lê Văn Duyệt trở về Gia Định; cho quân binh vệ Thần Sách và vệ Trung Bảo Nhất đi theo. Duyệt đương trên đường, vua sai trung sứ mang cho một cái ống điếu bằng pha lê màu biếc bịt vàng là đồ quí và dụ bảo rằng:

"Từ sau khi khanh bệ từ, lòng trẫm băn khoăn chẳng lúc nào quên, khanh nên giữ gìn khi đi lúc nghỉ, chớ để nắng gió cảm nhiễm mà làm lo cho trẫm".

Sông Bàn Thạch [huyện Tuy Hoà] ở Phú yên có cá sấu lớn thường làm hại dân, dân bắt được, quan Trấn cho là cá sấu hại người còn dữ hơn cọp, xin thưởng 30 quan tiền cũng như lệ bắt được cọp. Vua y cho; sắc ban từ sau có việc giống như thế thì chiếu lệ mà thưởng.

Tháng bảy [26/7-23/8/1824], xây đắp thành tại 2 trấn Bắc Ninh và Hải Dương. Lê Chất thấy hai trấn ấy đói kém, xin thuê nhân công sửa đắp để giúp dân nghèo. Người đến làm thuê mỗi người mỗi tháng cấp tiền 3 quan, gạo 2 phương. Lại phái 1.500 người lính thú ở thành đến phụ đắp, hằng tháng cấp thêm lương ăn; mỗi tháng tiền 2 quan, gạo 2 phương.

Xây sửa chữa thành Gia Định từ cửa Phục Viễn đến cửa Tĩnh Biên dài 281 trượng 4 thước. Trước kia Phó tổng trấn Trần Văn Năng tâu xin khởi công, gặp việc đào tiếp sông Vĩnh Tế nên thôi; đến khi sông đào xong, Năng sai quân đắp trước rồi sau mới đem sự việc tâu lên. Vua xuống dụ quở, sai cấp cho biền binh mỗi trượng 100 quan tiền, sắc rằng từ sau có làm tiếp thì chiếu lệ ấy mà cấp. Thành dương mã (3) ở ngoài quách dài 171 trượng, mỗi trượng cấp cho 70 quan tiền.

Huyện Yên Lạc [Vĩnh Phúc] đê vỡ, quan huyện bị cách chức. Trước đó Cai tổng Thụ Bi nhân hạn hán, xin quan huyện xẻ đê lấy nước sông vào làm ruộng. Đến tháng 7 trời mưa bão đê vỡ, nước tràn vào 5 huyện. Cai tổng bị tội chết, Tri huyện mất chức, quan trấn phải điều dân đi đắp đê.

Tháng 7 nhuần [24/8-22/9/1824], tướng giặc ở Hải Dương là Phan Duy Cán tụ tập đảng ở xã Mông Dưỡng huyện Kim Thành. Trấn thủ Lê Văn Tiến đem quân đi đánh, bắt sống và chém được hơn 60 tên. Quan Bắc thành đem sự việc tâu lên; Vua thưởng cho Tiến 1 thứ kỷ lục quân công, và một khẩu súng tay Tây dương khắc chữ vàng; quân binh thì thưởng cho bạc tiền theo thứ bậc.

Cho dân đói ở Hải Dương vay thóc, Vua dụ rằng:

"*Vụ chiêm này Hải Dương mất mùa đói kém, trẫm từng đã sai bán thóc và tha thuế, dùng nhân công thay phát chẩn để giúp qua ngày. Nào ngờ giá gạo một ngày một cao, trộm cướp thêm nhiều, giàu thành ra nghèo, nghèo thành cùng quẫn. Nay nghe đồn nhân dân có nhiều người chết đói ở đường, tuy thành thần chưa đem tình trạng tâu lên, há cứ ngồi nhìn mà không động tâm sao!*"

Bèn sai Tham tri Hộ tào Bắc Thành là Đoàn Viết Nguyên hội cùng quan trấn lấy ra 100.000 hộc thóc kho cho dân vay. Dân huyện Thuỵ Anh trấn Nam Định cũng đói kém, cho vay 5.000 hộc thóc.

Tháng tám [23/9-21/10/1824], nước Xiêm La sai sứ đến báo tang Phật vương; Vua truyền nghỉ chầu 3 ngày để chia buồn; khi sứ giả đến kinh, vua lại nghĩ rằng người ta ngậm sầu mà đến, nên bỏ hết hát xướng yến tiệc, chỉ sai đem thực phẩm khoản đãi mà thôi. Trước khi sứ về, vua cho gọi lên điện hỏi rằng:

"*Nước Xiêm cùng với nước Diến Điện có thù đời đời, nay Diến Điện bị nước Hồng Mao* [Anh] *đánh, người Xiêm có hả lòng không?*"

Đáp rằng:

"*Có*".

Vua cười nói rằng:

"Nước Xiêm có nước Diến Điện, cũng như nhà có phên giậu, nếu Hồng Mao đánh mà lấy được, thì thế tất rồi đến nước Xiêm. Người mưu việc nước Xiêm nên lo chứ chẳng nên vui".

Phủ Từ Sơn trấn Bắc Ninh, có Nguyễn Đình Khuyến làm nghề phù thuỷ, đi đường gặp người Triều Châu nước Thanh là Bạch Xỉ Hoàng Kỳ Trung xem tướng, bảo là có tướng chân nhân xuất thế, bèn ngầm rủ đồ đảng làm ấn nguỵ khắc bốn chữ "**Bạch Xỉ hưng sư**", đặt chức nguỵ. Kỳ Trung xưng là Thái sư, tôn Khuyến làm minh chủ. Nhân có câu sấm xưa "**phá điền ((4) thiên tử xuất** ", cho rằng phá điền là năm Giáp Thân [1824], bèn hẹn nhau khởi loạn, xưng hiệu là Hoàng Long. Vệ uý vệ Định Võ là Nguyễn Đình Phổ mật sai Đội trưởng Nguyễn Hữu Diệu vào đảng với giặc, rồi báo cho quan Bắc Thành sai quân binh đánh bắt được Khuyến, cùng đồng đảng, riêng Kỳ Trung trốn thoát. Việc tâu lên, Vua sai thưởng Nguyễn Đình Phổ 1 thứ kỷ lục; Nguyễn Hữu Diệu được bổ Cai đội hàm Tòng ngũ phẩm, thưởng 300 quan tiền; thưởng cho quân binh 100 quan tiền. Kỳ Trung lại ngầm dụ hơn một trăm thuyền người Thanh lui tới ở ngoài biển Hải Dương, quan Bắc Thành sai quân đuổi bắt, các thuyền Thanh đều theo hướng đông chạy mất.

Chưởng cơ Nguyễn Văn Chấn [Vannier] chúa tàu Phi Phụng, Nguyễn Văn Thắng [Chaigneau], chúa tàu Phi Long, dâng sớ xin về nước. Vua bảo bầy tôi rằng:

"Bọn Chấn là người Phú Lãng Sa, năm trước về với ta, có công đánh giặc, cho nên đức Hoàng khảo Thế tổ Cao hoàng đế ta cho làm đến chức ấy, bổng lộc theo phẩm cấp, lại còn cho hậu thêm. Trẫm từ nối ngôi đến nay, đãi họ cũng không bạc, sao họ lại xin về?"

Sai đình thần hỏi, hai người đều nói rằng chịu ơn dầy của triều đình đã lâu, chỉ vì già yếu nên muốn quay đầu về núi mà thôi. Vua cho rằng đi làm quan xa nhớ quê hương là thường tình của người ta, bèn cho về; cho phẩm phục và 6.000 quan tiền

Đồ đảng của sư Kế nước Chân Lạp là Đinh Mạt quấy rối hai phủ Ba Cầu Nam và Tầm Run. Phó tổng trấn Gia Định là Trần Văn Năng tâu xin sai quân giúp nước ấy phòng bị. An phủ nước Chân Lạp là Tham My Đê Đô đem dân đánh bắt, chém được Đinh Mạt cùng đồ đảng hơn mười người. Năng tâu tình trạng, xin Vua hậu thưởng. Vừa lúc Lê Văn Duyệt đến thành, ngỏ lời can gián tâu rằng:

"*Nước lớn đối với nước phụ thuộc, cứu tai biến, thương hoạn nạn, phải giữ đại thể, còn như trộm cướp nhỏ mọn thì đối với sự thể triều đình không quan hệ gì mấy. An phủ là quan phiên, trừ giặc phiên cũng là chức phận mà thôi. Năng chưa quen việc biên giới, việc nhỏ báo to để cầu thưởng là không phải*".

Vua cho là phải; chỉ cho An phủ áo quần và cấp tuất cho dân bị thương mà thôi.

Bề tôi làm phản ở nước Chân Lạp là Đê Đô Minh chạy sang nước Xiêm, người Xiêm nhận cho ở gần biên giới, dung túng cướp bóc, khiến hai phủ Bông Xuy, Ba Lai bị rối loạn. Quan bảo hộ Nguyễn Văn Thuỵ [Thoại] đem quân trấn áp, dân Phiên mới yên. Tướng Xiêm giữ phủ Bắc Tầm Bôn [Battambang, Cambodia] là Phi Nhã Liêm Cầm Hiên đưa thư cho Thuỵ nói che đậy cho Đê Đô Minh. Thuỵ báo về Gia Định; Lê Văn Duyệt đem việc tâu lên và nói rằng:

"*Đê Đô Minh quấy nhiễu Chân Lạp là do người Xiêm xui*

khiến, việc vỡ lại kiếm lời dối trá. Xưa nay vẫn quen dùng kế ấy làm đắc sách. Xin sai Thuỵ trả lời nói rõ, lấy sự lý lợi hại mà bảo thì nó mới sợ, mà nước Phiên nhờ được yên vậy". Vua cho là phải.

Việt Nam báo tin sẽ sai Sứ sang cống nhà Thanh, viên Thanh tra tỉnh Trực Lệ là Khang Thiệu Dung trình lên; Vua Đạo Quang quyết định cho đến kinh đô vào thánh 7 năm sau:

"*Ngày Canh Thìn 20 tháng 8 năm Đạo Quang thứ 4* [12/10/1824]

Lại dụ:

'Khang Thiệu Dung dâng tấu triệp về việc lần này họ Nguyễn Việt Nam đến cống, xin định ngày đến quan ải.

Quốc vương Việt Nam Nguyễn Phúc Kiểu, dựa theo nghi lễ, kính cẩn chuẩn bị cống vật, tỏ dạ chí thành. Nay gia ơn trình tiến một lượt, cho Sứ thần nước này vào cuối tháng 7 đến kinh đô. Viên Tuần phủ căn cứ vào chiếu chỉ này, kế toán cuộc hành trình, để ước tính ngày đến quan ải; có thể thông báo cho viên Quốc vương liệu biện. Đem dụ này lệnh truyền hay biết." (**Tuyên Tông Thực Lục** quyển 72, trang 28)

Tháng chín [22/10-20/11/1824], Đô thống chế Tả dinh lĩnh Phó tổng trấn Bắc Thành là Lê Văn Phong chết; Phong là em ruột Tổng trấn Gia Định Lê Văn Duyệt. Từng theo đánh giặc có nhiều công lao, cầm cờ tiết trấn biên cương, trừ trộm cướp để yên dân. Vua cho là người có tiết tháo, độ lượng, nên quý mến; mong cho một nhà anh em được vẻ vang lâu dài. Nay mất bèn gia tặng Thiếu bảo chưởng dinh, thuỵ là Tráng nghị, sai quan đến tế. Lại cho 5 cây gấm Tống, 50 tấm lụa, 100 tấm vải, 2.000 quan tiền, cấp cho 3 người phu mộ;

cho con thứ là Tề làm Phó vệ Tả quân.

Chiếu chỉ cho 6 bộ không được làm nhục quan dưới quyền. Trước đây có người Nghệ An tên Lê Đạo Hoằng, xuất thân Hương cống năm Quí Dậu [1813], được làm Tri huyện đất Phù Dung [huyện Phù Cừ, Hưng Yên], rồi thuyên chuyển làm Lang trung bộ Hộ. Người mập đẹp, nhưng tính hơi kiêu ngạo; Tham tri bộ Binh giận vì lười bỏ việc công, bèn đánh đòn và mạ lỵ rằng:

"Người như trâu, 10 cọp cũng không ăn hết thịt!"

Đạo Hoằng không có lời tạ tội, rồi lập tức dâng tờ tâu:

"Thần vì bất tài bị tội với Lang Trung, và bị xỉ nhục "cho cọp ăn", như vậy ô uế chức tước của thánh triều; bởi vậy xin từ chức trở về nhà."

Vua quở rằng:

"Khanh cho mình là bất tài, thì chẳng lẽ tiên đế dùng lầm khanh ư! Ta không biết lý do gì làm nhục, có uẩn khúc gì không?"

Bèn cho lui, giao cho triều đình bàn hoà giải. Lại ra mật dụ từ nay không được làm nhục quan dưới quyền; riêng vẫn giáng Hoằng 3 cấp, cho làm học chánh, để đè nén tính nóng.

Tháng mười [21/11-19/12/1824], sai 2 sứ bộ sang nhà Thanh. Cho Tả Tham tri bộ Lễ Hoàng Kim Hoán sung Chánh sứ tạ ân, Hồng lô Tự khanh Phan Huy Chú và Thái thường tự Thiếu khanh sung Giáp, Ất phó sứ. Hàn lâm viện Trực học sĩ Hoàng Văn Quyền sung Chánh sứ tuế cống hai lễ cống các năm Tân Tỵ và Ất Dậu; Hàn lâm viện Thị độc học sĩ Nguyễn Trọng Vũ và Thiêm sự Thiêm sự phủ Nguyễn Hựu

Nhân sung Giáp, Ất phó sứ,; sai chế thêm dấu kiềm "**Phụng sứ**" bằng ngà cấp cho.

Lấy Lang trung Nội vụ phủ Hoàng Văn Diễn sung Chánh sứ, Đội trưởng Nguyễn Văn Lễ Sung phó sứ, sai đi sứ phúng tang vua trước nước Xiêm và tặng biếu vua mới. Phúng điếu vua trước: sáp vàng 300 cân, đường 6.500 cân; là the, vải, lụa mỗi thứ 100 tấm. Tặng vua mới kỳ nam 2 cân, nhục quế 3 cân, là the 200 tấm; là sa, lụa, vải, đều 100 tấm. Biếu vua thứ hai kỳ nam, nhục quế đều 1 cân, là the 100 tấm; là sa, lụa, vải đều 50 tấm.

Tháng mười một [20/12/1824-18/1/1825] **Ngọc Điệp** [thế phả Vua, Chúa triều Nguyễn] làm xong, sai quan bộ Lễ bàn định nghi chú dâng lên. Ngày Nhâm Thìn mồng 4 [23/12/1824], vua đội mũ cửu long, mặc áo bào vàng thắt đai ngọc ngự điện Trung Hoà; các Hoàng tử, Hoàng thân và các quan đều mặc triều phục kính chờ ở sân điện Cần Chính. Bọn Tổng tài Trịnh Hoài Đức bưng hòm vàng đựng **Ngọc Điệp** đặt vào long đình, và hòm bạc đựng **Hoàng Tử Phổ** đặt vào thể đình. Nghi trượng và nhã nhạc đi trước, rước đến điện Cần Chính. Các Hoàng tử Hoàng thân và các quan quỳ đón. Nội thần bưng dâng, vua giở ra xem rồi đặt cất ở chính giữa điện; bản phó thì cất ở Quốc sử quán.

Ngày mồng 8 [27/12/1824] tên Chánh Sấm làm giặc, xâm phạm xã Cổ Bi [huyện Thuận Thành, Bắc Ninh]; quan Tráng uy dụ hàng, rồi lại làm phản.

Giặc giết chết quan huyện Thuỵ Anh [huyện Thái Thuỵ, Thái Bình]. Quan trấn bắt được tướng giặc là Tuần Tâm, Tam Chiêu; bọn chúng khai rằng Đốc phủ Thái Bình cấp cho khí giới, do đấy Đốc phủ cũng bị tội.

Tháng chạp [19/1-17/2/1825], nước Pháp sai Đại tá hải quân Bougainville đem quốc thư và phẩm vật đến xin thông hiếu; tàu đến Đà Nẵng, dinh thần Quảng Nam đem việc tâu lên. Vua bảo rằng:

"Nước Phú Lãng Sa cùng nước Anh Cát Lợi thù nhau. Năm trước nước Anh Cát Lợi nhiều lần dâng lễ, trẫm đều từ chối không nhận, nay chẳng lẽ lại cho Phú Lãng Sa thông hiếu! Song nghĩ khi đức Hoàng khảo ta bước đầu bôn bá từng sai Anh duệ Thái tử sang nước họ, cũng có ơn cũ, nếu vội cự tuyệt thì chẳng phải là ý mến người xa".

Liền sai sở Thương bạc phúc đáp và thưởng cho rồi bảo về; quốc thư cùng lễ vật thì không cho trình dâng; Bougainville xin yết kiến cũng không nhận.

Sai bọn Cai cơ Hồ Văn Khuê đáp các thuyền hiệu Bình Dương, Định Dương, Bình Ba, An Ba, đi công cán tại Hạ Châu [Singapore] và Giang Lưu Ba [Jakarta, Inđônêxia]. Chuẩn định rằng từ nay những thuyền lớn, như Thuỵ long, Bình dương đi đến cửa biển Đà Nẵng, thì lúc mới đến treo cờ vàng, bắn 3 phát súng, đài Điện Hải cũng treo cờ vàng bắn 7 phát súng; khi về đến ngoài cửa Thuận An thì thuyền và đài Trấn hải đều treo cờ vàng, bắn 3 phát súng.

Chú thích:

1. Yêm hoạn: Người như đàn ông, nhưng mà không có dương vật.

2. Uổng pháp: Nhận hối lộ, rồi xử đoán trái phép.

3. Thành dương mã: thành nhỏ ở phía ngoài thành chính và phía trong hào.

4.Phá điền: chữ điền [田] vỡ ra thêm đầu, thêm đuôi, thành chữ Giáp [甲] Thân [申].

206.
Vua Minh Mệnh (6) [8/3/1825-6/2/1826]

Ngày Đinh Mùi 19 tháng giêng năm Minh Mệnh thư 6 [8/3/1825] duyệt binh; Vua dụ các quản quân rằng:

"Binh không cần nhiều, chỉ cốt giỏi thôi. Bọn các ngươi đều nên gia tâm huấn luyện cho thuộc kỷ luật, chớ để binh sĩ lười biếng là được."

Quảng Nam đói kém; Vua muốn mướn nhân công thay phát chẩn, sai dinh thần thuê 1.000 người dân gánh những đất thừa ở đài Điện Hải đến đồn Hà Thân, hằng ngày cấp cho tiền gạo.

Vua thấy đại hạn lấy làm lo, bảo Thượng bảo khanh Hoàng Quýnh về việc thả cung nữ:

"Hai ba năm nay đại hạn luôn, trẫm nghĩ chưa rõ vì cớ gì. Hay vì con gái bị giam hãm trong cung nhiều, nên khí âm uất tắc mà đến thế chăng? Nay đàn bà con gái trong cung cũng không nhiều lắm, song tạm lựa cho ra 100 người, may ra tai biến bớt chăng?"

Giặc trốn ở Bắc Thành là Trần Văn Cốc xưng Thống lĩnh họp đảng ở xã Lạc Cầu, thuộc huyện Văn Giang, trấn Bắc Ninh. Bắc Thành phái Chưởng cơ Phạm Văn Lý đem quân đánh bắt được, đem giết. Thưởng cho Lý 1 thứ kỷ lục, cho quân binh 200 quan tiền.

Tháng hai [20/3-17/4/1825], xây cầu đá trên đường quan từ sông Hương; Thừa Thiên về Nam 35 cầu; về phía Bắc 17 cầu.

Ngày Ất Sửu mồng 7 [26/3/1825] tế ở đàn Nam Giao. Vua dụ bộ Lễ rằng từ nay hằng năm tế Giao, ngày xa giá đến Trai cung thì nên truyền họp dân các huyện phủ Thừa Thiên đặt bàn ở hai bên đường, đợi khi giá qua thì quỳ đón, khi trở về thì quỳ đưa, khiến cho nhân dân thủ đô những người già đều trông thấy nghi vệ thái bình.

Hiệp biện Đại học sĩ Trịnh Hoài Đức chết. Hoài Đức là bậc trọng thần của nước, vua rất tin dùng. Tuổi già xin nghỉ việc, vua giữ lại làm việc; cho 2.000 quan tiền và gỗ ván gạch ngói khiến làm nhà riêng ở kinh. Đến nay chết; bèn tặng Thiếu bảo Cần Chính điện Đại học sĩ, trật chánh nhất phẩm. Cho gấm hồng, gấm Tống mỗi thứ 4 cây, nhiễu đoạn mỗi thứ 4 tấm, sa trừu 11 tấm, tiền 2.500 quan, gạo 500 phương, dầu 3.000 cân, nghỉ chầu 3 ngày, sai quan đến tế. Ngày đưa đám về quê, sai hoàng tử là Miên Hoành đến nhà riêng vâng mệnh tế rượu, lại phái 400 quân Thần sách đưa đến bến đò sông Hương; cấp cho 2 người phu mộ.

Ngày Ất Hợi 17 [5/4/1825], tiết Thanh minh, vua rước Hoàng thái hậu đi yết lăng Thiên Thụ [lăng Gia Long]

Tế các tướng sĩ chết trận từ quốc sơ (1) đến nay, có lời bàn xin đặt đàn chay phổ độ ở chùa Thiên Mụ; Vua bảo Nguyễn Hữu Thận rằng:

"Lập đàn chay, xét trong các sách chưa từng thấy, có thể khỏi để cười cho người sau không?"

Thận đáp rằng:

"Đạo Phật hư vô, không có bờ bến, cái thuyết cứu vớt bến mê, thần thực không biết. Nhưng đời trước nước ta cũng có làm rồi. Nay thánh thượng thương xót những bề tôi chinh chiến, sai làm lễ ấy, thần trộm nghĩ cũng chẳng hại gì."

Vua hạ lệnh ngự giá đến xem, lấy 300 quan tiền phát chẩn cho người nghèo; rồi vời nhà sư ở chùa Từ Ân trấn Phiên An là Nguyễn Tâm Đoan, cho làm Trụ trì chùa Thiên Mụ.

Đặt Vạn trưởng ở các bến sông; lấy người ở bến hoặc ở dưới thuyền gọi là làng vạn, cử người đứng đầu gọi là Vạn trưởng, sát hạch cấp bằng; nhiệm vụ tuần phòng coi sóc nơi giang đầu.

Tháng ba [18/4-17/5/1825]; diễn trận voi ở trước lầu Phu Văn, kinh thành Huế; Vua ngự ra xem.

Vua ra cửa biển Thuận An xem đài Trấn Hải, lại đến cửa biển Tư Dung [cửa Tư Hiền, Thừa Thiên] thấy cửa cảng bị phù sa bồi lấp, sai các quân khơi đào. Ngày hôm sau lại bồi như trước. Vua nhân nghĩ rằng cửa cảng lệch về bên trái thì không thể chịu được dòng chảy mạnh, tất phải đổi cho chảy theo rìa núi quanh xuống, khiến cho thế nước chảy nhanh thì cát mới không ứ đọng; nên sai Đô thống chế Tôn Thất Dịch trông coi 3.000 quân binh đào đường cảng mới, trên dưới hai đoạn dài 300 trượng.

Đào sông Vĩnh Định ở huyện Hải Lăng, Quảng Trị. Quảng Trị trước có đường kênh bị nhiều cát lấp thành nông cạn, thuyền bè khó đi; Vua muốn thông đường vận chuyển bèn bàn khai đường kênh mới từ Quân Kinh đến Trung Đơn, dài hơn 1.720 trượng, mặt nước rộng 6 trượng. Sai Phó đô thống chế Phan Văn Thuý trông coi việc đào sông; xong đặt tên là sông Vĩnh Định.

Thưởng cho các quan hưu trí ở Thừa Thiên tuổi thọ từ 80 tuổi trở lên là bọn Phó đội Nguyễn Hưu Đãi 7 người, bạc và áo quần theo thứ bậc. Lại thưởng những người dân thọ trăm tuổi ở các địa phương, thọ nam: Thừa Thiên 1, Quảng Nam 3, Quảng Bình 1, Sơn Tây 3; thọ phụ [nữ]: Quảng Nam 7, Sơn Tây 1, Hải Dương 2.

Tháng tư [18/5-15/6/1825], lúa chiêm ở Nghệ An có một hột thóc hai hột gạo, quan Trấn Nguyễn Văn Soạn lấy ba nắm cho chạy ngựa đem tiến và nói là điềm tốt. Vua dụ bầy tôi rằng:

"*Năm nay từ Quảng Trị trở vào Nam mấy lần báo hạn mà Nghệ An trở ra Bắc may lại được mùa. Trẫm rất cảm đội ơn trời, càng thêm kính sợ, dám đâu vội tự khoe điềm tốt mà chốc lát quên nhãng.*"

Bắt đầu đặt phủ Lạc Hoá [tỉnh Trà Vinh], đổi phủ Trà Vinh làm huyện Trà Vinh, phủ Mân Thít làm huyện Tuân Nghĩa, cho lệ thuộc vào. Trước đây hai phủ Trà Vinh, Mân Thít, cư dân thôn xóm còn nói tiếng Chân Lạp, gọi là sóc; Tuyên phủ sứ Bùi Đức Minh cho là đất rộng dân thưa, xin hợp lại làm một phủ, hai huyện.

Bọn Phó vệ uý vệ quân Thần sách ở Nghệ An Lê Văn Thường, đem quân đi tuần, bắt được hơn 80 tên thổ phỉ. Bèn sai quan Trấn làm tờ tâu công trạng dâng lên; thưởng tất cả 1.000 quan tiền.

Tháng năm [16/6-15/7/1825], lấy Nguyễn Thọ Tại làm Đội trưởng dinh Thần cơ. Thọ Tại biết chế súng hoả tiễn, đem dâng một cây; sai thưởng 10 lạng bạc, lại bổ cho chức Đội trưởng.

Vua đi tuần du ở Quảng Nam, sai Hoàng tử Miên Định,

Hữu thống chế quân Thị trung Trần Văn Cường, Thượng thư bộ Lễ Phạm Đăng Hưng ở lại giữ kinh thành.

Ngày Ất Mùi mồng 9 [24/6/1825], xa giá khởi hành từ kinh sư. Ngày Bính Thân mồng 10 [25/6/1825], xa giá đến bến Thừa Phước; có người đàn bà 85 tuổi đón đường lạy mừng, thưởng cho 5 lạng bạc. Ngày Đinh Dậu 11 [26/6/1825], xa giá qua núi Hải Vân, thưởng cho dân ở trên núi mỗi nhà 1 lạng bạc. Đến trạm Nam Chân có lão nhà quê dâng cái chén pha lê chịu nóng, thưởng cho 10 lạng bạc. Bèn theo đường thuỷ tiến đến cửa biển Đà Nẵng; ở đấy có thuyền Tây Dương [Âu Châu] đến buôn bán, nghe tin thuyền ngự đến, bắn 21 phát súng mừng, đấy là lễ mừng vua theo tục nước ấy; sai mang bò, rượu thưởng cho. Ngày Mậu Tuất 12 [27/6/1825], thuyền ngự đến bến Hoá Khuê; xa giá lên núi Ngũ Hành, đến hai chùa Trang Nghiêm và Bảo Đài, xem khắp hang động và các bi ký; bảo quan hầu cận rằng:

"Núi này là danh thắng bậc nhất, các thánh triều ta khi rỗi công việc thường đến chơi đây".

Sai dùng thái lao (2) lễ thần núi và cho dân hai ấp Hoá Khuê và Quán Khái được giảm thuế thân 4 phần 10 và cho toàn dân hạt Quảng Nam giảm 3 phần 10. Ngày Canh Tý 14 [29/6/1825/, xa giá đến thành dinh Quảng Nam, có hơn 500 người kỳ lão đến lạy mừng, thưởng cho 2.000 quan tiền; trong đó có 2 người hơn 100 tuổi, thưởng thêm cho mỗi người 10 lạng bạc và một bộ áo. Lại có 2 người học trò là Trần Đức Hợp và Trần Hoá An dâng 10 điều trần sách thái bình; Vua sai bộ Lễ duyệt tâu, thấy những lời ấy không dùng được gì. Ngày Nhâm Dần 16 [1/7/1825], xa giá đến phố Hội An; tha 5 phần 10 bạc thuế cho dân Minh Hương [Hoa kiều]. Qua đền Quan công cho 300 lạng bạc; qua đền Thiên Phi, cho 100 lạng bạc; qua xã Hải Châu Chính, đặt tên chùa mới làm của dân là chùa Phước Hải, sắc cho dinh Quảng Nam làm biển ngạch cấp cho. Rồi xa giá trở về, ngày Quý Mão 17 [2/7/1825], đến núi Hải Vân; nhận được tin Hoàng thái hậu bị đau, vua sai đi gấp , đến giờ Tuất [19-21 giờ tối] về đến kinh, vào thỉnh an ngay; hôm ấy Hoàng thái hậu đã khoẻ , Vua rất mừng.

Chân Lạp sai Sứ đến chầu, Sứ đến Gia Định. Sắc cho miễn đến kinh; lại cho Vua nước này sắc thư và lụa vóc; Sứ giả thì cho tiền mà bảo về.

Đào lại sông Vĩnh Điện [thị xã Hội An, Quảng Nam]. Vua vừa mới đi tuần Quảng Nam, xem qua sông ấy, thấy đường sông nông hẹp, mới hơn một năm mà đã sụt lở. Bèn cho điều 8.000 người dân Quảng Nam, chia làm hai ban, sai Phó đô thống chế Trương Văn Minh trông coi công việc, tuỳ thế mở rộng, lấy mặt nước rộng 6 trượng làm chừng. Minh đến, xem xét hình thế dòng sông, xin đào cửa sông mới ở phía dưới cửa sông cũ hơn 40 trượng, tiếp ngay sông cái khiến cho thế nước chảy rót vào, khỏi cái lo bồi lấp, mà từ đấy đến Giao Thuỷ đường lại hơi gần. Từ cửa cũ đến Giao Thuỷ dài hơn 850 trượng, từ cửa mới đến Giao Thuỷ dài chỉ có 560 trượng; Vua chấp nhận lời xin.

Dựng lầu Tàng thư ở phường Doanh Phong trong kinh thành. Lầu chia làm hai tầng, tầng trên 7 gian 2 chái, tầng dưới 11 gian, chung quanh đều xây lan can, bốn bên lầu xây hồ vuông gọi là hồ Học Hải, mé tây hồ có cầu; các sổ sách lưu giữ của sáu bộ, đều chứa ở trên lầu.

Ngày 27 [12/7/1825], chiếu ban khai báo mưa, gió từng ngày trong tháng. Lại bảo quan sở tại phủ huyện trong tháng giá gạo đắt, rẽ; mưa, gió, hạn hán, lụt lội ra sao hãy nhất nhất tâu trình.

Tháng sáu [16/7-13/8/1825], cho sửa hành cung và chùa miếu ở núi Tam Thai dinh Quảng Nam, gồm: Sở hành cung "Động thiên phước địa", chùa Tam Thai, chùa Trang Nghiêm, miếu Thiên Y A Na Diễn, chùa Ứng Chân, miếu Thượng Thành, chùa Từ Tâm và các cửa Vấn Căn Nguyệt Quật, cửa Tam Quan, cửa Linh Quan. Núi Tam Thai có nhiều cổ tích danh thắng, sau binh lửa đổ nát cả; nay thiên hạ thanh bình nên sửa sang lại. Sai Thiêm sự bộ Công bộ Nguyễn Công Liêu và quản lý Nội tạo là Vương Hưng Văn trông nom công việc, chi tiền kho 5.500 quan, thóc 500 hộc; Hoàng thái hậu cũng thưởng 300 lạng bạc; hơn một năm thì làm xong.

Thượng thư Lễ bộ là Phạm Đăng Hưng chết. Đăng Hưng có công nhiều trong việc soạn sách **Đại Nam Thực Lục**; tư chất trung thành văn nhã, vua rất tin dùng. Đến nay chết, tặng Hiệp biện đại học sĩ, cho 500 quan tiền, 3 cây gấm Tống, 10 tấm lụa.

Tháng bảy [14/8-11/9/1825], thi Hương tại Thừa Thiên, Gia Định và Nghệ An. Sai Thượng thư bộ Binh Nguyễn Xuân Thục làm Đề điệu trường Thừa Thiên, Hữu Tham tri bộ Lễ Phan Huy Thực Giám thí; Hữu Tham tri bộ Lại Nguyễn Khoa Hào làm Đề điệu trường Gia Định, Ký lục Gia Định Trần Bá Kiên Giám thí, Hữu Tham tri bộ Hình Nguyễn Hựu Nghi làm Đề điệu trường Nghệ An, Thông chính sứ bộ Lại Hoàng Quýnh Giám thí. Lấy đỗ hương cống 56 người: Trường Thừa Thiên 8 người: Nguyễn Tịnh, Lê Huy Côn, Nguyễn Đức Hoạt, Nguyễn Văn, Nguyễn Túc Trưng, Nguyễn Đăng Giai, Nguyễn Đức Vĩnh, Hồ Văn Thăng. Trường Gia Định 15 người: Trương Phước Cương, Phan Thanh Giản, Nguyễn

Văn Hy, Nguyễn Công Nghị, Nguyễn Hậu Tiến, Nguyễn Tòng Chính, Lê Văn Trung, Vương Hữu Quang, Trần Quang Tiến, Đinh Hưng Thiệu, Đặng Văn Chính, Phạm Quang, Nguyễn Nguyên, Đào Trí Phú, Phạm Duy Trinh. Trường Nghệ An 33 người: Hà Học Hải, Nguyễn Điều Mai, Lê Luyện, Vũ Ngọc Giá, Nguỵ Khắc Thành, Nguyễn Hoằng Nghĩa, Trương Quốc Dụng, Nguyễn Đinh Xưởng, Nguyễn Trọng Dực, Vương Thái Đăng, Nguyễn Liêm, Nguyễn Hoàng Tương, Ngô Sĩ Tùng, Trần Xán, Nguyễn Thành Điển, Nguyễn Khoan, Phạm Tư, Lê Văn Vỹ, Phan Xuân Hy, Hồ Xuân Huyên, Phan Trừng Thanh, Nguyễn Huy Phan, Nguyễn Xuân Cảnh, Nguyễn Huy Thuyên, Bùi Bỉnh, Nguyễn Doãn Trung, Vũ Đức Mẫn, Nguyễn Dụng Bân, Phạm Khắc Tuy, Nguyễn Đức Diệu, Lê Khắc Hài, Vũ Văn Dư, Lê Trọng Thức. Vua xem sách tâu của trường Thừa Thiên, thấy học trò gốc Thừa Thiên và Quảng Nam không có một người nào đỗ, sai lục bộ duyệt lại quyển văn, lấy thêm Cao Hữu Dực ở Thừa Thiên và Trương Tăng Diễn ở Quảng Nam làm Hương cống. Vua lại xem quyển thi trường Nghệ An, người đỗ thứ nhất là Hà Học Hải mà trong quyển viết nhầm Vũ Đinh làm Thành Thang, ý vua không bằng lòng, bảo bộ Lễ rằng:

"*Danh vọng giải nguyên, học trò ai cũng ngóng trông, Hà Học Hải lầm lẫn như thế sao để ở trên người ta được?*".

Bèn sai duyệt lại. Nhấc người đỗ thứ tư là Vũ Ngọc Giá lên thứ nhất, truất Học Hải xuống thứ tư.

Có người học trò Quảng Trị tên là Nguyễn Thiên Điều, thấy kỳ đệ nhất khoa ấy đầu bài khó; đứng đầu xướng xuất, học trò ở vi tả nổi dậy gây ồn ào, muốn nhổ vi đi ra; ba vi giáp ất và hữu cũng náo động; quan binh phải đàn áp mới yên. Rồi Thiên Điều thú tội, xử giảo giam hậu; sau đó giảm tội, phát đi làm lính ở cơ Định Man.

Nghệ An và Nam Định có bão, đắm thuyền đổ nhà, dân nhiều người chết đuối. Sai phát tiền gạo cấp cho. Chết đuối mỗi người cấp 3 quan tiền; thuyền bị đắm mỗi chiếc 2 quan tiền, 2 phương gạo; nhà đổ mỗi cái 1 quan tiền, 1 phương gạo.

Nhiều thuyền buôn các xứ Đại Đồng, Chân Côn nước Xiêm và xứ Hạ Châu [Singapore] chở gạo đến bán ở Hà Tiên. Vua nghe tin, chuẩn định rằng từ nay thuyền buôn nước ngoài có chở gạo đến bán thì lượng tha giảm thuế cảng, theo số gạo nhiều ít làm thứ bậc.

Tháng mười năm ngoái [21/11-19/12/1824] sứ bộ Hoàng Văn Quyền khởi hành sang cống nhà Thanh, ngày mồng một tháng 8 năm nay [12/9/1825] được gặp Vua Đạo Quang tại cửa Tây An, Bắc Kinh; ngày mồng 2 [13/9/1825] dâng biểu và cống vật. Lễ cống gồm: 2 cặp ngà voi, 4 bộ tê giác 90 cân, tơ 200 tấm, lụa nõn 200 tấm, quyên 200 tấm, bố 200 tấm, trầm hương 200 lạng, tốc hương 1200 lạng, sa nhân 90 cân, cau trầu 100 cân. Ngày mồng 10 [21/9/1825] được ban yến tại vườn Đồng Lạc:

"***Ngày mồng một Ất Mão tháng 8 năm Đạo Quang thứ 5* [12/9/1825]**

Sứ thần Việt Nam bọn Hoàng Văn Quyền 6 người, chiêm cận tại cửa Tây An." (**Tuyên Tông Thực Lục** quyển 87, trang 1)

"***Ngày 2 Bính Thìn tháng 8 năm Đạo Quang thứ 5* [13/9/1825]**

Quốc vương Việt Nam Nguyễn Phúc Kiểu sai Sứ dâng

biểu, cống sản vật địa phương; được ban thưởng và yến tiệc theo lệ." (**Tuyên Tông Thực Lục** quyển 87, trang 2)

"***Ngày 10 Giáp Tý tháng 8 năm Đạo Quang thứ 5*** **[21/9/1825]**

Thiên tử....ngự tại điện Chính Đại Quang Minh, Hoàng tử cùng các quan Đại thần từ tước Vương trở xuống, Vương công Mông Cổ; cùng bọn Sứ thần Việt Nam làm lễ khánh hạ.

Rồi ngự vườn Đồng Lạc, ban ăn uống cho Hoàng tử, Đại thần từ tước Vương trở xuống, Vương công Mông Cổ, cùng bọn Sứ thần Việt Nam." (**Tuyên Tông Thực Lục** quyển 87, trang 17)

Lấy Ký lục Quảng Nam là Ngô Phước Hội làm Phủ doãn Thừa Thiên, Thiêm sự Hình bộ là Nguyễn Công Trứ làm Phủ thừa Thừa Thiên.

Bắt đầu định phép thi Hương thi Hội. Trước đây thi Hương 6 năm một khoa mà thi Hội thì chưa định. Nay **định lệ 3 năm một khoa thi, thi hương thì lấy các năm** Tý, Mão, Ngọ, Dậu; thi Hội thì lấy các năm Sửu, Thìn, Mùi, Tuất.

Phó vệ uý vệ Phấn võ ở Nghệ An là Phan Ngọc Cưu đem quân đi tuần miền thượng đạo huyện Quỳnh Lưu, gặp giặc, Cai đội Phan Văn Bảo bị giặc giết, quân binh nhiều người bị thương và chết. Việc đến tai vua. Ngọc Cưu bị tội phải cách, phát đi hiệu lực ở trước quân để chuộc tội; người bị thương và chết thì cấp tiền theo thứ bậc khác nhau.

Dùng Chủ sự Thân Văn Quyền làm Tế tửu Quốc Tử Giám, Tham tán Nguyễn Công Trứ tạm quyền Tư Nghiệp. Quyền người đất Hoá Châu; Trứ quê tại Bút Sơn, huyện Nghi Xuân [Hà Tĩnh], đậu Giải Nguyên, sở trường về thơ ca quốc âm. Các Sinh viên Quốc Tử Giám không thích những người này; một kẻ dấu tên đề vào cửa Quốc tử Giám câu đối như sau:

Bao Tề ý Tấn, thánh nhân bất đắc dĩ dụng Quyền,

Y Cẩm thượng quỳnh quân tử ố kỳ văn chi Trứ.

Tháng chín [12/10-9/11/1825]; Thanh Hoa, Bắc Thành và Nam Định mở khoá thi Hương. Sai thự Tả Tham tri bộ Binh bộ Vũ Huy Đạt sung Đề điệu trường Thanh Hoa, Hàn lâm viện Quốc tử giám là Nguyễn Viết Cơ sung Giám thí, Tả Tham tri bộ Lễ bộ Nguyễn Đăng Tuân sung Đề điệu trường Bắc Thành, Hiệp trấn Sơn Nam Ngô Huy Viên sung Giám thí; Hữu Tham tri bộ Binh Trần Quang Tĩnh sung Đề điệu trường Nam Định, Ký lục Bình Hoà Lê Văn Đức sung Giám thí; lấy đỗ Hương cống 72 người. Trường Thanh Hoa 17 người: Phạm Huy Thục, Lê Duy Đồng, Phạm Dược Như, Vũ Gia Mô, Nguyễn Thố, Triệu Đăng Hựu, Nguyễn Danh Hiển, Phạm Quốc Trinh, Nguyễn Huy Lịch, Trần Nguyên Thiện, Nguyễn Hữu Thái, Nguyễn Lý, Nhữ Đình Tố, Lê Đức Tiệm, Lê Danh Đề, Phạm Thân, Lê Khắc Văn. Trường Bắc Thành 28 người: Hoàng Tế Mỹ, Nguyễn Văn Siêu, Nguyễn Văn Lý, Nguyễn Trực Phượng, Đặng Văn Khải, Tô Trân, Trần Văn Vi, Vũ Phan, Trần Liên Huy, Trần Văn Châu, Nghiêm Danh Soạn, Phùng Kiệt, Ngô Bỉnh Doãn, Nguyễn Văn Thắng, Nguyễn Bá Chiêu, Nguyễn Phan Đường, Đào Đức Cơ, Nguyễn Trăn, Vũ Văn Đĩnh, Nguyễn Bá Thản, Đỗ Thanh, Nguyễn Huy Diên, Tô Ngọc Huyền, Nguyễn Chân. Trường Nam Định 26 người: Trần Tú Dĩnh, Phạm Đình Trạc, Đặng Hữu Đức, Trịnh Xuân Xiêm, Đặng Tiến, Nguyễn Khắc Trạch, Phạm Huy Tuyên, Nguyễn Tất Doãn, Nguyễn Văn Diễm, Nguyễn Trữ, Vũ Đình Uyên, Nguyễn Huy Quán,

Nguyễn Hữu Bản, Phạm Minh Dực, Bùi Quốc Bảo, Phạm Quốc Trinh, Đỗ Danh Thiếp, Nguyễn Công Hợp, Trần Dự, Nguyễn Diễn, Nguyễn Hữu Dực, Đoàn Huy Tú, Đào Đình Bảo, Tạ Huy Phan, Nguyễn Trọng Tân,Vũ Danh Trì.

Quan trấn Bình Thuận tâu rằng: Phủ lỵ Bình Thuận đặt ở Phan Lang [Phan Rang], kiêm lý huyện Yên Phước, chỗ ấy dân thưa việc ít, không bằng Phố Hài [thị xã Phan Thiết, Bình Thuận], xin dời phủ lỵ đến đây cho kiêm lý huyện Hoà Đa, Yên Phước thì đặt riêng Tri huyện; Vua theo lời tâu.

Định lại phép giảng dạy, khảo thí; chuẩn cho bắt đầu thi hành từ năm Bính Tuất Minh Mệnh thứ 7 (1826).

Tháng mười [10/11-9/12/1825], trong kinh kỳ mưa to, nước lụt lên cao, nhiều nhà dân bị ngập. Sai Kinh doãn đi khắp các huyện kinh, nếu dân nghèo lúa ruộng ngập mất, nhà cửa hư hỏng, thì tuỳ nghi mà chẩn tuất.

Nghệ An có nạn trộm cướp. Trấn thủ Trương Văn Minh và Tham hiệp Nguyễn Đức Nhuận đều mới bổ mà chưa tới chỗ; Vua gọi vào ra mắt và hỏi về mưu cơ dẹp trộm cướp. Nhuận và Minh đều dâng sớ tâu lên rằng cái tệ giặc cướp lâu đời ở Nghệ An có năm nguyên nhân:

1. Dân tục đất cổ Hoan châu dữ tợn, thế núi rộng rãi, những kẻ không vừa ý gọi nhau tụ họp rất dễ.

2. Điển lệ khoan hồng của triều đình không phân biệt kẻ đầu sỏ kẻ bị hiếp, nên kẻ đứng đầu làm ác chưa giết được hết.

3. Ngục lại thì nhằm trục lợi ở người liên can, nên những người bị vu cáo sợ mà chạy trốn.

4. Lính đi bắt bất lực, dân không tin cậy; thổ phỉ lại càng

ra uy làm ngược để cho tuyệt đường cáo giác.

5. Lính mới mộ phải đi thú thì trốn, sau khi trốn không về làng chưa chắc đã không bị bọn giặc dỗ dành.

Năm điều ấy chứa chất lâu ngày, cho nên có nhiều trộm cướp. Khi Nhuận đến trấn, trộm cướp lại càng dữ dội. Nhuận xin đích thân đem quân binh và thủ hạ, tuỳ cơ đánh bắt; Vua y cho.

Tháng mười một [10/12/1825-7/1/1826], chuyển bổ Phủ thừa Thừa Thiên Nguyễn Công Trứ làm Tham hiệp Thanh Hoá, Tham hiệp Thanh Hoá Đặng Văn Nguyên làm Phủ thừa Thừa Thiên.

Cấm dân gian không được lãnh riêng binh khí. Trước đây dân gian có báo động, phần lớn đến quan trấn, phủ lãnh binh khí tuần phòng; nay bắt đầu cấm hào mục trong làng, không được lãnh riêng binh khí.

Quản phủ phủ Thiên Phước [Bắc Ninh] là Trần Văn Nghĩa và Quản phủ phủ Vĩnh Tường [Vĩnh Phúc] là Trần Đình Di đem binh đi tuần xét, bắt được tướng giặc là Nguyễn Viết Ngột và Bùi Văn Tạ đem giết. Vua thưởng cho bọn Nghĩa 1 thứ quân công kỷ lục và thưởng cho quân binh bạc tiền theo thứ bậc khác nhau.

Huyện Chương Đức [huyện Chương Mỹ, Hà Tây] trấn Sơn Nam có bọn giặc hơn 800 người quấy cướp ở Chúc Sơn, Huyện thừa là Trần Quang Chiếu đem thủ hạ và dân phu đuổi bắt, bị giặc bắn chết. Vua truy tặng chức Tri huyện, cấp thêm tiền tuất 50 quan.

Một chiếc thuyền giặc Chà Và cướp Hòn Rái thuộc Hà Tiên, Đội trưởng các đội An hải, Thanh châu là Hoàng Văn

Trinh đem ba chiếc thuyền binh đuổi bắt, chém được vài đầu giặc, số còn lại nhảy xuống nước chết.

Tháng chạp [8/1-6/2/1826] Phó vệ uý vệ Quảng võ là Đặng Văn Phú đem binh đi tuần xét hạt Nông Cống, Thanh Hoá, bị giặc giết, các biền binh tan chạy. Sự việc tâu lên; Vua cho là Phú thấy nguy liều mình, đặc biệt truy tặng Vệ uý, cấp thêm tiền tử tuất 80 quan và 2 cây gấm Tống; Cai đội dưới quyền là Lê Đình Phượng và Nguyễn Văn Từ vì lui nhát, đều bị chém.

Các sách dân thiểu số Lục Vân, La Vạn, A Nhân, Ỷ Tuân và Ỷ Đống thuộc trấn Bình Hoà [Khánh Hoà] chiêu dụ đã lâu nhưng vẫn không chịu phục. Quan trấn là bọn Nguyễn Văn Quế tâu xin tiến binh đánh dẹp. Vua quyết ý đánh, cùng truyền dụ cho Trấn thủ Phú Yên là Trương Văn Chính đem binh tiến thẳng đến đầu địa giới Đồng Hương [thượng du Khánh Hoà], chọn lấy chỗ hiểm yếu để làm thế đánh hai mặt; Trấn thủ Bình Thuận là Nguyễn Văn Tài chọn uỷ một viên Quản cơ cơ và quan binh 300 người đến Bình Hoà [Khánh Hoà] theo Nguyễn Văn Quế điều động; Trấn thủ Thuận Thành [Ninh Thuận] là Nguyễn Văn Vĩnh đem binh đóng ở đầu địa giới Bình Hoà để hội binh. Mưu lược đánh bắt đều uỷ cho bọn Nguyễn Văn Quế, Trương Văn Chính bàn bạc với nhau mà làm.

Giám sinh Quốc Tử Giám Bạch Đăng Diên người xã Nội Duệ [huyện Tiên Du, Bắc Ninh] dâng lên Vua bài Minh (3) như sau:

水有香江,
周流不息
我皇之壽,

與之無極.
山有屏嶺,
屹立巍巍.
我皇之壽,
與之無期.

Phiên âm:

Thuỷ hữu Hương giang,
Chu lưu bất tức.
Ngã Hoàng chi thọ,
Dữ chi vô cực.
Sơn hữu Bình lãnh,
Ngật lập nguy nguy.
Ngã Hoàng chi thọ,
Dữ chi vô kỳ.

Dịch nghĩa:

Sông có Hương Giang,
Chảy mãi không ngừng.
Vua ta tuổi thọ,
Như sông không cùng.
Núi có Ngự Bình,
Vươn cao sừng sửng.
Vua ta tuổi thọ,
Cùng núi lâu bền.

Vua thích bài này, cho làm tại viện Hàn Lâm; nhưng Đăng Diên từ chối, vì chưa có khoa danh nên xin về quê để đi thi.

Về việc giao thiệp với người Âu Châu, nhân có một Giáo sĩ tên là Régereau đáp theo tàu Thétis đến Đà Nẵng rồi đi giảng đạo các nơi; nên Vua truyền dụ đi các nơi phải khám xét tàu bè ngoại quốc tới lui và xuống dụ cấm đạo.

Chú thích:

1. Quốc sơ: Ý chỉ từ thời nhà Nguyễn bắt đầu mở nước.
2. Thái lao: Tức lễ tam sinh, có đủ trâu bò, dê, lợn.
3. Minh: Bài văn ghi khắc sự nghiệp.

207.
Vua Minh Mệnh (7)
[7/2-8/3/1826-26/1/1827]

Tháng giêng năm Minh Mệnh thứ 7 [7/2-8/3/1826] Tham hiệp Thanh Hoa là Nguyễn Công Trứ tâu xin đích thân đem thủ hạ đi đánh bắt thổ phỉ; Vua y cho.

Trấn thủ Bình Hoà [Khánh Hoà] Nguyễn Văn Quế, Trấn thủ Phú Yên Trương Văn Chính, Trấn thủ Thuận Thành là Nguyễn Văn Vĩnh cùng chia ba đường tiến đánh giặc dân tộc thiểu số. Vua sai Nguyễn Văn Quế truyền hịch trước để chỉ bảo về con đường hoạ phúc, nhưng quân giặc vẫn không chịu phục, mới bắt đầu đánh.

Nhân Bắc Thành có nhiều giặc cướp nổi lên; Vua dụ Lê Chất rằng:

"Người nhận trách nhiệm trong trấn đã lâu, nên hơi thư được lòng lo về phía bắc của trẫm; mùa đông năm ngoái khanh vì tang mẹ xin nghỉ việc, trẫm không nỡ cướp tình, chọn người thay thế. Nay thành hạt giặc cướp thêm nhiều, trẫm sớm trưa lo nghĩ, khanh có thể không quan tâm được ư? Tưởng khanh nên vì triều đình ra sức cùng với bọn Nguyễn Hữu Thận và Trương Phước Đặng bàn định xếp đặt, việc yên hãy về chịu tang, thì nghĩa công tình riêng hai bề đều được. Nếu lại gấp vì tình nhà thì cũng chạy tâu cho biết."

Dụ tới, Chất xin lưu lại một tháng, vì bệnh chưa khỏi

hẳn và được về an táng mẹ.

Tháng hai [9/3-6/4/1826], thổ phỉ ở Nam Định là Vũ Đức Cát ngầm nổi dậy ở đảo nhỏ Cồn Lò ngoài biển Trà Lý [huyện Tiền Hải, Thái Bình]. Trấn thủ Lê Mậu Cúc đánh nhau với giặc bị thua chết. Cát trước làm Thủ ngự cửa Ba Lạt [huyện Tiền Hải, Thái Bình], vì có con hung dữ giết người nên bị cách chức. Nay ngầm tụ họp với những tên tù phạm trốn là bọn Phan Bá Vành (còn có tên gọi Đỗ Bá Vành) và Nguyễn Hạnh âm mưu làm loạn, cướp hai thủ Trà Lý và Lân Hải; các thủ ngự là Đặng Đình Miễn và Nguyễn Trung Diễn đều bị giết. Cát sai bè đảng xin đầu thú với trấn và xin dẫn đường. Trấn thủ Cúc tin lời, thân đem 300 biền binh với hơn 10 chiếc thuyền đi bắt. Cát đặt phục binh trước chỗ cạn của bãi Lữ Chử rồi cho vài chiếc thuyền ra đón đánh, giả thua chạy. Cúc đuổi theo, đến Lữ Chử thì thuyền mắc cạn, phục binh giặc nổi dậy. Cúc cùng với Phó quản cơ cơ Hiệu thuận ngũ là Nguyễn Văn Đĩnh đều cố sức đánh, bị chết; quan quân chết trận cũng tới hơn vài mươi người, số còn lại đều tan chạy; súng ống, khí giới, thuyền bè đều bị giặc cướp. Quan Bắc Thành nghe báo, lập tức sai Thống chế quản lý biền binh là Trương Phước Đặng thân đem binh thuyền thuỷ bộ đi đuổi bắt. Việc tâu lên; Vua bảo các cận thần rằng:

"*Ngày Lê Mậu Cúc bệ từ, trẫm đã dụ bảo về chức vụ giữ biên khổn, phàm gặp việc quân không nên rụt rè. Cúc thề lấy thân báo quốc, nay quả làm được như lời mà hăng hái đánh giặc, sống chết một lòng, so với người xưa hết tiết ở cương trường tưởng cũng không thẹn*".

Nói xong chảy nước mắt, bèn truy tặng chức Thống chế, cho 3 cây gấm Tống, 500 quan tiền và ấm thụ cho con là Lê Mậu Đại làm Thiên hộ vệ Cẩm y. Các biền binh bị chết bị thương đều được hậu cấp. Lấy Vệ uý vệ Phấn võ quân Thần sách là Đỗ Văn Thịnh làm Trấn thủ Nam Định.

Quân của Trương Phước Đặng đến Trà Lý [huyện Tiền Hải, Thái Bình], bọn giặc nghe tin tan vỡ. Vũ Đức Cát trốn đến phần biển U Nang ở Quảng Yên. Đặng bèn đem quân về, uỷ cho Thống quản thập cơ Tiền quân là Phạm Văn Lý quản lĩnh binh thuyền đi tuần bắt. Chưa được bao lâu, Cát cùng con là Vũ Đình Đinh và đồ đảng mười mấy người lẻn về, bị dân xã Đông Hào, thuộc huyện Giao Thuỷ [Nam Định] bắt được đem nộp. Việc tâu lên; Vua nói:

"*Cát năm trước từng nhận quan chức của triều đình, lại dám họp đảng quấy rối, giết hại quan quân, hung ác hơn loài dữ cưu cánh* (1)".

Rồi truyền dụ cho quan Bắc Thành đóng cũi đưa Cát về Kinh sư, dùng hết pháp luật xử tội. Thưởng cho Phạm Văn Lý thăng một cấp và một khẩu súng điểu thương hoa vàng của Tây dương. Thưởng cho dân xã Đông Hào 100 lạng bạc, cho Lý trưởng Trương Văn Từ làm Đội trưởng. Nhưng dụ chưa tới, Cát nhân bị thương nặng, sắp chết, thành thần đem chém trước. Vua không bằng lòng; truyền chỉ trách mắng; Hiệp Tổng trấn Nguyễn Hữu Thận và Hình tào Vũ Đức Thông đều bị giáng chức.

Đạo binh của Trấn thủ Bình Hoà [Khánh Hoà] Nguyễn Văn Quế từ đồn Bình Nguyên tiến đến sách Ỷ Tuân. Giặc thuộc dân tộc thiểu số tụ họp hơn 500 người và hàng trăm voi ngựa xông lại đón đánh. Quế chia quân thẳng tiến; quân địch trông thấy bỏ chạy. Quế cho quân đốt vài mươi trại sách, vét hết thóc gạo để cấp cho quân. Rồi tù trưởng hai sách Chế Trang và Làng Lồ đem thuộc hạ đến cửa quân xin theo. Quế cho khăn áo, sai họp thêm nhiều người theo. Đạo binh của Trấn thủ Phú Yên là Trương Văn Chính từ nguồn Thạch Thành [huyện Tuy Hoà, Phú Yên] tiến lên, cũng đốt phá vài làng xóm dân thiểu số, rồi đến hội với Quế. Tin thắng trận tâu lên, Vua sai thưởng trước cho Quế một cái áo mổ giữa bằng đoạn gấm thượng hạng màu quan lục hoa rồng tròn, thuần kim tuyến, cúc bằng ngọc trai; truyền chỉ khen ngợi, nhưng đòi hỏi phải hoàn thành nhiệm vụ.

Xây đắp cửa Hải Vân ở đỉnh núi Hải Vân, phía trước phía sau đều đặt một cửa quan. Ngạch trước viết ba chữ **Hải Vân Quan**, ngạch sau viết sáu chữ **Thiên Hạ Đệ Nhất Hùng Quan**"(2). Cửa trước bề cao và dài đều 15 thước [1 thước = 0.4 mét], bề ngang 17 thước 1 tấc; cửa sau bề cao 15 thước, bề dài 11 thước, bề ngang 18 thước 1 tấc; cửa tò vò đều cao 10 thước 8 tấc, bề ngang 8 thước 1 tấc; hai bên tả hữu cửa quan xếp đá làm tường, trước sau liền nhau. Sai Thừa Thiên và Quảng Nam thuê dân làm, vài tháng làm xong. Phái biền binh 4 đội Hữu sai và 2 đội ứng sai chở súng ống đến để đấy; có súng quá sơn bằng đồng 5 cỗ, ống phun lửa 200 ống, pháo thăng thiên 100 cây, cho viên Tấn thủ đóng giữ. Chuẩn định từ Hải Vân trở ra Bắc thuộc quản hạt Thừa Thiên, từ ngoài Hải Vân trở vào Nam thuộc quản hạt Quảng Nam.

Ngày Mậu Dần 26 [3/4/1826], tiết Thanh minh; Vua đích thân rước Thái hậu đi yết lăng Thiên Thụ [lăng Gia Long].

Tướng giặc ở Thanh Nghệ là Ninh Đăng Tạo tụ họp đồ đảng ở miền thượng đạo Diễn Châu giữ hiểm ở núi Cưa, thường quấy nhiễu cướp bóc các hạt Đông Thành [huyện Yên Thành, Nghệ An], Quỳnh Lưu thuộc Nghệ An, và Ngọc Sơn [huyện Tĩnh Gia], Nông Cống thuộc Thanh Hoá, khiến dân không được ở yên. Trấn thủ Nghệ An là Trương Văn

Minh dâng sớ xin thân đem quân lớn đánh thẳng vào sào huyệt. Vua sai truyền dụ cho án trấn Thanh Hoa là Nguyễn Văn Hiến cùng đi đánh dẹp. Quân của Minh đóng ở đồn Quán Cháo, quân của Hiến đóng ở đồn Đồng Loan, hẹn kỳ đều tiến. Tham hiệp Nghệ An là Nguyễn Đức Nhuận, Tham hiệp Thanh Hoa là Nguyễn Công Trứ cũng đều đem binh chia đường chặn bắt.

Đắp hai sở đê mới ở Sơn Tây, một sở ở huyện Tiên Phong [huyện Ba Vì, Hà Tây], dài 481 trượng; một sở ở huyện Yên Lãng [huyện Mê Linh, Vĩnh Phúc], dài 1.105 trượng.

Đặt Vạn trưởng tại bến sông. Chọn người vạn chài có thể tuần phòng sông, đặt làm Vạn trưởng, xét hạch thực hành rồi cấp bằng.

Tháng ba [7/4-6/5/1826] , thi Hội. Sai Thượng thư bộ Lễ Nguyễn Xuân Thục sung Chủ khảo, Thượng thư bộ Lại Trần Lợi Trinh sung Phó chủ khảo, Hữu Tham tri bộ Lễ Phạm Huy Thực và Thông chính sứ biện lý bộ Lại Lê Đăng Doanh sung Tri cống cử. Lấy đỗ 10 người là Đặng Văn Khải, Nguyễn Huy Hựu, Vũ Đức Mẫn, Vũ Phan, Nguỵ Khắc Tuần, Hoàng Tế Mỹ, Nguyễn Văn Thắng, Chu Văn Nghị, Tô Trân và Phan Thanh Giản.

Trấn thủ Bình Hoà là Nguyễn Văn Quế và Trấn thủ Phú Yên là Trương Văn Chính đóng quân ở sách Ỷ Tuân, chuyên ý chiêu dụ vỗ về, dân thiểu số ở Ỷ Tuân lục tục đến đầu thú. Tù trưởng ba sách: Lục Vân, La Vạn và A Nhân cũng uỷ cho thuộc hạ đến quân thứ xin hàng. Bọn Quế đem việc tâu lên và nói các dân này đã sợ hãi.

Vua ban dụ, chưa cho là công việc đã hoàn thành, muốn sai người tới bảo bọn Tù trưởng Ma Trập đến ngay trước quân đầu hàng, một mặt chia đường tiến binh; nếu chúng không nghe thì gông trói đưa về trấn. Liệu biện công việc để cho uy Vua truyền xa, biên giới được yên lặng.

Dụ chưa tới, bọn Quế đã rút quân, đóng đồn tại biên giới, để đợi giặc ra hàng.

Bọn giặc ở huyện Tiên Lữ [Hưng Yên] hơn 400 người cướp phá xã Phí Xá. Tri huyện là Trịnh Đường nghe báo, lập tức thân đem quân và dân đuổi bắt, cùng giặc giao chiến. Đường giả lấy thuyền thúng làm con voi, sai dân đội tự đằng xa lại, phao tin là quân Bắc Thành đến, đánh trống reo hò tiến lên. Giặc nghe thấy sợ chạy tan; đuổi chém được vài mươi đầu, bắt sống được vài tên. Quan BắcThành thần đem sự việc tâu lên; Vua khen ngợi và thưởng cho Đường hàm Đồng tri phủ; quân dân đi trận thì thưởng cho hơn 40 lạng bạc và hơn 500 quan tiền.

Quan phủ Thừa Thiên tâu rằng đường quan từ sông Hương trở về Nam có 86 cầu, một nửa đã làm xong, còn 12 chỗ thế nước chảy mạnh thì nên bắc bằng gỗ, và 31 chỗ thế nước chảy nhẹ thì nên xây đá; Vua sai thuê dân lần lượt làm.

Thổ phỉ ở Nam Định là Phan Bá Vành nổi loạn. Vành từ khi Vũ Đức Cát bị bắt, bèn lén họp đồ đảng hơn 2.000 người; chúng suy tôn Vành làm minh chủ, quấy nhiễu cướp bóc các hạt Vũ Tiên [huyện Vũ Thư, Thái Bình] và Chân Định [huyện Kiến Xương,Thái Bình]. Quan Bắc Thành sai Phó vệ uý Nguyễn Văn Truyền, Quản cơ Nguyên Văn Lân, hội với Quản phủ Trần Văn Thạc đem quân đi tuần bắt, cùng giặc đánh nhau ở xã Phú Cốc, thuộc huyện Vũ Tiên. Lân bị thương rút lui chạy; Truyền và Thạc đều cố sức đánh, bị giết. Giặc bèn bao vây huyện Kiến Xương; các quan võ tại phủ Thiên Trường [Nam Định] là Phó quản cơ Phan Văn Khuê, Phó quản cơ Nguyễn Đăng Khánh, cùng với Phó quản cơ Trịnh Văn Nối đem 500 quân chia ba đường cứu viện, bắt và chém được vài mươi tên, giặc bỏ vòng vây rút đi. Quan Bắc Thành lại sai Thống quản thập cơ Ngô Văn Vĩnh, Thống quản thập cơ Phan Văn Lý đem lính và voi đi lùng bắt. Sớ tâu lên, Vua sai điều thêm 70 chiếc thuyền và 200 người thuỷ thủ ở Hoài Đức [Hà Nội] và Quảng Yên [Quảng Ninh] theo quan quân chia phái đi tuần phòng mặt biển.

Bắt đầu đặt Binh giáo dưỡng. Hàng tháng lấy những ngày mồng 2, 12, 22 dạy tập bắn cung, đánh côn, đánh quyền, đấu gươm, đỡ mộc, đấu đao, đấu giáo (đao gươm đều làm bằng gỗ); những ngày mồng 4, 14, 24 diễn tập bắn súng tay; những ngày mồng 6, 16, 26, tập nhấc vật nặng (dùng hai khối chì, mỗi khối nặng 100 cân); những ngày mồng 8, 18, 28 giảng đọc Võ Kinh và Tứ Thư. Mỗi năm lấy tháng trọng xuân và tháng trọng thu làm khoá, mỗi khoá có 4 kỳ, sai quan nhị tam phẩm ở võ ban và quan ngũ lục phẩm ở bộ Binh và phòng Văn thư , mỗi hạng 1 người, sung làm giám thị. Kỳ đệ nhất xét về các nghệ như bắn cung, đánh côn, đánh quyền, đấu gươm, đỡ mộc, đấu đao, đấu giáo. Kỳ đệ nhị xét về bắn súng tay. Kỳ đệ tam xét về nhấc vật nặng. Kỳ đệ tứ hỏi về võ kinh. Chia làm bốn hạng ưu, bình, thứ, liệt, đề vào danh sách.

Sứ bộ sang nước Thanh là bọn Hoàng Kim Hoán, Hoàng Văn Quyến, Phan Huy Chú, Nguyễn Trọng Vũ, Trần Chấn và Nguyễn Hựu Nhân về nước.

Chưởng Hậu quân Lê Chất từ Bắc Thành về kinh, vào yết kiến; Vua an ủi, cho về Bình Định lo việc tang; đem 500 binh thuộc hạ đi theo để sai khiến.

Ngày Tân Dậu mồng 10 tháng tư [16/5/1826] xa giá khởi hành từ Kinh sư đi Quảng Bình. Ngày Quý hợi 12 [18/5/1826] đến hành cung Quảng Trị, quan tại dinh đem sản vật địa phương tiến dâng, Vua thưởng cho 10 lạng bạc. Ngày Bính Dần 15 [21/5/1826], xa giá đến Quảng Bình, vua lên thành xem, bảo các quan hầu cận rằng:

"*Một giải trường thành làm giới hạn Nam Bắc, xưa các Vua thánh ta thấy họ Trịnh chuyên quyền càn bậy nên đặt thành ấy để giữ nước thôi, không phải để chống nhà Lê. Hoàng khảo Thế tổ Cao hoàng để ta trung hưng mà có cả đất Việt, vẫn muốn sửa sang mà chưa kịp. Trẫm mới lên ngôi, khởi công sửa đắp cũng là một việc nối chí theo việc của Hoàng khảo ta*".

Rồi cho tế hai đàn tướng sĩ Nam Bắc ở trường thành; ngày Mậu Thìn 17 [23/5/1826], xa giá về Kinh.

Thổ phỉ ở phủ Lâm Thao trấn Sơn Tây tụ họp bè đảng hơn 600 người, cướp xã Tiên Cương, thuộc huyện Sơn Vi [huyên Lâm Thao, Phú Thọ]; Quản phủ là Chu Văn Tĩnh đem quân đi đánh dẹp, bắt và chém được vài mươi người, giặc tan vỡ. Việc tâu lên; Vua khen, thưởng cho Tĩnh một thứ quân công kỷ lục, hậu cấp cho binh lính bạc lạng; còn nhà cửa của dân bị giặc đốt phá thì mỗi hộ cấp cho 2 quan tiền, 1 hộc thóc.

Dẹp xong giặc Lão ở Bình Hoà [Khánh Hoà]. Trước đây bọn Nguyễn Văn Quế và Trương Văn Chính đã rút binh về, giặc Lão ở Ỷ Tuân là Ma Kiền và Ma Bi lại tụ họp dân chúng, chặt cây chặn đường để ngăn trở các dân thiểu số quy thuận. Vua ban dụ vừa tới, Quế sợ hãi, bèn đem binh tiến lên, đến chỗ cầu thứ hai, bọn giặc nấp bắn ra, Quế tung quân giáp đánh, giặc tan vỡ. Chính ở Thạch Thành bắt được mưu chủ của giặc Lão là Phó Đâu, rồi đem quân cùng hội với Quế. Bèn chia đóng quân sáu nơi; rồi bắt được Ma Kiền, Ma Bi cùng bọn đã hàng lại phản là Ma Quan, Ma Hấp cùng dân thiểu số hơn 170 người, voi, ngựa hơn 50 con. Bọn Quế đem Ma Quan và Ma Hấp chém trước cho mọi người biết. Sớ tâu lên,Vua rất hài lòng; các quân binh đi trận đều thưởng tiền, người chết thì cấp cho tiền tử tuất gấp đôi.

Thưởng các quan hưu trí thọ 80 tuổi trở lên: Thừa Thiên 2 người, Quảng Bình 1 người, Quảng Ngãi 3 người, Phú Yên 1 người, Thưởng cho dân thọ 100 tuổi ở các địa phương: Thừa Thiên 1 người đàn ông, 2 người đàn bà; Quảng Nam 1 đàn ông, 7 đàn bà; Thanh Hoa 1 đàn ông, 3 đàn bà; Ninh Bình 4 đàn ông, 2 đàn bà; Nghệ An 2 đàn ông, 1 đàn bà; ở Bắc Thành thì Sơn Tây đàn ông, đàn bà đều 1 người, Hải Dương 2 đàn bà; ở Gia Định thì Vĩnh Thanh 1 đàn ông, 3 đàn bà.

Tháng năm [6/6-4/7/1826], nước Chân Lạp sai sứ đến chầu. Sứ đến Gia Định, Vua dụ cho miễn tới kinh, sai phát bạc lụa thưởng cho Vua Chân Lạp và Sứ giả rồi bảo về. Gặp khi Gia Định đóng thuyền, Vua nước này sai quân dân trong nước lấy gỗ đưa đến.

Đóng 11 chiếc thuyền lớn bọc đồng, năm cột buồm. Thưởng cho giám tu là thự Thống chế Nguyễn Tài Năng và quan từ Suất đội chuyên viên trở lên được gia cấp kỷ lục và sa đoạn; lính và thợ thì thưởng tiền 1.000 quan.

Các trấn Bắc Thành trộm cướp nổi lên nhiều, chia phái Tả quân Phó thống Vũ Văn Thân, Hậu quân Phó thống Phan Bá Hùng, đem quân và voi đi tuần bắt. Quân của Vũ Văn Thân đến huyện Thiên Thi [huyện Ân Thi, tỉnh Hưng Yên] gặp Tri huyện Phù Dung [huyện Phù Cừ, Hưng Yên] là Đặng Văn Đồng báo có bọn giặc hơn 100 người tụ họp ở xã Tam Muội, mưu phá huyện lỵ. Thân sai ngay Phó quản cơ Lê Văn Bằng đem 200 binh tới, giặc xông ra chống cự, quan quân vỡ chạy; Bằng cùng với con và 4 thuộc hạ đều chết trận. Việc tâu lên. Vua ra lệnh giáng Thân một cấp, truy tặng Lê Văn Bằng làm Chánh quản cơ, thưởng thêm 100 quan; con Bằng và các thuộc hạ đều tặng tiền tử tuất theo thứ bậc.

Thưởng thọ dân ngũ đại đồng đường (3). Trước đây vua sai bộ Lễ thông báo các địa phương xét hỏi trong dân gian có ai sống lâu, được năm đời cùng ở một nhà thì tâu lên. Bắc Thành và Nghệ An tâu lên được 6 người; Vua cho là điềm tốt thái bình, gia thưởng cho tiền bạc,vải lụa và cho mỗi người một cái biển ngạch có bốn chữ "**Dịch diệp diễn tường**"[Đời đời phước lành].

Tháng sáu [5/7-3/8/1826] dẹp xong thổ phỉ ở Thanh Nghệ. Trước đây quan trấn Thanh Hoa là Nguyễn Văn Hiếu, Nguyễn Công Trứ và quan trấn Nghệ An là Trương Văn Minh, Nguyễn Đức Nhuận phối hợp đánh giặc Ninh Đăng Tạo ở núi Cưa. Giặc tan vỡ, sào huyệt bị đánh phá, quan quân chia đi lùng bắt, trước sau săn bắt được đầu mục, đồng bọn đầu thú đến hơn nghìn người; Tạo trốn đi xa, địa phương bình yên. Quan hai trấn đem sự trạng tâu lên; Vua sai rút binh về, ban thư khen ngợi và tưởng thưởng. Lại thấy số kẻ phạm bắt được rất nhiều, sợ lạm đến người vô tội, dụ sai xét, nếu có dân lương thiện bị giặc cưỡng ép thì tha ngay.

Thống chế đồn Châu Đốc là Nguyễn Văn Thuỵ [Thoại] tự xuất của nhà ra xây dựng hành cung và kho tàng ở đồn, làm xong mới báo. Quan thành Gia Định đem việc tâu lên; Vua tha cho tội làm tự tiện, lại cấp cho 1.000 quan tiền

Tham hiệp Thanh Hoa là Nguyễn Công Trứ có tang mẹ, xin đưa về quê chôn cất; Vua chuẩn y, ban cho 100 lạng bạc.

Người Quảng Trị là Lê Phước Bảo dâng sách **Nam Việt Diễn Chí** 5 quyển; Vua thưởng cho 20 lạng bạc.

Phó quản cơ ở Bắc Thành là Nguyễn Văn Hoa đánh giặc ở xã Hoà Lạc, thuộc huyện Gia Lâm [Bắc Ninh]; bọn giặc 500 người mà quân của Hoa chỉ có 50 người, cố sức đánh không nổi, nên bị giặc giết. Sự việc tâu lên; Vua khen là kính thuận, ban sắc thư khen ngợi và thưởng cho rất hậu.

Tháng bảy [4/8-1/9/1826] Gia Định có bệnh dịch lớn, quân dân chết hơn 18.000 người. Từ Bình Thuận ra Bắc đến Quảng Bình cũng có báo nạn dịch. Vua hạ lệnh cho các xứ ấy đều đặt đàn trừ tai; ở Kinh cho đặt bàn ở ngoài thành, sai quan đến tế để cầu đảo cho dân. Lại sai thái y các trại quân điều trị những lính bị ốm. Khi bệnh dịch lui, sai bộ Hộ xét những Y sinh nào điều trị giỏi thì khen thưởng; miễn thuế thân năm nay cho dân bị dịch ở Gia Định.

Ngày mồng 2 tháng 7 [5/8/1826], những người Trung Quốc đến cư ngụ xưa gọi là Minh Hương (明香), nay đổi chữ đúng chữ là Minh hương (明鄉), tức quê hương thuộc nhà Minh.

Điện Bàn công Phổ là con thứ 8 của Vua Gia Long, mẹ là Cung tần Nguyễn Thị Thoại; đặt bậy quan chức và đúc ấn tín riêng. Việc phát giác, Phổ vào cung xin chịu tội; Vua sai phạt bổng 3 năm, rút hết thuộc binh.

An Khánh công Quang là con thứ 12 của Vua Gia Long, mẹ là Mỹ nhân Trịnh Thị Thanh, cho tôi tớ trong phủ đi mua rẻ hàng ở chợ, bị phạt bổng 1 năm

Sai Vũ Khố đóng Thuỷ sương xa, bắt chước kiểu xe của Tây Phương, Vua dụ rằng:

“*Vương giả lấy điều hay của thiên hạ làm điều hay của mình; xe ấy dẫu là người ngoại Di chế ra, nhưng khéo lạ có thể dùng được, bắt chước mà làm cũng không hại gì; nếu bảo là không cần học của họ, thì là thô lậu thôi.*”

Tướng giặc ở Sơn Tây là Quản Trọng Tế họp đảng ở xã Dương Liễu, thuộc huyện Đan Phượng [tỉnh Hà Tây] làm ấn nguỵ, đặt chức nguỵ, mưu làm phản. Quan Bắc Thành sai Phó thống thập cơ Phan Bá Hùng đi bắt được, đem giết; Vua thưởng cho người tố cáo 30 lạng bạc và 100 quan tiền

Chưởng Hậu quân quận công Lê Chất chết. Chất từ khi về Bình Định, bệnh cũ tái phát rồi mất. Vua thương xót, bãi triều 3 ngày, tặng Thiếu phó, thuỵ Dũng Nghị, cấp cho gấm sa và đoạn lông mỗi thứ 6 tấm, tiền 3.000 quan; sai quan đến tế; cấp cho 3 người phu mộ.

Nước Xiêm La sai sứ thần là Sá A Nỗ Lạc Phu Thôn đến tạ ơn và báo nước ấy có tang tổ mẫu [bà nội] vua Xiêm.

Tên nghịch Man là Ma Trập ở sách Lục Vân, trấn Bình Hoà [Khánh Hoà] sai người đem cống 2 thớt voi xin chuộc tội; sau đó Ma Trập vẫn một mực nói là già ốm, không dám ra chịu tội.

Pháp hoàng sai cháu của Chaigneau là Eugene Chaigneau sang Việt Nam giữ chức Lãnh sự, nhưng nhà Vua không nhận.

Chủ thuyền người Pháp là Cốt Tu Mi đến buôn ở Đà Nẵng, đem những hàng hoá của Chưởng cơ Nguyễn Văn Chấn [Vannier] gửi đến, có nhiều cái gãy vỡ mà giá cao quá, các quan xin trả lại. Vua nói:

"Chấn là tôi tớ nay nghỉ việc về nước mà còn nghĩ ơn nuôi nấng mấy chục năm của triều đình, nay cách xa muôn dặm dâng lòng thành, hiến lao vẫn như thuở trước. Còn cái vật vài nghìn vàng nhỏ nhặt kia thì sao đủ khinh trọng?".

Bèn sai cất hết vào kho mà trả tiền cho theo giá 7.680 lạng bạc. Lại giảm cho thuyền ấy 5 phần 10 số thuế cảng; khi chủ thuyền trở về, lại lấy phẩm vật trong kho gửi cho Chấn và Thắng [Chaigneau] và sắc dụ hỏi thăm.

Về đạo Thiên Chúa, tuy đã ban dụ cấm đạo vào năm trước, nhưng các Giáo sĩ vẫn lén lút đi giảng, Vua bèn sai đem hết Giáo sĩ trong nước về Huế để làm thông dịch; Ngài nói:

"Nguyễn văn Thắng, Nguyễn Văn Chấn đi rồi, các thông dịch viên không đủ sức để dịch thư trát."

Trong các Giáo sĩ bị đưa về lúc ấy có Giám mục Taberd, Linh mục Gagelin, Odoirico... Các vị này ở nhà công quán, được trả lương bổng, dịch những bản đồ mua tại Âu Châu cho Vua xem.

Cấm thuyền buôn nước ngoài mua tơ. Ai phạm cấm thì bị tội 100 trượng, tang vật sung công; người bán cũng bị tội như thế. Thương bạc, tấn thủ và quan địa phương đều bị xử tội không kiểm soát.

Chia đặt 19 cỗ đại bác bằng đồng ở bốn đài Đông, Tây, Nam, Bắc của Hoàng thành gồm: 16 cỗ súng đồng hoả xa, 3 cỗ súng đồng thuỷ xa.

Tháng 8 [2/9-30/9/1826], cấp cho Khâm Thiên Giám hai phong vũ biểu và hàn thử biểu; giải thích như sau:

“Thước phong vũ chuyên xem mưa gió thuận nghịch, lớn nhỏ, xét nghiệm ghi chép hằng ngày, thuỷ ngân nấu với thuốc đựng ở trong ống pha lê ở độ nào, phân nào, ví như ở 28 độ 4 phân, bỗng lên cao 1 phân, về mùa xuân, mùa hạ thì có gió Đông nam, về mùa thu, mùa đông thì có gió Đông, hay Đông bắc, đều là gió nhỏ hoặc mưa nhỏ, khí hậu ôn hoà, thế là thuận. Như lên 2 phân, thì gió mưa hơi to, hoặc nắng to nóng dữ. Bỗng thụt xuống 1 phân, về Xuân, Hạ thì có gió Tây bắc hay gió Bắc, về Thu, Đông thì có gió Tây nam hay gió Tây, hoặc mưa to gió lớn, khí hậu rét lạnh, hoặc oi bức khó chịu, thế là nghịch. Như sụt xuống 2, 3 phân thì có bão. Nếu bỗng sụt xuống lại lên ngay thì khí nhẹ dễ tan, phỏng có gió mưa cũng không to lắm. Bỗng lên rồi lại xuống ngay là khí bất chính xông tới, tất ngày hôm ấy hoặc 2, 3 ngày sau có gió mưa, nếu không gió mưa thì khí hậu không hoà, nhưng chỉ qua loa thôi. Nếu bỗng sụt xuống 1, 2 phân mà trời đã mưa gió to, thấy thuỷ ngân dần dần lên, thì gió mưa trong một ngày hay vài giờ thôi, như lên chóng thì mưa gió chóng tạnh.

Thước hàn thử thì lấy mực nước ở trong ống (pha lê) lên xuống cao thấp mấy độ mà xét nghiệm. Trên thước có nét gạch ngang là chỗ bắt đầu xem nóng lạnh, như ở Kinh sư, theo thường mà nói, ngày Hạ chí thì nước ở trong ống từ chỗ gạch ngang tính ngược lên khoảng trên dưới 27, 28 độ; đến ba tiết phục là lúc rất nóng cũng chỉ dưới 29 độ thôi; ngày Đông chí thì trên dưới 15 độ, 16 độ; trước sau tiết Đại hàn vài ngày, hoặc cuối Đông đầu Xuân, nếu gặp gió bấc, mưa dầm mấy ngày liền, cũng chỉ 14 độ thôi. Từ trước đến nay không bao giờ cực nóng đến trên 35 độ và cực rét đến dưới 10 độ. Phàm các nước ở dưới đường xích đạo cùng ở phía Nam, có chỗ mùa hạ nóng hơn 40 độ; nếu đến 50 độ trở lên thì nóng dữ là thường. Các nước từ vài chục độ trở lên ở phía Bắc xích đạo thì mùa đông rét xuống đến gạch ngang thì nước đóng thành băng chắc xe sắt có thể đi qua được; nếu xuống hơn 10 độ thì rách da rụng ngón tay".

Vua từng bảo bộ Lễ rằng:

"Thước hàn thử vốn có độ thường, như khí trời tạnh sáng thì khí dâng lên, âm u thì khí sụt xuống, biết trước khí hậu cái ấy rất nghiệm. Nếu ấm áp mà khí xuống, âm u mà khí lên thì là khí bất chính, nhân dân dễ sinh bệnh tật. Lấy thước ấy để đo lường khí hậu thực là phép diệu. Biết xem xét kỹ thì suy tính không sai".

Lại sai cấp cho Gia Định và Bắc Thành hai thước phong vũ và hàn thử và cho Tuyên Quang, Lạng Sơn ở cực bắc và Hà Tiên ở cực nam, ba trấn ấy mỗi trấn một cái thước hàn thử để xét nghiệm; đến cuối năm thì biên gộp đưa về bộ để tâu lên.

Dân thiểu số ở nguồn Chiên Đàn [huyện Tam Kỳ] dinh Quảng Nam họp nhau vài người lẻn xuống cướp đốt nhà dân rồi đi; Thủ ngự là Nguyễn Văn Phú hoảng hốt báo là quân giặc hơn nghìn người. Dinh thần là Trần Đăng Nghi và Lý Văn Phức liền sai quân binh đi tuần xét, làm sớ tâu lên. Vua sai Thị vệ đến dò, biết được tình trạng; Phú phải tội cách chức phát đi làm lính ở đạo Cam Lộ; bọn Nghi đều phải giáng 1 cấp.

Thuyền buôn Anh Cát Lợi bị nạn đậu ở Bình Thuận. Vua sai quan trấn tính đầu người cấp cho tiền gạo và dụ rằng:

"Nước ấy vốn có tiếng là quỷ quyệt, gian trá trăm khoanh, đến đâu cũng hay sinh chuyện, nên khéo xử trí, chớ để cho đi lại tự do".

Sau đó bọn họ 7 người tự tiện đi Gia Định. Vua nghe tin phạt bổng quan trấn, sai đưa hết cả về Gia Định, đợi khi thuận tiện thì cho về.

Cai đội Tuần bạc Trần Văn Toản cùng Thương bạc ty Vũ Hữu Tần đến tấn Đà Nẵng chọn mua hàng hoá của người buôn Phú Lãng Sa [Pháp], có nhiều sự tham lam, bị người ta khinh rẻ. Việc đến tai, Vua giận vì làm mất quốc thể; bọn Toản bị cách chức, phát làm lính vệ Tả hộ, làm việc khổ sai.

Tháng chín [1/10-30/10/1826] , triệu Tú tài ở Bắc Thành là Phạm Đình Hổ về Kinh. Vua từng bảo Phan Huy Thực rằng:

"*Trẫm thức khuya dậy sớm chỉ nghĩ về việc cầu người hiền mà những người hiền lương phương chính từ trước đến nay chưa thấy cử được người nào, hay là người hiền bị bỏ sót ở nơi thôn quê mà chưa biết chăng? Ngươi là người Bắc Hà, có ai là người học rộng, nết tốt được người tôn phục như Phạm Quý Thích, ngươi đã biết thì đề cử, trẫm sẽ bổ dùng*".

Thực thưa rằng:

"*Những bậc túc nho lão sư ở Bắc Hà thì rơi rụng hầu hết. Hoặc có người mới tiến thì thần đi làm quan lâu ngày cũng không biết được*".

Vua nói:

"*Trước kia trẫm đi Bắc tuần nghe tiếng Phạm Đình Hổ cho triệu vào yết kiến, nhưng Hổ nói có bệnh xin về, chẳng biết y học hạnh ngày thường như thế nào?*"

Thực thưa rằng:

"*Hổ là người cứng rắn, giặc Tây Sơn mấy lần gọi không chịu ra, thần lúc bé có cùng học chỉ biết qua như thế, ngoài ra không được biết rõ".*

Vua nói:

"Người ấy tiết tháo đáng khen, nên triệu vào để dùng, đấy cũng là ý lấy năm trăm cân vàng mà mua bộ xương ngựa"(4)

Liền sắc cho quan Bắc Thành tuyên chỉ triệu vào, cấp cho 20 lạng bạc làm tiền đi đường. Khi Hổ đến, cho yết kiến ở điện Cần Chính, thung dung hỏi rằng:

"Ngươi bao nhiêu tuổi".

Hổ thưa rằng:

"Thần gần sáu chục mà sức vóc đã kém, mới nghe có lệnh triều đình sợ hãi khôn xiết, chỉ sợ không đủ sức làm việc".

Vua hỏi:

"Thấy ngươi là danh sĩ cho nên triệu đến để phòng lúc hỏi han thôi!".

Bèn cho làm Hàn lâm viện Biên tu, rồi thăng Thừa chỉ và ban cho mũ áo đại triều. Vua bảo bộ Lễ rằng:

"Hổ có tính cương trực, không xu nịnh kẻ quyền quý, nên đặc biệt hậu đãi để khuyên người khác sau này".

ở Thanh Hoa có giặc biển đón cướp thuyền buôn ở đảo ngoài cửa Y Bích [huyện Hậu Lộc, Thanh Hoá]. Chủ thuyền là bọn Nguyễn Ba đốc suất thuỷ thủ hết sức đánh nhau với giặc. Giặc nhiều đứa nhảy xuống biển chết; bắt được 2 chiếc thuyền và súng ống khí giới đưa nộp tại trấn. Việc đến tai vua; thưởng cho 100 quan tiền.

Tháng mười [31/10-28/11/1826], phái các Cống sinh [Cử nhân], Giám sinh đi các thành dinh trấn để đợi bổ chức tại huyện. Bèn sai bộ Lại lường chỗ xa gần mà chia đi các địa phương để đợi bổ, mỗi tháng cấp cho 3 quan tiền, 3 phương gạo, khi có khuyết chức Tri huyện hay Huyện thừa thì do quan địa phương tâu xin cho tạm thử nửa năm, nếu làm nổi việc thì cho thực thụ. Đến khi bộ Lại dâng danh sách lên, vua cho vào yết kiến ở điện Đông Các, cặn kẽ dạy bảo, trước hết về nghĩa vua tôi, cha con, sau đến phương pháp làm quan giữ chức. Lại cho mỗi người 20 lạng bạc và cho đi theo đường trạm. Những Hương cống hậu bổ phần nhiều là người Nghệ An; Vua thấy vậy bèn hỏi Tham tri Phan Huy Thực rằng:

"*Vì bọn ấy học giỏi mà thế chăng*?"

Huy Thực thưa rằng:

"*Học trò Nghệ An phần nhiều chăm học*".

Vua bảo:

"*Trẫm xem người Nghệ An khí khái hào mại, trừ Phú Xuân, Gia Định ra thôi không đâu bằng; bởi thế thân binh của các vua thánh triều ta phần nhiều lấy ở Nghệ An*".

Lại lấy Nguyễn Công Trứ làm Tham hiệp Thanh Hoa. Trước đây Trứ ở Thanh Hoa, có tang nghỉ, đến nay hết hạn, lại bổ dùng. Công Trứ vào bệ kiến, Vua dụ rằng:

"*Trước kia hai trấn Thanh Nghệ trộm cướp nổi nhiều, vì trấn thần vỗ về chống giữ có phương pháp, dân nhiều người ra sức, bắt được 8, 9 phần 10 kẻ phạm, như thế thì dân ta có phụ gì triều đình đâu. Nay ngươi đến bảo rõ đức ý của triều đình, chiêu tập những dân xiêu tán, tiễu trừ những đảng giặc sót để cho biên phương yên lặng lâu dài, ấy là điều trẫm mong đợi*".

Nhân triệu vào điện Đông Các cho ăn cùng.

Ra lệnh cho dân châu Bố Chính dinh Quảng Bình đổi lối y phục; Vua bảo bộ Lễ rằng:

"Địa đồ nhà nước đã thống nhất, lối chữ, cỡ xe đã giống nhau, há lại để chế độ khác nhau! Châu Bố Chính là đất phụ thuộc Kinh kỳ mà nhân dân ăn mặc vẫn còn khác quá, thế thực không phải là nghĩa cùng tập quán, cùng phong tục. Vậy ra lệnh cho dinh thần Quảng Bình truyền bảo cho dân châu ấy ăn mặc theo thể chế từ sông Gianh trở vào để cho cùng một phong tục, nếu khinh thường không đổi thì xử theo luật vi chế".

Bấy giờ cấm phụ nữ từ Quảng Bình trở ra Bắc mặc váy, dân ngấm ngầm phản đối; nên có câu ca dao truyền lại rằng:

> *Tháng chín* [mười?] *có chiếu Vua ra,*
> *Cấm quần không đáy người ta hãi hùng.*
> *Không đi thì chợ không đông,*
> *Mà đi thì lột quần chồng sao đang.*
> *Có quần ra quán bán hàng,*
> *Không quần đứng nấp đầu làng trông quan!* [xem chừng quan đến bắt!]

Tháng mười một [29/11-28/12/1826], truy tặng Tri huyện Phù Ninh, trấn Sơn Tây là Nguyễn Thế Cát làm đồng Tri phủ. Sơn Tây có tướng giặc là Lê Trọng Liên nổi lên ở địa hạt huyện Phù Ninh [Phú Thọ], dân trong huyện thuộc xã Viên Lãng bắt được 6 tên đồ đảng. Cát nhân đi khám dân xiêu tán nghe tin báo, sai lính đóng gông đem bọn ấy về huyện. Đường đi qua rừng xã Tử Đà, giặc xông ra đánh cướp tù; Cát bị giặc giết chết. Việc đến tai vua; đặc cách sai truy tặng hàm Tri phủ và cho 50 quan tiền tử tuất. Sau đó Trọng Liên bị quân quan bắt được đem giết.

Thổ tù châu Đà Bắc [Hoà Bình], trấn Hưng Hoá là Xa Văn Nhị tụ họp đồ đảng, bắt giữ người công sai, định giữ châu để nổi loạn. Quan Bắc Thành tâu lên; Vua nói:

"Hình tích làm loạn của Nhị đã rõ ràng, nếu không dập tắt sớm sẽ lan rộng ra".

Bèn sai phái lính ở thành giao cho trấn Hưng Hoá quản lĩnh, cùng phát hịch gọi thổ mục, thổ binh các châu đến đánh bắt.

Quan võ các trấn Nam Định, Hải Dương đem quân đi tuần bắt thổ phỉ thất bại. Quản phủ Tiên Hưng [Thái Bình] là Phạm Công Luật đánh nhau với giặc ở tổng Ỷ Đốn thuộc huyện Thần Khê [huyện Hưng Hà, Thái Bình], Quản phủ Ninh Giang là Nguyễn Văn Phượng đánh nhau với giặc ở xã Cổ Am thuộc huyện Vĩnh Lại [huyện Vĩnh Bảo, Hải Phòng] đều thua; quân binh chết và bị thương rất nhiều. Hay tin, Vua sai cấp cho những người chết trận gồm Cai đội, Đội trưởng, binh lính tiền, và cấp cho những người bị thương; riêng Luật và Phượng làm hỏng quân cơ, đều phải tội trảm giam hậu

Quản thủ phủ Vĩnh Tường, trấn Sơn Tây là Trần Đình Di đem lính đi tuần, đến Bạch Hạc [huyện Vĩnh Tường, Vĩnh Phúc], nghe tin tướng giặc là Bạch Văn Thanh tụ họp ở xã Bích Đại, tức thì đem quân đánh, bắt được Thanh đem giết.

Sai bọn Phó vệ uý Nguyễn Lương Huy, Biên tu Văn thư phòng Nguyễn Tri Phương, Lang trung Vũ Khố Nguyễn Đăng Uẩn, Cai đội Thượng trà viện Vũ Văn Giai, chia nhau đáp các thuyền hiệu Thuỵ Long, Uy Phượng, Tĩnh Ba đi Hạ Châu [Singapore] làm việc công.

Tháng chạp [29/12/1626-26/1/1827], thổ phỉ ở Nam Định

là Phan Bá Vành cùng với đồng đảng là Nguyễn Hạnh tụ họp hơn 5.000 người, quấy rối các huyện Tiên Minh, Nghi Dương trấn Hải Dương, lại liên kết với giặc Thanh để cướp bóc ngoài biển, chống nhau với quan quân. Trấn thủ Nguyễn Đăng Huyên đánh không nổi; quan Bắc Thành sai Vệ uý Nguyễn Văn Phong đem binh thuyền đi đánh, rồi đem việc tâu lên. Vua dụ rằng:

"Vành đã họp thành đám to, nên diệt sớm đi. Song Nguyễn Đăng Huyên, Vũ Văn Thân nếu đem nhiều quân mà không đánh mạnh trận nào, để cho giặc được tự do đi lại là làm sao? Vậy truyền chỉ cho các tướng biền quân thuỷ bộ đi đánh giặc từ Chánh phó thống quản thập cơ, Trấn thủ, Quản phủ trở xuống, người nào lâm trận mà rụt rè bỏ chạy thì cho chém đầu ở cửa quân cho mọi người biết. Các đại viên đi đánh bắt ai mượn cớ nấn ná, sợ giặc tránh giặc, thì đóng cũi giải về Kinh xét trị. Công việc đánh dẹp thế nào cách một ngày tâu một lần. Có việc quan yếu tâu ngay. Đại đội Kinh binh nay mai cũng sẽ đến thành".

Lại dụ bộ Binh rằng:

"Trương Phước Đặng từ khi được trẫm uỷ cho thống quản biền binh Bắc Thành đến nay không biết chỉnh sức việc quân, chợt gặp việc bắt giặc thì xếp đặt lúng túng, chẳng có kế gì hay, cho nên các tướng biền đến đâu cũng chẳng nên công, vì thế nhen thành giặc lớn. Vậy Trương Phước Đặng thì giáng 4 cấp điệu, lại lột cả mũ áo lập tức cuốn gói, không cho lính theo hầu, về Kinh đợi chỉ. Nguyễn Hữu Thận là quan to giữ một phương, không biết tính toán công việc thì giáng 2 cấp lưu. Nguyễn Đăng Huyên thì cách lưu, vẫn cho coi quân để ra sức đánh giặc chuộc tội".

Thăng chức Tiền phong Đô thống chế cho Phó đô thống chế lĩnh Trấn thủ Nghệ An là Trương Văn Minh, cho chuyên quản biền binh Bắc Thành, hiệp đồng với Hiệp tổng trấn Nguyễn Hữu Thận xử lý việc quân. Minh vào bệ từ, Vua cho một con voi đực và một thanh gươm thượng phương (5) và bảo rằng:

"*Hạt Bắc Thành tự khi Lê Chất chuyên giữ đến nay, chỉ làm tạm bợ, cho nên thế quân không được phấn chấn. Nay ngươi vâng mệnh ra thú ngoài Bắc, phàm việc binh chính đều uỷ cả cho ngươi. Từ Quản cơ trở xuống lâm trận mà rụt rè thì không tiếc gươm này*".

Bèn sai Phó vệ uý vệ Tiền phong trung là Hoàng Văn Lý, Phó vệ uý vệ Kỳ võ là Trương Văn Ba, Phó vệ uý vệ Long thao là Trần Văn Hựu, Vệ uý vệ Hổ lược là Vũ Văn Du đem hơn 1.000 biền binh các vệ, 4 thớt voi, theo ra Bắc Thành. Cho Tham hiệp Thanh Hoa là Nguyễn Công Trứ gia hàm Thị lang quyền biện Hình tào Bắc Thành, Tham hiệp Nghệ An là Nguyễn Đức Nhuận gia hàm Thị lang quyền biện Binh tào Bắc Thành, đều cho bổng Tòng tam phẩm, theo Nguyễn Hữu Thận và Trương Văn Minh tham mưu việc quân.

Sai Quản cơ Thanh Hoa là Vũ Văn Hảo đem 4 chiếc binh thuyền, Quản cơ Nghệ An là Trương Văn Tín đem 14 chiếc binh thuyền đi chóng đến Hải Dương theo Phạm Văn Lý và Nguyễn Văn Phong đi đánh giặc.

Lại xuống dụ sai cáo khắp các địa phương xứ ấy rằng:

"*Hễ người bị giặc bắt hiếp đi theo mà biết hối lỗi về hàng thì đều tha tội. Trong bọn có người nào bắt được bọn đầu sỏ là Phan Bá Vành và Nguyễn Hạnh, hoặc chém đầu đem nộp, thì tha cả tội trước, lại thưởng cho 300 lạng bạc. Quan quân dân chúng ai bắt được chém được giặc cũng thưởng như thế. Còn các yếu phạm khác ai bắt được, chém được cũng đặc cách thưởng hậu".*

Đốc học Nam Định là Thái Doãn Tư dâng phong bì tâu việc 3 điều:

1/ Đặt kho xã thương để phòng mất mùa.

2/ Thêm địa lợi để dồi dào đời sống cho dân.

3/ Sáng giáo hoá để chỉnh đốn tục dân.

Vua bảo bộ Lễ rằng:

"Thái Doãn Tư tâu bày đều là chính sách tốt của nhà nước, nên lần lượt thi hành. Tỏ lòng trung thành như thế thực là đáng khen. Nhưng trong ấy còn có một vài chỗ chưa chu đáo, đợi sau chước lượng sửa chữa mà thi hành"

Hàn lâm Thừa chỉ Phạm Đình Hổ đem sách **An Nam Chí** và sách **Ô Châu Cận Lục** dâng lên; Vua thưởng cho 10 lạng bạc, 5 tấm lụa.

Trấn thủ Hải Dương bị cách lưu là Nguyễn Đăng Huyên đem biền binh thuỷ bộ tiến đánh thổ phỉ, quân đến xã Cổ Trai, thuộc huyện Nghi Dương [huyện Kiến Thuỵ, Hải Phòng], nghe tin thuyền giặc đậu ở Đồ Sơn [Hải Phòng], sai Quản cơ Nguyễn Văn Tòng và Phó quản cơ Nguyễn Văn Tuyển đem 9 chiếc binh thuyền giữ cửa Tam Giang; Vệ uý Ngô Văn Thành, Cai cơ Nguyễn Văn Huy, Phó quản cơ Nguyễn Quang Quảng, đem 18 chiếc binh thuyền giữ sông Cổ Trai; Đăng Huyên đem binh và voi đi tuần chặn đường bộ. Nhân đêm giặc xông vào cửa Tam Giang, đánh cướp một binh thuyền. Tòng và Tuyển rút lui. Huy tự Cổ Trai đem binh thuyền đến tiếp ứng, giặc bèn rút đi. Sáng hôm sau thuyền giặc lại đến cự chiến, Tòng và Tuyển chạy trước. Giặc thừa thế tiến đến sông Cổ Trai; Đăng Huyên chần chờ không đến cứu ngay. Ngô Văn Thành cùng Cai đội Nguyễn Văn Lô đều cố sức đánh bị chết, biền binh chết hơn 80 người, số còn lại đều tan chạy; thuyền ghe súng ống khí giới bị giặc cướp hết. Đăng Huyên đem việc báo thành, trong lời có nhiều điều giấu giếm vẽ vời. Quan Bắc Thành căn cứ lời báo tâu lên và nói đã cho những biền binh thua trận ấy theo Phạm Văn Lý làm tiền bộ để ra sức chuộc tội. Vua xuống dụ rằng:

"*Đăng Huyên trước là một viên bị cách, lúc trẫm ở tiềm để* [chưa lên ngôi] *đã bỏ lỗi mà dùng, chẳng mấy năm, thăng đến Chưởng cơ, nhà nước phá cách dùng người đối với nó không phải là không hậu. Đáng lẽ phải cảm phát thiên lương, thề lòng ra sức. Thế mà địa phương gặp loạn, Bắc Thành đã giao cho đại đội thuỷ lực lại không xét kỹ cơ nghi, sai Ngô Văn Thành tiến đánh mà mình lại rụt lùi không cứu, đến nỗi hỏng việc, lại còn vẽ vời lấy bại làm công..... Trước còn nghĩ hỏng buổi sáng mong đến buổi chiều cho nên cho đeo tội ra sức lập công. Nay lại chẳng mưu tính được gì, còn mong gì nữa. Vậy cách chức Nguyễn Đăng Huyên và giao xét nghĩ*".

Án xử Nguyễn Văn Tòng và Nguyễn Văn Tuyển đều trảm quyết; Nguyễn Đăng Huyên, Nguyễn Văn Đản và Nguyễn Quang Quảng đều trảm giam hậu. Những người chết trận, Ngô Văn Thành tặng Chưởng cơ, Nguyễn Văn Lô tặng chức Cai cơ, Cai đội thì thêm tiền tử tuất mỗi người 40 quan, Đội trưởng mỗi người 20 quan, binh lính mỗi người 10 quan.

Đảng giặc họp hơn 100 chiếc thuyền ra vào ở xã Trực Cát, thuộc Đồ Sơn [Hải Phòng]. Vua nghe tin ấy, dụ quan Bắc Thành rằng:

"Giặc chỉ quấy rối ở đường thuỷ không dám lên bộ. Nên theo đường thuỷ mà đánh dẹp mới chóng thành công. Bắc Thành đã phái binh thuyền 70 chiếc, gần đây lại phái binh thuyền Thanh Nghệ vài mươi chiếc, tưởng hợp đánh cũng đủ xong việc. Chỉ hiềm tiết đương giữa mùa đông, gió bắc thổi mạnh, thuỷ sư ở Kinh phái đi phải đến hàng tuần mới đến, vậy bắt ngay thuyền của dân hơn 100 chiếc hạng 15, 10 mái chèo, rộng 4, 5 thước, chứa được vài chục người, liệu làm cho cao to thêm và quét sơn đỏ, cho lính miền Nam ngồi, chứa sẵn nhiều hoả khí như đạn nổ, quả lửa, tên lửa, ống phun lửa, phao tin là lính Kinh theo đường sông Thanh Hoa, Ninh Bình kéo ra. Lại sai người giỏi quản lĩnh các thuyền mà tiến và hịch cho Quảng Yên lượng bắt thuyền dân chia đường chặn đánh. Bộ binh của ta thì phái đi những chỗ xung yếu ven biển để cùng với thuỷ binh hợp sức đánh giặc, cốt khiến giặc không lên cạn kiếm ăn được. Chiến thuyền của Phạm Văn Lý, Nguyễn Văn Phong thì nên chọn đại đội quân tinh nhuệ, xông thẳng vào sào huyệt giặc ở Đồ Sơn. Như thế thì hẳn đánh tan ngay được. Nên kính tuân dụ này. Trẫm đang đợi tin thắng trận đấy".

Bọn Phạm Văn Lý tiến đến Đồ Sơn, giặc nghe tin rút lui. Vua lại dục quan Bắc Thành sai tiến đánh và phái thêm binh và voi đón chặn đường.

Tướng giặc Sơn Tây là Lê Văn Bang hợp đảng hơn 1.000 người cướp bóc huyện Lập Thạch [Vĩnh Phúc]. Quản phủ Vĩnh Tường là Trần Đình Di thân đem binh dân 200 người, gặp giặc đánh nhau ở xã Đại Lữ, bắt sống và chém được hơn 30 người. Bang trốn chạy, thu được khí giới rất nhiều. Vua nghe tin khen rằng:

"Đình Di quân ít mà địch được giặc đông, đánh giặc thực

là xuất sắc".

Liền trao cho chức Vệ uý Hậu quân, thưởng cho binh dân đi trận 500 quan tiền.

Người thiểu số thuộc bảy sách: Chế Trang, Làng Hồ, La Vạn, Lục Vân, A Nhân, Ỷ Tuân, Ỷ Đống ở Bình Hoà [Khánh Hoà] đến nộp thuế sáp, và đem phương vật dâng 4 thớt voi, 4 đôi ngà voi. Trước đây trấn thần là bọn Nguyễn Văn Quế cho người đến các sách chiêu dụ, họ đều nghe mệnh cả, duy Ma Trập sợ không dám ra, cho cháu là Ma Trung đến trấn. Vua bảo bộ Hộ rằng:

"Người Man hối lỗi tỏ lòng thành, tình cũng nên thương. Phép nước đã thi hành, nên lấy đức mà bao dung".

Bèn sai quan trấn thết đãi cơm rượu, yên ủi rồi cho về; thuế sáp còn thiếu đều miễn.

Chú thích:

1. Cưu cánh: Cưu là con chim dữ, cánh là loài thú dữ.

2. Thiên hạ đệ nhất hùng quan: cửa ải hùng mạnh thứ nhất thiên hạ.

3. Ngũ đại đồng đường: Năm đời ở cùng nhà.

4. Năm trăm cân vàng mua bộ xương ngựa: **Chiến Quốc Sách** chép: "Quách Ngỗi nói rằng: đời xưa có người lấy nghìn vàng tìm mua ngựa thiên lý, sai người mua xương ngựa chết 500 vàng. Người ta đồn với nhau rằng ngựa chết còn mua 500 vàng huống hồ ngựa sống.

5. Gươm thượng phương: Gươm vua dùng.

208.
Vua Minh Mệnh (8) [27/1/1827-14/2/1828]

Tháng giêng năm Minh Mệnh thứ 8 [27/1-25/2/1827], Chưởng cơ Tiền quân Phạm Văn Lý và Vệ uý Thuỷ quân Nguyễn Văn Phong đánh tan giặc Phan Bá Vành ở Tam Giang. Vành từ trận Đồ Sơn [Hải Phòng] trốn chạy, đem đồ đảng vài nghìn cùng hơn 100 chiếc thuyền trốn đến huyện Tiên Hưng, Thái Bình. Bọn Văn Lý đốc thuỷ binh theo đến Tam Giang, đánh tan quân Vành, bắt sống và chém giết, thu được thuyền ghe khí giới. Tin thắng trận tâu lên, Vua gửi thư khen ngợi; thăng Phạm Văn Lý làm Thống chế; thưởng cho một khẩu súng tay bịt vàng của Tây Phương, 1 cái gươm đầu sư tử mạ vàng, 1 cái áo mở bụng bằng nhung đỏ cúc vàng. Thăng Nguyễn Văn Phong làm Chưởng cơ; thưởng cho 1 khẩu súng tay bịt bạc, 1 cái gươm đầu sư tử mạ vàng, 1 áo mở bụng bằng nhung, thưởng quân sĩ 5.000 quan tiền. Lại dụ cho quan Bắc Thành truyền hịch cho các đại viên cầm quân thuỷ bộ đều tiến, đánh cho thật mạnh.

Tướng giặc Phan Bá Vành lại họp đảng ở Thiên Trường [Nam Định] và Kiến Xương [Thái Bình]. Quan Bắc Thành tâu xin phái thêm quân ở kinh, cùng thuyền ghe và hoả khí, để thêm quân thế. Vua quở mắng rằng không nhân trận thắng Tam Giang thúc quân đuổi đánh đến cùng, lại còn chần chờ xin viện binh.

Ngày Giáp ngọ 18 [13/2/1827], duyệt binh. Vua ngự ở Nam

đài để xem; bảo các quan hầu cận rằng:

"Binh lính có tên trong sổ phải có thực số, gần đây nghe nói những viên biền không tốt hay giả mạo, để điểm danh cho đủ, thói ấy không thể để cho lớn lên. Tự nay cứ đầu mùa xuân hội duyệt quân lính, có người ốm hay trốn, cho quản quan cứ thực mà khai. Nếu dám có sự giả mạo thì theo quân luật xử trị."

Giặc Phan Bá Vành 5.000 người cướp phủ Kiến Xương. Phó thống Phan Bá Hùng đánh nhiều trận, phá tan giặc; Phó thống thập cơ Hùng dũng Phan Đình Bảo và Tham tán Nguyễn Công Trứ cũng đều đem quân chia đường tiến đánh. Bọn giặc bị quân ta giết chết và đánh bị thương nhiều, bèn vỡ chạy cả. Quan Bắc Thành đem sự việc tâu lên; Vua sai thưởng Bá Hùng gia một cấp quân công, Đình Bảo và Công Trứ đều hai thứ kỷ lục quân công, thưởng biền binh 15.000 quan tiền. Chém được một đầu mục giặc thì thưởng cho 30 lạng bạc, một tên giặc thì thưởng 3 lạng bạc.

Tướng giặc Sơn Tây là Đinh Thế Thai tụ đảng ở huyện Yên Sơn [huyện Quốc Oai, Hà Tây], cướp bóc dữ dội. Quản phủ Quốc Oai là Nguyễn Hữu Ấn và Phó quản cơ Trần Văn Du đem binh đi đánh, bắt được Thai giết đi. Thưởng cho bọn Hữu Ấn kỷ lục đều một thứ; thưởng cho quân binh 300 quan tiền.

Hải Dương có hơn 20 thuyền giặc cướp xã Gia Viên; Tri huyện An Dương [Hải Phòng] là Nguyễn Quang Mưu nghe tin báo, đem dân phu, thủ hạ đến đánh, tịch thu 1 chiếc thuyền, chém được 4 tên giặc; giặc bị chết đuối ở sông rất nhiều, bèn chạy về phía đông. Thưởng cho Quang Mưu kỷ lục 1 thứ và 150 quan tiền.

Cai đội giữ đồn Nhân Mục, thuộc huyện Vĩnh Lại [huyện Vĩnh Bảo, Hải Phòng] là Hoàng Văn Tả gặp giặc, quân ít không địch nổi, cố sức đánh, chết ở trận. Vua nghe tin, sai cấp tiền tử tuất cho Văn Tả 40 quan, cho Đội trưởng chết trận 20 quan, cho binh lính 10 quan. Sắc rằng từ nay các quân binh đi đánh giặc, hăng hái dũng cảm xông vào liều mình đến chết, thì cho theo lệ này mà thưởng hậu cho.

Phó thống thập cơ Vũ Văn Thân đem quân đi tuần bắt giặc ở Hải Dương, bắt được 2 tên đầu mục giặc. Việc tâu lên thưởng cho người báo 200 quan tiền; Thân trước phải giáng cấp, cho phục chức.

Thổ phỉ ở Hưng Hoá là Xa Văn Nhị kết đảng với tướng giặc Lê Duy Khương, mưu dụ dân thiểu số. Quản đạo Ninh Bình thấy thượng du hạt ấy tiếp giáp Hưng Hoá lấy làm lo ngại, báo cho quan trấn Thanh Hoa là Tôn Thất Dịch biết, rồi đem binh và voi đi kinh lược địa hạt, truyền hịch sai thổ ty, thổ mục các châu, huyện đóng chặn ở xã Thạch Bi, thuộc huyện Lạc Thổ [huyện Lạc Sơn, Hoà Bình], lại phái 200 binh theo Quản phủ Thiên Quan [Ninh Bình] đóng giữ đồn Lãng Phong. Tờ tâu đưa lên, Vua cho là phải.

Tháng hai [26/2-26/3/1827], tướng giặc Lê Duy Khương đem đồ đảng đóng ở huyện Hoa Khê [Cẩm Khê, Phú Thọ] và huyện Tam Nông [Phú Thọ]. Trấn thủ Hưng Hoá Phan Bá Phụng đem quân đón đánh, chém được vài tên; bọn giặc vỡ chạy; tịch thuc rất nhiều khí giới. Việc tâu lên; thưởng cho Phụng một thứ kỷ lục quân công; cho quân binh 500 quan tiền.

Tướng giặc Phan Bá Vành chia phái đồ đảng ngăn chặn các đường thuỷ bộ ở huyện Thư Trì [huyện Vũ Thư, Thái

Bình]. Phạm Văn Lý đem thuỷ binh đánh tan giặc ở sông Bổng Điền. Vành đem quân vây Phạm Đình Bảo ở Chợ Quán [huyện Vũ Thư, Thái Bình] Văn Lý bèn cùng Nguyễn Công Trứ chia quân ba đường đến cứu; ngoài đánh vào, trong đánh ra, đảng giặc tan vỡ; Vành chạy đến xã Trà Lũ [huyện Xuân Trường, Nam Định]; đảng giặc còn hơn 2.000 người, đắp luỹ đào hào, làm kế cố giữ đến chết. Vua nghe tin, dụ Phạm Văn Lý rằng:

"*Ngươi gần đây nhiều lần báo tin thắng trận, trẫm khen ngươi giỏi. Duy nay bọn giặc còn dám liên kết liều chết để chống quân ta, tưởng lòng căm thù của ngươi đáng phải giết giặc rồi mới ăn cơm, làm sao đã lâu dẫu thắng trận mà đầu tướng giặc vẫn chưa có đầu nào bêu lên, nhiều kẻ yếu phạm vẫn chưa trị tội. Hết đông sang xuân, để chậm chưa giết được thì lấy gì mà nêu rõ phép nước. Ngươi nên lập tức cùng với các đại viên cầm quân chia đường vây đánh. Bọn kia như du hồn đáy hũ, có khó gì mà không đánh một trận bắt hết! Trẫm vốn biết ngươi đủ làm xong việc, cho nên chuyên trách ở ngươi. Cố gắng lên! Cố gắng lên! Nếu chậm chờ trông ngóng, sợ công to từ trước không đủ bù với lỗi nặng đâu*".

Lại dụ Nguyễn Công Trứ rằng:

"*Ngươi trải làm quan trong quan ngoài, trẫm vốn đã biết. Mùa đông năm ngoái, Bắc Thành nhiều việc, sai ngươi gấp rút đi giúp đỡ việc quân. Vừa rồi cứ tâu báo thì ngươi cùng Phạm Đình Bảo cầm quân trước sau giết giặc rất nhiều, đã xuống chỉ ưu thưởng rồi. Duy bọn giặc nhiều lần thua, mà quan quân chưa bắt giết hết được, khiến ta không khỏi ghì cổ tay mà tức giận. Hiện nay tình hình đánh giặc thế nào, ngươi nên cứ thực tâu lên. Sau này có việc gì khẩn yếu, cho được làm tờ nói thực, niêm phong tâu thẳng*".

Phạm Văn Lý và Nguyễn Văn Phong tiến vây tướng giặc Phan Bá Vành ở Trà Lũ, đã mấy tuần chưa hạ được. Quan quân không phòng bị, bị giặc đánh thua, súng ống khí giới cùng thuyền ghe bị giặc cướp mất nhiều. Lý lập tức đem bọn Cai đội Nguyễn Đức Tứ 13 người chém, rồi đem việc tâu lên. Vua xuống dụ nghiêm trách Phạm Văn Lý và Nguyễn Văn Phong, cùng giáng cấp quan Bắc Thành Nguyễn Hữu Thận và Trương Văn Minh. Lại truyền chỉ cho Trương Văn Minh lập tức đến quân thứ, đốc thúc tướng sĩ, hẹn ngày hội đánh.

Tướng giặc Phan Bá Vành ở Trà Lũ, bị quan quân vây lâu, thế rất cùng quẫn, mưu nhân đêm chạy ra biển, bèn họp thuyền theo sông nhỏ xông ra. Phạm Văn Lý sai Phan Bá Hùng đem quân ngăn chặn. Hùng ra sức đánh riết. Bọn giặc tan vỡ; quan quân các đường đều tiến đến thẳng sào huyệt, bắt sống được Vành, cùng đồ đảng là bọn nguỵ chưởng Tiền quân Nguyễn Văn Liễn, chưởng Tả quân Vũ Viết Đảng hơn 760 người. Chém hơn 160 đầu. Bắt được hết thuyền ghe, súng ống, khí giới, giấy tờ, ấn tín. Bắc Thành chạy sớ báo tin; đêm ấy canh tư được tin thắng trận, Vua mừng quá, bèn sai thưởng trước cho Phan Bá Hùng gia 2 cấp quân công, Nguyễn Hữu Thận, Trương Văn Minh, Phạm Văn Lý, Nguyễn Văn Phong, trước bị giáng cấp đều cho khai phục. Cai tổng Lê Huy Thuyên và Phó tổng Đỗ Như Nhật, bắt được Phan Bá Vành, thưởng trước 1.000 quan tiền. Sai quan Bắc Thành làm danh sách công trạng các quan văn võ, binh lính, thủ hạ, giao hai bộ Lại, Binh bàn thăng thưởng. Vành bị thương chết, cắt lấy đầu và chặt thây ra đem chia treo ở các trấn Nam Định, Sơn Nam, Hải Dương. Nguyễn

Văn Liễu và Vũ Viết Đảng thì đóng cũi đưa về Kinh, dùng cực hình mà giết.

Riêng Tiến sĩ Phan Thúc Trực trong bộ **Quốc Sử Di Biên** (1) trình bày trận đánh tại Trà Lũ chi tiết hơn, qui công phần lớn cho Thị lang Nguyễn Công Trứ với nội dung như sau: Phan Bá Vành nổi dậy gần một năm nhưng quan quân tại Bắc Thành không dẹp được, vua Minh Mệnh bèn sai Binh tào Thị lang Nguyễn Công Trứ làm tham mưu, mang đạo quân Long Phi, Hổ Dược từ kinh đô ra Bắc. Đoàn quân gây sức ép, khiến Phan Bá Vành phải cho quân rút về Trà Lũ xây luỹ để cố thủ. Quân triều đình vây luỹ, rồi Nguyễn Công Trứ dùng mưu đánh tan đại quân của Phan Bá Vành trong một ngày:

" *Tháng giêng mùa xuân năm Đinh Hợi* [1827], *sai quan tại kinh đánh Đỗ* [Phan] *Bá Vành, dẹp được. Ngày Ất Dậu mồng 9* [4/2/1827] *dùng Binh tào Thị lang Nguyễn* [công] *Trứ Tham tán việc quân, suất lãnh các vệ Long Phi, Hổ Dược dẹp giặc, tiến đến Cổ Trai, giặc rút về Trà Lũ xây đồn đắp luỹ tự thủ. Bốn bề ruộng bùn, từ trong đồn ra có một con rạch nhỏ, đặt cửa đóng mở thông thuyền đi ra biển. Thuyền giặc mấy chục chiếc qua lại trong hồ để trinh sát quan quân. Trước đó Cai tổng Hổ người Quần Anh* [huyện Xuân Trường, Nam Định] *liên kết hôn nhân với tướng giặc, bị quan quân bắt, Hổ xin lập công chuộc tội, vào trại giặc để làm nội ứng. Vào ngày 26 tháng 2* [23/3/1827], *Vành dạo hồ khao quân, Trứ sai ca kỹ vài người mở tiệc ca hát. Hổ mật ước, quan quân trữ sẵn hơn 500 sọt đựng cát, khi có hoả hiệu quan quân mang cát lấp đường thuỷ rồi vây luỹ. Vành cho mở rạch thông nước, nhưng nước cạn thuyền không hoạt động được. Quan quân giáp công, bắt được tướng nguỵ tên Đán, tên Liễn, tên Thê, tên Thự, hơn 10 người, chém đầu mấy trăm, số nhảy xuống nước chết hàng ngàn. Vành, đạn bắn trúng đùi, bị bắt; đồ đảng quận Thường, tên Hạnh, tên Hương theo bến cảng trốn ra biển. Vành cùng với Liễn bị giam giải đến Bắc Thành, Vành cắn lưỡi mà chết, Đán, Liễn bị xử lăng trì....*"

Những đồ đảng bắt được, quan Bắc Thành xin trị tội theo luật; nhưng tội phạm đông, nên Vua tìm cách châm chước:

"*Bọn chúng đều là con đỏ của triều đình, cũng có người sợ giặc tàn ngược mà bị hiếp phải theo, nếu đem xử cực hình cả thì lòng trẫm có chỗ không nỡ. Nếu một mực rộng rãi thì kẻ có tội lại được may mà khỏi. ở khoảng hai điều ấy, làm sao cho không oan uổng mà không bừa bãi thì được thôi*".

Lại sai quan Bắc Thành xét lại, cho giảm tội chết, phát đi sung quân gần 400 người.

Cuộc nổi dậy của Phan Bá Vành gây chấn động đến Trung Quốc, nên Vua Đạo Quang ra lệnh thông sức cho các Đề đốc, phái quan quân phòng ngự tại vùng biên giới Quảng Đông:

"***Ngày 12 Ất Mão tháng 7 năm Đạo Quang thứ 7*** **[2/9/1827]**

Tổng đốc Lưỡng Quảng bọn Lý Hồng Tân tâu vào tháng 4 năm nay nghe tin bọn Ba Vinh [Bá Vành], *giặc phỉ Việt Nam, cướp phá tại hai vùng thuỷ, bộ xứ này. Khâm châu, Quảng Đông cùng ngoài biển có nhiều nơi tiếp giáp với Việt Nam , sợ chúng ngầm trốn vào biên giới, nên lập tức thông sức cho các Đề đốc, phái quan quân phòng ngự. Nay nghe tin rằng nước này đã bắt được đầu sổ giặc, vẫn còn ra lệnh Hiệp sư thuyền tại Long Môn tạm lưu lại ngăn phòng; đợi cho Việt Nam hoàn toàn vô sự thì bắt đầu triệt hồi.*

Nhận được chiếu chỉ: Tuỳ thời nghiêm mật phòng thủ, thuỷ lục đều quan trọng, không thể coi nhẹ chút nào; cần nghiêm sức các quan văn võ không được sinh sự ham công rồi gây hấn nơi biên giới; hãy lấy làm răn!" (**Tuyên Tông Thực Lục**, quyển 121, trang 22)

Ngoài ra tại Bắc Thành tướng giặc ở Bắc Ninh là Tống Lượng và Tống Huân, tụ đảng vài nghìn người, quấy rối địa hạt huyện Phượng Nhãn [huyện Yên Dũng, Bắc Giang]. Quản phủ Lạng Giang là Nguyễn Văn Thành đem quân đánh giặc ở xã Mỗ Sơn [huyện Yên Dũng, Bắc Giang], chém được 2 tướng giặc, bắt sống được 80 người. Việc tâu lên; thưởng cho Thành một thứ kỷ lục, 300 quan tiền; dân sở tại bị giặc tàn phá thì được chẩn cấp.

Giặc biển ở Quảng Yên là Ba Công Dụng họp hơn 50 chiếc thuyền ăn cướp châu Tiên Yên [Quảng Ninh]. Trấn thủ Nguyễn Đăng Khánh và Tham hiệp Lê Đạo Quảng thân đem binh thuyền đến đánh bắt. Thiêm sự Hình bộ là Ngô Đức Chính người Hoa Phong, nhân nghỉ về thăm nhà, cũng đem thổ dân theo đi. Quảng và Chính làm tiền đạo, Khánh làm hậu ứng, theo cửa Mô [huyện Tiên Yên, Quảng Ninh] vào đánh tan bọn giặc, chém được Công Dụng cùng đồ đảng 14 tên, bắt sống được 16 người, thu được thuyền ghe khí giới rất nhiều. Bắc Thành đem việc tâu lên; Vua xuống chỉ khen ngợi. Thưởng cho Quảng và Chính mỗi người 1 thứ kỷ lục quân công, thưởng Khánh một khẩu súng tay hai máy hoa vàng, thưởng Quảng một khẩu súng tay hoa vàng; lính và dân thì thưởng bạc tiền theo thứ bậc khác nhau.

Có người Trung Quốc là Từ Đạt Khôi gặp giặc ở ngoài biển U Nang, gọi thuyền đánh cá đuổi bắt, bắt được 7 tên giặc và 1 chiếc thuyền đem nộp; thưởng cho 100 quan tiền.

Tháng ba [27/3-25/4/1827], Vua thấy giặc tại Bắc Thành mới dẹp yên, nhân dân đau khổ điêu tàn; bèn sai Phó đô thống chế Nguyễn Văn Hiếu, và thự Thượng thư bộ Hình Hoàng Kim Xán đi kinh lược hai trấn Sơn Nam, Nam Định. Bọn Văn Hiếu từ giả, Vua bảo rằng:

"Quan tham, lại nhũng là mọt hại dân, giặc cướp nổi lên là bởi đó cả, trẫm rất chán, rất ghét. Ngươi đến trấn nên xét thực nêu lên trị tội để răn về sau.... Đến như nhân tài ở Bắc Thành, cũng nên hết lòng tìm hỏi, dẫu người tinh một nghề, giỏi một việc, cũng đều tâu lên, không bỏ sót...".

Bèn sai thưởng cho Hiếu 200 lạng bạc, Xán 150 lạng, các quan thuộc khác đều thưởng tiền lương 3 tháng.

Ngày Ất Dậu mồng 10 [5/4/1827], tiết Thanh Minh; Vua rước Hoàng thái hậu đi yết lăng Thiên Thụ [lăng Gia Long]. Lúc lễ xong, vua đi xem khắp hoa cỏ cây cối chỗ cấm địa (2) thấy xanh tốt thì vui lắm, sắc cho bộ Lễ làm cỗ thiếu lao ((3) tế thần núi.

Quan Bắc Thành tâu rằng: Nam Định tự ngày Phan Bá Vành quấy rối, dân địa phương bị tàn phá, sau khi giặc dẹp yên, dân nhiều người bị đói, ba huyện Vũ Tiên, Thư Trì, Giao Thuỷ khổ nhất. Xin phái Thiêm sự Hộ tào là Nguyễn Văn Mưu đến hội với quan trấn phát chẩn, cứ 2 người cấp cho 1 hộc thóc hay 1 phương gạo, cho đỡ dân lúc gấp; Vua y theo lời tâu.

Cho Nguyễn Công Trứ làm Tả Thị lang Hình bộ, vẫn quyền lĩnh Hình tào Bắc Thành, Nguyễn Đức Nhuận làm Tả Thị lang Binh bộ, vẫn quyền lĩnh Binh tào Bắc Thành, Nguyễn Văn Mưu làm Thiêm sự Hộ bộ, vẫn theo Hộ tào Bắc Thành làm việc.

Án thủ Châu Đốc là Nguyễn Văn Thuỵ [Thoại] mộ lập 3 đội Châu Đốc nhất, Châu Đốc nhị, Châu Đốc tam, 2 đội An Hải nhất, An Hải nhị, xin mỗi đội đặt một Suất đội. Quan thành Gia Định đề tâu; Vua y cho

Xã Dương Mỗ, thuộc huyện Phú Vang, Thừa Thiên có đê ngăn nước mặn bị nước lụt làm vỡ, dân xin miễn dao dịch để đắp cho lợi việc nông; Vua y cho.

Thổ phỉ ở Hưng Hoá là Xa Văn Nhị trước giữ châu Đà Bắc để làm phản, nghe quan quân đến, trốn vào rừng núi. Bấy giờ Hiệp trấn Hưng Hoá bị cách là Trần Văn Thông cùng với quan võ của thành phái đi đem quân đi dò bắt, bắt được cha con tên Nhị cùng đồ đảng vài mươi người, đóng gông đưa về Bắc Thành giết đi. Rồi Thông chết, quan Bắc Thành tâu dâng công trạng, Vua nghĩ Thông sau khi bị lỗi còn hay cố sức nơi chiến trường, công cũng nên ghi, đặc cách cho khai phục nguyên hàm Hiệp trấn.

Nước Vạn Tượng cùng nước Xiêm động binh đánh nhau. Trước đó Quốc trưởng Vạn Tượng A Nỗ gả con gái cho vua nước Xiêm đẻ con là Sâm Ma Yết. Vua Xiêm lại lấy người trong nước, đẻ con là Thôn Ỷ Phá. Ỷ Phá đã lớn, mưu cướp ngôi trưởng, giết Sâm Ma Yết đi nhưng Vua Xiêm không ngăn cấm. A Nỗ lấy cớ ấy oán vua Xiêm, đem quân đánh lấy thành Cổ Lạc, giết binh Xiêm hơn 500 người. Vua Xiêm giận, sai vua thứ hai là Xá Chiêu Oan Na đem quân vài vạn đi đánh Vạn Tượng. Tổng trấn Gia Định Lê Văn Duyệt được tin báo, đem việc tâu lên. Vua thấy thượng đạo Cam Lộ thông với nước Xiêm, sai Quản đạo Tống Văn Uyển đến ngay chỗ biên giới dò hỏi.

Tháng tư [26/4-25/5/1827], Kinh lược sứ bọn Nguyễn Văn

Hiếu, Hoàng Kim Xán đến Nam Định, đi thăm các huyện ấp, xét hỏi nỗi đau khổ của dân, tâu xin phàm các xã dân bị giặc đốt phá thì cấp cho mỗi nhà 2 quan tiền 1 hộc thóc; nhà nào phái viên ở thành đã phát chẩn thóc rồi thì cấp cho 2 quan tiền; người nào có nhà cửa mà của cải mất hết thì cấp 1 hộc thóc; người nào đánh nhau với giặc bị giết chết thì lượng cấp tiền tử tuất. Sơn Nam cũng theo như thế mà làm; tất cả chi hết hơn 5.700 quan tiền, hơn 1.980 hộc thóc.

Bọn Hiếu đến đâu, xử kiện tụng, xét kẻ gian hối lộ, quan lại ai cũng sợ hãi nín hơi. Cai án Nam Định là Phạm Thanh, Thư ký là Bùi Khắc Kham, rất tham lam, giảo quyệt, địa phương cho là người hung ác. Thanh đương quyền huyện Mỹ Lộc [Nam Định], bỏ ấn trốn đi trước; sau đó Khắc Kham cũng trốn, rồi cùng với Thanh bị bắt. Nhân dân đem các việc gian tệ kiện thêm; sai giải đến chợ trấn chém ngang lưng, tịch thu gia tài chia cho dân nghèo; Vua bảo bộ Hình rằng:

"*Giết bọn lại mọt ấy dẫu là việc nhỏ, mà quan hệ đến việc khuyên răn rất lớn*".

Vua ra cửa biển Thuận An xem thuỷ sư thao diễn. Đến khi về gặp mưa, đậu thuyền ở bờ sông Thuỷ Tú. Thuyền Trung Thuỷ có người tránh mưa không đứng ở hàng tiền đạo. Vua giận lắm, sai lính Cẩm y bắt hết cả binh lính trong thuyền, thét đem chém đi. Phan Văn Thuý tâu rằng:

"*Đấy là lỗi ở người quản suất, binh lính ngu muội sao đủ trách mắng!*".

Vua đỡ giận, bèn sai đánh người quản suất 100 roi, đánh binh lính 50 roi, rồi tha cả.

Dân thiểu số nước Xiêm tên là Hân Ma Lạt bị Chiêu Ba Thắc con Quốc trưởng A Nỗ nước Vạn Tượng đánh, đem bộ lạc hơn 200 người đến đất biên giới của ta, dâng voi xin để phụ thuộc. Quản đạo Cam Lộ là Tống Văn Uyển đem sự việc tâu lên; Vua bảo bầy tôi rằng:

"*Hân Ma Lạt thế cùng mà quy phụ triều đình, há nỡ cự tuyệt!...*"

Bèn sai Tống Văn Uyển đem binh đến sách Na Bôn, chọn đất trống cho bọn Hân Ma Lạt trú; đến lúc quân Vạn Tượng thua, Hân Ma Lạt lại xin trở về đất cũ,bèn cho về.

Tháng năm [26/5-23/6/1827], tướng giặc ở Bắc Thành là Nguyễn Đình Trượng, họp đảng ở xã An Xá, thuộc huyện Văn Giang [Hưng Yên]. Phó thống thập cơ Phan Bá Hùng đem quân săn lùng, bắt sống và chém được mười mấy tên, lấy được khí giới. Thưởng cho Bá Hùng một thứ kỷ lục; thưởng cho quân binh 200 quan tiền. Tên Trượng sau bị quan quân bắt được, đem giết.

Ngày 7 [1/6/1827], chiếu răn quan lại Bắc Thành. Vua dụ:

Điều trọng yếu của việc hành chính là phải trừ bỏ mối tệ để đi vào đường thiện, như vậy mới có thể gọi là trị. Trẫm từ khi đích thân lo việc chính trị, ngày đêm cố gắng, mấy lần cầu dâng lời nói phải; đối với việc đôn đốc các quan, yêu dưỡng thứ dân, càng thêm lưu ý. Nhưng từ trước đến nay các hạt tại Bắc Thành, quan lại chưa thể theo Trẫm ý, thi hành không đúng đường lối, đôi khi làm cho dân khổ sở. Vì rằng cửa vua xa vạn dặm, những điều *ẩn dấu chưa biết được hết, nên các ngươi trì trệ lười biếng không lập nên thành tích; trước đây đã giáng chỉ nghiêm trị, nhưng thói quen từ lâu, tích tập thêm lớn, thậm chí tham lam mắc tội, có kẻ đã bị quở trách; nhưng hình ảnh xấu vẫn đầy rẫy trong nha môn, làm mờ ám tiết tháo của quan lại, như vậy lấy gì để làm sạch mối tệ hại và chấn chỉnh quan lại? Lại trong làng xã cường hào điêu trá, bọn vô lại tụ tập, các quan địa phương thượng ty, không nghiêm phòng trừng trị, thì lấy gì mà chấm dứt tệ đoan? Trẫm nửa đêm tư lự, trong lòng căm phẫn, muốn một phen ra tay chế tài, để quét sạch mối tệ và cảnh tỉnh ngoan cố; nhưng nghĩ rằng chính trị của bậc vương giả là giáo dục trước, trừng phạt sau, nên đinh ninh huấn sắc, nói không ngại phiền, mỗi các ngươi nên gột rửa, tư lự, sửa đổi sai lầm, khiến cho việc lớn theo luật, việc nhỏ thanh liêm, dân yên trộm cướp dứt, từ đó phong tục sửa đổi trở nên thuần phác, để cùng hưởng phúc thái bình, như vậy không đúng ư!Lại ban thơ Ngự chế đề tại điện Cần Chính, thơ rằng:*

Trung ngoại thần liêu khai cẩm bào,
中外臣僚開錦袍
Thuỳ tri thiên hạ dĩ hao hao!
誰知天下已嗷嗷
Sổ bôi mỹ tửu quần sinh huyết,
數杯美酒群生血
Bán trản hoà canh bách tính cao.
半盞和羹百姓膏
Thiên lệ lạc thời nhân lệ lạc,
天淚落時人淚落
Ca thanh cao xứ khốc thanh cao.
歌聲高處哭聲高
Quân môn vật vị giao thiên lý,
君門勿謂遙千里
Cô vọng Hoàng ân thị nhữ tào.
孤望皇恩是汝曹

Dịch nghĩa

Trong triều ngoài trấn các thần liêu khăn áo cẩm bào,
Đâu ngờ rằng trong thiên hạ đầy tiếng kêu van!
Vì mấy chén rượu ngon là máu của nhân dân,
Bát canh hợp khẩu đượm mỡ của trăm họ.
Nước mắt trời nhỏ xuống, cùng nước mắt con người,
Tiếng ca cao vút, hoà với tiếng khóc cao vút.
Đừng có bảo rằng cửa kinh khuyết xa ngàn dặm,
Nhà vua riêng kỳ vọng ở các ngươi.

Ngày Ất Dậu mồng 10 [4/6/1827], Vua kinh lý Quảng Nam, xa giá khởi hành từ Kinh sư. Ngày Đinh Hợi 12 [6/6/1827] đến Đà Nẵng, xem đài Điện Hải, rồi đi chơi núi Tam Thai, nghỉ chân ở hành cung Đồng Thiên Phước Địa; sai lấy trâu rượu ban yến cho quan lính đi theo, thưởng tiền bạc theo thứ bậc.

Ngày Canh Dần 15 [9/6/1827], xa giá đến dinh Quảng Nam, sai Trung sứ mang biểu thỉnh an và quả nam trân (4) kính dâng Hoàng thái hậu. Giảm thuế thân năm sau 3 phần 10 cho toàn hạt Quảng Nam; riêng hai xã Hoá Khuê Đông và Quán Khái, là chỗ vua đóng nên giảm 4 phần 10. Các kỳ lão chiêm bái được thưởng 2.000 quan tiền; có 2 người hơn 100 tuổi, cho thêm mỗi người 10 lạng bạc, 1 cặp áo. Cho chùa Bảo Quang ở xã Đông Ba, chùa Di Đà ở xã Đông An, huyện Diên Phước [huyện Điện Bàn], mỗi nơi 100 quan tiền. Cấp tiền gạo thuê cho dân Quảng Nam khơi đào đường sông. Ngày Nhâm Thìn 17 [11/6/1827], xa giá về Kinh sư.

Có người ở Duy Xuyên là Nguyễn Tiến Chương đón giá dâng thư, cóp nhặt những tai biến như nước lụt, hạn hán, dẫn đời xưa, chứng đời nay, nói nhiều điều điên cuồng ngang trái. Vua giao xuống bộ Hình bàn; bộ Hình xin chiếu luật yêu ngôn xử trảm giam hậu; Vua y theo lời bàn của bộ.

Tha cho Vũ Trinh về nhà; Trinh đời Gia Long làm Hữu Tham tri bộ Hình, phải tội trong vụ án Nguyễn Văn Thành, bị đày an trí ở Quảng Nam; bấy giờ Vua thương đã già, tha cho về nhà.

Quốc trưởng nước Vạn Tượng là A Nỗ đánh nhau với nước Xiêm bị thua; con là Chiêu Ba Thắc bị Xiêm bắt, quân và dân tan đi các nơi. A Nỗ thế cùng, chạy ra Ba Động, xin liệt làm dân ngoài biên của nước ta và giữ lễ cống, mong cầu quân cứu viện. Trấn Nghệ An đem sự việc tâu lên; sai Đô thống chế Phan Văn Thuý sung chức Kinh lược biên vụ đại thần, kiêm lĩnh Trấn thủ Nghệ An; Phó tướng Hữu quân là Nguyễn Văn Xuân sung Bang biện quân vụ đại thần, Phó đô thống chế Đoàn Văn Trường và Thống chế Tượng quân Lê Văn Hoan, đều sung Bang biện quân vụ, Thượng thư bộ Lại Trần Lợi Trinh sung Tham tán quân vụ đại thần, Tham tri Binh bộ là Nguyễn Công Tiệp sung Tham tán quân vụ, đem hơn 2.000 Kinh binh, 30 thớt voi, định ngày tiến quân.

Nước Vạn Tượng sai thuộc hạ là bọn Xi Mân đem thư đến Nghệ An. Sai quan trấn bảo về, và báo cho A Nỗ biết là quân trấn đã đóng giữ ngoài cõi, hãy nên đóng đấy để đợi mệnh lệnh triều đình; lại sai người đưa tặng phẩm vật.

Nêu thưởng nghĩa dân xã Tống Xá, thuộc huyện Phù Dung [huyện Phù Cừ, Hưng Yên]. Trước đây thổ phỉ quấy rối, quyền Cai tổng là Lê Như Uy đem dân xã kháng cự, bị chết trận, dân ấy cũng nhiều người chết và bị thương. Đến nay Kinh lược sứ là bọn Nguyễn Văn Hiếu tâu xin nêu thưởng để khuyến khích nghĩa dân. Vua xem tờ tâu bèn truy tặng Như Uy chức Cai tổng, cho tiền tử tuất 30 lạng bạc và cho những người chết 200 quan tiền; tô thuế thiếu của xã dân đều miễn.

Tháng năm nhuần [24/6-23/7/1827], định lệ con hát ở các địa phương. Con hát 200 người ở Gia Định trước gọi là phường Du xuân đổi là Ca công, mỗi năm nộp tiền sai dịch 10 quan, lại mỗi người nộp riêng 2 tấm 15 thước vải; con hát ở Bắc Thành gọi là Giáo phường hơn 300 người thì nên để lại 100 người; con hát ở Thanh Hoa cũng gọi là Giáo phường hơn 200 người thì nên để lại 50 người; số còn lại chuyển vào sổ dân để chịu sai dịch

Quân Xiêm đóng ở Mục Đa Hán [đất biên giới Thái Lan giáp với Savannakhet, Lào] phao tin trước lấy Vạn Tượng, sau lấy Lạc Hoàn [Lạc Hòn, Savannakhet]. Quan trấn Nghệ An đem sự việc báo lên; Vua ra lệnh bọn Phan Văn Thuý tiến quân. Rồi quân Xiêm chiếm cứ thành Viên Chăn [Vientiane] nước Vạn Tượng; A Nỗ nghe tin, từ Tam Động [thuộc phủ Trấn Tĩnh] chạy đến bản Triệu Sần. Bèn truyền bảo bọn Phan Văn Thuý đưa thư cho A Nỗ nói rằng quân quan kinh lược đã đến, phái thêm lính đóng giữ, cứ việc chọn đất ở yên chớ sợ.

Bọn Kinh lược Phan Văn Thuý mới đến Nghệ An, cho là quân Xiêm còn xa, quân ta chưa nên khinh động, sai Cai đội vệ Phấn võ là Nguyễn Trọng Thai đi đến bản Triệu Sần hỏi thăm và yên uỷ người Vạn Tượng. A Nỗ thấy Trọng Thai đến rất mừng, phúc thư nói quân Xiêm sắp đến Lạc Hoàn [Lạc Hòn, Savannakhet], xin cho đem quân đến bảo hộ. Bọn Thuý bèn chia phát binh và voi, sai Nguyễn Văn Xuân và Lê Văn Hoan tiến đóng ở Kỳ Sơn [Nghệ An], Đoàn Văn Trường tiến đóng ở Quy Hợp [huyện Hương Khê, Hà Tĩnh], Nguyễn Công Tiệp biện lý quân lương. Thuý cùng Trần Lợi Trinh ở lại trấn Nghệ An.

Sau đó Phan Văn Thuý, Trần Lợi Trinh, Nguyễn Công

Tiệp tiến quân đến đóng ở Quy Hợp. Thám tử về nói rằng quân Xiêm đã qua sông Khung Giang [sông Mekong] đóng quân ở Lạc Hoàn, lùa dân về Mục Đa Hán. Bọn Thuý bèn dẫn binh tiến nữa và sai thám tử đến thì quân Xiêm đã đi rồi. Thám tử bèn đến thành Vạn Tượng [Vientiane], đưa thư rồi về; tướng Xiêm cũng phúc thư không dám cãi lại. Đoàn Văn Trường từ Quy Hợp tiến đến Ba Động; A Nỗ nghe quan quân đến, lại về ở Ba Động.

Sai bọn Văn thư phòng là Lê Nguyên Đán đi thuyền hiệu Thanh ba sang Quảng Đông làm việc công.

Kinh lược sứ Nguyễn Văn Hiếu tâu rằng: Dân hai trấn Sơn Nam, Nam Định trước bị giặc Phan Bá Vành tàn phá, trong đó có 35 xã thôn thuộc các huyện Thiên Thi, Phù Dung, Hoài An, Chương Đức, Giao Thuỷ, Vũ Tiên, Thư Trì, Thuỵ Anh, Phụ Dực, Quỳnh Côi và Diên Hà tàn hại rất dữ; tuy ruộng chưa bỏ hoang hết, dân chưa xiêu tán hết, mà túng đói quẫn bách, không thể chịu nổi. Xin cứu giúp cho dân được yên làm ăn, không phải xiêu tán, thì việc làm một nửa mà công gấp đôi. Vua cho lời tâu là phải, sai tha thuế năm ấy, và những binh dao tạp dịch thiếu từ năm trước đều cho hoãn cả.

Tháng sáu [24/7-21/8/1827], Tù trưởng Trấn Ninh [Xiêng Khoáng, Lào] là Chiêu Nội quy phục. Trấn Ninh nguyên trước thuộc bản đồ nước ta, đời Gia Long mới đem đất ấy cho nước Vạn Tượng. Đến nay Quốc trưởng Vạn Tượng chạy ra ngoài, nước Nam Chưởng dựa thanh thế quân Xiêm, thừa cơ đến lấn, dân Trấn Ninh rối loạn. Gặp thám tử của ta đến, Chiêu Nội muốn trở về qui phụ, nhân xin tiến quân để ngăn xâm lược. Phan Văn Thuý sai Trần Lợi Trinh đến Kỳ Sơn họp cùng bọn Nguyễn Văn Xuân và Lê Văn Hoan tuỳ nghi điều động. Tờ tâu vào triều, Vua bảo bầy tôi rằng:

"*Trấn Ninh đã cáo cấp, nếu quân ta không đến sớm, chúng nó nghe gió thổi hạc kêu cũng đã sợ, thế tất chạy đến Kỳ Sơn, lại tốn công một phen xếp đặt; chi bằng nhân thế mà giữ đất vỗ dân, vừa để yên lòng dân mới phụ, vừa để át khí thế người Xiêm*".

Bèn sai bọn Nguyễn Văn Xuân, Trần Lợi Trinh, Nguyễn Văn Hoan, đem quân binh đến đóng giữ ngay Trấn Ninh. Bọn Xuân sai Vệ uý Tạ Quang Cự và Phó vệ uý Nguyễn Văn Linh đem 600 quân đi trước, và tâu rằng từ Kỳ Sơn đến Trấn Ninh núi khe hiểm trở, vận tải không tiện. Vua dụ rằng:

"*Trấn Ninh đã thực lòng quy phục, triều đình nhân đó mà nhận, danh nghĩa rất chính; vả lại có thể mở bờ cõi, mạnh phên giậu của ta, cơ hội không thể bỏ lỡ, há có thể vì việc hơi khó mà vội giữa chừng bỏ dở à? Vả nay bảo* [đồn] *Lãng Điền* [huyện Anh Sơn, Nghệ An] *hiện chứa muối gạo hơn 3.000 phương, chở đến quân thứ cũng tiếp tế được. Ngày dụ này đến nơi, bọn ngươi phải trước sai người bảo Chiêu Nội chuẩn bị nhiều lương thực; Lê Văn Hoan thì quản binh tượng đóng lại ở Kỳ Sơn, Nguyễn Văn Xuân, Trần Lợi Trinh các ngươi thì chọn ngay 300 tinh binh cùng một loạt tiến lên, người nào cũng mang lương và bạc mà đi; ngày đến Trấn Ninh, trù lương ăn, sửa thành luỹ, chiêu dụ dân Kinh* [Việt] *và người Di* [Lào] *sở tại, hỏi rõ các sổ sách về đất đai, hộ khẩu, thuế khoá, cùng hết thảy công việc thiện hậu cho theo thứ tự mà làm, rồi tuỳ việc tâu lên*".

Mấy nghìn dân đói của các Man Sô Liên, Song Khả và Cổ Khẳng thuộc nước Xiêm xiêu tán đến ở phủ Bông Xuy nước Chân Lạp, hái lá cây và nấu bèo để ăn, nhiều người chết đói.

Quan thành Gia Định đem sự việc tâu lên. Vua động lòng thương nói rằng:

"Dân nước Xiêm xiêu tán đông như thế, nước Chân Lạp chứa thóc không được mấy, lấy gì giúp đỡ nhau. Trẫm thương dân như một, sao nỡ ngồi trông mà không cứu".

Bèn sai phát 4.000 phương gạo và 200 phương muối phát chẩn cho.

Giặc trốn ở Bắc Thành là Nguyễn Sùng lẩn trốn ở hạt Quảng Yên. Tri châu Vạn Ninh là Phan Thiên Thạch đem quân đi tuần dò bắt được, giải về thành giết đi. Việc tâu lên; Vua thưởng cho Thiên Thạch kỷ lục 1 thứ, 50 lạng bạc, 300 quan tiền.

Chưởng dinh lĩnh Phó tướng Trung quân hưu trí là Trương Tấn Bửu chết. Tấn Bửu là người lão thành, thực thà trung hậu, trải qua nhiều chiến trận có công; Vua thương, cho 2.000 quan tiền, 5 cây gấm Tống, cấp 3 người phu mộ.

Tháng bảy [22/8-20/9/1827], Phan Văn Thuý sai người do thám, biết rằng người Xiêm từ khi nghe quân ta đóng gần, thì để lại tướng Xú Pha Hoạ Di cầm vài nghìn quân, cùng với em A Nỗ là Ấp Ma Hạt đóng ở thành Vạn Tượng [Vientiane], số còn lại rút về hết. Bèn đem sự trạng tâu lên; Vua dụ cho Đoàn Văn Trường từ Ba Động rút quân, chọn 1.000 quân tinh tráng ở lại giữ châu Quy Hợp; Phan Văn Thuý thì đem đại đội binh tượng về thành tỉnh Nghệ An nghỉ ngơi.

Quân Nguyễn Văn Xuân và Trần Lợi Trinh đến Trấn Ninh, người Nam Chưởng cũng nghe tiếng rút trước; bèn để lại 300 quân, sai một người Quản vệ đóng giữ đất này.

Quốc trưởng Vạn Tượng là A Nỗ ở Ba Động khẩn thiết xin nương tựa triều đình, bọn Phan Văn Thuý đề đạt lên, Vua cho A Nỗ đến ở Nghệ An. Khi trước A Nỗ bỏ nước chạy, em là Ấp Ma Hạt không chịu theo, A Nỗ đem mẹ và 4 người con của Ấp Ma Hạt cùng đi. Đến bấy giờ Ấp Ma Hạt gửi thư cho con A Nỗ là Hạt Xà Bông mời A Nỗ về nước, lại xin mẹ con nó về để khỏi xiêu dạt. Tướng Xiêm là Xú Pha Hoạ Di cũng gửi thư cho A Nỗ nói đã xin lỗi vua Xiêm, vua Xiêm đã xá lỗi cho, đừng ngờ nữa. Phan Văn Thuý đem việc tâu lên. Vua bảo bầy tôi rằng:

"...*Nếu trời không muốn nước Vạn Tượng loạn lạc, khiến Ấp Ma Hạt nghĩ lại đi đón anh về, ta nhân đó gửi thư cho nước Xiêm và đưa A Nỗ về nước, thì dân ta cũng được nghỉ vai; nếu không thế thì khó lòng tránh khỏi việc binh đao....*".

Bộ lạc Man Cai tại Lào xin quy phục nước ta, gửi thư nói vì nước Nam Chưởng cướp phá, xin đem quân bảo hộ, cho được cùng với Trấn Ninh làm dân ngoài biên. Bọn Nguyễn Văn Xuân đem sự việc tâu lên; Vua bảo Văn Xuân truyền hịch cho Nam Chưởng nói rằng Man Cai đã là thần thuộc của triều đình, những người và súc vật mà Nam Chưởng cướp lấy từ trước phải trả lại ngay. Hịch đến, các tù trưởng Nam Chưởng hoảng sợ bảo nhau chớ phạm đến bờ cõi của ta, rồi gửi thư xin tạ lỗi.

Giặc trốn ở Thanh Hoa là Trần Công Ngôn nổi lên ở huyện Tĩnh Gia, lính phủ đi tuần bắt được; thưởng cho 80 lạng bạc và 200 quan tiền.

Bắc Thành nước lớn, ba trấn Sơn Tây, Sơn Nam, Nam Định đều vỡ đê, cửa nhà ruộng nương chìm ngập nhiều, cũng có người chết đuối. Quan BắcThành phái người đi khắp các nơi mà lượng phát chẩn, rồi đem sự việc tâu lên. Vua cho rằng phát chẩn không được nhiều, nhân dân không khỏi túng thiếu; dụ cho quan trấn cấp thêm, không cứ đàn ông, đàn bà, già trẻ, người chết đuối thì cấp 3 quan tiền, người đói mà rất nghèo cấp mỗi người 2 quan tiền 1 phương gạo, người nghèo vừa cấp 1 quan tiền 1 phương gạo.

Con đê riêng ở xã Bình Tuyền trấn Thái Nguyên cũng vỡ, dân đói; quan Bắc Thành thần xin theo lệ Nam Định phát chẩn, Vua y cho.

Ngày 15 [5/9/1827], ban lúa Thuỵ cho Bắc Thành. Lúa này sản xuất tại Gia Định thành, hạt thô lớn như lúa nếp, dài một phân , gạo trắng mà có hương, ăn khoái phủ tạng; ban cho các phủ huyện Bắc Thành để trồng.

Bổ người Tây dương là Phú Hoài Nhân làm Chánh thất phẩm, Tây Hoài Hoa và Tây Hoài Hoá làm Tòng thất phẩm thông dịch ty Hành nhân, mỗi tháng cấp cho mỗi người 20 quan tiền, 4 phương gạo lương, 1 phương gạo trắng, sai phủ Thừa Thiên trông coi, cấm không được ra ngoài dạy học trò để truyền giáo. Tên họ Việt của bọn Hoài Nhân do vua cho.

Sách **Việt Nam Pháp Thuộc Sử** (5) chép vào năm 1827 Vua cho vời Giáo Jaccard đến kinh đô dịch sách; ông này đã dịch Vua xem về cuộc cách mệnh nước Pháp, cuộc chinh phục Ấn độ của người Anh, truyện Đại đế Nã Phá Luân [Napoléon Bonaparte]; phải chăng Giáo Jaccard là 1 trong 3 người nêu trên?

Tháng 8 [21/9-19/10/1827], nước Chân Lạp bị đói, Tổng trấn Gia Định Lê Văn Duyệt tiện nghi phát chẩn 15.000 phương gạo rồi làm sớ tâu lên; Vua tỏ vẻ không bằng lòng, dụ rằng:

"Cứu giúp tai nạn, triều đình cố nhiên là không tiếc của, duy Chân Lạp là nước thuộc phiên, so với dân ta có khác, nếu nước ấy mất mùa đói kém mà phát chẩn thì đợi tâu cũng chưa muộn. Nay tạm cho biên vào sổ tiêu, về sau không được viện làm lệ"

Quốc trưởng nước Vạn Tượng là A Nỗ sai con là Hạt Xà Bông đem phương vật vào tạ; Vua sai trả lại những đồ dâng, chỉ lấy 10 thớt voi đực, cho rất hậu rồi bảo về. Tù trưởng ở động Lạc Hoàn [Lạc Hòn, Savannakhet] cũng sai em là Hạt Xà Bút đem phương vật đến dâng; Vua bảo quan trấn Nghệ An thưởng và yên ủi, không nhận đồ dâng.

Tháng chín [20/10-18/11/1827], tướng giặc Hải Dương là Dương Văn Thái họp đảng đi ăn cướp. Tri huyện Tiên Minh [huyện Tiên Lãng, Hải Phòng] Lê Đình Khản đem thuộc lại và dân đi bắt được; thưởng cho Đình Khản gia một cấp, bổ làm Đồng tri phủ Kinh Môn; cho thuộc lại và dân 200 quan tiền.

Hữu thị lang Hình bộ là Nguyễn Công Trứ từ Bắc Thành về, vào yết kiến. Vua hỏi:

"*Gần đây giặc cướp hơi im, dân ta có thể yên ổn lâu được không?*".

Công Trứ tâu rằng:

"*Sau khi đại quân đi đánh dẹp, các đám giặc tuy đã tan, nhưng kẻ đầu sỏ chưa bắt được hết. Cứ thần xem thì chỉ tạm yên thôi*".

Bèn điều bổ làm Hữu Thị lang bộ Lễ.

Sai bọn giám thành Lê Đức Lộc và Nguyễn Công Tiến cùng đem lính trấn Nghệ An, một người từ Quy Hợp qua

Lạc Hoàn, một người từ Lãng Điền [huyện Anh Sơn, Nghệ An] qua Trấn Ninh, rồi đều đến thẳng thành Bắc Thành. Những chỗ đi qua, hình thế núi sông hiểm hay dễ, dân cư xa hay gần, cửa nhà đông hay thưa, đều xét kỹ vẽ thành bản đồ rõ ràng tâu lên.

Tháng mười [19/11-17/12/1827] Tổng trấn Gia Định Lê Văn Duyệt đến Kinh đô vào chầu; Vua triệu lên trên điện, hỏi việc ngoài biên. Nhân dịp Văn Duyệt hết sức tâu xin cho các Giáo sĩ bị giữ năm trước để dịch sách như Giám mục Taberd, được trả tự do.

Sai quan biên soạn sách **Bách Ty Chức Chế**, lấy Hiệp biện đại học sĩ Nguyễn Hữu Thận làm Tổng tài; Thị lang Thân Văn Quyền, Nguyễn Công Trứ, Lê Văn Đức, Lý Văn Phức, sung chức Toản tu, chọn thuộc ty các viện 12 người sung Biên tu, 4 người làm Khảo hiệu hiệu san, 15 người Đằng lục, đặt trụ sở ở Sử quán mà làm.

Sai Văn thư phòng tiến xem bộ **Lịch Triều Hiến Chương** của Phan Huy Chú; Vua quay hỏi Phan Huy Thực rằng:

"Sách này Chú tự soạn thuật hay là sưu tập sách sẵn của các nhà?".

Tâu rằng:

"Cũng có tìm xa lấy rộng".

Vua nói rằng:

"Sách này soạn thuật dẫu khéo, nhưng lập ngôn thường thường bênh vực họ Trịnh thì kiến thức cũng quê."

Xây xưởng súng tại thành Bắc Thành; Vua thấy công việc bề bộn, không thể làm một lần xong được, sai chia ra ba năm mà làm.

Tháng mười một [18/12/1827-16/1/1828], Phòng ngự sứ Trấn Ninh Chiêu Nội sai người đến Nghệ An xin giúp quân, nói rằng Nam Chưởng xâm lấn đất Trình Diệt, thổ tù sở tại đương chống đánh. Bèn phái Vệ uý Tạ Quang Cự, Phó vệ uý Nguyễn Văn Linh đem quân tiến đến; lại lấy 300 lính trấn Nghệ An cho đóng đồn ở Lãng Điền [huyện Anh Sơn, Nghệ An] để tiếp ứng. Khi đến huyện Kỳ Sơn [Nghệ An] thì quân Nam Chưởng đã lui, bèn rút quân về.

Đặt Tượng cục pháp lam (6). Bọn Vũ Văn Mai, thợ vẽ ở Nội tạo, học được nghề làm đồ pháp lam. Bèn sai đặt cục ấy, hạn cho 15 người, thiếu thì mộ mà sung vào.

Bắc Thành được mùa to.

Tù trưởng ba địa phương Cam Cát, Cam Muộn, Phàm Linh, châu Trịnh Cao, phủ Ngọc Ma, trấn Nghệ An đến dâng phương vật, khẩn xin phụ thuộc để nộp thuế. Ba địa phương này trước thuộc bản đồ nước ta, cứ ba năm cống một lần. Từ đời Gia Long giao cho Vạn Tượng, đến khi Vạn Tượng thua, bị nước Xiêm quấy rối, bèn dẫn nhau về với nước ta. Trấn thần Nghệ An đem việc tâu lên; Vua chuẩn y Cam Cát làm huyện Cam Cát, Cam Muộn làm huyện Cam Môn, Phàm Linh làm huyện Cam Linh.

Chuẩn bị Lục tuần đại khánh Hoàng thái hậu, sai Hữu ty làm rạp hoa ở tả hữu nhà Duyệt Thiện, dựng lầu hoa ở trước sân trong cửa Tiên Thọ, ở tả hữu thì dựng rạp hoa; lại dựng rạp hoa ở sân điện Cần Chính và nhà yến ở trước lầu Phu Văn. Chế các bài nhạc, chọn hơn 60 người Ca công ở Bắc Thành và Thanh Nghệ, hơn 20 người nhạc công Chân Lạp và Cam Lộ, đều đến họp ở cửa khuyết để diễn ca nhạc.

Bày trò chơi leo dây, trèo thang ở trong cửa Tiên Thọ;

Vua rước Hoàng thái hậu ngự trên lầu hoa để xem.

Nước Chân Lạp sai sứ dâng lễ mừng: đậu khấu, sa nhân, cánh kiến, mỗi thứ 50 cân; ngà voi 2 chiếc, tê giác 2 tảng, lộc nhung 2 đôi, lụa màu 20 tấm. Quốc trưởng Vạn Tượng là A Nỗ dâng biểu nói rằng nước ấy xiêu dạt, xin đem đồ của đời trước để lại là 1 đôi nhẫn vàng, 23 hòn ngọc kính dâng lễ mừng. Trấn thần Nghệ An đề đạt lên, Vua không nhận

Ngày Ất Sửu 24 [10/1/1828], đem việc lễ đại khánh kính cáo điện Hoàng Nhân, Vua rước Hoàng thái hậu ngự lầu hoa, sai nhạc công dâng điệu múa Trinh Tường và tấu nhạc man ở trong cửa Tiên Thọ (bắt đầu là Cam Lộ, Chân Lạp, đến Vạn Tượng là hết). Ban yến cho các Hoàng tử tước công, các quan văn võ ở nhà tả, nhà hữu trong cửa Tiên Thọ

Ngày Mậu Thìn 27 [13/1/1828], làm lễ đại khánh. Vua đội mũ cửu long, mặc áo hoàng bào đai ngọc đem các Hoàng tử tước công, các quan văn võ đến cung Từ Thọ dâng tờ kim tiên và lễ phẩm chúc thọ. Dâng thọ ba tuần, tấu năm bài nhạc.

Sứ thần các thuộc quốc, tù trưởng các dân tộc đến cống thì do bộ Lễ dẫn vào trước sân lầu hoa để dâng lễ mừng. Kỳ lão tôn thất, học sinh tôn thất, công tính, họ Trần [họ Thái hậu], đều lạy mừng ở trước sân lầu hoa. Kỳ mục Quý hương, Quý huyện, nhân viên xã Văn Xá [thuộc huyện Hương Trà, Thừa Thiên; quê Thái hậu], Giám sinh toạ Giám, kỳ lão Thừa Thiên, họ Lê, họ Trịnh, đều lạy mừng ở ngoài cửa Tiên Thọ. Đội Trung hầu bắn súng mừng chín tiếng. Công chúa, Trưởng công chúa, cung tần triều trước, các công nữ, thiếp của các Hoàng tử tước công, phụ nữ tôn thất mệnh phụ các quan văn võ, thì do Nội giám dẫn vào lạy mừng.

Lễ xong, vâng lệnh chỉ Hoàng thái hậu ban yến cho Công chúa trở xuống ở nhà Duyệt Thiện cùng ở tả hữu trong lầu hoa. Lại phát của trong cung thưởng cho thân công cùng người họ ngoại theo thứ bậc

Ngày Kỷ Tỵ 28 [14/1/1828], ban đại yến cho các Hoàng tử tước công và các quan văn võ từ tam phẩm trở lên cũng quan ngoài đến Tham hiệp ở điện Cần Chính

Tháng chạp [17/1-14/2/1828], cho quan văn từ Viên ngoại lang, võ từ Phó vệ uý trở lên đến nhà Duyệt Thị, xem diễn tuồng 3 ngày. Lại diễn tuồng ở lầu Phu Văn; xen vào phụ diễn nhạc các dân tộc thiểu số và các trò tạp kịch.

Ban thưởng bạc và hàng tơ lụa cho các thuộc quốc Chân Lạp, Cam Lộ, Ba Động, Lạc Hoàn, rồi bảo về.

Tham hiệp Cao Bằng hưu trí là Hoàng Đa Trợ dâng một bộ sách **Càn Tượng**; thưởng cho lụa đoạn ngoài và đoạn lót mỗi thứ 2 tấm.

Quảng Yên có giặc biển là Lý Công Đồng họp vài thuyền đánh cá nổi lên ở ngoài biển xã Chân Châu [huyện Cát Hải, Hải Phòng]. Đồng là người Quảng Đông, là đảng của tướng giặc Bạch Xỉ Hoàng Kỳ Trung. Năm trước đến ở châu Tiên Yên [Quảng Ninh], can án trốn đi, đến bây giờ lại họp đảng ở Trạm Dương, thường cướp phá đường biển. Trấn thủ Lê Huy Tích được tin báo, đem binh thuyền đánh bắt. Bọn giặc chạy về phía đông; được vài ngày chúng lại đến bãi dài châu Tiên Yên, Tích cùng với Phó vệ uý Nguyễn Văn Đàm do Bắc Thành phái đến hợp sức cùng đánh, chém được vài tên giặc, bắt được 2 chiếc thuyền, số còn lại trốn thoát.

Chú thích:

1. Phan Thúc Trực, **Quốc Sử Di Biên**, trang 168, Chinese University of Hong Kong, Hong Kong: 1965.

2. Cấm địa: chỗ gần lăng nhà vua, cấm không cho ai để mả, gọi là cấm địa.

3. Thiếu lao: cỗ làm một con lợn hay một con dê.

4. Nam trân: Quả loòng boong, sản vật ở Quảng Nam.

5. **Việt Nam Pháp Thuộc Sử**, Phan Khoang, Sài Gòn: Nhà sách Khai Trí, 1961, trang 85.

6. Đồ pháp lam: Tráng men lên đồ đồng, kim loại; cũng gọi là pháp lang.

209. Vua Minh Mệnh (9) [15/2/1828-3/2/1829]

Ngày Nhâm Dần mồng 2 tháng giêng năm Minh Mệnh thứ 9 [16/2/1828], Lý Công Toàn tục gọi là Cống Thìn đánh phủ Kiến Xương [Thái Bình]. Toàn vốn người Minh Hương [Hoa Kiều], xưng là tướng cũ của Phan Bá Vành, có 4000 quân thuỷ đóng ở cửa biển Trà Lý [huyện Tiền Hải, Thái Bình] vào vây phủ Kiến Xương, bị quan quân đánh bắt chém bêu đầu.

Người xã Đông Ngạc [huyện Hoài Đức, Hà Tây] là Phan Huy Tuệ dâng kiểu xe Long Đoàn, thuyền Phượng Dực. Vũ Khố bác đi. Vua khuyến khích, nói rằng:

"Kiểu xe, thuyền ấy, tuy không ích gì, nhưng cũng là người có chí gắng sức khó nhọc, xét dùng cũng không hại gì, để khuyến khích người có tài".

Sai cấp tiền gạo hằng tháng, theo Vũ Khố sai phái.

Ngày Tân Dậu 21 [6/3/1828], duyệt binh, Vua đến Nam Đài xem.

Hai xã Thâm Trào [huyện Hải Lăng], Hương Liệu [huyện Triệu Phong] thuộc dinh Quảng Trị, xin miễn dao dịch cho dân binh trong xã, để đào kênh lợi việc nông. Vua sai quan trấn xét thực, cho miễn 6 tháng, lại thưởng thêm 300 quan tiền.

Trấn Hưng Hoá thăm dò được tin nước Nam Chưởng sai dân binh chứa lương ở biên giới để mưu xâm lược Trấn Ninh, bèn đem sự việc tâu lên. Vua thấy rằng Trấn Ninh mới qui phụ nên tìm cách trấn tĩnh; bèn sai Tư vụ bộ Binh Nguyễn Văn Lễ làm Hiệu uý đến đó đóng giữ.

Tháng hai [16/3-13/4/1828], lấy thự Hữu Thị lang bộ Lễ Nguyễn Công Trứ làm Tả Thị lang bộ Hình, vẫn sung chức Toản tu.

Làm vườn Thiệu Phương ở bên tả cung thành; trong vườn dựng điện Hoàng Phước cùng các đường, hiên và hồi lang (1); gồm: Cẩm Xuân Đường [Nhà Gấm xuân], Di Nhiên Đường [Nhà AnVui], Hàm Xuân Hiên [Hiên Ngậm Xuân], Vĩnh Phương Hiên [Hiên Vĩnh viễn Thơm], Hồi Lang Chữ Vạn [Hồi Lang Hình Chữ Vạn], Tứ Phương Ninh Bật Đường [Nhà Bốn Phương Yên Lặng], Nam Phong Giải Uẩn Đường [Nhà Gió Nam Giải Nực]

Ngày Bính Tuất 16 [31/3/1828], tế Trời Đất ở đàn Nam Giao. Hữu ty làm cầu phao qua sông Hương; trước ngày tế Giao một ngày, xa giá đến Trai cung, đi qua cầu phao nước sông tràn lên, bầy tôi đi theo đều sợ; Vua sai đổi lấy thuyền rồng để sang sông. Người chuyên coi làm cầu là Nguyễn Tài Năng, người xét nghiệm là Phan Văn Thuý, cùng người phù giá là Phạm Văn Lý đều bị đình thần đàn hặc; nhà Vua giáng cấp có sai biệt.

Vua đi xem sông Lợi Nông [huyện Hương Thuỷ, Thừa Thiên], thấy lúa ruộng dọc bờ xanh tốt bảo bầy tôi rằng:

"*Trước Hoàng khảo Thế tổ Cao hoàng đế ta bỏ vài vạn bạc đào con sông này, làm lợi cho dân mãi mãi. Mới biết thánh nhân lưu ơn muôn đời to như thế đấy.*"

Tháng ba [14/4-13/5/1828], tên tù trốn ở châu Mường Vanh, đạo Cam Lộ, trấn Quảng Trị là A Điền Cáo họp 600 dân thiểu số cướp phá dân trong châu. Thổ tri châu là Kim đánh nhau với giặc bị thua; quan trấn sai Phó quản cơ Nguyễn Văn Thạch đem quân đi đánh, rồi làm sớ tấu lên. Vua sai thự Phó vệ uý Tôn Thất Tự đem vệ binh theo Hiệp trấn Nguyễn Công Đàm đến đạo Cam Lộ để trấn áp. Hữu Thị lang bộ Lễ, Hà Quyền, tự nghĩ trước làm việc trấn ấy, đề phòng không cẩn thận để cho tên Cáo vượt ngục trốn ra, gây hoạn nạn cho dân biên giới, dâng sớ nhận tội và xin đi đánh giặc. Vua khen tốt, y cho; bèn sai cùng với Vệ uý quản đạo Cam Lộ là Tống Văn Uyển đem quân tiến đánh, lại phái 2 đội Ngân Thương đi theo. Hà Quyền đến châu Mường Vanh, tên Cáo nghe tiếng, bảo nhau chạy trốn, đảng giặc tan; bắt được 16 người theo, 6 thớt voi, chiêu dụ vỗ về những thổ dân lưu tán, khiến trở về làm ăn. Vua nghĩ đất lam chướng không nên đóng quân lâu, hạ lệnh rút về.

Dùng Tả Thị lang Hình bộ là Nguyễn Công Trứ lĩnh chức Dinh điền sứ. Nguyên trước Công Trứ dâng sớ tâu 3 việc:

1. Lập phép nghiêm cấm để trừ dứt trộm cướp.

2. Minh việc thưởng phạt để khuyến khích quan lại.

3. Vỡ ruộng hoang cho dân nghèo.

Bèn sai Nguyễn Công Trứ lĩnh chức Dinh điền sứ, hạn 6 tháng tâu lại; cho chọn một viên Tư vụ, 10 người bát cửu phẩm và vị nhập lưu thư lại đi theo để sai phái. Nguyễn Công Trứ lại tâu rằng:

"Bình dân Bắc Thành, trước vì giặc bắt hiếp đi theo có đến hàng nghìn sợ hãi trốn biệt không có đường về, không khỏi đi theo những tướng giặc còn trốn. Xin phàm kẻ nào hối quá

hoàn lương (2), thì cho đến sở Dinh điền thú tội, theo sức mà cấp ruộng cho làm. Những chỗ ruộng đất rải rác có thể lập thành làng trại, đủ cho 15 người ở trở lên thì xin lập làm một trại, 18 người trở lên thì lập làm một giáp, đều đặt tên trại trưởng và giáp trưởng trông coi. Thế thì đất sẽ không có chỗ bỏ không".

Vua đều y cho.

Mười một chiếc thuyền vận tải đường biển của nhà nước bị bão đắm ở hải phận Hà Hoa [huyện Kỳ Anh, Hà Tĩnh], quản lý thuyền là Vệ uý Cao Văn Toàn bị cách chức.

Nhà dân ở ngoài thành Bắc Thành bị cháy, cháy lây hơn 200 nóc nhà; sai phát tiền chẩn tuất. Qua mươi ngày lại có hoả hoạn, cháy hơn 1.430 nóc nhà của 27 thôn phường, nhiều người bị thương chết; quan Bắc Thành dâng sớ xin nhận tội.

Sai Tổng trấn Lê Văn Duyệt trở về thành Gia Định. Trước đây Văn Duyệt vào chầu, vì ốm ở nhà điều dưỡng, đến nay khỏi, Vua dụ rằng:

"Thành Gia Định là trọng trấn cõi Nam, không nên vắng lâu. Khanh ngày thường được người Xiêm La vẫn sợ, nay lại đi đảm nhiệm miền ấy, để có oai như hổ báo ở rừng, mà cũng là có ý chế phục người ngoài vậy."

Tháng tư [14/5-11/6/1828], năm ngoái Quốc trưởng nước Vạn Tượng là A Nỗ nhân vì nạn chạy sang ở tại công quán Nghệ An. Nay Vua sai quan trấn bảo A Nỗ phải lo kinh doanh để khôi phục lấy nước. A Nỗ nói rằng đã cho người về chiêu dụ các bộ lạc ứng nghĩa, được đến vạn người. Xin nhờ quan quân đưa về đến đất nước để được tiếng viện trợ; ông ta sẽ tự đem quân dân đến thẳng thành cũ. Nếu gặp quân nước

Xiêm ngăn trở thì tự đương đầu không dám phiền đến một người quan quân. Việc xong rồi mà nước Xiêm lại đến xâm lược, thì thề chết giữ lấy thành trì, không trốn như trước nữa.

Sai Đô thống chế Phan Văn Thuý làm Kinh lược đại thần, Phó tướng Hữu quân Nguyễn Văn Xuân làm phó, Hiệp trấn Nghệ An là Nguyễn Khoa Hào làm Tham tán, đem tướng sĩ hơn 3.000 người và 20 thớt voi đến Trấn Ninh [Xiêng Khoáng, Lào], tìm chỗ đóng quân; lượng phái quân binh đưa A Nỗ về nước. Lại tự thành trấn Nghệ An đến Lạc Điền thuộc đất Trấn Ninh, dọc đường đều đặt trạm, bắt dân lần lượt canh trực để thông tin tức việc quân. Sai sứ giao hiếu với nước Xiêm, khiến họ bỏ hiềm khích cũ với Vạn Tượng; bèn dùng thự Lang trung Công bộ Lê Nguyên Hy làm Chánh sứ, Cai đội Nguyễn Văn Lễ, Chủ sự Bùi Ngọc Thành làm Phó sứ, đem quốc thư cùng phẩm vật sang nước Xiêm. Tặng Vua Xiêm 2 cân kỳ nam, 3 cân quế, the trắng, the lượt, the hoa, vải nhỏ mỗi thứ 100 tấm; tặng Vua thứ hai 1 cân kỳ nam, 1 cân quế, the trắng, the lượt, the hoa, vải nhỏ mỗi thứ 50 tấm. Bọn Nguyên Hy từ giả, Vua dụ rằng:

“*Các ngươi ứng đối không được kiêu căng cho người ngoài ghét. Không được nói hèn khuất cho người ngoài khinh. Việc đi sứ, cốt sao lời lẽ cho khéo mà thôi*”

Người làng Đăng Xương [huyện Triệu Phong] dinh Quảng Trị là Nguyễn Đăng Khoa dâng ấn ngọc vuông 1 tấc 7 phân 1 ly, núm cao 1 tấc 6 phân 2 ly, khắc bốn chữ triện “**Vạn thọ vô cương**” (3) nói là đào đất lấy được; nhờ Văn thư phòng Tôn Thất Mạch dâng lên.

Giặc biển ở Bắc Thành là Lý Công Đồng lại họp đảng

cướp ở ngoài hải phận Nghệ An. Vua sai Trấn thủ Thanh Hoa là Ngô Văn Vĩnh, Phó thống Phan Bá Hùng, lĩnh binh thuyền đi tuần biển. Nghệ An, Ninh Bình cũng phái lính đi hội tiễu. Lý Công Đồng trốn ẩn ở núi Chàng thuộc Quảng Yên. Người nước Thanh là Trần Quý bắt được đem nộp. Việc tâu lên; thưởng cho Trần Quý 100 lạng bạc. Đồng thì xử lăng trì, bêu đầu đưa đi rao ở các địa phương ven biển thuộc Nam Định, Hải Dương, Quảng Yên. Dư đảng lại ra vào ở hải phận Thanh Hoa, cướp bóc thuyền buôn; Ngô Văn Vĩnh đi tuần không công hiệu gì, phải giáng 2 cấp, bắt phải truy nã.

Nước Chân Lạp sai Sứ đến chầu. Sứ đến Gia Định; cho miễn đến kinh; cấp sắc thư, thưởng cho Vua nước này gấm vóc và thưởng bạc lạng cho sứ bộ.

Tháng năm [12/6-11/7/1828], sai bọn thị vệ Tôn Thất Nghị, Tu soạn Nguyễn Tri Phương, Tư vụ Lê Nguyên Đản dùng các thuyền Thuỵ Long, Thanh Ba, đến các xứ Lữ Tống [Philippin], Quảng Đông làm việc công.

Bắt đầu đặt Tri huyện và Huyện thừa tại 7 huyện thuộc phủ Trấn Ninh. Đổi châu Trịnh Cao phủ Ngọc Ma trấn Nghệ An làm phủ Trấn Định [đất Lào giáp huyện Hương Sơn]; vẫn cho ba huyện Cam Cát, Cam Môn, Cam Linh thuộc vào.

Kinh lược đại thần Phan Văn Thuý đến Trấn Ninh, đóng quân ở Lạc Điền. Quốc trưởng Vạn Tượng là A Nỗ xin đem quân dân mới cũ về thành Viên Chăn [Vientiane]. Bọn Thuý cho Cai đội Nguyễn Trọng Thai đem 2 đội binh Thần sách hộ tống.

Vua thấy những lính thú và tù phát phối ở Trấn Ninh, đều do Chiêu Nội cung ứng, sợ không đáp ứng đủ. Bèn sai

Hiệu uý Nguyễn Văn Lễ đốc suất binh lính cùng tù phạm làm đồn điền, sản xuất lúa.

Thuyền buôn Pháp bị gió dạt vào cửa biển Đà Nẵng, xin đem thuyền ấy nộp cho nhà nước; Vua sắc cho Quảng Nam đem bạc kho trả cho đúng giá. Nhân sai Thống chế Nguyễn Tài Năng đốc suất lính và thợ sửa chữa thuyền ấy, đặt tên là thuyền An Dương.

Sai bọn kinh lược đại thần Phan Văn Thuý thống lĩnh đại đội binh mã về Nghệ An. Trước đây Thuý sai Cai đội là Nguyễn Trọng Thai hộ tống A Nỗ về nước; đi đường gặp quân Xiêm, Trọng Thai lấy điều phải mà bảo nên không phải đánh, quân Xiêm bèn rút lui. Văn Thuý chuyển sớ tâu lên, lại nói quân đóng ở Lạc Điền [Xiêng Khoáng, Lào], lam chướng nhiều quá, nhiều người ốm, xin lưu 100 binh Thần sách, để che chở việc biên, số còn lại thì rút về Mường Then [Mường Xén, huyện Kỳ Sơn, Nghệ An]. Vua nói rằng:

"*Mường Then cũng nhiều lam chướng, không phải chỗ nên đóng quân. Việc biên đã có lính trú phòng Trấn Ninh cùng thổ binh cũng đủ, việc gì phải khổ đến quân sĩ*".

Bèn cho rút hết quân về trấn thành Nghệ An.

Tháng sáu [12/7-10/8/1828], trấn Quảng Yên có bọn cướp 500 người, từ Đông Hưng thuộc Khâm Châu, Trung Quốc, đến cướp đồn Vạn Ninh. Quan giữ đồn Hoàng Văn Lễ đem hương dũng cự đánh, chém được mấy đầu giặc. Lại có thuyền đánh cá của người Thanh lẻn vào vụng Đồ Sơn [Hải Phòng]. Tấn thủ Trương Văn Nho bắt được, khám trong thuyền thấy có súng trường, thanh la và trống. Quan trấn Quảng Yên và Hải Dương đều đem sự việc tâu lên; Vua sai gửi thư cho Tổng đốc Lưỡng Quảng tra xét; bọn Chung Tô

Hợp bị bắt ở thuyền đánh cá đều đóng gông đưa sang Khâm Châu.

Sai Cai đội quân Thần sách Nghệ An là Phan Văn Thống, Hiệp thủ đồn Quy Hợp là Lê Đình Duật đem sắc dụ đến Vạn Tượng. Trước đó Quốc trưởng Vạn Tượng là A Nỗ về đến thành Viên Chăn, quân Xiêm lui đóng ở đồn Phiên Bác, rồi lại trở lại chiếm giữ kho thóc. Con A Nỗ là Hạt Xà Bông xin lương, Xiêm không cho. Hạt Xà Bông tranh đấu; A Nỗ đem quân tiếp chiến, giết chết tỳ tướng nước Xiêm là Phi Nhã Phì Thai Sủng Tham. Quân Xiêm chết và bị thương rất nhiều, bỏ súng và khí giới mà chạy. Việc ấy đến tai,Vua bảo bầy tôi rằng:

"A Nỗ nóng nảy làm bậy, lại gây oán thù với nước Xiêm. Cái nhục bại binh nước Xiêm có nhịn được không? Sau này họ có đánh thì A Nỗ lấy sức đâu mà chống? Chẳng khỏi lại nhờ đến ta. Triều đình xử trí việc Vạn Tượng, có thể nói là đủ nhân đủ nghĩa. Nay A Nỗ hành động như thế là phụ lòng trẫm nhiều lắm! Nếu nó lại chạy sang ta, thì nên cự mà không nhận."

Bèn xuống sắc dụ sai bọn Cai đội quân Thần sách Nghệ An là Phan Văn Thống, Hiệp thủ bảo Quy Hợp là Lê Đình Duật đem thư đến quở trách và bắt phải tạ lỗi với nước Xiêm, đưa trả súng và khí giới cho họ đỡ giận. Lại sai bộ Lễ gửi thư vào Gia Định, phái uỷ Cai đội Hà Tiên là Mạc Công Tài đem thư sang nước Xiêm nói rằng:

"Việc nước Vạn Tượng tranh kho thóc, dẫu là A Nỗ không khéo mềm mỏng, nhưng cũng bởi tướng Xiêm sinh sự trước. Đã sai A Nỗ tạ lỗi. Nên chuyển đạt lên vua Xiêm tha tội cho nó, khiến nó làm phiên thuộc mãi mãi".

Khi bọn Phan Văn Thống đến đồn Phô Khâm ở bờ Nam sông Khung Giang [sông Mekong], bị tướng nước Xiêm là Thung Vi Sa đánh úp, Thống cùng quân lính 40 người đều chết, duy Lê Đình Duật bị bắt, đưa sang nước Xiêm. Có lính thoát nạn chạy về báo, quan trấn Nghệ An đem sự việc tâu lên; Vua dụ rằng:

"Ngày trước đưa A Nỗ về nước, quân Xiêm mới gặp quân ta là lui ngay. Nay sai người bảo A Nỗ tạ lỗi với Xiêm, việc này rất là thuận lẽ. Tướng Xiêm có ý kiến gì mà dám gây mối hiềm thù trước. Nếu bảo là lấy thế để báo thù Vạn Tượng, thì bọn ấy có thế lực gì mà dám giơ càng bọ ngựa ra".

Bèn sai quan trấn phái người đi dò xét, lại truyền bảo các tù trưởng Tam Động [thuộc phủ Trấn Tĩnh (4)] và Lạc Hoàn đều họp bộ lạc cứ hạt mình mà phòng bị.

Tháng bảy [11/8-8/9/1828], thi Hương ở Thừa Thiên, Gia Định, Nghệ An. Sai Thượng thư bộ Hộ Lương Tiến Tường làm Chủ khảo trường Thừa Thiên, thự Hữu thị lang bộ Lại Phan Bá Đạt làm Phó chủ khảo; thự Hữu tham tri bộ Hộ Lý Văn Phức làm Chủ khảo trường Gia Định, Hữu thị lang bộ Hình biện lý Hình tào thành Gia Định Nguyễn Bá Uông làm Phó chủ khảo, thự Hữu tham tri bộ Binh Đặng Văn Thiêm làm Chủ khảo trường Nghệ An, Hiệp trấn Quảng Bình Trần Bá Kiên làm Phó chủ khảo. Lấy đỗ Cử nhân tất cả 52 người: Trường Thừa Thiên 13 người là Lê Tập, Hoàng Thu, Nguyễn Đức Hoan, Lê Tư Duệ, Đỗ Bá Đại, Trần Lý Đạo, Phan Khánh Hội, Phạm Lân, Lâm Duy Nghĩa, Nguyễn Tất Thái, Trương Công Liêm, Hoàng Văn Nhã, Lê Quốc Trinh; trường Gia Định 16 người là Mai Hữu Điển, Nguyễn Quang Tự, Đặng Trung Hy, Trần Văn Triện, Nguyễn Tuấn Đức, Phạm Khắc Nhượng, Nguyễn Ngọc Chấn, Trương Tiến Sĩ, Nguyễn Song

Thanh, Phan Đan Quế, Nguyễn Khiêm Quang, Phan Văn Thành, Nguyễn Văn Nhan, Cao Phục Lễ, Phạm Như Bách, Phạm Ngọc Quang; trường Nghệ An, 23 người là Tạ Hữu Khuê, Nguyễn Hoằng, Hồ Vĩnh Trinh, Nguyễn Huy Tuấn, Hà Học Hải, Bùi Đức Mậu, Nguyễn Hữu Bích, Đặng Huy Khuê, Nguyễn Đăng Thái, Nguyễn Trọng Hựu, Trần Doãn Đức, Nguyễn Đình Thực, Nguyễn Lâm, Phan Văn Nhã, Lê Trọng Hàn, Hồ Trọng Tuấn, Nguyễn Thị, Hoàng Trọng Cảnh, Lê Văn Vỹ, Nguyễn Chí Đạo.

Phủ Khai Hoá tỉnh Vân Nam nhà Thanh cho lính sang địa giới Tuyên Quang tìm bắt giặc trốn là Triệu Ứng Lũng không được, rồi ra khỏi ải. Quan Bắc Thành đem sự việc tâu lên, Vua bảo bộ Lễ rằng:

"*Kẻ tội ác trong thiên hạ đều như nhau, kẻ phạm tội trốn đi xa, cố nhiên cần phải bắt cho được. Nhưng giới hạn bờ cõi, Nam Bắc rõ ràng, sao lại xông xáo vượt qua giới hạn như thế. Nếu cho là việc nhỏ mà im đi, thì lấy gì mà nghiêm phòng bờ cõi? Nên sai Tuyên Quang tư giấy sang các phủ thuộc Vân Nam rằng về sau có người nước Thanh trốn sang thì nên báo cho quan biên giới bắt hộ giải sang, không được vượt qua biên giới.*"

Mục Đa Hán vị trí ở hai bờ sông Khung Giang [sông Mekong], tiếp giới với Lạc Hoàn [Savannakhet] xin qui phục. Tù trưởng là Phọc Chân Xa cai quản dân bên bờ sông phía nam, em là Lạt Xà Bông làm Phó tù trưởng, cai quản dân bên bờ sông phía bắc; vẫn bị Xiêm La và Vạn Tượng chèn ép, bèn đem phẩm vật đến cửa ải xin nội phụ. Quan trấn Nghệ An đem sự việc tâu lên; Vua cùng bầy tôi bàn, đều chấp thuận.

Bắc Thành nước sông lên to; xã Kim Quan thuộc huyện Gia Lâm, Bắc Ninh; xã Thanh Nga thuộc huyện Hưng Nhân [huyện Hưng Hà, Thái Bình], xã Phụng Nghĩa thuộc huyện Yên Sơn [huyện Quốc Oai, Hà Tây], xã Võng Phan thuộc huyện Phù Dung [huyện Phù Cừ, Hưng Yên], đê đều vỡ, đê Kim Quan hại nhất, nước lụt chảy tràn sang hạt láng giềng, các huyện thuộc Sơn Nam, Hải Dương ruộng bị ngập, nhân dân nhiều người chết đuối. Vua sai nghị tội các quan Bắc Thành đã lơ là không săn sóc đê điều; đối với dân, mỗi người chết đuối cấp tiền tuất 3 quan, người đói khổ rất nghèo thì cấp mỗi người 2 quan tiền gạo 1 phương, người nghèo vừa thì tiền 1 quan, gạo 1 phương. Khi nước lụt đã rút, khuyên dân cấy bù, ai nghèo túng thì cho vay thóc giống.

Tháng 8 [9/9-8/10/1828], bắt đầu đặt hai phủ Trấn Tĩnh, Lạc Biên thuộc trấn Nghệ An. Trước đây các tù trưởng dân Lào tại Tam Động [Yên Sơn, Thâm Nguyên, Mông Sơn], Lạc Hoàn [Savannakhet] đem sản vật địa phương dâng tại trấn Nghệ An, xin Vua ban cho sắc ấn, để được ngang hàng với các phủ Trấn Ninh, Trấn Biên, Trấn Định, đời đời nộp cống. Vua y cho, đặt 3 động Thâm Nguyên, Mộng Sơn, Yên Sơn làm phủ Trấn Tĩnh; Lạc Hoàn làm phủ Lạc Biên, cấp cho sắc mệnh ấn triện.

Thừa Thiên được mùa to; Bắc Thành cũng tâu báo nước sông rút xuống, dân bị nạn dần dần yên nghiệp.

Tháng chín [9/10-6/11/1828], thi Hương ở Thanh Hoa, Bắc Thành và Nam Định. Sai Tả Tham tri bộ Lại Lê Đăng Doanh làm Chủ khảo trường Thanh Hoa, Hiệp trấn Quảng Bình Trần Bá Kiên làm Phó chủ khảo; thự Hữu Tham tri bộ Binh Đặng Văn Thiêm làm Chủ khảo trường Bắc Thành, Hữu Thị lang bộ Lễ Hà Quyền làm Phó chủ khảo; Hữu Tham tri bộ Lễ Nguyễn Đăng Tuân làm Chủ khảo trường Nam Định, Hiệp trấn Sơn Tây Hoàng Văn Đản làm Phó chủ khảo. Lấy đỗ Cử nhân tổng cộng 61 người; trường Thanh Hoa 11 người là: Đỗ Công Nho, Đỗ Viêm, Nguyễn Đĩnh, Phan Bạch Như, Trịnh Cẩn, Đoàn Văn Phương, Lê Thức, Vũ Thế Hãn, Nguyễn Hanh, Nguyễn Đăng Sỹ, Lê Lương Tục; trường Bắc Thành 20 người là: Lê Văn Ngọc, Nguyễn Đăng Huân, Nguyễn Văn Hợp, Phạm Bá Thiều, Phan Huy Vịnh, Nguyễn Tán, Diệp Xuân Huyên, Vũ Công Tốn, Vũ Đình Biều, Ngô Đình Liêu, Phạm Quỹ Dương, Đặng Dụng, Hứa Văn Cường, Đinh Bạt Nhự, Nguyễn Trọng Nguyện, Vũ Văn Hoằng, Chu Bá Thành, Nguyễn Thế Khản, Hoàng Quý Luyến, Hoàng Ức; trường Nam Định 30 người là: Nguyễn Kim Xuyến, Phạm Thế Trung, Doãn Uẩn, Lưu Nguyên Ôn, Đỗ Trọng Thanh, Bùi Ngọc Quỹ, Nguyễn Đức Hiệu, Vũ Danh Thạc, Nguyễn Thế Bảo, Hoàng Đức Thạc, Tô Quốc Nghi, Trần Duy Vỹ, Phạm Thế Hiển, Lê Sâm, Phạm Chi Hương, Bùi Quang Dao, Phạm Đức Nguyên, Đỗ Quang, Dương Huy Thanh, Nguyễn Văn Hưởng, Phạm Khắc Trạch, Nguyễn Bùi Tôn, Trần Thấu, Đỗ Lệnh Tư, Đoàn Mậu, Phạm Sỹ ái, Bùi Văn Huy, Nguyễn Đình Án, Nguyễn Duy Thị, Ngô Thế Vinh.

Hạ lệnh cho các vệ khinh kỵ tập bắn súng tiểu thạch cơ, súng mã pháo, và các quân tập bắn súng quá sơn.

Lĩnh Dinh điền sứ là Nguyễn Công Trứ dâng sớ xin trừ cái tệ cường hào; lời tâu rằng:

"Từ lúc Hoàng thượng ta lên ngôi đến giờ, yêu nuôi dân chúng, ơn đức khắp tràn, nhưng mà thiên hạ vẫn chưa được đội ơn thái bình hết. Từ trước đến nay, những người bàn việc đều đổ lỗi cho quan lại, mà không biết phần nhiều là tại hào cường. Cái hại quan lại là 1, 2 phần 10, cái hại hào cường

đến 8, 9 phần 10, bởi vì quan lại chẳng qua là kiếm lợi nhỏ ở giấy tờ, đòi tiền ngoài lệ ở thuế khoá, cái hại gần và nhỏ, việc đã phát lộ, thì giáng cách ngay, rồi cũng biết hối. Còn cái hại hào cường, nó làm con người ta thành mồ côi, vợ người ta thành goá bụa, giết cả tính mạng của người ta, hết cả gia tài của người ta, mà việc không lộ, cho nên cứ công nhiên không kiêng sợ gì. Chỗ nào chúng cũng cùng nhau anh chị, chuyên lợi làm giàu, dối cợt quan lại, để thoả lòng riêng. Có công điền công thổ thì chúng thường thường bày việc thuê mướn làm béo mình, những dân nghèo cùng không kêu vào đâu được. Giáo hoá không thấm xuống dưới, đức trạch không đến khắp nơi, chưa hẳn là không bởi đó. Thậm chí còn ẩn lậu đinh điền, ruộng đến nghìn mẫu không nộp thuế, chỉ đầy túi của hào cường, đinh đến trăm suất không đăng sổ chỉ phục dịch riêng cho hào cường. Nay xin trích lấy một vài người đưa ra pháp luật, và bãi lệ thuê mướn ruộng đất công".

Vua theo lời bàn của đình thần, vẫn duy trì việc thuê mướn ruộng đất công, nhưng nêu rõ điều cấm để trừ gian dối. Lại vì việc dinh điền mới bắt đầu làm, cho Nguyễn Công Trứ vẫn ở lại làm việc, đợi đến cuối năm sẽ về kinh phục mệnh.

Kinh kỳ lụt to, mặt đất nước sâu hơn 10 thước, nhà cửa của dân bị trôi nhiều chết đuối hơn 60 người. Vua sai Kinh doãn Đặng Đức Thiệm lấy cơm muối phát chẩn cho dân nghèo gần thành và sai quan đi khắp các làng xóm, những người bị nạn đều cấp cho tiền gạo; số tiền đến hơn 4.000 quan, gạo đến hơn 500 phương.

Nước Vạn Tượng đến Nghệ An xin quân, triều đình từ chối. Quân Xiêm trước bị quân Vạn Tượng đánh thua tức giận lắm. Tướng Xiêm là Xu Pha Hoạ Di đem quân thuỷ quân bộ vài nghìn người tiến vây thành Viên Chăn [Vientiane], A Nỗ chống cự. Sai bề tôi là Phì Xà Nộn đem thư đến Nghệ An xin ta giúp quân. Quan trấn tâu lên; đình thần bàn rằng, dụng binh là việc lớn, không nên vội vàng, xin bảo cho A Nỗ tự lực giữ lấy, đợi sứ thần của ta về, rồi sẽ tuỳ cơ xử trí.

Bắt đầu đặt nha Đê chính, lấy quan văn Nhị phẩm làm quản lý, quan võ Tam phẩm làm tham biện; có việc quan trọng thì quan Đê chính cùng với quan tại thành bàn tính, rồi cùng làm sớ tâu lên. Phàm công thức đê điều đều theo thể lệ đời Gia Long: Ở thượng lưu, trung lưu sông lớn thì mặt đê rộng 2 trượng, chân đê 7 trượng, cao 1 trượng 2 thước; ở hạ lưu thì mặt đê rộng 1 trượng 5 thước, chân đê 5 trượng, cao 1 trượng. Sông trung bình thì mặt đê rộng 1 trượng 2 thước, chân đê 4 trượng, cao 1 trượng. Sông nhỏ thì mặt đê rộng 9 thước, chân đê 3 trượng, cao 9 thước.

Trước đây Bắc Thành phái Cai tổng tổng Kim Bôi [huyện Chương Mỹ, Hà Tây] Đinh Công Tĩnh, đi dò thăm tình hình biên giới Vạn Tượng và Nam Chưởng [Luang Phrabang]. Tĩnh đến địa giới Nam Chưởng, bị họ ngăn trở; bèn giả làm văn thư hỏi lễ cống. Nam Chưởng tin, sai sứ thần là bọn Phì Nhự Mang Ngoại đem phương vật voi đực 2 con, ngà voi 1 đôi, sừng tê 2 tảng, khánh đồng tròn, trống đồng mỗi thứ 2 cái, vải trừu, vải mán mỗi thứ 20 tấm; theo Tĩnh đến châu Ninh Biên [huyện Mường Nhé, Điện Biên]. Quan Bắc Thành đem sự việc tâu lên; Vua hỏi bầy tôi, Tham tri bộ Lễ Phan Huy Thực tâu rằng:

“Nam Chưởng nghe một lời nói của Tĩnh đã lập tức nộp cống, bởi vì nước ấy từ xa đã mến phong hoá nhà vua từ lâu, mà chưa được ý nguyện, cho nên cung thuận như thế. Trộm nghĩ người giả mệnh cố nhiên nên trị tội, mà sứ nước ngoài

đến cũng không nên cự tuyệt để lấy lòng người xa".

Vua nói:

"Sứ thần từ xa mới đến không nỡ cự tuyệt, nên bảo đến Bắc Thành cho dừng lại, hỏi xem đến như thế ý tứ có thực không, rồi liệu mà đối xử".

Bèn dẫn sứ giả đến thành hỏi, Sứ giả đáp rằng:

"Năm trước định xin đến cống nhưng trong nước có nhiều việc đành phải chậm trễ. Gần đây nghe nói Trấn Ninh quy phụ triều đình, vua tôi nước tôi một lòng cung kính đã dự bị lễ vật sẵn sàng bàn sẽ tìm đường vào cống. Vừa gặp Đinh Công Tĩnh đến, mừng có thể đạt được nên sai sứ theo đi, xem được đến Kinh chầu để thoả lòng thành của người phương xa".

Vua y cho; Sứ thần đến nơi, cho chầu lạy ở sân điện rồi gọi lại uỷ lạo. Sai bộ Lễ bàn định kỳ cống và phẩm vật cống.

Tháng mười [7/11-6/12/1828], hai năm trước đã có lệnh đổi y phục từ sông Gianh trở ra Bắc, nhưng chưa thực hiện tốt, nên hẹn đến đầu xuân sang năm [1829] phải thay đổi một loạt. Vua chủ trương thi hành khéo léo, cấm lại dịch không được tự tiện đến dân, mượn cớ quấy nhiễu.

Bắt đầu đặt huyện Tiền Hải thuộc phủ Kiến Xương, Nam Định. Một dải Tiền Châu tiếp giáp bãi biển; trước kia cây cỏ rậm rạp, bọn cướp hay tụ họp ở đấy, không ai dám đến gần, nên đã có câu nói *"Ai dám đến đùa quấy ổ giặc mà chơi!"* Dinh điền sứ Nguyễn Công Trứ đến nơi, chiêu tập phủ dụ lòng người mới yên. Bèn đem đất Tiền Châu cùng đất đối ngạn bên tả bên hữu đo đạc đất hoang chia cấp cho dân nghèo, thành 14 lý, 27 ấp, 20 trại, 10 giáp, số đinh được hơn

2.350 người, số ruộng được hơn 18.960 mẫu. Qui hoạch 1 lý 600 mẫu, 1 ấp 400 mẫu, 1 trại 200 mẫu, 1 giáp 120 mẫu. Cứ 100 mẫu trừ đình chùa thổ trạch đất mạ, đất già 30 mẫu, còn thành điền 70 mẫu. Nhân thế đất liên tục mà chia làm 7 tổng, tâu xin lập riêng một huyện, gọi là huyện Tiền Hải, chọn lấy người nào hợp lòng dân và địa phương bổ làm Tri huyện để vỗ về cai quản. Lại mở mang được 4 lý, 4 ấp, 1 trại, ở 2 xã Ninh Cường , Hải Cát; xin biệt lập làm 1 tổng thuộc huyện Xuân Trường, Nam Định; còn 5 ấp, 2 trại, 3 giáp, ở tổng Hoành Nha, cũng biệt lập 1 tổng thuộc huyện Giao Thuỷ, Nam Định; riêng các ấp, trại linh tinh đều theo tổng sở tại mà lệ thuộc. Về nhà cửa cùng trâu cày nông cụ của dân thì xin lấy tiền nhà nước chi cấp để dân được yên nghiệp làm ăn. Tiền nhà cửa mỗi lý cấp 100 quan, mỗi ấp 60 quan, mỗi trại 30 quan, mỗi giáp 20 quan. Tiền trâu cày mỗi lý cấp 300 quan, mỗi ấp 180 quan, mỗi trại 90 quan, mỗi giáp 60 quan. Tiền nông cụ mỗi lý cấp 40 quan, mỗi ấp 24 quan, mỗi trại 12 quan, mỗi giáp 8 quan. Vua y theo lời tâu; bèn lấy Tri huyện Quỳnh Lưu [Nghệ An] là Vũ Danh Dương làm Tri huyện Tiền Hải. Sai quan trấn chọn đất đặt huyện ly, tạm phái 5 người trấn lại, 20 người lính lệ theo để sai phái; lại đặt một đồn, do quan Bắc Thành phái Quản cơ đem 100 lính đóng giữ địa hạt. Công Trứ lại tâu rằng:

"Dân nghèo còn có hơn 1.000 người xin lĩnh ruộng hoang để khai khẩn. Trộm thấy ở các huyện Yên Khánh, Yên Mộ thuộc Ninh Bình, cùng chỗ đối ngạn với huyện Nam Chân thuộc Nam Định, một dải bãi biển còn nhiều đất hoang rậm [huyện Kim Sơn, Ninh Bình] *đất cấy lúa được chẳng kém gì Tiền Hải. Xin đến đo đạc để lập thành ấp, lý».*

Vua sai Công Trứ cùng với các quan địa phương hội

làm. Công Trứ thấy lại dịch cùng với hào cường có nhiều kẻ thông đồng gian giấu, bèn tâu xin đưa ra xử trị; phàm ruộng đất lậu đều đem đo đạc hết. Vua muốn Công Trứ hành động uyển chuyển, dụ rằng:

"*Cái thói điêu gian vẫn là đáng ghét. Nhưng lập pháp nên làm thế nào để tốt về sau, không nên hà khắc tỉ mỉ. Cần xem trong đó mà châm trước, khiến kẻ điêu gian sợ phép mà đổi mới, dân nghèo được nhờ lợi, mới hợp với đại thể của triều đình*"

Bắt đầu đặt phủ Trấn Man, lấy 3 huyện Trình Cố, Sầm Nưa, Man Xôi phủ Trấn Biên cho lệ vào và đổi cho Thanh Hoa quản hạt. Trước đây dân những đất này nộp thuế cho Vạn Tượng. Năm ngoái Vua Vạn Tượng là A Nỗ bỏ chạy, dân bị Nam Chưởng làm khổ, bèn đến trước quân kinh lược cầu xin nội phụ; từ đó thuộc phủ Trấn Biên, lệ vào Nghệ An. Nhưng đất này cách Thanh Hoa chỉ 10 ngày đường mà đến Nghệ An thì mất hơn 1 tháng; nên lại xin lệ vào Thanh Hoa cho tiện, lại được quan trấn Nghệ An tâu xin hộ, nên Vua y cho.

Giặc biển Chà Và nổi lên ở hải phận Hà Tiên. Cai đội cai quản sở Phú Quốc là Nguyễn Văn Xương đem binh dân đuổi bắt, giết hết cả bọn. Việc tâu lên, vua khen thưởng cho Xương hai thứ kỷ lục và 10 lạng bạc, binh dân đều được thưởng tiền theo thứ bậc.

Vạn Tượng cùng nước Xiêm đánh nhau, A Nỗ thua to bỏ thành chạy. Quan trấn thần Nghệ An dò thăm được tin ấy tâu lên. Vua lo thổ dân các phủ biên giới sợ hãi, bèn dụ trấn thần chia phái biền binh Thần sách đến đóng ở Trấn Ninh, Trấn Tĩnh mỗi phủ 300 người, ở phủ Trấn Định 150 người.

Lại nghĩ trấn lỵ Nghệ An cách Trấn Tĩnh rất xa, nếu có việc phải đem quân đi, thì sợ không tiếp nhau được, lại sai phái 200 lính đóng ở đồn Quy Hợp để làm sách ứng.

Tháng mười một [7/12/1828-4/1/1829], bọn thự Lang trung bộ Công Lê Nguyên Hy đi sứ từ nước Xiêm trở về, kể lại rằng Vua Xiêm sai quan trình bày về việc giao thiệp với nước Vạn Tượng như sau: Nước Xiêm vốn đãi Vạn Tượng rất hậu; nhưng năm trước A Nỗ sai con là Hạt Xà Bông đuổi dân Cổ Lạc, rồi lại đem quân đánh cướp biên giới nước Xiêm, giết hại rất nhiều, tiến đến Xa La Bô Di. Vua Xiêm sai nhị vương đem đại quân đón đánh, Vạn Tượng thua chạy. Quân Xiêm đến thẳng thành Viên Chăn. A Nỗ phải đem vợ con chạy ra nước ngoài. Đến lúc về nước, vì có quân nước ta hộ tống, lại nghe nói A Nỗ tuân theo lời dụ Hoàng đế nước ta, sẽ sai người sang nước Xiêm tạ lỗi, tướng Xiêm tin lời nói ấy, rút lui quân, không phòng bị. Cha con A Nỗ nhân lúc sơ hở lẻn đến thành úp giết tướng sĩ Xiêm hơn 200 người.

Hành động A Nỗ làm kế đánh úp, thế là không những gây oán với nước Xiêm mà phụ lòng tốt của Hoàng đế nhiều lắm. Xin Sứ thần về triều nên tâu với Hoàng đế đừng tin lời xin A Nỗ.

Bọn Hy nói rằng:

"Việc Vạn Tượng, sứ thần chỉ đi thăm hỏi, không dám tâu nhàm."

Trước đây sứ Xiêm vượt biển sang cống Trung Quốc; thuyền Chánh sứ bị bão mắc cạn tại hải phận Bình Thuận, thuyền Phó sứ cũng bị vỡ chìm ở hải phận Hà Tiên. Việc ấy đến tai, Vua bảo bộ Lễ rằng:

"Ta đối với nước Xiêm vốn giữ tình hữu nghị. Tuy gần đây

nghe có điều không được nhã, nhưng việc chưa rõ, mà việc cứu giúp kẻ bị nạn, quốc thể phải nên thế".

Bèn hạ lệnh cho quan hai trấn mời họ đến công quán, tiếp đãi tử tế, rồi sắc cho Bình Thuận đưa Chánh sứ đến Hà Tiên, để gặp Phó sứ, sai Chánh đội trưởng Mạc Hân Hy lấy thuyền công hộ tống về nước.

Sai sứ sang nhà Thanh, nộp hai lễ cống năm Đinh Hợi [1927] và năm Kỷ Sửu [1929]. Lấy Hiệp trấn Hưng Hoá là Nguyễn Trọng Vũ sung chức Chánh sứ, Lang trung bộ Lại Nguyễn Đình Tân, Viên ngoại lang bộ Lễ sung Giáp, Ất Phó sứ.

Thự Tế tửu Quốc tử giám Phạm Đình Hổ dâng sách **Hổ Trướng Khu Cơ** do Lộc Khê hầu Đào Duy Từ soạn.

Sai Thống chế Tượng quân là Phạm Văn Điển quản lĩnh binh và voi đi kinh lý biên cương Cam Lộ, Tả Tham tri bộ Lại Lê Đăng Doanh sung chức Tham tán đại thần. Nhân Quảng Trị tâu rằng tướng Xiêm là Vi Xiết Xâm Kiềm đem quân đến xâm lấn châu Tầm Bồn thuộc Cam Lộ, nói thác đi bắt người Vạn Tượng, nhân đó cướp bóc dân địa phương, đòi hỏi cống thuế của các châu . Vua bèn sai bọn Văn Điển đi; căn dặn nếu quân xiêm gây hấn trước bắn súng, thì phải ra sức đánh cho chúng một phen rất đau, để về sau không dám dòm ngó nước ta nữa.

Đắp đê ở Bắc Thành; quan Đê chính là bọn Lê Đại Cương đi các trấn xem xét, thấy có chỗ nên đắp đê mới, có chỗ nên nhân đê cũ mà bồi đắp thêm, phàm 18 sở, đều là đại công trình cả. Duy một sở mới ở Kim Quan [huyện Gia Lâm, Hà Nội] dài hơn 890 trượng, đất ấy ruộng chiêm thấp ướt, thi công rất khó, xin đến thượng tuần tháng 12 năm nay khởi công. Ngoài ra 10 sở đê mới Hải Bối [huyện Vĩnh Tường, Vĩnh Phúc], Phụng Nghĩa [huyện Quốc Oai, Hà Tây], Phú Thị [huyện Khoái Châu, Hưng Yên], Nho Lâm [huyện Kim Động, Hưng Yên], Viên Nội [huyện Chương Mỹ, Hà Tây], Hào Châu [huyện Lý Nhân, Hà Nam], Lam Điền [huyện Chương Mỹ, Hà Tây], Tiên Lạt [huyện Việt Yên, Bắc Giang], Đông Phấn [huyện Yên Phong, Bắc Ninh], Thanh Nga [huyện Hưng Hà, Thái Bình] cộng dài hơn 3.060 trượng . 7 sở đê cũ Thụ ích [huyện Vĩnh Tường, Vĩnh Phúc], Hát Môn [huyện Phúc Tho, Hà Tây], Mạch Lũng [huyện Vĩnh Tường, Vĩnh Phúc], Đại Độ [huyện Vĩnh Tường, Vĩnh Phúc], Thạch Thán [huyện Quốc Oai, Hà Tây] , Đại Yên Trường [nội thành Hà Nội], Thuần Lễ [huyện Khoái Châu, Hưng Yên] cộng dài hơn 3.590 trượng, đều xin đến hạ tuần tháng giêng sang năm khởi công. Vua y cho; Chi phí cả thảy hết hơn 175.500 quan.

Tháng chạp [5/1-3/2/1829], thưởng dân thọ từ 100 tuổi trở lên ở các địa phương. Có 2 người thọ 110 tuổi: 1 người đàn ông tại Nghệ An, 1 người đàn bà tại Quảng Trị Có 36 người thọ 100 tuổi: 3 người đàn ông, 2 đàn bà tại Thừa Thiên; 5 đàn ông tại Quảng Trị; 1 đàn bà tại Quảng Bình; 2 đàn ông, 3 đàn bà tại Quảng Nam; 1 đàn ông tại Bình Định; 1 đàn ông tại Phú Yên; 1 đàn bà tại Biên Hoà; 1 đàn bà tại Định Tường; 2 đàn ông, 3 đàn bà tại Vĩnh Thanh; 1 đàn bà tại Thanh Hoa; 3 đàn ông, 5 đàn bà tại Nghệ An; 1 đàn ông, 1 đàn bà tại Nam Định. Người ở Nam Định là Trần Công Yến, trước vì năm đời đồng đường [5 đời cùng sống một nhà] đã được ân thưởng, nay lại được thọ 100 tuổi, vua sai bộ Lễ thưởng cho dự yến , cấp cho 2 thứ đoạn ngoài và đoạn lót đều 1 tấm; lụa màu 10 tấm, vải màu 20 tấm, bạc 30 lạng và cái biển có khắc chữ: "**Cao thọ phồn hy**" [Tuổi cao, nhiều điều tốt lành].

Ban chiếu phụ nữ phải kịp thời lấy chồng. Tuổi từ 16 đến 46, được lệnh kết hôn.

Kinh lý Cam Lộ là bọn Phạm Văn Điển, Lê Đăng Doanh tiến đóng ở châu Làng Thìn [huyện Hướng Hoá, Quảng Trị], truyền hịch khiến Nguyễn Văn Phượng đem binh thẳng tiến đến Ai Lao để phối hợp trù biện. Bọn Nguyễn Danh Giáp, Lê Văn Huyên thì tiến đến châu Ba Lan [huyện Hướng Hoá, Quảng Trị], sai người đưa thư cho tướng Xiêm trách sao gây việc. Tướng Xiêm không trả lời được, bèn rút đi.

Sai bọn Phó vệ uý Nguyễn Trọng Tính và Phó vệ uý vệ Đoàn Dưỡng, quản lĩnh binh thuyền đi sang đảo Hạ Châu [Singapore] làm việc công. Chuẩn định từ sau phàm quan binh phải đi nước ngoài xa như đảo Giang Lưu Ba [Jakarta, Inđônêxia] và Quảng Đông [Trung Quốc] thì dự chi 3 tháng, gần như Hạ Châu, Lữ Tống [Philippin] thì chi 2 tháng.

Chú Thích:

1. Hồi lang: Hành lang uốn cong.

2. Hối quá hoàn lương: ăn năn tội lỗi, trở lại theo con đường lương thiện.

3. Vạn thọ vô cương: sống lâu vạn tuổi không cùng.

4. Phủ Trấn Tĩnh: Vùng đất Lào thuộc 3 động Yên Sơn, Thâm Nguyên, Mông Sơn, giáp huyện Hương Khê, Hà Tĩnh.

210.
Vua Minh Mệnh (10) [4/2/1829-24/1/1830]

Tháng giêng năm Minh Mệnh thứ 10 [4/2-4/3/1829], cho con Quốc trưởng Vạn Tượng A Nỗ là Chiêu Sơ, Chiêu Thiển trú ngụ ở phủ Trấn Tĩnh. Trước đó A Nỗ bỏ nước chạy, Sơ, Thiển và quân dân đi theo 60 người. Đến phủ Trấn Tĩnh, A Nỗ để Sơ, Thiển ở lại đấy trú ngụ, rồi tự mình đem quân dân về nước. Phòng ngự sứ Trấn Ninh là Chiêu Nội sai người đón bắt đưa sang nước Xiêm. Sơ, Thiển nghe tin, xin dời đến ở Nghệ An. Quan trấn trình tâu lên; Vua quyết định cho bọn Sơ, Thiển ở phủ Trấn Tĩnh, sai trấn Nghệ An mật sức cho viên phủ, phải kín đáo phòng vệ, có thiếu thì giúp đỡ.

Phố Lương Mã [huyện Hoà An, Cao Bằng] ở ngoài thành trấn Cao Bằng, nhà dân bị cháy, lan hơn 100 nhà, đều là người gốc Hoa. Quan Bắc Thành tâu lên, vua bảo:

"*Cũng đều là dân của ta cả, đều xem như một, không phân biệt*".

Sai phát tiền gạo, mỗi nhà cấp 2 quan tiền, 1 hộc thóc.

Đắp thêm 3 sở đê ở Sơn Nam: 1 sở tại huyện Chương Đức [huyện Chương Mỹ, Hà Tây], từ Minh Sơn đến Cổ Hào 13 xã, dài hơn 2.300 trượng; 1 sở tại huyện Yên Sơn [huyện Quốc Oai, Hà Tây], từ Thạch Nga đến Phương Khê 19 xã, dài hơn 951 trượng; lại 1 sở tại 2 xã Đại An trường và Chúc Lý thuộc huyện Chương Đức, dài 215 trượng. Các đê này trước đó đều là đê tư một phía gần sông Hát Giang, một phía gần sông Tích Giang, trước bị nước lụt tràn vỡ, công việc nặng nhọc, sức dân không thể làm được, xin trả làm đê công. Bèn sai các quan Bắc Thành cùng Đê chính trù tính thuê đắp.

Dân Mục Đa Hán [đất biên giới Thái Lan giáp với Savannakhet, Lào] đến ngụ ở biên giới Châu Tầm Bồn [Cam Lộ, Quảng Trị] hơn 1.400 người. Quản đạo Cam Lộ là Nguyễn Văn Vân báo, quan trấn tâu lên; Vua nghiêm sức ngay cho thổ ty đuổi hết đi. Rồi quan Xiêm tại Ba Thắc đưa thư đến 3 châu Tầm Bồn, Ba Lan [huyện Hướng Hoá, Quảng Trị], Mường Bổng, xin đuổi dân ấy về đất cũ. Bèn sai Nguyễn Văn Vân viết thư đáp lại, đại lược nói rằng:

"*Phép lệnh triều đình rất nghiêm, các dân man ấy đã đuổi ra khỏi địa phận, không còn sót ai. Vả lại bờ cõi đã ngăn cách hẳn, từ sau không được thư từ đi lại nói càn nữa*".

Tháng hai [5/3-3/4/1829], nhà dân ở quanh trấn cũ Hà Tiên bị hoả hoạn, cháy lan hơn 140 hộ. Quan thành Gia Định xin nhân dịp dời dân đến trấn lỵ mới ở Giang Thành [huyện Kiên Lương, Kiên Giang] để cho nhân dân đông đúc. Vua y cho, cấp mỗi hộ 3 quan tiền

Lấy Lang trung Hộ bộ Bạch Xuân Nguyên sung Chánh sứ, Cai đội Tiền vệ Trương Văn Phượng và Viên ngoại lang bộ Lễ Nguyễn Hữu Thức sung Giáp, Ất Phó sứ, đưa thư sang nước Xiêm. Thư đại ý về tình thân thiện hoà mục giữa hai nước, nên xét kỹ về nước Vạn Tượng nếu nên đặt Quân trưởng khác, thì sự thể xử trí thế nào, nên sớm trả lời. Riêng Hiệp thủ Lê Đình Duật, mang đạo sắc thư đến thì bị bắt, phải giao trả ngay; nếu không, thì gây mối xích mích là do tự Xiêm khởi đầu.

Chuẩn định từ nay những người vô thừa nhận ở sở dưỡng tế bị bệnh chết, thì chiếu theo lệ người dân đi đường bị bệnh chết, cấp cho tiền vải để chôn.

Tại trấn Quảng Yên, có hơn 300 thuyền đánh cá của nước Thanh đậu lâu ở vùng biển Cát Bà [huyện Cát Hải, Hải Phòng]. Quan Bắc Thành sai Trấn thủ Nguyễn Văn Đoái đem hơn 20 chiếc thuyền binh đến nơi nói bảo họ đi; lại sai Phó thống thập cơ Lương Văn Liễu đem 15 chiếc thuyền binh tiến theo để làm thanh ứng. Khi thuyền ta đã đến thì thuyền đánh cá đều kéo buồm chạy về phía đông. Lại có Trần Quý người Hoa làm nghề đánh cá, năm trước bắt tên giặc biển là Lý Công Đồng giải nộp được thưởng; y đến quan báo rằng ngoài biển Đồ Sơn [Hải Phòng] có giặc biển là bọn Quệ Lục, dư đảng của Công Đồng họp đảng cướp bóc, xin họp thuyền đánh cá lại để đánh dẹp. Quan Bắc Thành tâu lên; Vua không cho, dụ rằng:

"*Dẹp bắt giặc biển đã có quan quân không thể cho bọn ấy mượn tiếng họp đảng mà đóng ở hải phận hoặc sẽ sinh chuyện lôi thôi. Trần Quý nếu có thể ở ngoài biển hoặc ở bờ cõi nước Thanh, gặp giặc bắt sống đem dâng, sẽ được khen thưởng rất hậu thì chẳng hại gì.*"

Khởi sự vét sông Tà Câu [kênh Thủ Thừa, Long An] từ cửa sông Thủ Đoàn đến Gò Dừa thôn Bình Ảnh, dài 1.220 trượng, rộng 9 trượng, sâu 1 trượng. Trước đó đường sông ngoằn ngoèo, thuyền bè đi lại khó khăn, chậm trễ; quan thành Gia Định xin khơi đào, rồi vì nhiều việc lại thôi. Đến nay nhân việc làm ruộng đã xong, lại xin. Bèn điều dân Phiên

An và Định Tường 16.000 người, mỗi người một tháng cấp 3 quan tiền, một phương gạo, đầy tháng đào xong. Vua thấy đường ở sông đã thông, có lợi rất nhiều, đặt tên là sông Lợi Tế.

Thưởng cho dân thọ 100 tuổi ở các địa phương: Quảng Nam, 2 đàn ông, 6 đàn bà; Quảng Trị, 2 đàn ông; Bình Định, Vĩnh Thanh, Hoài Đức, mỗi nơi 1 đàn ông, 1 đàn bà; Thừa Thiên 2 đàn ông; Phú Yên, Nghệ An, Bình Hoà đều 1 đàn ông; Quảng Bình, Hải Dương, Sơn Tây, đều 1 đàn bà. Có người huyện Diên Phước [huyện Điện Bàn], Quảng Nam là Vũ Viết Cường thọ 110 tuổi, bộ Lễ bàn cho là đời người 100 tuổi là hạn. Sống đến 100 tuổi đã là điềm tốt, huống chi lại thêm 10 năm, lại càng hiếm; xin ngoại lệ cấp thêm 10 lạng bạc. Lại có người huyện Thanh Quan [huyện Thái Thuỵ, Thái Bình] là Nhâm Tuyết Trạch thọ 102 tuổi, ngũ đại đồng đường. Xin châm chước lệ cũ ưu cấp bạc 20 lạng, đoạn 1 tấm, lụa màu 10 tấm, vải 20 tấm, cho biển đề bốn chữ: "**Dịch diệp diễn tường**" (1) , sai quan làm đình để treo biển; Vua đều y cho.

Cho người Hoa bị nạn là bọn Phó Đại ở Sinh Phù 140 lạng bạc. Sai Phó vệ uý Nguyễn Đắc Suý và Hàn lâm viện Nguyễn Tri Phương đáp thuyền lớn Bình Dương đưa về Quảng Đông. Đắc Suý đi đường chết, truy tặng Vệ uý và cấp cho gia đình 100 lạng bạc.

Ngày Bính Thân mồng 2 tháng ba [5/4/1829], tiết Thanh minh; Vua rước mẫu hậu đến lăng Thiên Thụ [lăng Gia Long], làm lễ yết. Chợt quân binh vây được một con hổ đang nuôi con ở phía trước núi, báo lên; Vua đi xem. Hổ thương con, cứ ở trong bụi nhìn đăm đăm, không ai dám đụng đến. Vua dùng súng bắn hổ, bắn một phát, chết ngay; các hổ con đều bị bắt cả. Thưởng cho quân binh 50 lạng bạc,

600 quan tiền.

Thi Hội, sai Thượng thư Hình bộ là Hoàng Kim Xán sung Chủ khảo, thự Thượng thư Lại bộ là Lê Đăng Doanh sung chức Phó chủ khảo, Tả Tham tri Lễ bộ là Nguyễn Đăng Tuân, Hữu Tham tri Binh bộ là Lê Văn Đức sung Tri cống cử. Lấy trúng cách 9 người là Trần Huy Phác, Nguyễn Đăng Huân, Phạm Quỹ, Phạm Thế Trung, Trương Quốc Dụng, Ngô Thế Vinh, Nguyễn Trữ, Phạm Thế Hiển, Bùi Ngọc Quỹ, Phó bảng 5 người là Phạm Văn Hợp, Dương Đăng Dụng, Phan Văn Nhã, Nguyễn Ngọc Thường, Trần Ngọc Giao; thi Hội có Phó bảng bắt đầu từ đấy.

Bắt đầu qui định đồ thờ, lễ phẩm, âm nhạc, nghi thức dùng trong lễ Nam Giao.

Đắp đê vệ nông tại hai xã Vĩnh Xương [huyện Hương Trà] và Thủ Lễ [huyện Quảng Điền] hạt Thừa Thiên; tha dao dịch cho binh dân sở tại, để cố gắng làm.

Nước Hoả Xá từ lâu không đến cống, trấn Phú Yên nhận mệnh Vua, sai Đội trưởng Nguyễn văn Quyền đi từ Phước Sơn qua 6 ngày đến để do hỏi. Vua nước này sai thuộc hạ là bọn Ma Diên, Ma Xuân đem sản vật địa phương, theo Quyền đến xin thông chức cống. Quan trấn tâu lên, Vua sai thưởng cấp bạc lụa và quần áo, ban yến để uý lạo rồi cho về. Giới hạn nước này đông giáp dân thiểu số Phú Yên, tây giáp nước Lào, nam giáp dân thiểu số Bình Hoà [Ninh Hoà, Khánh Hoà], bắc giáp dân thiểu số Bình Định; nước ấy không có văn tự.

Xiêm La sai sứ là Sá A Nô Lạc Phu Thôn đến tạ việc giao hiếu. Đến lúc về, vua cho yết kiến và yên ủi, phủ dụ, nhân yêu cầu ba việc là: "A Nỗ nay đã bị bắt, chính nên chọn người giỏi để giữ nước, Vạn Tượng tuy là nước nhỏ, cũng có đất đai nhân dân, há có thể bỏ không đặt Quân trưởng? Chung Vi Sây Xú Pha Hoạ Di trước đã thiện tiện giết người hành nhân Nghệ An, việc làm bội nghịch. Nên hỏi rõ nguyên uỷ, sai người giải giao để nước ta trị tội, khiến cho quan dân hai nước đều biết rằng gây bậy chuyện ở biên giới là không thể tha thứ, như thế thì sau này mới biết răn mà giữ vô sự, ấy là hai việc. Mùa đông năm ngoái, thiên tướng nước Xiêm là Sủng Sam Giả thiện tiện đến quấy nhiễu thổ ty Cam Lộ, tội tuy nhỏ, cũng phải trừng trị, để dứt mối thù hằn, ấy là ba việc. Ngươi về nói với Phật vương, như muốn tình nghĩa láng giềng được lâu dài thì ba việc ấy nên kíp liệu làm sớm đi.

Đắp thành Vĩnh Ninh đạo Cam Lộ, thành ở 2 phường Yên Mỹ, Tân Yên xã Cam Lộ [huyện Hướng Hoá, Quảng Trị], bốn mặt thành dài suốt 138 trượng 4 thước, cao 6 thước 5 tấc. Vua thấy binh ở trấn và đạo ít, phái thêm binh ở kinh 500 người, sai Thống chế Phạm Văn Điển đi coi công việc. Trên thành đắp 4 đài, chở súng gang và súng đồng quá sơn đến, mỗi thứ 8 cỗ đặt ở đó; trong thành thì xây kỳ đài, dựng kho thuốc súng và các nhà trại của quan quân.

Đắp 2 pháo đài ở Biện Sơn [huyện Tĩnh Gia] thuộc trấn Thanh Hoa, đài to gọi là pháo đài Biện Sơn ở phường Tứ Chính, đài nhỏ gọi là pháo đài Tĩnh Hải ở núi Lộc Dữ, đều dựng cột cờ và làm nhà quân; ở pháo đài lớn đặt thêm kho thuốc súng. Sai chở ở Kinh ra 4 cỗ đại bác, 8 cỗ đồng bác quá sơn (mỗi cỗ 200 viên đạn) chia để ở đấy

Bắt đầu đặt huyện Kim Sơn, lệ vào phủ Yên Khánh, Ninh Bình. Lĩnh Dinh điền sứ Nguyễn Công Trứ tâu ở phía ngoài đê Hồng Lĩnh đo được số ruộng hoang là 14.620 mẫu, chia cấp cho dân nghèo hơn 1.260 người. Lập thành 3 làng, 22 ấp, 24 trại và 4 giáp chia làm 5 tổng, tâu xin đặt riêng một huyện gọi là Kim Sơn, chọn người hợp với địa phương làm Tri huyện để phủ dụ khuyên bảo. Nhà ở, lương tháng, trâu cày và điền khí của dân thì do quan cấp cũng như lệ huyện Tiền Hải. Ruộng thực canh và ruộng khẩn thành điền thì bắt đầu từ năm nay đánh thuế; ruộng lưu hoang thì năm Minh Mệnh thứ 13, bắt đầu thu thuế. Vua cho là được. Bèn sai chọn đặt Tri huyện, chế ấn triện cấp cho, dựng huyện lỵ ở làng Quy Hậu, mộ lập Đề lại 2 người, Thông lại 8 người, thuộc lệ 50, hằng năm cấp tiền công nhu 50 quan.

Công Trứ lại dâng sớ rằng:

"Những làng ấp mới lập của các huyện Tiền Hải, Kim Sơn đều là nhóm họp dân phiêu lưu chưa có liên hệ với nhau. Xin định quy ước khiến họ biết sự kiểm thúc, lâu sẽ thành quen:

1. Đặt trường học; Mỗi ấp, mỗi làng đều dựng nhà học, đón một thầy học, làng thì lấy ruộng 10 mẫu, ấp thì 8 mẫu làm học điền, miễn đánh thuế. Ruộng học điền ấy, phải góp sức cùng làm, đầy năm thu hoạch, lưu làm học bổng. Người đến 8 tuổi thì cho vào trường học, dạy cho các việc quét rửa, ứng đối, tới lui, các phép hiếu, trung, tín, kính, nhường, rồi sau mới dạy văn. Đến khi 16 tuổi đã hơi thành tựu thì theo thứ tự mà cho lên trường huyện, phủ, trấn. Nếu học không được thì cho đổi nghề khác. Đến như trại giáp thì một trại lấy 5 mẫu, giáp lấy 3 mẫu mà phụ vào ấp hay làng.

2. Đặt xã thương; ấp và làng đều đặt xã thương (2) chọn người tin cẩn để giữ, phàm ruộng khai khẩn thành điền, 3 năm về trước còn được miễn thuế, thì mỗi mẫu lấy 30 uyển thóc, đến sau đã thu thuế thì mỗi mẫu lấy 20 uyển; nộp vào kho. Khi thóc kém thì bán ra, khi hơn thì đong vào. Gặp thuỷ hạn bất thường thì chiếu khẩu phần mà cấp cho; năm được mùa thì lại thu chứa y số.

3. Siêng dạy bảo; ấp, làng đều có ấp trưởng, Lý trưởng. Lại lấy 25 nhà làm một tư có Tư trưởng, làng đặt thêm 2 Tư trưởng, ấp đặt thêm 1 Tư trưởng, do quan địa phương cấp bằng, theo các ấp trưởng, Lý trưởng mà trông nom dân. Trong hạt mình cai quản, như có kẻ bất hiếu, bất đễ, bất thuận, bất kính cùng là du thủ du thực, giao kết với côn đồ thì phải nghiêm ngặt răn cấm; ví còn quen giữ nết xấu, thì phải trình với Hữu ty xét xử. Nếu dụng tình giấu giếm thì ấp trưởng và Tư trưởng cũng phải tội.

4. Cẩn phòng thư. Phàm trong tổng có giặc cướp, phát ở chỗ nào, ở lý thì Lý trưởng cùng Tư trưởng, đem dân phu 30 người, ở ấp thì ấp trưởng đem dân phu 20 người, theo Tổng trưởng, đến cứu gấp. Nếu thế lực không địch nổi, thì phải lẻn theo phía sau, cho kỳ cùng dò xem giặc ẩn nấp ở đâu thì phải phi báo quan sở tại cùng các nơi lân tiếp cùng đến vây bắt cho được, để xử án. Nếu theo bắt bất lực, để bọn giặc chạy xa thì chiếu số của cải sự chủ mất thì bắt các ấp lý trong tổng bồi thường. Cai tổng, Lý trưởng, ấp trưởng, Tư trưởng, đều theo luật trị tội.

5. Chăm khuyên răn. Dân thường ở ấp lý, có kẻ không theo phép thường, không chịu làm ăn, đã chuẩn cho ấp lý trưởng được sát hạch, quan địa phương thì phải thời thường đi tuần xem xét, vào nơi nào, thấy phong tục thuần hậu, ruộng đồng mở mang, nhà không có người ăn chơi, đất không có nơi bỏ hoang, trong 3 năm, người cai quản không can án, thì cứ thực đề đạt, mà chờ nêu thưởng. Nếu nhân dân lười biếng, đồng ruộng bỏ rậm, tập tục gian dâm, cùng nhau kiện tụng, thì ấp trưởng, Lý trưởng đều bị chiếu luật trừng trị, chọn người cẩn tín nhanh giỏi làm thay."

Vua giao đình thần bàn; cho rằng: Việc mở trường học vốn là một việc trong vương chính, nhưng làm khi dân đã đông lại giàu thì tốt, nếu làm khi dân lưu tán mới nhóm thì chưa phải là việc cần kíp; việc đặt xã thương, thì hai huyện mới khai khẩn, số thu vào một năm chỉ đủ chi một năm, điều này đợi sau sẽ thi hành, ngày nay chưa thể làm vội; việc đặt Tư trưởng để chăm dạy bảo, thì làng đã có Lý trưởng chịu trách nhiệm hết việc trong làng, không nên đặt thêm.

Tháng tư [3/5-1/6/1829], sau khi duyệt hệ thống đê tại Bắc Thành, quan Đê chính Lê Đại Cương tâu khúc đê ở Kim Quan [huyện Gia Lâm, Hà Nội] dài 140 trượng, thường sụt lún, mấy lần đắp lên lại sụt xuống; Vua ra lệnh làm cho bằng được, không để thiếu một sọt đất mà lỡ việc.

Bắt được tên giặc Hoàng Kỳ Trung đem giết. Kỳ Trung trước đây theo Bạch Xỉ Công Khuyến; sau khi Công Khuyến bị bắt, Trung ẩn náu tại vùng Sơn Tây, Hưng Hoá; phần nhiều dân chúng bị vùng này bị y lừa dối. Nay Thống quản thập cơ Phan Bá Hùng sai thuộc hạ là Nguyễn Đặng Đồng ngầm nhập bọn, rồi dụ đến Bằng Dã [huyện Hạ Hoà, Phú Thọ] mai phục giết; tịch thu hết văn từ và ấn nguỵ. Bèn thưởng cho Bá Hùng thêm một kỷ lục, cho Đặng Đồng chức Cai đội, thưởng cho quân binh 60 lạng bạc, 200 quan tiền.

Dinh điền sứ Nguyễn Công Trứ tâu trình, lúc đo số ruộng hoang ở huyện Giao Thuỷ [Nam Định] lập thành xã ấp, có địa chủ xã Liêu Đông là Phạm Nguyên Trung đem 70 lạng bạc nhờ người theo hầu là Lê Đình Thọ kêu xin; địa chủ xã An Đạo là Ngô Huy Phác đem 90 lạng bạc đến nơi trú ngụ kêu xin; bèn đem người và tang vật đến Nam Định để đợi xử. Quan Bắc Thành cho rằng Công Trứ có trách nhiệm vỗ về khuyên bảo, lại truy tố để cầu tiếng ngay thẳng, nên xin giáng 3 cấp, đổi đi nơi khác. Vua cho rằng quan Bắc Thành nêu ý kiến sai lầm nên có lời bàn quá đáng, bèn truyền chỉ nghiêm trách; riêng miễn nghị cho Công Trứ.

Tháng năm [2/6-30/6/1829], phía ngoài cửa biển Đại Chiêm [cù lao Chàm, Quảng Nam] có giặc biển cướp thuyền buôn. Lập tức sai Vệ uý Nguyễn Đức Tường đưa thuyền binh ra dò bắt; lại ra lênh địa phận thuộc các tỉnh lân cận phái binh tuần tiễu.

Diễn voi ở trước kinh thành, Vua ra sông Hương để xem. Thị lang Hồ Hữu Thẩm sai lính buộc cọp để nhử voi; buộc lỏng, cọp chạy ra đến gần thuyền Vua. Quân trên thuyền đón đánh chết, bèn xuống dụ nghiêm trách Thẩm.

Nước Chân Lạp sai sứ đến chầu. Sứ đến Gia Định; ra lệnh không phải đến kinh đô, ban cho sắc thư và lụa màu.

Dinh điền sứ Nguyễn Công Trứ về kinh đợi mệnh, tâu rằng khi đo đạc số ruộng hoang tại xã Bồng Hải [huyện Yên Khánh, Ninh Bình] thì trội ra 720 mẫu ruộng hoang, nhưng dân không chịu ký. Lại phải đạc lại, chỉ trội lên 300 mẫu, ấy là do cường hào dấu bớt. Đình thần bàn sai các quan địa phương gọi các hương hào đến công đường chỉ bảo xứ nào ẩn lậu thú ra hết, thì tội lệ cùng thuế truy thu đều được khoan miễn. Sau đó dân thú nhận ruộng lậu hơn 600 mẫu và số ruộng hoang đã khai khẩn mà lậu thuế hơn 400 mẫu.

Bộ Hộ tâu thống kê hộ khẩu trong nước tất cả là 719.510 người: Thừa Thiên 37.683; Quảng Nam 44.587; Quảng Bình 14.534; Quảng Trị 19.189; Gia Định 5 trấn 118.790; Bắc Thành

11 trấn 248.302; Thanh Hoa 44.882; Bình Định 36.965; Quảng Ngãi 18.828; Nghệ An 80.287; Phú Yên 5.693; Bình Hoà 5.525; Bình Thuận 9.592; Ninh Bình 12.788; Tân Cương [đất mới] 22.478.

Việt Nam sai quan hộ tống viên Sinh giám nhà Thanh bị bão trở về nước, Vua Đạo Quang ngỏ lời khen; nhưng từ chối việc xin buôn bán tại tỉnh Quảng Đông:

"Ngày Tân Dậu 28 tháng 5 năm Đạo Quang thứ 9 [29/6/1829]

Dụ các Quân cơ đại thần:

'Bọn Lý Hồng Tân dâng tấu triệp về việc nước Việt Nam sai quan hộ tống sinh giám [生監] (3) tỉnh Quảng Đông bị gió bão trở về, nhân tiện mang hoá vật đến tỉnh bán, cùng xin thông thị mậu dịch.

Lần này Quốc vương Việt Nam nhân sinh giám nội địa gặp gió bão, phiêu dạt đến nước này; bèn tư cấp lương, y phục, tiền tiêu dùng, rồi hộ tống về Lưỡng Quảng; việc làm thực thuộc cung thuận đáng khen. Những hàng hoá đem đến, cùng những hàng xuất khẩu trong tương lai, đều được gia ơn miễn thuế. Còn việc viên Quốc vương xin theo đường biển đến buôn bán tại tỉnh Quảng Đông thì đáng theo lệ bác đi, nhưng nên hiểu thị một cách ổn thoả....." (**Tuyên Tông Thực Lục**, quyển 156, trang 39-41)

Tháng sáu [1/7-30/7/1829], quan Bắc Thành tâu xin dùng hai phương thức chọn người đứng đầu các châu miền núi, là thí sai và thế tập. Thí sai tức chọn người trong vùng dùng thử, nếu tốt cho trở thành chính thức; thế tập tức cha truyền con nối. Ý Vua cho rằng thế tập đã noi theo thói tệ, không bàn đến kẻ hay người dở, con cháu thiện tiện nối nhau, lỡ có người không tốt, được thể làm càn, thì thêm luỵ cho dân. Lại có trường hợp như Nông Văn Vân ở Bảo Lạc đã cho làm thí sai Thổ tri châu, có chức hàm rồi, mà lại xin thế tập, hoá ra phức tạp thêm!

Trước đây thi Hội vào tháng 3 đã chọn được 9 người trúng cách; nay tổ chức thi Đình xếp hạng Tiến sĩ. Sai Tả thống chế Nguyễn Văn Trọng sung chức Giám thí đại thần, thự Thượng thư bộ Lại Lê Đăng Doanh, Hữu Tham tri bộ Lễ Phan Huy Thực, Hữu Tham tri bộ Binh Lê Văn Đức, Hữu Thị lang bộ Công Hà Quyền, sung đọc quyển; Lang trung bộ Hộ Nguỵ Khắc Tuần, Lang trung bộ Binh Vũ Phan, sung chức nhận quyển và duyệt quyển. Cho đỗ Nguyễn Đăng Huân Đệ nhị giáp Tiến sĩ xuất thân, Bùi Ngọc Quỹ, Phạm Thế Hiển, Nguyễn Trữ, Trương Quốc Dụng, Phạm Thế Lịch (sau đổi Thế Trung), Ngô Thế Vinh, Phạm Quỹ, Trần Huy Phác Đệ tam giáp đồng Tiến sĩ xuất thân.

Quan Đê chính bọn Lê Đại Cương tâu:

"*Đê Kim Quan* [huyện Gia Lâm, Hà Nội] *từ đầu mùa hạ trở đi trải 4, 5 lần ngập lụt, tuy nhiều chỗ sụt lở, nhưng suốt đê không có thấm lâu, ví thử đến kỳ nước mùa thu có binh dân hết sức bảo hộ thì có thể giữ được không lo*".

Vua phê bảo:

"*Không nên vội nói là không lo. Duy còn mong nhờ thần giúp để trẫm cùng bọn ngươi được ngủ yên thì may*".

Quan Bắc Thành Phan Văn Thuý lại tâu:

"*Tháng này nước sông lên đến hơn 13 thước, rồi lại giảm xuống, hơn lúc thường chỉ trên 9 thước*".

Vua lại phê:

"Xem lời tâu, hơi đỡ được lo phiền. Nhưng sợ mưa ít, hoặc đến vụ thu có hại chăng?"

Thống chế lĩnh ấn bảo hộ nước Chân Lạp, Ấn thủ thành Châu Đốc kiêm lĩnh biên vụ Hà Tiên là Nguyễn Văn Thoại chết. Tặng chức Đô thống, gia thưởng 1.000 quan tiền, 5 cây gấm Tống, 10 tấm lụa, 30 tấm vải.

Phủ Trấn Ninh trấn Nghệ An gạo kém, nhân dân thiếu ăn. Phòng ngự sứ là Chiêu Nội báo lên trấn. Trấn thần thấy số thóc công hiện trữ ở phủ 3.000 hộc, tâu xin tạm chi 1.500 hộc chia cấp cho dân, đến khi thu hoạch sẽ nộp điền lại đủ số; Vua y cho.

Tháng bảy [31/7-28/8/1829], định quy thức về cáo sắc ban cho các quan: Nhất phẩm, dùng giấy rắc vàng hạng nhất, cao 1 thước 4 tấc, dài 4 thước 5 tấc mặt giấy vẽ rồng lớn mây dày, quanh bốn bên vẽ văn rồng, sau lưng vẽ tứ linh; Nhị, Tam phẩm dùng giấy hạng nhì rắc bạc mạ vàng, cao 1 thước 3 tấc, dài 4 thước, mặt giấy vẽ rồng lớn mây dày, bốn bên vẽ mây liên tiếp , sau lưng vẽ lân và phượng; Tứ, Ngũ phẩm, dùng giấy hạng ba rắc bạc mạ vàng, cao 1 thước 2 tấc, dài 3 thước 5 tấc, mặt giấy vẽ rồng lớn mây thưa, bốn bên vẽ văn liên đằng, dây sau lưng vẽ cổ đồ; Lục, Thất, phẩm dùng giấy hạng tư rắc bạc, cao 1 thước 2 tấc, dài 3 thước 2 tấc, mặt giấy vẽ rồng mây, bốn bên vẽ văn liên đằng; Bát, Cửu phẩm dùng giấy hạng năm rắc bạc cao 1 thước 2 tấc, dài 3 thước 1 tấc, mặt giấy vẽ giao long và mây, bốn bên vẽ văn liên đằng. Nhất, Nhị, Tam phẩm thì đầu trục dùng đồi mồi; Tứ, Ngũ, Lục, Thất phẩm, đầu trục dùng ngà voi; Bát, Cửu phẩm, đầu trục dùng sừng trâu trắng, thân trục bằng gỗ; đầu trục đều dài 5 phân.

Giặc biển ở Quảng Yên là bọn Quệ Lục, họp hơn 10 chiếc thuyền vây thuyền buôn đậu ở vụng Vạn Thổ. Tham hiệp Phan Thế Chấn ở châu Tiên Yên nghe báo đến cứu, bọn giặc rút đi. Được vài ngày, giặc lại đến cướp thuyền buôn ở cửa Đầm Hà [huyện Đầm Hà, Quảng Ninh]. Quan trấn sai Cai đội Nguyễn Văn Đức đem binh ứng chiến; Văn Đức mới gặp giặc, thì bỏ thuyền chạy. Bọn giặc bèn vào sở thuế quan Cẩm Phả [huyện Ba Chẽ, Quảng Ninh] cướp hết tiền thuế, binh khí, sổ sách rồi đi. Vua ra lệnh cách lưu Trấn thủ Nguyễn Văn Đoái giáng 4 cấp, thự Hiệp trấn Lê Đạo Quảng giáng 3 cấp; Nguyễn Văn Đức vì nhát sợ lui, xử trảm giam hậu. Sau đó Văn Đoái thân hành đốc suất quan binh đuổi đánh đến cửa Mô Hải [huyện Đầm Hà, Quảng Ninh], cướp được 3 chiếc thuyền, chém được hơn 10 đầu giặc, bắt sống hơn 10 tên, thu được khí giới rất nhiều. Được tin thắng trận vua dụ thưởng trả lại cho Nguyễn Văn Đoái 3 cấp, các quan binh ra trận đều được gia thưởng kỷ lục tiền bạc theo thứ bậc. Tướng giặc là Lục Quệ sau bắt được, giải sang nhà Thanh.

Trưởng đồn Phong Thu, châu Chiêu Tấn, trấn Hưng Hoá là Điêu Quốc Lân bị người Thanh vượt qua bờ cõi bắt đi. Quan Bắc Thành tâu lên; Vua ra lệnh giáng chức Trấn thủ Hưng Hoá và dụ rằng:

"Bờ cõi Nam Bắc đã rạch ròi, há được như thế ư?. Đấy là tại trấn thần phòng giữ không nghiêm nên chúng được đi lại tự do. Lập tức phái người quyền giữ bảo sở [đồn]".

Khai mỏ vàng ở Cao Bằng, Lạng Sơn và mỏ đồng ở Thanh Hoa; mỏ vàng Vĩnh Giang ở Cao Bằng, mỏ vàng Hữu Lân ở Lạng Sơn, mỗi năm thu thuế vàng đều 3 lạng; mỏ đồng ở núi Biều Mỗ, Thanh Hoa, mỗi năm thu thuế đồng 400 cân.

Vào tháng 11 năm ngoái, Sứ bộ Nguyễn Trọng Vũ khởi hành sang cống nhà Thanh, tháng 7 năm nay đến Bắc Kinh, yết kiến Vua Đạo Quang:

"*Ngày Nhâm Tý 20 tháng 7 năm Đạo Quang thứ 9* [19/8/1829]

Sứ thần Việt Nam bọn Nguyễn Trọng Vũ 3 người, chiêm cận tại cầu Đại Hồng." (**Tuyên Tông Thực Lục** quyển 158, trang 29)

Sứ bộ xin, trong tương lai theo đường thuỷ tiến cống, nhưng không được chấp thuận; duy việc mẹ Vua Minh Mệnh cần dùng sâm, thì được cấp 1 cân nhân sâm:

"*Ngày Đinh Tỵ 25 tháng 7 năm Đạo Quang thứ 9* [24/8/1829]

Dụ Nội các:

"Các nước Di bên ngoài tiến cống, hoặc do đường thuỷ, hoặc do đường bộ, cứ theo qui chế đã định mà tuân hành, không thể đưa lời khinh suất thay đổi. Nước Việt Nam sai Sứ đến kinh đô tiến cống, từ thời Khang Hy đã có qui định đi theo đường bộ; nay viên Bồi thần nước này sau khi dâng biểu, bèn trình bẩm với bộ Lễ xin đổi sang đường thuỷ tại tỉnh Quảng Đông, bộ này cho rằng sự việc can thiệp thay đổi chủ trương cũ, không thể thi hành. Bác bỏ rất đúng, việc viên Bồi thần xin cải sang đường thuỷ để giảm lao phí, không cần bàn đến.

Còn việc viên Bồi thần bẩm xưng, mẹ của viên Quốc vương tuổi đã đến 70, cần dùng nhân sâm để điều dưỡng, khẩn xin thưởng cấp 1 cân, rồi khấu trừ vào các thứ khác theo lệ ban thưởng. Việc này can hệ đến lòng hiếu dưỡng của viên Quốc vương, khác với việc vô cớ xin, nay gia ơn thưởng cấp 1 cân nhân sâm; còn các vật thưởng theo lệ thì vẫn y theo mà thưởng cấp." (**Tuyên Tông Thực Lục** quyển 158, trang 36)

Tháng 8 [29/8/27/9/1829], thổ phỉ Tuyên Quang là Ma Đình Thiệu họp đảng vài nghìn người, đến uy hiếp trấn thành. Quan trấn đóng cửa tự thủ; giặc đốt cướp các nhà dân ngoài thành gần hết. Quan Bắc Thành nghe báo, liền phái Chưởng cơ Phan Bá Hùng đem binh tượng đến cứu; giặc lại đánh phá đồn Tụ Long (4) bèn phái thêm thự Phó vệ uý Phạm Hữu Tâm đem quân tiến đánh, và phi sức cho Trấn thủ Trần Ngọc Trung cùng họp binh. Ngọc Trung dùng dằng không đi, Vua sai bắt trói giải về thành tra xét. Lấy Vệ uý Vũ Văn Tín làm Trấn thủ Tuyên Quang, Tham hiệp Cao Bằng Nguyễn Khắc Biểu làm thự Hiệp trấn, Lang trung bộ Binh Vũ Phan làm Tham hiệp. Tín chưa đến kịp, quan Bắc Thành uỷ Trấn thủ Hưng Hoá Phan Bá Phụng quyền nhiếp Trấn thủ Tuyên Quang. Bá Phụng liền cùng với quan binh do thành phái đến, chia đường tiến đánh bắt được Ma Đình Thiệu và bọn đầu mục, đồ đảng của giặc rất nhiều. Tin thắng trận tâu lên, vua sai đều rút quân về, chiếu theo công trạng mà khen thưởng; Trung vì nhút nhát bị phát vãng làm binh.

Thuyền của bọn A Sinh người nước Chà Và [Java] đậu ở đảo Côn Lôn, lính giữ đảo bắt đưa đến thành Gia Định; bọn Sinh khai là:

"*Người ở Ba La Sa* (tên đất của nước Chà Và) *được Quốc trưởng phái đến đảo Câu Mạch để nhặt lấy yến sào, bị bão trôi dạt*".

Thành Gia Định tâu lên; Vua sai cấp gạo rồi cho về.

Ngày Bính Tuất 25 tháng 8 [22/9/1829], cháu Vua sinh [tức Tự Đức]; mẹ là Nguyên phi Phạm Thị Hằng, con gái Thượng thư bộ Lễ Phạm Đăng Hưng, năm 14 tuổi, tiến vào cung.

Dời đặt đồn Liêu Lạc ở Nam Định. Trước kia lĩnh Dinh điền sứ Nguyễn Công Trứ tâu rằng:

"Cửa biển Liêu Lạc [Lác] *ở Nam Định, thuyền bè công tư từ Gia Định ra Bắc đều do đường ấy mà đến Bắc Thành, giặc biển tất cũng rình chờ ở đó, thật là quan yếu. Từ trước đến nay, thủ sở đặt ở xã Quần Liêu* [huyện Nghĩa Hưng, Nam Định], *cách biển đã xa, binh giữ lại ít. Nếu thấy giặc biển, tất phải phi báo, đợi được thuỷ binh thành trấn tới nơi thì bọn giặc đã lảng đi về đông rồi. Thế là nơi quan yếu chỉ là đặt khống, giặc biển không yên được là vì đó. Thần từng đi qua nơi ấy, từ đồn Liêu Lạc trở xuống ước hai dặm, có một dải phù sa gọi là Đột Châu có thể đóng đồn được. Từ đấy đến biển chỉ chốc lát. ở chòi canh trông bốn bề xa đến đâu cũng thấy. Xin dời đồn Liêu Lạc đến đặt ở đấy. Lại phái Quản vệ 2 người, Quản cơ 1 người, chiến thuyền 10 chiếc, đóng giữ đồn sở. Như thấy thuyền giặc qua lại trên biển, đem binh thuyền đóng thú đuổi bắt ngay, thì việc binh không đến nỗi chậm trễ nhỡ việc. Không những trừ tuyệt được bọn giặc biển nhỏ mọn ấy, mà bọn người Thanh vô lại cũng không dám dòm ngó hải phận ta nữa. Lại từ nam ra bắc, đường bộ do núi Tam Điệp, đã có đồn Bỉm Sơn* (thuộc Thanh Hoa) *lại có đồn Lý Nhân* (thuộc Ninh Bình), *đủ để hỏi xét, còn đồn Bồng Hải ở đối ngạn với đồn Liêu Lạc không phải đường chính thì nên bỏ đi".*

Vua sai quan Bắc Thành họp với quan các Tào để bàn rồi tâu lên, cho là chỗ mà Công Trứ xin dời đặt đồn Liêu Lạc, ba mặt đông, tây, bắc đều là sông lớn, phía nam giáp biển lớn, không phải là nơi dụng võ. Từ đấy qua sông Lạch Ngang [xã Nam Điền, huyện Nghĩa Hưng, Nam Định], có một bãi cát, địa thế cao ráo, phía đông tây nam có sông lớn quanh, Bắc giáp đồng ruộng, cách cửa Liêu [huyện Nghĩa Hưng, Nam Định] hơn 1.800 trượng, cửa Lạc [Lác, huyện Hải Hậu, Nam Định] hơn 1.600 trượng, mà đến biển cũng hơi gần, phàm thuyền ghe ra vào hai cửa biển ấy tất phải qua đấy. Nay xin bỏ hai đồn Liêu Lạc, hợp làm một đồn ở đấy.

Thanh Hoa, Ninh Bình và năm nội trấn Bắc Thành, gió bão và mưa nhiều, thuyền đắm, nhà đổ, dân chết đuối nhiều, Nam Định hại hơn cả, nhà dân đổ nát hơn 44.000 nóc, thuyền buôn đắm hơn 170 chiếc, dân chết đuối hơn 530 người. Vua nghe tin báo, rất thương. Dụ sai sở tại đều chiếu số người chết cấp mỗi người 3 quan tiền, nhà cửa bị tai nặng cấp mỗi hộ 1 quan tiền, 1 phương gạo, tai nhẹ thì 1 phương gạo, thuyền ghe lớn thì cấp 1 quan tiền, 1 phương gạo, nhỏ thì 1 phương gạo. Ruộng lúa tổn thương thì đợi án khám tâu lên sẽ lượng giảm thuế. Thanh Hoa, tai nạn hơi nhẹ, nhà dân đổ nát thì mỗi hộ cấp 1 quan tiền. Có xã Hội Triều, một nhà dân chết trôi 4 người, trấn thần cấp trước tiền vải, lại sai cấp thêm 10 lạng bạc.

Về việc giao thiệp với nhà Thanh, sứ bộ Nguyễn Trọng Vũ dâng biểu văn và nạp cống, được ban thưởng và dự yến:

"***Ngày Mậu Thìn mồng 7 tháng 8 năm Đạo Quang thứ 9*** **[4/9/1829].** *Quốc vương Việt Nam Nguyễn Phúc Kiểu sai Sứ dâng biểu và cống sản vật địa phương. Ban thưởng và yến tiệc theo lệ.*" (**Tuyên Tông Thực Lục** quyển 159, trang 9)

Vua Đạo Quang cùng Hoàng thái hậu ban yến tiệc cho

Vương, Công, Đại thần trong triều, cùng Sứ thần ngoại quốc; sứ bộ Việt Nam cũng được tham dự:

"***Ngày Kỷ Tỵ mồng 8 tháng 8 năm Đạo Quang thứ 9* [5/9/1829].** *Thiên tử tháp tùng Hoàng thái hậu đến vườn Đồng Lạc ban thức ăn. Cho Hoàng tử cùng các Vương, Công, Đại thần trong triều; Vương Mông Cổ, Bối lặc, Sứ thần Việt Nam ăn uống.*" (**Tuyên Tông Thực Lục** quyển 159, trang 9)

Tổng đốc Lưỡng Quảng tâu trình đã phúc đáp yêu cầu của Việt Nam xin buôn bán bằng đường biển, rằng chỉ chấp nhận theo lệ cũ buôn bán theo đường bộ mà thôi:

"***Ngày Kỷ Mão 18 tháng 8 năm Đạo Quang thứ 9* [15/9/1829].** *Bọn Lý Hồng Tân Tổng đốc Lưỡng Quảng tâu:*

'Nước Việt Nam sai quan là bọn Nguyễn Văn Chương xin cho buôn bán bằng đường biển. Đã tuân chỉ thông báo cho Quốc vương Việt Nam kính cẩn tuân theo chương trình cũ qua lại buôn bán tại các quan ải châu Khâm, Quảng Đông và Thuỷ Khẩu, Quảng Tây; không cần phải theo đường biển. Cũng đem thư thông báo niêm phong lại, đích thân đưa cho viên quan sai phái của nước này mang về.'

Báo đã nhận được." (**Tuyên Tông Thực Lục** quyển 159, trang 21)

Tháng chín [28/9-27/10/1829], Đê chính Lê Đại Cương dâng sách tổng kê các đê công tư ở Bắc Thành:

Trấn Sơn Tây: 8 huyện Tiên Phong, Phước Lộc, Đan Phượng, Yên Sơn, Từ Liêm, Bạch Hạc, Yên Lạc, Yên Lãng; gồm 212 xã thôn, trang trại, đê công cũ mới ở các sông lớn, sông vừa, sông nhỏ cộng 248 đoạn, dài suốt hơn 59.093 trượng; đời trước đắp 45.136 trượng, năm Gia Long thứ 2

[1803] đến nay đắp hơn 13.957 trượng, và cống công có 16 cửa. Đê tư sông nhỏ ở đầu nguồn và dòng khe, dài suốt hơn 10.393 trượng và cống tư 16 cửa.

Hai huyện Vĩnh Thuận, Thọ Xương thuộc phủ Hoài Đức, gồm 8 phường thôn, 2 đê công cũ ở sông lớn, dài suốt 1.272 trượng, đắp từ đời trước, lại 1 con đê bỏ, dài 102 trượng.

Trấn Sơn Nam: 16 huyện Thanh Trì, Thượng Phước, Phú Xuyên, Đông An, Kim Động, Nam Xang, Tiên Lữ, Phù Dung, Thanh Oai, Chương Đức, Sơn Minh, Hoài An, Kim Bảng, Duy Tiên, Bình Lục, Thanh Liêm; gồm 287 xã thôn, trang, đê công cũ mới ở sông lớn, sông vừa 368 đoạn, dài suốt hơn 88.363 trượng; đời trước đắp 73.683 trượng, năm Gia Long thứ 2 đến nay đắp hơn 14.679 trượng, và cống công 3 cửa.

Trấn Bắc 869 Ninh: 11 huyện Đông Ngàn, Gia Lâm, Văn Giang, Tiên Du, Yên Phong, Thiên Phước, Việt Yên, Bảo Lộc, Phượng Nhỡn, Yên Thế, Yên Dũng; gồm 154 xã, đê công cũ mới ở các sông lớn, vừa, nhỏ 164 đoạn, dài suốt hơn 65.318 trượng, đời trước đắp hơn 53.358 trượng, năm Gia Long thứ 2 đến nay đắp hơn 1.959 trượng, và cống công 31 cửa. Đê tư sông nhỏ ở đầu nguồn và dòng khe, dài suốt hơn 45.705 trượng.

Trấn Nam Định: 12 huyện Thượng Nguyên, Mỹ Lộc, Thiên Bản, Hưng Nhân, Duyên Hà, Thư Trì, Ý Yên, Vũ Tiên, Chân Định, Thanh Quan, Đông Quan, Thuỵ Anh; gồm 78 xã thôn trang tại, đê công cũ mới ở sông lớn, sông vừa dài suốt hơn 24.861 trượng, đê ngăn nước mặn hơn 9.804 trượng, đời trước đắp hơn 19.132 trượng, năm Gia Long thứ 2 đến nay đắp hơn 5.532 trượng. Đê tư sông nhỏ và dòng khe cùng là đê ngăn nước mặn, dài suốt hơn 42.971 trượng.

Trấn Hải Dương: huyện Vĩnh Lại [huyện Vĩnh Bảo, Hải Phòng] gồm 3 xã, đê công cũ ở sông vừa ngăn nước mặn dài suốt hơn 1.221 trượng đời trước đắp. Đê tư ngăn nước mặn dài suốt hơn 75.432 trượng

Tháng mười [28/10-25/11/1829], sai Trung vệ dinh Long võ Tạ Quang Cự quyền lĩnh ấn vụ Phòng ngự sứ Trấn Ninh. Trước kia Quốc trưởng Vạn Tượng là A Nỗ về nước, đánh nhau với người Xiêm bị thua chạy; Phòng ngự Trấn Ninh là Chiêu Nội sai người đón bắt dâng cho nước Xiêm và lấy hết của báu. Quan trấn Nghệ An dò được tình trạng đem tâu; Vua còn bao dung. Đến bấy giờ tới kỳ tuế cống, lâu không thấy tăm hơi, quan trấn xin phái binh đến đóng phòng ngự, mà đòi Chiêu Nội về trấn.

Rồi Chiêu Nội thác bệnh không đi, sai con là Chiêu Phọc đi thay. Việc tâu lên, Vua sai Tạ Quang Cự đem theo 2 Quản vệ, 6 Suất đội và 300 biền binh ở Nghệ An hành quân gấp đến Trấn Ninh và dụ rằng:

"Ngày đến phủ thì tuyên dịch tờ dụ chỉ, Chiêu Nội nếu tuân lệnh lên đường đi ngay thì phái binh hộ tống, nếu thác cớ chần chờ thì bắt xích lại, giải trấn. Nếu dám không phục mà mưu đồ đem quân kháng cự thì sẽ chém ngay trước quân để bảo cho mọi người."

Lại sai trấn thần Nghệ An ở các đồn Mường Then [Mường Xén, huyện Kỳ Sơn, Nghệ An], Lam Mãn [Xieng Khoang, Lào] lượng bắt thổ dân sở tại hoặc miền tiếp cận chia đóng các ven đường, để có người sai phái, đi về thì hộ tống.

Trước kia người Thanh là Đặng Phước Hưng buôn ở Quảng Nam, lấy người con gái ở phố Hội An làm vợ, ngày về chở trộm người vợ về nước. Việc phát giác, giao xuống bộ Hình bàn, xin chiếu lệ đem người và quân khí ra ngoài địa giới và ra biển, giảm một bậc mà xử tội. Phước Hưng thì phát đi sung quân ở nơi biên viễn, người vợ thì phát làm nô. Nhân xin lập rõ điều cấm: Phàm người Thanh đến ngụ ở nước ta, ở phố làm dân, đã đăng vào sổ bang, thì mới được cùng dân lấy vợ lấy chồng; bất thường đến buôn bán thì không cho như thế. Làm trái thì đàn ông đàn bà đều tội mãn trượng, và phải ly dị; người chủ hôn đồng tội, người mối lái, người Bang trưởng và người láng giềng đều tội giảm một bậc.

Định lại danh hiệu và số ngạch tượng binh trong nước: Kinh có 3 vệ, mỗi vệ 10 đội, biền binh 1.500 người, voi 150 thớt. Bắc Thành 3 cơ, mỗi cơ 5 đội, biền binh 750 người, voi 110 thớt. Thành Gia Định 10 đội, biền binh 500 người, voi 75 thớt. Quảng Nam 5 đội, biền binh 250 người, voi 35 thớt. Nghệ An 3 đội, biền binh 150 người, voi 21 thớt. Quảng Bình, Quảng Ngãi, Thanh Hoa đều 2 đội, biền binh đều 100 người, voi đều 15 thớt. Quảng Trị, Phú Yên, Bình Hoà, Bình Thuận, Ninh Bình đều 1 đội, biền binh đều 50 người, voi đều 7 thớt.

Dân ở phủ Ba Xắc nước Chân Lạp họp đảng cướp bóc thuyền buôn trấn Hà Tiên, giết hại chủ thuyền. Hai đồn Trấn Di [huyện Long Phú, Sóc Trăng] và Giang Thành [huyện Kiên Lương, Kiên Giang] đem binh tìm bắt, bắt được kẻ phạm 4 người và tang vật. Quan thành Gia Định làm án nghĩ xử các tên phạm thì chém bêu đầu, còn chức quan người Chân Lạp cai quản hạt ấy là Trần Phòng Quan không biết kiềm thúc được dân thì thông tư cho vua Chân Lạp xử trị; án tâu lên, vua cho là phải.

Tháng mười một [26/11-25/12/1829], thuyền sai của nhà Thanh là Hoàng Đạo Thái đi Đài Loan chở thóc công, bị gió dạt vào vùng biển Hà Tiên. Quan thành Gia Định tâu lên; sai theo lệ nạn bão mà chẩn cấp, bánh lái cột buồm của thuyền bị gãy, cho mua gỗ sửa chữa miễn thuế, đợi thuận gió cho về.

Vệ uý quyền lĩnh việc phủ Trấn Ninh là Tạ Quang Cự bắt được Phòng ngự sứ Chiêu Nội giải về Kinh sư. Trước đây Quang Cự phụng mệnh đến phủ, thì Chiêu Nội ban đêm trốn đi. Được vài ngày, Quang Cự tuỳ cơ phủ dụ, Chiêu Nội mới đến cửa quân. Quang Cự cho giải về trấn. Vua xuống dụ rằng:

"Chiêu Nội nghe mệnh không đến ngay, trốn tránh vài ngày mới chịu thò đầu ra. Chẳng qua là thế bách kế cùng phải chịu, chứ còn có lòng kính thuận gì nữa. Chưa bàn đến tội khác, chỉ một việc ấy cũng đã trái nghĩa nhân thần. Nếu còn ưu đãi thì còn pháp luật gì nữa? Vậy sai trấn thần sai phái uỷ Vệ uý Tống Viết Trì đem 100 lính áp giải Chiêu Nội cùng con em và bọn thổ huyện đầu mục hùa đảng làm bậy về Kinh, còn các bộ lạc thì phủ dụ rồi tha cả."

Tháng chạp [26/12/1829-24/1/1830], nhân Vua muốn đặt tên đồ vật thường dùng bằng chữ Hán, bộ Công tâu rằng:

"Đồ vật để dùng, không gọi tên thì không rõ. Nước ta việc kiến trúc điện đường tàu thuyền, vật kiện không chỉ một hai thứ, từ trước đến nay vẫn gọi bằng tiếng Nôm. Vâng Hoàng thượng ta nhân việc đặt tên chữ Hán, như lương tâm (lòng rường), *thừa lựu* (máng nước), *long tu* (râu rồng), *long hiếp cốt* (đòn nóc), *cho đến nam mộc* (gỗ kiền kiền), *thiết mộc* (gỗ lim), *kiên thán* (than đá), *nam trân* (quả loòng boong),

theo ý đặt tên, đủ cho đương thời thông hành, để ngày sau noi theo."

Phòng ngự sứ Trấn Ninh là Chiêu Nội chịu tội chết. Chiêu Nội bị giải đến Kinh giao cho đình thần hội xét, Chiêu Nội đã nhận tội. Đình thần bàn cho rằng:

"Chiêu Nội là một Tù trưởng dân man ở nơi xa xôi; trước đem cả đất đai xin nội thuộc. Hoàng thượng ta thương có lòng nội phụ, ban cho sắc lệnh, trao cho quan tước, thế mà không lo cung thuận, lại mang hai lòng. Trước đây Quốc trưởng Vạn Tượng về nước, đã biết rõ là có mệnh triều đình, lại còn dám thừa cơ đón bắt, bảo là không có ý bội bạn nước ta mà lại thế à? Huống chi đã bắt lại đem dâng riêng cho nước Xiêm để lấy lòng, lưu làm đường lối đi lại sau này, bảo không có ý ngầm theo nước khác mà lại thế à? Xem một việc này bỏ nghĩa quên ân là đã đáng tội chết rồi. Lại còn ngăn trở đường đi sứ của nước Nam Chưởng; nghe có mệnh triệu, mà cố ý trốn tránh, sau mới chịu ra. Mọi việc càn dỡ, tội không thể đếm hết, xin xử trảm quyết, đem đầu đến Trấn Ninh bêu lên cây cao. Bọn Thổ tri huyện Liên là Tạo Ấn, Thổ tri huyện Xôi là Chiêu Mã Nã cùng làm ác với nhau, đều xin trị tội".

Vua theo lời bàn. Còn bọn Thổ tri huyện và Huyện thừa là Đông Bồng Xả, Phiếm Mã Xán 12 người bị Chiêu Nội bắt hiếp phải theo, đều được gia ân tha cho, vẫn giữ chức như cũ. Vợ con Chiêu Nội 15 người đều tha gông xiềng, sai Nghệ An an trí ở tấn Quy Hợp, quản thúc nghiêm ngặt. Quan trấn lại dâng danh sách tịch thu tài sản của Chiêu Nội lên, Vua nói rằng:

"Chiêu Nội xa ở biên thuỳ, chuyên nắm uy lực, nhân dân bị hiếp chế, tài sản bị vơ vét, những của cải này đều là máu

mủ của dân cả. Nên hiểu dụ các đầu mục dân man mà chia cấp những của ấy. Duy vàng ngọc voi ngựa không phải là đồ thưởng cấp thì sung công". Lại sai đem tội trạng của Chiêu Nội báo cáo cho các phủ mới qui phụ.

Cho Vệ uý Tạ Quang Cự làm Chưởng vệ sự vệ Cẩm y, vẫn quyền lĩnh việc phủ Trấn Ninh. Vua thấy Quang Cự trước đến Trấn Ninh biết tuỳ cơ lập mưu, bắt sống được Chiêu Nội đem về cửa khuyết, vẫn thường khen nên trao cho chức ấy. Quang Cự tâu Thổ mục huyện Quảng là Chiêu Huống Khâm Quyết quen việc phủ, xin cử làm Bang biện; Vua y cho.

Đắp đê nước mặn ở huyện Kim Sơn thuộc Ninh Bình: một đường đê nhỏ phía tây dài 435 trượng, mặt rộng 3 thước, chân rộng 7 thước, thân cao 3 thước; một đường đê trung phía nam, dài 2.835 trượng, mặt rộng 5 thước, chân rộng 1 trượng, thân cao 4 thước. Kim Sơn đất tiếp bãi biển nên đắp đê ấy để che chở nghề nông; cho dân ấy lương tiền 3 tháng. Đê xong rồi cho làm tư đê, hằng năm do huyện viên sở tại đốc sức tu bổ.

Đắp lại ba sở đê mới ở Bắc Ninh và Sơn Nam: Một sở ở Bắc Ninh, từ xã Đẩu Hàn huyện Yên Phong đến xã Cô Mễ huyện Võ Giàng [huyện Quế Võ, Bắc Ninh], dài hơn 293 trượng. Hai sở ở Sơn Nam, một sở từ xã Vân Lâm huyện Kim Bảng [Hà Nam] đến xã Kim Bảng, dài hơn 379 trượng, một sở từ xã Quang Ấm đến xã Đường Ấm huyện Duy Tiên [Hà Nam], dài 310 trượng.

Cuối năm 1829, Eugene Chaigneau lại được Pháp sai đến giữ chức Phó lãnh sự, nhưng Vua Minh Mệnh không nhận.

Chú thích:

1. Dịch diệp diễn tường: đời nối đời hưởng phúc mãi.

2. Xã thương: kho thóc ở xã.

3. Sinh giám: Sinh viên Quốc tử giám.

4. Tụ Long: Đất hiện nay giáp với tỉnh Hà Giang, đã cắt cho nhà Thanh, do **Hiệp ước Pháp Thanh** năm 1887.

211.
Vua Minh Mệnh (11) [25/1/1830-11/2/1831]

Tháng giêng năm Minh Mệnh thứ 11 [25/1-22/2/1830], nhân năm nay vào dịp mừng tứ tuần đại khánh, nhà Vua ban 14 điều ân điển như sau:

1. Thuế thân cả nước năm nay được giảm 5 phần mười.

2. Tết Nguyên đán năm nay, cho ăn yến và thưởng bạc lạng theo thứ bậc.

3. Miếu Vua các đời, Văn miếu, miếu Hội đồng cùng các thần kỳ trong tự điển ở các thành trấn, đều cho tế một đàn.

4. Người già trên 100 tuổi cho 3 lạng bạc, 90 tuổi 2 lạng, 80 tuổi 1 lạng.

5. Các quan kinh ngoại vì làm việc công sai lầm bị giáng hay cách lưu từ năm Minh Mệnh thứ 10 [1829] trở về trước, thì cho các nha kê danh sách tâu lên lượng cho khai phục.

6. Quan viên vì làm việc công sai lầm bị phạt bổng từ năm Minh Mệnh thứ 10 trở về trước đều được tha.

7. Những tử tội đã kết án từ năm Minh Mệnh thứ 10 [1829] trở về trước, thì do bộ Hình làm sách tâu lên, chước lượng cho giảm nhẹ.

8. Các trạm đều thưởng tiền gạo 6 tháng, mỗi tháng 30 quan tiền, 20 phương gạo.

9. Các địa phương có những người tài đức ưu tú, những người ẩn dật sơn lâm, do quan địa phương xét thực tâu lên, sẽ cho lục dụng.

10. Các địa phương có hiếu tử, thuận tôn, nghĩa phu, tiết phụ, quan địa phương xét hỏi kỹ tâu lên đợi nêu thưởng.

11. Việc gốc của thiên hạ là nghề nông, các phủ châu huyện có người cày cấy trồng trọt chăm chỉ nghề gốc, quan địa phương phải thường khuyến khích để tỏ ý cổ võ.

12. Sở dưỡng tế ở các trấn thành có những kẻ quan [đàn ông goá vợ], quả [đàn bà goá chồng], cô [trẻ con mồ côi], độc [người già không con cháu] cùng những người tàn tật không nơi nương tựa, thì hữu ty phải lưu tâm nuôi nấng.

13. Những người phạm tội quân lưu ở các trấn thành, tra xét rõ đến phối sở 3 năm mà vẫn yên phận giữ phép mà tuổi đã quá 70, thì đều tha cho về quê.

14. Những người phạm tội quân lưu nếu đã chết, thì vợ con đều tha về".

Cho xây đắp hổ quyền [chuồng hổ] ở gò Long Thọ trong kinh thành.

Ngày 19 Kỷ Dậu [12/2/1830] duyệt binh; Vua ngự tại điện Càn Nguyên để xem.

Vét cửa sông Thiên Đức [sông Đuống] thuộc Bắc Thành; phái Thống quản Lê Văn Quý đốc suất 1.000 quân binh làm việc, hơn một tháng thì xong; thưởng cho quân binh 1.300 quan tiền.

Thưởng phẩm vật cho quan và binh trú phòng ở phủ Trấn Ninh và ra lệnh từ nay về sau bất cứ có việc hay không, mỗi tháng phải báo hai lần cho trấn Nghệ An để thông tin tức.

Tháng hai [23/2-23/3/1830], quan trấn Ninh Bình tâu rằng: Các ấp lý mới lập ở huyện Kim Sơn, từ các tổng Hướng Đạo, Tự Tân đến tổng Tuy Lộc, đất còn chua mặn, đợi cho nước ngọt thấm vào mới thành ruộng cấy lúa được. Xin cho miễn thuế 5 năm, đến năm Minh Mệnh thứ 16 [1835] mới bắt đầu thu thuế, để dân nghèo được nhờ; Vua y theo lời xin.

Hữu thị lang Hộ bộ là Lê Công Tường có tội phải cách chức. Trước đây chủ thuyền nước Phú Lãng Sa [Pháp] là Miêu Tế đến buôn ở Đà Nẵng, xin mua đường cát, Tường phụng mệnh đi bán đường, nhận của đút, đem các đường hạng nhất làm hạng nhì. Việc phát giác, phải cách chức phát đi hiệu lực ở sở Nội Tạo.

Bắc Thành có đám giặc 500 người đánh úp phủ Tiên Hưng [Thái Bình], giết và đánh bị thương quân binh rồi cướp tù. Quản phủ Nguyễn Văn Hảo, Phủ đồng tri Nguyễn Văn Thái vì phòng bị lỏng lẻo đều bị cách chức. Vua hạ lệnh cho quan Bắc Thành nghiêm sức cho trấn thần Sơn Nam tìm cách truy đuổi; rồi bắt được đầu đảng là Đỗ Đình Vy, đem giết.

Sơn phận huyện Duy Xuyên trấn Quảng Nam, tại 2 xã Thạch Kiều, Đức Bố có đá khối có thể nấu thành đồng. Hạ lệnh 500 dân phu sở tại, lấy đá nấu một tháng được một ít đồng; cứ 50 cân đá thành đồng đỏ hơn 5 lạng; bèn thôi không làm nữa.

Thổ tri châu châu Mường Bổng, phủ Cam Lộ, trấn Quảng Trị là Cốc Uân bị em họ là Thao Bôn Ta giết chết, thổ lại mục là bọn Chiêu Lặc Cầm, Quyết Xuy Mang cùng với nhân dân châu ấy tự tiện lập Thao Bôn Ta quyền làm Châu trưởng. Vu án dâng lên, xử chém Thao Bôn Ta, đem đầu đến địa phương phạm tội bêu lên; thổ lại mục Chiêu Lặc Cầm đã chết, riêng Quyết Xuy Mang bị tội giảo; lại cho cháu Cốc Uân là Cốc Thi làm Thổ tri châu.

Nêu thưởng cho những người dân thọ 100 tuổi ở các địa phương: Thừa Thiên, Quảng Nam, mỗi nơi đàn ông 4 người, đàn bà 2 người; Quảng Trị, đàn ông 13 người; Quảng Bình, Thanh Hoa, mỗi nơi đàn ông 1 người; Phú Yên, Ninh Bình, mỗi nơi đàn ông 1 người, đàn bà 1 người; Bình Hoà, Sơn Nam, mỗi nơi đàn ông 2 người; Vĩnh Thanh, Định Tường, mỗi nơi đàn ông 2 người, đàn bà 2 người; Nghệ An, đàn ông và đàn bà đều 3 người; Hải Dương, đàn bà 1 người.

Biên Hoà có viên quản trị dân thiểu số ở sách Làng Giao tên là Nhiên, trước kia khi Thế tổ Cao hoàng đế lấy lại thành Gia Định, đem dân dâng gạo, lại sai hơn 1.000 người đinh tráng tòng quân, sau khi đại định, cho làm quản trị các dân thiểu số lệ vào thủ Phước Khánh, Biên Hoà. Đến bấy giờ tuổi đã 100, quan trấn thành Gia định tâu lên, Vua thưởng cho 20 lạng bạc.

Tháng ba [24/3-22/4/1830], sai các quan hiệu chính luật lệ. Bộ Hình tâu rằng thời Gia Long soạn định luật lệ, đã được ban hành. Nhưng lúc mới lập pháp, sự biến thông có chỗ chưa chu đáo; xin một phen đính chính, để rõ phép tốt của đời thái bình. Đem sách luật cũ chước nghị cho kỹ, so với điển cố nên thêm bớt, tham đính so sánh, điều khoản rõ ràng; làm xong thì hội đồng duyệt lại cho kỹ, rồi mới tiến trình. Vua y theo lời tâu, lấy Quốc sử quán làm chỗ họp làm. Sai Thượng thư bộ Hình Hoàng Kim Xán sung Tổng tài, Hữu tham tri bộ Binh Nguyễn Đăng Tuân sung Phó tổng tài,

Tả thị lang bộ Hộ Hoàng Quýnh, Hữu thị lang bộ Lại Phan Bá Đạt, Hữu thị lang bộ Lễ Nguyễn Tú, thự Hữu thị lang Nguyễn Danh Giáp, Hiệp trấn Hưng Hoá Đào Đức Lung, thự Hiệp trấn Quảng Ngãi Trần Danh Bưu đều sung Toản tu, bọn Lang trung bộ Hộ Lê Nguyên Trung, cộng 12 người sung Biên tu.

Xây đắp đài An Hải ở Quảng Nam, đối ngạn với đài Điện Hải. Trước kia nơi này chỉ mới xây đồn, nay xây thêm đài; sai Phó đô thống chế Trung dinh quân Thần sách là Đoàn Văn Trường đem quân binh Bắc Thành, Thanh Nghệ đương thao diễn ở kinh hơn 3.000 người đi xây; thưởng trước cho một tháng tiền lương

Ngày Tân sửu 13 [5/4/1830], tiết Thanh Minh. Vua rước Mẫu hậu đến lăng Thiên Thụ [lăng Gia Long], quân binh đi theo hầu không được chỉnh tề, nên bị quở trách.

Sứ thần đến nhà Thanh vào năm ngoái là bọn Nguyễn Trọng Vũ, Nguyễn Đình Tân, Đặng Văn Khải, lúc trở về đều bị cách chức. Trước khi đi sứ, Vua dụ bọn Vũ rằng:

"*Ngày đến Yên Kinh nên nói với bộ Lễ nước Thanh rằng nước ta vốn ít nhân sâm, xin cứ chiếu lệ các vật hạng thưởng cấp thì chiết giá mà cấp thay cho bằng nhân sâm Quan Đông, cũng là mua các thứ ngọc thương bích, hoàng tông, hoàng khuê, thanh khuê, khi về phải đi gấp để kịp ngày tế Giao*".

Bọn Vũ đến Yên Kinh, lại nói với bộ Lễ rằng vì sự hiếu dưỡng cần phải dùng nhân sâm, như vậy là làm hại quốc thể; còn những đồ ngọc mua về đều là đồ pha lê cả, mà khi về lại chậm không kịp việc. Vua quở trách dữ, rồi giao cho bộ bàn, bèn bị cách chức.

Tướng giặc Sơn Nam là Thái Bá Nẫm tụ đảng cướp bóc

ở huyện hạt Chương Đức [huyện Chương Mỹ, Hà Tây], Trấn thủ là Hồ Bôi thân đem quân và voi đi bắt không được. Tri huyện là Nguyên Bật Lượng đuổi theo đánh bị thương. Giặc chạy đến huyện Mỹ Lương [huyện Quốc Oai, Hà Tây], Tri huyện Vũ Quyền đem lại dân trong huyện đón đường đánh, chém được Bá Nẫm, bắt được đảng giặc 8 tên. Quan Bắc Thành đem sự việc tâu lên; Vua ngợi khen, lệnh đưa Vũ Quyền đến bộ dẫn vào yết kiến, đợi chỉ chọn dùng. Thưởng tiền bạc cho quân dân đi bắt giặc theo thứ bậc. Nguyễn Bật Lượng vì đã đuổi theo giặc được thưởng kỷ lục một thứ, Hồ Bôi bị cách lưu.

Tháng tư [23/4-21/5/1830], khai mỏ đồng Thạch Bi tại trấn Hưng Hoá, mỗi năm thu thuế đồng 400 cân.

Đặt nghi lễ ở điện Cần Chính, cho Sứ thần hai nước Nam Chưởng và Chân Lạp cùng các dân thiểu số qui phụ, vào sân điện chiêm bái.

Ngày 13 Tân Mùi [5/5/1830] bắt đầu lễ khánh tiết, các Công hoàng tử và các quan văn võ đều mặc mũ áo thường triều vào chầu ở điện Cần Chính. Vua tự viết ba chữ lớn "Phước, Thọ, Trung" thưởng cho. Ngày hôm ấy, các sở lâu bằng treo đèn kết hoa, trưng bày rực rỡ. Trên kỳ đài treo cờ khánh hỷ năm sắc, các cửa thành ban đêm đốt cây đèn, trông như sao trên trời, sáng như ban ngày.

Ngày 23 Tân Tỵ [15/5/1830], làm lễ đại khánh sinh nhật Vua 40 tuổi. Vua ngự điện Thái Hoà nhận lễ mừng. Các hoàng tử, các quan văn võ tại các thành trấn, các thuộc quốc, theo thứ tự dâng biểu mừng, cung tiến phương vật, làm lễ bái hạ. Người công tính, người quý hương ở Thanh Hoa, họ Trần ở Văn Xá (1) cùng họ Lê, họ Trịnh, kỳ lão ba huyện phủ Thừa Thiên, đều làm lễ vọng bái ở trước Thể lâu. Lễ xong, ban ân chiếu toàn quốc và gia ơn gồm 20 điều.

Thị lang Nội các là Phan Thanh Giản và Trương Đăng Quế dâng bài tụng đại khánh, thuật các công việc tự lúc vua lên ngôi đến nay, siêng lo chính trị làm gốc để được phước hưởng thọ; Vua phê:

"*Bọn ngươi không lo cố gắng làm hết chức phận, cứ ngày thêm lầm lỗi, nay lại làm bài văn vô dụng này đối với lầm lỗi có bổ ích gì? Trẫm có thích nịnh ngoài mặt đâu? Vậy ném trả lại và truyền chỉ quở mắng*".

Vua đến Thể Lâu, xem múa của các dân tộc , nhân dân đến xem đông chật như nêm; Vua bảo vệ sĩ không được ngăn cấm. Con hát các dân tộc chỉ có phủ Lạc Biên [Savannakhet], Trấn Biên [Sầm Nưa], tiếng hát không hiểu được, mà điệu múa uốn éo xênh xang lạ hơn cả, người xem ai cũng tức cười.

Ban yến cho tôn thất từ lục phẩm trở xuống cùng những người sung các vệ ty, những quan nhàn tản tuổi từ 20 tuổi trở lên và các tôn sinh ở nhà Duyệt thị. Cho các quan xem mùa Bát Dật, múa Tẩu Mã, múa đèn hoa, múa long phượng hiến thuỵ ở trước Thể lâu. Vua đến Nam đài xem đốt cây bông; cho kỳ lão Thừa Thiên uống rượu ăn tiệc trong 3 ngày

Vua sai bộ Lễ truyền chỉ cho sứ thần Nam Chưởng rằng sau khi về nước, nói với quốc vương, phàm dân Mường Cai xiêu giạt phải thả cho về đất cũ, không được dung chứa; lại ghi cả vào sắc thư, khiến cho họ phải tuân theo. Lại thấy quan liêu nước ấy có biếu phẩm vật cho trấn Nghệ An tê giác 3 toà, trống đồng 3 cái, vải màn 6 tấm. Dụ quan trấn đợi đến ngày sứ bộ về đến trấn, trả lại đủ số và khéo vỗ về yên ủi khiến họ biết nghĩa Sứ thần không được ngoại giao riêng với bề tôi, phép triều đình rất nghiêm.

Bọn Sứ thần Đặng Nguyễn Văn Khải, cùng Nguyễn Hưng đi sứ Trung Quốc trở về, làm không đúng chiếu chỉ, nên bị cách chức. Nhân nhà Vua nghe ngoại quốc có hoả xa, tàu thuỷ cùng nhiều vật lạ; bèn sai hai người đi hiệu lực chuộc tội đến Lữ Tống [Philippin] để tìm mua. Khải đáp tàu, khi ở trên biển thì bị bệnh mất. Cai đội xin ném xuống biển; Nguyễn Hưng không nỡ, sai đốt xác, mang xương về quê chôn. Khải người xã Lộng Đình huyện Văn Giang [Hưng Yên]; đậu Tiến Sĩ năm Bính Tuất [1826], có tập thơ Đông Nam Tiến Sử Thi (東南進駛詩) lưu hành trên đời.

Tháng tư nhuần [22/5-19/6/1830], hai thuyền hiệu là An Ba và Tĩnh Lãng chở hàng kho cho Bắc Thành, bị bão vỡ chìm tại vùng biển núi Hang Dơi, Hải Vân. Sai Thượng thư Công bộ là Nguyễn Kim Bảng và Đề đốc Kinh thành là Nguyễn Văn Phượng đôn đốc quân dân lặn vớt đồ vật; lúc đưa về kinh thì nhiều thứ bị thấm nước nát hỏng.

Hai chiếc thuyền hải vận của nhà nước cũng bị gió chìm ở vùng biển Nghệ An, quản vận là Chưởng cơ Nguyễn Văn Phong bị giáng làm Quản cơ. Quân binh bị chết đuối thì cấp tuất thêm mỗi người 3 quan tiền, 1 tấm vải; tù nhân cùng vợ con xin đi theo thuyền, bị chết thì cấp tuất cho mỗi người 2 quan tiền, nửa tấm vải.

Triệu bọn Chưởng vệ lĩnh việc phủ Trấn Ninh là Tạ Quang Cự về kinh. Trước đấy Chiêu Nội bị giết, dân man đem lòng ngờ sợ, Quang Cự nghiêm luật cấm cướp bóc, dùng nhiều cách dỗ bảo, dân man mới dần dần trở về. Có 20 người tù phạm trước bị Chiêu Nội giam, Quang Cự đều tha, bởi thế cả vùng được ninh thiếp; việc ấy tâu lên, vua phê bảo rằng:

"Xem tờ tâu rất vui mừng, Trẫm không phải lo về mặt tây nữa. Đấy là công sức của bọn ngươi. Cố gắng đi, Trẫm không phụ người tốt đâu."

Đến nay triệu bọn Quang Cự về. Lấy thổ Tri huyện là Chiêu Huống làm Phòng ngự đồng tri, Thổ Huyện thừa Khâm Quyết làm thổ Tri huyện để cùng trông coi phủ Trấn Ninh, quyền giữ ấn phủ, phàm những tù phạm quân lưu bị phát vãng đến phủ làm binh làm nô đều giao cho quản thúc. Thưởng kỷ lục cho Quang Cự trở xuống đến Suất đội theo thứ bậc; binh lính ốm chết đều được cấp tuất hậu.

Bãi việc cho người Minh Hương làm phố hộ ở kinh sư. Vua dụ bộ Hộ rằng:

"Kinh sư là chỗ đô hội, năm trước đã cho mở chợ đặt phường ở phía tây bắc ngoài hoàng thành, và chọn lấy những người Minh Hương giàu có ở các hạt cho đem gia quyến đến ở sung làm hộ phố. Đó là muốn cho thuyền xe tấp nập, hàng hoá dồi dào, đem chỗ có đến chỗ không, vốn là vì giàu của lợi dân mà làm, lại thương cho họ chuyển đi vất vả, miễn thuế 3 năm. Nay nghe nói bọn họ quyến luyến chỗ cũ, ngại việc di cư, lại thuê người nghèo thay thế, đến nỗi thường thường có người bỏ trốn. Vậy thì bãi đi, đều đuổi về nguyên quán, đánh thuế như cũ".

Rồi sai dỡ 18 sở nhà lầu ngói và 4 sở nhà bếp ở bờ sông nam, bắc Ngự hà, sửa sang làm lại, chia cho thợ các cục trong kinh đến ở.

Tù giam ở trấn Sơn Nam phá ngục. Khởi đầu Trấn thủ Hồ Bôi, Tham hiệp Vũ Huy Quýnh nhân có việc ra ngoài, số lính ở trấn có ít, ngục tốt phòng bị cũng lơ là, bọn tù giam hơn 60 người, bèn cởi gông cho nhau, chém giết viên Thủ ngục, nhắm phía trước trấn thành mà chạy. Hiệp trấn là Trương Phước Cương thảng thốt đem lính đuổi bắt, chém được 27 tên, còn thì chạy thoát. Bắc Thành đem việc tâu lên; Vua truyền chỉ cho phái gấp quân binh tra bắt; lại treo giải thưởng cho các địa phương ai tố cáo bắt được và ra sức bắt sống được thì mỗi tên phạm thưởng 20 lạng bạc, chém được thì mỗi thủ cấp thưởng 5 lạng bạc, ai che giấu dung chứa thì phải tội như kẻ phạm. Bọn tù chạy trốn đến huyện Mỹ Lương [huyện Quốc Oai, Hà Tây] bị dân sở tại bắt được 13 tên đều đem giết cả; thưởng cho những người dân ấy 260 lạng bạc.

Tháng năm [20/6/-19/7/1830], quyền nhiếp châu Chiêu Tấn [đông bắc Lai Châu] thuộc Hưng Hoá là Đèo Vĩnh Điển, quyền Đồn trưởng Phong Thu [huyện Phong Thổ, Lai Châu] là Đèo Chính Định bị lính huyện Kiến Thuỷ nước Thanh bắt đi. Hai động Phong Thu, Bình Lư [huyện Tam Dương, Lai Châu] châu Chiêu Tấn, tiếp giáp với trại Mãnh Thích nước Thanh. Mãnh Thích nguyên là đất Lai Châu, Hưng Hoá; tự đời Lê bị người nước Thanh ngầm chiếm, gọi là trại Mãnh Thoa, thuộc vào huyện Kiến Thuỷ, cho thổ ty họ Đèo làm Chưởng trại thu thuế bằng bạc.

Đầu năm Gia Long, thổ ty là Đèo Quốc Thuyên được trao chức Phòng ngự sứ, coi châu Chiêu Tấn [huyện Sìn Hồ, huyện Phong Thổ, Lai Châu]. Quốc Thuyên lại nhận chức Chưởng trại của nước Thanh, nộp riêng thuế hai động mỗi năm 50 lạng bạc. Quốc Thuyên chết, con là Đèo Doãn Lượng nối chức. Doãn Lượng chết, con là Doãn An còn bé, trấn Hưng Hoá phái chi thứ họ Đèo là Đèo Vĩnh Điển quyền nhiếp việc châu, và người Lai Châu là Đèo Chính Định quyền giữ đồn Phong Thu. Đến bấy giờ Doãn An sang nước Thanh cầu làm Chưởng trại, và nói tình tệ bọn Vĩnh Điển bá chiếm, rồi cùng đồ đảng là Đèo Doãn Kiên, Đèo Doãn Võ nhờ 300 lính nước Thanh vây bắt bọn Vĩnh Điển đưa sang huyện Kiến Thuỷ. Quan trấn Hưng Hoá đem việc báo lên thành để chuyển tâu; Vua sai bộ Hình bàn, cho rằng:

"*Giới hạn 2 bên đã định rõ ràng, nếu có người đất khác phạm pháp thì phải xét cho đích xác và phải tư giấy cho sở tại bắt để giao sang. Thế mà huyện Kiến Thuỷ, trước đã tự tiện bắt Đèo Quốc Lân đem đi, sau lại đến bắt Cầm Nhân Cẩm, nhưng Nhân Cẩm kháng cự, bắt được đảng của họ là bọn Mã Tiểu Nhị. Nay lại qua địa giới mà sinh sự; nếu để đấy không hỏi thì bọn ấy quen thói làm bậy, nhân dân giáp cõi bị nó chèn ép. Xin sắc cho bộ Lễ đem sự trạng mấy lần huyện Kiến Thuỷ đã gây ra, tư cho Đốc phủ Vân Quý* [Vân Nam, Quý Châu] *tra biện, khiến từ sau không được tự tiện vượt cõi làm bậy. Như thế thì quốc thể và bang giao ổn cả*".

Vua cho lời tâu là phải; lại thấy lính trấn có ít, sắc cho thành thần phái 200 thú binh đến giữ trấn sở, lượng phái sáu bảy mươi người trấn binh chỉnh bị khí giới, đi hội với thổ binh theo địa giới mà tuần phòng dò xét. Sau đó người Thanh thả bọn Vĩnh Điển về, quân ta đều triệt về . Tư văn của Đốc phủ Vân Quý cũng gửi đến; quan Bắc Thành tâu lên, Vua bảo bộ Lễ rằng:

"*Xem tờ tư của họ bày tỏ theo tầng thứ chẳng qua là lời thể diện đó thôi. Vả lại, nhà Thanh coi việc phân xử biên phòng rất trọng cho nên không thể không miễn cưỡng dùng lời văn sức để che đậy thuộc viên mà tránh việc lại nghị (2). Như nói 'Huyện Kiến Thuỷ tra sức cho bọn Đèo Vĩnh Điển không được nhiễu nữa' và phải cam kết xin thôi, cùng là những người nước Thanh bị bắt lần trước họ cũng không dám nói đến để đòi, như thế đủ thấy lời lẽ của họ đã yếu lắm rồi. Trẫm tưởng họ thân sức cho bọn huyện thuộc nhát không dám gây hấn càn bậy, ta cũng chẳng cần biện chiết nhiều làm gì cho phí văn thư đi lại. Nên truyền dụ cho thành thần chuyển sức cho Hưng Hoá tha ngay bọn Mã Tiểu Nhị ra, đương đường hiểu bảo cho biết đại ý của triều đình có lượng khoan hồng, không cần trách móc tỷ mỉ, và thông sức cho thổ mục các châu biên giới, chỉ nên giữ gìn bờ cõi không được vượt sang địa giới của họ như Kim Tử Hà, Bắc Khuyên Bản là các cứ điểm tiếp giáp. Lại truyền bảo cho họ Đèo rằng nếu Đèo Doãn An biết hối lỗi xin về đất cũ cũng cho đầu thú, khi nó về lập tức đưa đến thành, tâu lên đợi chỉ".*

Về phía nhà Thanh, Tổng đốc Vân Quí gửi tấu thư lên Vua Đạo Quang, nhà Vua khẳng định đất Lục Mãnh lệ thuộc Trung Quốc từ lâu, sai viên Tổng đốc phúc đáp và thu xếp giữ yên biên giới:

"***Ngày 24 tháng 10 năm Đạo Quang thứ 10*** **[8/12/1830].** *Bọn Nguyễn Nguyên* [Tổng đốc Vân Quí] *dâng tấu triệp rằng 'Quốc vương Việt Nam gửi văn thư sang kêu rằng quan huyện tại nội địa* [Trung Quốc] *tự tiện bắt Di mục* [viên chức Việt Nam]. *Sai điều tra thấy chổ này không phải là lãnh thổ của họ, nên gửi văn thư thông báo cho biết.'*

Phía ngoài sông Lễ Xã (3), trong vùng sông Ba Phát, thuộc huyện Kiến Thuỷ tỉnh Vân Nam là đất Lục Mãnh; đầu thuận nội phụ từ đầu triều Thanh đến nay, đã lệ thuộc vào bản đồ từ lâu. Vào thời Càn Long, nước An Nam mấy lần xin vạch lại cương giới, đều bị bác. Vào đời Gia Khánh, Trấn mục Việt Nam gửi lời đến các Mãnh [vùng đất dân thiểu số], *ý muốn vượt chiếm, lại được tâu rõ lên và bác bỏ; cùng sai các trại, các Mãnh viết lời thanh minh, rồi báo cho Việt Nam biết, để giữ theo qui mô cũ. Nay nước này lại gửi văn thư sang, xưng là Đèo Quốc Lân bị bắt giam chết, lại xưng là Đèo Chính Định tại châu Chiêu Tấn* [huyện Sin Hồ, huyện Phong Thổ, Lai Châu] *bị bắt. Cứ theo lời tra rõ của viên Tổng đốc, thì những người này là những người trong các Mãnh của nội địa, đáng trị tội và bắt điều tra. Nước này giả bộ không biết, can dự vào việc tra vấn, thực ý muốn cũ lại nổi lên, thử trước để gây đầu mối chiếm đất Mãnh. Đất nội địa và Di bên ngoài tiếp giáp nhau, giới hạn đã rõ ràng, tơ hào không chấp nhận tiếm vượt. Sáu xứ Mãnh Lại, qui vào nội địa quản hạt từ lâu, nạp lương, thế tập chức, lại có quân lính thổ luyện hàng ngàn, thiết lập nhiều năm, há lại để cho nước này mong muốn tìm cách chiếm đoạt ư! Bọn Tổng đốc hãy tìm lục án cũ, rồi soạn văn hiểu dụ vạch sự sai trái, đáng làm như vậy. Hãy đưa những án cũ từ năm Càn Long, Gia Khánh; nói rõ cho viên Quốc vương để hiểu rõ đại nghĩa, bảo hãy thận trọng tuân theo qui định cũ, không được lấn vượt gây hấn. Biên giới hai bên, rất quan trọng, viên Tổng đốc đáng ra hịch dụ nghiêm khắc, để tuân theo ranh giới, không để cho ngoại Di đòi hỏi sai lầm, trái với thể chế của Thiên triều. Ngoài ra nội địa và nước này tiếp giáp, nếu có việc tra bắt phạm nhân, thực đáng lo rằng bọn Lại dịch dựa vào đó để quấy nhiễu, nên không thể không tuỳ dịp ước thúc, đó là điều nội địa cần tra cấm. Nay ra lệnh từ nay trở về sau nghiêm sức thuộc hạ, phàm việc truyền hỏi nhân chứng, đáng qui vào việc thực mà điều tra đích xác, không mảy may xâm phạm; nếu có ý những nhiễu, gây thành chuyện, đi đến chỗ gây hấn với ngoại Di, thì phải trị tội nặng, quyết không khoan thứ. Đem dụ này truyền ra để hay biết.* (**Tuyên Tông Thực Lục**, quyển 178, trang 16-17)

Tri phủ Tô Thành Ngạch tâu Việt Nam xin năm sau đưa Sứ thần đến kinh đô mừng lễ Vạn Thọ; Vua Đạo Quang chấp thuận, lệnh ước tính ngày đến quan ải, rồi thông báo cho Việt Nam biết:

"***Ngày Đinh Mão 11 tháng 5 năm Đạo Quang thứ 10* [30/6/1830].** *Lại dụ:*

Tô Thành Ngạch dâng tấu triệp về việc Quốc vương Việt Nam xin định ngày đến quan ải để đến kinh đô cung chúc vạn thọ.

Quốc vương Việt Nam Nguyễn Phúc Kiểu nặng tình chúc mừng, cho Sứ thần nước này đến tháng 7 năm sau đến kinh đô. Viên Tri phủ hãy ước tính ngày đến quan ải, rồi thông báo cho viên Quốc vương tuân theo để liệu biện. Đem dụ này truyền lệnh để hay biết." (**Tuyên Tông Thực Lục** quyển 169, trang 15)

Ngày Mậu Thìn 12 [1/7/1830], vua cày ruộng tịch điền, dụ rằng: từ nay về sau hằng năm từ lúc vua cày ruộng gieo giống đến lúc lúa chín, đường quan phải lần lượt nhau mỗi tháng 2 lần, mỗi lần 1 viên thân đến xem cho kỹ, làm phiếu tâu lên; rồi tuỳ việc thân sức cho nông dân để ý vun bón và tát nước.

Vua ra cửa biển Thuận An, lên đài Trấn Hải xem hết hình thế, đắc ý vì cửa biển sâu, pháo đài vững nên bảo thị thần rằng:

"*Cửa biển ở Thừa Thiên, chỉ có chỗ này cùng cửa biển Tư Dung thôi. Nhưng cửa Tư Dung trước bị cát bồi nông, Trẫm đã nhiều lần cho đào sâu xuống, mà đào rồi lại lấp không thành công được, ý giả trời muốn lấy chỗ ấy làm nơi xung yếu của đường thuỷ chăng? Đến như cửa biển này thì vài năm nay mỗi ngày một sâu thêm, độn cát hai bên tả hữu ôm lại, cửa biển khác không thể ví được. Ví như đột nhiên có việc gấp thì pháo đài bắn ra, dẫu có thuyền ghe trăm vạn cũng không làm gì ta được. Thực là cái thành vàng hào sôi của kinh sư vậy."*

Đúc súng bắn liền 4 phát mẫu tử liên thanh; Vua khen tinh xảo, thưởng cho các thợ áo quần và bạc lạng theo thứ bậc.

Vua thích vườn thượng uyển trong cung, làm nhà thuỷ tạ, đình hóng mát, phố chợ, cho cung nhân mua bán; giao Thái giám làm cung sứ, y giá mậu dịch. Vua thường ngồi xe kéo dạo chợ, tuỳ tiện ăn uống làm vui. Lại xây chuồng cọp tại núi Thiên Mạc, bốn bề bao thành thấp để nuôi cọp; thường đến thành xem cọp và voi đấu; nhưng voi không chịu đấu, sai Thống chế đốc thúc. Có tên lính tình nguyện đốc thúc voi đấu với cọp, lập tức trọng thưởng. Một hôm vua ngự thuyền lồng, có con cọp sổng chuồng băng qua sông, lúc đó vua đi đến thuyền dùng mái chèo chống lại; rồi có một binh phu bắt được cọp, được thăng quân công.

Đặt lầu sách tại Nội Các. Vua thích đọc sách Tàu, thu thập được mấy ngàn cuốn, sai quan tại Nội Các soạn thành mục lục, đặt tại lầu sách, mỗi ngày dâng vài quyển. Mỗi khi du hành ra khỏi thành, mệnh Thập bát nha mang sách theo để tham khảo đầy đủ.

Tháng sáu [20/7-17/8/1830], lấy Chưởng vệ Cẩm y quyền lĩnh việc phủ Trấn Ninh là Tạ Quang Cự làm thự Thống chế. Bọn Quang Cự từ Trấn Ninh về, đến kinh vào bệ kiến; Vua khen ngợi, cho ăn yến và xem tuồng ở Binh bộ đường. Những quân binh đi thú Nghệ An, từ Suất đội trở lên, cũng cho ăn yến và xem tuồng.

Thả người Mương Lữ nước Diến Điện là bọn Ban Nhự về nước. Trước đây bọn Ban Nhự bốn người đi buôn vượt địa giới đến Thanh Hoa. Quan Trấn bắt giải vào Kinh; Vua sai bộ Lễ hỏi kỹ nhân dân phong vật nước ấy. Đến nay cấp tiền gạo thả cho về nước, lại sai trấn phái người cùng đi với bọn ấy. Đi đến Lai Châu bị ngăn trở, bọn Ban Nhự nhân sơ hở bỏ đi; người trấn phái bèn trở về.

Nhà dân ở ngoài Kinh thành cháy; Vua ngự lên Nam đài quan sát. Sai Thống chế Nguyễn Tăng Minh đem binh đi chữa, một lát lửa tắt; bèn định lại lệ cứu hoả trong ngoài kinh thành.

Vua thấy giặc biên ẩn núp ở các đảo ngoài biển hay quấy nhiễu nhân dân, muốn tu sửa bờ biển để phòng bị. Bèn sai giám thành là bọn Hồ Văn Đặc, Lê Đức Tiến chia nhau đi Từ áo (tức là Vụng chùa) ở Quảng Bình, An áo (tức là Vụng áng) ở Nghệ An, núi Vân Sơn (trước là Hòn Mê) ở Thanh Hoa, xem xét địa hình thuỷ thế vẽ thành bản đồ tiến lên.

Vua ra đài Trấn Hải xem công việc sửa đài, buổi trưa nghỉ ở thuỷ bằng [rạp trên thuyền], bằng không được kín đáo, mặt trời soi vào chỗ vua nằm. Vua giận quá, lập tức sai bắt chuyên biện là thự Phó vệ Ngô Văn Mưu, hộ vệ trưởng Tôn Thất Nghị cùng quản thị vệ Vũ Văn Giải, Thị lang Hồ Hữu Thẩm đánh mắng.

Nước Xiêm La sai sứ mang quốc thư và phương vật đến tạ. Sứ đến thành Gia Định, quan tại thành dịch quốc thư tâu lên, đại lược thư nói rằng nước họ từ nay không dám quấy nhiễu thổ ty nước ta; còn việc chọn lập Quốc trưởng Vạn Tượng thì tạm đợi chọn được người sẽ đưa giấy báo. Đến như tên Sũng Sam giết Hành nhân [Hành nhân chỉ Phan Văn Thống: vào tháng sáu năm Minh Mệnh thứ 9 [12/7-10/8/1828], bọn Phan Văn Thống nước ta, 40 người đem thư đến Khung Giang [Mekong], bị tướng Xiêm đánh úp, đều chết] thì đối với nước họ là có công, xin tha cho.

Bèn dụ cho Gia Định phái người đưa sứ Xiêm đến kinh; khi đến nơi bày nghi vệ ở điện Cần Chính, sứ giả vào sân điện lạy yết. Vua gọi lên điện hỏi rằng:

"Nước Xiêm cùng nước ta tình hiếu đã dứt, nay lại sai sứ đến đây làm gì?".

Sứ giả tâu rằng:

"Phật vương nghĩ rằng nước Xiêm cùng Thiên triều [Thiên triều: ý nói tôn triều đình ta như trời.] *đời đời thông hiếu, cho nên sai bồi thần đến tạ".*

Vua nói:

"Trước đây Vạn Tượng cùng nước Xiêm gây mối hiềm khích. Trẫm đã sai quan binh bảo Vạn Tượng quy thuận nước Xiêm cũng là ý tốt. Thế mà tướng Xiêm là Sũng Sam giết chóc bừa bãi đến hơn năm chục người. Trẫm đã sai người hỏi về việc ấy, sao Phật vương không giết Sũng Sam đi để giữ tình hữu hảo hai nước".

Sứ giả đáp:

"Trước đây Sũng Sam ngờ là Vạn Tượng trá hình làm quan quân để doạ nước Xiêm, nên lầm mà giết. Nay Phật vương vì việc ấy mà sai sứ đến xin lỗi"

Vua lại bảo:

"Việc nước láng giềng giao thiệp với nhau, phải có đạo lý,

không chỉ lễ mạo bề ngoài mà thôi. Trẫm cùng nước Xiêm giao hiếu chỉ để lúc có việc giúp đỡ nhau, vinh nhục quan hệ nhau. Nếu lại bề ngoài hoà hợp mà trong dạ trái nhau thì tình đã sơ, dẫu có biếu nhau ngọc lụa cũng là hư văn mà thôi; đạo láng giềng giao thiệp có phải thế đâu. Những phẩm vật đưa đến, đều trả lại cả, Trẫm không nhận đâu. Về bảo chúa ngươi đừng vì cớ một tướng nhỏ, mà gây càn hiềm khích ở bờ cõi. Hãy nên sớm tính".

Sứ giả lạy tạ lui ra.

Thuyền buôn của Đô-ô-chi Ly người nước Pháp bị bão chìm ở phận biển Đà Nẵng. Nhà vua sai tỉnh Quảng Trị cấp cho 100 quan tiền 50 phương gạo, tìm chỗ cho ở; rồi cho trở về nước.

Dùng Hà Tông Quyền làm quan Nội Các. Quyền người xã Cát Động, huyện Thanh Oai [Hà Tây], đậu Tiến sĩ năm Nhâm Ngọ [1822]; cha đậu Hương tiến thời cựu Lê, mẹ là vợ thứ. Quyền người thấp lùn, tục truyền do thần ếch [蛙, oa] giáng sinh; mới 4 tuổi chăm học, văn chương diễm lệ, thiên hạ cho là thần đồng; rồi được kén chọn vào đại khoa và sủng hạnh. Lúc bấy giờ thương gia Tây Dương tiến áo cẩm bào, giá ngàn vàng; Quyền dâng lời:

"Đồ lạ của nước ngoài, không nên nhẹ dạ tin; xin cho tử tù mặc thử."

Khi gài nút thì lửa cháy, tù nhân bị lửa đốt chết. Nhà vua kinh hãi than phiền; sau đó nước Hoa Lang? [花郎國] tiến một cặp 4 cây sáp linh cở lớn [tứ linh cự lạp nhất song]; Quyền xin bẻ 1 cây làm hai, thì ở trong chứa hoả pháo và thuốc khói mù, nhà vua lấy làm kỳ dị về tài năng, thường nói rằng:

"Triều đình không thể một ngày thiếu Quyền!"

Lại bảo rằng:

"Tông Quyền về chính sự, Tế Mỹ về văn học, Nguyễn [Công] *Trứ về thao lược; thật không thẹn với danh tiếng khoa bảng.*

Kẻ trộm lấy bình hương tại nhà Thái Miếu. Trước linh toạ của vua Thế Tổ có bình hương bằng vàng đúc, bị trộm lấy cắp, rồi nguỵ tạo một cái giống như vàng để thay thế; viên quan coi việc tế cúng không phát hiện ra được. Gặp lúc có việc tại Thái Miếu, Phan Huy Thực xem qua biện biệt được sự nguỵ tạo, tâu xin thử nghiệm, quả không phải là vàng đúc. Nhà vua khen rằng:

"Việc điển lễ, Thực không thể không đảm đương!"

Bèn phong cho Huy Thực hàm Thượng thư.

Tháng bảy [18/8-16/9/1830], đê Sơn Nam tại xã Lưu Khê [huyện Thường Tín, Hà Tây] do Phó tổng Đặng Văn Mai đào bắt cá, nên đê bị vỡ. Việc đến tai vua, giáng Đê chính Lê Đại Cương và Nguyễn Văn Khoa, các viên trấn phủ huyện sở tại, cùng với Phó tổng trấn Phan Văn Thuý theo thứ bậc khác nhau; lập tức bắt dân binh theo thế đắp, để giữ vụ nước mùa thu. Những nhà bị tai nạn thì phát tiền gạo chẩn cấp; lúa ruộng tổn thương, đợi án khám cho giảm thuế. Kẻ phạm tội là Đặng Văn Mai thì chém ngang lưng, vứt xác xuống sông. Rồi chỗ đê vỡ đã nối lại được; Vua rất mừng, bèn phục chức cho những người bị giáng.

Giặc biển Chà Và [Java] xuất hiện ở ngoài biển Phù My trấn Bình Thuận cướp bóc thuyền buôn rồi bỏ đi. Thành Gia Định cũng dâng sớ báo rằng các hạt Biên Hoà, Vĩnh Thanh

[Vĩnh Long], Hà Tiên đều có thuyền giặc đi lại cướp bóc của cải và thuyền của nhân dân. Vua lập tức truyền chỉ cho Tổng trấn Lê Văn Duyệt, gấp phái binh thuyền và nghiêm đốc các trấn chia đường đón bắt. Đội trưởng đội Phú Cường sở Phú Quốc là Nguyễn Văn Liệt, Thứ đội trưởng là Nguyễn Văn Nghị đánh nhau với giặc ở đảo Long Cảnh [Cổ Rồng] chém được vài thủ cấp, bắt hơn mười tên, lấy được thuyền súng ống khí giới. Cho Liệt làm Chánh đội trưởng suất đội, Nghị làm Đội trưởng, thưởng thêm cho 30 lạng bạc.

Giặc trốn ở Bắc Ninh nguỵ xưng Tiền quân Đào Đình Ngân nổi ở hạt huyện Gia Bình [Bắc Ninh]. Phủ đồng tri Thuận An là Bùi Đình Dự đem dân binh đến bắt, đánh nhau với giặc bị chết. Quan Bắc Thành tâu lên; Vua dụ:

"*Bùi Đình Dự là một văn viên mới nghe có giặp lập tức vượt mình đến bắt, bị giặc giết chết, thực cũng đáng thương. Vậy truy tặng cho hàm Tri phủ, thưởng thêm 100 quan tiền. Quản phủ Nguyễn Đình Bình không đem quân theo bắt giặc thì giáng hai cấp*".

Giặc lại cướp huyện Đông Ngàn [huyện Đông Anh, Hà Nội], đốt phá hơn hai trăm nhà dân, giết hại ba chục người. Rồi Đào Đình Ngân bị Quản cơ Nguyễn Duy Trữ bắt được, đem giết.

Tháng 8 [17/9-16/10/1830], sai quyền lĩnh Vệ uý Đoàn Dũ, Tu soạn Đào Trí Phú đi thuyền lớn Uy Phượng đến Lữ Tống [Philippin] làm việc công. Gặp mùa gió ngược không tiện đi thuyền về phía đông, vua đổi phái đi về phía nam đến Giang Lưu Ba [Jakarta].

Giặc biển Chà Và nổi ở Hòn Rái thuộc Hà Tiên, đem đồ đảng lên bờ đóng trại đặt súng. Phó quản cơ cơ Vĩnh Bảo là

Nguyễn Văn Nghi đem thuyền đi tuần xét, gặp giặc, hai bên bắn nhau. Chánh đội trưởng cơ Hà tiên là Mạc Hầu Hy sấn lại cùng đánh, thuyền mắc cạn mà Nghi không đến cứu. Có quyền sai đội trưởng là Lê Đồng xin lên bờ đánh giặc, Nghi viện cớ quân giặc nhiều, quân mình ít, không địch nổi, rút ngay quân lui về. Hy bị thương nhiều, phải bỏ thuyền chạy. Tổng trấn Gia Định Lê Văn Duyệt đem việc tâu lên, vua dụ đem chém đầu Nguyễn Văn Nghi ở trước hàng quân cho quân sĩ biết; cho Lê Đồng thực thụ đội trưởng và thưởng cho một cái áo nhung bông. Lại treo giải thưởng không cứ dân hay binh ai bắt được một tên giặc thì thưởng 6 lạng bạc, chém được thì thưởng 3 lạng bạc; bắt sống một tên Đầu mục thì thưởng 10 lạng bạc, chém được thì thưởng 5 lạng bạc; bắt hay chém được Tù trưởng thì thưởng gấp đôi so với Đầu mục.

Giặc lại đón cướp thuyền buôn ở phần biển Soài Rạp [Cần Giờ, Sài Gòn] Quản cơ Trương Công Lợi, Thủ ngự Nguyễn Văn Quế bị giáng bốn cấp, định hạn tìm bắt giặc. Phó quản cơ Trương Văn Bảo đánh nhau với giặc ở Cu Châu [Trà Vinh], bị giặc đánh thua, sai chiếu quân luật đem chém.

Khai mỏ sắt Quảng Hoà ở châu Thạch Lâm, Cao Bằng; mỗi năm thu thuế sắt 1.000 cân.

Ngày Ất Sửu mồng 10 tháng chín [26/10/1830], giỗ ông nội nhà Vua tại Hưng miếu. Vua thân đến làm lễ, xem các đồ tế và cỗ bàn có chỗ không được mười phần tinh khiết lập tức bắt quản lý Thiện ty là Bùi Văn Tính đánh mắng, kiêm quản là Lê Thuận Tĩnh bị phạt bổng 6 tháng. Nhân sắc rằng từ nay gặp tế hưởng và ngày kỵ, những phẩm nghi dâng cúng thì viên quản lý phải tự mình kiểm xét sao cho sạch sẽ tươm tất; nếu còn sơ suất, tất giao cho bộ nghị xử.

Hoàng tử được phân cư tại các phủ. Hoàng tử Miên Tông [綿宗] sinh năm Mậu Thìn [1808], Miên Nghi [綿宜], Miên Ninh [綿寧], Miên An [綿安], Miên Định [綿定], Miên Hoằng [綿宏] đều tuổi lớn, được phong tước Công, ra ở phủ ngoài.

Tháng mười [15/11-14/12/1830] quan trấn Nghệ An tâu rằng trấn thủ Nồng Khai [Nongkhai, giáp Vientiane Lào] nước Xiêm là Chiêu Xú Vu ở bờ nam sông Khung Giang [Mekong] gửi thư cho phủ Trấn Ninh dụ dỗ cống nước Xiêm. Xin hạ lệnh cho bọn biện lý phủ vụ Chiêu Huống phúc thư cự tuyệt; Vua cho là phải.

Người Xiêm ở xứ Phô Khâm [Nakhon] cũng ở bờ nam sông Khung Giang, thường phái quân sang sông doạ dỗ dân Lào xứ Tạ Khách [Takhek) thuộc phủ lỵ Lạc Biên ở bờ bắc sông Khung Giang. Quan trấn nghe báo, lập tức sức cho hai phủ Trấn Tĩnh và Lạc Biên theo hạt mình đi tuần dò xét, chớ để quân Xiêm vượt địa giới.

Xây đắp cầu đá ở sông Lợi Nông [huyện Hương Thuỷ, Thừa Thiên]; trước bắc cầu gỗ, nay đổi xây cầu đá 24 cái.

Phái viên thuyền Phấn Bằng là bọn Vệ uý Trần Văn Lễ và Thị độc Nguyễn Tri Phương tự Tiểu Tây dương (4) về, đem ngựa thiên mã Tây Vức cao hơn 3 thước 7 tấc dâng lên.

Thự Tế tửu Quốc tử giám Phạm Đình Hổ, Tư nghiệp Phạm Đình Thuân và Nguyễn Huy Hựu làm việc không hợp nhau. Vua nghe biết bảo bộ Lễ rằng:

"*Nhà Thành quân* [chỉ Quốc tử giám] *là chỗ đầu phong hoá, mô phạm quan hệ ở đấy. Nhà nước đặt Tế tửu và Tư nghiệp là muốn để dìu dắt học sinh mở rộng văn trị, mà bọn kia nhiều việc lủng củng dạy dỗ thưa thớt, nhân tài ít được tiến ích phụ lòng ta nhiều lắm. Hạ lệnh cho bọn ấy tâu cho minh bạch".*

Lúc sớ dâng lên để nhận tội; Hổ lại nói thêm rằng:

"*Học thức thô sơ, không thành khoa mục* [ý chỉ không đậu đại khoa], *vẫn bị bạn đồng nghiệp trêu chọc. Nay tuổi già mờ tối, ý nghĩa sách vở ngày một quên đi, sợ sức trái với lòng, chỉ thêm tội lỗi, xin từ việc giám về hầu ở bộ".*

Nên cho thôi việc Quốc tử giám, lui về nguyên hàm Hàn lâm viện Thừa chỉ giáng hai cấp; bọn Thuân và Hựu cũng đều giáng hai cấp.

Bình Định lụt to, huyện Bồng Sơn hơn 300 nhà dân bị trôi và đổ nát, chết đuối hơn 30 người. Quan trấn đem việc tâu lên. Vua thương xót lắm, hạ lệnh cấp cho mỗi người chết đuối 3 quan tiền, những nhà trôi mất mỗi nhà 2 quan tiền, 2 phương gạo, những nhà đổ nát mỗi nhà 1 quan tiền 1 phương gạo; nhà nào lại có người chết đuối thì cho thêm tiền gạo gấp đôi.

Vua Thanh chấp nhận cống sứ đến vào năm sau; bèn lấy Tả thị lang bộ Lại Hoàng Văn Đản sung Chánh sứ, Tham hiệp Quảng Yên Trương Hảo Hợp, Hàn lâm biên tu Phan Huy Chú sung Giáp, Ất phó sứ.

Tháng mười một [15/12/1830-13/1/1831] dân xã Phú Điền (thuộc huyện Hưng Nguyên) trấn Nghệ An nhân lấy đá ong, bắt được hai cái ống hoả hiệu cổ ở trên núi Nghĩa Liệt. (Chỗ này có nền cũ thành cổ, thành do tướng nhà Minh là Trương Phụ đắp, người địa phương gọi là Lam Thành. Hai ống này trong lòng đều 1 tấc. Một cái lòng dài 1 thước 4 tấc 5 phân, dài suốt 1 thước 6 tấc 3 phân, cân nặng 46 cân; một cái lòng dài 1 thước 4 tấc 4 phân, dài suốt 1 thước 6 tấc 2 phân, cân nặng 44 cân 7 lạng). Trấn thần tâu lên. Sai chở đến Vũ khố thưởng cho người bắt được 3 lạng bạc.

Quan Bắc Thành tâu rằng bờ sông ở ngoài Đại La thành (một đoạn ở thôn Cận Hàn dài 71 trượng, một đoạn ở phường Thạch Khối 47 trượng) bị nước lụt xói vào ngày một lở dần, cách chân thành chỉ độ 3 trượng, xin hơn nghìn biền binh khởi công bồi đắp, ngoài cắm đóng cọc gỗ, trong đổ đất đá, để ngăn thế nước; Vua y cho.

Trấn Thanh Hoa có người nước Thanh là Lương Xương xin khai mỏ đồng ở châu Lang Chánh, nộp thuế hằng năm. Trấn thần tâu xin, Vua cho. Không bao lâu, vua dụ bộ Hộ rằng:

"*Trẫm nghĩ trấn Thanh Hoa là đất phát Phước, non sông thiêng liêng tốt đẹp, khí vượng chung đúc không nên khinh thường đào xẻ. Huống chi nhà nước không phải thiếu tiền tài, thuế một chỗ mỏ đồng này có quan hệ gì đến việc thừa thiếu*". Bèn hạ lệnh đình chỉ.

Tháng chạp [14/1-13/2/1831], dựng công quán ở cửa biển Đà Nẵng, ở Quảng Nam (một toà ba gian hai chái). Phàm khi phái viên ở Kinh đến làm việc công hay tàu ngoại quốc đến đậu, mà cần phải đòi đến để hỏi han, thì lấy đấy làm nơi làm việc công, lại cấp cho hai chiếc thuyền nhanh nhẹn (theo kiểu thuyền sai, dài 27 thước, ngang 4 thước 5 tấc, sâu 2 thước 2 tấc) để dùng đi tuần xét.

Binh thuyền của nước Phú Lãng Sa đến đậu ở cửa biển Đà Nẵng, nói là vâng mệnh vua nước họ, muốn được một viên quan ở nha Thương bạc đến nói chuyện. Vua sai sung biện Nội các Thị giảng học sĩ Nguyễn Tri Phương đến để dò hỏi, thuyền trưởng nhất định không nói. Lại sai Thị lang Trương Đăng Quế quyền chức quan Thương bạc đến. Thuyền trưởng ấy nói rằng vua nước ấy muốn cùng nước ta giao hiếu, nhưng xa cách biển khơi không đạo đạt được, nay nghe tin nước Hồng Mao mưu đồ xâm lấn đất Quảng Đông (Trung Quốc), thế tất rồi cũng lan đến nước ta, nên vua nước ấy sai đến báo tin dặn ta đừng giúp Quảng Đông. Trương Đăng Quế về tâu, vua cười nói rằng:

"*Nước ấy muốn mượn việc đó làm ơn với ta để mong đạt kế muốn giao hiếu đó thôi. Nước Hồng Mao mưu lấn nước Thanh, có can thiệp gì đến ta*".

Lại sai Nguyễn Tri Phương đến bảo cho họ biết. Khi Tri Phương đã về thuyền ấy vẫn còn dùng dằng chưa đi, tự tiện lên núi Tam Thai [Tam Thai: núi Non Nước] để xem xét, lại nói muốn được một người hoa tiêu cùng đi ra các hạt Bắc Thành để vẽ đồ bản. Viên tấn thủ báo về, bộ Binh tâu lên. Vua nói:

"*Vào nước người ta tất phải hỏi các điều cấm. Vượt qua hải phận còn có điều lệ nghiêm cấm huống chi muốn vào nước người mà vẽ địa đồ mang về sao họ vô lý đến thế! Tấn thủ không biết lấy lời lẽ nghiêm nghị mà cự tuyệt, động một tý là tâu báo, sao lại không có định kiến như thế!*".

Sai Nguyễn Tri Phương lại đến hiểu thị, thuyền ấy mới đi.

Nêu thưởng những người con hiếu tử, tiết phụ các địa phương. Xét các quan tại bộ thần bình hạng 10 người; tựu trung có người con hiếu là Lê Văn Trình, người vợ tiết là Nguyễn Thị Khánh, Nguyễn Thị Phương, nết tốt tiết trinh có thể duy trì đạo lý, khuyến khích phong tục cho đều thăng lên hạng ưu, và thưởng mỗi người 40 lạng bạc, lụa đoạn may ngoài và đoạn lót trong mỗi thứ 2 tấm, một bức biển ngạch và nhà nước dựng nhà treo biển để tỏ đặc cách:

1. Lê Văn Trình, người xã Mỹ Anh, huyện Quỳnh Lưu, là người thuần cẩn, thờ cha mẹ có hiếu hạnh, mẹ thường bị chứng đau bụng, hơn một năm không khỏi, thầy thuốc nói chắc là ăn lầm phải thịt công, phải có cái dạ dày con nhím mà uống thì mới khỏi. Trình vào rừng tìm kiếm mãi không được, một hôm cầu đảo ở đền đêm nằm mộng thấy thần bảo rằng: "Người có hiếu hạnh cho ngươi một con nhím ở phía đông đền". Ngày mai quả nhiên bắt được con nhím ở đây đem về làm thuốc cho mẹ uống, bệnh mẹ mới khỏi. Đầu năm Minh Mệnh cha Trình bị thổ phỉ bắt giam ở trong núi, đòi chuộc 150 lạng bạc. Trình vơ vét hết cửa nhà được 90 lạng, vào núi xin chuộc, bọn giặc thấy số bạc không đủ muốn chém người cha. Trình kêu khóc xin chết thay cha. Bọn giặc cảm là người có hiếu, tha cho. Về nhà rước cha đến tránh ở phủ thành, buôn bán để phụng dưỡng. Sau cha chết, Trình làm nhà tranh ở mộ một năm, khi hết tang, lại dốc hết gia tài, rước linh cữu cha về làng táng tế đủ lễ, không có suy tị gì với anh em, người làng đều khen ngợi.

2. Nguyễn Thị Khánh người xã Nguyệt Áo, huyện La Sơn, trấn Nghệ An, khi 16 tuổi lấy người làng là Nguyễn Lai, đã có sính lễ nhưng chưa về ở nhà chồng, thì người chồng bỗng phải đi lính thú ở Quy Nhơn, chưa được bao lâu thì chết ở nơi thú. Thị được tin buồn, tức thì từ giã cha mẹ về nhà chồng chịu tang, và ở luôn phụng dưỡng cha mẹ chồng. Khi hết tang thị bỏ tiền riêng mượn người đến Quy Nhơn lấy hài cốt của chồng đưa về làng an táng rồi thắt cổ để chết theo chồng, nhờ người họ cứu sống được. Sau đó vẫn ở nhà chống nuôi cha mẹ chồng, lại lập người cháu để thừa tự cho

chồng.

3. Nguyễn Thị Phương, người xã Văn Trưng, huyện Bạch Hạc, trấn Sơn Tây, lấy người làng là Văn Đăng Bích. Năm 23 tuổi, chồng chết, không có con, thị giữ tiết thờ cha mẹ chồng. Cha mẹ đẻ vẫn thường khuyên đi lấy chồng, thị thề không lấy ai nữa. Đến khi cha mẹ chồng chết, bỏ tiền tống táng chu tất, lại lấy vợ cho em chồng là Văn Đăng Điền. Thời loạn Tây Sơn có viên võ phân suất làm chỉ huy nguỵ tên là An mến sắc đẹp, sắm lễ vật định lấy ép. Thị trốn về nhà cha, nấp không ra khỏi cửa buồng hằng mấy năm. Khi nguỵ An đi, thị lại về nhà chồng, giữ trọn tiết cho đến khi chết.

Hạ lệnh cho các địa phương từ Nghệ An đến Bắc Thành khuyên bảo dân trồng cây. Vua dụ Nội các rằng:

"Trẫm từ thân cầm chính quyền đến nay, thường để ý mở nguồn lợi để cho dân được sung túc, đã từng ra lệnh cho trong ngoài kinh thành trồng các cây có tiếng như cây nam mai và cây mít ở khắp nơi, đại khái những cây ấy đã thành cây gỗ dùng được. Nên phải truyền chỉ cho từ Nghệ An trở ra các quan sở tại phải sức khắp cho quân và dân ở trong thành và hai bên đường cái quan thì trồng cây mít, ở bờ đê ven sông thì trồng cây liễu, và thường phải vun bón bảo vệ cho cây được lớn, đề phòng dùng vào việc công. Hạn trong 3 năm, cứ số cây hiện đã trồng, kê thành sách tâu lên. Nên thong thả mà khuyên bảo, đừng đốc thúc khẩn cấp mà hại cho dân".

Đắp lại ba sở đê mới ở Sơn Tây và Sơn Nam; Sơn Tây một sở tại xã An Quán huyện An Sơn [Huyện Quốc Oai, Hà Tây], dài 217 trượng lẻ; Sơn Nam hai sở, một sở ở xã Tử Dương huyện Sơn Minh [huyện Ứng Hoà, Hà Tây], dài

126 trượng lẻ, một sở ở xã Lưu Khê huyện Thượng Phước [huyện Thường Tín, Hà Tây] dài 90 trượng.

Giặc trốn ở Quảng Yên là Nguyễn Bảo, tụ họp hơn 10 chiếc thuyền, ẩn hiện ở hải phận Trực Cát [Đồ Sơn, Hải Phòng]. Trấn thủ Nguyễn Duy Tân cùng với thự Phó vệ uý Phan Văn Đức đem quân đi tuần bắt, đêm đậu thuyền ở sông Phục Lễ (thuộc huyện Thuỷ Đường, trấn Hải Dương, thông với Trực Cát), giặc chợt xông đến đánh, binh thuyền đầu cuối không tiếp ứng được với nhau, Tân bị giặc giết, binh bị thương và chết nhiều, bỏ thuyền lên bờ chạy. Đức ở đằng sau chỉ thúc thuyền đi theo bắn súng để hưởng ứng, đến sáng mai mới đốc quân chặn đánh, chém được bốn đầu giặc. Giặc tan vỡ, bắt được 8 chiếc thuyền cùng nhiều súng ống khí giới. Bảo chạy thoát, đồ đảng thì trốn nấp vào bụi lau sậy ở bờ sông, bị dân sở tại bắt được 14 tên đem nộp. Việc tâu lên, Phan Văn Đức vì không cứu chủ tướng, trước bị cách lưu. Đến khi thành thần tâu lên, xét rõ tình trạng hỏng việc và công trạng của biền binh lại thắng thì vua bảo bộ Hình rằng:

"Việc này Nguyễn Duy Tân điều độ sai lầm để bọn giặc nhỏ thừa cơ sinh chuyện, có phạm đến quân luật. Nhưng nghĩ bị thiệt mạng tại trận, tình cũng đáng thương, vậy chuẩn cho chiếu nguyên hàm mà cấp tuất. Hiệp trấn Lê Đạo Quảng không biết đề phòng trước, phạt 6 tháng bổng. Phan Văn Đức ứng cứu hơi chậm nhưng đã biết hết sức chống giặc suốt đêm, đến trận ban ngày lại hăng hái tiến lên, rồi giành được thắng lợi, thì cho đổi giáng hai cấp lưu. Những biền binh ra trận cứ chém được một đầu giặc thì thưởng 1 lạng bạc, ai bị chết thì thưởng 3 quan tiền, bị thương thì thưởng 2 quan. Tổng lý dân phu thì thưởng chung cho 100

quan".

Sau đó thấy giặc đã trốn xa, sai triệt quân về.

Chú thích:

1. Họ Trần ở Văn Xá: Họ Trần là họ mẹ Vua, Trần Thi Đang; quê tại làng Văn xá, huyện Hương Trà, Thừa Thiên.

2. Lại nghị: quan lại có lỗi, nên triều đình bàn xử, gọi là lại nghị.

3. Sông Lễ Xã: còn gọi là sông Nguyên Giang, tức thượng lưu của sông Hồng Hà.

4. Tiểu Tây Dương: chỉ thuộc địa của nước Pháp tại Ấn Độ.

212.
Vua Minh Mệnh (12)
[12/2/1831-1/2/1832]

Tháng giêng năm Minh Mệnh thứ 12 [12/2-12/3/1831], quyền Hữu tham tri bộ Hình Nguyễn Công Trứ và quyền Hiệp trấn Nam Định là Nguyễn Nhược Sơn đều bị phạt giáng chức. Trứ trước kia lãnh chức doanh điền ở Nam Định dùng tên quyền đội trưởng ở trấn là Phí Quý Trại để sai phái, đến nay Nhược Sơn vào chầu, Trại theo đi. Trứ với Nhược Sơn cùng bảo cử Trại làm Huyện thừa huyện Tiền Hải; Tả thị lang Hộ bộ là Hoàng Quýnh trước đã làm việc ở Nam Định biết Trại không có tài năng gì khác, chỉ lo lợi riêng mà cầu cạnh, bèn dâng sớ hặc. Vua bèn giáng bổ Trứ làm tri huyện ở kinh, giáng bổ Nhược Sơn làm Tri huyện Tiền Hải; phạt Quý Trại đánh 100 trượng, bắt phải về làm dân.

Ngày 19 [3/3/1831] duyệt binh. Vua đến Nam đài để xem, bảo bầy tôi rằng:

"Nước nhà nay gặp lúc thanh bình, mà việc binh thường săn sóc, việc huấn luyện chưa lơi chút nào. Nay đầu xuân điểm duyệt dung dáng kỷ luật của quân đội được chỉnh tề như thế, ta thực lấy làm vui lòng, vậy thưởng cho từ suất thập đến binh lính mỗi người 1 quan tiền".

Tại tấn Thuận An, có thuyền của nước Phú Lãng Sa

[Pháp] ghé đến, ngày hôm sau, sau khi tàu ấy đi, bọn tấn thủ Lê Đình Trang mới đem việc ấy báo lên. Sai đánh trượng để trách phạt vì báo chậm trễ.

Người nước Thanh [Trung Quốc] là Giám sinh Trần Khải, Tri huyện bị cách Lý Chấn Thanh cùng đàn ông đàn bà hơn 40 người, đáp thuyền buôn, gặp bão giạt đậu ở hải phận Thuý Cơ [Đề Di, huyện Phù Cát] thuộc Bình Định. Sai cấp cho Lý Chấn Thanh 20 lạng bạc, cho Trần Khải 10 lạng, các người khác mỗi người 1 quan tiền, 1 phương gạo. Có người dân ấp Tân Phượng, nhân lúc bọn kia lên bờ, mưu ăn trộm gạo của họ rồi đốt thuyền làm giả hoả tai; quan Trấn tin cũng tâu là thuyền bị cháy. Chợt khi phái viên là Phạm Bạch Như phụng mệnh đến xét hỏi; những người bị nạn là Trần Khải và thuyền hộ, đem việc tố giác ra.

Đến khi án tâu lên, bọn phạm tội đều xử lưu, trấn thần xử giáng chức, tịch thu gia sản của phạm nhân giao trả cho chủ thuyền. Rồi liền sai Vệ uý Lê Thuận Tĩnh đem theo bọn quan bị cách làm việc chuộc tội là Lý Văn Phức đi thuyền lớn Thuỵ Long đưa bọn người Thanh về nước.

Tháng hai [14/3-11/4/1831], hai phủ Trấn Tĩnh (1) và Lạc Biên [Savannakhet, Lào] thuộc trấn Nghệ An tình nguyện đóng thuế. Quan trấn tâu lên xin, chuẩn cho thuế khoá phủ Trấn Tĩnh theo cùng một lệ với các phủ Trấn Ninh, Trấn Định và Trấn Biên, mỗi người mỗi năm nộp 2 đồng cân bạc, bắt đầu thu từ năm nay; duy phủ Lạc Biên, nhân dân còn chưa được yên tĩnh, gia ơn cho triển hoãn.

Thưởng những người dân thọ trăm tuổi ở các địa phương: Quảng Trị 10 người đàn ông, Quảng Bình 1 người đàn ông; Quảng Ngãi 2 người đàn ông, 1 người đàn bà; Bình

Định 1 người đàn ông, Quảng Nam 3 người đàn bà, thành Gia Định Vĩnh Thanh 1 người đàn ông, Định Tường 1 người đàn bà; Nghệ An 2 người đàn ông, 1 người đàn bà.

Giặc người thiểu số ở Bình Định cướp phá nguồn Trà Bình [huyện Bồng Sơn], dân sở tại đánh nhau với chúng, bắt và chém được sáu tên. Quan trấn đem sự việc tâu lên. Vua khen sai thưởng chung cho 100 quan tiền. Người bị thương được thưởng mỗi người 1 lạng bạc. Bọn bắt được, đều áp giải đến chỗ chúng phạm tội, chém bêu đầu.

Bắt đầu chế đồ ngự phục, áo cổn và mũ miện. Vua nhân bảo bộ Lễ:

"*Năm nay lễ lớn Nam Giao, Trẫm phải mặc áo cổn đội mũ miện này để làm lễ, còn như các viên chấp sự thì bộ ngươi nên châm chước nghĩ chế mũ áo cấp cho họ đợi sang đầu năm sau thì dùng để tỏ rõ điển lễ long trọng*".

Định điều cấm dân gian mua bán gỗ lim. Phàm gỗ lim không cứ lớn nhỏ, dài ngắn, cành hay là ngọn, đều cấm không được mua bán riêng, nếu ai trái phạm thì xét tang vật theo luật nặng mà trị tội.

Ngày 22 Ất Tỵ [4/4/1831], Vua thân đến lăng Thiên Thụ [lăng Gia Long], làm lễ yết lăng. Chợt gặp mưa gió, quân binh đi hỗ giá phần nhiều không theo đúng hiệu lệnh, quan quản lãnh đều bị phạt.

Tháng 3 [12/4-11/5/1831], đất vùng núi nguồn Chiên Đàn [huyện Tam Kỳ], trấn Quảng Nam có vàng. Quan trấn đem vàng cốm tìm được dâng lên và tâu xin khai thác.

Tổng trấn Gia Định Lê Văn Duyệt nói đã cho thám thính được tin nước Xiêm, nói phao là cất quân để phòng ngự con A Nỗ nước Vạn Tượng là Hạt Xà Bông, kỳ thực muốn nhân lúc sơ hở đến xâm lấn. Lại có kẻ phản thần nước Chân Lạp là ốc nha Chiết Ma đem gia quyến sang Xiêm ở sóc [Sóc Chân Lạp là một đơn vị hành chính như tổng của ta] Chàng Kế, thuộc phủ Bắc Tầm Bôn, ngầm dụ người Chân Lạp trốn đi làm phản. Chiết Ma là con Chiêu Chuỳ Biện, năm trước Biện lấy hai phủ Bắc Tầm Bôn là Lô Khu Vật đất Chân Lạp làm phản, chạy sang nước Xiêm, được người Xiêm dung nạp. Ta phải nên dự phòng, hiện đã phái binh thuyền của thành đến bảo Châu Đốc, nói giả là đi lấy gỗ, nhưng mật sức cho viên bảo hộ tuỳ cơ ứng biến.

Vua dụ: "*Cái mưu đánh nước người ta, cơ mật quan trọng biết là chừng nào, mà Vua tôi nước họ lại khinh thường để tiết lộ cho người ngoài biết được, hoặc giả Hạt Xà Bông từ trước đến giờ vẫn lẩn lút, nay mới thu thập quân tàn, toan lại cử sự và nói thác dựa vào uy thế của triều đình ta để doạ nạt người Xiêm, cho nên nước Xiêm mới có cử động đột ngột này để tự phòng bị đó thôi. Vả lại không cứ lời của thám tử thực hư thế nào chưa rõ, nhưng cái kế biên phòng vẫn phải lo, như việc giọi nhà từ lúc chưa mưa. Huống chi tin tức việc binh có thể không đúng, nhưng không có thể không phòng bị; phòng bị sẵn thì gặp việc có thể không lo. Vậy những biền binh ở thành hạt, nên đình chỉ ngay tất cả công việc để cùng với các hiệu ở đồn điền, chăm chỉ thao diễn. Cho đến khí giới súng ống, quân nhu cũng phải chuẩn bị trước. Nếu tiếp được tin đích thực, một mặt phải làm tờ phi tâu lên, một mặt phải tuỳ cơ phòng ngự. Trọng binh hiện đóng ở Kinh sẽ liên tiếp đến mau cũng chưa muộn gì*".

Duyệt lại được tin quân Xiêm tiến đóng Bắc Tầm Bôn bèn sai viên bảo hộ Nguyễn Văn Tuyên đem hơn 2.000 biền binh đến thành Nam Vang hộ vệ, rồi đem việc tiếp tục tâu lên. Bèn sai bộ Binh truyền sắc chỉ cho quan trấn Nghệ An phái người làm được việc ngầm đến thành nước Vạn Tượng thám thính xem có quân Xiêm đóng đồn đó không, tin tức tên Hạt Xà Bông và tình hình động tĩnh của nước Xiêm ra sao, phải kíp tâu về ngay.

Quan trấn Nghệ An tâu rằng: "*Thám tử đến thành nước Vạn Tượng, thấy thành ấy bỏ hoang rậm, không có người ở cũng không có quân Xiêm đóng đồn, chỉ có vài mươi tên quân thổ đóng giữ ở đồn Nùng Khai* [Nong Khai, nam Vientiane], *để chiêu tập dân Vạn Tượng lác đác còn sót lại mà thôi. Hỏi bọn quân thổ ấy đều nói từ sau khi A Nỗ thua, Hạt Xà Bông chạy trốn vào rừng, không biết còn sống hay chết, lòng nghi của vua Xiêm nay đã bớt, không còn nhắc đến việc Hạt Xà Bông nữa*".

Bèn ra lệnh cho 3 trấn Bình Thuận, Bình Hoà, Phú Yên tăng cường cho Gia Định rút quân về; thưởng cho người do thám Nghệ An 15 lạng bạc.

Định lại lệ thuế thuyền buôn của ngoại quốc:

Phàm các thuyền đến buôn bán ở Gia Định: Bề ngang từ 26 thước đến 29 thước: thuyền của Quảng Châu cho đến các nước Tây dương, mỗi thước nạp160 quan. Thuyền bề ngang từ 30 thước đến 36 thước: thuyền của Quảng Châu cho đến các nước Tây dương, mỗi thước tiền thuế 180 quan, thuyền của Triều Châu, mỗi thước 130 quan. Nếu đến buôn bán ở Kinh và các thành trấn, đều chiếu lệ giảm dần xuống.

Tháng 4 [12/5-9/6/1831], định lệ xem xét đo đạc các cửa bể ven biển. Vua dụ cho toà Nội các rằng:

"*Nước nhà ta mở mang bờ cõi, tới mãi biển nam, hằng*

năm thuyền bè vận tải qua lại, đã có lệ thường, đường biển chỗ nào khó dễ nông sâu, phải nên thuộc hết. Vậy truyền chỉ cho các quan địa phương ra lệnh cho các viên coi đồn cửa bể trong hạt, bắt đầu từ năm nay phàm những cửa biển sở tại, rộng, hẹp, nông sâu thế nào phải xem xét đo đạc cho tường tận. Nếu có đống đá, ghềnh đá, bãi cát nông, bãi cát ngầm, mà thuyền bè cần phải tránh, đều phải chua rõ là cách với bờ bao nhiêu trượng, thước; nếu cách bờ xa, khó xem xét đo đạc, cũng phải ước lược xem xa gần mấy dặm, đi bộ mấy giờ mấy khắc thì vào đến bờ, và ở chỗ ấy trông lên núi trên bờ xem hình nó lớn hay nhỏ, hình giống cái gì, nhất nhất phải biên kê hết cả ra, để cho dễ nhận."

Ra lệnh cho các địa phương trồng gai. Vua dụ cho toà Nội các rằng:

"Vỏ cây gai là một thứ cần dùng nhiều, thừng, chão dùng cho thuyền bè tất phải cần đến nó. Vả lại, giống nó rất mạnh, rất dễ trồng, chỉ phải cái dân gian không chịu trồng nhiều. Vậy ra lệnh cho bộ Hộ sức cho phủ Thừa Thiên và các thành trấn đều phải chọn những ruộng đất công tư 1, 2, trăm mẫu, thuê dân trồng gai, mỗi năm hai lần lấy vỏ đem nộp."

Sau lại sắc cho mỗi hạt chỉ chọn trồng độ trên dưới 50 mẫu, để dễ làm, dân khỏi đau khổ.

Triệu Hữu tham tri bộ Hình Trương Minh Giảng về Kinh sung chức. Trước kia Giảng được phái đi Bình Định, tra bắt những con cháu dòng dõi Tây Sơn còn sót lại, trước sau bắt được các thân thuộc của nguỵ và phạm nhân chứa chấp hơn 100 người; lại phái Cẩm y binh Lê Công Chất, Nguyễn Văn Hoà bí mật đến trấn Gia Định, tiếp tục bắt được dòng dõi nguỵ là Nguyễn Văn Đức và con là Nguyễn Văn Đâu đem về lên án. Vua bèn triệu Trương Minh Giảng về, uỷ cho thự Hiệp trấn Hoàng Văn Quyền lĩnh quân và thuyền áp giải phạm nhân về Kinh đợi chỉ. Lại thấy Nguyễn Văn Lương, Nguyễn Văn Trượng còn lọt lưới, bèn sai vẽ hình dạng truyền đưa đến các địa phương từ Quảng Nam tới Gia Định, nghiêm sức cho quân, dân trong hạt, hết lòng do thám, ai bắt được hai tên phạm ấy hay tố giác báo được đúng đích thực đều thưởng cho 50 lạng bạc, lại theo luật thưởng cho quan chức. Rồi trấn Vĩnh Thanh [Vĩnh Long] căn cứ vào tin báo của thám tử Mai Văn Cự, vây bắt được Nguyễn Văn Lương đem nộp. Ttrước kia Lương và Trượng nghe tin nã bắt, bèn đổi họ đổi tên, đáp thuyền công vận tải vào Nam của đốc vận Trần Văn Tha, để trốn vào Gia Định. Khi đến Cần Thơ, Tha tình nghi, tố cáo với thủ ngự Lê Thiện Anh. Anh cho là không phải, thả cho đi. Nội vụ giao cả cho bộ Hình chiểu luật định nghĩ, rồi sai đình thần duyệt lại án: Dòng dõi nguỵ là Nguyễn Văn Lương, Nguyễn Văn Đức, Nguyễn Văn Đâu, đều chém ngang lưng, ném thây xuống biển; thân thuộc và con gái của nguỵ cùng con của đồng đảng nguỵ là Trần Quang Tồn [con nguỵ Thiếu phó Trần Quang Diệu], kẻ phạm tội chứa chấp nguỵ là Nguyễn Văn Thế cộng 15 tên đều trảm quyết. Những thân thuộc của nguỵ còn nhỏ tuổi và Lê Thiện Anh khinh thường thả dòng dõi nguỵ, Trần Văn Tha tri tình mà cố ý tha, cộng 14 tên phạm đều phải án chém nhưng được giam đợi lệnh. Lại phát vãng làm quân, làm nô lệ, và bị tội đồ, tội lưu tất cả hơn 40 tên phạm; số còn lại đều tha.

Phái viên thuyền Định Dương là bọn Nguyễn Trọng Tính, Trần Chấn, trước được phái sang xứ Tiểu Tây Dương (2), ngày thuyền về, gặp bão giạt vào giới phận nước Miến

Điện, hơn một năm mới về đến Kinh, những viên chức văn võ đi chuyến ấy phần nhiều bị ốm chết. Vua thương họ chết về việc công, truy tặng Phó vệ uý Nguyễn Văn Quân làm Tòng tam phẩm Vệ uý, Cai đội là Lê Văn Đàm làm Phó quản cơ; còn những người khác đều tặng cho tiền tử tuất có thứ bậc khác nhau. Thuyền Phấn Bằng từ xứ Tiểu Tây Dương về, cũng gặp bão. Cai đội gia hàm Phó vệ uý Nguyễn Văn Lễ chết ở dọc đường, tặng hàm Phó vệ uý chánh tứ phẩm; những binh lính chết phải thuỷ táng đều được cho tiền tử tuất mỗi người 5 lạng bạc, phát cho gia đình.

Phái viên đi lấy vàng ở trấn Quảng Nam là Trương Phước Đĩnh, mãn hạn 2 tháng, lấy được hơn 84 lạng vàng cám, đem về dâng. Vua lại sai Nội các Thừa chỉ Trương Văn Uyển đem theo thị vệ, hộ vệ lại tiếp tục lấy nữa. Điều 1.000 người quân và dân để làm việc cũng hạn trong 1 tháng, sau lại đổi làm nửa tháng. Trải qua mấy hạn, nhưng số vàng cám lấy được ngày càng ít đi, bèn bãi bỏ việc này.

Nước Chân Lạp sai sứ đến cống. Sứ đến Gia Định quan trấn Gia Định tâu lên. Vua dụ miễn cho sứ bộ đến Kinh và ban cho Vua nước này sắc thư, lụa màu, lại cho sứ bộ bạc lạng theo thứ bậc khác nhau.

Chín châu ở phủ Cam Lộ [huyện Cam Lộ, Quảng Trị] vào cống. Vua thưởng cho các thổ Tri châu mũ áo thường triều mỗi người một bộ. Ban tặng ưu hậu rồi cho về.

Định lệnh kiểm soát thuyền chở lậu thuốc phiện. Vua dụ Nội các rằng:

"Thuốc phiện do ngoại phiên chế ra chuyển bán cho những kẻ ngu ngốc ngoan cố, làm bại hoại nhân tâm, có quan hệ đến phong tục không phải là nhỏ. Năm trước đã nhiều lần

nghiêm cấm thuyền buôn ngoại quốc chở lậu thuốc phiện, đã viết thành điều lệ rõ ràng. Lại nghĩ đến những quan thuyền nước ta đôi khi có phái đi ngoại quốc, cũng cần phải nghiêm lệnh cấm để ngăn ngừa mối tệ. Vậy bắt đầu từ năm nay phàm những quan thuyền đi việc công ở ngoại quốc trở về, tạm đỗ ở hạt nào, thì quan địa phương lập tức phái quân lính phải để ý đề phòng kỹ càng hơn, nếu có kẻ đem thuốc phiện lên bờ, lập tức bắt cả người và tang vật tâu lên, thuyền nào đỗ hẳn ở cửa bể Đà Nẵng thì do quan trấn, đỗ hẳn ở Kinh thì do phái viên 2 bộ Binh, Hình, hội đồng với thị vệ, đến lấy cung và khám xét cẩn thận; nếu vì tình riêng mà bao che cho nhau, khi việc phát giác thì người phạm sẽ phải trị tội nặng, mà viên kiểm sát cũng bị nghiêm xử".

Tháng năm [10/6-8/7/1831], quan coi việc đê ở Bắc Thành là bọn Lê Đại Cương tâu:

"Các nơi sửa chữa đê đều đã xong cả, từ tiết tiểu mãn đầu mùa hạ, thường có những trận mưa lớn, nước sông dâng mau, to hơn nước mùa xuân đến hơn 13 thước, nay mới xuống dần, nhưng các đê điều không quan ngại gì."

Vua phê:

"Nay đê điều đã nhất luật làm xong, nước sông tuy dâng mau, mà đê điều đều được vững chắc, xem tờ tâu, ta rất yên lòng. Các ngươi đã cẩn thận lại nên cẩn thận thêm, sao cho sông lặng sóng êm, dân yên, vật thịnh. Đó là điều mong mỏi thiết tha của ta đấy".

Vua được tin những thuyền nhà Thanh đến buôn bán, phần nhiều khởi hành từ Quảng Châu ra cửa biển, chở những hàng Quảng Đông, lại nói dối là hàng Quỳnh Châu để mong được giảm thuế. Vua bèn sai bộ Hộ tư đến các thành trấn từ nay những thuyền buôn, nếu chở nhiều hàng hoá mà không phải ít ỏi như hàng Quỳnh Châu, thì phải đánh thuế theo lệ hàng Quảng Châu.

Đoàn Cảnh Thạc, quyền Phó vệ uý vệ Bắc Thành, mùa hạ trước đốc tải bè gỗ ở Gia Định, gặp bão bị giạt đến huyện Điện Bạch [Quảng Đông], người Thanh hộ tống cho về, lại bị sóng gió ngăn trở, bè gỗ bị tan nát mất cả. Vua sai truyền dụ cho trấn Quảng Yên tư sang châu Khâm nhà Thanh liệu lý giúp, để về theo đường bộ; đến nay Cảnh Thạc cùng với 28 biền binh cùng đi, đều về đến Kinh. Vua nói:

"*Bè gỗ không đủ tiếc, chỉ nghĩ bọn biền binh hai lần gặp nạn gió bão lênh đênh trôi giạt bấy lâu, là đáng thương!*".

Rồi cho Cảnh Thạc được thực thụ Phó vệ uý, cấp cho áo mặc; các biền binh cũng đều thưởng cho áo mặc và tiền, rồi cho trở về hàng ngũ.

Tháng sáu [9/7-7/8/1831], sai Trấn thủ Hưng Hoá là Vũ Văn Tín và thự Tham hiệp Ngô Huy Tuấn đem lính và voi đến châu Chiêu Tấn [huyện Sìn Hồ, huyện Phong Thổ, Lai Châu] kinh lý việc biên thuỳ. Trước đây, huyện Kiến Thuỷ nhà Thanh bắt giữ bọn Đèo Vĩnh Điển, gây sức ép hai động Phong Thu, Bình Lư phải nộp thuế bằng bạc và giao cho Đèo Doãn An đem nộp. Sau đó lũ Vĩnh Điển về, còn Doãn An vẫn ở lại trại Mãnh Thích, chưa dám về. Đến bấy giờ, phủ Lâm An [huyện Kiến Thuỷ thuộc phủ này] nhà Thanh lại phái quân binh hơn 600 người đến đòi lấy đồn Phong Thu và nói Phong Thu là đất Mãnh Thoa cũ của nhà Thanh, đồn binh của ta phải rút đi, không được đóng nữa. Bắc Thành đem việc tâu lên, Vua dụ bộ Binh rằng:

"*Trấn Hưng Hoá giáp liền nước Thanh bờ cõi đã rõ ràng*

rồi. Nay quan biên giới nhà Thanh, hiếu sự như thế, ta nên xử trí cho thích đáng mới giữ được quốc thể. Sai Uy thắng thập cơ Nguyễn Đình Phổ đem 1.000 biền binh của thành hạt và 10 thớt voi đi gấp lên đóng giữ trấn Hưng Hoá. Khi đến trấn, lập tức trích lấy 300 cả biền binh lẫn trấn binh và thổ binh 5 thớt voi, uỷ cho quan trấn Vũ Văn Tín và Ngô Huy Trấn đem đến Chiêu Tấn [huyện Sin Hồ, huyện Phong Thổ, Lai Châu] *tìm chỗ đóng lại phòng giữ. Rồi tư giấy đến quân thứ nhà Thanh đóng, để xem động tĩnh thế nào*".

Tờ tư đại ý lược nói: Phong Thu là đất cũ của bản quốc. Từ xưa đến nay, đóng giữ theo địa phận giới hạn đã rõ ràng. Còn chỗ gọi là Mãnh Thoa hoặc giả cũng có, nhưng chưa được nghe nói ở vào chỗ nào. Vậy không nên nghe lời Doãn An mà gây ra hấn khích.

Được mấy ngày, quân Thanh tiến bức đồn Phong Thu. Thủ đồn là Chử Đình Thông sức không chống nổi, phải lui về động Bình Lư. Vua lại dụ lũ Đặng Văn Thiêm điều thêm 200 biền binh, 2 thớt voi cho theo lũ Văn Văn Tín tiến thẳng đến nơi. Nhưng rồi quan quân nhà Thanh không chịu thuỷ thổ bị ốm chết nhiều, dần dần tan rã. Lúc Vũ Văn Tín đến đồn Phong Thu, thì chúng đã bỏ đi trước rồi. Lũ Tín thu được súng lớn, súng nhỏ, gươm trống bỏ sót lại, bèn phái uỷ Chánh đội trưởng suất đội Bùi Văn Hương quản lĩnh 100 vừa trấn binh vừa thổ binh đóng giữ. Rồi lập đồn ở chỗ cách sông, chia quân phòng giữ. Ngay lúc ấy, người nhà Thanh đệ văn thư đến, yêu cầu ta đợi mươi ngày, hai bên sẽ dàn xếp hoà hảo, không nên vì cớ một tên Đèo Doãn An mà động binh, nhọc dân. Bắc Thành đem việc tâu lên; Vua dụ:

"Người Thanh trước đây lầm nghe lời Đèo Doãn An thỉnh thác, lại thấy đồn binh ta yếu, nên chực cầu may làm bậy.

Đến lúc nghe đại binh ta tiến lên bèn nao núng rút lui. Nay xem lời lẽ trong công văn, ý muốn giảng hoà, thì ta cũng nên nhân dịp này dập tắt việc ấy đi cho dân được yên, há chẳng phải là kế hay làm yên bờ cõi. Vậy hạ lệnh cho Đặng Văn Thiêm tư ngay cho lũ Vũ Văn Tín: phàm những khí giới nghi tượng bắt được của quân Thanh, đều đưa trả hết. Không cần phải họp mặt với họ, lập tức rút hết biền binh về trấn, khỏi đến nỗi dầm dãi lam chướng lâu ngày. Hôm nào Đặng Văn Thiêm, Nguyễn Đình Phổ tiếp được lũ Tín về đến trấn thì lập tức rút cả về thành số lính và voi mà trước đã phái đi. Sau đó người nhà Thanh trả lời thế nào, sẽ tuỳ tiện mà đáp lại, cũng xong việc được."

Nguyễn Văn Quế tâu lý do quân ta chưa rút hết ra khỏi thành Nam Vang như sau:

"*Nước Chân Lạp bắt được bọn Bồn Nha Tiên, bộ thuộc của kẻ bề tôi làm phản là ốc Nha Chiết Ma, đưa sang cho ta xét hỏi. Tên ấy nói: trước kia, Chiết Ma phản nước Chân Lạp, chạy sang nước Xiêm, kể lể vua Phiên ngu tối hoang dâm, lòng dân oán ghét, nó xin người Xiêm đem quân đưa Nặc Yêm, Nặc Giun về Bắc Tầm Bôn* [Battambang] *để bọn ấy xúi Chân Lạp làm loạn, trước lấy phủ Bồng Suy, sau đánh thành Nam Vang để mưu việc phế lập. Người nước Xiêm đã nghe theo.*

Đến lúc được tin quan quân ta đã trấn áp thì rút lui chỉ để lại có 200 lính Xiêm giữ Bắc Tầm Bôn. Vả nay việc làm chay của vua Phiên chưa xong, quân Xiêm chưa rút về hết nên bọn thần đã lưu 600 biền binh đóng đồn ở Nam Vang, còn đều rút về".

Ý Vua cho là tin tức không xác thực, phải rút quân về:

"Tờ tâu trước nói thám tử báo tin rằng Xiêm đem quân đến lấn, sự tình to tát biết nhường nào, nay lại nói quân Xiêm nửa đường đã rút về thì còn ra sự thế gì nữa! Nghiệm ra trước sau tâu báo, đều là những tin thám tử nghe hóng nghe hơi ở nơi đường sá toàn chuyện hão huyền cả, thì can gì phải làm khó nhọc quân ta mãi? Việc cầu phước làm chay là tục mọi rợ, họ muốn làm gì thì cứ làm, ta cần gì phải đợi? Nếu họ cứ cầu phước hết năm này qua năm khác, tháng này qua tháng khác thì cũng đợi mãi sao? Còn như Bắc Tầm Bôn là thuộc cõi nước Xiêm, quân Xiêm đóng đồn, cũng là để giữ nước. Nay ta nhân thấy thế, lưu quân lại đóng há chẳng tỏ rõ với người là mình yếu ư? Hoặc giả họ thấy ta lưu quân lại, sinh ngờ vực mà thêm quân đóng lâu, thì quân ta cũng cứ đóng mãi đấy để án ngữ ư? Nếu bảo rằng quân ta rút về, sợ có việc gì xảy ra không ngờ, vậy thì cả nước Chân Lạp lại không địch nổi 200 quân Xiêm hay sao? Những lý do này không thể không phân tích rõ ra để bảo cho biết. Vậy, ngày tiếp được dụ này phải rút hết quân về".

Dân thiểu số ở Quảng Nam lén xuống nguồn Chiên Đàn [huyện Tam Kỳ] giết hại nhân dân, đốt nhà, cướp của rồi bỏ đi. Hiệp trấn Phan Thanh Giản được tin báo, lập tức đem 200 biền binh thuộc trấn, 5 thớt voi, và mang theo Phó vệ uý đóng giữ đài An Hải là Lê Văn Hiếu, tiến thẳng đến đồn nguồn Chiên Đàn tuỳ cơ dò bắt. Việc tâu lên, vua sai Vệ uý ở Kinh tượng Nhất vệ là Lê Văn Thuy, và thự Phó vệ uý ở Long võ tiền vệ là Phạm Văn Tường chạy ngựa trạm đi điều thêm binh và voi cùng theo đi tiễu. Lại phái thị vệ Lê Kim Trợ, Tống Viết Bình theo đi đánh giặc, và cho viên bị cách là Phạm Văn Điển cũng theo đi làm việc chuộc tội. Thưởng cho Thanh Giản cùng Chánh Phó vệ uý mỗi người 15 lạng bạc, lũ Kim Trợ mỗi người 3 lạng. Những biền binh dự đi trận ấy được thưởng một tháng tiền lương.

Tháng 7 [8/8-5/9/1831], mở khoa thi Hương ở các trường Thừa Thiên, Nghệ An, Gia Định. Sai Thượng thư bộ Hình Lê Đăng Doanh làm chủ khảo trường Thừa Thiên, quyền Hữu tham tri bộ Hình Phan Bá Đạt làm phó chủ khảo; quyền Hiệp trấn Thanh Hoa Nguyễn Đăng Giai làm chủ khảo trường Nghệ An, quyền Hiệp trấn Hải Dương Hoàng Tế Mỹ làm phó chủ khảo; quyền Hữu tham tri Công bộ Nguyễn Tú làm chủ khảo trường Gia Định, quyền Hiệp trấn Quảng Bình Thân Văn Quyền làm phó chủ khảo.

Lấy đỗ 51 cử nhân. Trường Thừa Thiên 14 người: Nguyễn Hàm Ninh, Lê Khánh Trinh, Mai Công Bình, Trần Văn Đạo, Phạm Huy, Nguyễn Văn Chấn, Đồng Thạc, Nguyễn Ba, Lê Đức Quang, Lê Bá Thận, Nguyễn Tự, Nguyễn Bá Nghi, Nguyễn Đức Chính, Nguyễn Văn Thịnh. Trường Nghệ An 18 người: Đinh Danh Trạc, Phan Đình Ban, Ngô Trí Thục, Nguyễn Phan Cung, Phan Kim Xuyến, Nguyễn Duy Cát, Hồ Mậu Đức, Lê Trí Trạch, Phan Doãn Nhạ, Nguyễn Xuân Thức, Đoàn Danh Dương, Cồ Danh Đán, Trần Hậu Tiết, Nguyễn Huy Thưởng, Phạm Đình Đĩnh, Nguyễn Duy Thuật, Nguyễn Kim Cảnh, Nguyễn Ngọc Chấn. Trường Gia Định 19 người: Đinh Văn Huy, Lương Quốc Quang, Hoàng Mẫn Đạt, Hồ Tiến Đức, Vũ Doãn Cung, Nguyễn Đồng Khoa, Nguyễn Khắc Điều, Bùi Minh Thành, Phan Đồng Văn, Nguyễn Văn Chiêm, Vũ Thế Lộc, Phan Vĩnh Định, Lê Trung Tín, Vũ Thành Phong, Nguyễn Khắc Tuy, Trần Văn Tín, Nguyễn Đức Dụ, Nguyễn Văn Trị, Nguyễn Quang Khuê.

Đến khi đưa lên bộ duyệt lại những quyển văn thi đỗ thì 2 trường Thừa Thiên, Gia Định có 11 người bị đánh hỏng hoặc bị giáng xuống: 2 người trường Thừa Thiên là Lê Đức Quang, Phạm Huy, cung khai tam đại sai lầm bị xoá tên ở sổ cử nhân; 9 người trường Gia Định là Hồ Tiến Đức, Nguyễn Khắc Điều, Phan Đồng Văn, Nguyễn Văn Chiêm, Vũ Thế Lộc, Nguyễn Khắc Tuy, Nguyễn Đức Vụ, Nguyễn Văn Trị, Nguyễn Quang Khuê, vì văn kém, giáng xuống hạng tú tài.

Sai bộ Công vẽ mẫu tượng đá quan văn, quan võ, lính thị vệ, voi đá, ngựa đá để đưa cho các trấn Quảng Nam, Thanh Hoa chế tạo. Khi làm xong, đem về Kinh, vua sai đem bày ở lăng Thiên Thụ [lăng Gia Long].

Khai mỏ diêm tiêu ở Nà Ngoã, mỏ chì ở Làng Nho, đều thuộc huyện Đồng Hỷ, trấn Thái Nguyên. Thuế diêm tiêu mỗi năm 200 cân, thuế chì mỗi năm 600 cân.

Hiệp trấn Quảng Nam Phan Thanh Giản từ đầu nguồn Chiên Đàn đánh dẹp giặc Man, chia quân như sau: Vệ uý Lê Văn Thuy cai quản hơn 100 tượng binh và 10 thớt voi đóng ở đồn Viên Thuỷ, thuộc đất dân thiểu số Tà Vang; Phó vệ uý Phạm Văn Tường làm tiền đạo; Thanh Giản đi thứ hai; Phó vệ uý Lê Văn Hiếu đi thứ ba; mỗi đạo quân đem hơn 100 biền binh tiến đến xứ Xa Thuỷ đóng lại. Đạo quân Phạm Văn Tường đi trước lên núi Xả Bá, gặp phục binh giặc bao vây, Tường đánh thua, bị bắt. Sau đại binh đến, sai người đi phủ dụ, người Man lại đưa Tường về trả. Quản cơ cơ Quảng Nam Trần Kiêm Lịch bị chúng giết chết; Chánh đội trưởng đội thứ hai trấn binh Trần Văn Phú cố sức đánh đến chết; quân binh bị chết hơn 40 người. Thanh Giản thấy khí thế quân bị nao núng, lại lo núi khe hiểm trở đường vận lương không tiện, bèn rút quân về đóng ở đồn nguồn Chiên Đàn, dâng sớ xin chịu tội. Vua phê:

"Không ngờ lũ ngươi hèn nhát như thế đến nỗi làm hăng quân giặc, nhụt mất uy thế của mình; xem tờ tâu thật là giận đứng tóc gáy".

Vua lại bảo bộ Binh:

"Quân Man ấy từ trước ở tản mác các thung lũng, nhân lúc sơ hở, chúng lại lén lút đến đánh cướp mà thôi. Nay chúng dám tụ họp kháng cự quan quân, thì đã là hung hăng không sợ hãi gì. Cần phải kịp thời dập tắt ngay; khiến chúng biết sợ uy vũ nhà vua mới được".

Vua bèn sai Thống chế Thần sách Hữu dinh Đoàn Văn Trường thống lĩnh đại binh đi ngay. Lũ Vệ uý Bùi Công Huyên, Trương Văn Hậu, Phó vệ uý Mai Công Ngôn đều thuộc dưới quyền điều khiển của Trường. Vệ uý Hồ Văn Khuê là Nguyễn Văn Hùng tình nguyện theo đi đánh, vua cũng cho đi. Phan Thanh Giản và Lê Văn Hiếu đều bị cách chức cho sung vào tiền đội để ra sức làm việc chuộc tội. Lê Văn Thuy bị cách lưu, cũng cho theo đi thuộc quyền điều khiển. Vua dụ Đoàn Văn Trường rằng:

"Biền binh cả kinh phái lẫn trấn phái trước sau có đến hàng nghìn hàng trăm. Nên chia làm 10 đội tiến lên. Mỗi đội hơn 100 người, đầu đuôi đội nọ cách đội kia một tầm lên bắn, cốt có thể nghe thấy tiếng trống, trông thấy bóng cờ của nhau được, thì giặc không thể dở ngón chặn đường đánh úp được. Một khi gặp chỗ rừng rậm hiểm yếu, giặc có thể ẩn phục được, thì dùng gỗ thước nạp vào súng đại bác mà bắn, lại sai quân tinh nhuệ tiến thẳng đến nơi, lùng bắt thì giặc không dở được cái trò phục kích. Khi đến Xa Thuỷ, lập tức đặt đại đồn, tạm dựng trại quân, để đại binh đóng. Các vùng Viên Thuỷ, Luật Thuỷ cũng đều đặt đồn nhỏ, vận

lương đến chứa, chia quân canh giữ, để cho hình thế được liên lạc, cùng viện trợ lẫn cho nhau. Lại đến các sách gần quanh chỗ Phạm Văn Tường thua trận là nơi thủ phạm của ác Man, lập tức đào hang đốt tổ, hết sức tiễu diệt. Lại châm chước định ra giải thưởng, như bắt sống được một thủ lĩnh ác Man, thưởng 20 lạng bạc; chém được thưởng 10 lạng bạc; bắt sống được 1 ác phạm thứ nhì thưởng 10 lạng bạc; chém được thưởng 5 lạng. Bắt sống được 1 tên man, thưởng 3 lạng bạc; chém được thưởng 2 lạng".

Đoàn Văn Trường từ đồn nguồn Chiên Đàn, chỉnh đốn binh và voi, chia làm 5 đồn, tiến phát. Khi qua xứ vùng Oa Thuỷ, giặc Man ẩn phục ở trên núi, ném đá, bắn tên xuống. Quân ta bắn súng lớn, giặc đều chạy trốn. Văn Trường bèn tiến đóng đồn Viên Thuỷ, dâng sớ nói:

"Sách Man Tà Vinh ở vùng này vẫn cùng với Man Tu Nặc giúp nhau làm điều ác, kháng cự quan quân. Vậy xin trước hết diệt man Tà Vinh, rồi diệt đến Tu Nặc để cắt hết gốc rễ giặc".

Vua cho là phải.

Nước Hoả Xá [dân tộc thiểu số, giáp Phú Yên] sai sứ đến cống 1 đôi ngà voi, 1 chiếc sừng tê; Vua ban vàng lụa, quần áo rồi cho sứ về. Bộ Lễ bàn xin chuẩn định số đồ cống gồm 1 cặp ngà voi, 2 sừng tê giác; kỳ tiến cống vào các năm tý, mão, ngọ, dậu, 3 năm 1 lần; bắt đầu từ năm Minh Mệnh thứ 15 [1834]. Còn việc cung cấp ban yến và tặng thưởng thì hơi kém Nam Chưởng và Chân Lạp, nhưng hậu hơn Lạc Biên, Mục Đa Hán; Vua chấp thuận.

Đặt đường quan báo cùng đường trạm và nhà trạm ở các trấn thuộc Bắc Thành. Vua dụ bộ Công rằng: Bắc Thành thống hạt 11 trấn, từ trước đến nay chỉ có một đường cái quan từ Sơn Nam lên phía bắc đến ải Nam Quan. Những chỗ khác trấn tiếp giáp nhau, còn dùng đường nhỏ của dân gian mà đi, vẫn chưa có đường lớn giao thông. Giả sử khi có việc cần cấp, sao khỏi trở ngại chậm trễ. Vậy tư cho quan thành căn cứ vào các trấn lỵ, chỗ nào có thể mở đường cái to, khiến cho khi có việc công, tiện thông báo lẫn cho nhau và liên lạc tiếp ứng với nhau để chặn bắt giặc cướp. Lại từ các trấn lỵ hoặc nhân đường mới này, xem có thể chạy ngựa trạm đến thẳng kinh đô, thì lập tức sai quan sở tại xem xét tình thế, liệu chỗ đặt nhà trạm, rồi vẽ thành bản đồ, báo về bộ để tâu lên.

Đến khi các trấn tâu lên, Vua sai bộ Công giao quy thức mà làm. Đường, lấy mặt đất bằng làm mức, mặt rộng 1 trượng [1 trượng=4 mét], chân rộng 1 trượng 5 thước, giữa cao 2 thước, hai bên đường đều cao 1 thước. Nhà trạm 3 gian 2 chái, tre, gỗ, cỏ tranh tuỳ dùng. Lính trạm, mỗi trạm 30 người.

Sai pháo thủ Nguyễn Cửu Nghị chế hoả cầu (có hoả cầu nghìn hạt châu, hoả cầu trăm mắt, hoả cầu sấm sét, hoả cầu đạn lửa) cho đem thí nghiệm, rất tinh xảo; thưởng cho 10 lạng bạc.

Vào tháng mười năm ngoái [15/11-14/12/1830], sứ bộ Hoàng Văn Đản , Phan Huy Chú khởi hành sang cống nhà Thanh, nay đến Bắc Kinh, chiêm bái tại cầu Đại Hồng:

"***Ngày 28 Mậu Dần tháng bảy năm Đạo Quang thứ 11*** [4/9/1831]

Sứ thần Việt Nam bọn Hoàng Văn Đản 3 người chiêm cận tại cầu Đại Hồng." (**Tuyên Tông Thực Lục** quyển 193, trang 33)

Tháng tám [6/9-5/10/1831], Thống chế Đoàn Văn Trường đóng quân ở đồn Viên Thuỷ, chia phái quân đi lùng bắt dân phản loạn Tà Vang, nhưng chúng đã bỏ nhà trốn đi từ trước. Trường sai đốt cả nhà , rồi tiến quân đến đồn Xa Thuỷ. Quân đi qua những chỗ đường hiểm đều có giặc ẩn phục, nhưng động nghe tiếng súng chúng liền sợ chạy. Trường đem tình hình tâu rằng: Từ đồn Chiên Đàn đến đồn Xa Thuỷ đường đi bộ 2 ngày, mà quân ta đi mất 7 ngày, vì dọc đường gặp nhiều ngăn trở, nên chậm trễ. Thế rồi Trường chia quân làm 3 đạo tiến đến núi Xả Bá, đánh phá các sách Tu Nặc, Tu Trang, Mô Ô, quân giặc đều bỏ súng nỏ chạy ẩn vào trong rừng rậm, Trường tung quân đi lùng bắt, đốt hết cả nhà cửa, kho tàng, rồi đem tình trạng ấy tâu lên. Vua dụ:

"Lần lượt xem tờ tâu về tình hình đánh giặc, ta đã rõ hết cả rồi. Vì giặc sợ oai quân ta, mỗi một khi giáp trận ta vừa bắn súng, chúng đã chạy trốn trước. Hơn nữa, giặc vốn quen vượt núi, trèo đèo, luồn rừng, ẩn hang. Lúc quân ta tiến đến sào huyệt của chúng, dẫu đốt nhà cửa, phá tài sản, nhưng chúng đã trốn xa, cho nên chưa làm được một trận chém giết lớn."

Rồi Trường lại tiến đánh sách Mường Tra, trước sau đi đến 27 sách làm cho sào huyệt của giặc đều quét sạch. Vua nghĩ địa phương ấy lam chướng nước độc, không tiện đóng quân lâu, sai rút quân về Quảng Nam, cho ăn tiệc một bữa, xem chèo hát một ngày; quân binh đều được thưởng thêm một tháng lương. Những người ốm chết, là binh lính, cho mỗi người 2 lạng bạc, dân phu mỗi người 1 lạng; ai bị thương nặng, cho mỗi người 1 lạng bạc. Những dân ở nguồn Chiên Đàn trước bị giặc quấy nhiễu thì đem tiền phát chẩn cho.

Vua dụ bộ Binh rằng: Các quan văn võ đi trận ấy từ Đoàn Văn Trường trở xuống, phụng mệnh đi đánh dẹp, quân giỏi, lương nhiều, mà không bắt được tướng giặc, Nhưng nghĩ trên đường tiến quân núi non hiểm trở quan quân ta thì đã lâu ngày xông pha lam chướng; vậy từ Đoàn Văn Trường, Hồ Văn Khuê, Trần Chấn, Trương Văn Hậu, Bùi Công Huyên, Trần Văn Hùng, Phạm Hữu Tâm, Mai Công Ngôn, Nguyễn Văn Giao đến bọn suất đội, đều gia ơn thưởng kỷ lục một thứ. Phan Thanh Giản cho cách chức, nhưng phải cố sức làm việc dưới quyền bộ để chuộc tội. Phạm Văn Tường giáng xuống Đội trưởng, phát đi đồn trú tại nguồn Chiên Đàn để cố sức làm việc chuộc tội.

Định điều lệ thao diễn voi ở Kinh. Hằng năm thao diễn 24 lần; vào thượng tuần, trung tuần hàng tháng, do Thống quản vệ Kinh tượng phụ trách. Bộ Binh tâu trước xin vua đến ngự duyệt hoặc phái đại thần đến giám thị.

Bộ Hộ tâu: Các hòn đảo thuộc Phiên An, Hà Tiên, gồm 15 nơi có tổ yến. Vua bèn sai quan thành Gia Định mộ 30 người dân ngoại tịch, lập làm yến hộ Nếu chưa mộ được người để lập hộ, thì hãy phái người đi lấy yến sào.

Mường Cai thuộc Trấn Ninh và Xà Cốc Bạn ở nước Vạn Tượng bị nước Xiêm quấy nhiễu, xin nhập quốc tịch ta và nộp thuế. Quan trấn Nghệ An đem việc ấy tâu lên, Vua bảo bộ Hộ rằng: Mường Cai trước thuộc Trấn Ninh, sau vì thay đổi, nay lại trở về đất cũ Trấn Ninh. Còn như Xà Cốc Bạn là dân Vạn Tượng còn sót lại, nếu nhân họ đến mà mình tiếp nhận ngay, sợ có lẽ không hợp với cái chủ trương của triều đình là mềm mỏng với người phương xa; vậy nên để họ trở về đất cũ.

Trấn thủ Hưng Hoá Vũ Văn Tín, thự Tham hiệp Ngô Huy Tuấn bắt được tên Đèo Doãn An, bèn từ đồn Phong Thu rút quân về. Trước đây, khi quân nhà Thanh đã rút lui, bọn Tín cho người mật đến trại Mãnh Thích dụ dỗ Đèo Doãn An về. Suất đội giữ đồn là Bùi Văn Hương dùng mẹo bắt được. Tín vì cảm mạo lam chướng ốm chết ở dọc đường; quân binh đi chuyến ấy, hơn 300 người cũng ốm chết ở dọc đường.

Bọn Đèo Doãn An cùng tòng đảng là Đèo Doãn Kiên, Đèo Doãn Võ đều giải về Kinh, giao cho 2 bộ Binh, Hình xét xử; khép vào tội trảm giam hậu (3). Rồi dùng con Đèo Quốc Thuyên là Đèo Quốc Long quản lý 2 động Phong Thu, Bình Lư thuộc châu Chiêu Tấn [huyện Sin Hồ, huyện Phong Thổ, Lai Châu]. Trước kia, khi Đèo Doãn An mới bị bắt, trấn Lâm Nguyên nhà Thanh sai người đem công văn đi đường Ngưu Giang đệ thẳng đến Bắc Thành. Quan Bắc Thành cho là trái lệ, bắt cả người tâu lên.

Vua dụ rằng: "*Trấn hay phủ nhà Thanh có chuyển đệ công văn, phải do đồn biên giới, sao lại trái phép vượt bậc như thế. Đáng lý không tiếp nhận, nhưng nghĩ văn thư này của họ đưa đến cốt để nói về việc Đèo Doãn An, không phải là tự nhiên vô cớ, cũng nên châm chước xử đối, cho xong việc. Vậy hạ lệnh cho quan Hưng Hoá làm tờ trả lời, đại khái nói: Đồn Phong Thu vốn thuộc nước ta, đất Mãnh Thoa vẫn thuộc nhà Thanh, bất tất phải xét gì lắm. Còn Đèo Doãn An là người nước ta, nay đã trở về, sẽ có cách xử trí. Trước đây hai nước có chút hiềm nhỏ là bởi huyện Kiến Thuỷ cả nghe đứa bậy, bị nó đánh lừa, nay đừng nên lấy cớ nhỏ mọn ấy mà ngờ vực nhau nữa, đại ý như thế, rồi giao tờ ấy cho kẻ đưa thư, phái người tiễn hắn ra khỏi bờ cõi cho về*".

Tháng 9 [6/10-3/11/1831], sai quyền Hữu tham tri bộ Hộ Bùi Phổ làm chủ khảo trường Thanh Hoa, quyền Hiệp trấn Hải Dương Hoàng Tế Mỹ làm phó chủ khảo; Hữu tham tri bộ Hình lĩnh Bắc Thành Hình tào Lê Đại Cương làm chủ khảo trường Bắc Thành, quyền Hiệp trấn Nam Định Nguyễn Khắc Hài làm phó chủ khảo, Hiệp trấn Nghệ An Hồ Hựu làm chủ khảo trường Nam Định, Hiệp trấn Ninh Bình Nguyễn Khắc Biểu làm phó chủ khảo; lấy 61 người đỗ Cử nhân. Trường Thanh Hoa 9 người: Đặng Quốc Lương, Nguyễn Huy Lịch, Lê Đức Đôn, Vũ Phạm Khải, Nguyễn Huy, Lý Đăng Khoa, Đỗ Huy Diễm, Nguyễn Danh Vinh, Trịnh Công Thản. Trường Bắc Thành 20 người: Đào Huy Phác, Cao Bá Quát, Phan Cơ, Nguyễn Huy Tôn, Nguyễn Thế Hanh, Đặng Kham, Lê Danh Nguyên, Hoàng Văn Thiện, Nguyễn Văn Đạt, Ngô Quang Tuấn, Phan Huy Chân, Ngô Đặng Quang, Lê Đình Công, Cao Xuân Nguyên, Phạm Gia Chuyên, Nguyễn Văn Đôn, Nguyễn Mậu Trạch, Nguyễn Danh Côn, Kiều Năng Thân, Nguyễn Tiên Trạch. Trường Nam Định 32 người: Nguyễn Hoàn, Đoàn Trọng Huyên, Vũ Trọng Thạnh, Nguyễn Văn Cư, Phan Trứ, Đặng Văn Bính, Trần Văn Nhất, Trương Cầm, Nguyễn Bằng Bá, Trần Ngôn Hành, Đỗ Bá Định, Lại Thế Mỹ, Đỗ Văn Trai, Vũ Đình Hoán, Phạm Tất Tố, Vũ Trần Quân, Nguyễn Đình Nhuận, Vũ Hữu Ái, Phạm Đình Ái, Nguyễn Ngọc Hợp, Trần Văn Cao, Đào Phẩm, Đỗ Danh Quán, Bùi Bá Cận, Nguyễn Hướng, Lưu Quỹ, Nguyễn Kim Chung, Phạm Đình Dự, Trấn Trứ, Lương Thế Phụng, Nguyễn Tất Tố, Phạm Sĩ Bân. Lúc bộ Lễ duyệt lại những quyển văn đã lấy đỗ, thì trường Nam Định có Nguyễn Đình Nhuận, quyển văn nhiều hình tích đáng ngờ, bị đánh hỏng.

Bắc Thành có bão, Nam Định bị hại nhiều nhất. Vua dụ

quan địa phương, phàm nhà dân bị đổ, thuyền buôn bị đắm đều phát tiền, gạo chẩn cấp.

Ngày mồng 7 [12/10/1831], bãi ty Tổng trấn Bắc Thành, quyết định chia ra từng tỉnh, đặt chức quan. Trước đó nhà vua dụ rằng:

"Việc đặt quan dựng rào dậu *để che chắn, là việc chính trị lớn của triều đình, nhân thời đại mà ứng phó, cần hợp với thực tế kinh lý. Quốc gia ta, cơ sở bắt đầu từ phương nam, các trấn hạt đều đặt ty để chuyên lo; đến đời vua cha ta, Thế tổ Cao Hoàng đế, thống nhất xa thư toàn nước Việt Nam; các hạt lệ thuộc Bắc Thành gồm11 trấn đất rộng việc phiền, nên lúc đại định đặc cách đặt một viên đại thần coi vùng này, lại phân đặt các tào* (4) và trấn liên quan; đó là do nhu cầu tạm thời trong giai đoạn.

Ngưỡng trông thánh minh mưu đồ việc xa xôi, ý cũng muốn chấn chỉnh, nhưng việc khai sáng mới bắt đầu, nên chưa rảnh rỗi; nay Trẫm chỉ muốn kế thừa theo chí của người xưa. Nghĩ rằng địa phương này binh dân ngục tụng, tiền lương thuế khoá, thuộc loại phiền phồn, nên đặt ra từng hạt phân ty, để có sự chuyên trách. Nay các hạt thuộc miền Bắc như Quảng Trị, Quảng Bình, Nghệ An, Thanh Hoá, Ninh Bình....., cũng nên chia đặt cải định một lần, thì chức vụ và trách nhiệm không quá phiền, sự việc qui vào tiện lợi; như vậy mãi mãi không có mối tệ, vĩnh viễn yên ổn lâu dài ức vạn năm.

Nay các đình thần hãy tất tâm thương nghị, từ Quảng Trị ra phía bắc đến các trấn Bắc Thành, đáng chia từng hạt, đặt chức quan nên như thế nào; cần bàn cho kỹ, rồi dâng tấu triệp để đợi chiếu chỉ thi hành."

Man Mường Lữ nước Miến Điện đến trấn Thanh Hoa xin phụ thuộc vào nước ta. Vua sai quan trấn dụ rằng nước ngươi nếu quả thực lòng hướng theo đức hoá triều đình thì phải làm bài biểu lời lẽ kính cẩn, và sai người đầu mục đưa đến mới phải là lễ nước nhỏ thờ nước lớn; rồi cấp cho sứ giả 100 quan tiền, tiễn ra khỏi địa giới.

Vua nghĩ các sở mỏ vàng ở các trấn thuộc Bắc Thành gồm mỏ Phong Thường, ở Bắc Ninh; 5 mỏ ở Tuyên Quang: Tiên Kiều, Niêm Sơn, Bạch Ngọc, Ngọc Liên, và Linh Hồ; 3 mỏ ở Hưng Hoá: Yết Ong, Gia Nguyên, Bản Lô; 4 mỏ ở Thái Nguyên: Kim Hỉ, Thuần Mang, Sảng Mộc và Bảo Mang; 4 mỏ ở Lạng Sơn: Xuân Dương, Đồng Bộc, Suất Lễ và Hữu Lân; và mỏ Vĩnh Giang ở Cao Bằng. Mỗi năm nộp thuế vàng từ 1 lạng đến 6 lạng, không được là bao nhiêu. Sắc sai bộ Hộ tư cho quan Bắc Thành truyền bảo các chủ mỏ hằng năm ngoài lệ vàng nộp thuế, mỗi mỏ phải bán cho nhà nước 50 lạng vàng nữa, nhà nước sẽ trả tiền cho mỗi lạng vàng là 12 lạng bạc hoặc 60 quan tiền. Các chủ mỏ đều không bằng lòng; Vua hạ lệnh phong toả hết các mỏ lại, không cho khai nữa, sau đó lại dụ bộ Hộ rằng:

"Vàng, một nguồn báu dưới đất, rất có quan hệ đến thuế khoá của nhà nước, phải nhân mối lợi mà làm ra lợi, há nên bỏ đấy? Vậy hạ lệnh cho quan địa phương mộ thuê những phủ quen nghề làm mỏ rồi phái người đến đốc suất mà khai; hay là lập ra hộ làm vàng, châm chước thành ngạch thuế để quốc dụng được tăng thêm và tài nguyên được dồi dào".

Thao diễn voi trận ở trước Nam đài; Vua đến xem, thưởng cho lính cưỡi voi 300 quan tiền.

Vào tháng giêng năm nay [12/2-12/3/1831], người Trung

Quốc là viên Tri huyện bị cách Lý Chấn Thanh cùng đàn ông đàn bà hơn 40 người đáp thuyền buôn, gặp bão trôi giạt đến hải phận Thuý Cơ thuộc tấn Đề Di, huyện Phù Cát, thuộc Bình Định. Nhà Vua sai quan dùng thuyền hộ tống đến Hạ Môn, Phúc Kiến. Vua Đạo Quang nhà Thanh tỏ vẻ hoan hỷ gửi tặng Vua phẩm vật, cấp lương ăn cho quan lại thuỷ thủ, và sửa chữa thuyền:

"***Ngày 28 Đinh Sửu tháng 9 năm Đạo Quang thứ 11* [2/11/1831]**

Dụ Nội các: Tổng đốc Mân Chiết [Phúc Kiến, Chiết Giang] *Tôn Nhĩ Chuẩn tâu ' Cứ lời Tổng binh trấn Nam Úc báo rằng khi tuần tiễu tại biển thấy một chiếc thuyền, đến nơi tra vấn thì người Di trên thuyền cùng Thông sự trình đơn màu hồng xưng rằng bọn họ là Hành nhân Việt Nam tên Trần Văn Trung, Cao Hữu Dị phụng mệnh Quốc vương nước này dùng thuyền hộ tống quyến thuộc viên chức cũ của tỉnh Phúc Kiến là Lý Chấn Thanh và dân bị nạn đến tỉnh Phúc Kiến. Lại căn cứ theo bọn Hưng Tuyền, Vĩnh Đạo bẩm xưng thuyền Di đi đến Hạ Môn, để đem thân thuộc viên chức cũ và dân bị nạn lên bờ.'*

Nước Việt Nam cách trở trùng dương, vốn được tiếng cung thuận; nay viên Quốc vương nhân quyến thuộc quan chức của nội địa gặp gió bão trôi dạt đến nước này, bèn cứu vớt, chu cấp, lại phái nhân viên hộ tống đến tỉnh Phúc Kiến, lòng thành thực đáng khen. Nay ban cho viên Quốc vương 2 tấm mãng đoạn, 2 tấm thiểm đoạn, 2 tấm gấm đoạn, 4 tấm thải đoạn, 4 tấm tố đoạn, để biểu thị sự khen thưởng. Lệnh Tổng đốc Mân Chiết chiếu theo lệ cấp lương ăn cho các quan hộ tống cùng thuỷ thủ; khi khởi trình thì cấp cho lương ăn đường; cùng thưởng cấp ngân lượng để tu sửa thuyền bè.

Những hàng hoá do Sứ thần đem đến đều chấp nhận cho bán. Các loại đoạn ban thưởng cho viên Quốc vương, lệnh cho viên Tuần phủ Quảng Tây tiện dịp khi Sứ thần Việt Nam trở về nước năm nay thì cho mang về. Bộ phụ trách hãy gửi văn thư trước cho viên Quốc vương hay biết." (**Tuyên Tông Thực Lục** quyển 197, trang 14)

Triều đình nhà Thanh ước tính Sứ thần Việt Nam bọn Hoàng Văn Đản sang cống, sẽ trở về Quảng Tây trước khi quà biếu của Vua Đạo Quang đến kịp. Nên ra lệnh cho Tuần phủ Quảng Tây bảo Sứ thần đợi đến khi sắc dụ khen lao, cùng các tấm đoạn ban thưởng đến nơi, sẽ mang về giao viên cho Vua Việt Nam nhận lãnh:

"***Ngày 28 Đinh Sửu tháng 9 năm Đạo Quang thứ 11*** **[2/11/1831]**

Dụ các Quân cơ đại thần:

Cứ theo lời tâu của Tôn Nhĩ Chuẩn [Tổng đốc Mân Triết] *rằng Quốc vương Việt Nam sai người hộ tống quyến thuộc nhân viên cũ Lý Chấn Thanh của tỉnh Phúc Kiến và dân bị nạn đến tỉnh này; đã giáng chỉ rõ ràng, ban thưởng cho viên Quốc vương các tấm đoạn. Lệnh cho Kỳ Cống* [Tuần phủ Quảng Tây] *khi Cống sứ nước này trở về nước năm nay, thì nhân tiện cho mang về. Lần này Cống sứ Việt Nam rời kinh đô sớm, tính hành trình thì sắp đến Lưỡng Quảng, lệnh cho Kỳ Cống khi viên Sứ thần đến tỉnh, thì bảo viên này đợi đến khi sắc dụ khen lao viên Quốc vương cùng các tấm đoạn ban thưởng đến nơi, lệnh viên Sứ thần mang về giao viên Quốc vương nhận lãnh. Đem dụ này truyền để hay biết.*"(**Tuyên Tông Thực Lục** quyển 197, trang 17)

Tháng mười [4/11-3/12/1831] khởi công xây đắp pháo đài

ở núi Kim Dữ [thị xã Hà Tiên, Kiên Giang]; núi ấy chu vi 133 trượng 5 thước, tầng dưới cao 5 thước 3 tấc, mặt rộng 8 thước, tầng trên cao 1 thước 2 tấc, mặt rộng 4 thước. Mé ngoài pháo đài, chu vi 57 trượng; mặt trước đài dựng một cột cờ, đằng sau đài mở một cửa; ở trong, dựng 1 toà nhà ngói 3 gian 2 chái, đặt súng đại bác; hai bên dựng 2 cái nhà ngói đều 1 gian 2 chái để chứa thuốc đạn. Chân núi, phía sau đài, làm 2 cái nhà tranh, mỗi cái 5 gian 2 chái, để cho quân binh cư trú. Lúc đài xây xong, Tổng trấn Lê Văn Duyệt xin phái hơn 160 biền binh, 3 thuyền Ô, Lê, giao cho Thủ uý Lê Văn Do cai quản đốc suất.

Chia đặt các tỉnh, huyện từ kinh đô Huế ra Bắc, như sau:

Quảng Bình: thống trị 1 phủ là Quảng Bình; 4 huyện là Phong Lộc, Lệ Thuỷ, Bố Chính, Bình Chính.

Quảng Trị: thống trị 2 phủ là Triệu Phong, Cam Lộ; 3 huyện là Hải Lăng, Đăng Xương, Minh Linh, 10 châu là Hướng Hoá, Mường Vanh, Nà Bôn, Thượng Kế, Tá Bang, Xương Thịnh, Tầm Bồn, Ba Lan, Mường Bổng, Làng Thìn.

Nghệ An: thống trị 9 phủ là Anh Sơn, Diễn Châu, Tương Dương, Quỳ Châu, Lạc Biên, Trấn Ninh, Trấn Tĩnh, Trấn Định, Trấn Biên; 29 huyện là Nam Đường, Hưng Nguyên, Thanh Chương, Chân Lộc, Đông Thành, Quỳnh Lưu, Kỳ Sơn, Vĩnh Hoà, Trung Sơn, Thuý Vân, Liên Huyện, Khâm Huyện, Tương Dương, Hội Nguyên, Quảng Huyện, Xôi Huyện, Mộc Huyện, Xa Hổ, Sầm Tộ, Khang Huyện, Cát Huyện, Cam Linh, Thâm Nguyên, Yến Sơn, Mộng Sơn, Man Soạn, Mang Lạn, Cam Môn, Cam Cát.

Hà Tĩnh: thống trị 2 phủ là Hà Hoa, Đức Thọ; 6 huyện là Thạch Hà, Kỳ Hoa, Hương Sơn, Thiên Lộc, Nghi Xuân, La

Sơn.

Thanh Hoa: thống trị 5 phủ là Hà Trung, Tĩnh Gia, Thọ Xuân, Thiệu Hoá, Trấn Man; 19 huyện là Tống Sơn, Hậu Lộc, Hoằng Hoá, Nga Sơn, Thuỵ Nguyên, Đông Sơn, An Định, Quảng Địa, Ngọc Sơn, Nông Cống, Quảng Xương, Lôi Dương, Thọ Xuân, Trình Cố, Vĩnh Lộc, Cẩm Thuỷ, Thạch Thành, Sầm Nưa, Man Xôi; 3 châu là Lang Chánh, Quan Da, Tàm Châu.

Hà Nội: thống trị 4 phủ là Hoài Đức, Thường Tín, ứng Hoà, Lý Nhân; 15 huyện là Thọ Xương, Vĩnh Thuận, Từ Liêm, Thượng Phước, Thanh Trì, Thanh Oai, Chương Đức, Sơn Minh, Hoài An, Nam Xang, Duy Tiên, Bình Lục, Phú Xuyên, Kim Bảng, Thanh Liêm.

Ninh Bình: thống trị 2 phủ là Yên Khánh, Thiên Quan; 7 huyện là Yên Khánh, Yên Mô, Gia Viễn, Kim Sơn, Phụng Hoá, An Hoá, Lạc Thổ.

Nam Định: thống trị 4 phủ là Thiên Trường, Thái Bình, Nghĩa Hưng, Kiến Xương; 17 huyện là Nam Chân, Giao Thuỷ, Thượng Nguyên, Mỹ Lộc, Phụ Dực, Quỳnh Côi, Đông Quan, Thuỵ Anh, Phong Doanh, Thiên Bản, Đại An, ý Yên, Tiền Hải, Thư Trì, Vũ Tiên, Chân Định, Thanh Quan.

Hưng Yên: thống trị 2 phủ là Khoái Châu, Tiên Hưng; 8 huyện là Tiên Lữ, Phù Dung, Thiên Thi, Đông An, Kim Động, Hưng Nhân, Thần Khê, Duyên Hà.

Hải Dương: thống trị 4 phủ là Bình Giang, Ninh Giang, Nam Sách, Kinh Môn; 18 huyện là Cẩm Giàng, Đường Hào, Đường An, Tứ Kỳ, Vĩnh Lại, Thanh Miện, Gia Lộc, Chí Linh, Thanh Lâm, Thanh Hà, Tiên Minh, An Dương, An Lão, Nghi Dương, Thuỷ Đường, Đông Triều, Kim Thành, Giáp Sơn.

Quảng Yên: thống trị 1 phủ là Hải Đông; 3 huyện là Hoa Phong, Hoành Bồ, Yên Hưng; 3 châu là Vạn Ninh, Vân Đồn, Tiên Yên.

Sơn Tây: thống trị 5 phủ là Quốc Oai, Vĩnh Tường, Lâm Thao, Quảng Oai, Đoan Hùng; 22 huyện là Yên Sơn, Yên Lạc, Thạch Thất, Yên Lãng, Bạch Hạc, Lập Thạch, Mỹ Lương, Phù Ninh, Đan Phượng, Sơn Vi, Hoa Khê, Thanh Ba, Hạ Hoa, Tiên Phong, Minh Nghĩa, Bất Bạt, Phước Thọ, Tây Quan, Đăng Đạo, Tam Dương, Sơn Dương, Hùng Quan.

Hưng Hoá: thống trị 3 phủ là Quy Hoá, Gia Hưng, An Tây; 5 huyện là Văn Chấn, Yên Lập, Tam Nông, Trấn Yên, Thanh Xuyên; 16 châu là Thuỷ Vĩ, Văn Bàn, Sơn La, Thuận Châu, Tuần Giáo, Mai Sơn, An Châu, Ninh Biên, Mộc Châu, Đà Bắc, Phù Hoa, Mai Châu, Chiêu Tấn, Luân Châu, Lai Châu, Quỳnh Nhai.

Tuyên Quang: thống trị 1 phủ là Yên Bình; 1 huyện là Hàm Yên; 5 châu là Vị Xuyên, Thu Châu, Đại Man, Lục Yên, Bảo Lạc.

Bắc Ninh: thống trị 4 phủ là Từ Sơn, Thiên Phước, Thuận An, Lạng Giang; 20 huyện là Tiên Du, Võ Giàng, Quế Dương, Yên Phong, Thiên Phước, Hiệp Hoà, Kim Hoa, Việt Yên, Lang Tài, Gia Lâm, Văn Giang, Gia Bình, Siêu Loại, Yên Thế, Yên Dũng, Bảo Lộc, Hữu Lũng, Phượng Nhãn, Lục Ngạn, Đông Ngàn.

Thái Nguyên: thống trị 2 phủ là Thông Hoá, Phú Bình; 9 huyện là Cảm Hoá, Tư Nông, Bình Tuyền, Phú Lương, Võ Nhai, Đại Từ, Phổ Yên, Văn Lãng, Động Hỷ; 2 châu là Bạch Thông, Đinh Châu.

Lạng Sơn: thống trị 1 phủ là Trường Khánh; 7 châu là

Ôn Châu, Thất Tuyền, Lộc Bình, Thoát Lãng, Yên Bác, Văn Quan, Văn Uyên.

Cao Bằng: thống trị 1 phủ là Trùng Khánh; 4 châu là Quảng Uyên, Thượng Lang, Hạ Lang, Thạch Lâm.

Phân chia chức vụ coi giữ tại các tỉnh: Tổng đốc chuyên cai quản tỉnh lớn, kiêm quản tỉnh nhỏ kế cận; Tuần phủ chuyên cai quản tỉnh nhỏ. Ví như Nghệ An là tỉnh lớn do Tổng đốc chuyên quản, ngoài ra viên Tổng đốc này còn kiêm quản tỉnh Hà Tĩnh kế cận; riêng tỉnh Hà Tĩnh còn có Tuần phủ chuyên quản. Bố chính giữ việc thuế khoá, tài chính toàn tỉnh. Án sát giữ việc kiện tụng hình án, chấn hưng phong hoá, kỷ cương, trừng thanh các quan lại, kiêm coi công việc chạy trạm trong tỉnh.

Tháng mười một [4/12/1831-2/1/1832], Quốc trưởng nước Nam Chưởng [Luang Phrabang, Lào] dâng thư nói: "*Nước ấy có các dân man Chấp Vị, Mang Nhụ, trước đây bị người Xiêm quấy nhiễu, phải sang kiều ngụ ở hạt phủ Trấn Ninh* [Xiêng Khoáng, Lào], *thuộc Nghệ An, nay xin gọi về quê cũ*". Vua y cho.

Sai bọn thuỷ quân Vệ uý Trần Văn Lễ, Phó vệ uý Phan Văn Mẫn và Đoàn Khác, đi các hiệu thuyền Uy Phượng, Thanh Dương và Bình Dương, đến Giang Lưu Ba [Jakarta, Inđônêxia] và Hạ Châu [Singapore]. Viên quan bị cách là Phan Thanh Giản cũng phải theo đi, để làm việc chuộc tội.

Tháng chạp [3/1-1/2/1832]], định lệ về số thuộc binh của Tổng đốc, Tuần phủ, Bố chính, án sát và Lãnh binh ở các tỉnh. Tổng đốc 30 người, Tuần phủ 20 người, Bố chính và án sát đều 10 người, Lãnh binh 5 người; mộ những dân ngoài sổ, từ Quảng Bình trở vào Nam để sung vào; mỗi người, mỗi tháng cấp lương cho 1 quan tiền, và 1 phương gạo. Khi thăng đổi đi hạt khác, các quan chức được chuẩn cho đem theo số thuộc binh này.

Bắc Ninh và Hải Dương, có nhiều giặc cướp; quân binh truy nã, chúng thường trốn thoát sang hạt khác. Các đốc thần viện cớ không dám vượt sang hạt khác, để đuổi đến tận cùng. Vua phán việc bắt kẻ phạm pháp trong chỗ giáp giới, luật đã nói rõ, có cấm về sự vượt cõi đâu? Truyền chỉ cho đốc phủ nghiêm sức các quân binh và dân xã thuộc hạt từ nay về sau, hễ có trộm cướp lén lút xuất hiện thì lập tức phải hết sức đánh bắt, nếu chúng chạy trốn sang hạt bên cạnh thì cho phép một mặt phi báo lên thượng ty hội họp nã bắt, một mặt đuổi riết đến kỳ cùng, cốt bắt được cả bọn; không được mượn cớ là không dám vượt quá địa giới rồi tự rút lui.

Vua đi tuần du ở sông Lợi Nông [huyện Hương Thuỷ, Thừa Thiên], thưởng

tiền cho các quân binh đi hộ giá.

Đắp lại đê mới, dài hơn 70 trượng, ở xã Lê Xá, huyện Duy Tiên [Hà Nam]

Sắc cho từ nay cứ tết đến, vào đêm Trừ Tịch, mỗi khắc nổ 20 pháo ống lệnh, ở sân điện Thái Hoà.

Chú thích:

1. Phủ Trấn Tĩnh: Vùng đất Lào thuộc 3 động Yên Sơn, Thâm Nguyên, Mông Sơn, giáp huyện Hương Khê, Hà Tĩnh.

2. Tiểu Tây Dương: chỉ thuộc địa của nước Pháp tại Ấn Độ.

3. Trảm giam hậu: Bị xử chém, nhưng còn được giam lại để đợi vua quyết định.

4. Tào: cơ quan chuyên môn phụ giúp Tổng trấn, như “binh tào”.

213.
Vua Minh Mệnh (13)
[2/2/1832-19/2/1833]

Tháng giêng năm Minh Mệnh thứ 13 [2/2-1/3/1832], cấm các thuyền buôn không được bắt chước kiểu thuyền nhà Thanh. Vua bảo bộ Hộ thuyền buôn ở các địa phương nhiều cái giống thuyền của nhà Thanh, bọn con buôn giảo quyệt dùng nó làm việc gian trá, lén chở gạo sang nhà Thanh buôn bán đổi chác, tệ ấy phải nên trừ bỏ. Nếu trái lệnh thì chủ thuyền sẽ bị khép vào tội trái phép, thuyền và của cải đều bị sung công.

Đào sông ở ba xã Thần Phù, Lê Xá và Văn Giang, đều thuộc huyện Hương Thuỷ, Thừa Thiên. Cửa sông ở bờ bên tả sông Lợi Nông, dài hơn 471 trượng [1 trượng=4 mét], phía trên rộng 1 trượng 5 thước, phía dưới rộng 1 trượng 3 thước).

Dùng Nguyễn Công Trứ người đã có chiếu chỉ giáng bổ kinh huyện, làm Viên ngoại lang ở Nội vụ phủ.

Khai đường sông ở tỉnh Nam Định. Trước đây quan tỉnh tâu rằng:

"*Về bên tả ngoại thành có sông Vị Hoàng, một dải quanh co, thế nước chảy xói vào làm cho bờ sông ngày một lở dần. Vậy xin đào một đoạn sông mới, để chia xẻ dòng nước khiến dòng nước chảy thẳng, thì tỉnh thành mới đỡ lo ngại*".

Vua sai giám thành đi xem xét địa hình và vẽ địa đồ dâng lên, bèn chuẩn cho đào một con sông mới, từ sông Phụ Long [huyện Xuân Trường, Nam Định] đến bến đò Lương Xá [huyện Xuân Trường, Nam Định], rồi cùng hợp vào sông cũ. Sông dài hơn 528 trượng, trên rộng 5 trượng, dưới rộng 3 trượng 8 thước, hai bên đất đắp đều 3 trượng.

Ban họ tên cho các viên chức dân tộc thiểu số; lệ như Phòng ngự đồng tri ở phủ Trấn Ninh là Thiều Huống, cho họ mới là Kiệu, tên là Huống.

Sai bọn thành thủ uý là Nguyễn Đăng Huyên và Lê Văn Khánh, đi thuyền chữ Bình hiệu 8, sang Hạ Châu [Singapore].

Tháng hai [2/3-31/3/1832] lính Ninh Thiện thuộc tỉnh Nghệ An làm phản. Bốn đội Ninh Thiện gồm hơn 200 lính đóng giữ ở phủ Trấn Ninh, có tên Trần Tứ và Đỗ Bảo nhận thư của Lê Duy Lương [con Hoàng thân Lê Duy Hoán], hiện trốn ở miền thượng du Sơn Tây, Ninh Bình; cùng nhau ngấm ngầm mưu phản. Chúng cầm đầu xướng suất lính các đội giết cai đội Đỗ Trọng Thai và 8 quân binh, đốt đồn trại, cướp khí giới; rồi do đường núi qua các huyện Kỳ Sơn [Nghệ An], Hội Nguyên [Nghệ An] lẩn ra Bắc. Tổng đốc Tạ Quang Cự được tin báo, tức thì phái quản vệ dinh Thần sách là bọn Trần Đức Lộc và Lê Văn Tề đem binh chia đường chặn bắt. Rồi giặc chạy đến Ninh Bình, có bọn phạm nhân tại đào ở xã An Chí, tổng Yên Lạc là Quách Công Chinh và Quách Công Thự chứa chấp. Tuần phủ Hồ Hựu cùng với quan binh 2 đạo Thanh Nghệ hội lại nã bắt được hết bọn giặc. Vua được tin cả mừng, xuống dụ khen ngợi, sai đem chính phạm là Trần Tứ, Đỗ Bảo và bọn oa tòng là Quách Công Chinh, Quách Công Thự, giam vào cũi sắt đưa về Kinh xử tội lăng trì; còn bọn tòng phạm đều chém cả. Lại còn Lê Duy Lương chưa bị bắt; nên sắc cho các Tổng đốc, Tuần phủ ở Thanh Hoa, Ninh Bình, SơnTây và Hà Nội, hạn trong 3 tháng phải lập kế bắt cho bằng được.

Tổng trấn Gia Định Lê Văn Duyệt vì tuổi già sức yếu dâng sớ xin cáo lão,và nói:

"Hiện nay từ phía bắc kinh kỳ trở ra đã chia hạt đặt quan, có các nha Tổng đốc, Tuần phủ, Bố chính, án sát cùng giữ gìn nhau, ràng buộc nhau rất hợp với chức phương bá ((1). Thần dân già yếu, trong lòng cũng biết mưu kế dài lâu không gì hay hơn thế, nên thực lòng muốn chính mình được trông thấy. Vậy xin sắc sai các đình thần bàn xét về các trấn ở thành hạt Gia Định, để kiến thiết một thể; tỏ ra một chính sách chung, đại đồng, khiến thần được nghỉ việc thành, điều dưỡng cho khỏi, sẽ xin về Kinh chầu hầu".

Vua dụ rằng:

"Khanh nên cố gắng làm việc, đợi sau sẽ xuống chỉ quyết định."

Quan thành Gia Định tâu:

"Đất Chân Lạp cấy được thóc, làm được muối, không đâu bằng Ba Thắc [Sóc Trăng], *sự ăn dùng trong nước ấy phần nhiều đều trông ở đó, mà đường chuyển vận ở biển phải do cửa trấn Định An* [Trà Vinh] *đồn An Thái thuộc Vĩnh Thanh. Vua Phiên sợ người coi đồn tấn ngăn trở nên đã khẩn khoản xin được thông hành. Vả lại, nước Chân Lạp là phiên thuộc của ta, cần gì phải câu nệ bờ cõi. Vậy xin nên chuẩn y lời thỉnh cầu."*

Vua ưng thuận.

Đổi trấn Vĩnh Thanh làm trấn Vĩnh Long, vì tránh tên

lăng Vĩnh Thanh tức lăng Hiếu Minh Hoàng hậu.

Tướng giặc ở Quảng Yên là Nguyễn Bảo, cùng với giặc Trung Quốc tên là Chung A Phát, tụ tập các thuyền chài, lấy núi Chàng Sơn (2) làm nơi sào huyệt; thường nhân lúc sơ hở gây nguy hại dân buôn. Phó quản cơ Nguyễn Văn Thẩm do tỉnh sai phái đem binh thuyền đi tuần tiễu, trông thấy 6 chiếc thuyền giặc, bèn đuổi theo, chúng chạy cả về phía đông. Quyền Tuần phủ Lê Đạo Quảng được tin, lại sai Phó quản cơ ở cơ Quảng Yên Đỗ Văn Giai, cùng với thổ Tri huyện và Tri châu hiệp sức cùng đi bắt giặc. Bọn đầu mục thuộc châu Vân Đồn là Phạm Đình Thịnh và Nguyễn Đình Thanh, gặp giặc ở đảo Cẩu Đầu, bắt được 6 tên, thu được 1 chiếc thuyền và súng lớn cùng khí giới.

Tháng ba [1/4-29/4/1832] thi Hội; sai Thượng thư bộ lại Nguyễn Khoa Minh sung Chánh chủ khảo, quyền Thượng thư bộ Hộ Trương Minh Giảng sung Phó chủ khảo, Thị lang Nội các Hoàng Quýnh và Tả thị lang bộ Hình Hà Duy Phiên sung Tri cống cử; phái Thống chế Đỗ Quý coi giữ công việc tra xét tuần phòng. Lấy 8 người trúng cách: Đỗ Quang, Phan Trước, Nguyễn Toản, Vũ Công Độ, Phạm Bá Thiều, Nguyễn Văn Lý, Phạm Sĩ Ái và Phạm Gia Chuyên. Lấy 3 người đỗ Phó bảng: Nguyễn Mậu Trạch, Trần Trứ và Nguyễn Bá Nghi.

Ngày Nhâm Tý mồng 5 [5/4/1832] tiết Thanh minh; Vua bái yết lăng Thiên Thụ [lăng Gia Long], nhân đi săn mùa xuân, gặp mưa, thưởng tiền và bạc lạng cho quan quân theo hầu.

Cho viên quan bị cách là Lý Văn Phức được khai phục làm Chánh cửu phẩm thư lại ở Nội vụ phủ. Phức, trước kia vì tham ô phải tội vào ngục; sau được tha, nhiều lần phái đi đường biển để gắng sức làm việc chuộc tội, tới đây, từ biển Đông về, phái viên là bọn Lê Thuận Tĩnh nói Phức là người làm việc xuất sắc, nên lại được dùng.

Đổi thuế sản vật biệt nạp xã Bát Tràng, huyện Gia Lâm. Bắc Ninh. Nguyên trước nộp vải trắng, nay đổi nộp gạch Bát Tràng; hằng năm mỗi người nộp 300 viên, còn dân đinh hạng lão thì nộp 1 nửa.

Các sách người thiểu số ở nguồn Chiên Đàn tỉnh Quảng Nam trước kia chống lại quan quân; nay tình nguyện xin ra thú, thần phục và đi lại buôn bán. Quan trấn tâu lên; Vua cho là người các sách này hay tráo trở, chưa thật đáng tin, nên không ưng thuận.

Sửa đắp lại các tấm bia phân chia địa giới ở sông Đổ Chú, tỉnh Tuyên Quang. Khoảng năm Bảo Thái thứ 9 [1728] đời Lê, quan lại phủ Khai Hoá nhà Thanh chiếm đất biên giới. Vua Lê đưa thư cho Vua nhà Thanh phản đối, người Thanh sai quan đi hội khám, bèn trả lại đất cho ta, chia địa giới ở sông Đổ Chú, bờ phía nam và bờ phía bắc sông này đều dựng bia để làm mốc. Ở bờ phía nam, bia nước ta khắc những chữ: "*Châu địa giới châu Vị Xuyên, trấn Tuyên Quang, nước An Nam lấy sông Đổ Chú làm mốc*". Đến đây các bia ở bờ phía nam sông đổ gãy, quan tỉnh Tuyên Quang tâu lên; Vua sai sửa lại.

Tháng tư [30/4-29/5/1832] sứ bộ sang nhà Thanh là bọn Hoàng Văn Đản, Trương Hảo Hợp và Phan Huy Chú khi về nước, bắt nhiều phu trạm tại biên giới chuyên chở đồ riêng, lại không hoàn thành việc phó thác. Vua phạt cách chức, truy thu hơn 100 lạng bạc tiền thuê mướn các trạm dọc đường.

Thuyền giặc biển Quảng Yên, khi ẩn khi hiện ở ngoài biển Vân Đồn. Bọn lại mục Phạm Đình Nghĩa và huyện đầu mục Phạm Đình Thịnh, đem lính hương dõng và thuyền bè đi tuần thám, gặp giặc bèn giao chiến, cha con anh em Nghĩa và lính hương dõng chết trận hơn 20 người. Sức Thịnh không chống nổi, bỏ thuyền lên bờ chạy; sau đó Thịnh tình nguyện xin sửa lại thuyền bè khí giới, cố sức đánh để chuộc tội.

Sai bọn Trung thuỷ thự Phó vệ uý Đoàn Khác, Nội vụ phủ quyền Lang trung Nguyễn Tri Phương và Tư vụ Lý Văn Phức, đi thuyền Định Dương sang Lữ Tống [Philippin] công cán. Liền đó Tri Phương can vào vụ làm hao hụt của công ở 2 kho các hàng sa, lĩnh và pha lê, bộ bàn xử tội cách chức. Đến khi Tri Phương đi việc công ở đường biển về, giải quyết mọi việc được thanh thoả, đặc cách dùng làm Viên ngoại lang.

Chánh đội trưởng suất đội cơ Hà Tiên là Mạc Hầu Hi được sai đi do thám nước Xiêm, chở trộm đường và gạo, bán cho Hạ Châu [Singapore], phái viên Nguyễn Tri Phương thấy được, khi trở về đem sự việc tâu lên. Sau đó Mạc Hầu Hi từ Hạ Châu trở về, lại buôn thuốc phiện lậu, đi đến Hòn Tre [Kiên Giang] sợ việc bị phát giác, bèn bí mật chuyển vận tang vật tới Cần Bọt [Campuchia], rồi đánh đắm thuyền, giả làm bị nạn bão. Quan thành Gia Định bắt điều tra, Hi nhận hết tội, cuối cùng bị tội giảo giam hậu (3).

Nhân vào năm ngoái Việt Nam cải tổ hành chánh, đổi trấn thành tỉnh, đặt các quan đầu tỉnh; lại lưu ý kiện toàn hạ từng cơ sở. Việc này khiến nước láng giềng Trung Quốc không khỏi nghi ngờ, nên Vua Đạo Quang ra lệnh cho Tổng đốc Lưỡng Quảng, Tuần phủ Quảng Tây bí mật do thám và đề phòng:

"Ngày 5 Tân Tỵ tháng 4 năm Đạo Quang thứ 12 [4/5/1832]

Dụ các Quân cơ đại thần:

"Lý Hồng Tân tâu rằng ' Cứ theo lời bẩm báo của trấn đạo Tả Giang thì vùng Lạng Sơn thuộc Việt Nam ở ngoài ải Nam Quan, phủ Thái Bình, viên Quốc vương đem trấn Lạng Sơn cải thành Tuần phủ, đổi Lạng Sơn Cao Bằng thành Tuần phủ quan phòng. Do thám báo rằng xứ này tụ binh, chứa lương, mở bằng đường đi, xây hồ, lập đồn; không kể dân địa phương hay dân khách [Hoa Kiều] *cứ 3 dân đinh lấy 1 người, 5 dân đinh lấy 2 người, ra lệnh tập tành võ nghệ. Lại đem đóng 2 mỏ đã khai, chỉ để lại mỏ sắt mà thôi.'*

"Việt Nam vốn được coi là cung thuận, lúc này đột nhiên thiết lập Tổng binh, cải đặt Tuần phủ, không thể không dò xét ước lượng tình hình. Hiện cứ Lý Hồng Tân tâu đã thông sức cấp tốc cho các trấn, đạo, phủ điều thêm quân lính, bí mật bố trí; lại sức cho trấn Tả Giang Văn Triết Quân, đợi khi viên Cống sứ nước này đến Nam Ninh, thì lấy cớ tuần biên, đi cùng với Cống sứ đến quan ải, đốc suất quan quân đề phòng ổn thoả; lại ra lệnh cho nhân viên có khả năng, cải trang thay đổi y phục, đến duyên biên quan ải điều tra một cách đích xác xem nước này tụ binh luyện tập, có mưu đồ gì khác không.

"Nói chung, cần giữ thản nhiên, không biểu lộ thanh sắc, cẩn mật đề phòng, trù bị sẵn. Tuỳ cơ ứng biến, không để lộ mối manh, khiến cho nước này sinh nghi hoặc; lại càng không thể coi thường không chú ý, rồi đi đến sơ suất lầm lỡ. Một khi tra hỏi được xác thực, thấy được có âm mưu nào chăng, hãy cứ theo sự thực tâu lên."

Đem việc này mật dụ Lý Hồng Tân, cùng dụ Kỳ Cống, Tô

Triệu Hùng hay biết." (**Tuyên Tông Thực Lục** quyển 209, trang 7-8)

Tuần phủ Quảng Tây Kỳ Cống tâu trình Việt Nam cải tổ nhằm chỉnh đốn nội bộ, chứ không có hiện tượng gì đặc biệt. Vua Đạo Quang tuy không phản đối, nhưng vẫn khuyên rằng chốn biên cương quan trọng, cần lưu ý phòng thủ, không trễ nãi việc tuần phòng:

"*Ngày 12 Mậu Tý tháng 4 năm Đạo Quang thứ 12* [11/5/1832]

Dụ các Quân cơ đại thần:

"Cứ theo Kỳ Cống tâu ' Thám rõ việc địa phương Lạng Sơn, Việt Nam cải đặt Tuần phủ quản lý 7 châu, thao diễn quân lính, đều tuân theo lệ cũ. Những khách thương buôn bán tại nước này, trước đây cuối năm mỗi hộ thu 2 lượng bạc, nay gia gấp bội thu 4 lượng, để bổ sung lương cho lính mới, không phải để tích trử lương. Trên đường từ Cao Bằng đến Tân Khai thiết lập đồn binh, nhằm tra xét trộm cướp, đệ tống công văn. Con đường từ Lạng Sơn đến trấn Nam Quan, lệnh quân lính dẹp bỏ gai góc, nhân Cống sứ trở về nước. Các xưởng vàng, bạc tại xứ này vẫn khai thác, thu hoạch kết quả như thường lệ. Đã thông sức cho trấn Tả Giang Văn Triết Quân đến ải Nam quan tra xem, thấy tường thành nơi biên giới kiên cố, dân chúng yên ổn, không có hiện tượng gì đặc biệt.'

"Nước Việt Nam vốn được cho là cung thuận, hiện viên Tuần phủ [Quảng Tây] *điều tra rõ nước này thiết lập các việc như Tuần phủ, chỉ là chỉnh đốn tại địa phương mà thôi, thực không có ý nào khác. Duy chốn biên cương quan trọng, cần lưu ý phòng thủ, không trễ nãi việc tuần phòng; nhưng cũng*

không nên tỏ ra quá khẩn trương, khiến họ sinh nghi hoặc. Càng ra sức nghiêm cấm giặc phỉ tại nội địa, và dân trốn ra khỏi quan ải, để khỏi sinh ra rắc rối. Lệnh cho Lý Hồng Tân đốc suất các quan binh ra sức kê tra, nghiêm mật phòng ngự. Cùng ra lệnh cho Kỳ Cống, Tô Triệu Hùng đến gần, tra hỏi, tuỳ lúc mà phòng bị, đặt nặng việc biên phòng, đó là điều chính yếu. Đem dụ, lệnh mỗi nơi hay biết." (**Tuyên Tông Thực Lục** quyển 209, trang 23-24)

Tháng năm [30/5/27/6/1832], quyền Bố chính Hải Dương là Hoàng Tế Mỹ bị lỗi, ra lệnh cách chức, phải theo bộ Lễ ra sức làm việc để chuộc tội; cho Nguyễn Công Trứ Lang trung Nội vụ, thăng chức quyền Bố chính Hải Dương

Lại thu thuế khai mỏ vàng ở Bắc Ninh, Lạng Sơn, Cao Bằng, Thái Nguyên và Tuyên Quang. Mỏ Phong Thường thuộc Bắc Ninh, mỗi năm nộp thuế vàng 6 lạng; mỏ Suất Lễ và Nông Đồn thuộc Lạng Sơn, mỗi năm nộp thuế vàng 5 lạng và đưa bán vàng cám 5 lạng; 2 mỏ Đồng Bộc, La Sơn mỗi mỏ hằng năm nộp thuế vàng 5 lạng, đưa bán vàng cám 4 lạng; mỏ Thượng Pha Hạ Pha thuộc Cao Bằng, mỗi năm nộp thuế vàng 4 lạng, đem bán vàng cám 4 lạng; mỏ Thuần Mang thuộc Thái Nguyên mỗi năm nộp vàng sống từ 5 đến 8 tuổi 11 lạng; mỏ Kim Hỷ 12 lạng, mỏ Bảo Nang, mỗi năm nộp vàng sống 8 tuổi 6 lạng; mỏ Sảng Mộc nộp 7 lạng; mỏ Niêm Sơn và Quan Quang thuộc Tuyên Quang, mỗi năm nộp thuế vàng 4 lạng và đưa nộp vàng cám 50 lạng. Trong số này Nông Đồn, La Sơn và Thượng Pha Hạ Pha là 3 mỏ mới khai, số còn lại đều là mỏ cũ.

Nước Chân Lạp sai sứ đến cống; khi sứ đến Gia Định, vua sắc cho miễn vào kinh, ban cho Vua nước này sắc thư và lụa hoa, còn Sứ thần thì ban bạc lạng, rồi cho về.

Ra lệnh cho bộ Hình từ nay phàm các phạm nhân là phụ nữ mà bị án xử làm nô tù, thì châm chước cấp cho các nhà quan văn võ bậc cao, chứ không cần phải đi đày.

Trước đây vào tháng ba thi Hội lấy trúng cách 8 người; nay vào thi Đình cho: Phan Trước và Phạm Sĩ Ái đỗ Đệ nhị giáp Tiến sỹ xuất thân; Nguyễn Văn Lý, Đỗ Quang, Phạm Bá Thiều, Vũ Công Độ, Nguyễn Tán và Phạm Gia Chuyên đỗ Đệ tam giáp Đồng tiến sĩ xuất thân.

Dân Lào, Mục Đa Hán, ở phủ Lạc Biên [Savannakhet, Lào] sai Sứ đến cống; Vua ra lệnh cho quan thần Nghệ An khoản đãi rồi cho về.

Phủ Thừa Thiên có dân xã Dương Sơn thuộc huyện Hương Trà theo đạo Thiên Chúa đã lâu, xây nhà thờ, suy tôn người Tây Dương là Phan Văn Kinh làm đạo trưởng, họp nhau giảng đạo cầu kinh. Việc phát giác. Quan phủ Thừa Thiên gọi cả đến công đường khuyên bảo hai, ba lần; rút cục vẫn không có một người nào chịu bỏ đạo. Vua giao xuống bộ Hình bàn xử, kết án cựu Lý trưởng Phạm Văn Khoa phải tội giảo giam hậu (3), tòng phạm là lý trưởng Trần Văn Tài bị tội mãn lưu (4); Vũ lâm phó đội là Trần Văn Sơn bị cách chức, cùng với 13 người lính, đều bị đóng gông 1 tháng, khi mãn hạn phải đánh 100 trượng, rồi phân phát đi làm lính ở các nơi Quảng Ngãi, Thanh Hoa; ngoài ra đàn bà, đàn ông ở dân ấy bị đánh roi, đánh trượng rồi tha. Đạo trưởng Phan Văn Kinh thì tâu xin xử tội giảo giam hậu, đợi lệnh, nhà thờ đạo thì dỡ đi. Lời nghị tội ấy dâng lên, vua cho được giảm: Trần Văn Tài phát vãng sung quân ở Trấn Ninh, Phan Văn Kinh vì là người ngoại di ở phương xa, chưa thuộc pháp độ, được gia ơn cho làm lính ở phủ Thừa Thiên, nhưng bị quản thúc nghiêm ngặt hơn không cho ra ngoài để truyền giáo.

Còn các binh lính là bọn Trần Văn Sơn, những ai đi Quảng Ngãi, gọi là "Phục nghĩa binh", những ai đi Thanh Hoa, gọi là "Phục hoa binh" để phân biệt với các hạng lính khác.

Truy luận tội Nguyễn Văn Thuỵ nguyên Bảo hộ Chân Lạp. Trước đây Lê Văn Duyệt, Tổng trấn Gia Định, sai Hình tào Vũ Du đi dò xét tình trạng Chân Lạp. Du về nói dò được việc Nguyễn Văn Thuỵ, khi lĩnh chức Bảo hộ, thường bắt dân Phiên đi lấy gỗ táu đem nộp mà không cấp tiền và gạo, lại bắt dân Phiên làm việc tư, sửa đắp đường cái, để đưa đám chôn cất vợ. Duyệt đem tình trạng ấy tâu lên; Vua ra lệnh tịch thu gia sản và giao xuống bộ Hình nghiêm ngặt nghị tội. Sau đó vua Chân Lạp dâng biểu tâu rằng năm trước có việc đi lấy gỗ táu đem nộp, thì dân đã lĩnh tiền và gạo của nhà nước cấp rồi. Xét rằng Vũ Du vâng mệnh đi dò la, không xét được nguyên uỷ đích xác, đột nhiên về báo rất là sai lầm, nên bị trừng phạt.

Bắt đầu đặt huyện Liêm, lệ thuộc phủ Trấn Ninh, tỉnh Nghệ An. Dân nước Vạn Tượng có đất Mường Hiểm tiếp giáp với huyện Xôi, tình nguyện xin phụ thuộc vào nội địa nước ta, dân số 130 người, mỗi năm mỗi người nộp thuế 2 đồng cân bạc. Quan tỉnh đem sự việc tâu lên, Vua cho đổi đất này là huyện Liêm.

Bắc Thành hạn hán lúa bị sâu rầy; lúa mỗi hộc lên tới 3 quan. Chiếu chỉ cho phép thu thuế vào vụ đông, bán rẻ lúa 1 hộc 2 quan.

Tháng sáu [28/6-26/7/1832], cho Phan Thanh Giản và Hà Quyền [tức Hà Tông Quyền] được khai phục làm Hàn lâm viện Kiểm thảo, sung chức Hành tẩu ở Nội các.

Ngày mồng 2 tháng 6 [29/6/1832], Tổng đốc Ninh Thái

Trịnh Đình Vũ bắt được tên cướp Khán Nhiêu tại xã Cao Đường, huyện Tiên Du, cùng đồ đảng là bọn Tổng Cầm, Tổng Thái.

Thuyền đi làm việc công của Xiêm La bị gió giạt vào địa phận tấn Kim Dữ; Vua sai tỉnh Hà Tiên cấp cho tiền gạo và dùng binh thuyền đưa về.

Phạm Đình Hổ, Hàn lâm viện Thị giảng học sĩ, vì có bệnh xin về quê, vua chuẩn y và cho mang theo mũ áo đại triều đã cấp. Hổ về được vài tháng thì chết, vua sai theo lệ cấp tiền tuất và cho tiền 100 quan, 5 tấm lụa, 10 tấm vải.

Tháng bảy [27/7-25/8/1832], ban cấp hàn thử xích [hàn thử biểu] cho 14 tỉnh từ Quảng Trị trở ra Bắc: Quảng Trị, Quảng Bình, Hà Tĩnh, Nghệ An, Thanh Hoa, Ninh Bình, Sơn Tây, Bắc Ninh, Nam Định, Hải Dương, Hưng Yên, Quảng Yên, Hưng Hoá và Thái Nguyên. Tỉnh Tuyên Quang trước đã cấp hàn thử xích rồi, nhưng bị vỡ, nay cũng cấp lần nữa.

Lê Văn Duyệt, Tổng trấn thành Gia Định, bị ốm nặng, quản lý binh biền binh ở thành là Nguyễn Văn Quế và các quan ở ba tào Hộ, Binh, Hình đem việc ấy tâu lên. Vua dụ cho Lê Văn Duyệt tạm nghỉ việc thành để yên tâm điều dưỡng, và cho con là Kiêu kỵ đô uý Lê Văn Yến đến thăm nom. Còn ấn Tổng trấn giao cho Nguyễn Văn Quế tạm lĩnh, phàm mọi việc trong thành đều chuẩn cho Quế hội đồng với các tào để làm cho được ổn thoả, việc gì nên tâu thì cùng ký tên để tâu.

Bắc Kỳ Đê chính là bọn Nguyễn Văn Quyền, Nguyễn Hữu Gia tâu nói:

"*Mưa lụt mấy tuần nước sông lên gấp bội, đê, bối* [Bối: đê phụ] *nhiều đoạn sạt lở, đã nhiều lần đốc suất quan dân bảo hộ, may được yên ổn. Hiện bây giờ đương lần lượt bồi bổ, để phòng có lụt sau này".*

Vua phê bảo rằng:

"Xem tờ tấu rất đáng khen ngợi, các ngươi nên cố gắng hơn lên. Đợi khi được tin nước sông đã yên ta sẽ xét công hậu thưởng."

Tháng tám [26/8-23/9/1832], Quốc vương nước Chân Lạp là Nặc Chăn muốn xây đắp thành bằng gạch và dựng chùa thờ phật để thờ mẹ, nhưng còn sợ chưa dám quả quyết; Vua chấp thuận cho tự quyết định.

Tả quân Tổng trấn thành Gia Định Lê Văn Duyệt chết; được truy tặng Tá vận công thần, Đặc tiến Tráng võ tướng quân, Tả quân Đô thống phủ, Chưởng phủ sự, Thái bảo, Quận công, thuỵ Uy Nghị. Ban cho 10 cây gấm màu, 10 tấm nhiễu màu, 3.000 quan tiền, trước ban một tuần tế, đến ngày an táng lại cho một tuần tế nữa. Rồi sắc cho hai vệ Tả bảo nhất và Tả bảo nhị đồn trú ở thành Gia Định rút về Kinh, vệ Minh nghĩa rút về tỉnh Quảng Ngãi, chia bổ vào 6 cơ Tĩnh man; còn lính trước ở cơ An thuận thì cho lưu lại điều bổ vào các đội Tả sai, Tả thuận, đợi sau khi an táng Lê Văn Duyệt xong thì đưa về Kinh.

Cho Nguyễn Công Trứ làm Bố chính tỉnh Hải Dương.

Bộ Hộ tâu xin thử luyện bạc ở các mỏ thuộc Tuyên Quang, cùng 2 mỏ Cảm Lạc và Khiếu Nương thuộc Thái Nguyên, thấy sắc bạc khá tốt, vậy chuẩn cho 10 lạng bạc thì ăn 9 lạng bạc ròng. Hai mỏ Nhân Sơn và Phước Sơn thuộc Thái Nguyên là hạng thứ nhì cứ 10 lạng chỉ ăn 8 lạng 5 đồng cân. Sắc cho 2 tỉnh từ nay hễ dân hạt đem nộp bạc đúng như hạng ấy, thì chiếu theo đó mà tính thu; nếu hơi kém thì cứ lời bàn trước, theo lệ 10 lạng ăn 8 lạng

Bắc Kỳ có gió bão. Đê hai xã Bạch Sam và Hoà Khê thuộc huyện Duy Tiên [Hà Nam] bị vỡ. Quan Đê chính là bọn Nguyễn Văn Quyền và Nguyễn Hữu Gia tâu gấp lên vua. Chưa được bao lâu nước lụt càng lên to, chỗ vỡ lại rộng thêm; Vua ra lệnh chẩn cấp

Quyền lĩnh ấn Tổng trấn thành Gia Định Nguyễn Văn Quế và các tào thần, tâu rằng:

"*Thành hạt từ năm Minh Mệnh thứ 10* [1829] *đến cuối tháng 4 năm nay, số khách* [Hoa kiều] *do thuyền nhà Thanh chở đến rất nhiều, thế mà các trấn đăng vào sổ nộp thuế không có mấy. Vậy xin từ nay hễ thuyền nhà Thanh đến buôn bán, khi mới vào cửa biển, viên tấn thủ phải căn cứ vào số người trên thuyền là bao nhiêu, làm thành 3 quyển sổ điểm mục, chua rõ họ, tên, quê quán: một quyển nộp quan địa phương sở tại, 1 quyển để ở thành, 1 quyển đưa về bộ để lưu chiểu. Tới ngày thuyền về, lại xem số người đưa về là bao nhiêu, làm sổ điểm mục, do sở tại sao ra đưa cho viên tấn thủ dùng làm bằng mà xét nghiệm rồi cho đi. Còn những khách ở lại thì ra lệnh cho bọn Bang trưởng, Lý trưởng phải kiểm tra số, phân biệt hạng người có, với hạng người không có vật lực, hội lại làm sổ hàng bang, theo lệ thu thuế. Rồi cứ thời thường xem xét, hễ thấy còn sót thì báo ngay quan trên tiếp tục ghi vào sổ. Nếu dám dụng tình dung túng giấu giếm thì chiếu luật "ẩn lậu dân đinh" mà nghĩ xử. Quan địa phương và bọn tổng mục sơ sót không xem xét, cũng đều khép tội*".

Vua cho là phải.

Nước Xiêm La sai sứ sang báo tang vương thứ 2 nước ấy. Khi sứ đến Hà Tiên, bọn Nguyễn Văn Quế ở Gia Định đem sự việc tâu lên. Vua bèn chuẩn cho sứ giả vào Kinh yết kiến và hậu thưởng rồi cho về. Lại sai Lang trung bộ Lễ là Nguyễn Hữu Thức sung làm Chánh sứ, Chủ sự bộ Binh là Trần Văn Toản sung làm phó sứ, sang viếng. Khi bái từ ra đi, vua đề cập đến việc tướng Xiêm Sũng Sam đánh úp giết Hành nhân Phan Văn Thống vào tháng sáu năm Minh Mệnh thứ 9 [12/7-10/8/1828]; rồi căn dặn:

"Sứ thần có trách nhiệm chuyên đối, lũ ngươi đi chuyến này, nên hỏi nước Xiêm về tội của tên Sũng Sam. Trong khi bàn luận các ngươi nên lấy nghĩa mà trách. Nếu họ biết nhận lỗi thì đã là làm tròn sứ mệnh, không nhục đến mệnh lệnh của vua, rồi không cần phải trách bỏ quá khắt khe để giữ lấy thể diện cho nước".

Quân Lê Đạo Quảng quyền Tuần phủ Quảng Yên đóng ở vạn Trà Cổ [thị xã Mông Cái, Quảng Ninh], dò thám biết tên tướng giặc Chung Á Phát cùng tên tội phạm Nguyễn Bảo bị quân binh nhà Thanh tầm nã, phải trốn miền biển Bạch Long Vỹ và Trúc Sơn; Quảng đích thân điều binh thuyền tiến đến núi Đông Chàng [huyện Cô Tô, tỉnh Quảng Ninh]. Quân ta xung kích, Nguyễn Bảo đi chiếc thuyền nhỏ chạy thoát. Quảng vẫy cờ cho quân đến thẳng đầu thuyền lớn để ngăn chặn, lại bao vây cả 2 bên tả hữu. Phạm Đình Thịnh thổ mục Vân Đồn, nhảy sang thuyền giặc, chém tên Á Phát trước. Quân binh thừa thế, chém luôn 15 đầu, bắt sống 9 tên, còn các tên giặc khác nhảy xuống biển chết. Sự việc tâu lên, Vua khen và và phục chức cho Lê Đạo Quảng và Phan Đình Thịnh trước đó bị giáng chức và thưởng cho quân binh 1000 quan tiền.

Tháng chín [24/9-23/10/1832], Bố chính Hải Dương Nguyễn Công Trứ được thăng chức Tuần phủ Hải Dương, tạm giữ ấn Tổng đốc Hải Yên [Hải Dương, Quảng Yên].

Tổng đốc Sơn Hưng Tuyên Lê Đại Cương, thăm dò tình trạng gần đây của người nhà Thanh ở động Phong Thu [huyện Phong Thổ, Lai Châu] thuộc tỉnh Hưng Hoá; tâu rằng năm trước huyện Kiến Thuỷ nhà Thanh cũng thường sai người đến động Phong Thu đòi thuế , các thổ mục không chịu nộp, nhưng người nhà Thanh cũng không dám sinh sự.

Đặng Văn Thiêm, quyền Tổng đốc Định Yên [Nam Định, Hưng Yên], xin sửa đoạn sông sát với tỉnh thành Nam Định:

"Một dải sông Hoàng Giang ở bên tả tỉnh thành nước chảy xô mạnh, đã từng đào sông mới để rút bớt thế nước. Mùa xuân này mưa lụt, có một đoạn sông cũ dài hơn 190 trượng, lượn vòng như hình cánh cung, nhiều chỗ sạt lở. Vậy xin đến mùa đông, nước lụt rút xuống thì trước hết mở rộng thêm 2 bên cửa sông mới, mỗi bên 3, 4 trượng để thu lấy dòng nước. Lại đắp mỏ kè ở chỗ sụt lở để chống nước chảy xói". Vua y lời tâu.

Giặc Nguyễn Bảo tại tỉnh Quảng Yên, tụ họp hơn 10 chiếc thuyền thuộc bọn cướp nhà Thanh, lẻn vào xã Chân Chân thuộc đảo Cát Bà [huyện Cát Hải, Hải Phòng]. Người giữ đồn là Nguyễn Văn Khuyến, nấp ở trên bờ bắn ra, nên bọn giặc rút lui. Rồi quân giặc trở lại xã Chân Chân tranh nhau đào khoai, Tri huyện địa phương Bùi Doãn Tạ cùng Nguyễn Văn Khuyến đem lính dõng đuổi bắt; Tạ bị giặc giết chết, lính dõng nhiều người bị thương, và bị chết. Giặc bèn phóng lửa đốt cháy nhà dân, cướp hết súng ống khí giới ở trong đồn rồi đi. Tổng đốc Nguyễn Công Trứ xin đi đánh dẹp; nhưng nhà Vua cho rằng công việc tại tỉnh bề bộn, chỉ nên dùng 1 viên Lãnh binh mang 300 quân đi thuyền đi hội tiễu.

Viên quan châu Khâm nhà Thanh, đưa thư cho tỉnh Quảng Yên nói giặc biển quấy nhiễu, có bọn thuyền buôn nhà Thanh là Trần Kim Phát, tình nguyện tự xuất công của, ra biển nã bắt, đã cấp giấy cho phép không phân biệt bờ cõi, cứ việc đuổi bắt, mong rằng bên ta xét rõ không nên ngăn trở. Quyền Tuần phủ Lê Đạo Quảng cho là việc có quan hệ biên phòng, bèn tâu xin chiếu chỉ định đoạt. Vua không bằng lòng, cho rằng đôi bên đều phái binh thuyền, chặn bắt trong hải phận mình, thì giặc còn trốn đi đâu được; không cần phải vượt bờ cõi.

Nguyễn Văn Quế, quyền Tổng trấn thành Gia Định, cùng với các tào thần dâng sớ tâu việc xét nhà con nuôi nguyên Tổng trấn Lê Văn Duyệt là Lê Văn Yến, thấy có chứa 10 tờ giấy đóng sẵn ấn quốc gia tín bảo và 10 tờ đóng sẵn ấn công đồng, do bộ dâng nộp. Sau đó lại phát giác ra hơn 1.070 tấm gỗ táu và gỗ dầu mà Lê Văn Duyệt đã trữ riêng. Vua ra lệnh tịch thu những giấy tờ đóng dấu sẵn rồi tiêu huỷ; số gỗ hiện thấy, ghi vào sổ rồi giữ lại; đem bọn thủ hạ trước của Duyệt quản suất ba vệ: Tả bảo nhất, Tả bảo nhị, và Minh nghĩa triệt để tra xét rõ ràng, những thuyền và binh khí mà Duyệt đã tự làm lậu không ghi sổ, cũng tra xét luôn một thể.

Đặt đồn Định Biên ở xứ Làng Mon, phủ Trấn Tĩnh [đất Lào giáp huyện Hương Khê, Hà Tĩnh]. Trước đây, Chuyên Cương, Tuyên uý đồng Tri phủ Lạc Biên [Savannakhet, Lào], sai em là Chiêu Thăng đem dân ra ở đất Tạ Khách [Takhek, Lào]. Thăng bị quan ở Phố Khâm [Nakhon, Thái Lan] dụ dỗ đưa sang Xiêm. Chuyên Cương lấy làm lo, bèn cùng viên phủ Trấn Tĩnh báo lên tỉnh, xin quân đóng giữ, Tổng đốc Tạ Quang Cự liền phái 100 biền binh Thần sách tiến đến trấn áp. Việc đến tai vua; cho xây đồn Định Biên; lại ở chỗ Tạ

Khách [Takhek, Lào] đối ngạn với Phố Khâm, đặt một đồn nhỏ.

Quan thành Gia Định tìm hỏi được di chỉ nơi nhà Vua sinh ở thôn Tân Lộc [gần dinh Độc Lập, Sài Gòn], vẽ địa đồ dâng lên. Vua bèn cho xây dựng ngôi chùa ngay chỗ đất ấy, gọi là chùa Khải Tường để ghi sự tốt lành; sai lấy của kho 300 lạng bạc, giao quan địa phương, theo cách thức đã định của bộ Công, gọi thợ xây dựng. Lại sai mộ các sư đến ở, hạn là 20 người; lễ tiết hằng năm, có ruộng tự điền để cung cấp.

Triệu dụng Tiến sĩ Chu Văn Nghĩa coi thuế bạc tại Tuyên Quang; không đi, bị thu cờ biển Tiến sĩ. Nghĩa lấy lý do có cha mẹ già không đi, tại nhà dạy học; vào năm Canh Tý [1840] trong nhà có 2 cây đào nở đẹp, chẳng bao lâu mất.

Việt Nam xin định kỳ đến cống, Vua Đạo Quang chấp nhận cho đến kinh đô vào tháng 7 năm sau:

"***Ngày 17 Canh Thân tháng 9 năm Đạo Quang thứ 12* [10/10/1832]**; *lại dụ:*

Kỳ Cống dâng tấu triệp về việc Cống sứ Việt Nam xin định nhật kỳ đến quan ải.

Nước Việt Nam vào năm sau đúng vào kỳ cống, viên Quốc vương trình xin ngày nào cho Sứ thần đến quan ải. Lệnh viên Tuần phủ truyền đạt cho Quốc vương rằng Sứ thần đến kinh đô vào tháng 7 năm sau. Viên Tuần phủ hãy xét theo hành trình để kế toán nhật kỳ đến quan ải , rồi thông báo cho viên Quốc vương theo đó mà thi hành, là được. Đem dụ này truyền lệnh hay biết." (**Tuyên Tông Thực Lục** quyển 220, trang 5-6)

Tháng 9 nhuần [24/10-21/11/1832] con Lê Duy Hoán là Lê

Duy Minh bị giam hơn 10 năm, đến bây giờ đình thần xét lại án, xin chém ngay. Nhưng vua lại nghĩ , lúc Duy Hoán phạm tội, Minh còn bé dại, không biết gì, nên không nỡ đem chém, truyền chỉ cho Tổng đốc Hà Ninh [Hà Nội, Ninh Bình] bắt tự thắt cổ chết, rồi cấp cho vải lụa và quan tài để chôn. Lê Duy Hoán là Hoàng thân nhà Lê, can án với Nguyễn Văn Thuyên con Nguyễn Văn Thành, đã bị xử lăng trì.

Quyền Tổng đốc Hải Yên là Nguyễn Công Trứ tâu:

"*Tỉnh Quảng Yên nhiều đất bỏ hoang, những chỗ có thể khai khẩu được hàng nghìn mẫu, duy có điều dân ở đấy quen nghề đánh cá đi buôn, không thích làm ruộng. Vậy xin phỏng theo cách làm đồn điền xưa liệu phái lính thú, do nhà nước cấp cho lương ăn đồ dùng, sai đi khai khẩn cày cấy, chỗ nào nên phải đắp đê thì cho đắp lên. Đến lúc thu hoạch cứ số thóc làm được chia làm 3 phần, lấy 2 phần để vào kho, còn 1 phần cấp cho người vỡ ruộng. Sau khi thành ruộng, mộ dân lĩnh cấy, đánh thuế theo lệ công điền*".

Vua dụ sai Nguyễn Công Trứ phải thân đến tận nơi xem xét. Công Trứ cùng với quyền Tuần phủ là Lê Đạo Quảng chọn chỗ đất rộng có thể cày cấy được ở ba xã Lưu Khê, Vị Dương thuộc huyện Yên Hưng [Quảng Ninh] và An Phong thuộc huyện Nghiêu Phong [huyện Cát Hải, Hải Phòng] cộng 3.500 mẫu. Xin đắp đê chống nước mặn, dài hơn 2.740 trượng; lấy lính thú tỉnh Quảng Yên và phái thêm lính cơ Hải Dương góp sức cùng làm; khi đê đắp xong cho lưu lại khai khẩn; Vua ưng thuận.

Quyền Tuần phủ Quảng Yên là Lê Đạo Quảng đóng quân ở cửa biển Tán Hải, sai Tri châu ở Vạn Ninh [Thị xã Móng Cái, Quảng Ninh] là Phan Văn Vị và lại mục Phan Văn Bích đem lính đi tuần thám, đến núi Tây Chàng [huyện Cô Tô, tỉnh Quảng Ninh], gặp tên giặc Nguyễn Đình Thông giao chiến bắt được, lại bắt được 4 chiếc thuyền cùng đồ đảng và khí giới; còn 5 thuyền nữa nhằm hải phận nhà Thanh chạy trốn. Đạo Quảng đem sự việc tâu lên; Vua khen, chuẩn cho Phan Văn Vị, Phan Văn Bích đều được thực thụ chức, quân được thưởng chung 1.000 quan tiền.

Giặc biển Chà Và [Java, Indonesia] xâm phạm vùng biển thuộc tấn Long Hưng thuộc Vĩnh Long, rồi ra đảo Côn Lôn, đón cướp các thuyền buôn, lại lên bờ đốt nhà, cướp của. Vua truyền dụ cho quan thành Gia Định chọn đất tại Côn Lôn, Phú Quốc xây đặt pháo đài, liệu cấp súng đạn, khí giới, thuyền bè, phái quân đóng giữ. Sau đó đội trưởng, sở Phú Quốc là Ngô Văn Thành cùng với giặc đánh nhau ở hòn Dừa, chém được mấy đầu giặc bắt được thuyền và súng ống khí giới của giặc. Vua khen, thưởng cho Ngô Văn Thành chức Chánh đội trưởng và 10 lạng bạc; những quân lính đánh trận này đều được thưởng bạc theo thứ bậc khác nhau.

Tháng mười [22/11-21/12/1832], các quan trong triều dâng sớ rằng:

"*Nay hoàng tử và hoàng nữ đã đến trăm, thực là điềm tốt mà các triều đại trước chưa có. Vậy xin đến mùa đông này, làm lễ mừng, để thoả lòng thần dân mong muốn*". Nhưng Vua không chấp nhận.

Chia các tỉnh từ Quảng Nam trở vào nam như sau:

Tỉnh Quảng Nam: thống trị 2 phủ Điện Bàn, Thăng Hoa và 5 huyện Duyên Phước, Hoà Vinh, Duy Xuyên, Lễ Dương, Hà Đông.

Tỉnh Quảng Nghĩa: thống trị 1 phủ Tư Nghĩa và 3 huyện

Chương Nghĩa, Bình Sơn, Mộ Hoa.

Tỉnh Bình Định: thống trị 2 phủ An Nhân, Hoài Nhân và 5 huyện Tuy Viễn, Tuy Phước, Phù Cát, Phù Mỹ, Bồng Sơn. Nguyên huyện Tuy Viễn chia làm 2 huyện Tuy Viễn, Tuy Phước; nguyên huyện Phù Ly chia làm 2 huyện Phù Cát, Phù Mỹ đặt riêng làm phủ An Nhân.

Tỉnh Phú Yên: thống trị 1 phủ Tuy An và 2 huyện Đồng Xuân, Tuy Hoà.

Tỉnh Bình Thuận: thống trị 2 phủ Hàm Thuận, Ninh Thuận và 4 huyện Hoà Đa, An Phước, Tuy Định, Tuy Phong.

Tỉnh Khánh Hoà: trước là Bình Hoà, thống trị 2 phủ Diên Khánh, Ninh Hoà và 4 huyện Phước Điền, Vĩnh Xương, Quảng Phước, Tân Định. Trước kia 2 huyện Hoa Châu và Phước Điền, nay gộp làm huyện Phước Điền.

Tỉnh Phiên An: thống trị 2 phủ Tân Bình, Tân An và 5 huyện Bình Dương, Tân Long, Phước Lộc, Thuận An, Tân Hoà. Nguyên 4 tổng Thịnh Hội, Thịnh Mục, Hoà Lạc, Hoà Đồng ở huyện Kiến Hoà thuộc Định Tường, trích ra đặt làm huyện Tân Hoà, đổi thuộc Phiên An; lấy 3 huyện Phước Lộc, Thuận An, Tân Hoà đổi đặt làm phủ Tân An; 2 huyện Bình Dương, Tân Long vẫn là phủ Tân Bình.

Tỉnh Biên Hoà: thống trị 1 phủ Phước Long và 4 huyện Phước Chính, Phước An, Bình An, Long Thành.

Tỉnh Vĩnh Long: thống trị 3 phủ Định Viễn, Hoằng An, Lạc Hoá và 6 huyện Vĩnh Bình, Vĩnh Tự, Tân Minh, Bảo An, Tuân Nghĩa, Trà Vinh. Phủ Lạc Hoá nguyên thuộc thành Gia Định nay đổi thuộc Vĩnh Long. Nguyên huyện Vĩnh Bình nay chia làm 2 huyện Vĩnh Bình và Vĩnh Trị.

Tỉnh Định Tường: thống trị 1 phủ Kiến An và 3 huyện Kiến Hưng, Kiến Đăng, Kiến Hoà.

Tỉnh An Giang: thống trị 2 phủ Tân Thành, Tuy Biên và 4 huyện Vĩnh An, Vĩnh Định, Đông Xuyên, Tây Xuyên. Nguyên đất Châu Đốc và lấy 2 huyện Vĩnh An, Vĩnh Định, ở phủ Định Viễn thuộc Vĩnh Long đổi làm tỉnh An Giang ở mé đông sông Hậu Giang đặt huyện Đông Xuyên, lấy những thôn ấp mới lập đặt làm 1 tổng, lại lấy 2 tổng thuộc huyện Vĩnh Định cho lệ thuộc vào. ở mé tây sông Hậu Giang đặt huyện Tây Xuyên, trích lấy 4 tổng huyện Vĩnh An cho lệ thuộc vào. Lấy 2 huyện Đông Xuyên, Tây Xuyên đặt làm phủ Tuy Biên; 2 huyện Vĩnh An, Vĩnh Định đặt làm phủ Tân Thành.

Tỉnh Hà Tiên: thống trị phủ Khai Biên và 3 huyện Hà Châu, Long Xuyên, Kiên Giang. Phủ Khai Biên nguyên là phủ An Biên đổi ra; huyện Hà Châu nguyên là huyện Hà Tiên đổi ra.

Quyền Tuần phủ Quảng Yên là Lê Đạo Quảng, đem quân đến núi Tây Chàng gặp giặc giao tranh, giặc chạy bỏ lại 6 chiếc thuyền và cờ, trống, gươm, giáo; liền lên đảo, lục soát, bắt được đàn ông, đàn bà 6 người. Đóng lại vài ngày, thấy hơn 10 chiếc thuyền giặc lại từ hải phận nhà Thanh kéo đến, Quảng lùa quân ra đánh, thì giặc lại kéo buồm chạy, đuổi không kịp bèn trở về. Quảng đem tình hình tâu lên và xin cho đóng lại ở biển mươi ngày, để dò bắt hết giặc.

Sai bọn Thành thủ uý Nguyễn Đăng Huyên đem thuyền lớn Định Dương đi công cán ở Tân Gia Ba [Singapore]. Lệ trước, phái viên đi nước ngoài, đều được cấp sắc thư; từ nay về sau, chỉ cấp văn bằng của nha Thương bạc.

Sai sứ sang nhà Thanh; dùng Bố chính Nghệ An Trần Văn Trung làm Chánh sứ; quyền Phủ thừa Thừa Thiên Phan Thanh Giản, Tư vụ Nội vụ phủ Nguyễn Huy Chiểu làm Giáp phó sứ và Ất phó sứ.

Khai mỏ sắt ở xã Bố Sơn, huyện Hữu Lũng, Bắc Ninh; mỗi năm đánh thuế 600 cân sắt chín.

Tháng mười một [22/12/1832-20/1/1833], chính phủ nước Hoa Kỳ cử một sứ bộ do nhà ngoại giao Edmund Roberts và Đại uý George Thompson dâng quốc thư xin thông thương, thuyền đậu ở cửa vũng Lấm [huyện Sông Cầu, Phú Yên]. Vua sai Viên ngoại lang Nguyễn Tri Phương, Tư vụ Lý Văn Phức cùng với quan tỉnh, lên trên thuyền thết tiệc và hỏi ý họ đến đây làm gì. Họ đáp rằng chỉ muốn đến giao hiếu và thông thương; nói năng rất cung kính. Vua sai quan Thương bạc làm tờ trả lời, đại lược nói:

"Nước ấy muốn xin thông thương, cố nhiên là ta không ngăn trở, nhưng phải tuân theo pháp luật đã định. Từ nay, nếu có đến buôn bán thì cho đỗ ở vụng Trà Sơn, tấn sở Đà Nẵng, không được lên bờ làm nhà; rồi giao thư và bảo họ đi".

Quân binh ở các ty Cảnh Tất, Loan Nghi thuộc vệ Loan Giá [bảo vệ xa giá nhà Vua] có người theo đạo Gia tô. Vua nghe thấy, nói rằng:

"Đạo Gia tô, ta cho là chỉ có lũ ngu mới bị mê hoặc, không ngờ ngay ở bên tả hữu ta cũng có kẻ tin theo, thật rất đáng lạ". Vua bèn sai bộ Hình bắt để trị tội.

Dân ở phường Nam Dương Tây [Xã Mai Xá, huyện Do linh] tỉnh Quảng Trị, trước đây cũng theo đạo, đến bấy giờ biết hối, đem huỷ hết các ảnh, tượng và kinh thánh, còn nhà thờ, nhà giảng thì triệt hạ, sung công. Quan tỉnh đem việc tâu lên, Vua đặc cách tha tội.

Trẻ chăn trâu ở Biên Hoà bắt được cái mũ cổ bằng vàng,nặng hơn 5 lạng, 2 đồng cân; đem đập ra để chia nhau. Quan tỉnh thu lại, đem dâng lên. Thấy mảnh vàng có khắc những chữ nhỏ là thứ chữ Chiêm Thành; Vua bảo quan hầu rằng:

"*Mũ này là đồ cổ của nước Chiêm Thành, lũ mục đồng không biết, tự tiện đập vỡ khiến đồ vật mấy trăm năm về trước không còn lại làm ghi, thực khá tiếc!*". Ra lệnh thưởng cho người bắt được cái mũ 20 lạng bạc.

Sai Phó vệ uý Phan Văn Mẫn, Phó vệ uý là Nguyễn Tiến Khoan, Phó vệ uý Nguyễn Văn Chất đem theo mấy viên bị cách là Hoàng Văn Đản, Phan Huy Chú và Trương Hảo Hợp chia nhau đi 3 chiếc thuyền lớn Phấn Bằng, Thuỵ Long và An Dưỡng công cán ở Giang Lưu Ba [Jakarta, Inđônêxia].

Bọn Tổng đốc Hà Ninh là Nguyễn Kim Bảng, Đê chính là Nguyễn Văn Quyền và Nguyễn Hữu Gia tâu rằng: Quãng đê thuộc huyện Duy Tiên, Hà Nội từ xã Dưỡng Hoà đến xã Lương Cổ dài hơn 10.000 trượng mùa thu năm nay vỡ 4 đoạn, còn đều sụt lở, không còn hình thể đê nữa. Cứ lời dân sở tại đến thưa rằng:

"*Địa thế trong huyện thấp trũng, dẫu đê không vỡ mà tháng 7 tháng 8 nếu mưa luôn thì ruộng lúa mùa cũng bị tràn ngập. Vậy mong phá bỏ đê ấy, chẳng những đỡ tốn sức dân, mà hằng năm, nước lên, cát bồi, ruộng dần mầu mỡ, thì có thể mong thu hoạch được hoàn toàn. Duy chỗ vỡ ở làng Bạch Sam sâu rộng quá, thế khó hàn khẩu được. Nay xin cho đắp riêng cái đê nhỏ bên trong, dài 80 trượng để giữ lúa chiêm*". Xét lời lẽ, cũng là thiết thực.

Huyện Kim Bảng lại tâu:

"*Huyện Duy Tiên và Kim Bảng, đất địa thế chỉ cách nhau 1 đường trạm, tới mùa mưa lụt, nước cũng ngập đến. Đê huyện Duy Tiên đã bỏ, thì đoạn đê huyện Kim Bảng trên từ xã Thịnh Đại, dưới đến xã Lạc Trường, cũng không nên đắp nữa*". Vua y lời tâu.

Bấy giờ vùng biển Việt Hoa nhiều giặc cướp, phía ta Tuần phủ Quảng Yên Lê Đạo Quảng mấy lần mang quân đánh dẹp; phía Trung Quốc Thuỷ sư Đề đốc Lý Tăng Giới cùng các viên Tri đạo, Tri phủ hội đồng truy nã, nhưng cũng chưa quét sạch được. Nắm được tình hình, Vua Đạo Quang bèn sai viên tân Tổng đốc Lô Khôn thông tư mật cho quan nước ta tại biên giới, hẹn ngày hội tiễu nhằm tảo thanh mặt biển:

"***Ngày 30 Nhâm Dần tháng 11 năm Đạo Quang thứ 12*** **[20/1/1833]**; *lại dụ:*

Lô Khôn dâng bản tâu rằng vùng ngoài biển của 2 phủ Liêm Châu và Quỳnh Châu tiếp giáp với biển Việt Nam, là nơi thuyền giặc cướp tụ tập, toả ra cướp phá; hiện thông sức chặn đánh, giết và bắt được nhiều tên giặc cướp, nhằm tảo thanh mặt biển.

Lời tâu như sau: Tri phủ Liêm Châu Trương Dục Xuân bẩm rằng thám báo cho biết vùng biển Hồng Loa Sa Khẩu và Bạch Long Vĩ [Hải Phòng] *thuộc Việt Nam, có hơn 30 chiếc thuyền cướp, bọn cướp hơn 100 tên cướp phá. Việt Nam hiện đang sử dụng thuyền quân đánh bắt, khó có thể bảo rằng bọn chúng không trốn vào nội địa. Viên Tổng đốc sai Thuỷ sư Đề đốc Lý Tăng Giới cùng các viên Tri đạo, Tri phủ hội đồng truy nã. Nay cứ theo Hồ Sán Đình Đại lý Khâm Châu Tri châu, Châu phán Tư Lặc Thẩm Bính Văn bẩm rằng tại vùng biển Trúc Sơn* [Đông Hưng thị, Quảng Tây] *gặp giặc, bèn đốc suất quân thuỷ luyện, binh dõng, thuyền đánh cá bắt được bọn giặc phỉ Nguyễn Á Quản 3 tên, đánh giết 4 tên. Tri huyện Hợp Phố Ông Trung Hàn bẩm rằng đã chiêu mộ hương dõng, thuyền đánh cá, tuyển chọn sai phái, tuần tiễu đến vùng biển Nam Lịch, gặp giặc đánh bắt; bọn giặc bắn súng chống lại; gặp dịp thuyền quân Long Môn, quân của doanh Liêm Châu và Khâm Châu truy kích tới đánh giết tên Trương Á Tứ, chết trôi 6 tên, bắt sống bọn Lý Á Đức 5 tên; tịch thu súng, đao, cờ. Viên Tri huyện hỏi bọn Thân Kỳ, Ức Giáp biết được tên Đạo Tông tại vùng biển Vi Châu, bèn họp với Du Kích Khu Thành Đạt tại doanh Liêm Châu đến bên ngoài cửa biển núi Bát Tự bắn súng ra oai để khoa trương thanh thế, khiến bọn giặc không dám lên bờ. Lại ra lệnh quân lính tại trên thuyền đánh cá gần bên trái Vi Châu làm ra vẽ đánh bắt cá để dụ, thấy thuyền lớn cổ hà của giặc trang bị dầy súng ống đang ăn cướp thuyền buôn. Quan binh 4 mặt xông vào đánh bắt, giết được 3 tên giặc, bị thương chết chìm 5 tên, bắt sống được bọn giặc Lương Á; lại tịch thu được 1 chiếc thuyền, cùng các loại súng đạn. Lại trên một chiếc thuyền khác, bắt sống bọn La Á Vãn 6 tên, cùng 6 người dân bị cướp; tra cứu bọn đại Đầu mục gồm Dương Tựu Phú, Cái Hải Lão, riêng Cái Hải Lão người Việt Nam. Lại cứ Lý Tăng Giới xưng rằng bọn Phó tướng Lý Hiền tuần tiễu đến châu Đại Mạo [đồi mồi] vùng biển ngoài Nham Châu, Tam Á, đất này tiếp giáp với biển Di Việt Nam, thấy 3 thuyền phỉ, mỗi thuyền 1, 2 chục người, bèn cho đuổi bắt. Ghi rằng bọn Trần Hồng Ân bị thương, quân binh phấn đấu tiến thẳng nã pháo, đánh chìm một chiếc thuyền giặc, bắn chết 1 tên giặc làm bị thương thuỷ thủ, số chìm xuống nước chết không tính hết, bắt sống bọn Chu Á Nhị 12 tên. Bọn giặc phỉ hiện tụ tập ẩn náu tại vùng biển Di* [Việt Nam] *đảo Giáp Châu Sơn, cách Trúc Sơn thuộc Long Môn hiệp không xa; viên thự trấn đã phi sức cho thuyền quân Long Môn tổ chức trinh thám. Nghe tin có hơn 30 chiếc thuyền của giặc phỉ, thường chiếm đóng tại Mã Châu, núi Lão Thử, Giáp Châu, thường di chuyển; nay bị các xứ châu Liêm đánh giết nhiều tên, sợ mất mật, chắc không dám vào nội địa. Hiện tìm loại thuyền cố đam, cho quân lính lên ngồi, rồi chạy ra biển để dụ bắt.*

"Sự liệu biện ổn thoả hợp lý, nhưng mặt biển Hoa, Di tuy liên tiếp nhau, nhưng cương vực chia ra, tình hình phải nắm rõ ràng, mới trọn vẹn được. Thuyền giặc trên biển cướp bóc, vốn phải nghiêm mật truy bắt, nhưng sào huyệt giặc tại đất Di, đáng thông tư mật cho nước này ra lệnh quan Di, mang thuyền bè, tập trung binh lực, hẹn ngày hội tiểu; khiến đầu đuôi đều bị khiên chế, hợp sức diệt trừ, tảo thanh mặt biển. Viên Tổng đốc thông sức ngay cho Lý Tăng Giới phối hợp với các đạo, phủ phân vùng ngăn bắt; một mặt truyền hịch dụ viên Quốc vương đồng tâm hiệp lực tiểu trừ yên tĩnh, đối với nội địa vốn đã hữu ích, tại nước ngoài cũng miễn trừ sự cướp phá. Lô Khôn là người hiểu việc, soạn hịch văn biết dùng từ đắc thể, cần hiểu thị một cách khắc thiết, khiến viên Quốc vương tin phục, hợp lực đánh bắt, nhanh chóng xong việc. Các thương thuyền ra vào tại cửa biển, cần nghiêm khắc kiểm tra, không được đưa hoả khí, gạo thóc tiếp tế cho bọn phỉ. Quân lính bị thương vong, tra rõ chiếu theo lệ mà chu cấp, tiền kinh phí cần dùng 5000 lượng, chuẩn cho điều bát tiêu dùng. Bọn gian dân giảo hoạt, nhân lãnh thổ tương tiếp, vượt cảnh cướp bóc, nhắm lúc bè đảng chưa mạnh, thiết pháp đánh bắt; cớ sao lâu ngày để cho bọn chúng lan tràn? Tóm lại do Lý Hồng Tân [cựu Tổng đốc] *phụ ơn không*

xứng chức, kéo dài không tra xét, để đến như vậy, thật đáng hận! Viên Tổng đốc kiểm tra án cũ, dân nội địa vượt biên giới đánh bắt, viên Quốc vương từng phúc trình xin điều tra biện lý, và viên cựu Tổng đốc từng báo cho Quốc vương đã biện lý. Vậy Lý Hồng Tân có hay không biện lý được chỗ nào? Lệnh điều tra rõ, tâu lên đầy đủ." Dụ này theo độ khẩn 500 dặm 1 ngày, truyền hay biết." (**Tuyên Tông Thực Lục** quyển 226, trang 28-30)

Tháng chạp [21/1-19/2/1833], đặt lại phép thi Hương, thi Hội. Trước đây thi Hương, thi Hội dùng văn thể tứ trường, nay đặt tam trường. Kỳ đệ nhất, dùng bài kinh nghĩa tám vế; thi Hương thì mỗi bài hạn từ 250 chữ trở lên; thi Hội 300 chữ trở lên. Kỳ thứ hai, dùng thơ, phú; thi Hương dùng thơ luật thất ngôn; thi Hội dùng thơ ngũ ngôn luật; phú, đều dùng phú luật, thi Hương hạn 250 chữ trở lên, thì hội 300 chữ trở lên. Kỳ thứ ba, dùng văn sách; bài làm thi Hương, hạn 1.000 chữ trở lên; thi Hội, hạn 1.600 chữ trở lên.

Định lại thể lệ lương bổng hằng năm cho các hoàng tử, Hoàng thân; cho các người trong họ Tôn thất, và các vợ vua ở Nội cung.

Cấm dân gian không được mua bán gỗ táu, nếu ai vi phạm sẽ bị khép tội như thể lệ mua bán gỗ lim. Nếu có ai đã mua trữ từ trước thì cho đem nộp quan và được trả tiền; nếu gỗ ấy đã làm thành nhà cửa, đồ vật từ trước, thì hạng chức dịch bậy bạ không được mượn cớ để sách nhiễu.

Tên giặc trốn là Trần Hữu Thường ở tỉnh Hưng Yên, năm ngoái, cùng với tên giặc biển là Nguyễn Bảo họp nhau ở Đồ Sơn thuộc tỉnh Hải Dương đem đồ đảng đến chùa Bi [tỉnh Quảng Ninh] suy tôn tên tướng giặc Lê Duy Độ làm minh chủ. Chúng đúc ấn nguy, đặt quan chức nguy, tên Độ tự xưng là Lê Hoàng, tên Thường xưng là Trung quân, tên Bảo xưng là Hậu quân, mưu toan làm việc trái phép. Đến bấy giờ, tên Thường bị quan binh tỉnh Hưng Yên bắt được giết chết. Việc đó tâu lên; Vua bảo bộ Hình rằng:

"Cứ như lời tâu, thì lũ tướng giặc này rõ ràng có người đi lại tụ họp, lại có đất, nên sớm dập tắt đi, chớ để lan tràn rộng ra. Vậy, truyền chỉ cho quyền Tổng đốc Hải Yên Nguyễn Công Trứ tìm cách dò bắt cho kỳ được lũ Lê Duy Độ, chớ để lọt lưới; còn những quan quân lính tráng Hưng Yên, thưởng cho 50 lạng bạc".

Chú thích:

1. Phương bá: chức quan đứng đầu một địa phương.

2. Núi Chàng Sơn có tên là Giáp Chân, ở giữa biển cả; thuộc hải phận Vân Đồn, liên tiếp với Bạch Long Vĩ, Trung Quốc nay thuộc huyện Cô Tô, tỉnh Quảng Ninh.

3. Giảo giam hậu: Tội tử hình bằng cách thắt cổ, nhưng còn giam lại để đợi nhà vua quyết định.

4. Mãn lưu: tội bị đày xa hơn 3.000 dặm và phải làm việc khổ dịch trong 10 năm.

214.
Vua Minh Mệnh (14) [20/2/1833-18/5/1833]

Tháng giêng năm Minh Mệnh thứ 14 [20/2-20/3/1833], một chiếc thuyền quân của tỉnh Quảng Đông đi tuần biển, vì bị gió bão, trôi giạt sang vụng Trà Sơn tỉnh Quảng Nam. Quan tỉnh đem sự việc tâu lên; Vua ra lệnh cấp cho 300 quan tiền, 300 phương gạo; sai Lang trung bộ Hộ là Lê Trường Danh đến thăm hỏi, yên ủi và đem trâu, rượu thết đãi; thuyền ấy có chỗ nào hư hỏng, thì sửa chữa giúp. Lại nghe nói những binh khí đem theo, có nhiều thứ không dùng được nữa, bèn tặng 40 khẩu súng điểu thương và 40 khẩu súng trường kèm theo thuốc đạn đủ dùng.

Tổng đốc An Tĩnh Tạ Quang Cự tâu rằng em của Chuyên Cương, Tuyên uý đồng tri phủ Lạc Biên [Savannakhet] là Hạt Sà Bút và Thổ mục là Phìa Mường Chân có lòng tráo trở, ngầm muốn theo nước Xiêm. Quang Cự đã bắt giữ Phìa Mường Chân, rồi phái Phó vệ uý Văn Hữu Xuân đem quân đi, bắt Hạt Sà Bút giải về trừng trị. Sau đó Vua ra lệnh tra hỏi, chúng đều nhận tội, bèn đem giết cả hai.

Vua lại cho rằng hai phủ Lạc Biên, Trấn Tĩnh, địa giới giáp bờ sông Khung [Mekong], đường bộ đi lại không tiện bằng thuyền bè, bèn sai quan tỉnh chọn chỗ nào có sông ngòi thông với sông Khung thì đóng sáu chiếc thuyền công sai để dùng.

Giặc trốn ở Quảng Yên là Nguyễn Bảo, liên kết với đoàn thuyền giặc Thanh, ra vào ở vùng biển Hoa Phong, Vân Đồn. Viên thổ lại mục ở Vạn Ninh là Phan Huy Bích, đem thủ hạ đi tuần thám, gặp giặc đánh chúng lui. Bọn Bích đuổi 1 ngày 1 đêm, đến bãi Vụ Thuỷ (thuộc hải phận Hải Nam, phủ Quỳnh Châu nhà Thanh), đánh đắm được 1 thuyền giặc, chém được tên đầu đảng giặc Thanh là Ngô Á Tam và bắt sống được tên đồng đảng là Phan Á Bát. Còn tên Bảo nhảy lên bờ, chỉ kịp một mình trốn thoát. Các thuyền khác chạy về phía đông, đều bị quan quân nhà Thanh bắt được. Quyền Tuần phủ Lê Đạo Quảng đem sự việc tâu lên; Vua rất khen ngợi, thưởng Phan Huy Bích Tòng bát phẩm bá hộ và 500 quan tiền. Sau đó, Phan Huy Bích lại săn bắt được Nguyễn Bảo, đem nộp, giặc biển yên. Vua xuống chỉ khen thưởng, cho Phan Huy Bích Chánh thất phẩm thiên hộ, thưởng thêm cho 100 lạng bạc và 200 quan tiền.

Về phía nhà Thanh, Tổng đốc Lưỡng Quảng Lô Khôn cũng phát động cuộc càn quét lớn suốt từ bắc chí nam vùng biển Quảng Đông, bắt được nhiều cướp biển, nên được Vua Đạo Quảng khen lao:

"***Ngày 18 Canh Dần tháng giêng năm Đạo Quang thứ 13*** **[9/3/1833].** *Dụ các Quân cơ đại thần:*

Lô Khôn dâng tấu triệp về việc các quan văn võ Liêm Châu, cùng Thuỷ sư tiếp tục báo cáo đã bắt được thuyền cướp, cùng tuân chỉ phúc tra tình hình. Đã xem kỹ tờ tâu, bọn giặc cướp trên biển dễ dàng tụ tập, phải tuỳ lúc mà tra bắt; thời gian Lý Hồng Tân đảm nhiệm, nay qua Lô Khôn đã điều động thuộc hạ tra nã thành án, thấy được Lý Hồng Tân không chịu tra bắt, nay cách chức vào quân, không cần bàn thêm nữa.

Đề đốc Lý Tăng Giai thống suất quyền Tham tướng Lâm Khai Cương tuần tra vùng núi cấm Vi Châu thuộc huyện Hợp Phố, vây bắt bọn phạm Tẩy Hội Khoan 4 tên, lại bắt được bọn Đại Đầu Kê 3 tên. Quyền Phó tướng Cao Nghi Dõng cùng quyền Du kích Cao Phượng Nghi hội đồng với phủ Liêm Châu tuần tiễu vùng biển Long Môn; Đô ty Dư Thanh bắt được thuyền giặc cùng 2 tên cướp; bắt được bọn Phương Bĩ 9 tên quan trọng, 2 tên giặc để tóc dài [người Việt Nam] *và dân bị bắt 2 người; trước sau bắt được thuyền giặc 5 chiếc, đánh chìm 1 chiếc, bắt sống bọn giặc mấy chục tên; giết ngay tại chỗ và chết chìm không tính hết. Duy những phạm nhân trước kia bắt được, tra ra đầu sỏ giặc là bọn Dương Tựu Phú, thì đến nay vẫn chưa bắt được.*

Lại căn cứ theo Cao Nghi Dõng khám xét biển phía đông nam Long Dương, thuộc 3 phủ Cao, Lôi, Quỳnh, trong đó có đảo Vi Châu làm cửa ngõ, mặt phía tây thuộc Việt Nam, thuyền cướp thường trốn tại núi Cẩu Đầu; cần phải chặn việc tiếp tế lương thực, thuốc súng; ngăn con đường vượt biên giới ăn cướp. Lại dò biết thuyền cướp có hơn 1 chục chiếc, trốn tránh xa tại châu Giáp, núi Cẩu Đầu thuộc đất Di [Việt Nam], *quân ta không quen đường, khó có thể đi xa. Đáng phải thông báo cho Việt Nam, xua đuổi ra đánh. Duy cương vực Hoa, Di có phân biệt, phải biết rõ tình hình, thì mới có thể đánh bắt không để sót.*

Viên Tổng đốc đợi khi Lý Tăng Giai cùng các đạo, phủ tiếp tục bàn định thương thảo như thế nào, chờ gửi trát phúc trình đến nơi; lúc đó sẽ tuân theo chiếu chỉ trước, hịch dụ viên Quốc vương hiệp lực đồng tâm, tiễu trừ tận sạch; đối với nội địa vốn đã hữu ích, tại nước này cũng miễn sự cướp phá. Hịch văn nên dùng lời đắc thể, không có luận điệu mơ hồ, hoặc khẩn trương, đến nỗi sinh gây hấn tại biên giới.

Lại riêng có phiến tấu về các huyện Nam Hải, Phiên Ngung phủ Quảng Châu về mặt biển tương thông với phủ Triệu Khánh; có tên cướp nổi tiếng như bọn Hầu Bức Mãn tụ đảng cướp phá. Lô Khôn sai bọn Phó tướng Lại Anh Dương ra sức đánh bắt. Truy bắt được bọn Trương Vũ Hội 6 tên, tịch thu 1 chiếc thuyền; lại truy bắt bọn Hồ Á Cửu hơn 10 tên, giao cho huyện Tân Hội thẩm vấn liệu biện. Lại bắt được bọn phỉ Chung Xương Liên 8 tên, giao cho huyện Hương Sơn giữ thẩm vấn. Lại xét bọn Dư Đắc Bưu bắt sống được tên cướp Hầu Bức Mãn thực thuộc đáng khen. Cùng tại các nơi như Hải Châu, Đại Phanh, Hoàng Giang, trước sau bắt được bọn Trần Á Minh 12 tên; duy còn 4 tên tại huyện Hương Sơn thì chưa bắt được, xếp vào loại thượng khẩn tập nã. Việc liệu biện đã thực hiện đúng chỗ, không giống như Lý Hồng Tân như điếc, như mù; cần xem xét tình hình, ra sức ra tâm, tảo thanh bình diện để đáp ứng với sự uỷ nhiệm." Truyền dụ này lệnh hay biết. (**Tuyên Tông Thực Lục**, quyển 230, trang 6-8)

Ngày 18 Canh dần [9/3/1833], xây dựng điện Thái Hoà, cửa Đại Cung và cửa Ngọ Môn; điều 10.000 quân tại kinh làm việc. Sai quyền Hiệp biện Đại học sĩ Lê Đăng Doanh, Thống chế Nguyễn Tăng Minh, quyền Thống chế Hồ Văn Khuê, quyền Thượng thư Lê Văn Đức, chia nhau trông coi mọi việc.

Tên phản thần nước Chân Lạp là Ốc Nha Cố ở Bắc Tầm Bôn, cầu viện quân Xiêm sang khuấy rối cướp bóc phủ Phủ Lật; Vua Chân Lạp Nặc Chân sai quân đi bắt, Ốc Nha Cố lại trốn đi. Nặc Chân đem việc đó báo cho biết, Tuần phủ An

Giang Ngô Bá Nhân cho rằng việc ấy có quan hệ đến biên giới, chưa nên vội động binh đao, hãy nên sai đưa thư nhờ nước Xiêm bắt; đợi xem họ xử trí ra sao.

Hộ lý Tuần phủ Thanh Hoa là Nguyễn Đăng Giai tâu rằng:

"Từ tháng 8, tháng 9 năm ngoái đến nay, dân đói Bắc Kỳ, nhiều người vào Thanh Hoa kiếm ăn, có kẻ chết ở dọc đường. Tình cảnh ấy, chính mắt trông thấy, thật không đang tâm! Vả lại, bày cho làm việc để thay phát chẩn, cũng là một cách cứu đói. Bờ hào ngoài thành và cái cầu đá ở đường cái quan chưa từng xây đắp, cần dùng đá núi khá nhiều. Vậy xin quyền đặt một sở Dưỡng tế lớn, tập hợp các dân xiêu lại, chọn lấy những người khỏe mạnh, thuê đi lấy đá. Và đồn Thuỷ Bảo bị nước sông chảy xói, nên đào cảng sông từ 2 xã Phú Cốc [huyện Đông Sơn, Thanh Hoá], *Thọ Hạc* [huyện Đông Sơn] *đến xã Nam Ngạn* [huyện Đông Sơn] *ra sông lớn, dài 574 trượng trên rộng 6 trượng, dưới rộng 4 trượng, sâu 7 thước, để dời đồn Thuỷ Bảo ra chỗ khác. Vậy xin thuê người làm công luôn thể, cấp cho tiền và gạo để họ có cái nương nhờ".*

Vua cho làm và sai phát tiền kho 1.000 quan, gạo 2.000 phương; phát chẩn cho những người già yếu, đàn bà, con trẻ và những người tàn tật không có sức lao động.

Sai Suất đội Thuỷ quân là bọn Lê Văn Nhiêu dùng thuyền lớn **Bình Dương**, sang Tân Gia Ba [Singapore] công cán.

Tuần phủ Quảng Tây thấy lịch **Thời Hiến** ban phát cho Việt Nam hàng năm chưa tới kịp, bèn cho in để gửi sang Việt Nam kịp thời, rồi tâu lên được Vua Đạo Quang chấp nhận:

"Ngày 24 Bính Thân tháng giêng năm Đạo Quang

thứ 13 [15/3/1833], *dụ Nội các:*

Kỳ Cống dâng tấu triệp về việc lịch **Thời Hiến** *ban phát cho Việt Nam vẫn chưa đến Quảng Tây, nên đem trước bản khắc tại Quảng Tây cấp cho nước này tuân theo.*

Mỗi năm, nước Việt Nam đáng phải lãnh lịch Thời Hiến, hệ do bộ Lễ phát cấp, Quảng Tây trú kinh Đề đường lãnh, chuyển giao Triệp tả đưa về Quảng Tây. Năm ngoái nước này đáng phải được lãnh lịch **Thời Hiến**, *chậm đến tháng 12 cũng chưa đưa đến; được viên Tuần phủ đem bản khắc in từ bản gốc lịch thời Hiến năm Đạo Quang thứ 13 do bộ ban, chiếu theo định số, phát giao đạo Tả Giang đệ tống quan ải, chuyển cho viên Quốc vương tuân chiếu, việc làm đúng.*

"Lần này viên Đề đường Quảng Tây trú tại kinh đô, đệ phát lịch Thời Hiến chậm lỡ, thực là lười biếng; lệnh bộ Binh truyền cho Đề đường nghiêm khắc điều tra, rồi tâu rõ để biện lý." (**Tuyên Tông Thực Lục** quyển 230, trang 22).

Sau đó Tuần phủ Quảng Tây nhà Thanh đưa thư sang tỉnh Lạng Sơn nói rằng: "*Lịch ở Yên Kinh chưa đưa đến, vậy tạm đem lịch ở Quảng Tây cấp thay*". Quyền Tuần phủ Lạng Bằng Hoàng Văn Quyền đem sự việc tâu lên; Vua ra lệnh không nhận, vì lịch này không phải do triều đình nhà Thanh chính thức cấp.

Tháng hai [21/3-19/4/1833], quyền Tổng đốc Hải Yên [Hải Dương, Quảng Yên] Nguyễn Công Trứ tâu rằng: "*Từ tháng chạp năm ngoái đến nay, dân đói ở các tỉnh Hà Nội, Hưng Yên và Nam Định, đến kiếm ăn ở tỉnh Hải Dương có đến hơn 3.000 người, nên giá gạo ngày càng cao*". Vua cho lấy 1.000 quan tiền, 2.000 phương gạo để phân phát ngay.

Ngày Đinh Tỵ [5/4/1833] tiết Thanh minh; Vua thân hành

đáp xe đưa Hoàng thái hậu đến lăng Thiên Thụ [lăng Gia Long] làm lễ bái yết. Vua đi xem các tượng đá làm hình các quan văn võ và voi ngựa đứng thành hàng lối, thấy chất đá rắn đẹp, chạm trổ tỉ mỉ khéo léo, liền thưởng cho thợ đá tiền.

Lê Duy Dưỡng, người Vĩnh Lộc, Thanh Hoa, tự xưng là Đại tướng quân, tụ họp đồ đảng ở địa phận huyện Kim Sơn, tỉnh Ninh Bình, ngầm mưu nổi loạn. Hộ lý Tuần phủ Nguyễn Văn Mưu sai quyền Quản cơ Nguyễn Văn Tượng và Phó quản cơ Bùi Văn Trường, đem quân đi truy nã; bắt được hơn 20 tên làm phản và thuyền bè, khí giới.

Lệnh chuyển vận gạo kho ở Kinh ra các tỉnh Thanh Hoa, Ninh Bình, Hưng Yên, Hà Nội để phát chẩn cho dân đói. Cho phát ngay 20.000 hộc thóc xay thành 20.000 phương gạo; giao cho các thuyền Thanh Hoa, Nam Định chở đá vào Kinh, lúc trở về lĩnh gạo chở cho Thanh Hoa 4.000 phương, Ninh Bình 3.000 phương, Hưng Yên 6.000 phương, Hà Nội 7.000 phương; lệnh Tổng đốc và Tuần phủ bán hạ giá cho dân. Còn dân đói xiêu giạt, những người già, yếu, mồ côi, thơ ấu, tàn tật, thì lấy ngay gạo ấy phát chẩn.

Vua đến xem chỗ thợ làm điện Thái Hoà, chỗ chính giữa cửa Đại Cung có khắc bài thơ trong có câu:

Nhất nhân thụ mệnh trị thiên hạ,
Thiên hạ phi phụng nhất nhân.

(Một người chịu mệnh trời để cai trị thiên hạ,

Nhưng không phải đem cả thiên hạ để cung phụng một người.)

Vua bảo nội các rằng: “*Tứ thơ rất tinh vi và đẹp đẽ; ý nói vua nhận lĩnh mệnh trời để cai trị thiên hạ, nên lo lắng chăm nom mọi việc, khiến cho mọi vạn vật đều được yên chỗ, chứ đâu phải chỉ lấy mọi sự đóng góp của thiên hạ để cung phụng riêng một người.*"

Tháng ba [20/4-18/5/1833], cần cứu đói khẩn cấp, Vua dụ bộ Hộ rằng:

"*Gần đây, các tỉnh Bắc Kỳ, dân đói kiếm ăn, ta đã xuống dụ đem thóc bán rẻ, hoặc cho vay, hoặc phát chẩn rồi. Nhưng nghĩ các hạt, đất ở liền nhau, đi lại thông đồng, những dân nghèo đói thế tất phải đi đông tây để kiếm ăn thì những khu dù không mất mùa đói kém, cũng không thể giữ cho thừa thãi đầy đủ được, tưởng cũng nên tìm cách cứu chữa. Vậy ra lệnh cho các Tổng đốc, Tuần phủ các tỉnh Hà Nội, Hải Dương, Bắc Ninh, Hưng Yên: ngày nào chỉ dụ này đến thì đều nên xét xem mọi công việc xây thành đào hào ở trong hạt mình, không kể việc đó có cần kíp hay không, chẳng hạn như đóng và nung gạch ngói, khuân đá, gánh đất, phàm việc gì có thể sắp xếp cho làm để thay phát chẩn thì bỏ ngay của kho mà làm thuê theo giá thoả thuận; mỗi người 1 ngày trả gạo 1 uyển* [1 bát], *tiền 20 đồng, đến ngày lúa chiêm chín thì thôi.*"

Tổng đốc Định Yên [Nam Định, Hưng Yên] Đặng Văn Thiêm tâu: Từ trung tuần tháng 2 đến nay, đã đem số thóc bán rẻ và cho vay còn thừa xay ra gạo để phát chẩn cho dân đói, hơn 23.700 hộc. Nhưng có kẻ chưa đến chỗ phát chẩn, đã chết đói; lại có kẻ mồm đương ngậm miếng gạo đã chết đứng!

Tổng đốc An Biên [Phiên An, Biên Hoà] Nguyễn Văn Quế tâu báo vào năm trước, thuộc hạ của Lê Văn Duyệt là Vệ uý vệ Tả bảo nhất Hồ Văn Triệu, Phó vệ uý Nguyễn Văn Bột, Phó vệ uý vệ Minh nghĩa Nguyễn Hựu Khôi, dựa thế của

Duyệt, đem quân binh lên rừng chặt gỗ, nhân đó tự tiện lấy ván gỗ; có kẻ bán cho người nhà Thanh, có kẻ đem đóng thuyền riêng. Vua ra lệnh trước hãy cách chức bọn Khôi, rồi hội đồng với ty án sát, tra kỹ, xét xử tâu lên.

Trước đây vua cho rằng thủ sở Phú Quốc, dân ở đông đúc mà giặc biển thường hay ẩn hiện, bèn sai quan tỉnh chọn chỗ đặt pháo đài, để phòng thủ cho nghiêm cẩn. Bây giờ quyền Tuần phủ là Phạm Xuân Bích chọn được vụng Đội ở phía nam thủ sở Phú Quốc; suốt bốn mùa, tám hướng gió, thuyền bè đều có thể đậu được, trong ấy có bãi cát phẳng rộng 50, 60 trượng, đằng trước trông ra biển, đằng sau liền với rừng rậm, hai bên tả hữu đứng đối nhau có núi Đội Sơn và núi Hạnh Sơn. Vậy xin đặt đồn ở chỗ ấy để đóng quân, lấy hai trái núi ấy làm chỗ rình và trông ngó. Vua xuống dụ cho khởi công xây đắp, đặt tên là đồn Phú Quốc, chung quanh xây bằng đá núi, trên dựng một căn phòng cho lính đóng, trên đồn đặt 4 khẩu Hồng y cương pháo, 8 khẩu quá sơn đồng pháo, phái 50 lính tỉnh đến đóng giữ. Lại lấy thêm dân sở tại phụ vào việc canh giữ, cấp cho khí giới.

Thiết lập cửa ải ở núi Hoành Sơn; nơi này trên liền núi cao dưới giáp biển lớn, ở khoảng tiếp giáp giữa hai tỉnh Quảng Bình và Hà Tĩnh. Cửa ải ở trên đỉnh núi, chung quanh xây tường bằng đá núi, dài 11 trượng 8 thước, cao 5 thước, đằng trước mở 1 cửa, bên tả bên hữu có tường ngăn, xây theo thế núi; bên tả dài 36 trượng, bên hữu dài 39 trượng; có chỗ cao 3, 4 thước, có chỗ cao 5, 6 thước không chừng. Trong dựng một trại lính 3 gian; lấy 300 quân binh ở Quảng Bình và Hà Tĩnh để làm việc xây dựng.

Tổng đốc An Hà Lê Đại Cương tâu rằng: "*Ốc Nha Bồ Nô Sơn Liêm Mộc ở phủ Chân Niêm, chiêu mộ được 10 đội quân*

Phiên [Chân Lạp], *xin đặt cho tên cơ binh, ban chức hàm và họ tên, đợi sau khi tỉnh thành dời đi nơi khác, sẽ cho đóng giữ ở đồn Châu Đốc*." Vua ưng cho và đặt tên là cơ An Biên, ban tên Việt cho Ốc Nha Bồ Nô Sơn Liêm Mộc là Liêm Mộc, cho làm Phó quản cơ, quân chia làm 5 ban. Những người đương ở ban, hàng tháng được cấp gạo 1 phương.

Phủ Lạc Biên [Savannakhet] có tên thổ mục là Phù Chiêm ngụ ở địa hạt Trấn Tĩnh lùa dân 12 hộ trốn sang Quạch Mã Lai đất Xiêm, ở bãi nổi thuộc trung lưu sông Khung, gần kề đồn Phố Khâm [Nakhon, Thái Lan]; Tuyên uý Đồng tri là Chuyên Cương đuổi bắt, không được. Tổng đốc Tạ Quang Cự được tin tâu rằng đáng lý ra nên sai quân trấn áp, để yên lòng dân, song vì thời tiết lam chướng đương thịnh, quân ta nếu phải đi xa khó tránh khỏi bị cảm mạo, nên đã sức cho viên Tri phủ hết lòng yên ủi chiêu an; Vua cho là phải.

Quan tỉnh Nghệ An tâu báo: dân hai phủ Trấn Tĩnh, Lạc Biên bị đói. Vua lập tức sai phát hơn 1.800 hộc thóc kho, xay ra gạo mang đi cấp phát.

Sai Thống chế Thuỷ quân Nguyễn Tài Năng thống suất, cùng Phó vệ uý Đoàn Khác, Phó vệ uý Lê Văn Phú, hiệp lực với quyền Lang trung bộ Hộ Lê Văn Khiêm, Viên ngoại lang bộ Lại Nguyễn Tri Phương, dùng thuyền lớn "**Uy Phượng**" và thuyền "**Bình Tự Nhất Hiệu**" đi Quảng Nam, đưa bọn võ quan nhà Thanh bị nạn về nước. Thuyền ra cửa biển Thuận An, gặp nước thuỷ triều xuống, Năng thúc đẩy cho thuyền tiến nhanh; mọi người ngăn lại cũng không được. Bỗng gió đông bắc thổi mạnh, thuyền "**Uy Phượng**" bị cạn; Vua ghét Năng tự ý làm liều, liền cho bắt, khoá tay, tống ngục và Đoàn Khác đều phải cách chức. Sau đó, vì Năng già và có bệnh, nên tha cho ở ngoài tĩnh dưỡng, cứu xét sau; còn

Đoàn Khác thì cách chức, nhưng cho gắng sức làm việc để chuộc tội.

Lê Duy Lương, con Hoàng thân Lê Duy Hoán, cùng với anh em thổ ti xã Sơn Âm, huyện Lạc Thổ [huyện Lạc Sơn, Hoà Bình] là bọn Quách Tất Công họp đảng nổi dậy. Khi Duy Hoán bị xử bị tội chết trong vụ án Nguyễn Văn Thuyên, thì Duy Lương mới lên 3 tuổi. Thủ hạ là Lê Duy Nhiên, nguyên họ Đỗ, tên Trọng Xuyên, người huyện Ngọc Sơn [huyện Tĩnh Gia, Thanh Hoá], là gia nhân của Lê Duy Hoán, rồi mạo xưng là Lê Duy Nhiên, đem Duy Lương trốn vào xã Sơn Âm. Bọn Quách Tất Công và anh em Quách Tất Tại, chứa chấp nuôi Lương. Rồi họ xúi dục dân chúng, thường thường ẩn hiện ở những miền rừng rú thuộc các tỉnh Ninh Bình, Thanh Hoa, Sơn Tây và Hà Nội. Năm ngoái việc phát giác, Vua đã nghiêm ngặt ra hạn cho các tỉnh vùng này phái quân đi tuần tiễu lùng bắt, nhưng chưa làm được. Đến bấy giờ đồ đảng suy tôn Lê Duy Lương làm minh chủ, tự xưng là Hoàng tôn nhà Lê; phe nổi dậy đúc ấn, đặt chức: Quách Tất Công làm Thống tướng, Quách Tất Tế làm Tiền quân, Quách Tất Tại làm Hậu quân, Quách Tất Nham làm Tả quân, Quách Phước Thành (người xã Trung Hoàng, huyện Lạc Thổ) làm Trung quân, Cao Viết Biện (người xã An Chí, huyện Lạc Thổ) làm Hữu quân, Lê Duy Nhiên làm Thống chế, Trương Đình Quang (người huyện Phong Doanh, Nam Định) làm Thống lĩnh, Lê Văn Lân (người huyện Đông An, Hưng Yên) làm Điều bát, Quách Đình Chí (người huyện Mỹ Lương, Sơn Tây) làm Thiên hùng quân, dùng dân 3 huyện Lạc Thổ, Phụng Hoá [huyện Nho Quan, Ninh Bình] và An Hoá [huyện Lạc Thuỷ, Hoà Bình] làm quân lính. Tù sổng và dân đói ở các hạt lân cận cũng theo nhiều, quân số đến vài nghìn người, tiến đến xã Nhượng Lão, thuộc huyện Mỹ Lương [huyện Mỹ Đức, Hà Tây]. Quân binh các tỉnh dưới quyền Phó quản cơ Sơn Tây Nguyễn Mậu Du; Quản cơ Hà Nội Nguyễn Văn Mậu đánh nhau đều bất lợi, nhiều quân bị thương vong; Mậu rút chạy, Du cố sức đánh, bị chết trận. Phó quản cơ Ninh Bình là Nguyễn Đức Luận ở đồn Chi Nê, thuộc huyện An Hoá [nay là huyện Lạc Thuỷ, Hoà Bình] được tin đi cứu viện. Vừa đến bến Cổ Tự, thuộc xã Nhượng Lão [huyện Mỹ Đức, Hà Tây] bị quân nổi dậy vụt đến chống đánh, lính địa phương liền chạy theo quân nổi dậy, bắn lại quân triều đình, viên Suất đội Phạm Văn Bảo trúng đạn chết, Đức Luận bị địch bắt, quân đều tan vỡ. Quân nổi dậy thừa thắng, thẳng tiến đến đồn Chi Nê; lính địa phương ở sau đồn, mở cửa, đưa vào. Viên đội giữ đồn là Nguyễn Văn Huyên cùng hơn 10 lính Kinh chạy thoát, đồn Chi Nê mất. Tin báo đến tỉnh Ninh Bình, hộ lý Tuần phủ Nguyễn Văn Mưu liền phái Lãnh binh Trần Hữu Lễ đem Chánh, Phó quản cơ Nguyễn Văn Tương và Bùi Văn Trường dẫn quân và voi đi đánh, rồi đem sự việc tâu lên.

Vua sai Hộ đốc Sơn Hưng Tuyên là Hồ Hựu lập tức đích thân đem quân và voi, gấp đến Ninh Bình, tuỳ cơ đánh dẹp, Nguyễn Văn Mưu đốc thúc quân binh tức tốc tiến ngay. Tổng đốc Hà Ninh Nguyễn Kim Bảng cũng chọn 5, 6 trăm tinh binh cùng đi hội tiễu.

Lại sai quyền Thống chế Thần sách Trung dinh Hoàng Đăng Thận, Lãnh binh Hải Dương Nguyễn Văn Phượng hiệp sức đi theo Hồ Hựu tiến đánh; quyền Thống chế Thần sách Hậu dinh là Nguyễn Khả Bằng phối hợp với hộ lý Tuần phủ Thanh Hoa Nguyễn Đăng Giai tiến quân. Lệnh Tổng đốc Tạ Quang Cự rút những biền binh mà Nghệ An đã phái đi, về tỉnh ly, rồi chọn lấy 1.000 quân trong tỉnh còn sung sức, không cứ đương ở ban hay đã hạ ban phải chăm huấn luyện thêm để đợi kỳ ra quân.

Hồ Hựu lúc mới được tin báo quân ta bị thua ở Nhượng Lão, liền phái Lãnh binh Trần Văn Lộc đem hơn 900 biền binh, 2 thớt voi đi tiễu; lại truyền hịch điều động thổ ty, thổ dân trong hạt đi theo.

Hồ Hựu tâu: "*Dò được lũ thổ phỉ Ninh Bình là Quách Tất Công, anh em một nhà, cậy thế núi khe hiểm trở chứa chấp Lê Duy Lương, âm mưu làm phản đều do dân làng Sơn Âm* [huyện Lạc Sơn, Hoà Bình] *cố ý che đậy. Vậy xin sai đại đội quân và voi tỉnh Thanh Hoa do đường miền thượng đến hội tiễu. Đốt hết của ăn của để của dân làng Sơn Âm, bắt hết dân đinh làng ấy, cày sân, cuốc lỗ khiến cho quân giặc mất chỗ nương tựa thì khó mà lọt lưới được*". Vua cho rằng dân xã Sơn Âm đều là con đỏ của triều đình, không lẽ lại theo giặc làm phản tất cả, nên không bằng lòng; sai Hộ phủ Ninh Bình Nguyễn Văn Mưu chỉ bảo cho hào mục và nhân dân sở tại người nào không chịu theo giặc thì cho đến tỉnh thành hoặc cửa quân khai rõ tên họ, sẽ được thả về làm ăn ngay.

Phe nổi dậy Quách Tất Công, Quách Tất Tại, vây đánh phủ thành Thiên Quan [huyện Nho Quan, Ninh Bình] rất gấp. Vừa lúc Lãnh binh Trần Hữu Lễ đem quân và voi tiến đến xã Lãng Phong [huyện Nho Quan] gặp địch giao tranh. Địch vừa đánh vừa lui; Hữu Lễ đuổi đến ngoài phủ thành. Phó quản cơ Lãnh binh quản phủ Vũ Thế Giới, Tri phủ Đào Văn Huyên và Phòng ngự sứ Quách Công Chuyên mở cửa thành cùng hội tiễu. Chuyên bị bắn chết; Hữu Lễ gấp vẫy quân đánh khép lại, tuy trên mình bị nhiều vết thương vẫn cố sức đốc chiến. Quân triều đình bắn đại bác giết chết 1 đầu mục và nhiều quân địch, địch bèn lui chạy về địa phận rừng thuộc xã Phước Lương huyện Lạc Thổ [huyện Lạc Sơn, Hoà Bình]. Việc tâu lên, Vua ban thưởngTrần Hữu Lễ gia quân công một cấp, ngân tiền Phi long, lớn nhỏ cứ mỗi thứ 10 đồng. Quan quân trong thành Thiên Quan cũng được khen; Vũ Thế Giới thăng Quản cơ, Đào Văn Huyên gia quân công 1 cấp. Quan quân giữ thành được thưởng 300 quan tiền, quân của Hữu Lễ được thưởng 500 quan tiền.

Bộ hạ Lê Duy Lương là Lê Duy Nhiên liên kết với bọn Đinh Thế Đức, Đinh Thế Sảng, Đinh Công Trịnh, Quách Công Tiến ở xã Thạch Bi, huyện Lạc Thổ. Thế Đức xưng là Bi quận công; Thế Sảng xưng là Đốc lãnh; Công Trịnh xưng là Thống lĩnh; Công Tiến xưng là Đốc chiến, cả bọn đứng riêng làm một cánh quân, mở một mặt trận mới, làm thế ỷ giốc với Quách Tất Công. Chúng đem 2.000 đồ đảng đến châu Đà Bắc [huyện Đà Bắc, Hoà Bình], đánh phá đồn Vạn Bờ; viên lại mục giữ đồn là Xa Văn Quế thua chạy. Tổng đốc Sơn Hưng Tuyên Hồ Hựu, trước kia nhận lệnh đi Ninh Bình đánh giặc; khi sắp xuất phát thì được tin báo, bèn tâu xin đình lại, chờ dẹp yên Đà Bắc rồi sẽ đi.

Sai Tổng đốc An Tĩnh là Tạ Quang Cự thân đem 1.000 biền binh, 5 thớt voi chiến cấp tốc đến đóng ở Ninh Bình, từ xa làm thanh thế cứu viện. Lại sai Hộ lý Tuần phủ Thanh Hoá là Nguyễn Đăng Giai đem 700 biền binh, 2 thớt voi chiến đến đồn Phố Cát [huyện Thạch Thành, Thanh Hoá] hội tiễu.

Sai Tổng đốc Hà Ninh là Nguyễn Kim Bảng, tập hợp 1.000 quân binh và phái 1 Lãnh binh đi Sơn Tây dưới quyền Hồ Hựu điều khiển. Lại điều động các tỉnh Nam Định, Hải Dương, Bắc Ninh, mỗi tỉnh 1 Quản cơ 500 quân binh đến

Hà Nội, theo Nguyễn Kim Bảng phân phối phòng giữ.

Quách Tất Công, Quách Tất Tại giữ đồn Chi Nê [nay là huyện Lạc Thuỷ, Hoà Bình], sai đồ đảng là Quách Đình Chi và Lê Văn Lận đem hơn 700 quân từ trong núi Thức Cốc kéo ra, vây 2 đồn Khả Phong và Bài Lễ. Phó quản cơ cơ Nguyễn Lộc, đánh không được; Lãnh binh Nguyễn Văn Cẩn ở xã Thuỵ Lôi [huyện Mỹ Đức, Hà Tây] đem binh tiếp chiến, quân nổi dậy rút vào rừng.

Lãnh binh Sơn Tây là Trần Văn Lộc dẫn binh đến xã Cao Đẳng, thuộc huyện Chương Đức [huyện Chương Mỹ, Hà Tây]. Quản phủ Ứng Hoà [Hà Tây] là Nguyễn Đăng Khánh do thám biết quân nổi dậy hơn 1.000 tụ tập ở xã Minh Lương, thuộc huyện Mỹ Lương [huyện Mỹ Đức, Hà Tây]; bèn đem binh hội với Lộc, chống đánh từ giờ Ngọ đến giờ Thân [Giờ Ngọ: từ 11 giờ sáng đến 1 giờ chiều; giờ Thân từ 3 giờ đến 5 giờ chiều]. Quân triều đình có người chết và bị thương; quan quân bắt được gươm và mộc; đến chiều tối, quân nổi dậy rút vào rừng rậm.

Cánh quân nổi dậy tại Đà Bắc do Lê Duy Nhiên điều động, đưa hơn 1.000 người đánh phá đồn Quỳnh Lâm [huyện Thanh Sơn, Phú Thọ]. Thổ binh giữ đồn không đánh, bỏ chạy. Cai đội phụ giữ đồn là Phạm Văn Ngân chết trận; nhiều quân binh bị giết hại. Sau đó quân nổi dậy từ Vạn Bờ [huyện Đà Bắc, Hoà Bình], Quỳnh Lâm do hai đường thuỷ, bộ xâm phạm huyện Bất Bạt [huyện Ba Vì, Hà Tây]. Nhiều dân ở hai bên bờ sông Đà theo, thế quân nổi dậy càng mạnh.

Vua sai truyền dụ cho Tổng đốc An Tĩnh Tạ Quang Cự tức khắc điều 1 Quản vệ và 300 lính, phái đến Sơn Tây giúp Hồ Hựu. Lại dụ Tổng đốc Hà Ninh Nguyễn Kim Bảng lấy 6 chiếc thuyền ô, thuyền lê và thuyền sam bản mang súng đạn quá sơn đến cho Hồ Hựu .

Sau đó Tổng đốc Hà Ninh, Nguyễn Kim Bảng bị miễn chức vì tuổi già và không có mưu lược chống địch. Sai Tổng đốc Ninh Thái là Nguyễn Đình Phổ, quyền lĩnh ấn quan phòng Tổng đốc Hà Ninh; Thống chế quân Thần sách Phạm Văn Lý đem quân binh vệ Hổ oai đến Hà Nội, quyền sung Đề đốc quân vụ.

Các viên thí sai [làm thử] dân tộc thiểu số là Tri huyện Thanh Xuyên [huyện Thanh Sơn và Thanh Thuỷ, Phú Thọ] Đinh Công Tiến theo phe nổi dậy xưng là Tiền phong, Tri châu Mộc Châu [Sơn La] Xa Văn Chấn xưng là Điều bát; tụ tập dân thiểu số và dân đói đến hơn 2.000 người, liên kết với cánh Đà Bắc nổi lên ở sách Cự Đồng, thuộc huyện Thanh Xuyên. Lãnh binh Bùi Văn Đạo đốc suất Phó quản cơ Hoàng Văn Trường và hơn 300 quân binh tiến đánh. Vì quân ít không địch nổi, Trường bị chết, quân tan vỡ. Bùi Văn Đạo rút về trại Phù Cao, rồi thấy quân ở tỉnh thành Hưng Hoá ít, liền quay về giữ tỉnh.

Quân nổi dậy gồm cả thuỷ lẫn bộ tù sách Cự Đồng tiến sát tỉnh thành Hưng Hoá [huyện Tam Nông, Phú Thọ]. Lính trong thành không đến 400; quan tỉnh là bọn Ngô Huy Tuấn cố giữ thành, chống đánh, bắn chết vài tên; khiến chúng hơi lui, phóng lửa đốt các nhà dân ở ngoài thành và dựng trại bao vây.

Nguyên Trấn thủ Tuyên Quang là Phan Bá Phụng, trước đây vì tuổi già, về hưu trí; Hộ đốc Hồ Hựu thấy Phụng đã già đời trong quân ngũ, lại từng trấn thủ Hưng Hoá, am hiểu địa thế, nên mới uỷ cho việc chống địch. Phụng khảng khái xin đi, bèn điều bát quân binh các đạo tiến đánh. Khi vừa đến xã Khê Thượng, huyện Bất Bạt [huyện Ba Vì, Hà Tây]; bỗng hơn 1.000 quân nổi dậy từ trong rừng xông ra đón đánh. Phụng đi trước sĩ tốt nên súng bắn bị thương nhiều chỗ, không đánh được nữa. Quân lính tan vỡ, Phụng lui về tỉnh, rồi chết. Vua nghĩ đến Phan Bá Phụng hăng hái cố gắng ra trận, nhân bị thương chết, nên thương xót lắm, thưởng 100 lạng bạc, 2 cây gấm Tống, cho con là Phan Bá Búa làm Cai đội.

Sai Tổng đốc An Tĩnh Tạ Quang Cự đem đại đội quân và voi gấp đến địa phương Thiên Quan [huyện Nho Quan, Ninh Bình] và Chi Nê, chuẩn cho làm Tổng đốc các lộ quân vụ. Quyền Thống chế Hoàng Văn Thận, Hộ phủ Thanh Hoa là Nguyễn Đăng Giai, đều đem quân gấp đến hành doanh Tạ Quang Cự, đều chuẩn cho làm Tham tán quân vụ. Hiện nay quân nổi dậy chiếm giữ Chi Nê, chia đóng các đồn ở An Đội, Tuân Dụ, Cố Đế, Nhiêm Hạ, Công Đôi, Thản Đôi, Hà Nguyên 7 nơi.

Tương tự như lời tâu của Tuần phủ Quảng Yên là Lê Đạo Quảng lên Vua Minh Mệnh vào đầu năm; Tổng đốc Lưỡng Quảng Lô Khôn cũng dâng tấu triệp lên Vua Đạo Quang về việc giết và bắt sống bọn cướp, vùng biển tại biên giới Việt Hoa trở nên yên tĩnh:

"***Ngày mồng một Bính Thân tháng 3 năm Đạo Quang thứ 13*** [20/4/1833]; *dụ các Quân cơ đại thần:*

Bọn Lô Khôn dâng tấu triệp về việc giết và bắt sống bọn đầu sỏ cướp, biển trở nên yên tĩnh, cùng biện lý tình hình hiện nay.

Xem tờ tâu xong; thấy dân gian người Việt Nam Trần Gia

Hải, cùng bọn di phỉ nội địa Dương Tựu Phú, Phùng Sinh Đinh Chí, Ngô Tam Cẩu, trước đây tại vùng núi Cẩu Đầu, biển Di kêu gọi tụ tập. Nhân thiếu lương bèn ra khỏi sào huyệt, định đến nội địa cướp phá. Cùng lúc bọn Phó tướng Lý Nguyên, Du kích Lâm Phượng Nghi, điều động binh thuyền đến vùng Bạch Long Vĩ giao giới biển Di gặp thuyền phỉ hơn 10 chiếc tiến đến. Bọn Lâm Phượng Nghi ngăn chặn vây bắt, súng đạn giao tranh, phá tan 1 chiếc thuyền phỉ, bọn phỉ rơi xuống nước hơn 30 tên. Đô ty Dư Thanh bắt sống đại Đầu mục Dương Tựu Phú, cùng tịch thu pháo súng; bọn phỉ còn lại bỏ chạy, quan quân truy kích đến núi Thanh Lam thuộc biển Di, giết tên cừ khôi Phùng Sinh Đinh Chí, cùng bọn phỉ Vương Á Cẩu; lại đánh phá 3 chiếc thuyền phỉ, tịch thu 4 chiếc, bắt sống bọn Đầu mục Lương Thượng Thiêm hơn 20 tên, đánh bị thương bọn đảng phỉ Lý Á Cát rơi xuống biển chết.

"Lại cứ theo thuyền buôn của bọn Tống Kính Lợi truy đuổi giặc đến biển Di, nhận ra được thuyền của tên đầu đảng Trần Gia Hải. Di mục Việt Nam cũng mang binh thuyền đuổi đánh, bọn giặc phỉ rơi xuống biển chết hơn một nữa; đuổi đến châu Vụ Thuỷ, thuyền của Trần Gia Hải đụng phải đá ngầm bị vỡ, giết tên giặc cướp nổi danh Ngô Tam Cẩu và Đoàn Lý Hàm, cùng nhiều tên phỉ khác. Trần Gia Hải đem vợ và đồng bọn hơn 10 người chạy trốn vào trong núi. Hai thuyền của Thắng Phát, Hoàng Á Hỷ; sau khi thấy thuyền kia bị vỡ, bèn hướng phía nam chạy thoát. Viên Thổ mục đem tên giặc phỉ Phan Á Bát lấy cung rồi giải giao đến. Tên đầu đảng giặc Mạc Á Cát ngầm trốn về Đông Hoàn bị bắt, giải đến.

"Việc liệu biện nhanh chóng đáng khen. Trần Gia Hải tuy trốn được, nhưng cũng như cá trong trong nồi, thú trong

bẩy, không lâu cũng bị bắt. Hai thuyền của Hoàng Gia Hỷ, Thắng Phát; tuy bị súng bắn bị thương, chạy thoát về phía nam, chờ khi thời tiết hết mây mù, phải trừ tuyệt gốc rễ, tuỳ cơ mà rình bắt, chớ để lọt lưới. Văn thư của Lô Khôn gửi cho viên Quốc vương đắc thể, hiện đã đem thuyền quân, thuyền đánh cá thu hồi về nội địa; theo thường lệ mỗi bên giữ biên giới của mình, cùng kê tra các hộ đánh cá tại các vũng, không được vượt biên giới đánh bắt gây chuyện; việc làm đều ổn thoả. Đề đốc Lý Tăng Giai, trên biển mấy lần gặp gió bão, hầu như bị chìm, cuối cùng ghé vào được huyện Xương Hoá, phủ Quỳnh Châu, may mắn sống còn. Viên Tham tướng Lâm Khai Cương , bị bão làm tổn hại thuyền, trôi đến huyện Trừng Mại, Quỳnh Châu mới ghé được, xem lời tâu mới hơi yên ủi. Còn hai chiếc mễ thuyền (米艇) (1) *của doanh Đốc Tiêu Trung và 2 mễ thuyền của Dương Giang Hữu thì chưa thấy tăm hơi, lệnh bọn Lô Khôn thông sức cho các huyện duyên hải tìm tòi rõ ràng rồi tâu đầy đủ. Các quan văn võ viên biền tham dư chiến dịch này, đợi kết thúc, tra thực những viên ra sức có công tâu lên, đợi Trẫm thi ân, nhưng không được mạo lạm." Đưa dụ này truyền để hay biết."* (**Tuyên Tông Thực Lục** quyển 233, trang 1-3)

Trong lời tâu vào đầu năm, Tuần phủ Quảng Yên là Lê Đạo Quảng xác nhận quân binh Quảng Yên đã bắt sống được tên đầu đảng cướp biển Nguyễn Bảo; nay Tổng đốc Lô Khôn cũng tâu lên Vua Đạo Quang tương tự, khiến nhà Vua rất vui mừng:

"***Ngày 25 Bính Thân tháng 3 năm Đạo Quang thứ 13*** **[14/5/1833]**; *dụ Nội các:*

Bọn Lô Khôn do dịch trạm dâng tấu triệp khẩn rằng đã bắt được tên cướp quan trọng người Việt Nam là Trần Gia

Hải, quét sạch sào huyệt phỉ, mặt biển Hoa Di thanh bình.

Vụ án về gian dân Việt Nam Trần Gia Hải tức Nguyễn Bảo, cùng với bọn du phỉ nội địa là Dương Tựu Phú đều tại núi Cẩu Đầu thuộc biển Di hô hào tụ tập, bắt nhiều người nhập bọn, tổng cộng thuyền có 36 chiếc, cướp bóc bốn phương. Trước đó bị Du kích Lâm Phượng Nghi mang binh thuyền đến biển Di vây bắt, Đô ty Dư Thanh đã bắt sống được Dương Tựu Phú và nhiều tên đồng đảng. Thuyền của Trần Gia Hải đâm vào đá ngầm bị hư, mang vợ và đồng bọn chạy trốn vào núi. Nay cứ tấu xưng Thổ mục Việt Nam bẩm báo đã bắt sống được Trần Gia Hải tức Nguyễn Bảo, cùng đồ đảng Nguyễn Văn Quân gồm đàn ông đàn bà 11 tên, áp giải về châu đồn giam cấm. Lại cứ theo bọn tráng đinh Tống Kính Lợi, Trần Kim Phát trên thuyền buôn, thấy được đã bắt được bọn thủ phạm, bèn đưa thuyền đến núi Thanh Lam bắt được bọn phỉ còn lại là Trần Á Phúc 7 tên, chém lấy thủ cấp bọn phỉ mục là Hoàng Nuỵ Nhị, Vương Á Nhị; lấy được 1 cỗ pháo đồng lớn, 1 cỗ pháo sắt, 7 chiếc hoàn đao, khiêu đao; 1 rương lớn thuốc súng. Bọn Thông phán Lục Hướng Vinh bắt được 2 tên phỉ trốn chạy là Vương Á Đại, Đàm Đại Nghiệp. Bọn thự Quỳnh Châu trấn Tạ Đức Chương bắt được bọn phỉ Hoàng Nguyên Quang 10 tên, tại Trúc Sơn. Qua Tri phủ Liêm Châu Trương Dục Xuân điều tra ra bọn giặc ngoài biển này còn có tên chủ mưu Lâm Trí Vân đang tại phía ngoài Quán Đầu Lãnh dùng thuyền qua lại dòm ngó; viên Tri phủ bèn mật sai viên biền đến nơi truy nã, bắt được đem về phủ; rồi cùng với các phạm nhân khác đối chất, thấy được tình trạng việc cướp bóc, y thuộc loại có khả năng.

"Đề đốc Lý Tăng Giai hiện trú tại Đam Châu, đốc suất bọn Tham tướng Lý Khai Cương cùng văn võ viên biền đánh bắt

được bọn phỉ Ngô Á Lân 17 tên, cùng thuyền, cỗ pháo sắt, và khiên đằng bài 藤牌 (1) *của Việt Nam. Sào huyệt giặc bị quét sạch; bọn cừ khôi đã bị bắt, mặt biển Hoa, Di tảo thanh, lo liệu thực nhanh chóng ổn thoả, đọc tờ tâu rất vui mừng. Lệnh cho bọn Lô Khôn, tập hợp các thủ phạm bắt được, nghiêm khắc tra tấn, thấy được tình hình đích xác, chiếu theo luật xử tội nặng, không khoan túng. Các viên biền văn võ tham gia, Lô Khôn chọn những kẻ ra sức phấn đấu, xét công trạng tâu lên, chờ Trẫm ban ơn, không được mạo lạm."* (**Tuyên Tông Thực Lục** quyển 233, trang 1-3)

Chú thích:

1. Mễ đỉnh: một loại thuyền đi biển đời Thanh,sản xuất tại vùng huyện Đông Hoàn, Quảng Đông; đặc điểm chắc chắn và nhanh, trọng tải 2500 thạch.

2. Đằng bài: khiên làm bằng cây mây.

215.
Vua Minh Mệnh (15) [19/5/1833-14/8/1833]

Tháng tư năm Minh Mệnh thứ 14 [19/5-17/6/1833], các tỉnh Thanh Hoa, Hà Nội, Bắc Ninh, Hải Dương, Nam Định và Hưng Yên đều tâu báo thóc lúa được mùa, giá gạo chóng hạ; dân đói dần dần trở về. Duy tỉnh Nam Định còn 1, 2 nghìn người già yếu phải xin ăn; Vua sai quan tỉnh lấy thêm 500 phương gạo kho, tiếp tục phát chẩn một tuần.

Lại sai các quan soạn bộ **Thực lục** về Liệt thánh, tức các chúa Nguyễn trấn giữ Thuận Hoá.

Nước Chân Lạp sai sứ sang cống. Khi đến, Vua sai quan cấp phẩm phục cho Chánh sứ Ốc Nha Chiết Tức, Phó sứ là Ốc Nha Bông Sa và Ốc Lịch Nhâm. Đến khi họ về nước, lại thưởng cho Chánh sứ bộ đồ trà cẩn vàng, bộ đồ uống rượu bằng pha lê bịt vàng; cho Phó sứ mỗi người một bộ đồ chè cẩn bạc và bộ đồ uống rượu bằng pha lê.

Thưởng những người dân thọ 100 tuổi ở các địa phương Quảng Trị, Nghệ An, mỗi nơi 1 người; Bình Định, Hà Tĩnh, mỗi nơi 2 người. Có người ở xã Cổ Kinh, huyện Thạch Hà, Hà Tĩnh, tên là Phạm Thiện Liên, 5 đời sống cùng nhà; Vua sai bộ Lễ theo lệ, ban thưởng.

Quân nổi dậy phò Hoàng thân Lê Duy Lương lại đánh tỉnh thành Hưng Hoá, từ bốn mặt trèo thang mà lên. Quan tỉnh là Ngô Huy Tuấn và Trần Ngọc Lâm đích thân đốc suất quan quân trong thành cố sức chống đánh, bắn súng, ném đá, quân địch bị chết hơn trăm tên, phải rút lui. Bọn Tuấn lại làm mật thư bọc sáp báo cho Tổng đốc Hồ Hựu rằng địch tuy nhiều, nhưng là quân ô hợp, nếu viện binh đến tiếp ứng, thì trong ngoài đánh kẹp lại, chỉ một hồi trống, có thể bắt được. Hựu tâu lên; Vua rất khen ngợi, thưởng cho bọn Tuấn mỗi người được gia quân công 1 cấp; từ quản cơ trở xuống đến binh lính được thưởng cho tiền bạc có khác nhau.

Riêng thưởng cho thổ Tri huyện Trấn Yên [Yên Bái] là Nguyễn Đình Hán lên hàm thổ Tri phủ, vẫn giữ huyện Trấn Yên. Hưng Hoá có loạn, trong các thổ Tri châu, Tri huyện thuộc tỉnh chỉ có một Đình Hán tự đem thổ dân hưởng ứng đi đánh; quan tỉnh đem sự việc tâu lên, nên có mệnh lệnh này.

Quân nổi dậy do Trung quân Nguyễn Văn Trù chỉ huy tụ tập hơn 1.000 quân đánh phủ Lâm Thao [Phú Thọ]. Quản phủ là Nguyễn Văn Hương giao tranh tại xã Thạch Sơn [huyện Lâm Thao, Phú Thọ], thua chạy. Quân địch lại đến bức bách tận dưới thành; Lãnh binh Tuyên Trần Hữu Yến, Tri phủ Mai Khắc Mẫn, giữ chặt thành, chống đánh giặc, bắn chết được mấy chục tên, nên địch rút lui. Đêm đến, trở lại ngoài thành la ó; bọn Yến đem binh chống cự; đến lúc thuốc đạn gần hết, bèn bỏ ngỏ thành, kéo ra. Quân nổi dậy xông vào thành đốt dinh thự, nhà cửa; thả tù phạm. Vừa lúc ấy, Phó quản cơ cơ Hoàng Văn Điền, đem binh đến cứu, bọn Yến cũng quay lại hội tiễu; quân địch rút lui.

Sự việc tâu lên, Vua sai đem chém Nguyễn Văn Hương trước quân rao cho mọi người biết. Trần Hữu Yến và Mai

Khắc Mẫn đều bị cách chức, nhưng cho lưu lại gắng sức làm việc để chuộc tội. Lại truyền dụ Hồ Hựu phái uỷ Phạm Văn Điển và Lê Văn Thuỵ đem 400 binh, 6 thớt voi chiến, phối hợp với 1.000 cơ binh, làm đạo quân Hữu lộ, tiến đánh địch ở Lâm Thao, rồi vượt sông Hồng, đánh giải vây cho Hưng Hoá. Nguyễn Văn Quyền thì phối hợp với 1 Quản vệ và quân binh, cùng nhau đi thuyền, làm đạo quân Trung lộ, tiến đánh thuyền địch tại ven sông, rồi thẳng đến tỉnh thành Hưng Hoá. Hồ Hựu thì đem bọn Nguyễn Đăng Huyên với binh lính và voi chiến, làm đạo quân Tả lộ, tiến đánh quân nổi dậy ở Bất Bạt [huyện Ba Vì, Hà Tây], rồi tức khắc qua sông Đà, sang bờ phía tây, để hội tiễu.

Tổng đốc coi các lộ ở đạo Ninh Bình là Tạ Quang Cự, Tham tán là Hoàng Đăng Thận và Nguyễn Đăng Giai, đóng quân ở Thiên An. Có vài trăm tên địch vào nhà dân ở huyện Gia Viễn [Ninh Bình] đòi lấy lương; Quang Cự tức khắc phái binh và voi đến đánh ở cửa động Hoa Lư, địch tan vỡ. Lại có vài trăm tên khác đêm đến đình xã Yên Mông thuộc huyện Phụng Hoá [huyện Nho Quan, Ninh Bình] đốt đuốc, kéo cờ, cướp thóc gạo của dân; Nguyễn Đăng Giai đem binh đến bắt; quân địch trốn vào rừng.

Sai Tạ Quang Cự làm Tổng đốc quân vụ đánh dẹp quân nổi dậy Ninh Bình, Phạm Văn Lý làm Tổng thống quân vụ đánh dẹp quân nổi dậy Hưng Hoá; cả hai đều được cấp ấn quan phòng, dùng khi có việc cần tâu.

Hộ lý Tuần phủ Ninh Bình là Nguyễn Văn Mưu, bị cách chức; dùng Hữu thị lang bộ Công Lê Nguyên Hy làm Bố chính Ninh Bình, giữ ấn quan phòng Tuần phủ.

Hộ lý Tổng đốc Sơn Hưng Tuyên là Hồ Hựu đóng ở phủ

Quảng Oai chia phái quan quân các đạo, đặt 4 đồn chẹn những nơi xung yếu để chống giặc. Có hơn nghìn quân nổi dậy từ địa phận các xã Phú Hữu [huyện Ba Vì, Hà Tây], Yên Bồ [huyện Ba Vì, Hà Tây], Vật Yên [huyện Ba Vì, Hà Tây] kéo lại, xông lên thách đánh. Quân triều đình đem súng thần công và súng quá sơn bắn chết mấy tên, địch lùi chạy. Sau đó bộ binh đánh sơn phận xã Phú Hữu; hơn 700 địch tan vỡ, bỏ khí giới; xuống thuyền nan, chạy sang bờ phía tây sông Đà. Thuỷ quân đánh phần sông xã Trung Hà [huyện Ba Vì, Hà Tây] bắt được hơn 10 chiếc thuyền; quân địch lên bờ, chạy trốn. Lính của Quản phủ Vĩnh Tường là Nguyễn Duy Trữ cũng đánh bại địch ở sông Hồng, đánh đắm 6 chiếc thuyền và chém 9 tên địch; quan quân các đạo thừa thắng tiến lên, gần đến tỉnh thành Hưng Hoá. Quân trong thành thấy viện binh đến, lập tức mở cửa thành, hợp sức đánh khép lại: bắt và chém được hơn 60 tên , thu được khí giới vô kể. Quân nổi dậy bèn rút bỏ vòng vây, chạy về sách Phương Giao, thuộc huyện Thanh Xuyên [huyện Thanh Sơn và Thanh Thuỷ, Phú Thọ]. Đạo binh của Lãnh binh Tuyên Quang là Trần Hữu Yến, Tri phủ Lâm Thao là Mai Khắc Mẫn gặp địch ở xã Á Nguyên, thuộc huyện Sơn Vi [huyên Lâm Thao, Phú Thọ] chém được tên đầu sỏ Nguyễn Văn Trù và thuộc hạ mấy chục tên. Hồ Hựu đem tin thắng trận tâu lên; Vua dụ rằng: "*Gần đây thổ phỉ rông rỡ, dở trò cú vọ bạo tàn! Nay quan quân thảy đều trổ sức hăng hái luôn mấy ngày thắng trận, giải vây ngay cho tỉnh thành Hưng Hoá. Vậy đáng nên hậu thưởng để tỏ ý khuyến khích.*"

Tại mặt trận Ninh Bình, nhân một con voi chiến sổng chạy vào phía quân nổi dậy; Tổng đốc Tạ Quang Cự, cùng Tham tán Hoàng Đăng Thận, Nguyễn Đăng Giai đều đem lính và voi đuổi theo. Gặp địch chống cự, bọn Quang Cự vừa đánh vừa tiến, đến xã Yên Trị, thuộc huyện Lạc Thổ [huyện Lạc Sơn, Hoà Bình] thì trời đã xế chiều, bèn quay về. Dọc đường, tên thổ ty thuộc Thanh Hoa là Nguyễn Đình Bang đi tụt lại sau. Đăng Thận giục giã, Đình Bang bắn lại quân triều đình rồi bỏ đi. Hành động phản bội của Nguyễn Đình Bang khiến Nguyễn Đăng Giai dâng sớ xin chịu tội.

Vua giáng chỉ cách chức Đăng Giai, Đăng Thận bị giáng xuống 4 cấp; Tạ Quang Cự điều khiển không đúng cơ nghi, cũng giáng 2 cấp. Tất cả đều cho lưu dụng, nhưng hạn trong vòng 1 tuần, phải đánh mạnh, lấy cho được đồn Chi Nê [huyện Lạc Thuỷ, Hoà Bình].

Cai đội Phạm Doãn Dũng giữ đồn Vũ Yển huyện Thanh Ba [Phú Thọ], tụ tập quân dân theo phe nổi dậy, đốt phá huyện lỵ Thanh Ba.

Đinh Công Tôn, thổ Tri huyện Yên Lập [Phú Thọ], theo phe nổi dậy xưng là Điều bát, Đỗ Viết Trai thí sai thổ Huyện thừa xưng là Thống lãnh, cùng bọn Đinh Công Tiến, Phạm Doãn Dũng, chiếm giữ 2 huyện Hạ Hoa [Phú Thọ] và Hoa Khê [huyện Cẩm Khê, Phú Thọ], lại chia bè đảng vào chiếm xã Lễ Nguyên và xã Tam Sơn đều thuộc huyện Phúc Thọ [Hà Tây]; Phó lãnh binh là Tống Văn Uyển đem binh đi đánh, địch rút lui.

Tổng thống quân vụ đạo Hưng Hoá là Phạm Văn Lý, quản lĩnh biền binh đến phủ thành Quảng Oai cùng với Hộ đốc Sơn Hưng Tuyên là Hồ Hựu hội bàn việc quân. Rồi Lý sai lũ quyền nhiếp Quản phủ Lâm Thao là Hoàng Văn Điềm, thổ Tri châu là Lương Bá Tuyển, Lưu Trọng Chưởng, đi đánh bọn Phạm Doãn Dũng ở đồn Vũ Yển, bắt được mấy chục đồ đảng và chém được mấy chục tên.

Nguyễn Đình Bang từ Thiên Quan [huyện Nho Quan, Ninh Bình] ngầm về Thanh Hoa, cùng với anh là Nguyễn Đình Phát, thông đồng với bọn Quách Công Ôn và Quách Công Nghiệp ở Lạc Thổ [huyện Lạc Sơn, Hoà Bình] tập hợp hơn 500 đồ đảng, đánh đồn Hoành Giang. Thổ mục Nguyễn Đình Lung cùng với thổ binh đều làm nội ứng; Cai đội giữ đồn là Nguyễn Thế Nhiêu, binh ít, không chống, được chạy thoát thân. Quân nổi dậy vây đồn Phố Cát [huyện Thạch Thành, Thanh Hoá]; Cai đội giữ đồn là Lê Văn Tuyển bị bị bắt; bèn cắt trụi tóc, rồi thả ra. Chúng lại cướp bóc huyện Vĩnh Lộc [Thanh Hoá], đốt phá nhà dân. Hộ phủ Nguyễn Khả Bằng được tin báo, liền phái Lãnh binh Phạm Đình Bảo đem quân và voi đi đánh.

Vua phạt Nguyễn Khả Bằng giáng 1 cấp, sai Nguyễn Đăng Giai thôi chức Tham tán quân vụ Ninh Bình, rồi trích lấy một nửa quân binh trước đây đã đem đi, quay về Thanh Hoa đánh giặc.

Tổng đốc quân vụ đạo Ninh Bình là Tạ Quang Cự, Tham tán Hoàng Đăng Thận và Nguyễn Đăng Giai từ Thiên Quan chia đường tiến đánh quân nổi dậy ở xã Xích Thổ, thuộc huyện An Hoá [nay là huyện Lạc Thuỷ, Hoà Bình]. Địch bị chết nhiều, thua chạy; quân triều đình cướp được đồn.

Tiếp tục Tạ Quang Cự điều các đạo thuỷ, lục, hạ luôn các đồn ở An Đội, Tuân Dụ, Nhiễm Hạ, thẳng đến Chi Nê [huyện Lạc Thuỷ, Hoà Bình]; tướng địch Quách Tất Công cùng bè lũ, đã bỏ đồn trốn từ trước.

Thổ Tri châu Văn Bàn là Hoàng Kim Thịnh xưng Thống lãnh, tụ tập dân trong châu được hơn 400 người đánh phá đồn Trấn Hà; Thổ binh trong đồn đều trở giáo theo địch. Suất đội giữ đồn là Lê Thế Tiệp thua chạy, quân nổi dậy bèn cướp lấy súng ống, khí giới, của cải, đồ vật, mở nhà lao thả tù. Lại có bọn khác đánh đồn Bách Lẫm [huyện Trấn Yên, Yên Bái], do Thổ Tri huyện Trấn Yên [Yên Bái] Nguyễn Đình Hán, cùng Suất đội giữ đồn là Vũ Văn Nghĩa trông coi. Văn Nghĩa mở cửa, đón địch vào; Hán thấy có nội phản, bèn rút về huyện sở. Quân nổi dậy đánh 4 mặt rất gấp; Hán sức không chống nổi phải chạy về Yên Bái chờ quân cứu viện.

Vua dụ Phạm Văn Lý lập tức phái Quản vệ vệ Kinh tượng là Lê Văn Thuỵ cùng 2 Quản cơ các cơ Sơn Tây đem 500, 600 quân binh giao cho Phạm Văn Điển quản lĩnh, đi đánh dẹp, truyền hịch cho Nguyễn Đình Hán đem thổ binh làm tiền khu. Lại cho rằng Trấn Hà, Bách Lẫm đều ở ven sông Thao, nên ra lệnh sức cho Phó vệ uý Nguyễn Văn Quyền đem 6 binh thuyền đến hội. Lại dụ cho Hà Nội điều thêm 4 chiếc thuyền ô, lê và sam bản chở đến quân thứ Phạm Văn Điển để điều khiển.

Thống đốc quân vụ đạo Ninh Bình là Tạ Quang Cự, Tham tán là Hoàng Đăng Thận, Nguyễn Đăng Giai, đóng quân ở Chi Nê, chia phái lùng bắt thổ phỉ ở Công Đôi, Thản Đôi, Đồng Tôm; giặc đều tan vỡ chạy trốn cả. Quan quân thu được rất nhiều súng ống, khí giới. Gặp lúc Lãnh binh Hải Dương là Nguyễn Văn Phượng, Lãnh binh Hà Nội là Nguyễn Văn Cẩn, Lãnh binh Thuỷ sư là Tôn Thất Chung, do đường Bắc lộ đem binh tiếp đến; bọn Tạ Quang Cự được tin tên giặc là Quách Tất Tế còn ở địa phương Đề Cốc, Ỷ Na quấy nhiễu, liền chia uỷ Nguyễn Văn Cẩn, cùng Tô Huệ Vân đem hơn 700 quân binh đóng giữ Chi Nê, Tôn Thất Chung cai quản đội binh quay về Thức Cốc, ngăn chặn địch chạy về con đường phía bắc, còn bản thân thì đem binh và voi đi Xích Thổ, chuyển sang Đề Cốc, Ỷ Na. Khi bọn Quang Cự đến nơi, giặc được tin đã bỏ đồn chạy trốn trước. Bấy giờ luôn mấy ngày mưa dầm, nước khe tràn ngập, Quang Cự liền dâng biểu xin chờ khi nước xuống, sẽ đem ngay quân đánh phá đồn ở đường Nam lộ rồi thẳng tới Sơn Âm, tuỳ cơ đánh dẹp và phủ dụ.

Từ khi tỉnh thành Hưng Hoá được giải vây, quân nổi dậy là Lê Duy Nhiên và Đinh Thế Đức, rút về Thạch Bi [huyện Lạc Sơn, Hoà Bình] đến nay lại kết đảng vài trăm tên đến chiếm giữ 2 động Hiền Lương, Hào Tráng thuộc châu Đà Bắc đòi lấy binh lương. Thổ dân đều chạy trốn. Tổng thống Phạm Văn Lý liền cùng Hộ đốc Hồ Hựu thân đem quân binh thuỷ, bộ từ 3 lộ do đường sông Đà tiến đánh.

Tổng đốc quân vụ đạo Ninh Bình là Tạ Quang Cự, Tham tán là Hoàng Đăng Thận đánh phá địch ở Cao Đôi, Ngọc Đôi thuộc huyện An Hoá [huyện Lạc Thuỷ, Hoà Bình], đốt trại và sách kéo thẳng đến đồn Á; tướng địch là Quách Phước Thành trông thấy, chạy trốn trước.

Hộ phủ Thanh Hoa là Nguyễn Đăng Giai đánh bại thổ phỉ ở xã Phụng Công thuộc huyện Vĩnh Lộc [Thanh Hoá] phá luôn được các đồn giặc ở Kỳ Ngải, Nhân Lộ, bắt sống và chém được hơn 30 tên và tịch thu được khí giới.

Tháng năm [18/6-16/7/1833]; Tuyên uý đồng Tri phủ Lạc Biên [Savannakhet] là Chuyên Cương trốn theo Xiêm. Trước kia, Thổ mục Lạc Biên là Phù Chiêm đã bỏ đi, phìa Lục Tạo lại trốn, Chuyên Cương trong lòng không yên, liền lấy trộm thuyền công mới đóng xong, do con suối, đến đồn Phố Khâm [Nakhon, Thái Lan] sai em là Chiêm Bút, thông đồng với Xiêm La, được người Xiêm thu nạp. Chỉ có thổ mục Chiêu Bông và phìa Xà Nộn không chịu theo, quan tỉnh đem việc ấy tâu lên; Vua chấp thuận cấp bằng cho Chiêu Bông và phìa Xà Nộn quyền giữ việc phủ.

Tên Phủ Pháp, tù trưởng sách Man Bôn Tai thuộc đất Thạch Thành [huyện Tuy Hoà, Phú Yên] tụ tập nhiều dân thiểu số, giết hại dân buôn, cướp của rồi đi; quyền Tuần phủ Phú Yên Nguyễn Công Liêu lập tức phái quân và voi tiến đến đàn áp.

Hồ Hựu, Hộ đốc Sơn Hưng Tuyên, không dẹp nổi giặc bị đoạt chức; sai Lê Văn Đức làm Tổng đốc Sơn Hưng Tuyên.

Quyền quản phủ phủ Thiệu Hoá thuộc Thanh Hoa là Nguyễn Đình Cộng đánh phá quân nổi dậy ở huyện Cẩm Thuỷ [Thanh Hoá], hạ liền mấy đồn, thu được nhiều khí giới.

Hộ phủ Thanh Hoa là Nguyễn Đăng Giai đánh và phá tan địch ở Khô Kiền thuộc huyện Quảng Địa [huyện Thạch Thành, Thanh Hoá]; Nguyễn Khả Bằng cũng đoạt được đồn Ma Cốc, quân địch đều tan vỡ.

Binh của Phạm Văn Lý, Tổng thống quân vụ đạo Hưng Hoá, đến Quỳnh Lâm [huyện Thanh Sơn, Phú Thọ], quân nổi dậy bỏ đồn trốn. Lý liền điều Nguyễn Văn Quyền và Nguyễn Hữu Giai coi quản 8 chiếc thuyền ô và thuyền thuỷ cơ, tiến đánh Đà Bắc [huyện Đà Bắc, Hoà Bình]. Lý đích thân đem đại đội quân và voi thẳng đánh Sùng Phong. Khi đến nơi, thì Đinh Công Thự, Đinh Công Lân đã dắt cả vợ con chạy trốn, để lại nhà cửa trên 10 nóc; Lý cho đốt hết, rồi lại kéo về đóng ở đồn Quỳnh Lâm. Bọn Quyền đến động Hiền Lương, giặc ở rừng rậm bên bờ sông, bắn súng, quân ta bắn lại hồi lâu, địch rút lui.

Hộ lý Tuần phủ Thanh Hoa Nguyễn Khả Bằng, Nguyễn Đăng Giai hội tiễu thổ phỉ ở La Sơn, Quảng Địa [huyện Thạch Thành, Thanh Hoá], chém được 2 tên địch; đuổi đến Hoàng Giang, địch bỏ đồn không trốn đi. Bấy giờ gặp mưa to, nước lên, bọn Khả Bằng để quyền Quản phủ Nguyễn Đình Cộng ở lại đóng giữ, còn đạo quân hướng về Phố Cát. Vừa đến sách Cổ Biện (thuộc huyện Quảng Địa) thì gặp đại quân của quyền Tổng đốc Nguyễn VănTrọng và Tham tán Hà Duy Phiên tiến đến. Nguyễn Văn Trọng cùng Nguyễn Đăng Giai theo đường núi giữa huyện Thạch Thành và huyện Vĩnh Lộc mà tiến. Hà Duy Phiên cùng Nguyễn Khả Bằng theo đường núi miền thượng du huyện Thạch Thành mà tiến. Trong khi quân địch thủ hiểm chống lại; quân triều đình hăng hái tiến lên: hoặc súng bắn, hoặc dao chém; địch chết và bị thương nhiều , số còn lại bỏ khí giới, chạy trốn. Khi đến đồn Phố Cát [huyện Thạch Thành, Thanh Hoá], quân địch cắm cờ, bày trận, chúng bị bắn chết mấy tên, rồi do phía sau đồn trốn vào rừng; quan quân phóng lửa đốt hết đồn địch.

Tổng đốc quân vụ đạo Ninh Bình Tạ Quang Cự, Tham tán là Hoàng Đăng Thận đánh phá sào huyệt quân nổi dậy ở Sơn Âm [huyện Lạc Sơn, Hoà Bình]. Trước đây sau khi đánh được đồn Á, bèn chia làm 5 đường hẹn ngày giờ cùng tiến. Khi đến Sơn Âm, tướng địch là Quách Tất Công cùng Hoàng thân Lê Duy Lương trốn trước đến xã Thạch Bi [huyện Lạc Sơn, Hoà Bình]. Quân triều đình liền đổ ra bốn ngả lùng bắt, địch dựa vào núi, dựng trại hơn 30 nơi; bèn đốt phá không để sót một nơi nào; những gia súc và sản vật thu được đều đem phân phát cho quân lính.

Tổng thống quân vụ đạo Hưng Hoá là Phạm Văn Lý, Tham tán Phạm Văn Điển đóng quân ở Quỳnh Lâm [huyện Thanh Sơn, Phú Thọ], được tin quân nổi dậy quấy nhiễu Bất Bạt [huyện Ba Vì, Hà Tây], liền phi sức cho bọn Nguyễn Văn Quyền đem thuyền binh đóng giữ động Hiền Lương, ngăn chặn địch từ Đà Bắc; lại để Vệ uý Đoàn Văn Cải dùng 600 lính, 2 thớt voi, đóng giữ Quỳnh Lâm để tiếp ứng; rồi bọn Lý đem đại đội quân và voi lui về Tu Vũ [huyện Ba Vì, Hà Tây], chia đường đánh dẹp. Đạo binh của Phạm Văn Lý đánh ở các sách Sơn Vi, Thắng Sơn; địch tan vỡ, bắt được 6 tên. Đạo binh Phạm Văn Điển đến các sách Cự Đồng, Cự Thắng thì Thự phủ Hưng Hoá là Ngô Huy Tuấn cũng dẫn quân đến, cùng hợp lại đánh; địch tan trốn vào rừng, đuổi bắt được 2 tên, lấy được 1 cỗ súng thần công.

Phạm Văn Lý tại Thanh Xuyên [huyện Thanh Sơn và Thanh Thuỷ, Phú Thọ], dò biết tướng địch Đinh Công Tiến và Phạm Doãn Dũng, lén lút trốn ở các sách trong rừng, liền hội với Tham tán Phạm Văn Điển, thự Tuần phủ là Ngô Huy Tuấn chia nhau đi lùng, bắt được hơn 20 tên địch; lại đến sào huyệt ở Cự Thắng [huyện Thanh Thuỷ, Phú Thọ], đào mả tổ Đinh Công Tiến. Bọn Phó vệ uý Nguyễn Văn Quyền và Viên ngoại lang Nguyễn Hữu Gia, đem thuyền binh thẳng đến đồn Vạn Bờ thuộc Đà Bắc, gặp địch bèn bắn súng lớn, chúng phải trốn vào rừng.

Quân nổi dậy từ phía rừng Đồi Ngang kéo đến quấy nhiễu xã An Lão thuộc huyện Phụng Hoá [huyện Nho Quan, Ninh Bình], cướp bóc của cải đồ vật, rồi lại rút theo đường rừng.

Tuần phủ Hưng Hoá Ngô Huy Tuấn, đi đánh quân nổi dậy ở Văn Bàn [Lào Cai]. Vừa mới đến đồn Đông Quang, thuộc huyện Trấn Yên [Yên Bái] thì tên quan làm phản Hoàng Kim Thịnh đem súng ống và khí giới đến cửa quân xin đầu thú. Sự việc tâu lên; Vua xét rằng trước đây Hoàng Kim Thịnh kêu gọi tụ họp dân trong châu, đánh chiếm đồn Trấn Hà, mở ngục thả tù phạm, thực là một tên phản nghịch ghê gớm; phải lập tức giam vào cũi sắt, giải về kinh trị tội.

Phan Đăng Đệ, quyền Tri phủ Lý Nhân [Hà Nam], mật phái biền binh thuộc phủ đi tuần dò thám địa hạt xã Bút Sơn thuộc Kim Bảng [Hà Nam]; bắt được tướng của Lê Duy Lương là Lê Văn Lận cùng vợ con và đồ đảng 4 người đem nộp.

Lê Văn Khôi, nguyên Vệ uý vệ Minh nghĩa thuộc Tả quân, làm loạn, chiếm giữ tỉnh thành Phiên An; Khôi là bộ hạ Lê Văn Duyệt, họ công tính Nguyễn Hựu, vì phản nghịch cho nên đổi theo họ Lê của Duyệt. Khôi trước kia can vào vụ án ván gỗ đóng thuyền, bị cách chức, giao cho tỉnh Phiên An nghiêm xét. Y mang lòng oán giận, bèn cùng với tên đồng can án là Nguyễn Văn Bột, nguyên Phó vệ uý; bí mật tập hợp bọn Vệ uý Thái Công Triều, Phó vệ uý Lê Đắc Lực, Hành nhân Lưu Tín, Phó quản cơ Đặng Vĩnh Ưng, anh vợ lẽ của Duyệt là Vũ Vĩnh Tiền, đội Lâm xa Dương Văn Nhã, đội Hồi lương Nguyễn Văn Chắm, mà bảo rằng:

"Bố chính Bạch Xuân Nguyên là người hà khắc, lại là chỗ thân tín của Tổng đốc Nguyễn Văn Quế. Vụ án gỗ ván đóng thuyền là chính nó bới vạch ra, nếu không giết nó thì nó cũng hãm bọn ta vào chỗ chết. Tôi nghe nói ở Bắc Kỳ con cháu nhà Lê khởi sự xâm lược hai, ba tỉnh, đã từng có thư đến khuyên tôi ở xa hưởng ứng. Nay tỉnh thành ít quân đề phòng sơ suất. Tôi lại dụ được Quản cơ coi Tượng cơ Nguyễn Văn Tâm, Suất đội Nguyễn Văn Chân, chọn lấy voi chiến, phục

sẵn ở ngoài, lại có Quách Ngọc Khuyến, Suất đội cơ Phiên dũng giữ cửa Hoài Lai, làm nội ứng. Nếu nhân cơ hội nổi dậy, trước hãy chém Xuân Nguyên, sau bắt Tổng đốc, án sát, Lãnh binh mà giữ lấy thành thì việc lớn có thể thành được".

Mọi người đều nghe theo. Mưu ước đã định, đêm ngày 18 [5/7/1833], Khôi dẫn bè đảng hơn 60 người, 5 thớt voi, ai nấy cầm kiếm, lấy vải trắng quàng cổ làm dấu hiệu, do cửa Hoài Lai vào thẳng dinh Bố chính; Bạch Xuân Nguyên lén trốn được. Chúng kéo nhau đến dinh Tổng đốc; Nguyễn Văn Quế và con chống cự lại, đều bị hại cả. Án sát Nguyễn Chương Đạt và Lãnh binh Nguyễn Quế trốn ra khỏi thành. Sau đó Xuân Nguyên cũng bị bắt, Khôi lại giết Nguyễn Như Xuân là quản đề lao, mở cửa tha hết tù phạm, dùng làm đảng cảm tử. Phó lãnh binh Giả Tiến Chiêm ở xưởng thuyền ngoài thành, nghe có biến, đem binh Thuỷ cơ và dân phu ở gần, sấn đến cửa thành, đánh nhau hai lần, không địch nổi, bị mấy vết thương, cũng lui chạy. Rồi cùng Nguyễn Chương Đạt phi báo cho tỉnh bên cạnh, cáo cấp; Vũ Quýnh, thự Tuần phủ Biên Hoà, đem sự việc tâu lên.

Vua truyền dụ cho Lê Phước Bảo, quyền Tổng đốc Long Tường, lập tức đem quân binh gấp đến Phiên An, quyền lĩnh ấn quan phòng Tổng đốc An Biên. Nếu quân phản nghịch đã bị giết rồi thì chuẩn cho được làm tiếp ngay công việc trong tỉnh. Nếu giặc còn đương lan tràn nhũng nhiễu thì nên gấp dập cho tắt để tỏ phép nước. Lại cho Bố chính An Giang Nguyễn Văn Bình quyền lĩnh Bố chính Phiên An, quyền Bố chính Bình Định là Nguyễn Tử Cư, quyền lĩnh án sát Phiên An.

Địch giết Bố chính Phiên An là Bạch Xuân Nguyên. Khi Văn Khôi mới bắt được Xuân Nguyên, dẫn bè đảng đến nhà riêng Lê Văn Duyệt, bảo vợ Duyệt là Đỗ Thị Phẫn rằng:

"Ngày thường Duyệt và Xuân Nguyên vốn không có hiềm thù gì, vậy mà Xuân Nguyên hà khắc, bới vạch việc đã qua, lại nói không khai quật được xương mồ Duyệt lên thì không thôi! Bọn chúng là thuộc hạ, không sao nhịn được. Biến cố ngày nay là vì Xuân Nguyên mà ra. Xin lấy mỡ Xuân Nguyên đốt tế Duyệt để hả giận."

Đỗ Thị Phẫn khóc nói rằng làm thế chắc sẽ đắc tội với triều đình, mà mộ Duyệt cũng sẽ bị khai quật.

Vũ Quýnh, thự Tuần phủ Biên Hoà tiếp tục tâu:

"Các viên tỉnh phái là Trần Văn Khanh, Quản cơ cơ Biên hùng; Nguyễn Văn Khiển, Suất đội Tượng cơ, đem binh và voi đi Phiên An ứng cứu đánh dẹp, mới đến Trung Thôn, huyện Bình Phú [huyện Nhơn Trạch, Đồng Nai] *thuộc tỉnh, thì vừa gặp Phó lãnh binh Giả Tiến Chiêm chạy đến, đóng quân ở đó. Hỏi ra biết rằng Phiên An cùng các tỉnh, phàm các hiệu kho, các hiệu thuyền và voi thuộc thành Gia Định trước đều bị giặc Khôi cướp đoạt cả. Bọn lính Bắc thuận đào ngũ và lũ côn đồ theo giặc ngày một nhiều, thanh thế giặc càng lớn. Vả lại, binh lính có ít, không lấy đâu phái thêm được. Hiện đã để lũ Trần Văn Khanh lưu lại, đóng giữ địa phận, đốc sức quân và dân đóng đồn ở bến đò Bình Đồng* (1)*, Đông Thôn. Lại phái Phó quản cơ Ngô Văn Hoá coi quản binh thuyền đến ngã ba sông Nhà Bè* [Sài Gòn] *để chặn đường giặc đến. Lại thông báo cho các tỉnh Bình Thuận, Định Tường phái binh đến tiếp ứng,chờ binh 2 tỉnh đến sẽ hợp lực để tiến đánh."*

Trước đây vào tháng giêng năm nay [20/2-20/3/1833], một chiếc thuyền quân của tỉnh Quảng Đông đi tuần biển, vì bị gió bão, trôi giạt vào vụng Trà Sơn tỉnh Quảng Nam;

Vua Minh Mệnh đã ra lệnh tận tình giúp đỡ. Nay qua lời tâu của Tổng đốc Lưỡng Quảng Lô Khôn, thì ra đó là chiếc mễ đỉnh tuần dương bắt cướp tại vùng biển châu Khâm, bị gió bão cuốn đi, phía nhà Thanh điều tra chưa ra tung tích, nên xin thông báo cho Việt Nam để nhờ tìm kiếm dùm:

"***Ngày 11 Tân Tỵ tháng 5 năm Đạo Quang thứ 13* [28/6/1833]**; *Dụ Nội các:*

Lô Khôn tâu rằng: Thuyền quân tại biển gặp gió, đã tra tìm lâu nhưng không có tung tích, xin thông báo cho Việt Nam để tìm khắp nơi.

Đề đốc Quảng Đông Lý Tăng Giai mang tướng binh như bọn Lâm Khai Cương, tuần dương bắt cướp vào tháng 12 năm ngoái. Tại vùng biển Tây Lộ gặp gió bão, hai người trước [Lý Tăng Giai], *sau* [Lâm Khai Cương] *đều dạt vào cảng; duy mễ đỉnh hiệu số 2 thuộc doanh Đề Tiêu Trung chở 70 người cùng vũ khí trọng pháo, tra ra không có tung tích. Vùng biển Trúc Sơn, châu Khâm , tiếp giáp với biển Di* [Việt Nam]; *ngoại trừ Lô Khôn đã thông sức cho viên Thông phán châu Khâm gửi văn thư cho viên Thổ quan châu Vạn Ninh, dò tìm tại vùng biển trong lãnh thổ nước này. Lại ra lệnh thông báo cho Quốc vương Việt Nam, ra lệnh cho các trấn mục tại ven biển tra tìm khắp nơi. Nếu như chiếc mễ đỉnh phiêu dạt đến lãnh thổ nước này thì báo tin gấp, và ra lệnh thuộc hạ hộ tống đến nội địa. Tra rõ có bị thương, gặp khốn khó không, tâu rõ để theo lệ mà liệu biện.*" (**Tuyên Tông Thực Lục** quyển 237, trang 13-14)

Tháng sáu [17/7-14/8/1833], tướng giặc Hải Dương Trương Nghiêm xưng là Thống lãnh, Trịnh Bá Dao xưng là Tiền quân kết bè đảng hơn 1.000 người, cướp bóc quấy nhiễu huyện lỵ Tứ Kỳ [Hải Dương]. Thự Tổng đốc Nguyễn Công Trứ đích thân điều khiển Phó lãnh binh Đồng Bá Huyên đem quân đi tiễu; đánh nhau với giặc ở xã Thiết Tranh [huyện Vĩnh Bảo, Hải Phòng], giặc thua chạy. Quan quân đuổi đến xã Nho Lâm huyện Tứ Kỳ, chém được Nghiêm, Dao và 4 đồng đảng, bắt sống mười mấy tên. Trứ đem sự việc tâu lên, Vua ban dụ khen thưởng.

Ngày mồng 8 tháng 6 [24/7/1833]; thành Hải Dương cháy lớn từ giờ Mùi [13-15 giờ] đến giờ Dậu [17-19 giờ]. Tổng đốc Hải Dương Nguyễn Công Trứ bắt nguỵ Hoành tại am Trung. Trước đây có hậu duệ của Trình Quốc công Nguyễn Bỉnh Khiêm tên Hoành, có dị tướng hai tai tựa ngọc rũ xuống, tay dài quá đầu gối; Hào mục am Trung nhân chuyện cành cây dung trước am sống lại, nên cho rằng đây là điềm lành hưng vượng, bèn suy tôn Hoành làm tướng, thiết triều, cử binh. Trứ vây bắt, lại kinh lược 17 am Trình Quốc công, bèn huỷ am và cả tượng; rồi cho tu tạo lại. Trong dân lưu truyền lời sấm, cho rằng đó là sấm Trạng Trình:

"Minh Mệnh thập tứ,
Thằng Trứ phá đền.
Phá đền thì phải lập đền,
Nào ai đụng đến Doanh điền (2)nhà mi."

Sứ thần Nam Chưởng đến Kinh đô dâng sản vật địa phương và quốc thư, xin cho dân xiêu tán Mường Cai, vẫn cứ ở lại trong nước. Vua nói rằng:

"Dân theo sự tiện lợi, cũng như nước chảy chỗ trũng, nên để cho họ thuận tình, huống chi dân Nam Chưởng ngụ ở Trấn Ninh, tất cũng có lý như thế. Họ đều là con đỏ của triều đình cả, sao lại nên coi phân biệt? Vậy chuẩn cho dân Mường

Cai cứ được ở lại Nam Chưởng".

Rồi truyền dụ cho lũ Phòng ngự sứ Trấn Ninh biết rõ việc đó.

Thự Tuần phủ Hà Tĩnh là Lê Dục Đức tâu rằng: Dân xã Tình Diễm, huyện Hương Sơn, trước kia lưu lạc, nay đã lần lượt quay về 460 người, xin cho chiếu theo lệ 7 đinh lấy 1 làm lính để chọn bổ vào số vệ binh còn thiếu; Vua y cho.

Vua sắp phong cho con cháu vua Chiêm Thành; lại cho dựng miếu thờ vua Chiêm Thành ở Kinh đô và ở ngoài tỉnh thành Bình Thuận, hằng năm Xuân Thu hai lần tế, do nhà nước đứng sửa lễ..

Thự Tuần phủ Hưng Hoá hành quân từ Đông Quang [huyện Trấn Yên, Yên Bái] tiến đến đồn Trấn Hà thuộc châu Văn Bàn [Lào Cai], quân nổi dậy đã trốn trước, lùng bắt được Đầu mục và bè lũ gồm 19 tên, cùng giấy tờ, súng ống và khí giới. Rồi chiêu dụ dân châu trở về, tạm uỷ cho thổ Tri huyện Trấn Yên là Nguyễn Đình Hán kiêm lĩnh châu Văn Bàn.

Tổng thống đạo quân Hưng Hoá, Phạm Văn Lý, tiến đến xã Phù Liễn, thuộc huyện Lạc Thổ [huyện Lạc Sơn, Hoà Bình] hội bàn với quan quân đạo Ninh Bình hiệp đánh sào huyệt địch ở Thạch Bi [huyện Lạc Sơn, Hoà Bình]. Lại báo cho Tham tán Lê Văn Đức yêu cầu chặn giữ các đường đi ở miền thượng thuộc Thạch Bi. Lê Văn Đức đem tình hình tâu nói:

"Nay từ Đà Bắc trở xuống đều đã yên ổn. Duy bọn tướng giặc Đinh Công Tiến, Đinh Công Thự và Phạm Doãn Dũng như thỏ lủi trốn trong rừng sâu, chưa bắt được, mà hạn nghiêm ngặt đã hết. Xin gia hạn cho 2 tuần nữa để tuỳ cơ dò

bắt".

Tổng thống đạo Hưng Hoá, Phạm Văn Lý, từ Phù Liễn tiến đến Thạch Bi, hội với Tổng đốc đạo Ninh Bình, Tạ Quang Cự và Tham tán Hoàng Đăng Thận, dẫn quân ra sức nã bắt; nhưng cha con Đinh Thế Đội cùng dân sở tại nghe biết, đều đã trốn trước cả, không bắt được 1 tên nào.

Phó vệ uý Nguyễn Đăng Huyên, bắt được viên Cai đội làm phản là Phạm Doãn Dũng giải về Kinh. Dũng từ ngày thua trận ở Vũ Yển, lủi trốn ở miền rừng Cự Thắng thuộc Thanh Xuyên [huyện Thanh Sơn và Thanh Thuỷ, Phú Thọ]. Quân của Huyên đóng ở xã Đoan Hạ đầu huyện Bất Bạt [huyện Ba Vì, Hà Tây] bèn phái lính cơ và thổ dân đi tầm nã bắt sống được Dũng và 4 tên đồ đảng.

Tổng đốc quân vụ đạo Ninh Bình là Tạ Quang Cự, Tham tán Hoàng Đăng Thận bắt sống được bọn đầu sỏ Lê Duy Lương và Lê Duy Nhiên đóng cũi đem về kinh sư. Trước kia, bọn Quang Cự tư báo cho đạo binh Hưng Hoá hẹn nhật kỳ để hội tiễu. Khi đến nơi, thì dân đã bỏ nhà trốn trước. Bọn Quang Cự lại nghiêm sức cho thổ mục là Cao Viết Khoái lấy điều hoạ phúc hiểu dụ dân chúng thì họ đều van lơn xin triển hạn. Vừa được vài ngày, quả nhiên họ bắt giải đến hai tên phạm tội là Lê Duy Lương và Lê Duy Nhiên, lại chém đầu được hai tên tòng đảng rồi mang nộp. Sự việc tâu lên, nhà Vua rất vui mừng, ban trọng thưởng.

Đầu đảng Lê Văn Khôi quê ở tỉnh Cao Bằng; Vua mật dụ cho Tuần phủ Lạng Bằng Hoàng Văn Quyền và thự Bố chính Cao Bằng Trần Văn Trị, bắt cho được anh em ruột và chín con của Khôi gông giải về kinh; còn thân thuộc đều cho giam ngặt ở Lạng Sơn.

Sai thự Hậu quân Đô thống Phan Văn Thuý làm Thảo nghịch Hữu tướng quân, Thượng thư bộ Hộ Trương Minh Giảng làm Tham tán quân vụ đại thần, cấp cho sắc, ấn, cờ, bài, đem biền binh thuộc Hữu vệ dinh Thần cơ, Hữu vệ dinh Tiền phong, Nhị vệ hữu Tiền phong, Hữu bảo nhị và 2 vệ Hậu vệ ở Trung bảo và Nhị vệ ở Hậu bảo, nhằm giờ lành ngày mồng 4 [20/7/1833] tiến thẳng đến Phiên An đánh giặc; quan quân các tỉnh được điều động đến, đều phải nghe lệnh điều khiển.

Tướng giặc Phiên An là Lê Văn Khôi cho đồ đảng xâm phạm Biên Hoà. Lũ thự Tuần phủ Vũ Quýnh, án sát Lê Văn Lễ, Lãnh binh Hồ Kim Truyền đều chạy; tỉnh lỵ thất thủ. Trước kia, khi Lê Văn Khôi đã chiếm cứ Phiên An, văn võ trong thành nhiều người theo; y liền cho làm ấn, đặt chức. Khôi tự xưng Đại nguyên suý, Thái Công Triều làm Thống lãnh Trung quân, Lê Đắc Lực làm Phó tướng Trung quân, Nguyễn Văn Chắm làm Thống lãnh Tiền quân, Nguyễn Văn Thông làm Phó tướng Tiền quân, Dương Văn Nhã làm Thống lãnh Tả quân, Hoàng Nghĩa Thư (nguyên ở đội Lâm xạ Tả quân) làm Phó tướng Tả quân, Vũ Đình Tiền làm Thống lãnh Hữu quân, Vũ Vĩnh Tải làm Phó tướng Hữu quân, Vũ Vĩnh Lộc làm Thống lãnh Hậu quân, Nguyễn Văn Bột làm Phó tướng Hậu quân, Lưu Tín làm Thống lãnh Thuỷ quân, Trần Văn Tha (nguyên làm đốc vận, can án) làm Phó tướng Thuỷ quân, Nguyễn Văn Tâm làm Điều bát Tượng quân, Nguyễn Văn Chân làm Thống lãnh Tượng quân, Quách Ngọc Thuyên làm Đô quản lĩnh, Đặng Vĩnh Ưng làm Lại bộ Thái khanh, Đinh Phiên (nguyên Giáo thụ Tân Bình) làm Lễ bộ Thái khanh, Nguyễn Văn Quế (nguyên Cai án Tả quân) làm Hộ bộ Thái khanh, Nguyễn Văn Hoà (nguyên Hình tào

Viên ngoại lang) làm Binh bộ Thái khanh kiêm Hình bộ, Trương Văn Tuế (nguyên Tri bạ Tả quân) làm Công bộ Thái khanh. Bọn Khôi bèn làm hịch dụ dỗ nhân dân đại lược như sau: Con cháu họ Lê đã nổi dậy ở miền Bắc, hẹn làm nội ứng để phục lại cơ nghiệp nhà Lê. Vả lại, Lê Văn Duyệt đã quá cố, là vị tướng có công mà bị tội, cho nên dấy quân để phục thù cho Duyệt v.v... Phần lớn những người theo đạo Thiên Chúa trong tỉnh hạt, những người Thanh kiều ngụ, người man Quang Hoá và binh lính Thanh thuận, An thuận, Bắc thuận đào ngũ đều theo bọn Khôi; trong khoảng chưa đầy 1 tuần, bọn chúng có hàng nghìn quân.

Trước hết, chúng sai bè đảng là Lê Đắc Lực và Lưu Tín từ Nhà Bè Bình Đồng, dùng quân thuỷ, lục cùng kéo đến xâm lược Biên Hoà. Có Suất đội Tượng cơ Nguyễn Văn Khiển làm nội phản, thúc voi đánh bừa quân triều đình. Quản cơ Trần Văn Khanh và Phó lãnh binh Phiên An là Giả Tiến Chiêm không chống nổi đều lùi chạy cả; Thuỷ binh của Phó quản cơ Ngô Văn Hoá cũng bị giặc đánh thua. Địch thừa thế, kéo thẳng đến tỉnh lỵ; Vũ Quýnh vì binh ít, không chống đỡ nổi, liền dẫn văn, võ, binh, tượng chạy đến trạm Thuận Biên [nơi giáp giới Bình Thuận, Biên Hoà]. Địch chiếm giữ tỉnh lỵ, dùng Lê Đắc Lực làm Trấn phủ, Đỗ Văn Dự làm Hiệp.

Thự Tổng đốc Long Tường là Lê Phước Bảo thân đem đại đội binh thuyền tiến đóng ở Định Tường, sai con là Lê Phước Đồng, đem tấu sớ vượt biển về kinh tâu:

"Cứ như lời tự báo của thự Tuần phủ Định Tường là Tô Trân và Phó lãnh binh Phiên An là Giả Tiến Chiêm thì về việc giặc Khôi gây biến, đã phái biền binh đến tiếp ứng để cứu Phiên An. Sau đó, nghe biết đảng giặc ngày một nhiều, thế nó cũng mãnh liệt, lập tức đã phi báo cho Tổng đốc An Hà là Lê

Đại Cương biết, còn mình thì đem binh thuyền tiếp đến tuỳ cơ đánh dẹp. Việc phòng thủ ở kiêm hạt là Định Tường cũng kiên cố."

Tổng đốc An Hà Lê Đại Cương cũng tâu:

"Khi mới nghe tin Phiên An có giặc gây biến, thần đã phái Lãnh binh Lê Văn Thường đem binh thuyền hội với quan quân 2 tỉnh Vĩnh Long, Định Tường tiến đánh. Sau đó hỏi ra biết rằng tướng giặc là Lê Văn Khôi tụ họp bè đảng, chiếm giữ tỉnh thành, giết hại Nguyễn Văn Quế và Bạch Xuân Nguyên, thần trước đã phi tư cho thự Tổng đốc Long Tường là Lê Phước Bảo gấp đi ngay. Lại nghĩ: bọn ấy nhân khi sơ hở, lén lút nổi dậy, một khi có quân đến đánh, thế tất phải do đường rừng tìm về đất cũ, hoặc nhân Phiên An có nhiều thuyền, sẽ do đường biển lủi trốn. Thần lại phi tư cho 2 tỉnh Khánh Hoà, Bình Thuận, tỉnh nào cũng ngăn chặn các đường thuỷ bộ hiểm yếu. Lại sợ phía đầu rừng đạo Quang Hoá, cả Nam lẫn Bắc đều đi qua được, nên nghĩ cũng phi sức cho viên quản đạo Quang Hoá nghiêm chặn lối ấy. Rồi liệu gọi các biền binh ở hạt lân cận đang hạ ban nghỉ ngơi, uỷ cho đóng giữ Tân Thành và theo 2 ty Bố, án, giữ đồn Châu Đốc. Lại phi sức cho Hà Tiên cũng phòng bị sẵn. Rồi chính mình đem Phó lãnh binh Vũ Văn Thường dẫn đại đội binh thuyền đến gần tiếp ứng."

Đạo quân Tổng đốc Long Tường Lê Phước Bảo, tiến đóng ở Lật Giang [sông Vàm Cỏ Đông]. Đạo quân Tổng đốc An Hà Lê Đại Cương tiến đóng Định Tường.

Thự Tuần phủ Biên Hoà Vũ Quýnh, án sát Lê Văn Lễ tâu nói Lãnh binh Bình Thuận Lê Văn Nghĩa và nguyên án sát Tôn Thất Gia đã đem viện binh đến và đều tiến đến trạm

Biên Long [huyện Long Thành, Đồng Nai], thuộc huyện Phước An đóng đồn trại để tuỳ cơ đánh dẹp.

Tổng đốc Long Tường là Lê Phước Bảo đánh nhau với giặc ở Tra Giang (hạ lưu sông Lật Giang), bị thua. Bấy giờ Lê Văn Khôi sai bọn Thái Công Triều, Dương Văn Nhã, Nguyễn Văn Chẩm, Vũ Vĩnh Lộc đốc suất binh thuyền xuôi xuống; vừa giao phong, địch phóng nhiều hoả khí đánh hoả công, quân triều đình địch không nổi lội sông chạy; thuyền đò, khí giới, súng ống đều bị mất hết vào tay giặc, Phước Bảo hoảng hốt lui chạy về vũng Cù (đầu tỉnh Định Tường). Tổng đốc An Hà là Lê Đại Cương được tin báo, lập tức bàn cùng thự Tuần phủ Định Tường là Tô Trân, tiếp tục phái Chánh quản cơ Phan Văn Thu, đốc suất binh thuyền đi cứu; rồi dâng sớ tâu lên rằng:

"Súng ống, hoả dược của thành Gia Định trước đều còn ở Phiên An chưa từng chia cấp. Lại nữa, Lê Văn Duyệt trước kia làm nhiều hoả khí để dùng hoả công dự bị cho việc biên phòng, nay bị lũ giặc chiếm lấy, dùng để phản công, cho nên biền binh không đủ sức địch lại".

Phái viên khoa đạo Phạm Duy Trinh, Lê Đức Tiệm tâu nói: "Bọn thự Tuần phủ Biên Hoà là Vũ Quýnh, Lãnh binh Bình Thuận là Lê Văn Nghĩa đóng binh ở điếm Biên Long, địa thế nơi này cũng rất hiểm yếu, thóc kho ở đạo Hưng Phước vẫn còn niêm phong giữ được như trước. Vũ Quýnh hiện đương chiêu tập sĩ tốt tản mát, dân phu và người man, sắp lo việc tiến đánh. Lại dò thám được tin rằng lũ giặc ở Phiên An ước có trên dưới 1.500 người, mà số người ra sức vì giặc chẳng qua hơn 300 người, còn đều là những người trong lòng hoang mang sợ hãi. Chiến thuyền đỗ ở bến Tân Khai trước thành ước có 20 chiếc, nói phao lên rằng sắp sửa tấn công Định Tường. Trên thành đều đặt súng đại bác. Các cửa thành đóng kỹ, chỉ mở 1 cửa Định Viễn. Thóc kho ngoài thành đang thuê dân xay gạo chở đem vào thành. Các tấn sở và thủ sở ở Cần Giờ phòng bị rất cẩn mật. Tỉnh thành Biên Hoà bị đảng giặc là Lê Đắc Lực và Đỗ Văn Dự cùng mấy trăm quân giặc chiếm giữ. Hai đội Hồi lương thuộc Biên Hoà cũng đều theo giặc.

Thự Tuần phủ Biên Hoà Vũ Quýnh thu phục được tỉnh ly. Trước kia, địch sai đồ đảng là Cai cơ Trần Minh Thiện giữ Long Thành, lập hai đồn để chống lại quan quân. Quýnh cùng với Lãnh binh Bình Thuận là Lê Văn Nghĩa và nguyên án sát Tôn Thất Gia, đôn đốc quân và voi, phá luôn được cả, chém Trần Minh Thiện và hơn chục tên đầu mục, bắt sống hơn 50 tên, bèn thừa thắng, đến thẳng tỉnh ly. Phe địch Trấn thủ Lê Đắc Lực và Hiệp trấn Đỗ Văn Dự bỏ chạy trước; Bọn Quýnh lùng bắt được Tri phủ Phạm Văn Tự và thuyền đò khí giới rất nhiều. Vua khen quan quân hăng hái tiến công, đánh phá đồn giặc, thu phục được tỉnh ly, nên rất vui mừng, bèn ban hậu thưởng.

Đảng Lê Văn Khôi xâm phạm Định Tường; tỉnh thành bị thất thủ. Trước đó, Tổng đốc Long Tường là Lê Phước Bảo đã rút quân lui về vũng Cù, địch thừa thắng đuổi dài, quan quân đều không đánh, tự tan vỡ, thuyền đò, khí giới đều bị lấy hết. Tổng đốc An Hà Lê Đại Cương ở Định Tường nghe tin, lập tức dẫn đại đội binh thuyền lui về phía sông Ba Lầy, thuộc huyện Kiến Đăng [Cao Lãnh, Đồng Tháp]; binh và dân giữ Định Tường, đều xao xuyến, chạy trốn đến hết. Địch liền dùng đồ đảng là Lê Viết Chương, nguyên Cai đội Bắc thuận, làm Trấn phủ; Bùi Văn Thuận, nguyên Tư vụ Binh tào,làm Tuyên phủ, Hoàng Công Bách, nguyên Tư vụ Binh tào, làm nguỵ Tham phủ.

Ngoài đạo quân Phan Văn Thuý đã điều đi trước, Vua dùng Trung quân Đô thống Tống Phước Lương, làm Thảo nghịch Tả tướng quân, theo sông Tiền Giang đánh quân Lê Văn Khôi. Đạo quân này do Thần sách Hậu dinh Nguyên Xuân làm Tham tán đại thần; Hữu Thị lang bộ Lễ Trương Phước Đĩnh làm Tán tương cơ vụ; quản lĩnh các vệ: Hữu nhị dinh Vũ lâm, Tả dinh Long võ và Trung bảo Trung quân, chia ngồi trên 22 chiếc thuyền, phối hợp Thuỷ quân pháo thủ, vào ngày 20 [5/8/1833] tiến quân. Phàm binh thuyền của bọn phái đi trước là Đỗ Chiêm Phác, Nguyễn Hữu Chính, Phạm HữuTâm; cùng với các quan quân thuộc Tổng đốc Lê Đại Cương và Lê Phước Bảo, đều phải theo lệnh điều khiển.

Án sát Cao Bằng là Phạm Đình Trạc nã bắt được con của Lê Văn Khôi là Lê Văn Báo và Lê Văn Hổ, anh ruột là Lê Văn Quýnh và thân thuộc tất cả 14 người, đưa về Lạng Sơn, rồi dâng sớ tâu lên.

Đảng Lê Văn Khôi là bọn Thái Công Triều, sau khi lấy Định Tường, bèn thẳng đường tiến chiếm các tỉnh Vĩnh Long, An Giang, Hà Tiên; rồi đặt quan lại tại các phủ huyện chiếm giữ.

Vua lại dùng đạo quân thứ ba do Tiền quân Đô thống phủ Trần Văn Năng làm Bình khấu Tướng quân; theo hướng Cần Giờ tiến vào thành Phiên An. Phụ tá có Hiệp biện đại học sĩ Lê Đăng Doanh và Thống chế Nguyễn Văn Trọng đều làm Tham tán đại thần, Thị lang bộ Binh Trần Chấn làm Tán tươngcơ vụ. Quản lĩnh quân các vệ Hữu nhất dinh Vũ lâm, Tả vệ dinh Tiền phong, Nhất vệ thuộc Tiền bảo; chia ngồi trên 24 chiếc thuyền, phối hợp với pháo thủ thuỷ quân và súng đạn, quân nhu, nhằm ngày 25 [10/8/1833] xuất phát,. Bọn được phái đi trước là Nguyễn Văn Hoà, Mai Công Ngôn và Trần Công Điều đều phải nghe lệnh điều khiển.

Thảo nghịch Hữu tướng quân Phan Văn Thuý, Tham tán Trương Minh Giảng tiến quân đến tỉnh lỵ Bình Thuận, tâu rằng:

"*Binh và voi do các tỉnh phái đều đã tiến lên. Trong số thuỷ quân do kinh phái duy có 11 chiếc thuyền Ô, thuyền Lê do Nguyễn Văn Hoà và Mai Công Ngôn quản lĩnh trẩy đến hải phận Khánh Hoà, bị gió cản trở, còn đậu lại ở đấy. Vậy xin hãy ở lại tỉnh lỵ 1, 2 ngày để đợi đoàn thuyền. Nếu họ chưa kịp đến, bọn thần cũng sẽ lập tức đi gấp, tiến lên đánh dẹp.*"

Về việc chiếc thuyền mễ đỉnh của quân Thanh bị gió bão bị thất lạc vào tháng chạp năm ngoái, mãi tháng trước nhà Thanh vẫn điều tra chưa ra tung tích, nay được nước Việt Nam gửi văn thư cho biết thuyền quân bị thất lạc đã ghé tại nước này, được tu sửa rồi dẫn về:

"***Ngày 14 Quí Sửu tháng 6 năm Đạo Quang thứ 13* [30/7/1833]**; *dụ Nội các:*

Ngày hôm nay bọn Lô Khôn do dịch trạm khẩn dâng tấu triệp: Nước Việt Nam gửi văn thư phúc đáp về việc bắt cướp, cùng cho biết thuyền quân bị thất lạc đã ghé tại nước này, được tu sửa rồi dẫn về.

Vào ngày 25 tháng 12 năm ngoái [14/2/1833], *mễ đỉnh hiệu số 2 của doanh Đề Tiêu Trung, Quảng Đông chở gồm 70 quan binh, gặp bão, phiêu dạt đến biển Trà Sơn* [Quảng Nam], *Việt Nam; rồi ghé vào. Được viên Quốc vương cho tiếp cứu, ưu đãi cấp đồ nhu dụng, sửa lại thuyền, ở tại nơi này lâu đến 4 tháng. Viên Ngoại uỷ Lương Quốc Đống, nhân gặp bão, lam chướng nên qua đời, được nước này sai quan liệu lý, tăng thêm phần tế, tặng. Đến lúc thuyền quân khởi trình, các binh sĩ đều được thưởng, cùng phái Y sĩ theo, phái binh phụ chèo, thêm súng ống phòng ngự. Đến ngày mồng 4 tháng 5 năm nay* [21/6/1833] *đến Hổ Môn* [虎門] (3). *Nước Việt Nam xa cách nơi trùng dương, vốn là nước cung thuận; nay viên Quốc vương nhân thuyền nội địa gặp bão phiêu dạt đến, lưu lại khoản đãi, mọi sự đều chu tất, lòng thành tận lễ, thực đáng khen. Lệnh giáng sắc khen, lại thưởng viên Quốc vương 4 tấm đoạn mãng bào, 4 tấm thiểm đoạn, 4 tấm thải đoạn, 4 tấm tố đoạn, để biểu thị sủng ái. Lần này viên Quốc vương đem những hàng để dằn thuyền, cùng những hàng sẽ cho xuất khẩu trong tương lai, đều được ban ơn miễn thuế. Vẫn tuân theo chương trình cũ, cho mở thuyền mua bán để khỏi đình trệ. Những vật ban thưởng như lụa đoạn cho viên Quốc vương, lệnh bộ Lễ nhằm vào tháng 7 năm nay, khi Sứ thần nước này từ kinh đô trở về, thì tiện dịp cho mang về. Những viên quan do nước này sai đến như bọn Lê Văn Khiêm, lệnh cho Tổng đốc, Tuần phủ ưu đãi thưởng cấp. Bộ liên hệ gửi văn thư cho viên Quốc vương hay biết.*" (**Tuyên Tông Thực Lục** quyển 238, trang 18-20).

Chú thích:

1. Bình Đồng: tục gọi sông Đồng Cháy; theo **Gia Định thành thông chí**, quyển thứ II, phần **Sơn xuyên chí**.

2. Doanh điền: Tức Doanh điền sứ, tước Vua ban cho Nguyễn Công Trứ.

3. Hổ Môn: tên trấn, tại cửa sông Châu Giang, thuộc huyện Đông Hoàn tỉnh Quảng Đông.

216.
Vua Minh Mệnh (16)
[15/8/1833-12/10/1833]

Tháng bảy năm Minh Mệnh thứ 14 [15/8-13/9/1833], quân Lê Văn Khôi lại đến xâm nhiễu Biên Hoà, quan quân đánh lui được. Trước đó lấy lại được tỉnh ly, Tuần phủ Vũ Quýnh bèn điều quân đi Bình Đồng (1) lập đồn phòng thủ; lại phái Quản cơ Trần Văn Khanh đem binh thuyền án giữ cửa sông; gặp 5 chiếc thuyền từ Nhà Bè đến, Khanh bỏ thuyền chạy; địch bèn đến thẳng tỉnh ly. Quan quân đều hăng hái phản công mạnh, địch chết và bị thương nhiều, phải rút lui. Ngày hôm sau, địch lại chia quân cả thuỷ, bộ cùng tấn công bức bách đồn Bình Đồng, Phó vệ uý Phan Văn Song đem quân và voi ra đánh, địch phải lui. Quan quân đuổi theo đến chỗ cỏ cây rậm rạp ở bên đường cái quan thì phục binh địch nổi dậy, súng to súng nhỏ bắn loạn xạ; Phan Văn Song dẫn đầu sĩ tốt bị trúng đạn chết ngay tại trận. Cai đội Cẩm y Trần Văn Du ra sức đối địch, cũng bị giặc hại, quân binh có người chết, người bị thương, đều tan chạy. Địch bèn tập hợp 8 chiếc thuyền tiến sát tỉnh ly bắn đại bác vào, Lãnh binh Lê Văn Nghĩa tuy bị thương, cũng ra đứng trước mặt trận. Quan quân các đạo nhất tề hợp đánh, địch bị thương vong nhiều, lại kéo đi. Phái viên Phạm Duy Trinh và Lê Đức Tiệm đem tình trạng tâu lên rằng:

"Thuyền, súng, thuốc, đạn chứa đầy ở trong thành cũ không may bị giặc lấy mất. Mỗi khi đối địch với quan quân

thì giặc tự cho nhiều thuyền là đắc sách và lấy súng đạn để thoả lòng hung tàn. Ở Biên Hoà hiện nay có 20 chiếc thuyền các hạng, 15 cỗ súng hồng y quá sơn, nhưng không có thuốc đạn, mà Bình Thuận chở đến giao cho thì thuốc súng chỉ được hơn 30 cân, đạn chì có 3.000 viên thôi". Vua bèn ra lệnh cấp tốc tiếp tế vũ khí, đạn dược.

Thự Thống chế Thần sách Trung dinh là Hoàng Đăng Thận từ tỉnh Ninh Bình về vào yết kiến. Vua cho thực thụ ngay chức Thống chế, sai đi ngựa trạm, mau đến quân thứ Biên Hoà, quản lĩnh biền binh 5 vệ mới đặt tên là: Nghiêm oai, Hùng oai, Tráng oai, Phấn oai, Thần oai, theo Thảo nghịch tướng quân Phan Văn Thuý đánh giặc.

Đảng Lê Văn Khôi lại xâm lấn Biên Hoà, tỉnh ly lại thất thủ. Trước đây, địch đã thua, Văn Khôi sai Hậu quân Phó tướng Nguyễn Văn Bột đốc suất binh thuyền từ Nhà Bè kéo lại, lại sai riêng một chi đánh trạm Biên Long. Thự Tuần phủ Vũ Quýnh, Lãnh binh Nguyễn Văn Thị, tức thì sai Phó lãnh binh Phiên An là Giả Tiến Chiêm đi đến trạm Biên Long [huyện Long Thành, Đồng Nai], hiệp theo nguyên án sát Lê Văn Lễ, Quản cơ Vũ Văn Đặng, tuỳ cơ chống đánh; rồi cùng với quan quân các đạo bố phòng tỉnh ly.

Bấy giờ 19 chiếc thuyền địch chia làm 3 ngả đánh 3 mặt tiền và tả hữu của tỉnh ly; dùng nhiều súng quá sơn, súng thần công lớn và súng điểu sang, tên độc bắn vào. Về mặt tả, Lãnh binh Phiên An là Lê Sách đốc suất Quản cơ Đặng Văn Quyến thúc quân bắn súng lớn trúng 2 chiếc thuyền địch: nhiều tên bị ngã nhào chết; Đặng Văn Quyến bị tên độc bắn trúng, cũng chết. Nguyễn Văn Thị cưỡi voi lên trước để tiếp ứng; thuyền địch mới lui về bờ bên hữu.

Về mặt tiền, Lãnh binh Bình Thuận là Lê Văn Nghĩa đối trận, địch sợ, chỉ lơ lửng ở giữa sông bắn vào chứ không dám tiến đến sát gần.

Về mặt hữu, Cẩm y Phó vệ uý là Đoàn Dũ, đốc suất Phó quản cơ Trần Văn Thiều bắn nhau với địch, Thiều bị chết vì trúng tên độc. Ở chi tả, thuyền địch kế đến, nhất tề đổ bộ, đánh sát nhau: quân triều đình bị thương, chết nhiều; Đoàn Dũ cũng bị vài vết thương, phải lui về mặt hậu. Các đạo quân của Vũ Quỳnh và Lê Sách cũng rút chạy; một cánh quân địch ập đến đường giữa, Lê Văn Nghĩa và Phó quản cơ Nguyễn Văn Lý đều chết tại trận, nguyên Án sát Tôn Thất Gia bị bắt làm tù binh.

Hữu tướng quân Phan Văn Thuý và Tham tán Trương Minh Giảng đánh thắng địch ở trạm Biên Long [huyện Long Thành, Đồng Nai]. Trước đó Lê Văn Khôi sai bè đảng là Lưu Tín đem hơn 20 chiếc binh thuyền, đánh úp trạm Biên Long, quân thuộc hạ của Quản cơ Vũ Văn Đặng tự rút lui và tan tác trước. Lê Văn Lễ, Giả Tiến Chiêm chống quân địch không nổi đều lui đến trạm Thuận Biên [biên giới Bình Thuận, Biên Hoà]. Phan Văn Thuý và Trương Minh Giảng từ tỉnh Bình Thuận đem đại đội quân và voi vừa đến, tức thì chia phái Vệ uý Trần Văn Trí, đốc suất vệ binh cùng Lê Văn Lễ đi trước. Vệ uý Nguyễn Văn Đoài, đi thứ nhì. Phan Văn Thuý thân đốc suất biền binh các vệ, các đội nối nhau tiến lên. Quân địch đặt quân phục ở hai bên dọc đường rừng rậm và lối đi chật hẹp, bắn cả súng lớn và súng nhỏ; Cai đội Nguyễn Văn Môn và Trịnh Văn Thải đều bị địch bắn chết. Quân ta vừa đánh vừa đi; địch lui về bờ sông Biên Long, kết thành thế trận để chống cự. Quan quân hăng hái tiến đánh dữ, địch thua to, hoặc nhảy xuống sông, hoặc xuyên qua rừng, chạy ra bốn ngả để trốn. Quan quân bắt, chém hơn 40 tên, thu được hơn 10 chiếc thuyền và súng ống khí giới vô kể, bèn thu quân đóng ở trạm Biên Long, rồi đem tin thắng trận và tâu thêm:

"Nay quan quân các đạo và hương dõng đều tập hợp ở địa phận Phước An [Bà Rịa], *mà ở Hưng Phước kho chứa không có mấy. Những quân binh ở Biên Hoà lui về, thuốc đạn gần hết, tuy đã phi tư cho tỉnh Bình Thuận tiếp tục tải đến, nhưng có lẽ đến hơn 10 ngày mới có thể tiếp tế được. Vả lại, huyện hạt Phước An là chỗ địa đầu rất xung yếu, tất nên chia đặt đồn trại, phòng bị nghiêm ngặt hơn nữa, mới có cơ nghi tiến đánh được. Vậy xin hẵng lưu lại để trù liệu, ước 10 ngày sau, tiền và lương vận đến, của dùng về việc quân hơi thư sẽ phải tuỳ cơ chia đường tiến ngay. Xin sắc sai bộ nên thượng khẩn trù biện, cấp thêm lương ăn, thuốc đạn để giúp về quân nhu".*

Lê Văn Khôi lại sai Tiền quân Nguyễn Văn Chẩm đốc suất 40 chiếc thuyền, chiếm giữ các giang phận Phước An, có khi hướng về bên sông chỗ quân triều đình đánh trống, hò reo, có khi lên bờ bắn đại bác, 1 ngày, đêm, đến 3, 4 lần. Tướng quân Phan Văn Thuý, Tham tán Trương Minh Giảng chia phái biền binh ngăn chặn những đường xung yếu; địch bèn chia làm 3 đường kéo đến, đánh nhau rất dữ, từ giờ Ngọ [11 sáng-1 giờ chiều] đến giờ Dậu [5-7 giờ chiều], địch bị thương và chết nhiều, bèn theo lối rừng rậm chạy trốn. Quan quân bắt sống và chém được hơn 20 tên, thu được súng và khí giới rất nhiều.

Đình thần tâu dâng bản án phản nghịch về bọn đầu sỏ nổi dậy ở Bắc Kỳ là Lê Duy Lương, Lê Duy Nhiên, Lê Văn Lận, Phạm Doãn Dũng và Hoàng Kim Thịnh. Vua sai Thống chế Hồ Văn Khuê, Hình bộ Tham tri Bùi Phổ cầm cờ bài vâng mệnh vua, áp giải bọn chúng đến chỗ chợ đông người, xử lăng trì. Thủ cấp Lê Duy Lương, trước hết đem bêu hai ngày ở nơi ven sông tỉnh Biên Hoà thuộc Nam Kỳ, rồi lại chuyển ra Bắc Kỳ, đem bêu ở các hạt từ tỉnh Hà Tĩnh trở ra Bắc, mỗi hạt 3 ngày, sau khi đã bêu khắp rồi thì ném đầu lâu ấy xuống biển. Còn các tên khác, thì bêu đầu ở địa phương mà chúng đã làm việc can phạm để cho mọi người biết.

Tàn dư phe Lê Duy Lương tại Hưng Hoá là Đỗ Viết Trai, nguyên là thổ Huyện thừa ở Yên Lập [Phú Thọ], bị quan quân tiến đánh tan vỡ. Trai lẩn trốn ở vùng rừng Đà Bắc [huyện Đà Bắc, Hoà Bình], bị thổ lại mục Xa Văn Quế bắt được.

Tàn dư phe Lê Duy Lương lại lén lút nổi lên ở các huyện Phụng Hoá [huyện Nho Quan, Ninh Bình], Yên Mô [Ninh Bình], cướp bóc của cải đồ vật của dân các xã Phước Lai, An Bạc, Vĩnh Khương, rồi đi thẳng vào vùng rừng Thanh Hoa; Hộ lý Tuần phủ Ninh Bình, Lê Nguyên Hy tức thì phái binh đánh.

Đê các xã Sài Quất, Sài Thị, Nhuế Dương thuộc huyện Đông An [huyện Khoái Châu, Hưng Yên], đều vỡ, nhà cửa súc vật phần nhiều chìm ngập, đắm đuối. Quan tỉnh đem sự việc tâu lên; Vua ra lệnh giáng 4 cấp Hộ phủ Vũ Tuấn, giáng 2 cấp Án sát Nguyễn Nhược Sơn; cho một người ở lại làm việc hàn chỗ vỡ đê; một người tức tốc tải muối, gạo và tiền, chia đi đường thuỷ, đường bộ, xét xem chỗ nào hiện đang bị ngập lụt thì phát chẩn trước, rồi khám rõ tình hình bị tai nạn thương tổn tâu tiếp.

Đê ở các xã Đông Xá, huyện Gia Lâm; Phương Trạch,

huyện Đông Ngàn, đều thuộc Bắc Ninh; xã Thượng Cát, huyện Từ Liêm [Hà Nội]; các xã Hương Lang, Thuỵ Dương đều thuộc huyện Chương Đức [huyện Chương Mỹ, Hà Tây], xã Phương Độ thuộc huyện Phúc Thọ [Hà Tây] đều vỡ cả! Vua liền xuống dụ nghiêm trách các quan tỉnh; rồi ra lệnh thượng khẩn đắp những chỗ bị vỡ, mặt lấy tiền và gạo phát chẩn cho dân.

Ngày Giáp Thân 16 [30/8/1833], vua ngự điện Văn Minh, bảo các quan hầu cận rằng:

"Bắc Kỳ có nạn lụt, nhân dân bị khổ trong vòng tối tăm đắm đuối, ta là cha mẹ dân, nỡ nào cứ hưởng yên vui cho đành? Vậy, bắt đầu từ ngày nay, những món ăn ngự thiện do viện Thượng thiện dâng tiến thì giảm đi một nửa. Nhất thiết ca nhạc đều bãi bỏ. Các vật châu ngọc quý báu ở trong cung cũng đều giảm bớt đi. Chim muông ở vườn thượng uyển, đều thả ra hết. Lại sắc cho nội cung: Phàm người có danh vị thì chiểu theo phẩm trật mà ăn mặc, không được xa xỉ quá. Các nữ tì không được tiếm dùng đồ gấm vóc, ăn uống nên có tiết độ, không được vượt quá mức".

Tri châu châu Bảo Lạc [Cao Bằng], là Nông Văn Vân làm phản. Trước đây phe nổi dậy Lê Duy Lương hành hoành tại tỉnh Hưng Hoá, tỉnh truyền hịch ngăn chặn đánh giặc, nhưng Vân không hưởng ứng. Thự Bố chính là Phạm Phổ, phái người đến bắt để xét hỏi, rồi chọn thổ Tri châu ở Đại Man [huyện Chiêm Hoá, Tuyên Quamg] Nguyễn Quảng Khải quyền giữ công việc châu Bảo Lạc. Khi người do tỉnh phải đến, Vân cầm binh khí đe doạ và nói:

"Ta sắp làm việc lớn, chứ đâu thèm làm Tri châu! Không bao lâu, ta sẽ đến tỉnh, cần gì phải đòi với hỏi, nay ta tha chết

cho mày, hẵng mượn cái mặt mày để nhắn bảo quan tỉnh".

Rồi Vân bèn thích 4 chữ "*Tỉnh quan thiên hối*" [Quan tỉnh quen ăn hối lộ] vào mặt người tỉnh phái, sau đó tha cho về. Phạm Phổ bèn sai ngay Lãnh binh Trần Hữu Ân cùng Phó vệ uý Nguyễn Văn Quyền đi gấp đến đánh bắt.

Tuần phủ Lạng Bình Hoàng Văn Quyền, tâu rằng:

"*Vợ của nghịch Khôi là em gái Nông Văn Vân ở Bảo Lạc, những thân thuộc của nó ở Lạng Sơn đều đã lần lượt bị bắt, nhưng mới được quá nửa. Gián hoặc chúng nó đi lại thông tin tức cho nhau, còn chưa thể biết được. Vả lại, 2 tỉnh Lạng Sơn, Cao Bằng, số quân có ít; vậy xin đòi tất cả những lính hạ ban thuộc các cơ Lạng hùng, Cao hùng, chia phái ngăn chặn các nơi*". Vua y cho.

Tháng 10 năm ngoái sứ bộ Trần Văn Trung, Phan Thanh Giản khởi hành sang cống triều Thanh; nay đến nơi, chiêm bái tại cửa kinh thành Bắc Kinh:

"***Ngày 24 Nhâm Thìn tháng 7 năm Đạo Quang thứ 13* [7/9/1833]**

Sứ thần nước Việt Nam bọn Trần Văn Trung 3 người, chiêm cận tại cửa Tây An." (**Tuyên Tông Thực Lục** quyển 241, trang 17)

Tháng tám [14/9-12/10/1833] thự Bố chính tỉnh Tuyên Quang Phạm Phổ thân lĩnh hơn 600 quân binh từ Vị Xuyên [Hà Giang] tiến đến đánh giặc ở châu Bảo Lạc. Trước kia, Nông Văn Vân đã mưu làm phản, tự xưng là Tiết chế thượng tướng quân, chiêu tập bè đảng, đặt ra các nguỵ chức, đưa thư dụ thổ ty giữ đồn Ninh Biên [Thị xã Hà Giang] là Hoàng Kim Thuận, hẹn cùng cử sự, Thuận không theo, sai người chạy đi báo tỉnh; Phạm Phổ cùng thự án sát Lưu Bỉnh Trung đem việc ấy tâu lên.

Quân của Lãnh binh tỉnh Tuyên Quang là Nguyễn Văn Quyền và Trần Hữu Ân đóng ở đồn Phước Nghi, châu Đại Man [huyện Chiêm Hoá, Tuyên Quang], truyền hịch cho thổ ty, thổ dõng, chúng đều không hưởng ứng. Bỗng thấy đầu mục phe nổi dậy Nồng Văn Vân là Ma Sĩ Huỳnh đốc suất bè đảng hơn 1.000 người, đi đường thuỷ đường bộ tiến đến, bốn mặt bao vây. Quan quân chỉ có hơn 200 người hết sức xông đánh, khiến địch nhiều tên chết và bị thương, thu được thuyền bè và khí giới.

Quân của Bố chính tỉnh Tuyên Quang là Phạm Phổ đóng ở đồn Ninh Biên, châu Vị Xuyên [Thị xã Hà Giang]. Nông Văn Vân đem đồ đảng lẻn đến các vùng Lạp Lĩnh, Chi Lĩnh, ải Muộn đều thuộc châu Vị Xuyên, mưu toan vây hãm. Phổ nghe thấy, tức thì phái Thành thủ uý Trương Phước Nguyên, Suất đội Lê Hữu Quy và thổ Tri châu Lục Yên Lưu Trọng Chương, thổ Lại mục châu Vị Xuyên Hoàng Kim Quỳ, thổ ty là Hoàng Kim Thuận đem quân binh dõng chia đường đón chặn. Vừa đến sông Tiểu Miện [Hà Giang], địch xông lại chống đánh, quân triều đình ít, không thể địch được cũng lui về đồn. Quan quân trong đồn chỉ có hơn 400 người, lương thực lại gần hết. Phổ bèn đưa tin ngay cho thự án sát Lê Bỉnh Trung để báo gấp cho Tổng đốc Sơn Hưng Tuyên, phái thêm quân binh đến cứu. Trung đem việc ấy phi tấu lên và cho biết:

"*Người nhà Thanh từ khi nghe thấy nghịch Vân làm loạn, không chở gạo vào đất ta nữa, dẫu có tiền bạc cũng không đong gạo ở đâu được, mà từ tỉnh thành đến đồn Ninh Biên, núi khe hiểm trở, khó vận tải bằng đường bộ. Trước đây, thuyền tải lương thực theo đường thuỷ, lại vì đường sông khuất khúc, 173 cái ghềnh, nước chảy xói mạnh, ngược dòng mà lên, thế tất hơi chậm, nay mới đến Xảo Khê, còn cách chỗ đóng quân năm, sáu ngày đường. Hiện đương thúc giục khẩn cấp tiến lên".*

Thổ ty ở châu Vị Xuyên là Hoàng Kim Thuận lại đánh nhau với địch ở Lạp Lĩnh [huyệnVị Xuyên, Hà Giang] , bị bắn chết. Đất Lạp Lĩnh ở sau đồn bảo Ninh Biên, thế tất địch sẽ đến bức bách đạo quân của Phạm Phổ đóng tại đây.

Nông Văn Vân sai đồ đảng Nông Văn Sĩ họp xâm lấn quấy rối châu Bạch Thông [Bắc Cạn]. Tỉnh phái Suất đội Trần Đình Dự, Dương Đình Ất cùng với quân của Bế Văn Đức giữ đồn Chợ Rã tại chợ Bắc Niêm, xã Nhạn Môn [huyện Bạch Thông , Bắc Cạn]. Địch từ ba mặt khép lại, Bế Văn Đức đầu hàng giặc; lũ Dự thua chạy, quân bị thất lạc nhiều; địch bèn chiếm cứ đồn Chợ Rã. Thự Bố chính Nguyễn Đôn Tố ở đồn Bắc Cạn, thuộc huyện Cảm Hoá [các huyện Ngân Sơn, Na Rì, Bắc Cạn] nghe tin báo, tức thì sai phái Phó quản Đinh Quang Toản gấp đem quân đến chống cự. Lại báo cho Tổng đốc tỉnh Bắc Ninh Thái Nguyên, Nguyễn Đình Phổ, phái quân đến hội tiễu. Phổ liền phái Lãnh binh Nguyễn Văn Cáo đến hội quân với Nguyễn Đôn Tố.

Ra lệnh cho Tổng đốc Sơn Hưng Tuyên Lê Văn Đức tiến đánh giặc ở Tuyên Quang. Trước đây, bọn Thành thủ uý là Trương Phước Nguyên bị thua, Nông Văn Vân đem đồ đảng đánh hãm đồn Ninh Biên, trong đồn hết lương thực, ngoài không có quân cứu viện. Thự Bố chính Phạm Phổ liệu sức không thể chống cự được, tự thắt cổ chết. Nguyên và hơn 400 biền binh đều bị giặc bắt. Có người lính lẻn trốn được, về báo, thự án sát Lê Bỉnh Trung đem việc ấy tâu lên.

Trước đây, bọn giặc ở Tuyên Quang đã chiếm giữ đồn Chợ Rã thế lực ngày càng lan rộng. Thự Bố chính Nguyễn Đôn Tố lại tư đến xin điều động lính và voi của tỉnh Bắc Ninh. Phổ liền phái thêm Lãnh binh Trần Văn Duy quản lĩnh 400 biền binh, 2 thớt voi chiến đến ngay hội tiễu, rồi làm sớ tâu lên.

Nông Văn Vân cho đặt đồn canh ở các xứ Du Lũng và Mật Lũng, thuộc châu Bảo Lạc [Cao Bằng]; Thự Bố chính Bùi Tăng Huy và án sát Phạm Đình Trạc thuộc tỉnh Cao Bằng nghe tin báo, phái thêm quân binh phòng giữ.

Thự Bố chính tỉnh Thái Nguyên Nguyễn Đôn Tố đóng quân ở đồn bảo Bắc Cạn được tin hơn 2.000 phỉ chiếm cứ đất Na Mèo, quân của bọn Phó quản cơ Đinh Quang Toản đã phái đi trước có ít, không địch nổi, bèn lui giữ đất Na Cù. Lại được tin hơn 1.000 giặc từ đồn Bằng Lũng kéo đến, tức thì dẫn quân về đóng ở đồn Chợ Mới, vừa gặp Lãnh binh Nguyễn Văn Cáo tiến đến, bèn uỷ cho đi ngăn đánh dẹp (Na Mèo, Na Cù và Chợ Mới đều thuộc huyện Cảm Hoá, Bằng Lũng thuộc châu Bạch Thông).

Quân địch chiếm cứ địa hạt thôn Bình Lãng, thuộc huyện Thạch Lâm [các huyện Hoà An, Nguyên Bình và Thạch An, Cao Bằng]; tỉnh phái Cai đội Nguyễn Hữu Lãng đem quân ngăn chặn. Địch dựa vào chỗ hiểm, bày quân chống cự. Lãng không đánh nổi, lui về Thổ Lĩnh. Thự Bố chính Bùi Tăng Huy, cử Lãnh binh Vũ Văn Lợi đi đánh, rồi thông báo cho thự Tuần phủ Lạng Bình Hoàng Văn Quyền hợp sức đánh giặc. Văn Quyền bèn phái Lãnh binh Lạng Sơn là Phạm Văn Lưu đem 100 quân tiến giúp.

Thự án sát tỉnh Tuyên Quang là Lê Bỉnh Trung có tội, bị

mất chức; cho Viên ngoại lang Nguyễn Hữu Gia làm án sát Tuyên Quang. Trước kia, đồn Ninh Biên [Thị xã Hà Giang] thất thủ, Thành thủ uý Trương Phước Nguyên từ trong chỗ giặc thoát về, nói quan quân ở đồn nhiều người bị giặc giết hại, chỉ còn sáu, bảy mươi người bị giặc bắt nấu bếp. Đảng giặc gồm có người Thanh, người Thổ, người Nùng, người Man hàng vạn tên.

Ra lệnh cho thự Tổng đốc Hải Yên là Nguyễn Công Trứ mang theo Lãnh binh Hải Dương là Đồng Bá Huyên và dăm trăm quân binh mau đến Tuyên Quang, hội đồng với Tổng đốc Sơn Hưng Tuyên là Lê Văn Đức đánh giặc.

Quân địch đánh huyện Hàm Yên; Thí sai Thổ tri huyện là Nguyễn Văn Biểu, sức không địch được, lui đến đồn Cường Nỗ, gần giáp tỉnh thành. Nguyên thự án sát Lê Bỉnh Trung do thám biết lũ giặc hẹn nhau một toán đến địa đầu phủ Đoan Hùng, chẹn đường viện binh Sơn Tây; một toán liên hợp với tên cừ khôi ở Thái Nguyên là Nguyễn Đinh Liêm từ châu Đại Man [huyện Chiêm Hoá, Tuyên Quang] đến phía trước tỉnh thành; một toán từ đồn Ninh Biên [Thị xã Hà Giang] theo sông Tiểu Miện đến thẳng phía sau tỉnh thành. Trung bèn gửi thư hoả tốc cáo cấp với tỉnh Sơn Tây; Tổng đốc Lê Văn Đức tức thì phái thêm lính và voi đến tiếp ứng, rồi làm sớ tâu lên.

Lãnh binh Thái Nguyên Nguyễn Văn Cáo tiến đóng đồn Bắc Cạn, giao cho quân binh chặn giữ đồn Tượng Đầu. Bỗng có hơn 3.000 giặc từ Na Cù chia đồ đảng kéo đến; một cánh đánh đồn Tượng Đầu, một cánh đánh đồn Bắc Cạn. Nguyễn Văn Cáo rút vào đồn để chống giữ, Cáo trúng đạn, bị chết, quân đều tan vỡ. Giặc bèn tập hợp đồ đảng đánh phá đồn Tượng Đầu. Suất đội Nguyễn Đình Nhu chết trận; Phó quản cơ Đinh Quang Toản, Cai đội là Đinh Quang Tiến đều bị giặc bắt. Tên đầu sỏ giặc là Nông Văn Sĩ dụ hàng, Toản không chịu bị giết; Tiến sợ, bèn theo. Thự Bố chính Nguyễn Đôn Tố cùng Lãnh binh tỉnh Bắc Ninh là Trần Văn Duy ở đồn Chợ Mới [Bắc Cạn] được tin, liền đốc suất quân và voi đến cứu. Vừa đến xã Tòng Hoá thuộc châu Bạch Thông bị giặc giữ chỗ hiểm, nấp bắn, quân không tiến lên được, phải rút về.

Tuần phủ Lạng Bình là Hoàng Văn Quyền tâu:

"Tỉnh Cao Bằng báo rằng: do thám thấy lũ giặc Tuyên Quang đặt 5 đồn liên tiếp ở các xứ Mật Lũng, Du Lũng và Bế Lãnh, tiếp giáp phủ Trấn Yên nhà Thanh, độ hơn 2.000 quân ở Thiều Châu, do Hoàng A Liên làm chủ xướng. Xin đem việc ấy thông báo phủ Thái Bình, chuyển báo phủ Trấn Yên biết để phái quân ngăn chặn theo địa giới hạt mình".

Vua ra lệnh cho bộ Lễ làm tờ tư sang quan nhà Thanh.

Quân Nông Văn Vân ở tỉnh Tuyên Quang gồm vài nghìn tên chia đường thuỷ đường bộ tiến sát đến tỉnh thành. Quan quân trong thành bắn đại bác ra, giặc bị thiệt hại lớn. Lãnh binh Trần Hữu án đem lính và voi ra đánh, giặc bị thương và chết nhiều, vừa đánh vừa lùi; Án cũng bị thương, bèn thu quân về thành để giữ. Tổng đốc Lê Văn Đức tiến đến xã Lệ Mỹ thuộc huyện Phù Ninh [Phú Thọ] nghe tin báo, lập tức, đang đêm, tiến lên tiếp ứng.

Đồ đảng Nông Văn Vân từ Thái Nguyên xâm lấn quấy rối địa giới tổng Lương Trà huyện Nguyên Bình tỉnh Cao Bằng; rồi đến thẳng đất Nậm Toán, cách tỉnh thành ước nửa ngày đường. Thự Bố chính Bùi Tăng Huy tức thì phái Lãnh binh Lạng Sơn là Phạm Văn Lưu đem quân chặn bắt. Tuần phủ

Lạng Bình Hoàng Văn Quyền được tin báo, lại phái thêm Quản cơ Phan Văn Diễm đem 200 quân gấp đi phòng giữ.

Tổng đốc Định Yên Đặng Văn Thiêm, tâu báo:

"*Đê điều huyện Mỹ Lộc* [Nam Định] *bị sạt nứt và đê ở xã Phú An, huyện Bình Lục thuộc tỉnh hạt Hà Nội ở đầu dòng bị vỡ, thế nước chảy mạnh lắm, hiện đương hộ, trị*".

Vua dụ rằng:

"*Hiện nay việc hộ đê và việc chẩn cấp đều trọng yếu cả. Ngươi nên ra sức làm, cho đến được ổn và tốt, mới không phụ trọng trách đã giao cho chuyên giữ một trấn ở ngoài*".

Thuyền giặc Đồ Bà hơn 20 chiếc lén lút xuất hiện ở đảo Thuận Tĩnh [huyện Tuy Phong] tỉnh Bình Thuận. Dân sở tại đánh nhau với giặc, bị thương chết hơn 100 người. Tỉnh phái Phó lãnh binh là Phạm Văn Huyền và Phó quản cơ Dương Văn Khoa, quản lĩnh thuyền quân đi dò bắt, đến đảo Mao Dữ đánh và đoạt được 1 chiếc thuyền của giặc, bắt được 3 tên, bắn giết rất nhiều. Việc ấy đến tai nhà vua, vua thưởng cho lũ Phạm Văn Huyền mỗi người 5 đồng ngân tiền Phi long hạng lớn; quân, dân 300 quan tiền, người bị thương, chết, được cấp tiền.

Tỉnh Hà Nội có tên giặc xưng là Quận công Nguyễn Công Thự, đồ đảng nghịch phạm Lê Duy Lương, tụ họp bè lũ nổi nên ở Nam Công trang, thuộc huyện Thanh Liêm [Hà Nam]. Bố chính Nguyễn Hữu Khuê nhân đi chẩn cấp nạn dân, nghe thấy tin báo, tức thì phái Phó quản cơ Trương Văn Siêu, đem quân binh đến hội với quyền nhiếp Quản phủ Lý Nhân là Mai Văn Phong đi đánh giặc. Siêu khinh suất tiến lên; gặp phục binh Siêu bị thua cùng với Cai đội Nguyễn Văn Tự nhảy xuống sông chết, quân binh nhiều người bị thương và chết. Phong đi sau, trùng trình không đến cứu ngay; giặc bèn theo sơn phận xã Kiện Khê, huyện Thanh Liêm trốn đi.

Tướng giặc ở tỉnh Hưng Yên là Đoàn Danh Lại và Hoàng Đức Thiềm nhân đê vỡ, nước lụt ngập tràn, bèn họp đồ đảng quấy rối cướp bóc. Quản cơ Hoàng Văn Nho đem thuyền quân nã bắt, cùng giặc đánh nhau ở chỗ sông thuộc xã Khê Than, thuộc huyện Thiên Thi [huyện Ân Thi, tỉnh Hưng Yên]. Giặc xô đẩy làm đắm một chiếc thuyền rồi đi, quân binh có người chết đuối.

Giặc biển Đồ Bà lại từ hải phận Khánh Hoà, nhân lúc sơ hở lên bờ đốt phá cướp bóc. Tỉnh phái Thành thủ uý là Nguyễn Văn Đa họp tập quân dân, đón đánh, bắn chết 2 tên, giặc chạy về phía đông. Quan quân tước được 4 thuyền và lấy lại được hơn 60 người dân Kinh đã bị cướp bắt. Việc tâu lên, vua sai thưởng 300 quan tiền.

Vua bảo bộ Công rằng:

"Trong hải phận Quảng Ngãi, có một giải Hoàng Sa [tức đảo Hoàng Sa], *xa trông trời nước một màu, không phân biệt được nông hay sâu. Gần đây, thuyền buôn thường* [mắc cạn] *bị hại! Nay nên dự bị thuyền mành, đến sang năm sẽ phái người tới đó dựng miếu, lập bia và trồng nhiều cây cối. Ngày sau cây cối to lớn xanh tốt, người dễ nhận biết, ngõ hầu tránh khỏi được nạn mắc cạn. Đó cũng là việc lợi muôn đời".*

Thảo nghịch Hữu tướng quân Phan Văn Thuý ở quân thứ Biên Long bị bệnh dâng sớ xin cử người thay lĩnh việc quân, để tiện về Bình Thuận điều dưỡng. Vua dụ Nội các rằng:

"Công việc trong quân đương khẩn cấp, không thể để

chậm được. Phải có một đại viên để điều khiển, mới ổn thoả nên việc được. Vậy truyền dụ cho Bình khấu Tướng quân Trần Văn Năng, hiện nay đã đến Bình Thuận, hoặc nơi quân thứ ở Biên Hoà thì càng tốt, nếu còn đi ở đường biển, thì hễ ngày chỉ dụ đến, lập tức phải lên bộ, đi theo đường trạm hễ gặp Tham tán Nguyễn Văn Trọng cũng bảo phải theo đường trạm, đi gấp đến quân thứ, lựa tính tình hình. Nếu Trần Văn Năng tự lĩnh bộ binh tiến lên trước, thì rất được việc, chuẩn cho thay Phan Văn Thuý, sung làm Thảo nghịch Hữu tướng quân, lĩnh ấn, triện, cờ, bài, cai quản quan quân đường bộ."

Thị vệ Lê Kim Trợ từ Nam Kỳ về, tâu:

"Trung quân nguỵ là Thái Công Triều đã từng khiến đồ đảng nó là Hoàng Văn Quang mang đệ sớ văn đến chỗ quân thứ, xin làm nội ứng, giết giặc, dâng thành để chuộc tội. Tướng quân và Tham tán [ở quân thứ] *cho rằng tâm tích Công Triều chưa rõ rệt, còn giữ Quang ở trong quân".*

Vua bảo Nội các rằng:

"Kẻ kia đến lần này, bất luận trong lòng nó thật hay giả, nhưng đó cũng là một cơ hội tốt, có thể nhân đấy mà làm được. Vậy nên mật dụ cho lũ Trần Văn Năng, Nguyễn Văn Trọng: một mặt đem ngay tờ sớ của Công Triều đệ vào tâu lên; một mặt yên ủi dụ bảo Hoàng Văn Quang, thưởng cho hắn 5 lạng hoặc 10 lạng bạc, rồi làm hịch văn sai đem về giao cho Thái Công Triều. Hịch văn đại lược nói: 'Thái Công Triều nguyên là quan chức của triều đình, trước đây bị giặc bức bách, tạm theo nghịch phỉ, nay đã biết sớm quay đầu lại, tự xin giết giặc, dâng thành để chuộc tội trước. Triều đình đã soi xét, biết rõ lòng rồi. Nếu quả có thể bắt hay chém được nghịch phạm Lê Văn Khôi và những kẻ danh mục trong bọn

nó, lại dâng luôn cả thành Phiên An, thì chẳng những rộng tha tội trước, mà lại tất có thưởng hậu nữa'. Như vậy để cho kẻ kia cảm khích, tự cố sức làm, để sớm lập công".

Tham tán Hoàng Đăng Thận tiến đến quân thứ Biên Long, hội bàn việc quân với Phan Văn Thuý và Trương Minh Giảng. Thuý bệnh thế hơi bớt, mới dâng sớ xin cứ ở lại trong quân, gượng bệnh làm việc. Thuý lại nói gần đây dò thám nghe thấy: thuyền giặc tụ nhiều ở Cần Giờ [Sài Gòn], Cẩm Phái và trạm sông Biên Lễ. Chúng lại cướp bóc các chỗ tấn thủ Phước Thắng, Long Hưng [Bà Rịa]; còn tỉnh lỵ Biên Hoà và các xứ Đồng Môn thì giặc sai bè đảng chiếm giữ, đặt quân phục. Lại sửa đắp đồn bảo Giao Khẩu (trước gọi là Thảo Câu Giốc Ngư) ở hai bên tả hữu sông lớn thuộc Phiên An, trên đồn bảo đặt súng đại bác, ngang sông buộc xích sắt. Chúng lại chuẩn bị nhiều bè chở củi, các đồ dẫn hoả, gọi là "thảo long đồ", để làm chước chống cự.

Nguyên án sát Định Tường là Ngô Bá Tuấn, lấy lại được tỉnh thành. Trước đây, tỉnh Định Tường thất thủ. Bá Tuấn ẩn nấp ở dân gian, mật sai Chánh đội trưởng Thái Văn Nhiên và Lý trưởng Long Điền là Ngô Văn Hiền họp quân nghĩa dũng, mưu toan việc thu phục. Đến bấy giờ bè đảng của giặc rút về Phiên An, chỉ để Trấn phủ Lê Viết Chương, Tuyên phủ Bùi Văn Thuận, Tham phủ Hoàng Công Bá và vài mươi người trước ở đội Hồi lương, Bắc thuận chiếm giữ tỉnh lỵ. Thái Văn Nhiên và Ngô Văn Hiền bèn hẹn với thư lại ty Án sát Lê Quang Ngạn và Nguyễn Đăng Phong, thư lại ty Bố chính Bùi Tiến Tước, tập hợp dân phu ứng nghĩa hơn 200 người, nhân ban đêm, đánh úp bắt được Thuận, Bá và 6 tên tội phạm trong đội Hồi lương. Viết Chương chạy thoát được, nhưng rồi cũng bị dân bắt được giải nộp. Ngô

Bá Tuấn ở thôn Thạch Hồ huyện Kiến Hoà nghe tin báo, lập tức đốc suất nghĩa dân về tỉnh, trước hết sai chém và đem bêu bọn nguỵ Chương và lũ tội phạm Hồi lương; cùng với bọn Huyện doãn huyện Kiến An Hồ Chu, Đốc phủ ở Kiến An là Nguyễn Văn Trí, Huyện uý huyện Bảo An thuộc tỉnh Vĩnh Long Nguyễn Văn Ân mà sau đó đã lục tục bắt được. Còn nguỵ Thuận, nguỵ Bá đóng gông giam cầm nghiêm ngặt. Lại vừa gặp nguỵ Trung quân là Thái Công Triều từ Vĩnh Long đến, nói rằng:

"Trước bị nghịch Khôi cưỡng ép, nay xin tự đốc suất thuyền quân nghĩa dũng tiến đến Phiên An giết giặc, dặn Tuấn thu họp quân dân để tiếp ứng."

Tuấn đem cả mọi việc ấy tâu lên vua, và báo cho quân thứ Biên Long xin quân tiếp viện. Vua dụ rằng:

"Ngô Bá Tuấn, trước kia, bỏ thành thất thủ, có chỉ cách chức, bắt làm lính; nay biết chiêu tập quân nghĩa dũng, nhân chỗ sơ hở, đánh giết được bè đảng giặc, lấy lại được thành trì. Công ấy thực không phải nhỏ. Vậy, lập tức tha cho tội trước, lại gia ơn cất lên làm Bố chính sứ. Bọn Thái Văn Nhiên, Lê Quang Ngạn, Nguyễn Đăng Phong và Bùi Tiến Tước hợp sức với nhau, đương đêm đánh úp, có công đầu khởi xướng việc nghĩa, đều cho làm Cai đội, Chánh ngũ phẩm, chuẩn cho theo tỉnh sai phái, gặp có chỗ khuyết sẽ sung bổ. Ngô Văn Hiền tuy có đồng mưu, nhưng thuyền quân ứng ở ngoài, không ở trong cuộc, có khác với lũ Thái Văn Nhiên; vậy, gia ơn cho làm Đội trưởng theo tỉnh sai phái. Lại thưởng cho 1.000 quan tiền, chia nhau, để tỏ khuyến khích. Còn các dân phu ứng nghĩa trong trận đánh ấy, mỗi người đều được thưởng tiền 1 quan. Người bắt được tên đầu sỏ Lê Viết Chương thì thưởng cho 200 quan tiền. Mấy tên tội phạm bị giam là Bùi

Văn Thuận và Hoàng Công Bá tức thì xử tử bằng tội lăng trì. Tử thi tên Lê Viết Chương, kẻ tội phạm đã bị chết chém, phải đem chặt ra từng tấc, vứt bỏ đi, cho hả lòng người. "

Nguyên thự Tuần phủ Tô Trân nghe thấy đã lấy lại được tỉnh thành, cũng từ Hậu Giang trở về. Vua dụ rằng:

"*Tô Trân trước đã bỏ thành chạy trốn, lại không hay chiêu tập hương dõng, đứng đầu phất cờ nghĩa; đến khi nghĩa dân lấy lại được tỉnh thành, đã qua 5 ngày, mới ló đầu ra. Như thế thì không có một tý công nào, lấy gì đủ chuộc được tội trước? Tô Trân trước đã bị cách chức, xuống làm lính, nay phái đến làm việc ở chỗ Ngô Bá Tuấn, nếu biết cố gắng trổ sức, không ngại khó nhọc vất vả, hoặc giả có thể chuộc lại lỗi trước được một phần nào. Đợi khi việc yên rồi, sẽ lại xuống chỉ để định đoạt*".

Thảo nghịch Hữu tướng quân Phan Văn Thuý ốm nặng, dâng sớ tâu xin đem ấn, triện, cờ, bài giao cho Tham tán Trương Minh Giảng, Hoàng Đăng Thận phụng giữ làm việc, còn Thuý thì về kinh để điều dưỡng.

Đổi tỉnh Phiên An làm tỉnh Gia Định. Vua dụ Nội các rằng: "*Nguyên sáu tỉnh Nam Kỳ, đều gọi chung là Gia Định. Đó là do Hoàng khảo Thế tổ Cao hoàng đế ta, đặc ơn ban cho tên tốt ấy. Năm ngoái, chia đặt tỉnh hạt, nhân đó đổi trấn Phiên An làm tỉnh Phiên An. Gần đây, nghịch Khôi giữ thành làm phản, dần đã dẹp yên, nên đổi là Gia Định để lấy lại cái tên tốt ấy, khiến cho nhân dân thuộc tỉnh từ đây về sau, đều được hưởng thái bình lâu dài*".

Thự án sát tỉnh Vĩnh Long là Doãn Uẩn lấy lại được tỉnh thành. Trước đây, trận thua ở Vũng Cù, Tổng đốc Lê Phước Bảo một mình chạy về, súng ống, khí giới thuyền bè, bị giặc lấy hết; ở tỉnh chỉ còn hơn 100 lính, 4 chiếc thuyền và vài trăm dân phu. Giặc đã lấy được Định Tường, đốc suất thuyền quân tiến đến đậu ở sông Đồi Giang (thuộc tỉnh Vĩnh Long, giáp đầu địa giới An Giang), Tổng đốc Lê Đại Cương đánh nhau, bị thua, lui về An Giang, Phó lãnh binh Vũ Văn Thường, mình bị nhiều vết thương, bị giặc bắt được, giặc mới thuận dòng xuôi thẳng đến Long Hồ [Vĩnh Long]. Doãn Uẩn cùng Phó quản cơ Thuỷ cơ tỉnh Vĩnh Long là Trương Phước Thuỳ ở ngoài thành, thân đốc quân dân chống giữ. Giặc nhân gió phóng hoả, Phước Bảo cùng Bố chính Phạm Phước Thiệu bỏ thành chạy trước; Doãn Uẩn sức không chống nổi cũng chạy. Giặc mới chiếm cứ tỉnh thành, đặt bè lũ là Hoàng Văn Thông Trấn phủ, Trần Khắc Doãn làm phó; Nguyễn Văn Nghi làm Tuyên phủ; Đào Duy Phước làm phó. Phạm Phước Thiệu, sau đó bị bức bách, phải đầu hàng giặc. Lê Phước Bảo cũng bị thủ ngự ở An Thái là Hoàng Văn Sương bắt được nộp cho bọn giặc, đưa đến thành Phiên An (sau quan quân vây thành, bắn súng, Phước Bảo trúng đạn, bị chết). Doãn Uẩn một mình ẩn nấp ở dân gian, bí mật tập hợp các tổng lý và quân dân, để thừa cơ mưu việc khôi phục. Đến bấy giờ nghe thấy nguỵ Trung quân là Thái Công Triều đã biết quay về với chính nghĩa, liền tập hợp quân dân hơn 300 người, đến thẳng tỉnh thành, Văn Thông ở trên thành thú tội xin hàng phục. Uẩn bèn dẫn quân tiến vào thành nã bắt Doãn, Phước, Thông xích lại tống giam, rồi đem sự việc ấy tâu lên. Vua dụ rằng:

"*Trước đây tỉnh Vĩnh Long thất thủ, xét ra bởi tại Lê Phước Bảo, nhút nhát ươn hèn không có tài năng để đến nỗi một trận thua mất sạch cả. Doãn Uẩn là một văn quan mới bổ, tuy đương lúc ấy, không chịu cố chết giữ lấy thành trì, khép theo tội có trách nhiệm phải giữ bờ cõi, thì thực có tội. Nay lại ở sau khi đã tan vỡ quyết liệt, chiêu tập được quân nghĩa dũng, bắt giết bọn giặc, lấy lại tỉnh thành, thì công và lỗi cùng đủ bù lẫn cho nhau. Vậy, tức thì khoan tha tội trước, vẫn cho làm chức án sát như cũ. Thưởng chung cho nghĩa dân 500 quan tiền, trong có người đầu mục, cũng chuẩn cho liệu lượng thưởng thêm. Những tên đầu sỏ giặc là Hoàng Văn Thông, Trần Khắc Doãn, Đào Duy Phước đều tức thì xử tử bằng tội lăng trì*".

Nam Kỳ Thảo nghịch Hữu đạo Tham tán là Trương Minh Giảng và Hoàng Đăng Thận đem quân và voi, chia làm năm đồn, từ Biên Long [huyện Long Thành, Đồng Nai] trở ra. Chợt có người do Thái Công Triều sai phái là Nguyễn Hoàng Nhiên (con Tiền quân Nguyễn Hoàng Đức) từ đường rừng Biên Hoà đến, nói:

"*Thái Công Triều đánh giặc ở rạch Chanh* (thuộc tỉnh Định Tường) *và chợ Chiếu* (thuộc tỉnh Gia Định) *thắng trận luôn mấy ngày, chém được nguỵ Tả quân Dương Văn Nhã và hơn 300 đồ đảng nó, lấy hết được thuyền chiến tiến thẳng đến Sài Gòn. Giặc phải rút vào thành, cố giữ. Nay đương chia quân làm hai cánh, vây đánh*".

Án sát tỉnh Biên Hoà là Hoàng Văn Đản, tâu rằng: "*Quan quân đường thuỷ là lũ Mai Công Ngôn và Phạm Hữu Tâm tiến gần đến đồn bảo Giao Khẩu. Thuyền quân của Tham tán Nguyễn Xuân và Tán tương Trương Phước Đĩnh đã qua sông Ngã Bảy* [Sài Gòn], *lục tục kế đến. Đoàn thuyền của Thảo nghịch Tả tướng quân Tống Phước Lương cũng đã tiến vào cửa biển Cần Giờ* [Sài Gòn]".

Án sát tỉnh An Giang là Bùi Văn Lý lấy lại được hai tỉnh

An Giang, Hà Tiên. Trước đây, Tổng đốc Lê Đại Cương đánh nhau với giặc bị thua, rút về tỉnh lỵ (tức là đồn Châu Đốc), quân đều tan tác cả, bèn thương lượng giao cho Bố chính Nguyễn Văn Bỉnh cùng với Lý ở lại phòng thủ, còn mình thì đi Nam Vang, điều động lính đến cứu. Thuyền quân giặc thừa thắng kế tiếp đến; quan quân phòng thủ ít và yếu thế, thấy oai phong giặc sợ hãi tan vỡ. Cương mới chạy đến Chế Lăng (đất của Chân Lạp); tỉnh lỵ thất thủ, Bỉnh bị giặc bắt được; Lý tự gieo mình xuống sông, được thủ hạ vớt lên, thoát chết. Giặc đến thẳng tỉnh Hà Tiên; Thự Tuần phủ Phạm Xuân Bích và án sát Trần Văn Quán đã bị quân Hồi lương thuộc tỉnh giết ngay trước đó. Giặc bèn đặt Trấn thủ hưu trí cũ là Mạc Công Du làm nguỵ Trấn phủ, bè đảng của giặc là Trần Hiệu Trung làm Tuyên phủ, em của Du là Mạc Công Tài, con của Mạc Hầu Diệu đều làm Thống lãnh.

Bấy giờ Thái Công Triều tại An Giang, mưu toan việc quy thuận đốc suất quân lính tiến đến Phiên An đánh dẹp; lại mật thư báo cho Lê Đại Cương chóng đem quân về tiếp ứng Bùi Văn Lý. Văn Lý ẩn ở đồn Vĩnh Hùng, cùng Thủ ngự Nguyễn Văn Bút và Suất đội Hoàng Văn Nhâm chiêu tập quân nghĩa dũng tất cả được hơn 1.000 kéo quân về tỉnh, bắt Lê Văn Nhiếp, mở thành dâng nộp. Lý lại được tin dò thám báo rằng: nghịch Khôi đã sai sứ sang Xiêm La, đi theo đường sông Vĩnh Tế, nhân bắt được người do Mạc Công Du sai phái là Nguyễn Văn Mân (Mân là Cửu phẩm thư lại cũ ở An Giang, là người thuộc hạ thân tín của Du, Du nhân nghịch Khôi trát sức chọn người am hiểu tiếng Xiêm đến Phiên An đợi lệnh bèn sai Mân đi) sai đem tờ mật thư; bèn lấy nghĩa lý trách bảo Du, sai trước hết bắt chém lũ tội phạm Hồi lương, Biên lương và Bắc thuận và theo bắt thuyền và người nguỵ sứ. Lại uỷ cho viên Quản cơ Nguyễn Văn Mai và Nguyễn Văn Cửu (con Thống chế Nguyễn Văn Tuyên) đem quân, dân tiến theo, lấy lại được tỉnh lỵ Hà Tiên. Dụ sai Mạc Công Tài, Mạc Hầu Diệu hội với Thành thủ uý Phú Quốc là Nguyễn Văn Sương, Suất đội Thanh Châu là Nguyễn Văn Thuỵ bắt được nguỵ Chánh sứ là Nguyễn Thuỵ, Phó sứ là Nguyễn Văn Quý và 21 người tòng đảng luôn với các thư từ của nguỵ. Còn người theo đạo Tây dương cùng nguỵ Tuyên phủ ở tỉnh là Trần Hiệu Trung đều đưa hết về tỉnh An Giang giam lại. Bấy giờ Lê Đại Cương cũng từ Chế Lăng quay về, trước hết đem chém Trần Hiệu Trung, rồi phái Binh bộ Chủ sự thừa biện Nam Vang Hồ Công Chỉ và Phó quản cơ Nguyễn Văn Tây đến tỉnh Hà Tiên làm công việc ở tỉnh; lại cho rằng Mạc Công Du vốn được nhân dân xứ ấy mến phục, bèn tạm quyền lưu lại ở tỉnh lỵ để trấn tĩnh nhân tâm. Việc ấy tâu lên, vua dụ bộ Binh rằng:

"Nghịch Khôi dấy loạn, làm hại nhân dân, nay lại ngấm ngầm liên kết với tả đạo Gia tô và cầu nước Xiêm La cứu viện, mưu đồ rông rỡ làm to để tàn hại dân chúng, thực là hiểm ác quá lắm. Bùi Văn Lý bắt hợp tập quân dân, lấy lại được hai tỉnh An Giang, Hà Tiên, đuổi bắt được thuyền và người nguỵ sứ. Thiết tha để chí giết kẻ thù như thế, thực đáng khen thưởng. Chuẩn cho khoan tha tội trước, vẫn cho làm chức án sát cũ."

Bộ binh của Tham tán là Trương Minh Giảng và Hoàng Đăng Thận lấy lại được tỉnh lỵ Biên Hoà. Quân triều đình từ trạm Biên Long thẳng tiến, không ai dám chống cự cả; kịp khi đến tỉnh, thì nguỵ Tuyên phủ là Hồ Văn Hãn, Phó tuyên phủ là Hoàng Kim Lượng và Đô quản lĩnh Lương Tiến Dũng, Quách Ngọc Khuyến cùng bè lũ hơn 200 người đều tự ý bỏ giáo, đến cửa quân xin đầu hàng. Giảng mới để một số lính và voi ở lại, theo Tuần phủ Vũ Quýnh đóng giữ. Lại chia quân giao cho Lãnh binh Lê Sách, Vệ uý Nguyễn Văn Đoài đốc suất lính dõng hai đồn Hữu, Hậu 1.400 người, từ thượng du sông Phước Long tiến đến Bình Dương, đánh phía sau lưng giặc rồi liền đem lính, dõng 3 đồn Trung, Tiền, Tả hơn 2.000 người, 48 thớt voi chiến, dồn quân chúng mới đầu hàng làm 4 đội Tự tân, sung làm quân tiền khu, thẳng tiến đến bến đò Bình Đồng ở bờ phía bắc sông Phước Long, lập đồn đóng lại. Giặc ở trong bụi rậm bờ bên nam sông, bắn súng lớn để chống cự; quân triều đình cũng ở cách sông bắn sang, giặc phải lui nấp, đậu ở mạn hạ lưu. Quân đường thuỷ của Vệ uý Trần Văn Trí và Phạm Hữu Tâm đánh nhau với giặc ở sông Lão Tố [giồng Ông Tố, Thủ Đức], bắn chìm 1 chiếc thuyền giặc, chém hơn 20 tên, thu được rất nhiều thuyền bè, súng ống.

Thảo nghịch Hữu đạo tướng quân Nguyễn Văn Trọng, Tham tán Trương Minh Giảng và Hoàng Đăng Thận đem đại đội quân và voi từ Bình Đồng sang qua sông, tiến đóng ở phía bắc cầu Cao Mên (2) [cầu Bông, Sài Gòn]. Trước đây, đạo quân của Lê Sách và Nguyễn Văn Đoài đến cầu Tham Lương [Tân Sơn Nhất, Sài Gòn], hợp với quân của Thái Công Triều, đánh nhau với giặc; giặc rút lui và bày trận ở bãi Tập Trận [Phú Thọ, Sài Gòn] để chống cự. Quân ta xông vào chiến đấu, bắn chết nguỵ Hữu quân Vũ Vĩnh Tiến. Nhiều tên bị thương và chết, bọn giặc lẩn vào phố Sài Gòn, chẹt giữ lấy chỗ hiểm yếu. Phó vệ uý vệ Phấn uy là Nguyễn Văn Tần khinh địch, cứ xông xáo tiến lên, bị giặc giết chết! Quan quân vẫn đóng ở luỹ Hoa Phong [Phú Thọ Hoà], đem tin ấy báo đến quân thứ Bình Đồng thì Nguyễn Văn Trọng vừa đến, bèn nhận lĩnh ấn triện, cờ bài của Thảo nghịch Hữu tướng quân, cùng Trương Minh Giảng và Hoàng Đăng Thận dẫn quân tiến lên. Vừa đến xã Bình Hoà [quận Bình Thạnh], gặp Thái Công Triều đương đánh nhau với giặc ở Giới Kiều, Nguyễn Hoàng Thoả đánh nhau ở cầu Cao Mên (Từ khi Công Triều quy thuận, chiêu tập quân nghĩa dũng, Thoả đi theo), tiếng trống tiếng súng vang ầm rầm rộ. Lũ Trọng tức thì phái Vệ uý vệ Cẩm y là Đoàn Dũ đốc suất biền binh ở Hậu vệ dinh Thần cơ đi tiếp ứng quân ở Giới Kiều; bắn súng đại luân xa, giết được nhiều quân giặc. Giặc bèn lui giữ phía nam cầu. Lại phái Phó vệ uý Hữu vệ dinh Thần cơ là Trương Văn Phượng đem vệ binh đến cầu Cao Mên để tiếp ứng. Phượng xông lên để giết giặc, trúng đạn, bị chết, lại để mất một cỗ súng đại luân xa. Kịp khi quân cứu viện đến, giặc chặt cầu, giữ thế thủ; quân triều đình bèn đóng đồn ở phía bắc cầu, tuỳ cơ đánh dẹp.

Bình khấu đạo Tướng quân Trần Văn Năng và Thảo nghịch Tả đạo tướng quân Tống Phước Lương đem thuỷ binh đánh phá giặc ở đồn bảo Giao Khẩu, tiến đậu ở sông Bến Nghé. Trước đó, nguyên Tổng đốc An Hà Lê Đại Cương và Tuần phủ Định Tường Ngô Bá Tuấn đốc suất binh, dõng một đạo từ sông Lật Giang [sông Vàm Cỏ Đông] tiến lên, một đạo từ sông Tra Giang tiến lên. Đoàn thuyền của Trần Văn Năng cũng đến bèn hội đồng với nhau tại ngả ba Soài Rạp [Cần Giờ, Sài Gòn], nhân đêm đánh úp đồn bảo Giao Khẩu, chặt đứt xích sắt ngang sông. Giặc cả sợ, tan vỡ. Quan quân bắt sống được nguỵ quản lĩnh Thuỷ sư Trần Văn Đề, chém bọn giặc và lấy được thuyền, súng, khí giới rất nhiều, rồi thẳng tiến đến cửa sông Bến Nghé.

Trung quân Phó tướng Lê Đắc Lực trước kia chiếm giữ

Biên Hoà, nghe tin quan quân kéo đến, bèn bỏ trốn trước. Lực liệu biết thế giặc không thể làm gì được, liền cắt tóc, ẩn nấp ở chùa Kim Chương [đường Nguyễn Trãi, Sài Gòn]. Kịp khi Thái Công Triều quy thuận, đem quân tới sông Lật Giang, thì Lực đến gặp Công Triều, xin theo đi đánh giặc. Đến bấy giờ Công Triều đem việc Lực nói với Tướng quân và Tham tán; họ bắt Lực đem về Gia Định để xét hỏi.

Vua truyền lệnh cho các Tướng quân, Tham tán, Tổng đốc và Tuần phủ đại lược như sau:

1. Các quan, lại dịch, binh đinh ở sáu tỉnh từ Biên Hoà trở vào Nam hiện đang làm việc bắt giặc, sẽ do Tướng quân, Tham tán và quan địa phương làm sớ riêng ghi công trạng, tâu lên, đợi chỉ khen thưởng.

2. Trong các quan, võ biền, lại dịch, hễ người nào đích xác thực sự theo giặc, thì phải tra xét để làm tội; còn người nào hiện theo theo đánh dẹp hoặc tán lạc nơi dân gian nay mới ló đầu ra, do quan địa phương xét kỹ sự trạng, làm thành danh sách tâu lên để đợi chỉ dụ.

3. Các tỉnh phải xét xem tiền, lương, thóc, gạo hiện còn, cho đến thuyền mành, súng ống khí giới và hết thảy vật hạng của công, làm thành sổ sách rõ ràng.

4. Trong những người theo đạo Gia tô [Thiên Chúa]; kẻ nào theo giặc, chống lại quan quân, đã bắt được tại trận hoặc tiếp tục bắt sau, tức thì chém đầu; người nào trước sau vẫn ở trong dân không hề theo giặc, thì cho tổng lý dẫn đến tỉnh, để tỉnh bảo bước qua thập tự giá, xét ra thấy quả thật lòng tỉnh ngộ ăn năn, tình nguyện bỏ đạo, thì đều tha tội, cho về yên nghiệp làm ăn. Còn dân thiểu số ở đạo Quang Hoá (3) trước đã theo giặc, cũng cho tổng lý sở tại bắt giải, tra xét rõ ràng, để trị tội theo pháp luật.

5. Trong các người Thanh kiều ngụ, kẻ nào theo giặc đã bị quan quân bắt được tại trận hoặc tiếp tục bắt sau, tức thì chém đầu đem bêu cho mọi người biết.

6. Các tù phạm bị giam ngày trước, được giặc thả ra, tên nào cam tâm theo giặc, đã bị bắt tại trận hoặc sau mới tiếp tục bắt được, tức thì chém đầu đem bêu cho mọi người biết. Còn tên nào trót đã theo giặc, nay biết sợ tội ra thú, thì do quan tỉnh sở tại tâu rõ cả tội phạm ngày trước và duyên cớ ra thú bấy giờ, để đợi chỉ dụ, nhưng vẫn giam giữ để chờ xử án. Ngoài ra những tên phạm nào còn trốn cũng sức cho tổng lý trong hạt nã bắt giải nộp. Nếu ai dám chứa chấp giấu giếm, hễ phát giác ra, sẽ bị gia nặng thêm mà trị tội theo pháp luật.

Tham tán Nguyễn Xuân đánh phá bọn người Thanh, đồ đảng giặc, ở phố Sài Gòn. Giặc từ khi bị thua ở bãi Tập Trận [Phú Thọ, Sài Gòn] tập hợp tất cả người Thanh ở phố Sài Gòn đặt đồn giữ chặt. Thuyền quân Nguyễn Xuân từ sông Cát Giang thẳng tiến đến cảng An Thông, đi đến chợ thôn Vĩnh Hội, giặc phục ở phố bờ bên tả, dùng súng lớn súng nhỏ bắn loạn xạ , quan quân không thể tiến lên được. Xuân liền sai thị vệ Tôn Thất Bật đốc suất quân lên bờ phóng lửa đốt; các quân trong thuyền chiến xông lên, chém hơn 250 đầu giặc. Giặc thua to, chạy vào trong phố, chẹn giữ chỗ hiểm để chống cự. Xuân cùng lũ Phạm Hữu Tâm lại đốc suất quân, dõng đánh phá một loạt, chém 60 đầu giặc, bắt được 700 đứa, lấy hết được thuyền mành, súng ống, khí giới.

Thuyền quân của Bình khấu tướng quân Trần Văn Năng tiến đến cửa sông Thị Nghè. Giặc ở trên thành Phiên An bắn súng để cố giữ. Năng thân đốc suất biền binh thẳng đến xưởng thuyền và chỗ các kho đụn. Đồ đảng giặc canh phòng ở những nơi đó đều sợ bóng gió, chạy trốn cả. Quan nhân thu được các hạng thuyền hơn 70 chiếc, thóc độ 120.000 hộc, gạo 100 phương, tiền hơn 10.000 quan.

Thảo nghịch Hữu đạo Tướng quân Nguyễn Văn Trọng, Tham tán Trương Minh Giảng và Hoàng Đăng Thận đóng quân ở phía bắc cầu Cao Mên [cầu Bông, Sài Gòn]. Bọn giặc độ hơn 1.000 tên, chia làm hai đạo: một đạo tới ẩn nấp ở phía nam cầu; một đạo đến luỹ Hoa Phong [Phú Thọ Hoà] đánh úp đạo quân của Lê Sách và Nguyễn Văn Đoài. Vừa gặp Lê Đại Cương, nguyên Tổng đốc An Hà, đem quân và voi đến bãi Tập Trận [Phú Thọ, Sài Gòn], tiến lại tiếp ứng: giặc hơi lùi. Bỗng có một toán quân từ trong rừng rậm tây quách đổ ra, giao chiến với quân ta vài hiệp, thì hương binh ứng nghĩa lui trước, biền binh ngăn cản không được, cũng lui. Hoàng Đăng Thận liền thân đốc Đoàn Dũ và Thái Công Triều đem quân tiếp chiến, chém được hơn 20 đầu giặc, giặc mới tan vỡ. Quân triều đình bèn từ cầu Cao Mên đến bãi Tập Trận, chia đặt đồn đóng. Nguỵ Đô quản lĩnh Trần Văn Nghĩa đem hơn 50 đồ đảng đến chỗ quân ta xin hàng phục; hơn 200 người Thanh cũng tự trói tay về sau lưng, đến xin đầu hàng. Lũ Nguyễn Văn Trọng bèn tổ chức bè lũ Trần Văn Nghĩa lại làm đội Tự tân thứ 5; thả hết cho người Thanh trở về làm ăn.

Tướng quân đạo Bình khấu Trần Văn Năng và Tham tán Lê Đăng Doanh tâu rằng:

"*Quân của Bình khấu đạo* [Tướng quân Trần Văn Năng] *cùng với Thảo nghịch tả đạo* [tướng quân Tống Phước Lương] *ở mặt trước, mặt tả và mặt hữu thành Phiên An và Thảo nghịch hữu đạo* [Tướng quân Nguyễn Văn Trọng] *ở mặt sau thành, đều theo phần đồn tấn chia ra bao vây và đắp luỹ dài; nghịch tặc như cá trong chậu, không sớm thì chày, tất đến chịu giết. Duy đất này sau cơn loạn lạc, nên đặt một viên đại thần hàng văn để yên ủi vỗ về những dân xiêu giạt, làm việc lợi, bỏ việc hại cho dân. Đó là việc kịp nên làm".*

Nhân cuộc nổi dậy của Lê Duy Lương, Tuần phủ Vân Nam Y Lý Bố tâu trình tình trạng báo động; vua Đạo quang ra lệnh cẩn thận đề phòng nhưng phải tránh gây hấn:

"***Ngày mồng 1 Kỷ Hợi tháng 8 năm Đạo Quang thứ 13*** **[14/9/1833].** *Dụ các Quân cơ đại thần:*

Ngày hôm nay cứ theo tấu triệp của Y Lý Bố rằng nước Việt Nam nội loạn, hiện thông sức tuần phòng biên giới.

Trước đây cứ theo lời Y Lý Bố tâu Thổ ty Tư Mao và Xã Mục đánh lẫn nhau, đã ra chỉ dụ lệnh Nguyễn Nguyên [Tổng đốc Vân Quí] *đốc sức trấn, đạo trấn tĩnh đề phòng, không được khẩn trương dùng binh rồi sinh gây hấn nơi biên giới. Nay lại thám thính được lý do nội loạn ở Việt Nam, rồi tâu rằng: 'Vào tháng 4 tại Thổ châu Thuỷ Vĩ, Việt Nam, dân Di nổi lên, viên Thổ châu dùng binh đánh đuổi. Nguyên do dòng dõi Lê Duy Kỳ là Lê Duy Hoán trước đây được phong chức, sau bị giết. Bọn Lê Duy Lương, Lê Duy Nhiên, cùng Thổ ty Bách Thắng là Quách Tất Công, Quách Tất Tại, kết hợp với dân Thanh Hoá khởi sự. Rồi vùng Hưng Hoá, Phú Xuân nhân theo, các xứ dân Di bị phiến hoặc; quan quân mang binh ngăn bắt. Vùng biên giới Khai Hoá, cùng Thuý Vĩ và Đô Long Việt Nam tiếp giáp, Lâm An cũng giáp giới Việt Nam; hiện tại phân công cho các quan văn võ điều bát binh biền, thổ luyện, hợp lực với các đồn, tấn, tuần tra các ải, nơi quan trọng, đốc suất dân biên giới phòng giữ.'*

Phiên bên ngoài nhiễu loạn, phải trái cong ngay, Thiên triều không cần hỏi đến. Riêng bọn thổ Di phiến động, tại địa phương Thuý Vĩ sát biên giới, sợ thừa lúc sơ hở trốn vào. Vả lại bọn đồ đảng Lê Duy Lương, sợ thất bại bỏ trốn, có thể chạy vào biên cảnh. Vùng Khai Hoá, Lâm An biên thuỳ rộng rãi, giao nhau như cài răng chó; phủ Quảng Nam đường sá tương thông, tất phải nghiêm mật tuần phòng, đừng cho trốn vượt.

Nguyễn Nguyên lúc này chắc đã đi đến tỉnh Vân Nam, hãy hội đồng với Y Lý Bố nghiêm sức các quan văn võ địa phương đốc suất quân lính và thổ luyện tra xét chỗ quan trọng, cửa ải; cẩn thận đề phòng, nghiêm phòng Hán gian lừa phỉnh. Nếu như bọn phỉ, hoặc binh lính Việt Nam truy đuổi đến biên giới, lập tức ngăn cản, không chuẩn một tên trốn vào; cũng không được giết bừa 1 người. Nếu trong địa phương có binh biền ham lập công giết bừa, gây nên chuyện, đáng phải nghiêm trị. Nếu như gõ cửa quan xin viện binh, đáng đưa lời chính đáng cự tuyệt. Thiên triều coi sóc vạn bang, đều chung một lòng nhân, quyết không tương trợ. Viên Tổng đốc đáng nghiêm khắc hiểu dụ các trấn tướng, đạo, phủ, trấn tĩnh phòng bị, không trể nãi chút nào, mà cũng không tỏ vẻ khẩn trương. Nếu như liệu biện không tốt, gây hấn tại biên giới, thì chỉ hỏi tội Tổng đốc, Tuần phủ; hãy kính sợ, thận trọng! Đem dụ này lệnh hay biết."(**Tuyên Tông Thực Lục** quyển 242, trang 2-4)

Chú thích:

1. Bình Đồng: theo **Gia Định thành thông chí**, quyển thứ II, phần **Sơn xuyên chí**, tục gọi sông Đồng Cháy.

2. Cầu Cao Mên ở trên rạch Thị nghè; tức cầu Bông, Sài Gòn.

3. Đạo Quang Hoá: đạo này thuộc tỉnh Gia Định; đến năm Minh Mệnh thứ 17 [1836] đặt làm huyện Quang Hoá.

217.
Vua Minh Mệnh [1820-1840] (17) [13/10/1833-11/11/1833]

Tháng chín năm Minh Mệnh thứ 14 [13/10-11/11/1833], Tri châu Thạch Lâm [các huyện Hoà An, Nguyên Bình và Thạch An, Cao Bằng] là Nguyễn Hữu Giám gặp đồ đảng Nồng Văn Vân ở núi Phốc Dã, chống cự không nổi, bèn lui về châu. Lãnh binh Phạm Văn Lưu nghe tin giặc định đi tắt đến thẳng tỉnh thành, cũng lui về tỉnh. Thự Bố chính Cao Bằng Bùi Tăng Huy, Án sát Phạm Đình Trạc bàn nhau, cho rằng tỉnh thành gần sát nơi dân ở, lại không có hào luỹ thành quách, thế khó giữ được; lúc cần kíp, nên dời đến chỗ kho của tỉnh ở đồn núi Ninh Lạc, dựa vào chỗ hiểm, đợi quân cứu viện. Đem cả duyên do tâu lên; Vua chê nhút nhát, giáng Bùi Tăng Huy và Phạm Đình Trạc 2 cấp; điều quân từ tỉnh Hà Nội gồm 2 Quản cơ và 500 quân binh gấp lên Cao Bằng.

Tổng đốc Ninh Thái là Nguyễn Đình Phổ thân đem lính và voi tiến đến tỉnh thành Thái Nguyên, gặp Lãnh binh Bắc Ninh Trần Văn Duy và thự Bố chính Thái Nguyên Nguyễn Đôn Tố báo rằng:

"*Bọn giặc phỉ vây đánh đồn Chợ Chu* [huyện Định Hoá, Thái Nguyên]. *Quản cơ Phạm Văn Trượng và Quản cơ Nguyễn Văn Hiệu đã được phái đem quân đi ứng tiếp. Vậy xin điều thêm lính và voi đến hội tiễu".*

Phổ tức thì phái quân binh cơ Chánh võ với ba thớt voi chiến đến quân thứ ở đồn Chợ Mới [Bắc Cạn] theo Trần Văn Duy sai phái. Sau đó nghe báo Phạm Văn Trượng và Nguyễn Văn Hiệu gặp giặc ở Lãn Lĩnh, giặc dựa vào chỗ hiểm chặn đánh, quân của bọn Trượng bị thương và chết nhiều, nhưng vẫn đóng lại ở đấy để ngăn cản. Phổ lại phái thêm Phó quản cơ Nguyễn Luyện, và Quản cơ Trần Đại Tựu đem 600 lính, 2 thớt voi, 4 cỗ súng quá sơn, từ đồn Hưởng Lĩnh tiến đánh giải vây cho đồn Chợ Chu. Khi đi đường, gặp thổ ty coi đồn Chợ Chu là Dương Đình Cẩm cùng Cai đội là Đặng Văn Thái rút quân lui đến đồn Hưởng Lĩnh, cho biết có chừng 2.000 phỉ vây hãm đồn ấy, và chúng chia quân chặn đường hiểm yếu ở Lãn Lĩnh, quân cứu viện không tiến đến được, đến nỗi bọn Thái phải nhân đêm phá vỡ vòng vây thoát về. Lại nghe nói chừng 7.000 phỉ chia đường mưu đánh đồn Hưởng Lĩnh và đồn Chợ Mới.

Phổ được tin báo, lập tức phi tư cho Hà Nội, và Hải Dương mỗi tỉnh phái ngay 500 biền binh theo đi đánh dẹp, rồi làm sớ tâu lên; Vua xuống dụ quở trách.

Tổng đốc Sơn Hưng Tuyên Lê Văn Đức đánh giải vây tỉnh thành Tuyên Quang, quân Nồng Văn Vân thua chạy. Vân trước đây, họp 5.000 đồ đảng, chia giữ mặt sau tỉnh thành; trên núi 2 bờ nam bắc sông Lô đều đặt đồn lớn đối nhau, ven núi cũng dựng liền đồn trại. Lại chuẩn bị đầy đủ thuyền bè ở bến sông, quân thuỷ quân bộ của chúng liên lạc với nhau để phòng quân triều đình đến đánh; hằng ngày sai đồ đảng vây bức tỉnh thành.

Lãnh binh Nguyễn Văn Quyền và Tống Văn Uyển cùng

Phó quản cơ Nguyễn Văn Long đương đánh nhau với giặc thì Đức dẫn quân đến; trước hết đánh phá đồn giặc ở núi Kiệt Thạch. Giặc qua sông chạy, quan quân bèn đốt đồn giặc; bọn giặc đang vây thành, trông thấy lửa cháy, cũng tan vỡ chạy cả. Quân trong thành đánh khép lại, chém được vài mươi đầu giặc và thu được khí giới. Giặc bèn chiếm giữ đồn núi bờ bên bắc; Đức chia quân làm 4 đạo, dùng người thiểu số là Tri huyện Hàm Yên [Tuyên Quang] Nguyễn Văn Biểu và Lại mục Lương Đình Thiêm, cùng lũ Phan Bá Lịch đưa đường. Đêm đến, lúc trống canh tư, quan quân lần lượt tiến lên, mờ sáng đến đồn giặc ở bờ phía bắc. Giặc ở trên đồn, từ cao bắn xuống; Đức thân hành đốc suất tướng sĩ đi liền với nhau như xâu cá mà tiến lên. Có Cai đội ở vệ Tiền bảo nhị là Hồ Văn Vạn hăng hái xông lên trước, bị trúng đạn chết. Quan quân vừa đánh vừa tiến, hạ được đồn, giặc bị thương và chết nhiều; chúng tranh nhau xuống thuyền chạy sang bờ phía nam. Quan quân không có quân thuỷ, nên chỉ ở bờ sông dùng súng quá sơn bắn, hoặc lấy thuyền chài sang sông, đuổi theo. Giặc bỏ hết thuyền bè, lẩn trốn vào rừng miền thượng du; quan quân tìm bắt được hơn 20 tên. Đảng giặc là Ma Sĩ Huỳnh, Ma Doãn Cao theo đường khác ở châu Vị Xuyên [Hà Giang] kéo đến, số quân ước 400 người, đi gần đến mặt trước tỉnh thành; Đức trông thấy, tức thì đốc suất lính và voi đón đánh; giặc chạy tan cả; quan quân chém được 5 đầu giặc, bắt được 5 tên. Tin thắng trận tâu lên, vua khen.

Tuần phủ Lạng Bình Hoàng Văn Quyền tâu rằng: "*Bọn phỉ lấn bức Cao Bằng, đã gần đến tỉnh thành rồi! Việc đương nguy cấp. Tỉnh thần tỉnh ấy tư xin điều thêm biền binh đến cứu, thần đã kíp tư cho Tổng đốc Ninh Thái là Nguyễn Đình*

Phổ ở Thái Nguyên gần đấy thì đến để điều khiển. Vâng xin gấp phái 1, 2 đại đội quân tinh nhuệ ở các tỉnh đến nhanh tiếp ứng, để khỏi xảy biến cố gì khác".

Lãnh binh Bắc Ninh Trần Văn Duy đánh nhau với giặc ở đồn Chợ Mới [Bắc Cạn] bị thua, quân bị thương và chết nhiều, để mất súng ống, khí giới và một thớt voi chiến, phải rút đóng ở Chợ Đô. Tổng đốc Ninh Thái là Nguyễn Đình Phổ, từ tỉnh thành Thái Nguyên, thân đem quân và voi tiến lên, vừa đến xã Quan Triều, thuộc huyện Phú Lương [Thái Nguyên], được tin báo, lập tức tâu lên, và nói:

"Chợ Mới là nơi cổ họng xung yếu, lần lượt đã phái đến nhiều quân, voi, súng và khí giới. Nay đồn ấy thất thủ, thần xin chịu tội điều khiển không được đến nơi đến chốn".

Vua cách chức Văn Duy bắt làm lính; lại truyền dụ cho Lê Văn Đức trích lấy quân binh ở Nhất vệ quân Thần sách mau đến Thái Nguyên đặt dưới quyền sai phái của Nguyễn Đình Phổ.

Đồ đảng Nông Văn Vân xưng là Tuyên nghĩa đạo Tiểu bộ tướng quân Lưu Trọng Chương và Lôi Hà Tả đạo đại tướng quân là Hoàng Trinh Tuyên tập hợp hơn quân 2.000 quấy rối đồn Đại Đồng ở Thu châu [huyện Yên Bình, Yên Bái]. Trước kia khi Vân mưu đánh úp tỉnh thành Tuyên Quang, giao cho lũ tên Chương chặn đường viện binh Sơn Tây; khi Vân đã thua rồi, bọn Chương vẫn chưa biết, cho nên lại đến đây quấy rối. Tổng đốc Lê Văn Đức được tin báo, tức thì phái Lãnh binh Nguyễn Văn Quyền và Trần Hữu Án, cùng Quản cơ Nguyễn Hữu Du và Tri phủ Đoan Hùng là Nguyễn Đức Hoành đốc suất hơn 1.000 lính, 2 thớt voi chiến, chia đường đánh giáp lại, cả phá được địch , chém đầu giặc, thu được nhiều khí giới; giặc chạy chốn về phía châu Lục Yên [Yên Bái].

Vua cho Lê Văn Đức làm Tổng đốc tiểu bộ Tuyên Quang thổ phỉ quân vụ, cấp cho ấn quan phòng Tổng đốc tiểu bộ quân vụ; Nguyễn Công Trứ làm Tham tán quân vụ.

Đồ đảng Nông Văn Vân xâm lấn quấy rối đồn Đông Quông tỉnh Hưng Hoá. Thự Trấn phủ Ngô Huy Tuấn phái Lãnh binh Bùi Văn Đạo đem lính và voi đi đánh dẹp.

Tuần phủ Lạng Bằng là Hoàng Văn Quyền đem quân và voi từ Lạng Sơn tiến lên Cao Bằng đánh giặc. Trước đây, Văn Vân đã bị quan quân Tuyên Quang đánh bại; lại đốc suất đồ đảng đến lấn tỉnh Cao Bằng. Thổ ty tỉnh ấy là Bế Văn Cận và Bế Văn Huyền đều theo giặc; Vân bèn lấn bức tỉnh thành, nhà công và nhà dân ở ngoài thành đều bị đốt phá cướp bóc hết. Quan tỉnh thần là Bùi Tăng Huy và Phạm Đình Trạc, cáo cấp; Quyền lập tức ngày hôm ấy, tiến quân.

Tổng đốc đạo Tuyên Quang là Lê Văn Đức, Tham tán là Nguyễn Công Trứ từ tỉnh thành Tuyên Quang chia đường tiến đánh Nông Văn Vân. Trước kia, Vân thua, bèn sai đồ đảng họp đóng ở đồn Phước Nghi, châu Đại Man [huyện Chiêm Hoá, Tuyên Quang] và 2 bên bờ sông Gầm, mưu toan dàn quân để chống cự. Lũ Đức trước hết sai Lãnh binh Tuyên Quang là Trần Hữu Ân đốc suất hơn 200 biền binh, và thuyền chiến và thuyền chở lương, đi từ sông Gầm đến đồn Phước Nghi. Quản cơ Vũ Tiến Mâu, Quản cơ Nguyễn Văn Huấn và nguyên Án sát bị cách Lê Bỉnh Trung đốc suất hơn 300 lính, 2 chiếc thuyền lê, 3 chiếc bản thuyền trang bị làm thuyền chiến, 17 chiếc thuyền chở lương, đi riêng từ sông Lô đến đồn Ninh Biên [Thị xã Hà Giang]. Đức thân đem lính dõng và tuỳ tùng hơn 2.500 người, các hạng súng du sơn, đại luân xa, thần công, quá sơn 24 cỗ, voi chiến 10 con, từ sông Lô theo bờ bên tả sông Gâm tiến lên. Trứ thân đem lính dõng và thuộc hạ hơn 2.400 người, các hạng súng đại luân xa, quá sơn 19 cỗ qua sông Lô, theo bờ hữu bên sông Gâm tiến đi. Định ngày giáp lại đánh đồn Phước Nghi để lấy đường đánh thẳng vào sào huyệt ở Vân Trung.

Tuần phủ Lạng Sơn Cao Bằng là Hoàng Văn Quyền tiến đến phố Cửu Phong, châu Thất Tuyền [huyện Tràng Định, Lạng Sơn], nghe nói lũ giặc đã lẻn vào chiếm giữ tỉnh thành Cao Bằng, quân quan ở tỉnh đều dời đến cố thủ ở đồn núi Ninh Lạc. Giặc bao vây bốn mặt, lại chia đồ đảng tiến đến Tiêm Lĩnh, thuộc biên giới Cao Bằng Lạng Sơn; Quyền bèn đóng quân ở đồn Na Lãnh.

Bọn giặc Sơn Tây lén lút nổi lên ở địa hạt huyện Yên Lạc [Vĩnh Phúc]. Có người lính ở vệ Định Võ do tỉnh phái đi, tên là Vũ Dụng Trực, xông lên trước, bắn súng giết được một tên giặc. Giặc đều sợ hãi, lẩn chạy vào rừng; Trực đuổi theo, bắt được 2 tên và khí giới.

Tuần phủ Lạng Bình Hoàng Văn Quyền đem quân đóng ở đồn Na Lãnh, sai Cai đội Dương Văn Phong và Trần Đình Vân đem bốn trăm lính đến đánh giặc ở Tiêm Lĩnh; Thự Cấp sự trung Cao Phục Lễ đi thị chiến (1). Hai bên bắn nhau từ giờ Tỵ [khoảng từ 10 giờ đến 11 giờ] đến giờ Thân [khoảng từ 16 giờ đến 17 giờ]; Quyền thân đến tận nơi để tiếp ứng. Giặc lùi, quân triều đình cũng về đồn Na Lãnh. Đêm hôm ấy, giặc lại đến, vây đánh ba mặt, đại bác bắn tứ phía, Quyền phải lui về đóng ở châu lỵ Thất Tuyền [huyện Thất Khê, Lạng Sơn]; Cao Phục Lễ đánh mất ấn đồng quan cấp. Việc đó tâu lên, Vua cách chức Quyền, nhưng được lưu lại cho đi đánh dẹp để chuộc tội. Rồi sai Phó lãnh binh ở Hà Nội Hồ Văn Vân theo đường trạm, lên Lạng Sơn, cai quản quân binh đốc thúc đánh dẹp; Hoàng Văn Quyền đã bị cách chức, chuẩn cho làm việc dưới quyền điều khiển của Văn Vân.

Thự Tuần phủ Hưng Hoá Ngô Huy Tuấn sai Lãnh binh Bùi Văn Đạo đánh giặc ở Thập Khê và Trọc Khê, đều thắng; chém ba tên, bắt sống được một tên, giặc tan chạy. Quan quân lấy lại được đồn Đông Quông; tịch thu được 6 chiếc thuyền thoi ở bến đò thuộc đồn ấy, trong thuyền có hơn 30 tên, đều bị bắt sống cả.

Quân hai đạo Tuyên Quang, Tổng đốc Lê Văn Đức và Tham tán Nguyễn Công Trứ đã tiến đến đồn Phước Nghi [huyện Chiêm Hoá, Tuyên Quang]. Trước kia quân triều đình chia đường theo hai bên bờ sông Gầm tiến lên, đi đến đâu, giặc đều bỏ đồn trốn trước. Thổ dân ở gần quanh đấy đem nhau đến chỗ quân đóng xin đầu thú. Duy đạo quân của Lê Văn Đức đi qua Khê Lĩnh (chỗ tiếp giới Chiêm Hoá, Hàm Yên), dò thấy trên núi có 3 trại giặc, độ vài chục tên. Tiền đạo Lãnh binh Nguyễn Văn Quyền sấn đến, chém được một đầu giặc, còn các phỉ khác thì chạy vào rừng sâu. Khi bọn Đức đến Phước Nghi, giặc biết tin, cũng đã chạy trốn cả.

Tiếp theo, Lãnh binh tỉnh Hưng Hoá là Bùi Văn Đạo lấy lại được đồn Trấn Hà, chém được một đầu giặc, bắt sống được một tên, còn thì chạy trốn cả vào rừng.

Tuần phủ Lạng Bình Hoàng Văn Quyền từ khi thua ở Tiêm Lĩnh, rút lui về Thất Tuyền, lại rút lui về trạm Lạng Chung thuộc châu Thoát Lãng [huyện Văn Lãng, Lạng Sơn]. Giặc vây đánh bốn mặt rất gấp. Án sát Trần Huy Phác tâu: *"Lạng Chung cách tỉnh thành quá nửa ngày đường, mà quân đóng giữ chỉ có hơn một trăm, lại đều già ốm, thần đã tư ngay cho tỉnh Bắc Ninh để chuyển tư cho các tỉnh lớn ở gần, gấp phái biền binh đến cứu*". Vua truyền dụ cho Tuần phủ Quảng Yên Lê Đạo Quảng lập tức mang theo 500 quân binh đi tiếp viện.

Tên tội phạm trốn tránh ở Ninh Bình là Quách Phước Thành tụ đảng quấy rối cướp bóc các nhà dân ở xã Trung Hoàng thuộc Lạc Thổ [huyện Lạc Sơn, Hoà Bình]. Lại có bọn giặc xuất hiện ở xã Chân Lại thuộc Phụng Hoá [Ninh Bình], đòi dân phải đưa tiền và lương thực. Hộ lý Tuần phủ Lê Nguyên Hi liền phái Phó lãnh binh Nguyễn Văn Tương đem 200 quân truy nã.

Bình khấu đạo Tướng quân là Trần Văn Năng, Tham tán là Lê Đăng Doanh ở quân thứ Gia Định tâu xin tạm cho viên quan bị cách là Lê Đại Cương vẫn quản lĩnh binh dõng dưới quyền, được ở trong quân để ra sức làm việc; Vua ưng cho.

Bọn Thảo nghịch Hữu đạo tướng quân Nguyễn Văn Trọng, Tham tán Trương Minh Giảng và Hoàng Đăng Thận ở quân thứ Gia Định tâu rằng: "*Bọn giặc ở trên thành đêm nào cũng bốn mặt bắn đại bác ra luôn; quân ta cũng đưa đại bác lên trên núi đất, bắn trả lại. Rồi tiếng súng của giặc thưa thớt dần dần, dường có vẻ sợ. Nhưng chúng vẫn ẩn nấp trong thành, chưa rõ bị thương và chết nhiều ít thế nào. Quân ta chỉ có 1, 2 người và 1 thớt voi chiến bị thương.*"

Các Tướng quân và Tham tán ở quân thứ Gia Định tâu rằng: "*Nay quân ta bao vây bốn mặt. Giặc ở trên thành, đặt liền những ngựa gỗ lớn. Gần đây, các hạng quân binh Nam Kỳ trước ở trong thành, có người leo thành trốn ra, có người nhân ra ngoài thành cắm chông, cắt cỏ, thừa cơ sơ hở, đến thú và đầu hàng quân ta. Hỏi ra thì chúng đều nói: 'Tám cửa thành giặc đều đóng chặt, duy có cửa Gia Định, thì thỉnh thoảng lén lút mở, cho đồ đảng ra nhặt lấy ván gỗ và rơm cỏ ở bờ hào. Còn kho thuốc đạn thì chung quanh đắp luỹ đất, trên ghép tấm ván để che đỡ đạn súng lớn. Nghịch Khôi và các đầu mục giặc đều đào hầm che ván để ở. Trong thành vẫn còn voi mạnh 20 con. Bọn Hồi lương, Bắc thuận, người Thanh, tín đồ đạo Gia tô ước trên dưới 1.000 người, theo giặc cố chết giữ. Đến như các hạng quân và dân ở Nam Kỳ trước bị giặc cưỡng ép dụ dỗ ước hơn 300 người, có nhiều phụ nữ bị cùng khốn, muốn trốn ra. Nhưng giặc giữ rất kỹ, chưa thoát ra được.' Lại có nguyên Quản cơ cơ Vĩnh nhuệ hữu người Chân Lạp là Sơn Tốt, đem 50 quân Chân Lạp lẻn ra thú, nói rằng: 'Trước đây, theo Lê Phước Bảo đi đánh giặc, trận thua ở Cầu Úc, bị giặc bắt được, cho làm nguỵ đô quản lãnh, để ở trong thành, còn lính thì chia ra, lệ thuộc đồ đảng giặc quản thúc. Người Chân Lạp, dùng tiếng nước mình thông báo cho nhau, nên nhân đêm lẻn trốn ra.' Bọn thần đã ưng cho họ đầu thú rồi, lại đem lính Chân Lạp đi tòng quân để họ đua sức làm việc. Còn các hạng quân dân đều cho về nguyên ngạch, tuỳ việc sai phái. Vả lại lũ giặc nay đã thế cùng, chiếm giữ cô thành, tạm được lúc nào hay lúc ấy; nhưng muốn đánh thắng mà quân mình được toàn vẹn thì cần phải xem xét mà lựa thời cơ. Nếu đánh thành gấp quá, thì dưới mũi tên, những hạng như lũ Bắc thuận, Hồi lương, Gia tô và người Thanh chết sạch cũng chẳng sao, nhưng còn những dân bị giặc bắt hiếp phải theo, hoặc giả đến nỗi mắc tai vạ lây, và những biền binh xông pha đánh thành không khỏi nhiều người bị thương tổn. Vì thế bọn thần còn phải hội đồng bàn bạc, định ngày sớm mang cờ đỏ báo tin thắng trận để làm phỉ lòng vua".*

Vua không bằng lòng, bảo đắp thêm ụ đất, bắn đánh vào thành, cốt sao giết hết lũ giặc, sớm thành công to, không thể kéo dài mãi được.

Ra lệnh cho lũ Cai đội là Phạm Văn Đàm và Đội trưởng là Nguyễn Cửu Thân 5 người đi đường trạm, đến tỉnh Gia Định, thuộc dưới quyền điều khiển của các Tướng quân, ném chấn địa lôi để đánh phá giặc. Lại phái quân binh thuỷ quân đi thuyền Tuần hải Nhất hiệu chở thuốc đạn chấn địa lôi hơn 700 quả, tán đạn 1.000 cân, thuốc súng 30.000 cân đến quân thứ.

Người Thanh ở phố Lạc Dục, huyện Long Xuyên [Cà Mâu], tỉnh Hà Tiên là Lâm Đại Mạnh, Lâm Nhĩ, Trịnh Đại Nô tự xưng là Nhất ca, Nhị ca và Tam ca tụ họp đến vài trăm quân giết viên Tri huyện Nguyễn Văn Năng cùng với vợ con và thuộc hạ của viên ấy đến 12 người. Người Thanh ở phố Lạc Tân là Trịnh Thần Thông và Trần Biện xưng là Chánh phó Thống binh, cùng với bọn trên kết làm bè đảng, cướp bóc. Tỉnh phái Đội trưởng Nguyễn Văn Thuy, họp tập dân phu đánh dẹp, tước 2 chiếc thuyền giặc, bắt sống được Trịnh Thần Thông, chém Trần Biện và đồng bọn hơn 30 tên; riêng lũ Lâm Đại Mạnh chạy thoát. Cháu họ Mạc Công Du là Mạc Hầu Chấn cũng bắt được 6 tên phạm Thanh thuận, Bắc thuận thuộc đảng Lê Văn Khôi. Quyền tỉnh vụ là Hồ Công Chỉ đem việc ấy báo cho viên quan bị cách là Lê Đại Cương để chuyển báo đến quân thứ Thảo nghịch Tả tướng quân, xin chước lượng phái quân tinh nhuệ đến trấn áp.

Án sát tỉnh Vĩnh Long Doãn Uẩn tâu: "*Trước đây, tỉnh thành thất thủ, nguyên Tổng đốc Lê Phước Bảo chạy đến thủ sở Yên Thái, thủ ngự ở đó là Hoàng Văn Sương cùng dân trong hạt là Nguyễn Văn Nguyên bắt đưa cho đồ đảng giặc là*

Hoàng Văn Thông, nhận tiền thưởng của giặc là 500 quan. Hiện nay chúng đã bị bắt. Vậy xin trị tội để phép nước được nghiêm chỉnh". Lệnh xử tử Sương và Nguyên bằng tội lăng trì, rồi chém đầu đem bêu cho mọi người biết.

Bố chính Đoàn Khiêm Quang và án sát Doãn Uẩn ở tỉnh Vĩnh Long tâu thêm: "*Sau khi lấy lại tỉnh thành, dân trong hạt và người nhà Thanh có nhiều người tình nguyện tự xuất của nhà, để giúp lương ăn cho quân, cộng được tiền hơn 2.280 quan, gạo 490 phương, thóc 100 hộc*".

Quân quan ở quân thứ Gia Định đánh giặc ở thành Phiên An cũ, không hạ được. Trước đây, các đạo quân hội đồng mật bàn: trước hết cho biền binh tinh nhuệ chuẩn bị nhiều đồ đánh thành như thang mây (2) hẹn đến ban đêm lúc canh một, từ trên ụ đất bốn mặt đều bắn súng lớn vào trong thành khiến cho giặc không dám lên. Đến canh ba, quan quân ngậm tăm lẻn vào nấp ở lòng hào, tuỳ cơ đánh phá. Đêm ấy vì hiệu lệnh không đều; có người vừa vào đến bờ hào đã vội phóng ống phun lửa, có người đã đến lòng hào nấp mà bắn lên, có người đến chân thành trước, bắc thang trèo lên. Giặc ở trên thành dùng súng lớn, súng nhỏ bắn loạn xạ và lấy gỗ đá ném xuống. Quân triều, nhiều người bị thương và chết, phải rút lui.

Tướng quân ở quân thứ Gia Định là Trần Văn Năng và Tống Phước Lương vì ý kiến khác nhau, nên mất hoà khí. Vua biết được mật dụ rằng: "*Ta đem việc quân trọng đại giao cho các Tướng quân và Tham tán. Các ngươi phải nên nghĩ đến việc nước, quên việc nhà, lo việc chung, quên việc riêng. Vậy mà gần đây nghe nói Trần Văn Năng, Tống Phước Lương lâm sự đều giữ ý kiến riêng, đến nỗi người bên nhòm ngó, không biết theo đâu cả. Thậm chí đánh thành là việc lớn mà hiệu lệnh không nhất trí, cho nên nhọc mệt mà không thành công!"*

Vua cho rằng Nam Kỳ có việc thì thuộc quốc không khỏi có sự sợ hãi ngờ vực, bèn dụ truyền Bố chính, Án sát tỉnh An Giang là Đặng Văn Bằng và Bùi Văn Lý phái người đến nước Chân Lạp dò xét tình hình. Lại sai Hộ lý Tuần phủ Hà Tiên là Trịnh Đường thăm dò tăm hơi người Xiêm rồi tâu để vua biết.

Sai bộ Binh lấy ra 5 thứ thước đo bắn đại bác mới chế, và bản ghi chép bắn theo thước đo bắn súng do vua làm ra, phái thự Phó vệ uý Tôn Thất Tiềm mang đến giao cho quân thứ Gia Định, truyền dạy các pháo thủ học tập, để ứng dụng làm chuẩn đích trong khi bắn. Lại ban cấp cho thiên lý kính loại to, khiến các tướng quân và Tham tán liệu tính, ở ngoài luỹ, làm chòi vọng địch, cao độ 3 trượng, cách thành 5, 6 trượng hoặc 1.000 trượng; còn ụ đất đặt pháo thì cao hơn 10 thước, sai người tài ngắm mang kính ấy lên chòi, trông ngắm vào trong thành xem chỗ nào bọn giặc tụ đông và ở đâu là nhà kho thuốc đạn, thì chỉ ngay cho pháo thủ đối chiếu phương hướng để bắn, cốt sao cho trúng. Vua lại phái mang thuốc ở kho để chữa cho những người ốm đau ở trong quân.

Bọn Tướng quân và Tham tán ở quân thứ Gia Định tâu nói về tình hình trong quân: "*Gần đây bọn giặc liều chết giữ thành. Bọn thần đã sức cho quân binh ở bốn mặt ngoài, giữ trên ụ đất cao, đều bắn đại bác vào. Giặc bị thương và chết nhiều, sợ hãi phải nép ở mặt trong thành, dọc theo chân thành đào hầm, đắp đất, che ván, để đề phòng súng bắn, 8 cửa thành đều xếp đá ong thành đống, xây chèn bằng đất, hình thế rất vững bền. Còn như việc hoả công, vẫn chưa thi hành.*"

Bọn Thảo nghịch Tả tướng quân Tống Phước Lương và Tham tán Nguyên Xuân tâu rằng: "*Các hạng súng đại bác, trong đó có thứ súng xung tiêu bắn bằng đạn chấn địa lôi thì giặc ở trong thành đều tan tác, đào hầm náu mình, sợ hãi hơn hết. Duy số đạn chấn địa lôi lĩnh trước thì ít, không đủ để bắn. Vả lại, thần là Tống Phước Lương này biết qua phép chế tạo, lại có Chánh đội trưởng ở đội Cảnh tất là Tống Văn Bình cũng đã tự tay làm được. Vậy xin cho thu mua dược liệu, gọi thợ đúc đến, đem những súng gang đã cũ đã hỏng, chế ra đạn ấy để đủ dùng cho việc quân*". Vua chấp nhận lời xin.

Về phía nhà Thanh, tháng trước Tuần phủ Vân Nam Y Lý Bố tâu trình về tình trạng báo động tại biên giới nhân cuộc nổi dậy của Lê Duy Lương; tháng này Tổng đốc Lưỡng Quảng Lô Khôn lại tâu tiếp về các cuộc nổi dậy của Lê Văn Khôi, Nông Văn Vân. Vua Đạo Quang vẫn ra lệnh đề phòng nơi biên giới, nhưng chủ trương bất can thiệp:

"***Ngày 18 Ất Dậu tháng 9 năm Đạo Quang thứ 13* [30/10/1833].** *Lại dụ:*

Ngày hôm nay cứ theo lời tâu của bọn Lô Khôn ' Vùng đất liền và biển của châu Khâm thuộc phủ Liêm Châu đều tiếp liên với biên giới Việt Nam. Vùng biển ngoài Lôi Châu, Quỳnh Châu, cũng tiếp liên với biển Việt Nam. Bọn cướp phỉ tại biển Di tuy đã bị phá sào huyệt, bắt đầu sỏ; duy những hộ đánh bắt cá thường đến biển Di, khó chắc rằng những bọn làm ăn thất lợi không tụ lại ăn cướp.

Mới đây nghe tin trong nước Việt Nam, có việc dụng binh đánh giặc, hỏi những bọn trong thuyền binh hộ tống đến Quảng Đông cho biết nước này có thuộc hạ của viên Đại thần Tả quân mới chết, bị tội phải giáng chức, trong lòng không phục bèn chiếm cứ Lộc Nại [Đồng Nai] *, cấu kết với bọn phỉ gây sự; hiện dùng quân thuộc 3 lộ đến đánh. Lại cứ châu Khâm bẩm báo nghe tin có hậu duệ của nhà tiền Lê lên kết với thuộc hạ Tả quân gây sự.'*

"Việc này trước đây Y Lý Bố tâu, đã giáng chỉ thông sức bọn Nguyễn Nguyên trấn tĩnh phòng bị; Phiên bên ngoài làm loạn, phải trái thẳng cong, Thiên triều không cần hỏi đến. Vả lại việc Lê, Nguyễn hai họ gây sự đánh nhau, việc thường xẩy ra; chỉ nên trấn tĩnh, nghiêm phòng biên cảnh. Biên giới Lưỡng Quảng đều tiếp giáp với nước này, sợ bọn gian lâm vào bước đường cùng, hoặc trốn gần biên giới, Lưỡng Quảng, cần phải gia tăng đề phòng. Lệnh bọn Lô Khôn, Kỳ Cống, Lý Tăng Giai, Dư Bộ Vân, Tô Lặc, Đang Ha nghiêm sức các quan văn võ duyên biên, không động thanh sắc, kê tra ải quan trọng, cẩn mật phòng thủ. Cùng nghiêm phòng bọn Hán gian cấu kết, thừa cơ phiến động mê hoặc, tuỳ dịp thám tra đích xác, tuỳ lúc mà trù tính. Nếu như có Di phỉ, hoặc quân Việt Nam truy đuổi đến biên cảnh, lập tức xua đuổi ngăn cản , không cho 1 tên trốn vào, cũng không chấp nhận giết càn 1 người. Nếu địa phương có binh biền ham công giết càn khiến xẩy ra chuyện, thì đáng trị tội nghiêm khắc. Nếu như bọn chúng gõ cửa quan xin quân, phải dùng lời nghiêm chính cự tuyệt; không được tỏ ra khẩn trương, cũng không được sơ sót, đâm ra lỡ việc. Nếu liệu biện không tốt, sinh ra hấn khích tại biên giới, duy hỏi tội tại các viên Tổng đốc, Tuần phủ, Đề đốc; các ngươi hãy răn sợ! hãy cẩn thận! "Đem dụ cho các viên chức hay biết." (**Tuyên Tông Thực Lục** quyển 243, trang 28-30)

Chú thích:

1. Thị chiến: kiểm tra giám sát sự chiến đấu của lực lượng tranh chiến của hai bên.

2. Thang mây: Hán văn là "vân thê", thứ thang cao, xếp lại được, đặt trên bục gỗ, dưới có sáu bánh xe để tiện di chuyển lưu động. Ngày trước dùng làm công cụ trong khi đánh thành.)

218.
Vua Minh Mệnh [1820-1840] (18) [12/11/1833-9/1/1834]

Tháng mười năm Minh Mệnh thứ 14 [12/11-10/12/1833], cuộc nổi dậy của Nông Văn Vân lan ra các tỉnh thượng du Bắc Việt; khiến quân triều đình phải đương đầu tại 3 mặt trận: Lạng Sơn, Thái Nguyên, Tuyên Quang.

Tại Lạng Sơn tám anh em Nguyễn Khắc Hoà, thổ Tri châu châu Thất Tuyền, đi theo giặc; bao vây đánh úp Tuần phủ Lạng Bình là Hoàng Văn Quyền ở trạm Lạng Chung [huyện Văn Lãng, Lạng Sơn]. Quyền bị giặc bắt; thự Cấp sự trung Cao Phục Lễ chạy thoát; quan quân bị thương và chết nhiều, do đấy tan vỡ. Giặc tràn qua phố Bả Hoan, gần đến tỉnh thành, tình thế rất nguy cấp; Án sát Trần Huy Phác phi báo cho Bắc Ninh, xin quân cứu viện.

Sau đó Đầu mục Nguyễn Khắc Hoà, cùng Đầu mục Cao Bằng là Bế Văn Huyền đem đồ đảng đến bao vây tỉnh thành Lạng Sơn, quân đến hơn một vạn. Phía ngoài thành, giặc lập đồn đóng giữ khắp núi, đầy đồng. án sát Trần Huy Phác hoả tốc đưa thư đến Bắc Ninh để cáo cấp, nói: dân 7 châu thuộc hạt Lạng Sơn theo giặc đến quá nửa, mà quân trong thành vừa ít vừa yếu, thực khó giữ nổi. Vậy xin gấp phái quân đến cứu và xin phi báo các tỉnh lớn đến tiếp ứng.

Vua bèn trao cho Tổng đốc An Tĩnh Tạ Quang Cự chức

Tổng thống quân vụ đại thần, đi lên Lạng Sơn đánh giặc.

Phó lãnh binh Hà Nội là Hồ Văn Vân cũng được lệnh đem quân tiến lên Lạng Sơn cứu viện, đi đến trạm Lạng Nhân [huyện Chi Lăng, Lạng Sơn], nghe nói phía trước có nhiều giặc chặn đường, tự cho là đường xa quân ít, bèn lui về đồn Quang Lang [huyện Chi Lăng, Lạng Sơn]; vừa đến núi Nhiên Lĩnh, bỗng gặp tên Quản cơ của giặc là Hà Văn Vẳn đem hơn nghìn đồ đảng xông lại đánh. Vân bị giặc bắn, chết tại trận; Hiệu uý Nguyễn Văn Lễ và quân binh đều chạy tán loạn. Giặc bèn lan tràn đến các huyện Hữu Lũng [Lạng Sơn], Lục Ngạn [Bắc Giang], Bảo Lộc [huyện Lạng Giang, Bắc Giang]. Người giữ đồn Quang Lang là Lê Đình Mưu lui về đồn Tiên Lệ, rồi báo lên.

Phó lãnh binh Nguyễn Thọ Tuấn từ Hải Dương đến Bắc Ninh, đem hơn 1.000 quân và voi tiến lên Lạng Sơn hiệp cùng Thống đốc Tạ Quang Cự. Vừa đến đầu địa phận Lạng Giang nhân ban đêm, đánh úp, phá được 2 đồn giặc ở Kha Hoá và Gia Quan [huyện Lục Ngạn, Bắc Giang], chém được vài đầu giặc lấy được khí giới, bọn giặc tan chạy.

Ngoài ra Án sát Quảng Yên là Doãn Văn Xuân tâu báo về bọn giặc xuất hiện tại phía nam tỉnh Lạng sơn:

"Do thám được tin bọn phỉ ước hơn 700 tên xâm lấn đồn An Châu, huyện An Bác [huyện Sơn Động, Bắc Giang]. *Vả lại, nơi ấy giáp giới với huyện Hoành Bồ thuộc bản tỉnh, một bước là đến; mà đội biền binh trước đây phái đi phòng ngự đã theo nguyên Tuần phủ Lê Đạo Quảng đi bắt giặc rồi, thần đã lập tức phái Quản cơ cơ Tả kiên, tòng sự ở tỉnh là Lê Văn Triệu, đem quân đôn đốc viên huyện sở tại, sai nhiều dân tráng phòng thủ nghiêm cẩn hơn".*

Tại mặt trận Thái Nguyên, Tổng đốc Nguyễn Đình Phổ tâu:

"Bọn giặc ngày càng lan tràn, một toán từ Chợ Mới [Bắc Cạn], *Bạch Thông lấn đến Chợ Đô, Phú Lương; một toán từ Chợ Chu* [huyện Định Hoá, Thái Nguyên], *Định Châu* [huyện Định Hoá, Thái Nguyên] *lấn đến xã Hạ Lãm, Văn Lãng, cách tỉnh thành đều một ngày đường; một toán từ các đồn Cảm Hoá, Lương Hạ, Xuân Dương lấn đến mỏ Son, Động Hỉ, cách tỉnh thành ước hơn ba trống canh. Thổ dân sở tại, phần nhiều theo giặc, thần đã thân hành đem quân và voi, do đường Quan Triều, tiến đóng ở đồn Giang Tiên để tuỳ cơ đánh dẹp".*

Tổng đốc đạo Thái Nguyên Nguyễn Đình Phổ từ đồn Giang Tiên về đóng ở xã Cuông Vinh huyện Động Hỉ [Thái Nguyên]. Được tin bọn giặc chia đường xâm lấn, gần đến tỉnh thành; dân thiểu số tại tỉnh và người Thanh ở các mỏ vàng, mỏ bạc, mỏ sắt phần nhiều theo chúng.

Vua sai Bố chính Hải Dương là Trần Văn Tuân lượng phái quân đi theo Nguyễn Đình Phổ đánh bắt giặc. Thăng Phạm Văn Điển chức Thống chế đem quân binh và voi chiến đi Thái Nguyên đánh dẹp. Phàm biền binh các vệ Hổ oai, Kinh tượng, Võng thành, Cường võ trước đã phái đi, đều lệ thuộc vào đấy. Đạo quan quân của Tổng đốc cách lưu (1) Nguyễn Đình Phổ trở xuống đều phải chịu sự điều khiển.

Tại mặt trận Tuyên Quang, Tổng đốc quân vụ Lê Văn Đức, và Tham tán Nguyễn Công Trứ, tiến đến đồn Ninh Biên [Thị xã Hà Giang], đem tình hình trong quân tâu lên:

"Quãng đường đi qua Đại Man [huyện Chiêm Hoá, Tuyên Quang] *và Vị Xuyên, giặc sợ bóng gió, đều chạy trốn. Quân*

ta đuổi bắt sống và chém được hơn vài mươi đứa, thu được nhiều súng ống và khí giới. Có thổ ty huyện Vị Xuyên là Ma Tường Huy, tự đem thủ hạ, thổ dõng, chém được tên đầu sỏ phỉ là Ma Tường Thường, và em nó là Ma Tường Ngân, đem đầu đến nộp. Lại có con và cháu của thổ ty chết trận Hoàng Kim Thuận, là bọn Hoàng Kim Toan 5 người, tình nguyện đi tòng chinh, để báo thù. Còn các dân thiểu số sở tại phần nhiều đến thú và xin quy phục. Bọn thần đã vỗ về, yên ủi rồi thả cho về. Duy bọn nguyên Thổ tri châu Vị Xuyên là Ma Trọng Đạt và Thổ ty Đại Man là Ma Doãn Dưỡng nhiều lần ra thú và nói rằng: "Trước kia tên nghịch Vân nổi loạn, ra oai chết chóc, vì sợ ngọn lửa tàn ngược của nó nên không theo không được; nay tự biết hối, tội chết có thừa, xin trói mình ra thú và hàng phục. Nếu được khỏi tội chết, thì xin tập hợp thổ dân, đem đi gắng sức tòng chinh để chuộc tội". Vả lại, bọn này đều là kẻ thứ yếu phạm trong bọn giặc, cố nhiên không được ở vào lệ chuẩn cho ra thú. Nhưng nay bọn thần đem quân đi sâu vào châu Bảo Lạc, đường núi vận lương, không khỏi nỗi lo về phía sau lưng. Tưởng nên nhân đó, dùng lối quyền nghi ngoài lệ thường, cho chúng tòng quân đánh giặc; cũng là kế cũ dùng người Man đánh người Man. Mà con đường ở phía sau tại Đại Man và Vị Xuyên, ta cũng có thể yên tâm".

Sau đó Tổng đốc quân vụ Lê Văn Đức và Tham tán Nguyễn Công Trứ, từ đồn Ninh Biên [Thị xã Hà Giang]; đem binh và voi do hai bên tả hữu sông Lô, chia đường đều tiến, hẹn kỳ hội tiễu sào huyệt giặc ở Vân Trung và tâu thêm:

"Thỉnh thoảng đi lùng bắt bọn giặc trốn thì đã chém được 1 đầu và bắt sống được hơn 20 tên phạm. Viên Chánh đội trưởng Ma Doãn Bồi, từ sau khi Ninh Biên thất thủ, vẫn cố giữ đồn Tụ Long (2), không chịu theo giặc. Đến đây, Doãn

Bồi sai cháu là Ma Doãn Đẩu đem thổ dõng theo đi quân thứ. Lại xét ra, từ Ninh Biên đến Vân Trung, đường sông có thác ghềnh nguy hiểm, thuyền lương khó tiến; nên trích sai Quản cơ Nguyễn Văn Huấn cùng quân binh lưu lại ở đấy canh giữ."

Tình hình các tỉnh khác trong tháng mười [12/11-10/12/1833] như sau:

Tại Thanh Hoá Đầu mục trạm Thanh Khoa là Hoàng Trọng Kiều, xưng là Chánh tổng quản cùng với người đạo Thiên Chúa là Nguyễn Văn Xuân mưu làm giặc, tụ họp đồ đảng ở địa hạt Ngọc Sơn [huyện Tĩnh Gia, Thanh Hoá], Nông Cống [Thanh Hoá], hẹn đánh phủ thành Tĩnh Gia. Tuần phủ Nguyễn Khả Bằng được tin dò thám, mới uỷ Bố chính Nguyễn Đăng Giai và thự Lãnh binh Vũ Văn Huân đem quân đi bắt. Quan quân bắt được Hoàng Trọng Kiều, giết đi; con cháu họ Trịnh là Trịnh Trinh, ngầm thông với giặc, việc phát giác, đều bị bắt.

Người theo đạo Thiên Chúa ở Nghệ An là Trần Danh Nguyên tụ họp đồ đảng mưu tính làm việc phi pháp; Cai đội là Phạm Đình Trâm thông đồng với Nguyên, bị tố cáo ra. Tổng đốc Tạ Quang Cự bí mật phái biền binh đi lùng, bắt được Nguyên và Trâm cùng 14 tên đồng bọn, luôn với giấy tờ, ấn tín nguy.

Bọn giặc ở Ninh Bình hơn 200 tên đánh phá trại Cuông Lỗi, đón đường cái quan cướp bóc hành khách và những người buôn bán, lại quấy rối đồn Lý Nhân [huyện Yên Mô, Ninh Bình], cướp lấy khí giới. Sự việc tâu lên, viên đồn trưởng Lê Văn Vượng bị phạt trượng và cách chức làm lính; hộ lý Tuần phủ Lê Nguyên Hi bị giáng hai cấp, án sát Nguyễn Bá Thản phải giáng một cấp; bắt phải nghiêm ngặt đốc thúc quân binh đánh dẹp.

Tù phạm phủ Thuận An, tỉnh Bắc Ninh phá ngục; quân binh thuộc phủ cố sức vây bắt hơn 20 phạm nhân; hoặc chém, hoặc bắt không sót tên nào.

Xuống chiếu ban ơn cho sáu tỉnh Nam Kỳ và 16 tỉnh Bắc Kỳ; nội dung tha bớt thuế, người theo giặc ra đầu thú được khoan miễn.

Tỉnh Bắc Ninh có bọn cướp đến hơn nghìn tên, lén lút ở huyện Đông Ngạn, đốt cháy nhà dân, cướp bóc của cải đồ vật. Phó quản cơ Nguyễn Văn Anh đem 300 quân, 2 thớt voi, đi tuần tiễu trong địa hạt; chợt được tin báo, lập tức sấn lại để đánh bắt. Bọn cướp phải rút chạy; Văn Anh thúc quân đánh đuổi, giết và làm bị thương rất nhiều; giặc phải bỏ tang vật, bắt sống được 5 tên và tịch thu khí giới.

Giáo trưởng đạo Thiên Chúa là Tây Hoài Anh và Phan Văn Kinh, trước đây dụ dỗ dân theo đạo, đã bị địa phương bắt giải cùm giam ở ngục Thừa Thiên. Bọn Anh ở trong nhà giam, ngày đêm giảng đạo cầu kinh không ngừng. Bộ Hình đem việc tâu lên; Vua bèn đày đi an trí ở nơi đồn Ai Lao, cấm không được giao thiệp với người ngoài. Lại có Tây Hoài Hoá lén lút ở các tỉnh Quảng Ngãi, Bình Định, Quảng Yên, ngầm giấu tranh ảnh và tượng, giảng đạo cho các tín đồ, bị sở tại bắt được; Vua cho là cố ý phạm tội, sai giết đi.

Tri châu Mộc Châu [Sơn La] Xa Văn Chấn trước đây theo đảng Lê Duy Lương, vẫn trốn tránh, nay lại họp đồ đảng vây đánh đồn Vạn Bờ ở Đà Bắc [huyện Đà Bắc, Hoà Bình]. Thự Tuần phủ Hưng Hoá Ngô Huy Tuấn, phái bọn Suất đội Nguyễn Văn Ba đem hơn 100 quân binh đến đánh dẹp. Giặc thấy quan quân đến, lập tức giải vây, tản mát lẩn trốn vào rừng.

Lúa vụ mùa ở tỉnh Nam Định được mùa to; quan tỉnh tâu báo; Vua hài lòng lắm, làm thơ ghi nỗi mừng,

Tiếp tục ban chiếu ra ơn cho các hạt miền Trung từ tỉnh Thừa Thiên trở vào Nam đến Bình Thuận, trở ra Bắc đến Quảng Bình.

Dời tỉnh lỵ Hà Tiên về tỉnh lỵ cũ ở xã Mỹ Đức thuộc Hà Châu. Xét rằng tỉnh lỵ cũ dựa núi làm thành, ngăn biển làm hào. Đường núi có thể đặt đồn trại, cửa biển có thể tập quân thuỷ; tựa trên cao mà trông xuống, khống chế rất mạnh. Tả, hữu và phía sau, ba mặt đã có luỹ đá cũ, có thể nhân đấy để nắm thế cao; trước mặt lại có pháo đài Kim Dữ, có thể giữ ở trên núi mà dòm ngó xuống biển; địa thế thuận lợi hơn tỉnh lỵ hiện tại.

Giặc biển Đồ Bà lẻn lút xâm nhập huyện Long Xuyên [Cà Mâu] cướp của bắt người. Viên quan võ Nguyễn Văn Thuỵ đánh nhau với giặc ở ngoài cảng Cự Môn, bắn chết vài tên. Giặc nhảy lên bờ, quân của Thuỵ đuổi bắt được hết bọn ấy. Lại có người Trung Quốc theo giặc, tên chánh phạm là Trần Thục Ân tự xưng là Thiên địa hội, tụ họp hơn vài trăm đồ đảng cướp bóc ở phố Hà Tiên, Chánh đội trưởng Đặng Văn Liệu, đem binh dò thám bắt được.

Chủ tàu nước Pháp là Xa Di đến buôn ở Đà Nẵng, đem bán vàng giả. Việc phát giác, Vua bảo bộ Hộ:

"Hắn là người ngoại quốc, nếu chiếu luật làm tội, thì nước hắn tất nhiên che giấu tội ác của hắn, lại bảo là ta ức hiếp lái buôn phương xa, mang tiếng là không tốt. Vậy nên tha cho hắn về, nhưng hạ lệnh cho ty Thương bạc tư cho quan địa phương nước hắn tra hỏi trừng trị; ấy cũng là cái

ý trừng trị bằng cách chính mình không trực tiếp trừng trị".

Quan tỉnh Nghệ An tâu rằng tên Tri phủ Lạc Biên [Savannakhet] Chuyên Cương trước đây trốn theo Xiêm, nay sai con đem binh qua biên giới dụ dỗ dân phủ Lạc Biên; bị quân của 2 phủ Trấn Tĩnh và Lạc Biên ngăn chặn. Hắn rút đi và nói: "*Về Phố Khâm* [Nakhon, Thái Lan], *lấy thêm lính Xiêm, hẹn ngày sẽ lại đến lấn cướp*." Tỉnh đã sai phái Cai đội Phạm Lân và Lê Văn Uẩn đem 50 biền binh đi đến hai phủ ấy và đốc thúc khoảng bốn, năm trăm quân địa phương, nghiêm ngặt ngăn chặn. Lại làm sẵn thông tư, giao bọn Phạm Lân cho người đưa đến đồn Phố Khâm, trách người Xiêm về tội giúp làm điều ác. Vua cho là phải.

Tỉnh Sơn Tây có bọn giặc đến quấy nhiễu cướp bóc ở phủ Vĩnh Tường [Vĩnh Phúc]. Quan tỉnh phái thự Phó vệ uý Tôn Thất Bật và Phó quản cơ Nguyễn Văn Sĩ đem binh voi đi đánh dẹp. Bọn Bật vừa đến xã Quất Lựu [huyện Vĩnh Tường, Vĩnh Phúc], thì gặp hơn 1.000 giặc tung cờ, khua trống cự chiến. Trong bọn ấy, có 2 tên mặc áo đỏ, che lọng xanh, cầm thanh đao nhọn, chuôi dài, ra hiệu lệnh, chỉ huy quân; Bật thân hành đốc suất biền binh, xông ra trận, đâm tên giặc ngã lăn ra, cướp lấy thanh đao, lại chém được 4 đầu. Chúng vừa đánh, vừa lùi, đến lúc trời sắp tối, chợt thấy bọn khác, vài trăm tên, chia đường đến đánh. Giao chiến được vài hợp, Nguyễn Văn Sĩ bị chết tại trận, Bật cũng bị vài vết thương, quân binh có người bị thương chết; giặc bèn rút vào rừng. Tỉnh bèn phái Quản cơ Lê Văn Tường đem binh tiếp ứng.

Các Tướng quân và Tham tán ở quân thứ Gia Định, đem tình hình việc đánh giặc Lê Văn Khôi tâu rằng:

"Quân ta luôn luôn giữ núi đất, bắn súng đại bác, cửa thành và chòi canh của giặc bị đánh phá cũng có, đài súng trên thành bị hư hỏng cũng có, nhà cửa trong thành bị phá nát cũng có, trong đó bọn giặc bị chết và bị thương nhiều hay ít, không thể biết rõ; giặc nấp ở trong thành bắn ra, quân ta cũng có một vài người bị thương và chết. Vả lại, thế giặc hiện nay đã cùng quẫn rồi, liều chết giữ ở trong thành, xét ra cũng không có ngón tài gì khác. Duy có điều là hình thế thành ấy hiểm trở kiên cố, nên chưa dễ lập công ngay được, chỉ hằng ngày bắn đại bác, để cho giặc phải kinh sợ tan vỡ, rồi mới thừa cơ đánh phá được. Còn quân ta đi tuần tiễu ở ngoài luỹ, thấy tên giặc nào nhân lúc sơ hở lẻn ra, thì chém hoặc bắt sống đem nộp, liền chiếu theo thể lệ mà thưởng cấp cho."

Vua sai Tham tán Lê Đăng Doanh, Hoàng Đăng Thận, Tán tương Trần Chấn, Trương Phước Đĩnh về kinh trước để nhận chức; quân binh các vệ nguyên phái theo Phan Văn Thuý, đã khó nhọc lâu ngày, nên trích trước lấy 2 vệ cho về kinh.

Các tướng ở quân thứ Gia Định tâu thêm:

"Gần đây tiếp được bộ Binh tư về việc đưa thư Giáo trưởng đạo Gia Tô là bọn Tây Hoài Anh, Phan Văn Kinh, sức bắt Lê Văn Hán (là cháu Lê Văn Duyệt) *nhận đưa vào thành để dụ những người đã theo đạo Gia Tô, đã uỷ cho Phan Thế Chung, người trong Tả sai Nhất đội trước cùng với Hán, gọi giặc giòng dây lên thành mà vào;* [chúng nói lại rằng] *giặc Khôi thề giữ đến chết, giáo trưởng đạo Gia Tô tên là Du, tức Phú Hoài Nhân, cũng cố biện thuyết và bẻ lý, cuối cùng vẫn không chịu hàng."*

Cho viên quan bị cách là Lê Đại Cương được khai phục,

làm Viên ngoại lang bộ Binh, quyền sung chức Phó lãnh binh An Giang, vẫn đốc suất đội hương dõng do mình cai quản, dưới quyền Tham tán Trần Văn Trí điều khiển. Lại ra lệnh cho Trần Văn Trí cấp bằng cho Thái Công Triều quyền lĩnh hương dõng tòng chinh.

Đảng giặc Phiên An hơn 700 tên, do Vũ Công Tước chỉ huy, giòng giây ra ngoài thành, phạm vào dãy trường luỹ phía trước mặt. Phó vệ uý Vũ Phi Giám, nguyên Chánh đội trưởng Hoàng Văn Toán; thự Phó vệ uý Vũ Viết Tuấn, quyền sung Phó lãnh binh Lê Đại Cương, đều đốc suất binh lính, hết sức vây bắt, chém được 5 đầu giặc. Giặc vừa đánh, vừa chạy; quan quân đuổi đến mặt phụ quách; giặc rút vào bên bờ hào, chẹn chỗ hiểm, chống giữ. Chúng lại ở trên thành bắn đại bác xuống, quan quân hơn 10 người bị chết tại trận và hơn 100 người bị thương, Vũ Viết Tuấn cũng bị thương.

Tháng mười một năm Minh Mệnh thứ 14 [11/12/1833-9/1/1834], tình hình đánh dẹp đồ đảng Nông Văn Vân từ 3 mặt trận Thái Nguyên, Tuyên Quang, Lạng sơn như sau:

Tại Thái Nguyên, Tổng đốc Nguyễn Đình Phổ đôn đốc quan quân đánh thắng giặc. Phổ đóng ở tỉnh thành Thái Nguyên, giặc đem đồ đảng 4 mặt đến đánh; Phổ bèn phân phối quân binh ngày đêm đánh giữ. Thự Phó lãnh binh Tống Văn Trị đánh ở mặt trước, chưa phân được thua thì có một bọn từ mỏ Na Khôn vượt sông đến; Cai đội Phan Văn Quỳnh bị bắn chết. Thự án sát Nguyễn Mưu lập tức đem binh và voi đến tiếp viện, chém được vài đầu. Giặc thua to, chạy, sa xuống sông chết không biết bao nhiêu mà kể. Ở mặt hữu, Phó lãnh binh Nguyễn Văn Ưng, Chánh võ quản cơ Hồ Văn Uy, Tiền thắng quân cơ Trần Đại Tựu và quyền Phó quản cơ Ngô Văn Giai; cùng với ở mặt tả, Quản cơ Phạm

Văn Thư giao chiến; giặc có nhiều tên bị thương và chết phải rút lui. Ở mặt sau, Quản cơ Thái Nguyên Vũ Văn Sơn, cách sông bắn sang, nên giặc không sang đò được. Trận ấy, quân ta chém được 24 đầu giặc, bắt sống được tên trùm giặc là Hoàng Á Nhị và 18 tên trong bọn. Tin thắng trận tâu lên; Vua vui lòng một chút, nên khen thưởng để khuyến khích.

Tổng đốc đạo Thái Nguyên Nguyễn Đình Phổ tâu thêm:

"*Bọn giặc từ sau khi tan vỡ, hoặc ẩn nấp ở rừng núi, hoặc chạy về Chợ Chu* [huyện Định Hoá, Thái Nguyên], *Chợ Mới* [Bắc Cạn]. *Nhiều lần binh, dân chẹn đánh chém được 10 đầu giặc và bắt sống hơn 60 tên. Tướng giặc là Lý Quang Châu cũng bị dân xã chém đầu để đem dâng. Thần đã từng xét, thì những tên phạm bị bắt ấy đều nói: trước đây, tướng giặc các toán đem quân đánh bức tỉnh thành, là bè lũ tên nghịch Vân nguỵ xưng Nghĩa thắng lữ Chánh quản lữ là Nông Văn Sĩ, họp cùng với tên giặc trốn ở Bắc Ninh là Trần Văn Thế, Cai đội cũ ở cơ Thái hùng tỉnh Thái Nguyên, nguỵ xưng Hùng thuận lữ là Đinh Quang Tiến, nguỵ xưng Phó thống lĩnh là Nguyễn Đình Liêm; người nhà Thanh nguỵ xưng Tiền thắng lữ Chánh quản lữ là Tống Nam Thông, nguỵ xưng Phó quản lữ là Lý Quang Châu, nguỵ xưng Cai đội là Lý Tư Nhạc, Trương Phượng Cao. Hiện trận đánh nhau lần này, Tống Nam Thông bị súng của quan quân ta bắn, người và ngựa nhảy xuống sông chết và nay bọn giặc tan vỡ, mất 3, 4 phần mười, sớm muộn cũng đến bại vong. Nhưng vì biền binh ta khó nhọc hàng tháng rồi, nên chưa tiện khinh suất tiến đánh. Hiện đương quyền nghi vỗ về nhân dân cho về quê hương và chỉnh đốn binh mã, chiểu theo địa thế, chia đường tiến đánh*".

Bấy giờ gần tỉnh Thái Nguyên có bọn cướp vài trăm tên đánh phá huyện lỵ Yên Thế [Bắc Giang] thả tù phạm, đốt các công văn, đoạt lấy đồ ký, ấn kiềm của phủ, huyện rồi rút vào miền rừng Thái Nguyên. Vua biết, lập tức cách chức Tri phủ Lạng Giang kiêm lý huyện vụ Phạm Minh Dực, thự Huyện thừa Lý Đăng Khoa; nhưng được lưu lại làm việc chịu trách nhiệm đi bắt tội phạm.

Tổng đốc đạo Thái Nguyên là Nguyễn Đình Phổ đem binh và voi tiến đến Chợ Chu [huyện Định Hoá, Thái Nguyên] và Chợ Mới [Bắc Cạn], đuổi bắt bọn giặc.

Tổng đốc Nguyễn Đình Phổ đuổi bắt thổ phỉ, qua các địa hạt Động Hỷ, Phú Lương, Đại Từ, Văn Lãng và Định Châu, thì bọn giặc đã tan trước, dân Thổ, Nùng sở tại đều đi trốn. Phổ bèn đóng binh ở 2 đồn Bắc Cạn, Tượng Đầu để chiêu dụ vỗ về nhân dân trở về. Lại chia phái quân đi săn bắt được bọn Điều bát Ma Khắc Liên, Trưởng hiệu Lương Bá Đăng, Đốc chiến Ma Văn Tĩnh và bè lũ hơn 30 tên. Bấy giờ Đề đốc Phạm Văn Điển, Phó đề đốc Lê Thuận Tĩnh đem binh và voi tiến đến, Phổ bèn hội đồng, lên đường thẳng tiến.

Tại mặt trận Lạng Sơn, Tổng thống quân vụ Tạ Quang Cự, Tham tán Vũ Văn Từ đánh phá được bọn giặc ở đồn Quang Lang [huyện Chi Lăng, Lạng Sơn]. Quan quân lúc mới tiến đến Quang Lang, bọn giặc vài trăm tên nhân chỗ hiểm, đặt quân phục. Cự ra lệnh đốc suất tiến quân, sấn vào chém được 5 đầu giặc, còn các tên khác đều lùi chạy cả. Lại nghe tin ở phía trước, về tây bắc, các 1 dải núi, có bọn giặc hơn 2.000 tụ họp ở địa giới đồn Đan Sa và xã An Bài, bọn Cự bàn mưu đi đường tắt đánh úp, bèn quyền tạm đóng đồn ở Quang Lang, phái riêng biền binh, trước hãy giết tan bọn giặc ấy, rồi thẳng tiến đánh để cứu thành Lạng Sơn.

Tiếp đến Tổng thống Tạ Quang Cự, Tham tán Vũ Văn Từ

và Nguyễn Thọ Tuấn tiến quân giải vây tỉnh thành Lạng Sơn. Trước đây, Tạ Quang Cự và Vũ Văn Từ đã lấy lại đồn Quang Lang [huyện Chi Lăng, Lạng Sơn], bọn phỉ ở đồn Đan Sa và xã An Bài liền đó cũng tan trốn. Đạo quân của Nguyễn Thọ Tuấn cũng từ Lục Ngạn đến hội, đồng thời cùng tiến lên thành Lạng Sơn; bọn giặc liền giải vây trốn đi trước. Nhân dò biết tỉnh thành Cao Bằng hiện đã thất thủ, bọn Cự một mặt phái người dò thám, một mặt chiêu dụ cho dân yên nghiệp, rồi làm sớ tâu Vua.

Riêng Án sát Lạng Sơn là Trần Huy Phác đem tình hình tỉnh thành đã được giải vây tâu lên như sau:

"*Sau khi Tuần phủ Hoàng Văn Quyền làm hỏng việc, bọn phỉ vây bức tỉnh thành thế rất hung hăng. Thần phải quyền giao cho Phó quản cơ Trung cường Đặng Văn Đinh điều khiển việc quân trong thành, chia phái quan quân cố giữ riết lấy thành. Bọn giặc, đóng nhiều chiến xa, đắp luỹ đất 4 mặt để đánh. Quân ta bắn súng giết chết được nhiều. Mỗi khi nhân bọn giặc lùi, quân ta lại lập tức đột xuất ngoài thành, phá chiến xa, đập tan thành đất, lại chém được 2 đầu giặc, bắt sống 1 tên. Kịp đến khi đại binh tiếp đến đầu địa giới, phỉ nghe tin trốn trước. Thần đã xét hỏi những tên phạm bị bắt thì chúng nói: tên tướng giặc, nguỵ xưng Đốc lĩnh tướng quân, là em vợ tên nghịch Vân, Bế Văn Huyền, cùng với Cai đội Lạng hùng, nguỵ xưng Chánh thống lĩnh Nguyễn Khắc Thước; Thổ tri châu Thất Tuyền, nguỵ xưng Phó thống lĩnh Nguyễn Khắc Hoà; cựu Tuyên uý, nguỵ xưng Tổng lý tham đốc Nguyễn Khắc Trương; Cai đội Lạng hùng nguỵ xưng Chánh điều bát Nguyễn Công Cừ; Thổ lại mục châu Thoát Lãng, nguỵ xưng Đề đốc Nguyễn Đình Trực; và bọn anh ruột Nguyễn Khắc Hoà là Nguyễn Khắc Dũ, Nguyễn Khắc Lễ, em ruột là Nguyễn Khắc Anh, Nguyễn Khắc Chiếu, Nguyễn Khắc Tín, Nguyễn Khắc Mãn, Nguyễn Khắc Vực; các tên ấy đều nhận chức nguỵ của nghịch Vân. Chúng lại viện thêm các tướng giặc ở Quảng Yên là Dương Ba An và Hoàng ất An họp bọn để quấy nhiễu".*

Tổng thống Tạ Quang Cự, Tham tán Vũ Văn Từ và Nguyễn Thọ Tuấn đến trạm Lạng Chung [huyện Văn Lãng, Lạng Sơn], Thọ Tuấn bỗng bị bệnh, phải tạm lưu lại để điều dưỡng. Bọn Quang Cự tiến thẳng đến xã Lạc Dương [huyện Tràng Định, Lạng Sơn], có bọn phỉ vài trăm tên chặn đường bắn súng. Quân ta sấn đến, chém được 2 đầu, phỉ bèn tan chạy. Hỏi ra mới biết nơi này là sào huyệt của tướng giặc Nguyễn Khắc Hoà và Nguyễn Khắc Thước, bọn Cự bèn đóng binh lại, chia đi lùng bắt bọn ấy rồi làm sớ tâu lên:

"Quân đi, gặp mưa luôn hàng tuần, đường sá lầy lội, sông ngòi đầy tràn, đến nỗi tiến quân hơi chậm. Lại, khi mới đến Lạng Chung, thấy Cao Phục Lễ, nguyên thự Lại khoa Cấp sự trung, đến quân thứ thú tội, nói: từ khi thua trận, lẩn trốn ở rừng rú, nương tựa người Nùng. Bọn thần đã cho hắn đi theo các quân, gắng sức làm việc để chuộc tội".

Tuần phủ Lạng Bình Lê Đạo Quảng từ Quảng Yên tiến đến tỉnh thành Lạng Sơn, dâng sớ nói:

"Thần đã qua địa phận hai châu Lộc Bình, Yên Bái, có 3 người chức dịch của thổ dân ra thú, đều nói là bị giặc bắt ép phải theo và nói miệng cho làm đốc vận và đội trưởng bên giặc. Nếu thần giam giữ ngay lại sợ lấp mất lối đường về sau, nên đã tạm tha và sai chúng quay vào rừng rú thung lũng dò tìm các người bị bắt ép theo giặc đến tỉnh trình bày và thú tội. Vả lại, binh dõng Hải Dương đã bao ngày gặp mưa, đi

xuyên qua rừng, phần nhiều mỏi mệt, xin tạm lưu ở đấy sau vài ngày vỗ về thổ dân, chọn người nào thuộc đường, đắc lực sẽ mang thêm đi để tiện việc sai khiến, rồi sẽ hội đồng cùng đến quân ngay".

Tại mặt trận Tuyên Quang bọn giặc nổi lên đánh đồn Trinh, châu Đại Man [huyện Chiêm Hoá, Tuyên Quang]. Trưởng đồn là Trần Đình Cán vì quân ít, không địch được, bỏ đồn chạy. Thự Bố chính Trần Ngọc Lâm lập tức sai Lãnh binh Trần Hữu án đem quân và voi đi tiễu.

Ngoài ra đồ đảng Nông Văn Vân tụ họp ở bến đò Bắc Nhự xã An Định thuộc châu Bảo Lạc [Cao Bằng] đón cướp lương thực; viên đồn trưởng Ninh Biên [Thị xã Hà Giang] báo lên tỉnh. Thự Bố chính Trần Ngọc Lâm vì thấy số binh ở tỉnh có ít, nên lập tức thông tư đến Sơn Tây cho điều quân binh đi đánh và sai người báo cho quân thứ Lê Văn Đức.

Bấy giờ Tổng đốc quân vụ đạo Tuyên Quang Lê Văn Đức, Tham tán Nguyễn Công Trứ tiến đánh hang ổ giặc ở Vân Trung. Trước kia, quân ta từ đồn Ninh Biên chia đường tiến lên, đạo quân Lê Văn Đức đi bên hữu sông Lô: qua nơi nào cũng có đồn giặc dựa chỗ hiểm, đón phục kích. Quan quân hăng hái tiến đánh, hoặc bắt, hoặc chém, giặc đều bỏ đồn chạy. Duy có một dải núi xã Văn Lãng vốn có tiếng rất hiểm, bọn giặc ước 500 tên tụ ở đỉnh núi, còn thì rải rác dăm ba tên chia ra mai phục ở bụi cây, chân núi, rình kẽ sơ hở, bắn súng và ở sườn núi vần đá ném xuống. Đức đốc suất đem súng đại luân xa và súng quá sơn nhằm vào trong bụi rậm bắn phá. Lãnh binh Nguyễn Văn Quyền đem binh dõng xông lên trước gắng sức đánh dẹp, giết giặc rất nhiều.. Giặc lui một bước, quan quân tiến một bước; tự giờ Thìn [8- 9 giờ] đến giờ Mùi [13-14 giờ] mới có thể đi qua được chỗ hiểm. Khi mới đến, giặc bắn vài phát súng rồi chạy; quan quân ta đuổi bắt được một tên, mới biết Vân từ sau trận thua ở Tuyên Quang lại từ Thái Nguyên đi Cao Bằng gây sự, còn sào huyệt chúng vẫn ở Vân Trung chỉ giao cho đồ đảng giữ đấy thôi. Đức mới phái binh đi tuần tiễu, thấy vài mươi người mặc quân phục, khi gọi đến, thì ra quân binh thua trận Cao Bằng. Đức hỏi, quân binh đều nói:

"*Ngày mồng 2 tháng 9* [14/10/1833], *nguỵ xưng Thống chế Bế Văn Cận bổ vây đồn núi, nghịch Vân tiến đến, đánh càng gấp. Trong đồn, thuốc đạn gần hết; ngoài, không có viện binh. Ngày mồng 5 tháng 10* [19/11/1833], *Bố chính, án sát Cao Bằng và Lãnh binh Lạng Sơn đều tự tử, còn biền binh đều bị bắt cả. Nghịch Vân bèn giao cho Bế Văn Cận đóng giữ tỉnh thành. Chúng trích lấy hơn 200 người biền binh đặt dưới quyền đốc suất của nguỵ Tham tán Trần Quyền và nguỵ Tham luận Vũ Văn Nho coi quân đốc suất, cùng về châu Bảo Lạc. Vừa đến chân núi Ngọc Mạo, giặc nghe tin quan quân ta đã đến Vân Trung, nghịch Vân bèn ẩn phục ở đấy, sai bọn Trần Quyền đi thám. Bọn biền binh kia đi trước, còn thì hãy tụ tập ở lối sau*".

Đức lập tức mật bảo chúng kíp trở lại làm nội ứng, quân ta theo đi, bắt sống được Vũ Văn Nho, chém được Trần Quyền và 2 đầu trong bọn chúng nữa. Trận thua ở Cao Bằng, quân binh có hơn 170 người quay về với quan quân. Đạo binh Nguyễn Công Trứ do phía bên tả sông Lô tiến đi; đến đâu thì phía trước, giặc cũng đã trốn đi rồi. Duy đến miền núi xã Mậu Duệ [Hà Giang], gặp giặc, giao chiến, bắt sống và chém được vài tên, còn thì chạy trốn cả. Tổng lý sở tại phần nhiều đến cửa quân xin thú và quy phục. Man trưởng Mèo Trắng là Chúc Văn Đồng cũng đốc suất 100 người dân Man, lệ thuộc theo đi, gắng sức làm việc; cách vài ngày, đạo quân

Công Trứ cũng đến Vân Trung, hội quân với Lê Văn Đức, rồi liệu lượng để Phó lãnh binh là Tống Văn Uyển và nguyên Án sát Tuyên Quang được ra sức làm việc để chuộc tội là Lê Bỉnh Trung, coi quản 300 binh dõng đóng lại ở Vân Trung, hẹn ngày cùng tiến đến núi Ngọc Mạo dẹp giặc.

Tiếp đến, Lãnh binh Tuyên Quang Trần Hữu án, đánh phá bọn giặc tại Đại Man [huyện Chiêm Hoá, Tuyên Quang], lấy lại được đồn Trinh.

Ngoài ra tình hình trong tháng mười một [11/12/1833-9/1/1834], tại các tỉnh khác như sau:

Giặc xưng là Chánh thống lĩnh là Hoàng Vũ Côn, Phó thống lĩnh là Đặng Đình Nghiêm nổi lên ở huyện Từ Liêm, Hà Nội. Quản phủ Hoài Đức Ngô Văn Thuỵ đem binh đi đánh; nhưng vì binh ít, không địch được, bị giết. Tổng đốc Hà Ninh Đoàn Văn Trường liền phái Phó lãnh binh Vũ Đình Quang đem binh và voi đến đuổi bắt, nhưng giặc đã chạy trốn trước.

Bọn giặc thiểu số miền núi Quảng Ngãi lại lẻn xuống quấy nhiễu nhân dân biên giới. Quản cơ Đoàn Văn Đãng đem binh đuổi đánh, bị bắn chết; địch cũng bị giết, bị thương nhiều, bèn rút đi.

Thuyền buôn nước Mô Đồ (một tên khác là Ô Lỗ) đi buôn tại Trung Quốc, bị gió bão, đắm thuyền, có ba người trôi giạt vào đảo Thuận Tĩnh, tỉnh Bình Thuận. Dân sở tại đi tuần ngoài biển cứu được; quan tỉnh đem việc tâu lên. Vua sai cấp cho tiền và gạo, đưa về kinh. Khi những người ấy đến kinh, vua ban cho quần áo, giao quan quân thuyền Định Dương trông coi, phái thông ngôn thông dịch.

Thổ mục châu An Bác [huyện Sơn Động, Bắc Giang] là

Vi Hữu Cố, làm loạn xưng Chánh quản, tụ họp hơn 400 đồ đảng, chiếm giữ đồn An Châu. Người giữ đồn Hựu ở Bắc Ninh là Vi Văn Bái đem thủ hạ bắt được tên Cố và đồ đảng mười mấy tên.

Bọn giặc tại Thanh Hoá lén lút nổi lên ở núi Tam Điệp [Ninh Bình], đón cướp ống văn thư do trạm chuyển đệ, lại về trang Nghĩa Môn ở Hà Trung [Thanh Hoá] quấy nhiễu cướp bóc.

Bọn giặc trốn ở Hà Nội là Hoàng Vũ Côn và Đặng Đình Nghiêm lại họp hơn 1.000 đồ đảng, thông đồng với tàn dư đảng Lê Duy Lương trốn ở Sơn Âm [huyện Lạc Sơn, Hoà Bình] là Quách Tất Công, Quách Tất Tại và Quách Tất Tế, hẹn nhau họp đảng nổi dậy. Quản phủ Ứng Hoà [Hà Tây] Nguyễn Đăng Khánh, Tri phủ Bùi Mậu Tiên nghe tin báo, lập tức phi sức cho Tri huyện Vũ Thế Trường chia quân ngăn chặn; Nguyễn Đăng Khánh thân đem binh và voi, hiệp cùng bộ biền Phó quản cơ vệ Tiền chấn là Hoàng Quang Trừng, đi lên. Bùi Mậu Tiên cũng đốc suất quân dân tiến theo, đánh nhau với phỉ ở xã Thanh Áng [huyện Ứng Hoà, Hà Tây], chém được 2 đầu, bắt được tên đầu mục giặc và 19 tên phạm, cùng là ấn tín, giấy tờ, khí giới, cờ, trống của giặc.

Ngoài ra nước Xiêm La nhân loạn Lê Văn Khôi, mưu kéo đại binh vào lấn cướp nước ta. Trước kia, khi Văn Khôi khởi loạn, sai người đưa thư sang nước Xiêm, xin Xiêm phái binh đánh nước Chân Lạp, rồi thẳng đến Gia Định; hẹn sau khi việc thành, xin dâng đất và thần phục. Người Xiêm bị mê hoặc, mới rầm rộ đem binh thuyền thuỷ bộ, 3 đạo đều tiến: một đạo theo đường bộ Bắc Tầm Bôn [Battambang, Cambodia] kéo đến, dùng Phi Nhã Chất Tri làm chức Điều bát và mang theo hai em của Quốc trưởng nước Chân Lạp là Nặc Yêm và Nặc Giun cùng đi; một đạo theo đường thuỷ Biển Hồ [Cambodia] đổ lại, dùng Phi Nhã Phi Mục Thiệp Mang làm Điều bát; một đạo nữa theo đường biển từ Chân Bôn [Chon Buri, Thailand] kéo lên, dùng Phi Nhã Phật Lăng làm Điều bát. Tin tức này do viên Ngoại lang bộ Binh thừa biện Nam Vang biên vụ Hồ Công Chỉ, căn cứ lời viên chức Cao Miên thám báo, chuyển đạt đến tỉnh An Giang. Quan tỉnh là bọn Đặng Văn Bằng cho lời báo ấy phần nhiều là ra từ truyền văn, chưa được rõ ràng xác thực. Chỉ liệu lượng phái có 50 người lính tỉnh tiến đi, cùng với lính thú cũ ở Nam Vang nghiêm cẩn phòng giữ và mật báo quân thứ Gia Định tuỳ nghi xếp đặt. Việc báo lên, Vua mật dụ các Tướng quân và Tham tán rằng:

"Cứ tin thám báo, thì việc người Xiêm động binh xét theo tình lý, dẫu hầu như chưa chắc đã thế. Nhưng mà việc làm, quý ở mưu tính trước khi sự cơ xảy ra, không thể không phòng bị sẵn. Bọn ngươi nên lập tức phái một vệ binh và 500 hương dõng, chia nhau cưỡi thuyền đi, đóng giữ An Giang. Lại, các hạng thuyền mà nhiều lần đã lấy được, chọn cái nào bền chắc dùng được, lượng cấp cho An Giang 10 chiếc; Vĩnh Long, Định Tường, Hà Tiên mỗi tỉnh 5, 7 thuyền. Lại, số súng đạn và thuốc súng ở các tỉnh còn ít, nên lượng cấp cho Vĩnh Long 3.000 cân thuốc súng, An Giang và Định Tường mỗi tỉnh 2.000 cân, Hà Tiên 1.000 cân. Các hạng đại bác trước đặt ở thuyền, cũng lượng cấp cho Vĩnh Long và An Giang mỗi tỉnh 10 cỗ súng; Định Tường và Hà Tiên mỗi tỉnh 5 cỗ. Súng quá sơn, hoặc súng thần công đều cấp mỗi tỉnh hơn 10 cỗ, số đạn theo súng, mỗi cỗ súng đều 100 viên, hoặc 7, 8, 9 mươi viên. Biên phòng là việc cơ mật, cốt phải điều khiển kín đáo, chớ lộ ra vẻ mặt và lời nói, không nên để dân gian lường

tính được sự thực hư, mới phải".

Bộ Binh của quân Xiêm đến sóc Đồ Sư, giáp phủ Phủ Lật nước Chân Lạp. Quan tỉnh An Giang là bọn Đặng Văn Bằng được tin báo, lập tức phái Mai Văn Đặng, Quản cơ cơ An bình, đem 100 quân tiếp tục đi Nam Vang. Lại thông tư điều 300 biền binh ở Vĩnh Long đến phòng giữ tỉnh lỵ và phi báo quân thứ Gia Định. Sớ tâu lên, Vua lại hạ lệnh mật dụ các Tướng quân, Tham tán:

"Nay căn cứ vào lời tiếp tục báo cáo về tình hình biên giới của tỉnh An Giang, nếu quả có việc ấy thật, thì Tống Phước Lương, Nguyễn Văn Trọng, Trần Văn Trí và Hà Duy Phiên phải chia nhau cai quản binh dõng, để phòng thủ luỹ dài. Còn Trần Văn Năng, Trương Minh Giảng và Nguyễn Xuân lập tức đem quan quân và lấy thêm hương dõng của Thái Công Triều, điều 1.500 chia ra cỡi thuyền đi An Giang. Khi đến An Giang, Trần Văn Năng lưu lại đóng giữ ở đấy; Trương Minh Giảng, Nguyễn Xuân thì vẫn cứ lĩnh một nửa đại binh, thẳng đến đóng giữ Nam Vang."

Phía nhà Thanh Tổng đốc Lưỡng Quảng Lô Khôn lại tâu tiếp về các cuộc nổi dậy của Lê Duy Lương, Lê Văn Khôi và Nông Văn Vân; Vua Đạo Quang vẫn chủ trương bất can thiệp; và căn dặn Lô Khôn nếu phía Việt Nam xin giúp thì lựa lời nói khéo rằng quan quân binh lính không quen thuỷ thổ, đến đó tất bị chướng lệ, thực khó mà thâm nhập, lại mệt nhọc Việt Nam cung đốn; nên chỉ cho chỉnh đốn quân tại biên giới, để làm thế thanh viện đằng xa:

"Ngày 12 Mậu Dần tháng 11 năm Đạo Quang thứ 13 [22/12/1833]

Dụ các Quân cơ đại thần: Ngày hôm nay Lô Khôn, qua

dịch trạm, khẩn dâng tấu triệp về những tin tức mới thu nhận được tại Việt Nam và tình hình nghiêm mật ngăn phòng.

Xem xong lời tâu rằng hậu duệ họ Lê tại Việt Nam là Lê Duy Lương tập hợp Thổ ty Bắc Thắng, cấu kết thổ dân, khởi sự tại địa phương Thanh Hoá. Lại theo lời bẩm của Tuần phủ Lạng Bằng Hoàng Văn Quyền, thì Nông Văn Vân tại châu Bảo Lạc tụ đảng mưu phản, Quốc vương phái binh đánh dẹp, sợ chúng chạy trốn, xin cho nã bắt.

Hiện thông sức cho Thự tri phủ Thái Bình Khánh Cát, đi đến phía trước tuần tra. Thám báo biết rằng Nguyễn Hữu Khôi thuộc châu Bảo Lạc nước này mang binh đánh Mục Mã; vào đầu tháng 9, quan Di trấn Lạng Sơn Hoàng Văn Quyền mang quân cứu viện bị thua. Dọc đường [Khánh Cát đi đến] *tuy có đặt trại sách, nhưng địa phương rộng lớn, quân ít, cô đơn; nên đã thông sức các xứ như Long Châu mộ hương dõng, cùng phái binh đến các ải, cửa khẩu để nghiêm mật phòng ngự. Hai doanh Long Bằng, Quì Độc, trông coi đất rộng mà quân ít; hiện hịch dụ cho Thự Tân Thái Hiệp Phó tướng Chu Ứng Lân cùng với Khánh Cát đích thân đến các quan ải kiểm sát, tuỳ cơ cẩn thận đề phòng, ra sức chế ngự nghiêm mật. Các ải, đồn, trên bộ và dưới nước thuộc doanh Long Bằng dài đến hơn 300 lý, đối với Việt Nam tiếp giáp theo kiểu cài răng chó, mà quân lính canh phòng chỉ có hơn 280 tên. Viên Tổng đốc cần sức cho các Đô ty nghiêm cách ngăn ngừa kẻ gian bên trong và giặc phỉ bên ngoài thừa dịp lén vượt; lại thông sức cho các thổ ty tại duyên biên đốc suất binh dõng hội đồng với quan quân nghiêm mật phòng ngăn, không để sơ hốt. Viên Tổng đốc còn thông sức cho bọn Thự tri phủ Thái Bình Khánh Cát, Tri phủ Tứ Thành Hưng Nhân, Tri châu châu Uất Lâm Vương Ngạn Hoà tuỳ cơ mà phòng thủ. Lại tuân theo chiếu chỉ trước, nếu như có Di phỉ trốn đến gần biên giới, lập tức đốc suất binh dõng nghiêm nhặt ngăn chặn, không để cho 1 tên vào quan ải, và cũng không được phép vượt biên giới giết càn, đi đến chỗ gây hấn.*

"Lại có tờ tâu mật ' Trường hợp viên Quốc vương không tự giữ được, đến quan ải xin quân, thì dùng lời chính đáng cự tuyệt. Tuy nhiên viên Quốc vương đã trải qua nhiều năm cung thuận, không tiện cự tuyệt thẳng, Lô Khôn xin đưa lời nói rằng quan quân binh lính không quen thuỷ thổ của nước này, đến đó tất bị chướng lệ, thực khó mà thâm nhập, lại mệt nhọc nước này cung đốn, chỉ cho chỉnh đốn quân tại biên giới, để làm thế thanh viện đằng xa. Viên Quốc vương đáng nằm gai nếm mật, chiêu tập người trung nghĩa trong nước khuông phò, còn quân Thiên triều không thể cho tiến ra.'

"Biết sâu về đại thể, lời lẽ đáng khen, nếu viên Quốc vương gõ cửa quan xin quân, viên Tổng đốc cứ theo đó mà liệu biện, như vậy thì có thể được. Đem dụ này truyền Lô Khôn, Kỳ Cống, Lý Tăng Giai, Dư Bộ Vân; cùng truyền dụ Thự đề đốc Quảng Tây Văn Triết Hồn hay biết." (**Tuyên Tông Thực Lục** quyển 245, trang 18-19)

Chú thích:

1. Cách lưu: bị cách chức nhưng được lưu giữ lại làm việc.

2. Tụ Long: Đất hiện nay giáp với tỉnh Hà Giang, đã cắt cho nhà Thanh, do **Hiệp ước Pháp Thanh** năm 1887.

219.
Vua Minh Mệnh [1820-1840] (19) [10/1/1834-8/2/1834]

Tháng chạp năm Minh Mệnh thứ 14 [10/1-8/2/1834], tình hình về việc đánh dẹp Nông Văn Vân tại ba mặt trận Thái Nguyên, Tuyên Quang, Lạng Sơn lần lượt như sau:

Tại Thái Nguyên, tháng trước lệnh Vua thăng Phạm Văn Điển chức Thống chế đem quân binh và voi chiến đến Thái Nguyên, viên Tổng đốc bị cách nhưng vẫn lưu giữ làm việc là Nguyễn Đình Phổ phải chịu sự điều khiển. Nay thấy một dải Thái Nguyên đã dẹp yên giặc, nên xuống dụ cho bọn Phạm Văn Điển đem quân về, lưu Nguyễn Đình Phổ ở lại để chiêu an, phủ dụ nhân dân.

Tại mặt trận từ Tuyên Quang, tháng trước Tổng đốc quân vụ Lê Văn Đức và Tham tán là Nguyễn Công Trứ điều quân ngược nhánh sông Lô tiến đánh hang ổ giặc tại Vân Trung; nay mang quân đến sào huyệt khác là Ngọc Mạo [huyện Bảo Lạc, Cao Bằng] thì giặc Vân đã chạy trốn trước rồi, nên không bắt được, bèn đem tình hình đánh dẹp tâu về triều rằng:

"Đại quân từ Vân Trung tiến lên, qua xã Vân Quang đến núi Khúc Lĩnh, đường núi gập ghềnh rất là hiểm trở, bọn giặc hoặc mai phục ở nơi bụi rậm mà bắn súng ra, hoặc xếp

đá làm luỹ ở sườn núi. Quân ta hò reo xông lên, giặc đều tan vỡ. Khi tiến vào trang Ngọc Mạo là nơi sào huyệt riêng của giặc Vân, bốn bề chung quanh đều là vách núi, giữa thì rộng rãi và có cánh đồng phẳng ước đến 2.000 mẫu, số dân cư hoặc 3 nhà một hoặc 5 nhà một, ở thành thôn xóm, có hơn 50 nóc nhà ngói, hơn 100 nóc nhà tranh. Nhưng tìm khắp cả, không thấy một bóng người! Đã cho lùng tìm thì bắt sống được một tên nguỵ Quản cơ và hơn 20 tên đồ đảng, hỏi ra chúng đều nói giặc Vân đã gióc tóc và mang vợ con trốn sang địa phận nhà Thanh. Nay tiết trời sang đông đã lâu, khí lam chướng rất nặng, binh dõng nhiều người bị bệnh chết. Mà từ trước đến nay, về quân lương vẫn cứ tiện đâu lấy đó, bây giờ cũng sắp cạn rồi! Huống chi bọn Lưu Trọng Chương, Hoàng Trinh Tuyên ở Lục Yên [Yên Bái], *và bọn Nguyễn Quảng Khải, Hà Đức Tần ở Đại Man* [huyện Chiêm Hoá, Tuyên Quang], *hiện còn lọt lưới, cần phải một phen nã bắt, cho nên bọn thần đã thông cáo cho thổ dân ở Bảo Lạc, nếu ai bắt hay chém được giặc Vân đem nộp thì sẽ trọng thưởng. Vả lại ở 2 nơi xung yếu là tổng Đông Quang và tổng An Phú đều đã đặt đồn lớn và cắt lượt thổ mục cùng thổ dõng đóng giữ để thừa cơ vây bắt. Còn nhà cửa ở Ngọc Mạo và Vân Trung đều cho thiêu đốt hết cả. Rồi ấn định ngày, chia làm 2 đạo: một đạo đi Lục Yên, một đạo đi Đại Man, để lùng bắt bọn trùm phỉ và chiêu an dân chúng. Đến bấy giờ, nếu giặc Vân còn trốn tránh, chưa làm được thành án thì xin sai hết dân tráng 3 châu trong một huyện mà săn bắt khắp cả trong rừng, một tấc cỏ cũng không để sót, tưởng cũng không tốn công sức gì lắm!".*

Vua dụ rằng:

"Chuyến hành quân này phá tổ, đào hang, tiến đi đến đâu

không ai dám chống cự, tuy chưa bắt được tên đầu sỏ giặc, lòng người còn chưa thấy khoái lắm, nhưng trải qua biết bao gian hiểm, bắt được nhiều tù binh, thì công lao ấy kể cũng đáng thưởng. Vậy từ Tổng đốc, Tham tán xuống đến Suất đội đều thưởng gia quân công, cấp kỷ có khác nhau. Các binh dõng thì thưởng chung 1.000 quan tiền. Còn kẻ bắt sống được một tên tướng giặc thì thưởng bạc là 10 lạng, bắt được giặc thường thì đều 2 lạng...".

Ngoài ra tại Tuyên Quang lại có bọn giặc lén lút nổi lên ở Trinh Bảo, châu Đại Man [huyện Chiêm Hoá, Tuyên Quang]. Quan tỉnh là bọn Trần Ngọc Lâm liền uỷ Phó quản cơ Nguyễn Văn Long đem quân và voi đi tiễu.

Tại mặt trận Lạng Sơn Nguyễn Khắc Thước lại hợp bọn với bọn giặc ở Quảng Yên là lũ Dương Bạ An, Hoàng Ất An lén lút nổi lên ở châu Yên Bác [huyện Sơn Động, Bắc Giang], cướp của cải và đồ vật của dân. Đồn trưởng An Châu [xã An Châu, huyện Sơn Động] là thổ hào Nông Quang Khanh đánh nhau với giặc không địch được. Tuần phủ Lạng Bình Lê Đạo Quảng lập tức phái quân đi đánh bắt.

Tham tán quân vụ Nguyễn Thọ Tuấn trên đường hành quân từ Lạng Sơn sang Cao Bằng bị bạo bệnh chết.

Tiếp tục,Tổng thống đạo Lạng Bình Tạ Quang Cự và Tham tán Vũ Văn Từ thu phục được tỉnh Cao Bằng. Trước kia, đại binh từ Lạc Dương [huyện Tràng Định, Lạng Sơn] tiến đi, đến đâu bọn giặc cũng đều sợ bóng gió, lẩn trốn cả; quan quân ta thu được 1 thớt voi. Kịp khi đến tỉnh thành Cao Bằng, bọn phản nghịch là Bế Văn Cận và Bế Văn Huyền cũng đã kéo vài chục tàn quân đi trước rồi. Phía trong và ngoài thành, nhà cửa quan, dân đều bị tàn phá không còn gì. Duy còn sót lại hành cung và kho tàng ở nơi đồn núi. Bọn Cự lập tức phát cờ đỏ báo tin thắng trận và làm sớ tâu thêm:

"Nguyên các viên chức theo Tuần phủ Lạng Bình là Hoàng Văn Quyền thua trận ở trạm Lạng Chung [huyện Văn Lãng, Lạng Sơn] *gồm Quản cơ Nguyễn Đình Hoảng, Cai đội Nguyễn Đình Cầu, Chánh đội trưởng Suất đội Nguyễn Đình Triều; Chánh đội trưởng Vũ Quang Huy bị giặc bắt khi Cao Bằng thất thủ, thoát về được; Thổ tri châu châu Thoát Lãng Nguyễn Đình Liêm bỏ châu tránh giặc; tất cả đều ra sức chuộc lỗi, biết cố gắng hăng hái, bắt được bọn nguỵ Chánh điều bát là Nguyễn Khắc Thuyên và cha hắn là Nguyễn Khắc Bào, nguỵ Quản cơ là Hoàng Đình Ngữ, giải nộp. Quân binh các tỉnh trước phái đi trận bị thua lần lượt trốn về, nay theo đi đánh giặc, gắng sức chuộc tội, xin đợi khi yên rồi, sẽ giao tất cả cho quan địa phương đưa vào hàng ngũ".*

Tổng thống đạo Lạng Bình Tạ Quang Cự lại nêu danh các bầy tôi đã giữ trọn tiết nghĩa ở Cao Bằng: Trước đây, bọn giặc lấn bức tỉnh thành, bọn thự Bố chính Bùi Tăng Huy, án sát Phạm Đình Trạc và Lãnh binh Lạng Sơn Phạm Văn Lưu dời đến đóng giữ đồn núi, bị giặc vây hơn một tháng; thuốc, đạn và muối ở trong đồn đều gần hết cả, quân lính mỏi mệt đau ốm. Bọn giặc buộc Tuần phủ Hoàng Văn Quyền vào đầu voi bêu lên cho biết và doạ bắt phải hàng, nếu không thì làm cỏ cả thành. Bùi Tăng Huy và Phạm Đình Trạc mới họp văn, võ, binh lính và chức dịch, bảo rằng: "*Nay sức đã kiệt, quân cứu viện lại không có, chúng ta thà chết cho toàn tính mệnh quan quân một thành*". Rồi thì các viên ấy đều mặc triều phục, đặt hương án, trông về cửa cung khuyết mà lạy, đoạn, đem triều phục, bằng sắc đốt hết. Bùi Tăng Huy tự thắt cổ chết, Phạm Đình Trạc nằm xuống hố, sai người lấp đất lên; Phạm Văn Lưu cũng thắt cổ chết. Lãnh binh Cao Bằng Vũ Văn Lợi và bọn người trong đồn đều hàng giặc. Giặc bèn sấn vào thả các tù phạm và hơn 30 tội nhân bị giam về vụ án nghịch Khôi.

Viên Án sát án sát Phạm Đình Trạc, trước khi tự tử chết, cho đặt bục cao rồi bước lên, hướng về kinh đô vọng bái vua, đọc thơ như sau:

Tam thập hựu tam nhật,
三十又三日
Thần lực dĩ kiệt hỹ.
臣力已竭矣
Bất năng bảo toàn thành,
不能保全城
Đản nguyện tử Vương sự.
但願死王事

(Chống cự ba mươi ba ngày,
Sức lực thần đã kiệt.
Không thể giữ được thành,
Xin nguyện chết vì Vương sự.)

Rồi cả nhà 7 người cùng tự chôn.

Tiếp tục lục soát tại Cao Bằng, Tổng thống đạo Lạng Bình Tạ Quang Cự tâu:

"*Bắt được bọn phỉ trốn là nguỵ Tổng lý Tham đốc Nguyễn Khắc Trương và bố con tên Lê Văn Điềm là em con nhà chú với nghịch Khôi cùng hơn 10 tên đầu mục trong bọn thổ phỉ, trong đó tên Nguyễn Khắc Trương là kẻ chính yếu phạm, xin hẵng giam cùm lại để sau này đóng cũi giải vào Kinh sư, còn thì đều chính pháp xử tử cả. Ngoài ra sau việc biến ở Cao Bằng, những biền binh đến cửa quân thú tội, bọn thần đã phái đi theo quan quân các đạo để ra sức bắt giặc".*

Tổng thống Tạ Quang Cự tâu thêm về việc bắt giặc:

"Thần đã phái binh dõng tiếp tục bắt được bọn phỉ trốn: nguỵ Quản cơ Nguyễn Khắc Chiếu, nguỵ Phó cơ Nguyễn Khắc Ngư, nguỵ án sát Nguyễn Khắc Dũ, nguỵ án thủ Nguyễn Khắc Mãn và nguỵ Cai đội, Phó đội cộng 19 tên, cùng mẹ và vợ với con ba người của tên tướng giặc Bế Văn Cẩn đều đã áp giải ra chợ chém đầu, còn 25 người thân thuộc của phạm nhân hãy cho tạm giam lại".

Tham tán mặt trận Lạng Bình là Vũ Văn Từ kéo binh đến miền núi Niệm Chử châu Thông Nông [Cao Bằng] , thì gặp hơn 500 quân giặc, đánh chém được 3 đầu giặc, bọn giặc đều tan vỡ. Tổng thống Tạ Quang Cự xem địa hình nhận thấy từ Thông Nông vào Ngọc Mạo chỉ có một đường, nên giặc có thể rút lui theo hướng khác; nên muốn liên lạc với cánh quân Tuyên Quang của Lê Văn Đức để hẹn kỳ hội tiễu, nhân đem sự trạng tâu lên:

"Tự miền núi này thẳng tới Ngọc Mạo chỉ có một con đường độc đạo, sườn núi cheo leo phải đi như xâu cá mới tiến lên được. Nếu biền binh của ta đột tiến, đánh mặt này thì giặc chạy ra mặt kia, tính kế như vậy chưa được mười phần toàn vẹn. Vì vậy, thần đã tư đi hội cùng Vũ Văn Từ hãy tiến sát địa đầu Ngọc Mạo để chẹn những chỗ hiểm yếu và nghiêm chặn đường giặc, rồi uỷ cho thám thính tin tức đạo binh Tuyên Quang, hẹn kỳ hội tiễu."

Nhưng sau đó Tạ Quang Cự dò hỏi được biết đạo quân Tuyên Quang đã tiến đánh Ngọc Mạo, Vân cạo trọc đầu lẩn trốn; sau đó quan quân rút đi, thì Vân lại quay trở lại , nên dâng xin ở lại Cao Bằng để trấn áp:

“Tham tán Vũ Văn Từ tiến đến châu Thông Nông giáp đầu Bảo Lạc, dò các thổ dân thì họ đều nói: đạo quân Tuyên Quang tiến phá Ngọc Mạo, giặc Vân cạo trọc đầu, lẩn trốn. Sau đó, quan quân rút đi thì Vân lại chiêu tập bọn người Triều Châu nhà Thanh, độ 7, 8 trăm người, lại kéo về Ngọc Mạo, rồi lại chia đảng, chiếm cứ Mật Lũng, Du Lũng thủ hiểm. Vậy xin hãy lưu lại ở thành Cao Bằng để trấn áp, khiến cho Vũ Văn Từ chuyên sức về việc tiễu phỉ. Độ một tuần, sự việc dần yên, sẽ lập tức theo lệnh rút quân về”.

Tại miền Nam tin báo từ tháng trước về việc quân Xiêm mưu xâm lăng nước ta, đã trở thành hiện thực. Quân địch thực hiện hai nổ lực chính và phụ: nổ lực chính tiến quân vào các tỉnh Hà Tiên, An Giang; nổ lực phụ qua biên giới Lào, nhắm quấy rối các tỉnh miền Trung.

Trước tiên quân Xiêm xâm lấn phủ Bông Xuy nước Chân Lạp, tiến đến vụng Xà Năng cách thành Nam Vang 1 ngày đường. Quốc vương Chân Lạp là Nặc Chăn nghe tin, hoảng sợ, cỡi chiếc thuyền nhỏ, chạy đến An Giang; Thừa biện Nam Vang Hồ Công Chỉ cố giữ lại, không được.

Kế đến thuỷ binh Xiêm đến hải phận Lam Dữ; Tuần phủ Hà Tiên là Trịnh Đường được tin thám báo, lập tức chia cắt quân lính giữ các đường xung yếu và phi báo cho quân thứ Gia Định phái thêm binh thuyền phòng giữ. Sau đó hơn 100 chiếc binh thuyền Xiêm xâm phạm tỉnh Hà Tiên: hoặc từ cửa biển Kim Dữ [thị xã Hà Tiên, Kiên Giang] tiến đến; hoặc do sông nhánh Thị Lý đổ bộ. Quan quân ở tỉnh chỉ có 200 người mà viện binh thì chưa đến; Tuần phủ Trịnh Đường thấy tình thế nguy, cấp báo.

Quân Xiêm tiến sát tỉnh lỵ Hà Tiên. Tuần phủ Trịnh

Đường, án sát Đặng Văn Nguyên, Lãnh binh Bùi Công Lai thân đem lính tỉnh đi chống giữ. Giặc dùng người nhà Thanh làm quân tiền khu, thế rất hung hăng; quân ta không địch nổi, phải chạy lui về An Giang, đợi quân tiếp viện. Có Ngô Văn Loan, Phó vệ uý thuộc tỉnh, đem một toán quân đánh giặc, bắn đắm 3 chiếc thuyền địch và chém giết được nhiều giặc. Giặc bốn mặt xúm lại đông như kiến, Loan cũng chạy, Hà Tiên bèn thất thủ.

Tại Chân Lạp, quân Xiêm xâm lấn thành Nam Vang. Quân và dân nước này sợ hãi bối rối tản ra bốn phương. Binh thuyền do tỉnh An Giang hai lần phái đi vì sóng gió ngăn trở, không thể tiến được. Thừa biện Nam Vang biện vụ là Hồ Công Chỉ cho rằng quân đồn thú của mình ít và yếu, bèn rút lui; thành Nam Vang do đấy bị thất thủ. Bố chính An Giang Đặng Văn Bằng và án sát Bùi Văn Lý bàn nhau uỷ cho Lãnh binh Nguyễn Đăng Huyên thân đốc binh thuyền đánh chặn. Bỗng có thư cáo cấp của tỉnh Hà Tiên đến, liền chuyển ngay thuyền binh do đường sông Vĩnh Tế tiến lên để tiếp ứng. Khi vừa đến cửa sông thì đã thấy binh thuyền của bọn Tuần phủ Trịnh Đường đóng ở đấy, bèn chia đóng đồn trại để làm thế ỷ giốc, rồi một mặt trình cho quân thứ Gia Định xin quân cứu viện.

Tướng quân và Tham tán tại Gia Định tâu lên Vua về phản ứng cấp thời như sau:

"Trước đây, cứ tin biên báo của An Giang, lập tức đã hội bàn, uỷ cho Trương Minh Giảng và Nguyễn Xuân đem hơn 400 biền binh ở các vệ, các cơ và 8 chiếc thuyền Hải đạo, Ô, Lê (1) đi đến An Giang, tuỳ cơ điều khiển. Tiếp lại nghe tin cáo cấp của Hà Tiên, lại phái thêm hơn 500 biền binh và 15 chiếc thuyền kế tiếp tiến đi."

Vua ra lệnh điều thêm, sai Tướng quân Trần Văn Năng lập tức đem 4.000, 5.000 binh dõng đi gấp đến An Giang, hội đồng với Trương Minh Giảng và Nguyễn Xuân, mưu tính việc quân.

Giặc Xiêm chia làm 2 đường xâm phạm đồn Châu Đốc, An Giang bị thất thủ. Trước đó, Lãnh binh An Giang Nguyễn Đăng Huyên đi hội với Tuần phủ Hà Tiên Trịnh Đường, án sát Đặng Văn Nguyên, Lãnh binh Bùi Công Lai đóng quân ở Trạo Khẩu trên sông Vĩnh Tế. Kịp khi quân giặc ập đến, địch nhiều ta ít, phải lui quân về Châu Đốc, giặc thừa thắng, đuổi đánh. Lại có một cánh quân giặc từ thành Nam Vang thuận dòng xuôi xuống. Bố chính Đặng Văn Bằng, án sát Bùi Văn Lý bèn đem hết văn võ binh lính và chức dịch thuộc tỉnh cùng với bọn Đăng Huyên chạy theo sông Sa Đéc về Vĩnh Long để đợi quân cứu viện.

Binh thuyền của Tham tán Trương Minh Giảng và Nguyễn Xuân tiến đến giang phận thôn Phú An, thuộc đầu địa giới tỉnh An Giang. Bọn Tuần phủ, Bố chính, án sát, Lãnh binh ở 2 tỉnh An Giang và Hà Tiên đều chạy đến quân thứ. Bọn Giảng lập tức một mặt phi báo về quân thứ Gia Định xin thêm binh để hội tiễu, và xin điều thêm quân dân ở hai tỉnh Vĩnh Long Định Tường để tiếp ứng.

Tham tán quân thứ An Giang là Trương Minh Giảng và Nguyễn Xuân đánh bại được giặc Xiêm ở Thuận Cảng thuộc huyện Đông Xuyên [kênh Thuận nối liền Hậu Giang và Tiền Giang]. Trước đây, giặc Xiêm đã xâm phạm tỉnh Châu Đốc, rồi theo sông Hậu Giang kéo ra Thuận Cảng, lập đồn bảo ở hai bên tả hữu bờ Thuận Cảng. Bọn Giảng đem quân đến, thì giặc kéo ra ngoài cửa Cảng hơn 100 chiếc binh thuyền vừa lớn vừa nhỏ để chống cự lại. Quân ta tiến đánh, bắn đại bác trúng ngay vào tướng tiên phong của giặc là Liêm Cầm Hiên, giặc bèn rút vào trong cảng. Đến canh tư đêm hôm ấy, bọn Giảng tung quân ra đánh úp, đến giờ Thìn [8-9 giờ sáng] thì bắt đầu hạ được đồn giặc ở tả ngạn, thiêu huỷ được 15 chiếc thuyền và thu được súng ống khí giới rất nhiều. Còn đồn ở bên hữu ngạn, quân giặc vẫn chống giữ hăng. Bấy giờ có hơn 300 quân binh do quân thứ Gia Định phái đến, bọn Giảng sai Phó vệ uý Nguyễn Văn Tình dẫn đội quân mới đến đổ bộ, rồi giao hẹn hễ hạ được đồn giặc ấy thì thưởng 30 lạng bạc; lại sai Đội trưởng Phan Văn Thành đốc chiến Hà Tiên, Tuần phủ Trịnh Đường cũng đem binh thuyền lại tiếp ứng; liền hạ được đồn giặc, chém được 4 đầu giặc, đốt được 2 chiếc thuyền địch và thu được nhiều khí giới. Trận này quân ta không đầy 1.000 người; sau khi giặc rút lui, bọn Giảng bèn tập trung quân ở cửa cảng để ngăn chặn quân giặc, rồi theo lời hứa trước lấy bạc nhà nước ra thưởng cho Nguyễn Văn Tình để nêu gương khuyến khích.

Quốc vương Chân Lạp là Nặc Chân đến tỉnh Vĩnh Long, bọn quan liêu thuộc hạ và dân chúng đi theo Nặc Chân có đến hơn 1.800 người, thuyền hơn 110 chiếc. Trước đây, Nặc Chân chạy đến An Giang, nhiều lần xin đến trú ngụ ở Gia Định, nhưng các Tướng quân và Tham tán cho rằng tỉnh thành chưa hạ được, nên không cho. Kịp khi Nam Vang và Hà Tiên nối nhau thất thủ, An Giang mới phái thuộc viên ở tỉnh hộ tống bọn Nặc Chân sang Vĩnh Long.

Tham tán quân thứ An Giang là Trương Minh Giảng và Nguyễn Xuân đóng binh thuyền ở Thuận Cảng, chống nhau với giặc. Bỗng có người Chân Lạp là Ma A Mân Tri Sốc từ trong đám giặc ở Nam Vang đến đầu hàng quân thứ và nói: Tướng Xiêm, Phi Nhã Chất Tri cùng em thứ hai Phiên vương, có độ hơn 10.000 quân còn đóng ở thành Nam Vang. Người đem quân đến đánh Châu Đốc là tì tướng Phi Nhã Liêm Cầm Hiên, binh thuyền có đội 200 chiếc, mỗi chiếc có độ trên, dưới ba, bốn chục người, đều lẫn lộn cả người Xiêm, người Lạp, người Mán, người Lạo, hay người nhà Thanh. Hắn lại nghe được tin Phi Nhã Phạt Lăng đem độ 150 chiếc binh thuyền từ Hà Tiên đến, binh sắc phần nhiều là các người Xiêm, Lạp, Đại Thanh, Chà Và theo đạo Gia Tô. Thuyền lớn độ 100 người, thuyền vừa có độ năm, sáu mươi người, thuyền nhỏ độ ba, bốn mươi người, hợp cùng quân của Phi Nhã Liêm Cầm Hiên cùng tiến lên Thuận Cảng sông Hậu Giang để chống nhau với quân triều đình. Ngoài ra, quân tuần tiễu bắt được một giáo đồ Gia Tô là Lê Văn Công và nói:

"*Trưởng giáo Gia Tô tên là Thuận ở nước Xiêm, dụ được hơn 2.000 người, gồm có Xiêm, Chân Lạp, người Đại Thanh và người Chà Và theo đạo Gia Tô còn ở phía sau, chưa đến*".

Bọn Trương Minh Giảng cho rằng giáo đồ Gia Tô phần nhiều theo giặc, ngầm thông tin tức, nên lập tức chém đầu Lê Văn Công và đem tình hình tâu lên.

Thảo nghịch Tả tướng quân Tống Phước Lương và Tham tán Trần Văn Trí tiến đến quân thứ Thuận Cảng, cùng Tham tán Trương Minh Giảng và Nguyễn Xuân, chia nhau đốc suất binh thuyền lớn đóng ngang ở trong cảng. Quân địch dùng đại bác bắn ra, lại bày trận ở hai bên bờ, bắn súng để chống cự quân ta, giao chiến từ giờ Mão [5-7 giờ sáng] đến giờ Tỵ [9-11 giờ sáng], giặc bị thương vong nhiều, chống cự lại rất hăng. Những viên bị cách chức đi hiệu lực là nguyên Phó vệ uý Đinh Văn Tự và nguyên Thành thủ uý An Giang Nguyễn Đăng Luận đều tử trận. Tham tán Trần Văn Trí cũng bị thương vì đạn lạc. Vệ uý Ban trực Tả vệ là Phạm Hữu Tâm đem một chi binh lên cạn, đánh vào đồn tả ngạn của giặc, tự giờ Tỵ đến giờ Mùi [13-15 giờ] cũng không hạ được đồn, thuyền của Tống Phước Lương rút lui trước, các quân đều rút theo. Trương Minh Giảng đem binh lính thuộc bộ mình, lưu lại đợi Phạm Hữu Tâm xuống thuyền rồi cũng rút lui. Chiều đến rút về thủ sở Chiến Sai cũ ở Tiền Giang, rồi sai người đi mời các tướng trở lại, chọn nơi thiết lập đồn trại để phòng ngự. Rồi hoả tốc báo cho quân thứ Gia Định điều thêm binh thuyền và phái ngay Thái Công Triều đi hội tiễu.

Về nổ lực phụ của quân Xiêm qua biên giới Lào, có những sự kiện như sau:

Tướng Xiêm là Phọc Nha Mã Kha Thiệp cùng Ấp Ma Hạt, em ruột Quốc trưởng nước Vạn Tượng là A Nỗ, đóng quân ở đồn Phố Khâm [Nakhon, Thái Lan], nói phao lên là sẽ đến xâm lược phủ Trấn Tĩnh. Thổ dân sợ hãi xôn xao; Tuyên uý, Đồng tri hai phủ Trấn Tĩnh, Lạc Biên là bọn Tuân Kỳ Chiêu Bông bèn đem việc ấy báo tỉnh Nghệ An, xin tỉnh phái thêm quan quân đến đàn áp. Nguyên quyền lĩnh Tổng đốc Nguyễn Văn Xuân lại sai Nguyễn Đức Long, Vệ uý vệ Trung võ quân Thần sách đem 200 biền binh cùng với binh phái trước, đi ngay đóng giữ đồn Định Biên. Lại sức hai phủ ấy điều động 6, 7 trăm lính địa phương đem đến xứ Tạ Khách [Takhek, Lào], nghiêm phòng hơn nữa. Nếu binh Xiêm qua sông gây sự, thì quan quân lập tức một mặt ra sức đánh giết, một mặt báo tỉnh.

Giặc Xiêm xâm lăng đất Trấn Tĩnh [đất Lào giáp huyện Hương Khê, Hà Tĩnh] thuộc Nghệ An, lại đưa thư sang Trấn Ninh đòi lại những dân Vạn Tượng còn sót. Bọn Bố chính, An sát là Nguyễn Đình Tân và Vũ Đĩnh được tin báo, liền sai Lãnh binh Nguyễn Văn Tạo đem 300 quân binh đi Trấn Tĩnh và kiêm lĩnh cả số quan quân phái đi trước để tuỳ cơ đánh dẹp. Lại phái Phó vệ uý Tống Phước Minh đem 300 quân đi Trấn Ninh phòng bị.

Giặc Xiêm xâm phạm phủ lỵ Trấn Tĩnh, tỉnh Nghệ An. Vệ uý vệ Trung võ thuộc tỉnh phái là Nguyễn Đức Long ở đồn Định Biên, đem quân cự chiến. Quân giặc đông nhiều, súng ống bắn tơi bời. Quân ta ít, không địch nổi, bèn lui vào động Giàng Màn, giặc liền phóng lửa đốt đồn phủ. Nguyễn Đức Long lại nghe tin cha con Chuyên Cương làm hướng đạo cho giặc, lo bị đánh tập hậu, nên lại chuyển về đóng ở khe Nhự Ổi, chỗ này có 2 đường thông với châu Quy Hợp và sách Trú Cẩm. Tuyên uý Đồng tri Tuân Kỳ, cùng thổ dân và bọn Chiêu Thiển là con Quốc trưởng Vạn Tượng ngụ ở đầu địa giới phủ Trấn Định [đất Lào giáp huyện Hương Sơn, Hà Tĩnh] thuộc huyện Cam Cát xin quân phòng ngự. Bọn Bố chính, Án sát Nguyễn Đình Tân và Vũ Đĩnh được tin, lập tức phi tư cho Lãnh binh Nguyễn Văn Tạo đem quân thẳng đến sách Trú Cẩm tuỳ cơ đánh dẹp. Và sức cho bọn Chiêu Thiển đi theo quân thứ để sai phái, còn gia quyến cho ở yên tại tấn sở Quy Hợp. Lại phái Phó vệ uý Nguyễn Văn Thu đem 200 quân binh đi Trấn Định, chọn đất đóng đồn, và đốc suất thân binh và dân do ba huyện Cam Cát, Cam Môn và Cam Linh đã điều bát tập hợp theo địa hạt mà phòng bị nghiêm ngặt, lại cho rằng phủ Trấn Định giáp giới với địa đầu Hương Sơn, nên phi báo cho Hà Tĩnh phái binh tiếp ứng ở Ngạn Phố.

Tướng nước Xiêm là Lạt Xà Lận và Chiêu Vàng Na, em A Nỗ ở Vạn Tượng đem hơn 1.000 quân Xiêm vào xâm nhiễu các châu Tầm Bôn, Mang Bổng, Ba Lan, Làng Thìn ở phủ

Cam Lộ, tỉnh Quảng Trị, bắt người, cướp của, dân đều sợ chạy. Thự Tuần phủ Nguyễn Tú nhận tin báo, lập tức phái ngay Phó quản cơ Nguyễn Trọng và Quản cơ Nguyễn Văn Vân đem 300 quân tiến đánh.

Tả thị lang bộ Hộ Dương Văn Phong từ Gia Định về, tâu về tình trạng bao vây thành Phiên An như sau:

"*Đàn ông, đàn bà của bọn giặc ở trong thành, ra hàng ngày càng nhiều, mà các Tướng quân và Tham tán đều tống cả một loạt đến ty án sát Gia Định để giam cầm!*".

Vua nói:

"*Bọn chúng đều là những kẻ bị cưỡng ép theo giặc nay đã cải tà, quy chính; nên rộng tha ngay.*"

Vua ước tính bọn giặc trong thành Phiên An có thể đột xuất ra ngoài nhằm vượt sang Chân Lạp để cấu kết với quân Xiêm; hoặc quân Xiêm tìm đường đến thành Phiên An. Nếu xãy ra, thì con đường thiên lý huyết mạch duy nhất chúng ắt sử dụng phải vượt qua cầu Tham Lương, nên truyền dụ các Tướng quân và Tham tán ở quân thứ Gia Định như sau:

"*Vừa rồi được tin giặc Xiêm vào cướp; xét địa đồ thì các đường bộ chỉ có con đường cầu Tây Hoa* [cầu Tham Lương] *có thể giao thông. Chỗ ấy rất là hiểm yếu. Ta đã hạ dụ bảo phải vát nhiều binh dõng, đặt đồn lập luỹ, nghiêm nhặt ngăn chặn rồi. Lại nghĩ: khi quân giặc đến đấy, gián hoặc có bọn vô lại đi dẫn đường cho giặc thì đối với con đường ấy, càng nên để ý đề phòng hơn nữa, nên không thể không dụ lại cho rõ ràng. Nay các ngươi nếu đã tuân theo dụ trước, đặt đồn phòng tấn ở đó rồi thì phải cho thật mười phần kiên cố, và đem nhiều đại bác chia đặt trên mặt đồn để sự phòng ngự được nghiêm mật. Lại nên phá cầu Tây Hoa, không đoái tiếc vì cầu ấy một khi bị cắt đứt thì hai bên đều là đất bùn, khó lòng mà đi. Giặc dù có hàng nghìn vạn quân cũng không thể vượt qua được. Như vậy thì có thể chặn được đường bộ của giặc chực kéo đến, ta được dồn sức về mặt đường thuỷ, nắm được thế thắng. Như thế thì lại càng đắc sách, vậy các ngươi phải kính cẩn tuân theo."*

Các Tướng quân và Tham tán ở quân thứ Gia Định tâu rằng:

"Có tên Ngô Đức Nhuận là lính ở đội Gia tín, kho Gia Tín trước, giòng dây trốn ra khỏi thành có đệ trình một tờ giấy do chữ viết của Suất đội Phan Văn Trọng như sau: Trong thành hiện nay ở kho chỉ còn hơn 60 vạn 4 nghìn 4 trăm 80 quan tiền, thứ bạc đĩnh 10 lạng còn hơn 1 nghìn 4 trăm 20 đĩnh, thứ bạc đĩnh 1 lạng còn hơn 2 trăm 60 đĩnh. Thóc còn 9 vạn 4 nghìn hộc, muối 8 nghìn 4 trăm phương, thuốc súng 5 vạn 2 nghìn 2 trăm cân, ống phun lửa 600 chiếc. Đảng nguỵ hiện còn hơn 2 nghìn 6 trăm 30 tên, voi 17 thớt; nghe rằng bọn giặc định nội trong tháng này sẽ mở cửa thành ra đánh. Xét trong tờ thư của địch phần nhiều phô phang hão huyền, đã đành không đáng tin, nhưng có điều nói giặc định đánh ra thì không thể không phòng bị trước. Bọn thần hiện đương nghiêm sức ở bốn mặt phải theo tấn sở mà phòng thủ, chuẩn bị và bắn đại bác vào trong thành. "Lại thấy có phụ nữ và đồng ấu trèo thang ra khỏi thành đến 50 người, trong ấy cũng có kẻ đem cả tư trang, tiền bạc. Hỏi ra thì họ nói: hoặc nhà ở trong thành, hoặc vào thành buôn bán, nhân bị giặc đóng cửa thành nên không kịp chạy, đến nay bị quân giặc đuổi ra".

Ngoài ra trong tháng chạp [10/1-8/2/1834] còn có các sự việc xảy ra tại các tỉnh còn lại và kinh đô như sau:

Tỉnh Phú Yên có bệnh dịch, nhân dân bị truyền nhiễm, chết hơn 5.000 người. Quan tỉnh tâu lên, vua bảo bộ Hộ:

"Hạt ấy sau khi thiếu ăn, việc sinh sống vừa mới yên, nay lại gặp tai dịch, thật rất đáng thương! Vậy dụ sai quan tỉnh lập tức lập đàn kỳ yên và chuẩn bị nhiều thuốc thang để điều trị. Người nào chết thì cấp cho tiền tuất, dân đinh nội tịch, mỗi người 3 quan tiền; còn thì đều 2 quan, trẻ con đều 1 quan."

Trước kia, Vua sai soạn một bộ sách chép về chế độ chức trách của trăm quan, gọi là **Hội Điển Toát Yếu**, kịp đến khi dâng bản mẫu, vua truyền cho các nha thuộc ở các bộ, các viện ai nấy đem đối chiếu với chức vụ mình mà hiệu chính cho đúng, rồi lại giao cho đình thần duyệt và nhuận sắc. Đến nay sách xong, bèn trình lên Vua.

Tỉnh Sơn Tây có bọn thổ phỉ hơn 1.000 tên, ẩn hiện ở huyện hạt Yên Lạc [Vĩnh Phúc] và Lập Thạch [Vĩnh Phúc]. Tỉnh phái quan quân đi đánh dẹp, bọn giặc lại quay sang miền rừng Bình Tuyền thuộc tỉnh Thái Nguyên ở bên cạnh; quan tỉnh là Đỗ Huy Cảnh đem việc tâu lên.

Tướng giặc Hà Tĩnh là Phan Bô tụ họp bè đảng, xuất hiện ở các huyện Thạch Hà và Kỳ Hoa, cướp bóc dân quê.

Bắc Ninh có tên giặc trốn là Nguyễn Đình Thể tụ tập đồ đảng 500 người, quấy nhiễu cướp bóc huyện Yên Thế [Bắc Giang]. Đồng tri phủ Lạng Giang Phạm Minh Dực và thự Huyện thừa Lý Đăng Khoa, thông sức thuộc hạ và tổng lý, dân phu đi đánh dẹp, bắt và chém hơn 20 tên, tịch thu được khí giới.

Tên giặc trốn là Nguyễn Công Minh ở Nam Định, tụ họp đồ đảng lén lút nổi lên ở huyện Thư Trì [huyện Vũ Thư, Thái Bình]. Phó lãnh binh Nguyễn Văn Vân đem quân đi tuần tiễu, đến nơi thì giặc đã kéo sang địa giới huyện Diên Hà [huyện Hưng Hà, Thái Bình] rồi. Bấy giờ trời đương mưa rét, Vân thúc quân đuổi theo gấp, đường đi suốt đêm. Nghe tin giặc tụ ở thôn Thượng Lãng, Vân sấn đến bao vây. Giặc đem hơn 400 đồ đảng chống đánh, quan quân chỉ có hơn 100 người không thể địch được. Vân hết sức đánh, bị nhiều vết thương mà chết, quân lính đều vỡ chạy.

Về phía nhà Thanh, Tuần phủ Quảng Tây Kỳ Cống tâu thêm về tình hình Nông Văn Vân nổi dậy tại Việt Nam, khiến con đường giao thông Hoa Việt qua ải Nam Quan bị cắt đứt. Vua Gia Khánh vẫn chủ trương bất can thiệp; nhưng căn dặn rằng Sứ thần nước Việt Nam bọn Trần Văn Trung, Phan Thanh Giản trên đường trở về nước, thì cho tạm lưu tại phủ Thái Bình để đợi tình hình sáng sủa hơn:

"***Ngày Kỷ Mùi tháng chạp năm Đạo Quang thứ 13* [1/2/1834].** *Dụ các Quân cơ đại thần. Ngày hôm nay căn cứ theo Kỳ Cống tâu:*

'Sưu tra và đề phòng họ Lê tại Việt Nam cấu kết với Thổ châu Bảo Lạc [Nông Văn Vân], *thừa cơ gây hấn. Hiện nay thế lực quân tại Bảo Lạc tương đối mạnh, Hai trấn Tam Kì, Mục Mã* (2) , *cùng châu Văn Uyên* (3) *đều do Bảo Lạc chiếm cứ, trấn Lạng Sơn cũng bị vây khốn. Đường thông sang Quảng Tây của nước này cũng bị trở ngại; nếu như bị đánh đứt, không đi theo hướng tây qua Vân Nam, thì phải dùng hàng hải đến châu Khâm thuộc tỉnh Quảng Đông.'*

Lần này có nội chiến tại Việt Nam, chưa do thám được tin tức chân thật; ai thắng ai bại, vẫn chưa định được. Duy hai phủ Trấn An và Thái Bình tại Quảng Tây vị trí ở thế "cài răng chó" (4) *tất phải ngăn ngừa gian phỉ thừa cơ trốn vượt.*

Các phủ này cần nghiêm sức các quan văn võ tại biên giới lưu tâm đề phòng, không được sơ hốt làm lỡ việc. Nếu bọn giặc phỉ tại nước này bị đánh dẹp, trốn tránh gần biên giới, lập tức đánh đuổi ngăn cản, không cho phép 1 tên trốn vào; cũng không cho phép giết bừa để lập công, gây ra rắc rối. Nếu nước này gõ cửa quan cầu xin, cần dùng lời ngay thẳng cự tuyệt. Khi Cống sứ nước này về đến Quảng Tây, cho tạm lưu tại phủ Thái Bình để đợi. Viên Tuần phủ hãy quan sát tình hình, ước tinh ổn thoả mà lo liệu, đem những điều trong đạo dụ này cho các nơi liên hệ hay biết." (**Tuyên Tông Thực Lục**, q. 247, trang 9-10)

Chú thích:

1. Hải đạo Ô, Lê: Tức là thuyền Ô và thuyền Lê dùng đi biển.

2. Mục Mã: tên thành, thuộc tỉnh Cao Bằng.

3. Văn Uyên: tên châu, thuộc tỉnh Lạng Sơn.

4. Cài răng chó: nguyên văn "khuyển nha tương chế", ý nói biên giới chỗ lồi chỗ lõm như răng chó cài với nhau.

220.
Vua Minh Mệnh [1820-1840] (20) [9/2/1834-9/3/1834]

Tháng giêng năm Minh Mệnh thứ 15 [9/2-9/3/1834], Tham tán quân thứ An Giang là Trương Minh Giảng và Nguyễn Xuân đánh tan giặc Xiêm ở sở Chiến Sai cũ, tại sông Cổ Hỗ tức nhánh sông Tiền Giang. Tháng trước bọn Giảng từ Thuận Cảng lui quân đóng ở sở Chiến Sai cũ, đặt đồn ở hai bên bờ làm thế ỷ giốc. Sau đó vài ngày, Tướng quân Tống Phước Lương lại đến tăng cường. Giặc Xiêm dẫn hơn 100 binh thuyền từ Thuận Cảng theo kênh Thuận [sông Vàm Nao] xuống, dàn ngang giữa dòng sông, cầm cự với quân ta, lại vây đánh đồn ở bờ bên tả. Quản vệ giữ đồn là Phạm Hữu Tâm cự chiến, chém được tên đại đầu mục giặc là Phi Nhã Khổ Lạc và hơn 20 tên giặc. Giặc dựng trại đối diện với luỹ ta, ngày đêm bắn đại bác; quân ta có người bị thương và chết. Bọn Giảng cho rằng thế giặc đương dữ tợn hung hăng, bèn khẩn báo cho quân thứ Gia Định phái thêm binh thuyền đến tiếp ứng.

Sau đó mấy hôm, bọn Trương Minh Giảng và Nguyễn Xuân lại đánh bại giặc Xiêm ở sông Cổ Hỗ. Lúc ấy, giặc ở thượng lưu sông, thuỷ bộ cùng chống cự với quân ta, đương đêm thừa lúc nước triều xuống, chúng ở hai bên ven sông đốt lửa đánh bè, ngăn cản quân ta, rồi đem quân sấn đến đồn tả ngạn, xông đánh. Tướng quân Tống Phước

Lương bị bệnh, không ra trận được. Bọn Giảng sai Quản vệ Phạm Hữu Tâm thúc quân hoặc đâm đánh, hoặc bắn súng, giết được nhiều giặc. Lại ở trên các thuyền Cự Hải dùng đại bác, mặt trước bắn vào thuyền giặc, mặt hông bắn vào bộ binh của giặc ở bờ bên tả, từ giờ Dần [3-5 giờ sáng] đến giờ Tỵ [9-11 giờ sáng], giặc chết ngổn ngang, thây chồng lên nhau. Chúng liền rút lui; quân ta cũng dừng lại. Trận đánh dữ dội này, Tả vệ đánh rất hăng; bọn Giảng lấy 30 lạng bạc kho và 30 đồng ngân tiền Phi long hạng lớn thưởng cho Phạm Hữu Tâm và vệ binh để khuyến khích.

Giặc Xiêm lui về đồn Châu Đốc. Trước đây, quân giặc đánh nhau với quân ta ở Tiền Giang bị thua luôn, định rút lui, bèn ngầm đem 1 cánh quân tại Đà Đạo thuộc địa giới Định Tường ở bên hữu sông, chực đánh úp đồn hữu ngạn, nhưng biết ta đã phòng bị trước, nên cuối cùng mưu không thành; bèn dốc hết quân hướng về đồn tả ngạn, hò la bắn súng, làm ra dáng định cướp trại, từ sáng sớm đến canh tư mới im tiếng súng. Khi quan quân biết thì giặc Xiêm đã lìa trại, bỏ lại xác chết mà đi. Tham tán Nguyễn Xuân liền đem vài chục binh thuyền riêng đi đến địa phận thủ sở Tân Châu ở An Giang để ngăn chặn. Riêng Tham tán Trương Binh Giảng, Hồ Văn Khuê và Tán tương Trương Phước Đĩnh đốc thúc, đại đội binh thuyền từ kênh Thuận qua Hậu Giang, đuổi theo đến sông Châu Đốc, thì giặc đóng đồn ở bờ sông chống cự lại. Bọn Giảng sai Phạm Hữu Tâm và Thái Công Triều tiến đánh. Triều, một mình đi thuyền Cự Hải sấn lên trước. Giặc dùng súng lớn, súng nhỏ bắn loạn xạ. Quân ta nhiều người thương vong; Triều cũng bị thương; bèn chia quân đóng giữ trên bờ và dàn binh thuyền trên sông, tuỳ cơ đánh dẹp. Rồi giặc Xiêm rút lui, cho quân thuỷ ở Châu

Đốc rút trước, để hơn 10.000 bộ binh và voi ngựa ở lại để chống quân ta. Bọn Tham tán Trương Minh Giảng, Hồ Văn Khuê và Tán tương Trương Phước Đĩnh đốc sức binh dõng tiến sát đồn giặc; hai bên cùng bắn nhau suốt ngày chưa hạ được. Bấy giờ binh thuyền của Bình khấu tướng quân Trần Văn Năng tiếp đến; giặc nhân ban đêm, phóng lửa đốt hết kho tàng, nhà cửa trong đồn rồi đi. Quân ta vào đồn chỉ lấy được có 8 cỗ súng hồng y và hơn 90 phương muối, còn tiền bạc, thóc gạo bị giặc đốt cháy gần hết.

Bình khấu tướng quân Trần Văn Năng phái ngay Lãnh binh An Giang là Nguyễn Đăng Huyên đem binh thuyền hiệp cùng bọn Tuần phủ, Án sát và Lãnh binh Hà Tiên do sông Vĩnh Tế nhằm đến Hà Tiên đánh đuổi giặc, lấy lại được tỉnh ly. Khi giặc Xiêm từ Châu Đốc lùi chạy, tướng quân Trần Văn Năng, giao cờ quân lệnh cho Tuần phủ Trịnh Đường hội cùng với bọn Lãnh binh An Giang Nguyễn Đăng Huyên, đem hơn 600 binh dõng với hơn 20 thuyền ô, thuyền lê tiến đến Hà Tiên để đuổi đánh. Gặp phục binh giặc ở bờ sông Vĩnh Tế, quân ta đánh, giặc chạy. Khi tiến đến Giang Thành, thì giặc đã bỏ đồn rút trước, bèn lấy lại được tỉnh ly. Có 10 chiếc thuyền giặc, theo hướng đông chạy ra ngoài khơi; quân ta đuổi theo bắn trúng 1 chiếc; quân giặc nhào xuống biển chết; bắt được 2 cỗ súng, cùng thuốc súng và gươm ngắn; còn các thuyền khác ta đuổi không kịp.

Tướng quân Trần Văn Năng, Tham tán Trương Minh Giảng và Tán tương Trương Phước Đĩnh ở quân thứ An Giang, chấn chỉnh đại đội binh thuyền thẳng tiến Nam Vang đánh dẹp giặc Xiêm. Trước kia, quân ta đã khôi phục Châu Đốc, cho rằng Hà Tiên chưa lấy lại được, chưa tiện dồn sức để đánh Nam Vang, bèn uỷ Tham tán Hồ Văn Khuê đem 20 thuyền quân đến Tiền Giang, hiệp cùng đạo quân của Tham tán Nguyễn Xuân, trước tiến Lô An (tên cũ là Lô Yếm, thuộc nước Chân Lạp) để làm cho mạnh thanh thế. Đến đây, Hà Tiên báo tin thắng trận, bọn Năng liền do Hậu Giang, tiến quân đến Nam Vang; giặc nghe tin đại quân tiến đến, bèn bỏ chạy; quân ta lấy được Nam Vang.

Nhà Vua sai quan quân hộ tống quốc vương Chân Lạp về nước; dụ bộ Lễ rằng:

"Năm ngoái quốc vương Chân Lạp là Chăn, vì giặc Xiêm xâm phạm bờ cõi, nên phái đến ở Vĩnh Long; ta đã xuống dụ ưu đãi tiền và gạo; lại sai tướng quân và tham tán đem đại đội binh thuyền đi đánh giặc Xiêm. Hiện nay quân vua đi đến đâu, mặt trận đều dẹp yên cả. Ta lại sai đem sắc thư và lụa màu để ban cho quốc vương ấy. Vậy truyền dụ cho bọn bố, án Vĩnh Long là Đoàn Khiêm Quang và Doãn Uẩn, trước hãy lấy của công chi ra 3.000 quan tiền, 500 phương gạo trắng, và phát 1 đạo sắc thư, chuẩn cho Đoàn Khiêm Quang sung làm khâm sứ tuyên sắc cấp phát cho; rồi sửa soạn binh thuyền, hộ tống quốc vương Chân Lạp về nước. Khi đến Nam Vang thì uỷ cho Trương Minh Giảng sắp xếp cho ổn thoả.

Tại nước Chân Lạp, quan nước này là bọn Trà Tri Nhâm Lịch đánh quân Xiêm thua ở phủ Cần Thu Lô Viên, chém hơn 200 thủ cấp, bắt sống 9 tên và thu được voi chiến, súng ống rất nhiều. Lại có hơn 3.000 quân Xiêm từ phủ Ba Cầu Nam chạy đến bến Trang, dùng bè định qua sông sang Bông Xui; bọn Trà Tri đem quân đuổi theo để chặn lại. Tin báo đến quân thứ Nam Vang, Tham tán Hồ Văn Khuê đem ngay binh thuyền, ngược dòng sông lớn đi lên để đón đường giặc; khi đến nơi giặc đã qua sông đi rồi. Khuê lại nghe nói có một cánh quân giặc lui vào phủ Sơn Bốc và phủ Sơn Phủ, liền thẳng đến phủ Kha Lăng dò thám lùng bắt. Tán tương Trương Phước Đĩnh cũng đem bọn Thái Công Triều đến hải phận Cần Bột, đuổi bắt thuyền giặc.

Tiền quân Đô thống phủ Trần Văn Năng chết. Năng, khi mới đến Nam Vang, bỗng bị bệnh nặng, đem việc quân giao cho Tham tán Trương Minh Giảng và Nguyễn Xuân; rồi cùng thuộc hạ quay về Gia Định, đi đến Siêu Tân ở trên Thuận Cảng [sông Vàm Nao] thì chết.

Giặc Xiêm chia đảng đóng giữ Ba Cầu Nam Phủ ở Chân Lạp. Tuần phủ Gia Định là Hà Duy Phiên, mới nghe tin, cho rằng nơi ấy có đường thông đến Quang Hoá [Tây Ninh] và thượng du Trọc Giang [sông Sài Gòn] thuộc Biên Hoà, liền thông tư cho thự Tuần phủ Vũ Quýnh theo địa hạt canh giữ. Quýnh lập tức uỷ cho Án sát Phạm Duy Trinh đi đến Thượng Nguyên thuộc thủ sở An Lợi [Phú Cường, Bình Dương], đốc thúc quân binh phái đến trước đóng giữ.

Bọn quan nước Chân Lạp, ốc Nha Trà Tri tên là Long, ốc Nha Nhâm Lịch tên là Tu, ốc Nha Ma Ha Thi Na tên là Kê đánh phá quân Xiêm ở đường bộ. Trước đó tướng Xiêm là Trà Liên Nha Đạt đem quân và voi, xâm lấn Ba Cầu Nam Phủ. Khi chúng sắp qua sông, do Xỉ Khê kéo xuống, bọn Long đem 700 Phiên binh, giao chiến, giết chết vài chục quân giặc. Giặc phải rút lui; bọn Long đuổi đến phủ Lô Viên, chém được tên đầu sỏ là Vi Sai Thượng Liêm và hơn 200 thủ cấp đồ đảng, lại bắt sống được 3 tên, thu được nhiều khí giới; giặc Xiêm chạy đến sóc Thanh Môn Long. Sai áp giải tù binh đến quân thứ Gia Định, Tướng quân và Tham tán lập tức phát cờ hồng báo tin thắng trận; rồi đem những tên giặc bị bắt lên mặt luỹ đất, rao khắp nơi, chém đầu bêu lên, khiến giặc trong thành tuyệt vọng.

Tình hình tại mặt trận Ai Lao, Bố chính Nghệ An Nguyễn Đình Tân tâu lên như sau:

"Các phủ Trấn Ninh, Trấn Tĩnh, Lạc Biên, Trấn Định thuộc tỉnh, quân Xiêm hoặc vượt sông xâm lấn quấy nhiễu thổ dân, hoặc đưa thư tìm đòi những dân xiêu giạt hoặc tràn vào đất ta. Còn nước Nam Chưởng tuy là thuộc quốc của ta, nhưng cũng là man thuộc nước Xiêm, theo tin dò thám thì Nam Chưởng cũng họp tập quân Man mà đến. Thần đã phi tư cho bọn Nguyễn Văn Tạo liệu cơ chặn đánh; lại phái thêm 100 biền binh dinh Thần sách, đem theo 5 cỗ súng quá sơn cho lệ thuộc. Lại phi sức cho viên tri phủ Trấn Ninh họp tập nhiều dân thổ, đợi Quản vệ Tống Phước Minh do tỉnh phái tiến đến, thì theo lệnh điều khiển. Phàm những con đường có thể đi đến Nam Chưởng được chọn chỗ hiểm yếu, lập đồn trại, lấy lính thổ canh giữ".

Sau đó đạo quân Trấn Tĩnh [đất Ai Lao, giáp huyện Hương Khê, Hà Tĩnh], lấy lại được phủ lỵ. Trước kia phủ Trấn Tĩnh thất thủ, giặc Xiêm chiếm cứ lấy đất, đặt 9 đồn sở, để phòng bị quân ta. Lãnh binh Nguyễn Văn Tạo điều hai đạo quân của Quản vệ Nguyễn Đức Long và Hồ Viết Ân đồng thời cùng tiến. Quân Đức Long tiến đến Thâm Nguyên, thì quân giặc đi tuần trông thấy, lui về đồn. Quân ta thừa thế đánh khép lại, dùng hoả pháo mà bắn. Hơn 1000 quân giặc đốt hết đồn sở mà chạy. Quân Viết Ân đến Động Dịch thì giặc cũng tự rút lui. Nguyễn Văn Tạo liền sai người đưa bọn Tri châu và Huyện thừa người bản xứ về đóng ở phủ lỵ, rồi báo tin thắng trận.

Quản vệ Nguyễn Đức Long phái suất đội ở quân thứ tiến đến các xứ Nông Lũng ở Trấn Tĩnh đánh phá, giặc đều chạy trốn; thu được súng điểu sang và ngựa. Gặp lúc Lê Thuận

Tĩnh đến, bèn sai Phó vệ uý Nguyễn Phương đem 400 biền binh, 5 cỗ súng quá sơn và 100 ống phun lửa, theo Thuận Tĩnh đến tăng cường.

Vua sai Thống chế Phạm Văn Điển đem quân binh do Kinh phái đi Nghệ An, hiệp cùng Chưởng cơ Lê Thuận Tĩnh đánh dẹp giặc Xiêm. Trước đấy, quân ta đã lấy lại Trấn Tĩnh, Vệ uý Nguyễn Đức Long đóng ở phủ ly, phái uỷ bọn suất đội Nguyễn Nhạ Thực và Lê Bảo giữ đồn Nông Lũng. Phó vệ uý Hồ Viết Ân đem 150 biền binh tiến đến Bạn Khinh Khê, đóng trại. Bỗng có hơn 1000 quân Xiêm xông đến vây bức. Ân hết sức đánh, chính tay đâm được một tên. Hồi lâu, vì ít không địch nổi nhiều, Ân cùng viên suất đội Lê Đình Sắt và 6 quân binh đều bị giặc giết hại; còn đều tan vỡ cả. Giặc thừa thắng, tiến lên, quân đồn Nông Lũng cũng bỏ chạy; giặc liền chia quân kẹp đánh phủ sở. Nguyễn Đức Long lùi đến chân núi Giăng Màn thuộc Tham Nguyên, giữ chỗ hiểm để chống cự. Lãnh binh Nguyễn Văn Tạo báo về tỉnh; Bố chính, Án sát Nguyễn Đình Tân và Vũ Đĩnh liền tư ngay cho Lê Thuận Tĩnh gấp đường tiến đến coi quản cả biền binh đã phái đi trước rồi dâng sớ tâu lên. Vua sai thự Thống chế Phạm Văn Điển thống lĩnh, nhằm ngày mai lên đường, tiến đến quân thứ, hiệp cùng Lê Thuận Tĩnh tuỳ cơ đánh dẹp.

Mặt trận Ai Lao giáp Quảng Trị, bọn Vệ uý đạo Cam Lộ [Quảng Trị] là Lê Văn Thuy, Án sát Hồ Hữu Thẩm, thự Phó vệ uý Phạm Phi từ Cam Giang, châu Ba Lan tiến đến Thú Khê, đánh dẹp giặc Xiêm. Hơn 2000 quân giặc dựa vào núi làm đồn, thấy quân ta đến, chia ra hai bên đón đánh. Quân ta đánh trống, reo hò, tiến lên; giặc lùi chạy đến châu Tầm Bồn, ta thu được súng ống khí giới và 3 thớt voi. Bọn Thuy cho rằng núi rừng rậm rạp, không tiện đuổi theo.

Khi giặc Xiêm mới lui, quân ta rút về, vừa đến sông Tấm Lục địa đầu Ba Lan, thì tiếp được tin của Thổ lại mục Tầm Bồn là Hạt Sà Bút cấp báo giặc Xiêm lại tụ tập hơn 5000 quân đến đồn Công Nhạc, châu Mường Bổng thuộc Cam Lộ. Bọn Thuỵ liền đốc suất binh dõng đi đường tắt đánh khép lại, từ giờ Tỵ [9-11 giờ sáng] đến giờ Thân [15-17 giờ], giặc thua vỡ tan tành. Ta chém được hơn 10 thủ cấp, bắt được tướng giặc là Man Xác Khôn La Mân Danh Khiêu, thu được súng ống khá nhiều, liền đem dâng cờ đỏ báo tin thắng trận.

Tại thành Phiên An, các tướng quân và tham tán quân thứ Gia Định tâu:

"Hơn 10 tên giặc ở trong thành nhân ban đêm, lẩn ra ngoài quách bên tả. Quân ta bắn chết được 2 tên; giặc lùi chạy, vượt thành mà vào. Bọn thần hiện đã theo các tấn sở, chia quân tinh nhuệ, đóng xen với hương dõng, ngày đêm phòng thủ nghiêm cẩn. Lại ở các đường đi cầu Tây Hoa [cầu Tham Lương], *đã phái uỷ thự Tuần phủ Biên Hoà là Vũ Quýnh đem quân và voi hội cùng án sát Gia Định là Hoàng Văn Minh và Lãnh binh Lê Sách, tìm chỗ xung yếu, đặt 1 đồn lớn để đóng giữ. Còn đạo Quang Hoá thì phái thêm 300 hương dõng Gia Định theo Phó quản cơ Lê Văn Hợp tuần tiễu chống đánh giặc Xiêm."*

Tướng quân và Tham tán quân thứ Gia Định lại tâu báo: Có nhiều lần giặc ở trong thành ra thú đều nói tên nghịch tặc Lê Văn Khôi, đêm hôm 11 tháng trước [20/1/1834], đã chết vì bệnh phù thũng. Bọn giặc suy tôn con y là Lê Văn Cù mới lên 8 tuổi làm Nguyên suý; Nguyễn Văn Chắm tự xưng là nguỵ Điều khiển. Mấy lần, có hơn 50 người giòng dây ra khỏi thành, đầu thú.

Về chiến dịch dẹp loạn Nông Văn Vân, tại mặt trận từ Tuyên Quang, giặc nổi lên ở địa hạt tổng Thổ Hoàng, châu Đại Man [huyện Chiêm Hoá, Tuyên Quang], Trưởng đồn Phước Nghi là Ma Doãn Thản đem thổ dõng đi đánh chém được 3 tên. Giặc rút lui, rồi lại kéo hàng đàn đến hơn 400 người; Thản thấy quân mình ít, rút về đồn, canh giữ. Quan tỉnh Trần Ngọc Lâm, lập tức báo cho Lãnh binh Trần Hữu Yến đem quân và voi trước đã phái đi, tiện đường hội tiễu.

Phó quản cơ Nguyễn Văn Long lấy lại được đồn Trinh ở châu Đại Man. Trước đây, đồn Trinh bị giặc chiếm đóng, Long được tỉnh phái đem quân đi tiễu, vừa mới đến Lý Nhân thì gặp vài trăm tên giặc bèn xông đánh, giặc chạy. Long liền tiến đến đồn Trinh, lại đánh nhau với giặc, chém được 5 tên và tịch thu khí giới; giặc chạy trốn vào rừng.

Tổng đốc quân vụ đạo Tuyên Quang là Lê Văn Đức, Tham tán Nguyễn Công Trứ, từ Vân Trung rút về đến tỉnh thành Tuyên Quang. Khi bọn Đức mới tiến đến Vân Trung, giặc Vân liền đem hết gia quyến trốn sang địa giới nhà Thanh, bọn Đức chia phái lùng bắt, không được một tên nào. Sau đó gặp giặc từ vùng rừng Cao Bằng Thái Nguyên; phía trước, phía sau từ ở trên núi cao bắn súng xuống. Ở mặt trước Lãnh binh Nguyễn Văn Quyền thừa thắng, khinh địch, tiến lên bị giặc cướp mất 5 cỗ súng quá sơn; kịp lúc viện binh kéo đến thì giặc trốn vào núi sâu, ta chỉ chém được 1 đầu và thu được vài khẩu súng điểu sang mà thôi. Ở mặt đạo quân sau, Lãnh binh Trần Văn Lộc vừa đến thì giặc liền lùi chạy, đuổi không kịp. Giặc lại chẹn chỗ hiểm đón đánh ở sau quân ta. Nhiều lần đồn Ninh Biên [Thị xã Hà Giang] vận tải lương quân, chuyển đệ ống trạm, đều bị ngăn trở; bọn kinh phái Thị vệ Phan Gia Phiên, tỉnh phái Suất đội Lại Thế

Tại và Dương Văn Kim đều bị giặc giết. Trong quân, đã hơn một tháng phải nhờ lương ở vùng giặc, nay sắp hết không kế tiếp được nữa. Đất này, lam chướng rất nặng, binh dõng bị bệnh ngày một nhiều. Bọn Đức cho rằng đóng quân chờ đợi dụ chỉ, thì một ngày một khó hơn lại càng không tiện, bèn định ngày rút đạo quân về. Khi qua núi Kha Đổng, làng An Lãng, quân giặc dựa thế hiểm, chống đánh, quân ta sấn đến, chém giết được vài tên, giặc liền chạy trốn. Kịp đến sông Niêm Giang, theo bờ mà đi, len lỏi quanh co, đạo quân của Lãnh binh Trần Văn Lộc và Vệ uý Tô Huệ Vân ở sau, thình lình từ bên hữu cách sông và đỉnh núi lưng đèo, giặc bắn súng ra tới tấp: quân ta bị thương chết nhiều, bỏ mất 2 cỗ súng đại luân xa. Đi 15 ngày, mới đến đồn Ninh Biên [Thị xã Hà Giang], liệu để Nguyễn Văn Quyền quản lĩnh 400 biền binh và 1000 thổ dõng ở lại đóng giữ rồi trở về tỉnh thành Tuyên Quang. Lê Văn Đức bèn để Vệ uý Tô Huệ Vân ở lại, hiệp cùng Lãnh binh Sơn Tây là Đoàn Văn Cải coi giữ tỉnh thành Tuyên Quang, rồi do đường thuỷ về Sơn Tây; còn Nguyễn Công Trứ về Hải Dương.

Nhưng sau đó nhận được tin từ Tổng thống quân vụ đạo Cao Bằng là Tạ Quang Cự cho biết Nông Văn Vân trốn tránh từ Trung Quốc đã quay trở lại, nên Vua lại sai Tổng đốc Lê Văn Đức làm Tổng đốc tiểu bộ quân vụ đạo Tuyên Quang, thự Tổng đốc Hải Dương Nguyễn Công Trứ làm Tham tán quân vụ, tiến đánh Vân Trung một lần nữa. Lê Văn Đức vẫn do đường Đại Miện, Nguyễn Công Trứ vẫn do đường Cồn Luân, mau chóng tiến quân; thông báo gấp cho bọn Tạ Quang Cự hẹn ngày hội tiễu.

Tại mặt trận Lạng Sơn Tuần phủ Lê Đạo Quảng tâu rằng đồ đảng Nông Văn Vân là Nguyễn Khắc Thước tụ họp ở rừng Yên Châu, hiện đang lùng bắt chưa được. Bọn chúng có hơn 300 tên, đều là dân ở 2 tổng Yên Châu và Lệ Viễn thuộc châu An Bác. Xin sai viên quan có tội là Dương Tam đến tuyên lời dụ chiêu an của Vua; rồi lệnh cho quân binh chọn đất đóng đồn, nếu chúng không tuân tất đánh.

Nông Văn Vân, lại tụ họp bè đảng, xâm lấn miền thượng du Cao Bằng. Tham tán Vũ Văn Từ đã thăm dò biết từ đồn Nhượng Bạn thông đến sào huyệt giặc ở Ngọc Mạo, Vân Trung, có 3 con đường: một đường giữa do đồn sở đến đồn Trung Thảng, qua các làng Thông Nông, Lương Y đến Bế Lãnh; một đường bên hữu đi ngang ra các làng Phù Tang, Sóc Giang, lại qua làng Lương Y đến Bế Lãnh, thẳng đến Ngọc Mạo; một đường bên tả đi ngang ra Hiên Lãnh, qua các xã Tháp Na, Bình Lãng, thẳng đến Vân Trung. Vũ Văn Từ liền phái bọn Vệ uý Nguyễn Tiến Lâm và Thành thủ uý Tôn Thất Tự chia nhau đóng giữ ở Lương Y, Thông Nông là con đường giữa và Tháp Na, Bình Lãng là đường bên tả, còn riêng mình thì đem đại quân đóng ở đồn Trung Thảng [huyện Thông Nông, Cao Bằng] để điều khiển. Lại tư cho Tổng thống Tạ Quang Cự phái thêm biền binh đóng chẹn ở Phù Tang, Sóc Giang là con đường bên hữu. Giặc đem đồ đảng, đi ven núi kéo đến, cùng với quan quân các đạo chống đánh luôn mấy ngày.

Tạ Quang Cự được tin báo, làm sớ phi tâu và nói:

"Bọn giặc này sau khi thua vỡ, chạy trốn không rồi nay bỗng lại dám đem quân chống cự như thế, là bởi đạo quân Tuyên Quang đã rút về trước, đạo quân Thái Nguyên cũng chưa tiến sát đến nơi cho nên nó lại dựa vào Vân Trung, Ngọc Mạo làm sào huyệt, chiêu tập người Triều Châu, thu thập đồ đảng, và tập hợp các tàn quân của nghịch Cẩn, nghịch

Huyên, nghịch Chiêu, nghịch Cán (Chiêu, Cán đều là cháu Lê Văn Khôi), nhen lại nắm tro đã tàn. Mà từ Cao Bằng tiến lên, các dãy núi chằng chịt bát ngát hiểm trở. Giáp gần địa đầu Ngọc Mạo, Vân Trung lại có một con đường tắt mà hiểm, phải đi hàng một như xâu cá, rất khó khăn. Giặc ở trên núi, từ cao bắn xuống, quan quân mạo hiểm tiến lên, chẳng khỏi tổn hại. Thiết tưởng Vũ Văn Từ thế khó một mình làm được. Nếu theo lời dụ, trước hãy kéo quân khải hoàn thì giặc lại đến, chắc không phải là đường yên ổn lâu dài. Thần đã liệu để quân và voi ở thành Cao Bằng, rồi liền tìm đường tiến lên, tuỳ cơ đánh dẹp"

Tổng đốc quân vụ đạo Cao Bằng là Tạ Quang Cự tiến đến đồn Nhượng Bạn [huyện Hoà An, Cao Bằng]; quân giặc đều im lặng ở trong rừng núi, liền chia sai đóng đồn dò bắt.

Nông Văn Sĩ, đồ đảng Nông Văn Vân lại tụ họp hơn 1.000 quân, từ làng Thông Sơn đến đồn Trung Thảng [huyện Thông Nông, Cao Bằng] , chống cự với quan quân đạo Cao Bằng. Phó lãnh binh Văn Hữu Xuân và Vệ uý Nguyễn Tiến Lâm thân đốc binh dõng, đánh nhau 2 ngày, bắn chết hơn 10 tên giặc, quân ta cũng có bị thương vong. Tổng thống Tạ Quang Cự ở Nhượng Bạn [huyện Hoà An, Cao Bằng] nghe tin, bèn sức cho bọn Xuân tạm về Hiên Lĩnh chọn đất đóng đồn, và chia quân, đóng chặn ở 2 bên tả hữu đường giặc đến. Rồi làm sớ tâu nói:

"*Đồn Trung Thảng bốn mặt đều rừng núi, cây cối um tùm, trên suốt đến Thông Sơn, dưới thẳng đến Lương Năng, chỉ có một đường độc đạo hiểm hóc, nhỏ hẹp, gồ ghề. Quân ta tiến lên tranh núi thì giặc dựa rừng bắn súng ra, chỗ ấy chẳng phải là chỗ đất thuận lợi cho việc đánh giặc. Huống chi mé sau từ Lương Năng trở xuống, qua Hiên Lĩnh đến*

Nhượng Bạn, bên tả thông đến Tháp Na, Gia Bằng, bên hữu thông đến Sóc Giang, Công Lĩnh, núi non hiểm trở, đường đi nhiều ngách, nếu cứ ở Trung Thẳng, đánh ở đằng trước, e giặc có khi đánh úp ở đằng sau. Cho nên phải làm cái kế lui quân, để nhử giặc, cho nó khinh nhờn, công nhiên kéo đàn lũ đến, quân ta sẽ do 3 đường đánh khép lại mới là mưu kế vạn toàn."

Tại mặt trận Thái Nguyên Án sát Nguyễn Mưu, Phó lãnh binh Nguyễn Văn Ưng đem hơn 1000 biền binh và 5 thớt voi chiến tiến đến Băng Thành [huyện Bạch Thông, Bắc Cạn], Cổ Đạo [huyện Pác Nặm, Bắc Cạn] để hội tiễu giặc Nông Văn Vân.

Ngoài ra trong tháng giêng [9/2-9/3/1834], tình hình tại các nơi khác như sau:

Dân 11 sách dân tộc thiểu số ở nguồn Chiên Đàn, thuộc tỉnh Quảng Nam đến đầu thú và tuân phục; xin bỏ lệnh cấm, cho làm ăn thông thương. Quan tỉnh xét rõ tình thực tâu lên; Vua sai tuyên dương uy đức triều đình, khiến họ biết sợ và mến, thực lòng chịu phục mãi mãi.

Quách Công Quế là tên giặc trốn ở Ninh Bình, tụ họp đồ đảng, cướp đốt và cướp nhà dân ở xã Trạch Lâm thuộc huyện Tống Sơn [Hà Trung, Thanh Hoá]. Phó vệ uý Lê Phước Thư giữ đồn Biểu Sơn, đem quân đuổi bắt, bị giặc bắn chết. Suất đội Nguyễn Như Lý, người cùng đi chuyến ấy, hết sức chống đánh, chém được 1 đầu và bắt được 1 tên; giặc bèn theo đường rừng trốn thoát. Tuần phủ Nguyễn Khả Bằng được tin báo, lập tức thân đem quân và voi đến ngay đuổi đánh.

Đắp đê mới ở 2 tỉnh Hà Nội và Bắc Ninh. Tại Hà Nội gồm: 1 đoạn ở làng Đồng Cư huyện Nam Xang [huyện Lý Nhân, Hà Nam], dài hơn 50 trượng; 1 đoạn ở làng Lại Xá huyện Thanh Liêm [Hà Nam], dài hơn 400 trượng. Tại Bắc Ninh gồm: 1 đoạn ở làng Phương Trạch, huyện Đông Ngàn [huyện Đông Anh, Hà Nội], dài hơn 150 trượng; 1 đoạn ở làng Ngô Đạo, huyện Thiên Phước [huyện Sóc Sơn, Hà Nội] dài hơn 50 trượng.

Sai bọn Cai đội Nguyễn Lương Huy và Chủ sự Lý Văn Phức cai quản các thuyền Định Dương và Thanh Dương đi công cán sang Hạ Châu [Singapore]; đem theo 2 người Bút Tu Kê tên là Cà Lộ và Tú La, trước đây bị an trí tại tấn sở Đà Nẵng, nay thả cho về nước.

Tình hình tại biên giới Việt Hoa, tên thổ Tri châu châu Thất Tuyền Nguyễn Khắc Hoà làm phản theo Nông Văn Vân, bị quân triều đình đánh đuổi, xin được vào quan ải để mong bảo toàn tính mệnh; nhưng Tri phủ Thái Bình đã khước từ. Sự việc tâu lên, được Vua Đạo Quang khen; và căn dặn thêm, nếu như tình hình Lạng Sơn đã trở lại yên tĩnh, thì lập tức thu xếp cho Cống sứ Việt Nam bọn Trần Văn Trung, Phan Thanh Giản ra khỏi ải Nam Quan, để trở về nước:

"***Ngày Mậu Tý 22 tháng giêng năm Đạo Quang thứ 14* [2/3/1834].** *Dụ các Quân cơ đại thần:*

Kỳ Cống tâu những điều về việc tiếp tục do thám tình hình bọn giặc tại Bảo Lạc, Việt Nam; xưng rằng:

' Bọn Khánh Cát, quyền Tri phủ Thái Bình, vào ngày 28 tháng 11 [7/1/1834] năm ngoái đi tuần tra tại quan ải Thuỷ Khẩu (1), thấy có hơn 100 người bò qua tường rào cạnh quan ải, ý muốn lén đột nhập. Qua sự cản trở vặn hỏi của các viên chức, truyền lệnh cho biết, mới hay rằng bọn chúng là người Di. Bọn này xin chiếu cố bằng mối lợi lớn, lại xưng trong đó có một người vốn là Tri châu Thất Tuyền (2) tên là Nguyễn Khắc Hoà, đầu thuận phe Bảo Lạc, mang quân giao chiến.

Nhân bị tiễu trừ gấp, bèn giả dạng làm dân nội địa [Trung Quốc], xin được vào quan ải để được bảo toàn tính mệnh. Các viên chức này giảng những điều đại nghĩa, cho biết dân Di bọn ngươi, nội bộ đánh nhau, không liên quan đến Thiên triều, quyết không thể cho vào được. Lại nạt rằng nếu còn chần chừ không chịu đi, thì chỉ có cách là trói giải giao cho quan Di [Việt Nam]; bọn giặc người Di mới chịu bỏ đi xa.'

Sự liệu biện rất tốt, riêng lần này bọn phỉ người Di trá mạo đến quan ải; khó có thể quyết chắc rằng không xẩy ra lần nữa, viên Tuần phủ cần phải tính toán thích hợp, lo liệu một cách ổn thoả. Phải đốc sức văn võ các quan cùng uỷ viên mang quân lính, cùng quân tại các quan ải ra sức tuần tra., phòng giữ nghiêm mật, để cho biên cảnh được yên tĩnh, chớ để sơ hốt lười biếng. Còn như châu Văn Uyên, trấn Lạng Sơn của nước này, nằm trên đường qua lại của Cống sứ; trước đây theo lời tâu của Kỳ Cống xin cho Cống sứ của nước này tạm lưu tại phủ Thái Bình để đợi; nay viên Tuần phủ hãy tra khám tình hình, ước lượng lo liệu. Hiện nay trấn Lạng Sơn đã được giải vây, châu Văn Uyên đã được thu phục, lúc này chắc Cống sứ của nước này đã đến tỉnh [Quảng Tây], *viên Tuần phủ cần xem xét, nếu như trấn Lạng Sơn yên tĩnh như thường, lập tức lệnh Cống sứ ra khỏi ải Nam Quan, theo đường về nước, hợp theo định chế. Đem dụ này lệnh hiểu rõ."* (**Tuyên Tông Thực Lục**, quyển 248, trang 17-19)

Chú thích:

1. Thuỷ Khẩu: Cửa ải tại biên giữa Long Châu tỉnh Quảng Tây, và tỉnh Cao Bằng.

2. Châu Thất Tuyền: tức huyện Thất Khê tỉnh Lạng Sơn.

221.
Vua Minh Mệnh [1820-1840] (21) [10/3/1834-8/4/1834]

Tháng hai năm Minh Mệnh thứ 15 [10/3-8/4/1834], quan quân Chân Lạp hợp tác với Việt Nam đánh giặc Xiêm; bọn Ốc nha Liên Thượng Liêm và Ốc nha Yết Trách nhiều lần đánh được giặc Xiêm ở phủ Cần Thu, chém được 6 tì tướng và hơn 200 đầu giặc, đuổi đến bến Trà Lai thuộc sông Mekong.

Tham tán Trương Minh Giảng và Nguyễn Xuân đem hơn 20 chiếc binh thuyền từ Nam Vang theo thượng du đường sông, tiến đến bến Bông Linh, thuộc phủ Bông Xui; hội với Tán tương Trương Phước Đĩnh trù biện việc biên giới. Trước đó, Phước Đĩnh ở Xà Năng, nghe quân Xiêm rút lui về Ba Lai, rồi qua Bông Xui, bèn tiến đóng Bông Linh, chia phái người đi tuần tiễu thám thính. Bọn Trương Minh Giảng liền đến họp ngay với Trương Phước Đĩnh.

Binh thuyền của bọn Tham tán Trương Minh Giảng, Nguyễn Xuân và Tán tương Trương Phước Đĩnh từ Biển Hồ Tonlésap tiến đến bến Bông Long, để lại đó 1000 quân binh, uỷ cho Phó vệ uý dinh Vũ lâm là Tôn Thất Tường và Vệ uý chư quân là Thái Công Triều, đóng lại ở đấy điều khiển việc nã bắt giặc ở Bông Xui. Rồi đem hơn 2000 biền binh theo đường bộ, tiến đến phủ Ca Gò. Quân tuần tiễu phía trước bắt được một tù binh Xiêm, tra hỏi biết rằng tướng Xiêm là Phi Nhã Chất Tri, sau khi bị thua ở Châu Đốc lui về Phủ Lật, có chừng 3000 quân và 60 thớt voi, chia làm 3 đồn ở hai bên bờ sông Tiểu Đà đóng giữ. Bọn Giảng liền đem việc này tâu lên, rồi lại báo cho bộ Binh rằng:

"*Phủ Lật* [Hải Tây] *giáp với Bắc Tầm Bôn* [Battambang, Cambodia] *bên Xiêm, Bông Xui* [Hải Đông] *giáp với Lò Gò Vật* [Siem Reap, Cambodia] *nước ấy. Nay nghĩ nên chọn đất ở hai phủ ấy mà đặt đồn canh giữ, thì đủ bảo vệ cho toàn hạt Chân Lạp*".

Tại Ai Lao bọn Phòng ngự sứ Trấn Ninh [Xiêng Khoáng, Lào] Kiệu Huống và Phòng ngự đồng tri Khâm Khuyết làm phản. Trước kia, bọn Huống thấy người Xiêm thường đưa thư doạ nạt và dụ dỗ, đem lòng sợ hãi, bèn âm mưu làm phản; bèn tìm cớ nói rằng nước Nam Chưởng đã đắp đường sá, dựng kho lương gần giáp phủ hạt để chứa quân Xiêm. Quan trú phòng là bọn Phó vệ uý Tống Phước Minh và Quản cơ Trương Văn Sử tin lời trích hơn 100 thú binh điều đi, sai cùng Khâm Khuyết đến đóng ở đầu địa giới để ngăn chặn. Do đó thực lực quân ta tại Trấn Ninh giảm thiểu; Kiệu Huống bèn ngầm tập hợp vài nghìn quân sở tại, đương đêm đánh úp đồn sở quân ta. Minh và Sử, hai người cố sức đánh, đều bị chết. Khâm Khuyết đến Xuy Huyện tìm đường trốn mất; quân binh phái đi lui về, rồi bị đánh thua, cũng tan chạy. Bố chánh Nguyễn Đình Tân và Án sát Vũ Đĩnh được tin do viên phủ Tương Dương ruổi ngựa đến báo, liền sai Phó vệ uý Nguyễn Văn Thiện đem quân đến đồn Mường Xén [huyện Kỳ Sơn, Nghệ An] truyền hịch gọi các thổ dõng phủ Tương Dương và 3 huyện thuộc phủ ấy chia nhau phòng bị, rồi đem sự việc tâu lên.

Vua sai quyền lĩnh Tổng đốc An Tĩnh là Nguyễn Văn Xuân sung làm Kinh lược đại sứ, thự Thống chế Phạm Văn Điển sung Kinh lược phó sứ, cấp cho ấn quan phòng Kinh lược, coi quản các vệ Kinh binh phái trước và quân binh do Hà Tĩnh phái đi, nhằm giờ lành ngày 12 [21/3/1834] tiến đến Trấn Ninh, đánh giặc.

Qua tên lính từ Trấn Ninh trốn về, Bố chính Nguyễn Đình Tân và án sát Vũ Đĩnh tỉnh Nghệ An tâu sự tình như sau:

"*Có tên lính ở vệ Nhất thuộc Hữu bảo là Thái Văn Tường từ Trấn Ninh về nói rằng: Trước đây, Trấn Ninh thua trận, y bị giặc bắt dẫn đến một nơi trại quân, thấy đều là lính man cư trú; đều quấn đầu bằng khăn trắng. Ngồi ở giữa là một chủ tướng, hói tóc, trên trán để một chòm tóc tròn, mình khoác vải hoa mán, che lọng vàng, các tì tướng đều phủ phục ở phía trước chỗ ngồi. Một chốc, thấy tên Kiệu Huống cũng gọt đầu như kiểu tướng giặc, đến phục ở trước sân. Sau đó, chúng đem y cùng quan quân bị bắt hơn 30 người giải về nước Xiêm. Dọc đường, y nhân ban đêm, trốn thoát, trở về nơi đóng quân cũ ở Trấn Ninh, vắng lặng không có một người, chỉ thấy thây chết ngổn ngang và nhà cửa dân cư bị đốt cháy gần hết*".

Quản vệ đạo Trấn Tĩnh [đất Ai Lao, giáp huyện Hương Khê, Hà Tĩnh], Nghệ An là Nguyễn Văn Thu, đánh được quân Xiêm ở những nơi Na Kham, Xán Ca. Quản vệ Phạm Văn Lợi sau đó phái đi, cùng hợp lực đuổi đánh giặc.

Đề đốc đạo Trấn Tĩnh, là Lê Thuận Tĩnh, đánh nhau với giặc Xiêm ở động Giang Màn, bị thua. Khi Tĩnh mới tới Giang Màn, được tin giặc ở phía trước khá đông, bèn đóng quân lại, lập 5 đồn đóng giữ. Bỗng quân giặc đến đánh đồn phía trước; viên quyền Phó vệ uý Phan Văn Sỹ chết tại trận; giặc do bốn mặt kéo đến, quân ta nhiều người bị thương, chết. Tĩnh vừa đánh vừa lui đến ngã ba sách Trú Cẩm, dựa chỗ hiểm để phòng ngự. Bố chính Nguyễn Đình Tân và án sát Vũ Đĩnh, tức thì lựa phái thự Phó vệ uý vệ Định võ là Hoàng Văn Quý mang 100 quân đến tấn sở Quy Hợp, đóng giữ quân lương làm thanh thế cứu viện ở xa; rồi đem tình hình bại trận tấu lên.

Tại mặt trận Cam Lộ, quân ta đánh thắng giặc ở Công Nhạc, đuổi đến La Ha Cục cách sông Khung [Mekong] độ 1 ngày đường, giặc bỏ đồn, trốn trước. Vì bấy giờ đại hạn, nước cạn, cỏ khô, quân và voi không tiện ở lâu, bèn quay về sông Tấm Lục đóng đồn.

Quân Xiêm lại xâm lấn châu Ba Lan thuộc Cam Lộ. Thự Tuần phủ Quảng Trị là Nguyễn Tú liền phái uỷ Lãnh binh Nguyễn Cửu Đức hiệp cùng Phó quản cơ Nguyễn Trọng, Phan Văn Túc, Đặng Văn Bôi và Nguyễn Văn Vân mang 300 biền binh và 2 voi trận tức tốc đi đánh dẹp.

Bọn Tướng quân và Tham tán quân thứ Gia Định tâu báo tình hình tại thành Phiên An như sau:

"*Đảng giặc cố chết giữ thành. Thần đã lựa kỹ được 200 binh dõng hăng hái chiến đấu rồi chọn lấy những cán viên cho đứng cai quản, đêm đến, chia đi ẩn nấp rình dò ở nơi tấn sở bên trường luỹ của bốn mặt thành để dứt đường quân giặc lẩn ra tìm kiếm rau dưa. Lại sức những quân bắn súng ở trên các núi đất: nếu thấy quân giặc tụ họp ở trong thành, thì lấy ngay chấn địa lôi ra bắn để giặc ngày càng mỏi mệt hao mòn, sẽ tuỳ cơ đánh dẹp*"

Sau đó tâu tiếp những sự việc lần lượt xãy ra trong tháng:

Tấn sở mặt sau trường luỹ đã bắn 1 phát chấn địa lôi, trúng vào chỗ chứa thuốc súng và ống phun lửa của giặc ở trong thành; khói lửa bốc lên ngùn ngụt. Sai thưởng 10 lạng bạc cho người bắn.

Đảng giặc ở trong thành có hơn trăm tên, nhân ban đêm, lẻn ra ngoài tiểu luỹ ở phía trước thành, đánh nhau với quân lính đi tuần. Tham tán Lê Đăng Doanh được tin, thân đốc biền binh ở Trường Luỹ sấn lại đánh giáp lá cà. Tướng quân Tống Phước Lương cũng tiếp đến cứu ứng. Giặc lui vào thành. Các súng đại bác trên thành đồng thời cùng bắn. Quân binh bị đạn chết hơn 40 người.

Những giặc trong thành ra đầu thú có tên Bạch Xuân Khản là con Bạch Xuân Nguyên; bèn đem giam lại để tra hỏi.

Về việc đánh dẹp đồ đảng Nông Văn Vân; tại mặt trận Lạng Sơn, Nguyễn Khắc Thước tụ tập bọn phạm tội đang trốn là Dương Ba An, lẩn lút ở rừng An Châu [huyện Sơn Động, Bắc Giang]. Tuần phủ Lê Đạo Quảng phái uỷ viên hiệu lực là Dương Tam đi dụ hàng; lại khiến bọn Quản cơ Vũ Văn Nguyên và Đặng Văn Đinh, đem quân và voi hội cùng quân lính các tỉnh Bắc Ninh, Hải Dương, Quảng Yên phái đi hội tiễu. Quân tỉnh Hải Dương, Quảng Yên chưa đến, bọn Vũ Văn Nguyên cùng quân Bắc Ninh tiến đến trước, chém được 3 đầu giặc, bắt được đồ đảng hơn 10 tên với khí giới, ấn tín đem nộp. Dân Lệ Viễn, An Châu, nhiều người theo giặc cũng xin đầu thú, Đạo Quảng đều thả cho về để yên nghiệp làm ăn.

Rồi Nguyễn Khắc Thước bị quan quân đánh bại, chạy

trốn về châu Lộc Bình [Lạng Sơn]. Thổ tri châu Vi Thế Tuân, đốc thúc bộ hạ dò bắt. Thước cùng với hai tên thuộc hạ gọt đầu trốn vào địa hạt châu Tư Lăng nhà Thanh. Bọn bộ hạ đuổi theo; bỗng thấy châu này sai người đến bắt mang về châu. Tuần phủ Lê Đạo Quảng được tin báo, tức thì thông tư sang phủ Thái Bình yêu cầu thông sức viên tri châu trao trả để ta xét xử. Khi châu Tư Lăng đưa trả bọn phạm nhân sang đến tỉnh, Đạo Quảng bèn làm sớ tâu lên.

Về phía nhà Thanh, viên Tuần phủ Quảng Tây cũng tâu sự việc này lên Vua Đạo Quang, được nhà Vua khen lao:

"***Ngày 29 Giáp Tý tháng 4 năm Đạo Quang thứ 14* [6/6/1834]**

Tuần phủ Quảng Tây Huệ Cát tâu rằng bắt được phiến loạn người Việt Nam bọn Nguyễn Khắc Thước, đã giải trở về nước này để tự biện lý. Nhận được chiếu chỉ khen lao." (**Tuyên Tông Thực Lục** quyển 251, trang 47-48)

Đạo quân tại Cao Bằng đánh nhau với giặc ở Đinh Lĩnh, không lợi; Tổng thống Tạ Quang Cự và Tham tán Vũ Văn Từ đều bị cách tước phong. Trước đây, quân ta đã về Hiên Lĩnh, Cự đóng ở Nhượng Bạn [huyện Hoà An, Cao Bằng], Từ đóng ở xã Bà Đông, chia phái biền binh chặn giữ. Quân giặc cánh giữa từ Công Lĩnh xuống, cánh phải Sóc Giang xuống, quân ta bắn chết cũng nhiều, chúng dần dần kéo lui. Bỗng cánh bên trái của giặc tự Kim Mã, Thái Nguyên kéo đến ước hơn 2000 người, xông đến đồn Gia Bang. Phó quản cơ Lê Văn Sĩ và Trần Văn Vân đánh nhau suốt ngày, sức quân đã mệt. Tối đến, giặc 3 mặt ập đến, quân ta không thể đánh được, bị thương vong nhiều. Lê Văn Sĩ cũng bị thương, lui vào làng Lân Chỉ. Tin báo đến quân thứ, Tạ Quang Cự đem tình hình tâu rằng:

"Quân giặc nay đã lan tràn thêm rộng. Dân Cao Bằng theo giặc không những một tổng Thông Nông. Mà số 3000 quân đi trận bấy nay trèo đèo lặn suối, nhọc mệt đã lâu, so với trước nay đã dần kém hăng hái sắc bén! Huống chi vùng này từ Bà Đông trở lên, 3 mặt rừng núi bao la, đường lối nhiều ngả. Quân giặc vụt đến, vụt đi chẳng khỏi giữ chỗ này, mất chỗ khác. Lại cũng chẳng tiện mạo hiểm vào sâu, thành thử mới phải tạm dời quân về, đóng lại để dưỡng sức, và đến gần để giữ kho tàng tỉnh thành. Vậy xin phát thêm biền binh sinh lực và sắc sai 2 đạo quân Tuyên Quang, Thái Nguyên cùng tiến, hợp đánh".

Đạo quân Tổng thống Tạ Quang Cự, Tham tán Vũ Văn Từ lại tiến đến đóng tại các đồn cũ, và phân phái quân ngăn chặn. Ban đêm, sai Cai đội cơ Cao Hùng là Đàm Vũ Kiên, Chánh đội trưởng Nguyễn Hữu Đĩnh mang thổ hào là lũ Ma Ngọc Lý, Trình Văn Châu đem quân thổ dõng đánh úp tại núi Công Lĩnh, giặc chạy trốn theo lối sau núi. Quan quân chém được 3 thủ cấp, bắt được 4 tên giặc và đốt được hơn 20 trại.

Chuẩn bị điều Tổng đốc Sơn Hưng Tuyên Lê Văn Đức đến mặt trận Tuyên Quang; Vua bèn sai thự Thống chế thuỷ quân là Hoàng Văn Trạm đi Sơn Tây, hiệp cùng Bố chánh, Án sát coi giữ tỉnh thành, và quyền giữ ấn quan phòng Tổng đốc Sơn Hưng Tuyên. Trước đây Trạm đã ở Sơn Tây, địa thế dân tình đều đã thông thuộc, nhân khi Tổng đốc Lê Văn Đức đi việc công, cho nên sai Trạm làm việc này.

Thự Tổng đốc Hải Yên sung Tham tán đạo Tuyên Quang là Nguyễn Công Trứ, chỉnh đốn các tướng sĩ thuộc quyền, nhằm ngày 12 [21/3/1834] khởi hành đi Sơn Tây, hội cùng Tổng đốc Lê Văn Đức để bàn định việc dẹp giặc

Bọn giặc Nông Văn Vân lại tràn xuống Vị Xuyên [Hà Giang] quấy nhiễu. Viên quyền Lãnh binh Nguyễn Văn Quyền đóng giữ đồn Ninh Biên [Thị xã Hà Giang] báo về tỉnh xin quân tiếp ứng. Bố chính Trần Ngọc Lâm và án sát Hồ Sĩ Lâm liền phi sức cho Lĩnh Binh Trần Hữu Yến đem số quân binh đã phái đi trước, do châu Đại Man [huyện Chiêm Hoá, Tuyên Quang] tìm đường đến họp với Vệ uý Tô Huệ Vân ở Hữu vệ Tuyển phong dinh Thần sách và Phó quản cơ Nguyễn Văn Thọ ở cơ Tuyên Quang do tỉnh phái đi, cùng nhau hợp sức hội tiễu.

Bọn giặc vây đánh đồn Ninh Biên. Quyền Lãnh binh Nguyễn Văn Quyền tự liệu sức khó chống nổi, bèn trước sai thổ Tri huyện là Nguyễn Văn Biểu, do đường thuỷ về tỉnh, rồi tự mình đem binh dõng tìm đường bộ, rút lui để chờ đại binh. Bọn Bố chính Trần Ngọc Lâm và án sát Hồ Sĩ Lâm liền phi sức cho mấy quan võ phái đi trước là Lãnh binh Trần Hữu Yến và Vệ uý Tô Huệ Vân cùng tiến đi tiễu trừ. Lại phi báo cho Tổng đốc Lê Văn Đức khẩn cấp đốc thúc quân binh gấp đường đến mau.

Tổng đốc đạo Tuyên Quang Lê Văn Đức và Tham tán Nguyễn Công Trứ, mang hơn 4000 binh dõng xuất phát từ tỉnh thành Sơn Tây, làm sớ tâu rằng:

"Vừa rồi, tiếp được tờ phi tư của Tuyên Quang báo đồn Ninh Biên có giặc, bọn thần đã phái ngay biền binh đến cứu trước."

Tổng đốc Lê Văn Đức và Tham tán Nguyễn Công Trứ, đạo Tuyên Quang, tiến đến tỉnh thành Tuyên Quang, được tin báo Lãnh binh Nguyễn Văn Quyền ở đồn An Biên, qua sông Lô, lui về Ba Phố [thuộc xã Bình Sa, châu Vị Xuyên], họp với Lãnh binh Trấn Hữu án và Vệ uý Tô Huệ Vân. Liền phái Phó quản cơ Nguyễn Đức Chung, Trần Văn Lục gấp đến tiếp ứng, rồi mang đại quân kế đến sau, cùng dâng sớ tâu lên rằng:

"Bọn giặc đã lấn quá Vị Xuyên. Phàm các đường lối qua lại đều bị ngăn chặn. Lương thực, quân nhu rất khó chuyển vận trước được. Đã bắt thổ dân các châu Hàm Yên, Thu Châu, chỉ được có 800 người cho đài tải đi theo quân, nhưng đường sá hiểm trở, mỗi lần chỉ tải được 400 phương, e tiếp tế không đủ, rất lấy làm lo ngại".

Tại mặt trận Thái Nguyên Án sát Nguyễn Mưu và Phó lãnh binh Nguyễn Văn Ưng đem quân và voi đến phố Nà Miêu thuộc Cảm Hoá [huyện Ngân Sơn. Bắc Cạn], báo trước cho Tổng thống đạo Cao Bằng Tạ Quang Cự và Tham tán Vũ Văn Từ, hẹn ngày hội tiễu. Sau đó bọn giặc nghe thấy 2 đạo quân đều tiến, thì chúng lui về Long Lũng. Bọn Nguyễn Mưu liền do núi Giảng, núi Cùng gấp đường đuổi theo. Đuổi đến mỏ thiếc Vụ Nông [huyện Ngân Sơn. Bắc Cạn], giặc đã trước rút lui rồi, bèn đóng quân lại Linh Quang [huyện Ngân Sơn. Bắc Cạn], chờ hai đạo quân Tuyên Quang, Cao Bằng đến hội tiễu, rồi đem sự việc tâu lên.

Án sát Nguyễn Mưu, Phó lãnh binh Nguyễn Văn Ưng ở đạo Thái Nguyên đóng quân ở mỏ thiếc Vụ Nông, thám thính được tin tướng giặc là Nông Văn Hoành (em Nông Văn Sỹ, xưng là Chánh quản lữ), Bế Văn Huyền và Bế Văn Cận (đều xưng là Thống chế), hợp cùng Cai tổng Kim Mã là Lương Quang Phượng và các khoáng trưởng (1) người nhà Thanh là bọn Trương Xương Xí tập hợp bè đảng đến hơn 1000 người, đóng ở Long Lũng. Bọn Mưu lập tức theo đường núi Thỏ Lĩnh và sông Biền Giang tiến đến mỏ Vụ Nông đóng chặn rất nghiêm mật. Rồi sức cho tên nguyên Cai đội hiệu lực là Đinh Quang Tiến cho người đi chiêu dụ; lũ Lương Quang Phượng đều đem súng điểu sang, gươm, giáo đến trước quân xin đầu thú và nói: Các tên phản nghịch là Hoành, Huyền và Cận nghe thấy quan quân tiến bức, chúng đã trốn vào Vân Trung. Bọn Án sát Mưu bèn bàn nhau, định ngày theo đường mỏ Tống Tinh [huyện Bạch Thông , Bắc Cạn], đi tắt đến Bằng Thành, Cổ Đạo (cách Long Lũng một ngày đường), chờ tin đạo Cao Bằng trả lời, sẽ tìm đường đến thẳng Vân Trung [huyện Bảo Lạc, Cao Bằng] hội tiễu.

Ngoài ra trong tháng hai [10/3-8/4/1834], tình hình tại các tỉnh khác như sau:

Dân đói Hà Nội và Nam Định đến tỉnh Ninh Bình và Thanh Hoa kiếm ăn có đến hơn 1.000 người. Bèn sai hai tỉnh đặt nơi phát chẩn; tập hợp những người dân cùng túng lại, chia ra các hạng nghèo quá, hạng nghèo vừa, hạng ít, để liệu phát chẩn cho. Một tháng sau, nếu thấy đã có sắc mặt (2) thì thôi, nếu còn chật vật thì chuẩn cho tiếp tục phát chẩn.

Thương thuyền của người nhà Thanh buôn bán ở nước Xiêm, nhân gặp nạn bão, hơn 100 người bị giạt vào hải phận Vĩnh Long. Vua nghe tin, bảo rằng:

"*Nước Xiêm bỏ tình giao hiếu sinh việc thù hằn, vô cớ gây hấn. Những người trong thuyền ấy ở nước Xiêm đã lâu, cũng như người Xiêm vậy. Huống chi người nhà Thanh quen làm trinh thám cho giặc Xiêm, đáng nên trị tội. Nhưng nghĩ đối với lũ tiểu nhân ấy, chẳng thèm nghiêm trách. Vậy sai áp giải đến Nam Vang, do đường bộ, lùa ra ngoài cõi*".

Thuyền buôn của người Anh Cát Lợi đến đậu ở tấn Đà Nẵng, bắn 9 phát súng chào. Phó vệ uý án thủ 2 pháo đài An Hải và Điện Hải là Nguyễn Văn Lượng, Phó vệ uý trú phòng là Cao Văn Điện, vì thấy sắp đến ngày lễ Đại tự, không dám bắn súng để đáp lễ. Việc tâu lên. Vua quở rằng:

"Thuyền nước ngoài đến, theo lệ, có bắn súng đáp lễ. Huống chi, bắn súng cũng là việc thường, có hại quan hệ gì đến điển lễ cúng tế? Bọn ngươi sao mà chẳng thông nghĩa lý đến thế!".

Mỗi người đều bị phạt 6 tháng lương; lại sắc sai bộ Binh truyền cho 2 pháo đài mỗi đài bắn ngay 3 phát súng để đáp lễ, rồi đến nói với chủ thuyền Anh Cát Lợi rằng: vừa đây, viên giữ tấn sở vì thấy quý quốc mới đến, nên chưa dám tự tiện bắn súng đáp lễ; nay được quan Thương bạc truyền sức, mới theo lệ làm. Sau đó sai bọn sung biện Các vụ là Nguyễn Tri Phương và Biện lý bộ Hộ là Phạm Thế Hiển xuống thuyền đổi mua võ khí và dặn nên giữ một mực công bình chính trực, còn thuế cảng thì đánh theo lệ thuyền Tây dương.

Nêu thưởng những người dân thọ 100 tuổi ở Bình Định 2 người; Quảng Trị, Hà Tĩnh, Nam Định mỗi tỉnh 1 người.

Binh thuyền của bọn Phó vệ uý vệ Tiền nhất dinh Vũ Lâm, quyền sung Thống chế là Lê Văn Quý, Tả thị lang bộ Binh, Tán tương cơ vụ là Trần Chấn, Vệ uý vệ Cẩm y là Đoàn Dũ do Kinh phái đi, đã đến đảo Phú Quốc thuộc Hà Tiên. Trước đó, binh thuyền ấy bị bão, giạt vào hải phận nước Xiêm, củi, nước sắp hết, mọi người đều lo sợ. Bọn Lê Văn Quý khấu đầu, khấn thần; một chốc gió thuận, đoàn thuyền lại quay về. Dọc đường, gặp đoàn thuyền giặc Xiêm hơn trăm chiếc, chúng đều lánh đi, không can thiệp; vì thế, bọn Quý mang toàn quân trở về.

Quân binh Hà Nội đánh tan được tàn dư đảng Lê Duy Lương ở huyện Chương Đức [huyện Chương Mỹ, Hà Tây]. Trước đây, Tổng đốc Đoàn Văn Trường được tin báo giặc trốn tránh là bọn Quách Tất Công tập hợp hơn 600 tên, ngấm ngầm tụ họp ở những khu rừng thuộc Chương Đức. Trường lập tức sai Phó lãnh binh Vũ Đình Quang đem lính và voi, cùng với Quản phủ Nguyễn Đăng Khánh đi đánh dẹp. Bọn này gặp giặc ở Miếu Môn, đánh và bắt sống được Thống lãnh Tiền quân giặc là Nguyễn Văn Lưỡng, chém và bắt làm tù binh được nhiều đồng đảng nó; lại cho quân đi lùng bắt được Tham tán giặc là Nguyễn Bá Năng và Phó cơ giặc là Bùi Văn Mạch.

Khơi dòng sông ở Hưng Yên và san bỏ đê điều ở hạ lưu. Trước đây, đê Hưng Yên vỡ, vì nhân dân muốn đình chỉ không đắp lại, nên Tổng đốc Đặng Văn Thiêm và Tuần phủ Trịnh Quang Khanh đã hội đồng đến khám tận nơi, trù tính việc khơi đào, mở lối thông nước; rồi dâng sớ tâu rằng:

"*Chỗ đê Sài Thị* [huyện Khoái Châu, Hưng Yên] *vỡ, hiện đã thành đầm sâu chu vi hơn 3 mẫu, sâu 29 thước, thông vào cả ngòi lạch trong đồng, lại tràn ruộng dân đến một con ngòi nhỏ, rồi chảy qua các huyện Đông An, Kim Động, Tiên Lữ, Thiên Chi, Phù Dung, đến cửa sông Biện Tân, rồi đổ vào sông Thanh Miện thuộc Hải Dương. Nay nghĩ cứ nhân theo hình thế, chỗ nào úng tắc thì khơi sâu cho thoát, chỗ nào cần mở qua ruộng dân cũng phải hợp sức khơi đào, cần sao mở rộng được 3 trượng, sâu được 4 thước. Lại nữa, con đê hạ lưu huyện Phù Dung* [huyện Phù Cừ, Hưng Yên], *từ Yên Cầu đến Biện Tân hơn 1130 trượng, đều không còn thành đê nữa.*

Nay cũng nên liệu san bỏ bớt đi, để đến mùa thu, khi nước mới lên, thì thuận lối theo khe ngòi; khi nước to đột ngột, thì có thể tràn qua đê bị bạt ấy mà đổ thẳng ra sông. Bọn thần đã sức các phủ huyện sở tại điều bát dân phu và đã thông tư cho tỉnh Hải Dương cứ theo phần sông của từng hạt, khởi công khai đào."

Ngày Nhâm Tuất 27 [5/4/1834], tiết Thanh minh; Vua đích thân đến bái yết lăng Thiên Thụ [lăng Gia Long]. Trước nhật kỳ, vua đi đường thuỷ, đến sông Lợi Nông [huyện Hương Thuỷ, Thừa Thiên], thăm lúa, nhân lên núi săn bắn. Bầy tôi không quản nắng đi theo vua, không ai chậm lại chút nào. Vua thưởng ngân tiền Phi long cho họ, có từng bậc khác nhau.

Về phía nhà Thanh,Tuần phủ Quảng Tây Kỳ Cống tâu lên Vua Đạo Quang rằng cuộc nổi loạn của Nông Văn Vân ở giai đoạn thoái trào; Vua Đạo Quang ra lệnh nếu bọn Nông Văn Vân vào nội địa trốn tránh, phải nghiêm hành tập nã, nếu bắt được thì giải giao cho Việt Nam:

"***Ngày Kỷ Hợi mồng 4 tháng 2 năm Đạo Quang thứ 14* [13/3/1834].** *Dụ các Quân cơ đại thần:*

Ngày hôm nay cứ theo lời tâu của Kỳ Cống, khẩn chuyển qua dịch trạm nội dung nhận được văn thư từ Việt Nam cho biết việc đánh dẹp giặc đã xong. Xem xong tờ tâu, rằng 'Vào khoảng tháng 10 năm ngoái, bọn giặc Nông Văn Vân tại nước này từ Bảo Lạc chia đường đánh phá các xứ Tam Kỳ, Mục Mã và châu Văn Uyên; lại vây đánh Lạng Sơn thế rất mạnh. Đến khoảng tháng 11, sau khi thu phục được Tam Kỳ, Quốc vương nước này cho điều binh, cùng chiêu mộ thổ dân chia làm 2 cánh đánh bắt. Một cánh vượt núi, chiếm đoạt châu thành

Bảo Lạc, một cánh từ thành nhà Lê hướng về trấn Lạng Sơn cứu viện. Bọn giặc nước này thế không địch nổi, giải vây Lạng Sơn, rút về giữ Mục Mã. Thám xét rõ tình hình, Phiên vương Việt Nam sai Thống lĩnh quân vụ Ngô Văn Bôi, Tham tán Vũ Văn Thanh mang hơn 3000 quân, trước đến đánh dẹp Cửu Phong, rồi đến Mục Mã. Vùng Cửu Phong, giao tranh tại Hội Hạ, quân giặc Bảo Lạc thua to, nên thừa thắng tấn công Mục Mã. Bọn giặc Nguyễn Hữu Cẩn cùng khốn, thiêu huỷ kho tàng tại Mục Mã rồi bỏ chạy. Hiện tại các vùng Lạng Sơn, Cửu Phong, Mục Mã đều thu phục. Lạng Sơn đã lập chợ và đưa quan đến trấn nhậm. Duy chưa bắt được Nồng Văn Vân, nên chưa triệt binh; lại lo bọn giặc thế cùng trốn vào nội địa [Trung Quốc], *nên đã sai quan trấn Hữu Giang là Mãn Thừa Tự cho 300 quân bố phòng tại các ải quan trọng. Lại cứ theo lời Phiên vương họ Nguyễn nói rằng bắt được Đầu mục giặc cung xưng rằng Nồng Văn Vân mang vợ con cùng đồng đảng hơn 100 tên, theo hướng Vân Nam trốn tránh, khẩn trình Vân Nam bắt và giải giao.'*

Nước Việt Nam xưng làm Phiên thần nạp cống, nhiều năm cung thuận. Nay bọn giặc đã dẹp xong, biên cảnh bình an, lòng Trẫm rất vui. Bọn giặc Nông Văn Vân nếu đến Vân Nam trốn tránh, đáng cho nghiêm hành tập nã. Nay mệnh Nguyễn Nguyên, Y Lý Bố, Lô Khôn, Kỳ Cống, Huệ Cát, hãy nghiêm sức quân lính tại biên giới đồng loạt ngăn chặn tầm nã, không để cho 1 tên giặc phỉ xâm nhập. Lại nghiêm dụ dân cư duyên biên không chứa chấp những người khả nghi, gây ra tình cảnh hỗn độn tiềm tàng. Nếu Nông Văn Vân trốn vào nội địa bị bắt, viên Tổng đốc một mặt tâu lên, một mặt giải đến nước này để họ tự giải quyết. Đem dụ này lệnh hay biết."- (**Tuyên Tông Thực Lục** quyển 249, trang 9-10)

Chú thích:

1. Khoáng trưởng: người đứng đầu một hầm mỏ.

2. Có sắc mặt: Ý nói sắc mặt không còn dấu hiệu đói [ngạ sắc].

222.
Vua Minh Mệnh [1820-1840] (22) [9/4/1834-8/5-/1834]

Tháng ba năm Minh Mệnh thứ 15 [9/4-8/5/1834]; thự Tổng đốc Nguyễn Công Trứ trên đường hành quân dẹp giặc Nông Văn Vân từ mặt trận Tuyên Quang đã dâng tập '***Thỉnh an***' quan trọng lên Vua, trình bày vị trí chiến lược của vùng đất An Biên, Hà Giang, xin đặt tỉnh thành tại đây, để chế ngự vùng thượng du miền Bắc. Mở đầu tác giả trình bày yếu tố địa lý, từ thành Tuyên Quang men theo dòng sông Lô đến đồn An Biên đối ngạn với Hà Giang [tương đương với đoạn quốc lộ số 2 ngày nay, từ tỉnh lỵ Tuyên Quang đến tỉnh lỵ Hà Giang] phải mất 8 ngày đường; từ đó tiến đến châu Bảo Lạc [tương đương với đường 34 ngày nay, từ tỉnh lỵ Hà Giang đến huyện lỵ Bảo Lạc, tỉnh Cao Bằng], sào huyệt của Nông Văn Vân, lại phải mất thêm 8 ngày:

"*Tỉnh Tuyên Quang tiếp giáp với huyện Hùng Quan thuộc phủ Đoan Hùng, tỉnh Sơn Tây. Từ tỉnh đến đồn An Biên hết 8 ngày đường; từ đồn An Biên do đường An Định, Bắc Nhự đến Vân Trung* [Bảo Lạc] *thì hết 5 ngày; nếu do đường Đại Miện, Tiểu Miện đi Vân Trung thì hết 8 ngày. Tính suốt ra , từ tỉnh thành* [Tuyên Quang] *đến châu Bảo Lạc, đi được yên lành cũng đã hơn nửa tháng.*" [Đại Nam Thực Lục, tập 4, trang 92]

Với đường giao thông xa xôi khó khăn như vậy, mọi sự tiếp tế lương thực, tiếp viện quân lính, lại chỉ dựa vào tỉnh Sơn Tây tại cuối dòng sông Lô; nên trong quá khứ gặp nhiều sự trở ngại, như đồn An Biên tại Hà Giang mấy lần bị đánh mất không kịp cứu, vùng châu Bảo Lạc Nông Văn Vân nổi dậy, không dập tắt được kịp thời:

Núi sông hiểm trở, đều thuộc đất của thổ ty, khi có việc xẩy ra, chờ được tin báo thường quá chậm không kịp việc. Phương chi những việc quan trọng đều do tỉnh Sơn Tây điều khiển, sự đi lại và điều động phải hàng tuần hàng tháng mới xong. Công việc có khi bị trở ngại và lầm lỡ cũng do vì tình thế cách trở xui nên thế. [Đại Nam Thực Lục, tập 4, trang 92]

Đích thân hành quân qua vùng An Biên, Hà Giang; Nguyễn Công Trứ nhận định rằng đất này có vị trí chiến lược đủ để khống chế các vùng xung quanh; lại có khả năng tự túc, tự cường lập tỉnh thành lớn. Riêng về mặt địa hình quân sự, vị trí An Biên rộng rãi, trước có sông Lô ngăn chặn, ba mặt núi đá ôm quanh; các phía phải, trái, núi hiểm có thể làm quan ải chặn giữ. Về an ninh xa có các sông Đại Miện, Tiểu Miện; hoặc các vùng An Định, Bách Đích có thể xây đồn để chặn giữ:

"An Biên là nơi trung độ nhất của Tuyên Quang, mặt trước có dòng sông ngăn chặn, ba mặt có núi đá ôm quanh, quảng giữa rộng rãi, chứa được vài vạn người, có thể lập tỉnh thành. Tòng Tạo bên hữu, Lạp Lĩnh ở bên tả có thể xây dựng quan ải, phía nam con sông có núi đất, xây pháo đài để phòng thủ được nghiêm. Như thế tự thành một nơi hiểm trở có thể ở được. Ngoài ra các nơi xung yếu như Đại Miện, Tiểu Miện, mỏ son Bách Đích và An Định đều đắp đồn để

ngăn chặn; những chỗ bị nghẽn lấp quanh co, chật hẹp thì cho khai đào, sửa phẳng để dễ đi lại." [Đại Nam Thực Lục, tập 4,trang 92-93]

Từ vị trí chiến lược này, giống như cái trục của cỗ xe, có thể lần theo nan quạt, toả ra bốn phương: hoặc theo đường 34 hiện nay để đến các châu Mèo Vạc, Bảo Lạc; hoặc theo sông Gầm, sông Năng đến hồ Ba Bể [Bắc Kạn] thuộc vùng đất tỉnh Thái Nguyên thời đó; hoặc xuôi dòng sông Lô qua tỉnh lỵ Tuyên Quang ngày nay để đến tỉnh thành Hưng Hoá, hoặc ngược sông Lô đến châu Vị Xuyên để kiểm soát vùng mỏ Tụ Long (1):

Như vậy thì mặt tây có thể chống giữ Bảo Lạc, Lục Yên, mặt đông có thể trấn áp Đại Man, Vị Xuyên, mặt nam có thể khống chế Hưng Hoá, mặt bắc có thể thông với Thái Nguyên; thực được cái thế ở chỗ trọng mà trị chỗ khinh, chẳng khác gì thân người sai khiến chân tay vậy. Vận động đã nhanh, tin tức lại nhậy, có thể ngăn chặn được cái chưa nảy mầm, tiêu trừ những cái không yên tĩnh. [Đại Nam Thực Lục, tập 4, trang 93]

Về mặt kinh tế, Nguyễn Công Trứ thấy được tiềm năng nông nghiệp của vùng châu thổ sông Lô quanh Hà Giang. Là chuyên viên về dinh điền, ông đề nghị chỉ cần tiếp tế 6 tháng lương thực để giúp cho dân khẩn hoang, sau đó có thể tự cung cấp được:

Nói về nhu phí: Hạt này đất màu mỡ; núi, chỗ nào cũng gieo trồng được. Vừa rồi những chỗ thần đi qua thấy thóc lúa để lộ trong rừng, trong gò. Hơn 4000 binh dõng đi trận chuyến này, suốt từ tháng 10 đến tháng chạp, mà một xã Vân Quang cung cấp không thiếu thốn, thì đủ biết những nơi khác. Xét ra, ruộng ở đây không có sổ điền và cũng không nạp thuế. Những đất có thể gieo trồng được còn bỏ hoang rất nhiều. Vậy thì chỉ phải chuyển vận lương thực một lần đủ dùng nửa năm, Sau này, chiêu mộ những dân xiêu tán ở các xã khai khẩn, rồi chiếu những đất thực đã trồng cấy được, châm chước thu thuế, chứa lại để chi dùng, có thể đầy đủ, không sợ thiếu thốn. [Đại Nam Thực Lục, tập 4, trang 93]

Về công cuộc khai mỏ, thế mạnh của vùng thượng du miền Bắc, ông chủ trương nên kiểm soát chặt chẽ, không cho người Thanh thao túng; làm được như vậy sẽ giúp cho ngân quỹ dồi dào và an ninh được củng cố:

Lại nữa, các sở mỏ vàng, mỗi năm nộp thuế từ 1 đến 4 lạng, mỗi lạng tính ra 80 quan tiền. Những người Thanh làm mỏ, mỗi nơi tụ tập để kiến ăn trên dưới 700, 800 người, đều là những kẻ du đảng trốn tránh. Chúng đào xẻ mạch đất, quấy nhiễu dân địa phương, thường gây ra xích mích. Ngày nọ, giặc Vân đi đến đâu, chém giết bừa bãi đến đấy, đều do bọn này hùa đảng, giúp nó làm bậy cả. Số thuế vàng thu nhập ấy, có hay không, đều không đáng kể. Nay xin tạm bắt các mỏ vàng đóng cửa. Đuổi hết về nước những người Thanh tụ tập kiếm ăn tại đây. Sau này, có ai xin trưng, cứ quan địa phương xét thực, sẽ chiếu theo cái lệ "Hộ làm vàng "ở Quảng Nam mà đánh thuế. Rồi thường cho kiểm soát, không để chúng tự giấu bớt như trước, Như vậy, đã dứt được cái lo bất ngờ, mà lại làm dồi dào thêm việc tiêu dùng của nhà nước. [Đại Nam Thực Lục, tập 4, trang 93-94]

Vua dụ rằng:

"Tỉnh Tuyên Quang tiếp giáp Thái Nguyên, mà An Biên lại là nơi trung độ, hiểm trở có thể làm căn cứ được. Việc

xin dời tỉnh thành Tuyên Quang về An Biên, cho thống trị cả Thái Nguyên và đặt tổng đốc để yên lòng mong mỏi của dân, dường cũng có lý. Nhưng chỗ này đất nhiều rừng rậm, người, vật còn thưa thớt; nếu nay dựng tỉnh thành ở đấy thì thực có nhiều điều chưa tiện. Hãy chờ sau này biên giới yên tĩnh, sẽ bàn chưa muộn."

Tổng đốc Lê Văn Đức và Tham tán Nguyễn Công Trứ từ Tuyên Quang tiến đến đầu hạt Vị Xuyên [Hà Giang]. Thám thính biết được đảng giặc từ khi An Biên thất thủ, ngày một lan dần xuống châu Vị Xuyên và địa phận châu Đại Man. Chúng chia đóng đồn trại, mưu đồ chống cự. Bọn Đức liền bàn nhau, chia làm hai đạo: Đức do đường Vị Xuyên, Trứ chuyển đi lối Đại Man [huyện Chiêm Hoá, Tuyên Quang], đều mang theo vài ba ngày lương, tiến quân lên đường. Quân Đức qua xã Hoàng Mai [huyện Vị Xuyên, Hà Giang] được tin thuyền lương đã đến bến xã Phù Loan [huyện Vị Xuyên, Hà Giang], bèn để Lãnh binh Trần Hữu án ở lại đón, hộ tống lương theo quân. Khi đến các xã Bằng Hành và Ngọc Liễu, giặc ở trong rừng chỗ 500, chỗ 300 tên bắn súng ra. Nguyễn Văn Quyền trong toán quân đi trước đốc quân sấn đánh, chém được một thủ cấp, còn thì chúng trốn cả. Thổ ty Ma Tường Huy cũng bắn chết được một tướng giặc và đoạt được khí giới. Bấy giờ tiếp được thư Nguyễn Công Trứ nói quân đến đồn Phước Nghi, theo tả ngạn sông Gầm thẳng tiến. Khi qua các xã Kim Tương, Năng Khả, có giặc mai phục chặn đường. Thổ dõng ở đạo quân đi trước đánh chém được một thủ cấp, giặc liền tan chạy. Ở đất Như Hương bên kia bờ sông, báo có Phó tướng giặc là Nguyễn Đình Chu từ phía Thái Nguyên, hợp với Nguyễn Quang Thiêm là em Thống chế giặc Nguyễn Quảng Khải, lập ra 3 đồn và có đồ đảng đến hơn nghìn tên. Bọn Công Trứ hiện đương cho làm bè sang sông đánh phá đảng giặc này, rồi xông thẳng đến xã Côn Lôn [huyện Chiêm Hoá, Tuyên Quang], san phẳng sào huyệt của Quảng Khải, thì mới có thể hội quân được.

Lãnh binh Tuyên Quang Trần Hữu Ân đi hộ tống 5 chiếc thuyền lương, tiến đến chỗ bờ sông xã Chương Khê, bỗng có hơn 500 giặc từ trong rừng trổ ra nã súng, đón cướp thuyền. Quân binh tan vỡ. Ân bị thương, cũng lội sông chạy. Duy có một chiếc thuyền của thuyền hộ Đoàn Văn Giới chặt trước được dây buộc thuyền, buông xuôi theo dòng thoát được thoát, còn đều bị giặc lấy mất.

Lê Văn Đức, Tổng đốc đạo Tuyên Quang, tiến quân đến thôn Mã Lang, tâu trình về tình hình:

"*Quân đi đến đâu, giặc thấy bóng gió, bỏ đồn trốn trước. Vừa rồi được tin Trần Văn Ân bại trận, hỏi ra thì thổ dân cho biết đó là Nguyễn Thế Khôi con tên tướng giặc Nguyễn Thế Nga, mới lén lút nổi lên. Khi phái quân đến tiễu, thì nó đã trốn xa, không biết đâu mà đuổi bắt. Lại tiếp tin báo tướng giặc Lưu Trọng Chương và Hoàng Trinh Tuyên tụ họp đồng loã hơn 1.000 tên, từ Lục Yên [Yên Bái] đến quấy nhiễu địa hạt tổng Lâm Đường. Nay đại binh sắp tới An Biên, giặc ở phía trước tất khó rút chạy. Nếu mặc không hỏi đến, e chúng lấn vào vùng giữa Vị Xuyên [Hà Giang] thì đường tiếp lương của ta sẽ khó thông đồng. Vậy xin phái một viên quan to ở gần miền, mang một đạo trọng binh, qua lối Thu Châu [huyện Yên Bình, Yên Bái] điều thêm thổ dõng, lên đường đến thẳng Lục Yên, rồi tuỳ liệu hoặc vỗ về, hoặc đánh dẹp cho đứt mối lo quân giặc thừa hư quấy nhiễu phía sau. Lại nữa, đạo quân Nguyễn Công Trứ trước hẹn do đường châu Đại Man vòng ra phía trên An Biên để chặn đường chạy của giặc. Nay*

Công Trứ bận việc mãi ở Côn Lôn, không tiện chờ mãi, nên thần đã ấn định ngày giờ chia đường tiến lên đánh lấy An Biên [Hà Giang]"

Tại mặt trận Lạng Sơn, Cao Bằng, Tổng thống Tạ Quang Cự tâu báo:

"*Quan quân đi tiễu phỉ suốt một dải từ Đào Ngạn, Nghi Bố đến núi Công Lĩnh, đốt hết doanh trại ven núi của giặc hơn 30 nơi và chém được mấy tên giặc, còn thì chúng trốn xa, từ đấy không dám trở lại nữa.*"

Lê Đạo Quảng, Tuần phủ Lạng Bình, từ tỉnh thành Cao Bằng tiến đến đồn Nhượng Bạn [huyện Hoà An, Cao Bằng], hội với Tổng thống Tạ Quang Cự, Tham tán Vũ Văn Từ bàn bạc việc quân. Thám thính thấy ở mặt trước Trung Thảng [huyện Thông Nông, Cao Bằng], Thông Sơn; phía giữa, Tháp Na; phía tả và Khuy Lĩnh phía hữu, trở lên tới giáp Ngọc Mạo [huyện Bảo Lạc, Cao Bằng], quân giặc còn nương rừng, tựa hiểm, mưu ngăn trở quân ta. Bèn ấn định ngày chia đường tiến tiễu: Đường giữa, Vũ Văn Từ cùng Lãnh binh Nguyễn Văn Thuận với hơn 1.800 binh dõng, một người do núi Công, một người do núi Hiên Lĩnh tiến lên Trung Thảng; đường tả, Phó lãnh binh Văn Hữu Xuân, với hơn 1000 binh dõng, do Gia Bằng [huyện Thạch An, Cao Bằng] tiến đến Tháp Na; Đường hữu, Lê Đạo Quảng, với hơn 1000 binh dõng, do Tĩnh Oa tiến đến núi Khuy Lĩnh. Tạ Quang Cự thì ở phía sau, mang hơn 1000 binh dõng và 40 thớt voi tiến lên đóng ở Bà Đông, để tuỳ cơ điều khiển. Lại phái 400 binh dõng giữ đồn Gia Bằng , và 100 giữ đồn Nhượng Bạn.

Đạo quân giữa, Tham tán Vũ Văn Từ tiến đến núi Mã

Hồi, phá liền được hơn 20 trại giặc, đóng quân ở sơn phận núi Trung Thảng [huyện Thông Nông, Cao Bằng]; đạo quân hữu là Tuần phủ Lê Đạo Quảng tiến đóng Sóc Giang [huyện Thạch An, Cao Bằng]; đạo quân tả, Phó lãnh binh Văn Hữu Xuân tiến đóng Lương Năng [huyện Thông Nông, Cao Bằng]. Giặc đã rút khỏi các nơi này, nhưng còn dựa những chỗ hiểm yếu, đóng giữ mạn Thông Nông trở lên giáp Bảo Lạc.

Án sát Nguyễn Mưu và Phó lãnh binh Nguyễn Văn ưng đạo Thái Nguyên, đánh nhau với giặc ở phố Bắc Nậm, thuộc xã Nhạn Môn, châu Bạch Thông [huyện Pác Nậm, Bắc Cạn]. Trước đó bọn Mưu tiến đến Bắc Nậm, chỗ này bốn mặt đều là núi, ở giữa có một cái khe lớn ngăn cách, bèn chia quân ra đóng đồn; Mưu đóng ở ngọn núi phía tây bắc đằng trước khe; Ưng đóng ở ngọn núi phía đông nam đằng sau khe. Bỗng bọn giặc hơn 1000 tên từ Cổ Đạo [huyện Pác Nậm, Bắc Cạn] kéo đến, đánh nhau với đạo quân của Mưu, trọn ngày chưa phân được, thua. Ngày hôm sau, giặc giả cách giữ chỗ hiểm ở mặt sau, bắn súng, rồi dồn hết quân đánh mặt trước. Từ sáng sớm đến trưa, quân ta đạn dược gần hết, viện binh thì cách trở không tiến được; Quản cơ Nguyễn Văn Anh và Cai đội Nguyễn Đình Cát đều chết trận, Mưu bị giặc bắt. Giặc lại bốn mặt vây đánh quân Ưng. Ưng đánh không lại, phá vòng vây chạy theo lối Chợ Rã [huyện Ba Bể, Bắc Cạn] về đồn Bắc Cạn, quân binh và khí giới phần nhiều thất lạc; Quản cơ Vũ Văn Sơn cũng bị giặc bắt, rồi bị giặc giết. Tổng đốc Ninh Thái là Nguyễn Đình Phổ được tin báo, lập tức phái Quản cơ Nguyễn Hiếu, gấp đến theo Ưng để chống giữ.

Toán giặc ở đạo Thái Nguyên, tràn xuống Chợ Rã, Chợ

Mới. Phó lãnh binh Nguyễn Văn Ưng lui về đóng ở đồn Chợ Đu, kíp báo Tổng đốc Nguyễn Đình Phổ cho thêm quân đi ngăn chặn. Phổ tạm phái Lãnh binh Trần Đình Di mang 100 quân đi; lại thông tư lấy ở Hà Nội và Nam Định, mỗi tỉnh 500 quân tinh nhuệ và 3 thớt voi trận, chờ khi tới nơi sẽ đích thân mang đi sau.

Bảy tộc Man ở Thái Nguyên xin đem hơn 160 cây súng điểu sang, do họ làm riêng, nộp Nhà nước. Vua sai quan tỉnh lấy tiền kho thưởng cho; hạng dùng được, thưởng mỗi khẩu 5 quan, hạng không dùng được, thưởng mỗi khẩu 3 quan.

Rồi Tổng đốc Ninh Thái Nguyễn Đình Phổ, mang 700 biền binh và 3 thớt voi, tiến lên Thái Nguyên dẹp giặc; Rút Lãnh binh Trần Đình Di nguyên phái khi trước, trở về giữ thành Bắc Ninh.

Tổng thống Tạ Quang Cự nhận được tin báo đạo quân Thái Nguyên thua, giặc đóng ở Linh Quang [huyện Ngân Sơn. Bắc Cạn] ước 3.000 tên sắp lấn đến Cao Bằng; nên truyền hịch điều Văn Hữu Xuân quay về Gia Bằng [huyện Thạch An, Cao Bằng] án ngữ, rồi lập tức trở lại đồn Nhượng Bạn [huyện Hoà An, Cao Bằng]cho được gần để điều khiển".

Về việc đuổi đánh giặc Xiêm, bọn Tham tán Trương Minh Giảng, Nguyễn Xuân và Tán tương Trương Phước Đĩnh ở mặt trận Chân Lạp luôn luôn thắng trận. Trước kia, quân ta đến gò Ca, có tin do thám báo rằng tướng Xiêm là Phi Nhã Chất Tri đóng giữ Phủ Lật [giáp với Battambang, Cambodia], bèn chia đường đều tiến: Giảng và Đĩnh đi đường tả, Xuân đi đường hữu; hẹn cùng hội nhau ở đất Cầm Bông Cần Thăng. Xuân, dọc đường, gặp hơn nghìn quân giặc có 30 thớt voi, bày trận sẵn ở khu rừng phủ Ca Lăng. Xuân tức thì đốc quân tiến đánh. Giặc thua chạy; phía ta chém được 8 thủ cấp, thu được súng lớn, súng nhỏ. Bọn Giảng, Đĩnh được tin, kéo đến tiếp ứng, thì giặc đã tan vỡ, bèn đóng lại ở đấy. Ngày hôm sau, sai quyền Lãnh binh Nguyễn Văn Hoà tiến lên trước; mới đi được độ 1 dặm thì vừa gặp quân giặc 3000 tên cùng 50 thớt voi, từ Phủ Lật kéo tới hoặc chặn phía trước, hoặc vòng phía sau. Giảng và Đĩnh dồn quân sấn tới, giao chiến mấy hợp, thì chém được hơn 10 đầu giặc. Xuân đến tiếp, lại chém được 4 thủ cấp nữa; Cai đội dinh Thần cơ là Nguyễn Văn Khách ở mặt trận, bắn súng luân xa, giết được giặc vô kể. Giặc rút lui vào rừng sâu; trời gần tối, quân ta lại trở về Ca Lăng, đóng lại.

Tướng Xiêm là Phi Nhã Chất Tri được tin quân bị thua ở Ca Lăng, bèn đưa hết quân đến, định dồn sức đánh một trận để quyết được thua. Quân bọn Trương Minh Giảng đóng ở Ca Lăng sắp xuất phát, thì giặc đến khiêu chiến. Bọn Giảng đóng yên không động; giặc bèn đem 4000, 5000 quân và 100 thớt voi đến khu rừng trước mặt bày trận. Bọn Giảng cho 500 quân người Chân Lạp ra đánh thử; quân Chân Lạp gặp giặc tan chạy. Giặc thừa thắng, phần nhiều dùng tre đan liền với nhau làm cái khiên để che thân, dần dần tiến bức đến đồn ta, dùng súng lớn súng nhỏ bốn mặt tiến đánh. Hồi lâu, bọn Giảng chờ giặc đã đến gần, bèn tung quân đánh trống, reo hò, xông ra chém giết rất hăng. Quân giặc phần nhiều bị tử, thương, bỏ hết khiên mà chạy. Quân bọn Giảng đuổi chém được một đại tướng, đoạt được thanh gươm vàng (2) mà tướng ấy cầm, rồi liên tiếp giết quân giặc và thu được rất nhiều súng lớn, súng nhỏ. Đêm hôm ấy, giặc đốt trại, ngầm trốn đi; quân ta tiến thẳng đến Phủ Lật để đuổi theo, thì giặc đã ra khỏi biên giới.

Bọn Tham tán Nguyễn Xuân, Trương Minh Giảng và Tán tương Trương Phước Đĩnh từ Phủ Lật về, đến bến sông Xà Năng, được tin Bố chính Vĩnh Long là Đoàn Khiêm Quang đã hộ tống Vua Chân Lạp về nước. Nguyễn Xuân và Trương Phước Đĩnh bèn lưu lại Xà Năng [Kampong Chhnang,Cambodia], kinh lý bờ cõi Bông Xui. Trương Minh Giảng tức thì mang theo Thái Công Triều về thành Nam Vang rồi tấu rằng:

"Thành Nam Vang trước đây bị giặc Xiêm phá huỷ, vua Phiên chưa có chỗ ở nhất định. Hiện nay thần đương cùng Thái Công Triều bàn định, chọn chỗ đất trọng yếu, tiện cho việc chống giữ, lập một thành trì cho vua Phiên ở và làm chỗ cho quân ta lưu lại phòng thủ".

Tham tán Nguyễn Xuân, Tán tương Trương Phước Đĩnh, đạo Nam Vang, kéo quân đến đóng ở vụng Xà Năng. Cứ tin thám báo, thì tướng Xiêm là Phi Nhã Trạc, Phi Nhã Xá Liên, còn đóng ở Lô Gò Vật; những đồn giặc ở Bông Xui [Hải Đông] đều đã thiêu huỷ. Bọn Xuân bèn sai quan Phiên là ốc Nha Trà Tri Long sửa chữa đồn cũ Bông Thơm, cai quản 1000 lính Chân Lạp đóng giữ. Rồi bọn Xuân đem ngay binh thuyền về thành Nam Vang hội bàn với Trương Minh Giảng. Trích lấy các vệ lính Kinh hiện theo đi trận cùng với thuộc hạ của Thái Công Triều và hương dõng các tỉnh hơn 2000 người, với 42 chiếc thuyền, theo Trương Minh Giảng, Nguyễn Xuân, đóng tại Nam Vang đàn áp và trù tính làm việc quân cơ; riêng 1600 binh lính với 36 chiếc thuyền, thì cho theo Trương Phước Đĩnh đem về quân thứ Gia Định. Hơn 60 tù binh giặc hiện bị giam giữ, hễ tên nào là người Chân Lạp theo giặc thì giao cho Vua nước này trừng trị để răn mọi kẻ khác; còn những người Xiêm thì lập tức đem chém trước quân.

Tại mặt trận Lào, Kinh lược Đại sứ Nguyễn Văn Xuân và Phó sứ Phạm Văn Điển tiến đến đồn Mường Xén [huyện Kỳ Sơn, Nghệ An]. Có thổ dân ở huyện Mộc, huyện Quảng thuộc phủ Trấn Ninh, dắt già cõng trẻ, hơn 300 người đến nơi này tị nạn, bèn sai quan sở tại chọn nơi cho họ ở yên. Rồi chọn 20 người khỏe mạnh cùng với hơn một trăm thổ dõng ở Kỳ Sơn, cho tuỳ tòng trong quân để sai phái; vì đường hiểm khó đi, nên cho rút hết các voi trận trở về tỉnh.

Rồi quân tiến đến phủ lỵ Trấn Ninh, quân Xiêm nghe thấy bóng gió, đã chạy trốn trước, làng mạc dân cư xa gần đều bị đốt cháy gần hết; bèn sai kiểm điểm hài cốt những quân binh chết trận, thu nhặt đem chôn. Lại thông sức cho thổ mục, thổ dõng chia nhau đi 8 huyện trong hạt chiêu dụ thổ dân quy thuận, cùng báo và chỉ rõ tung tích lũ phản nghịch Huống, Khuyết và giặc Xiêm, để tìm cách nã bắt.

Kinh lược đại sứ Nguyễn Văn Xuân, Phó sứ Phạm Văn Điển tại Trấn Ninh dâng sớ rằng:

"Dân hạt ấy đã được chiêu dụ về, nhưng sau lúc loạn ly, lòng người chưa ổn định, nên cho trọng binh đóng để trấn áp. Bọn thần đã uỷ Lãnh binh Vũ Văn Thuyên lĩnh 500 biền binh đóng lại; rồi rời quân qua lối Kỳ Sơn nhằm đường thẳng tiến đến phủ Trấn Tĩnh."

Bố chính Nguyễn Đình Tân và án sát Vũ Đĩnh tỉnh Nghệ An tâu:

"Lũ ấp Mạ Hạt ở huyện Cam Lĩnh thuộc phủ Trấn Định báo có giặc Xiêm xâm lấn các huyện Cam Cát, Cam Môn, thiêu huỷ nhà dân. Bọn chúng đương sai thổ dân lập đồn

nghiêm phòng ở Na Nùng. Vả, các huyện thuộc Trấn Định ở hẻo lánh một khu, xen vào quãng giữa Trấn Ninh, Trấn Tĩnh. Trước đây, quân Xiêm xâm lấn, quan quân đã đánh lui, địa phương được yên ổn, sau đó lại rút quân về, chỉ để 100 biền binh đóng ở bến sông để phòng ngừa. Từ đó đến nay, không thấy tăm hơi quân giặc; nay đột nhiên lại có cấp báo, thực lấy làm ngờ. Hoặc giả người Xiêm thám thấy đại đội quan quân dồn lực lượng vào Trấn Ninh và Trấn Tĩnh, nên mới bày trò đó ở Trấn Định để nhằm chia xẻ binh lực của ta chăng. Thiết tưởng cũng không nên phái nhiều quân đến chống giữ. Bọn thần hiện đã uỷ phó Vệ uý vệ Phấn võ là Tống Phước Mai mang 100 biền binh, kiêm lãnh cả số biền binh đóng ở bến sông, chọn chỗ đóng lại. Khi nào đại quân tiến đến Trấn Tĩnh đánh dẹp, thì đi ngay tiếp ứng."

Tại đạo Cam Lộ Thự phủ Nguyễn Tú tiến đến sông Tấm Lục ở Ba Lan; Chưởng cơ Lê Văn Thuỵ, Bố chính lĩnh án sát Hồ Hữu Thẩm và Phó vệ uý Phạm Phi cũng mang quân tiếp đến. Được tin giặc Xiêm, một đạo liên kết với các Man ở Sầm Dũng, Khiêm Ma Lạt, đóng ở Mường Bổng; một đạo liên kết với 28 bản ở Mục Đa Hán, đóng ở Tầm Bồn. Bọn Tú bèn phái người đi dò thám đích xác, để liệu cơ đánh dẹp.

Về tình hình địch trong thành Phiên An; các Tướng quân, Tham tán quân thứ Gia Định tâu rằng:

"Quân giặc trong thành lần lượt ra hàng đã đến hơn 100 tên, chúng đều nói những tên tướng giặc: Tả quân Nguyễn Vụ, Thuỷ quân Vũ Công Tước, Giám thành Nguyễn Văn Định, nguỵ Lễ bộ Thái khanh Nguyễn Văn Hoà đều đã chết rồi; nguỵ Điều khiển Nguyễn Văn Chắm cũng ốm sắp chết. Hiện còn nguỵ Hậu quân Vũ Vĩnh Lộc xưng là nguỵ Tiết độ; Lưu Tín, Đỗ Văn Dự xưng là nguỵ Bảo hộ, cùng đồng đảng

hơn 1.800 người, bị thương, bị bệnh rất nhiều. Vả lại, thế giặc đã rất cùng quẫn. Bọn thần đương khẩn đốc trù bị những đồ vật đánh thành, chờ khi binh dõng các đạo rút về đầy đủ, sẽ định ngày đánh hạ thành".

Lại báo thêm, quân tuần tiễu phía ngoài luỹ ở tấn [đồn] mặt trước, phát hiện quân giặc giòng dây xuống thành, lẻn đến nhổ trộm chông gỗ, bị quan quân bắn chết 2 tên, chém đầu đem nộp. Ở tấn mặt hữu có khẩu súng "**Phá địch trung tướng quân**", bắn một phát trúng pháo đài góc tả phía trước thành, nơi chứa thuốc súng của giặc, khói bốc nghi ngút, giặc bị thương, bị chết cũng nhiều. Ngoài ra viên tú tài Nguyễn Hữu Nghiêm do Kinh phái đến, chế hoả pháo, hoả yên [Hoả mù], hoả tiễn [Tên lửa thô sơ] và hoả khí hiện đã làm xong, đương cho diễn tập cách dùng, chờ đến ngày đánh thành thì dùng giết giặc.

Ngoài ra tình hình trong tháng ba [9/4-8/5/1834] tại các tỉnh, có những sự việc xảy ra như sau:

Ở Quảng Nam có 2 thuyền giặc Thanh lén lút nổi lên ở hải phận Đại Chiêm [cù lao Chàm, Quảng Nam], đón cướp của cải những người đi buôn, lại lên bờ đốt phá nhà dân. Binh thuyền do tỉnh phái đánh, bắn giết được mấy tên; giặc liền giong buồm chạy về phía đông. Không bao lâu, chúng lại đến chỗ biển mé ngoài vũng Thái Cần [huyện Bình Sơn, Quảng Ngãi], cướp bóc rồi đi. Sau đó quân binh bắt được một chiếc thuyền lạ của người nhà Thanh ở vũng An Vĩnh thuộc Sa Kỳ [huyện Sơn Tịnh, Quảng Ngãi].

Lê Văn Phẩm, đầu đảng giặc ở Nghệ An, đồng loã với lũ tội phạm trốn là Hoàng Trọng Kiều ở Thanh Hoa và Nguyễn Trọng Liên, Phạm Văn Ninh ở Hà Tĩnh, tập hợp ở núi Xẻ [chỗ giáp giới hai tỉnh Thanh, Nghệ], nguỵ xưng quan chức là đại tướng quân; quấy nhiễu cưỡng bóc dân địa phương. Tỉnh phái Phó vệ uý Nguyễn Đình Phú hợp cùng với Phó vệ uý phòng thủ thành Diễn Châu là Nguyễn Công Cẩn, đem quân hội tiễu. Cẩn tiến trước, gặp phục binh của giặc ở Chi Khê [huyện Quỳnh Lưu, Nghệ An]; Phú ở sau, cứu ứng không kịp, nên bị giặc đánh thua, quân binh có người bị thương vong. Quan tỉnh là Nguyễn Đình Tân phái thêm quyền Phó vệ uý Tăng Tháp đem quân và voi đi ngay để hiệp sức tiễu trừ.

Tham tán Hồ Văn Khuê đến Hà Tiên, tâu bày về công việc sửa sang xếp đặt trong tỉnh, tâu rằng:

"Pháo đài Hà Tiên đã bị giặc Xiêm tàn phá, nên cho tu sửa lại để việc biên phòng được mạnh. Vậy xin ở phía trước, chân pháo đài, bên bờ tấn sở, cho xây trước một dải luỹ đá dài 111 trượng 5 thước [1 trượng=4 mét], *cao 3 thước, chân dày 5 thước, mặt rộng 3 thước, cứ cách một trượng lại đặt một cỗ súng to. Lại chọn những chỗ đất cao ráo rộng rãi, dựng một cái đồn có bao thành xung quanh, mỗi mặt đều 20 trượng, để làm nơi tỉnh lỵ. Phía sau, lại xây 2 cái đồn nữa để đóng chặn đường bộ. Trên những ngọn cheo leo ở các núi từ Cần Bột tới Giang Thành, đều cho đặt đài đốt lửa báo hiệu và dựng đồn canh, tạm làm sự phòng bị. Còn việc xây dựng tỉnh thành là một công trình to lớn, nên chờ sau này, khi nhân dân hồi sức lại, vật liệu dồi dào sẽ do quan tỉnh trù tính làm sau".*

Tổng đốc Hà Ninh Đoàn Văn Trường tâu rằng đã phát giác ra ở phía sau đình Quảng Minh phía nam tỉnh thành Hà Nội, có một cái hòm gỗ vuông treo thủ cấp của giặc Tây Sơn, Nguyễn Quang Thuỳ [con Vua Quang Trung], hiện đã cho mang về trại lính để chờ chỉ dụ. Vua sai đem vứt xuống sông.

Sai Hộ thành binh mã Phó sứ Trương Viết Suý đi lên nguồn Hữu nguyên chế xe "**thuỷ hoả ký tế**" bằng cách lợi dụng sức nước xô mạnh để máy xoay chuyển, không tốn công sức. Cùng sai chiếu theo các bài thuốc súng mới chế, theo đó mà luyện thuốc; gồm các bài **Hồng Phương**, bài **Hùng Phương**, bài **Hộc Phương**, mỗi thứ 2 vạn cân.

Sai Giám thành đội trưởng Trương Phước Sĩ cùng thuỷ quân hơn 20 người đi thuyền đến đảo Hoàng Sa thuộc tỉnh Quảng Ngãi vẽ bản đồ. Khi trở về, vua hỏi về những thứ sản vật ở đấy, Sĩ tâu:

"*Nơi này là bãi cát giữa bể, man mác không bờ, chỉ có người nhà Thanh đi lại đánh cá bắt chim mà thôi*".

Nhân đem dâng vua những thứ chim, cá, ba ba, ốc, sò ngao, đã bắt được ở nơi đó, đều là những vật lạ, ít thấy. Vua vời thị thần đến xem và thưởng những người đi tiền, bạc có sai biệt.

Sơn Tây có bọn giặc hơn nghìn tên nổi lên ở huyện Yên Lãng [huyện Mê Linh, Vĩnh Phúc], phủ Vĩnh Tường; tỉnh phái Lãnh binh Đoàn Văn Cải mang lính và voi, đốc thúc các phủ, huyện, tổng, lý sở tại hiệp sức cùng đi nã bắt, chém được hơn 10 tên đầu đảng. Đồng tri phủ Vĩnh Tường là Nguyễn Trù cách một ngày sau mới dẫn quân đến. Quan tỉnh là Hoàng Văn Trạm đem tình hình tâu lên và đàn hặc Nguyễn Trù. Vua dụ thưởng cho quan quân tiền bạc; giáng Nguyễn Trù xuống 4 cấp và sai quan tỉnh tiếp tục điều khiển thổ dõng đi bắt giặc.

Đào các dòng sông nhỏ ở Nam Định và Hưng Yên. Một chi từ xã Kinh Đào, huyện Giao Thuỷ [Nam Định] qua Nam

Chân [huyện Nam Trực, Nam Định], Chân Ninh [huyện Nam Trực, Nam Định] đến các xã thuộc Đại An [huyện Nghĩa Hưng, Nam Định]; một chi từ xã Cổ Quán huyện Thần Khê [huyện Hưng Hà, Thái Bình] qua huyện Diên Hà [huyện Hưng Hà, Thái Bình] đến xã An Liêm thuộc huyện Thư Trì [huyện Vũ Thư, Thái Bình]; một chi từ xã Bổng Khê đến xã Hương Cáp huyện Thư Trì; một chi từ xã Hải An, huyện Quỳnh Côi [huyện Quỳnh Phụ, Thái Bình] đến xã Phú La, huyện Thần Khê; một chi từ thôn Thổ Khối, đến thôn Phạm huyện Thần Khê; một chi từ xã Thọ Vực đến thôn Thổ Khối huyện Thần Khê. Các dân sở tại đều tình nguyện, người giàu xuất của, người nghèo xuất công làm việc này. Nhằm tương lai đường sông được khai thông, nước lụt có lối thoát, việc cày cấy thuận tiện.

Tỉnh Nam Định săn bắt được tên giặc trốn là nguỵ Hữu quân Vũ Duật, nguyên đồng đảng của tên đầu sỏ Phạn Bá Vành, bèn đem giết.

Chú thích:

1. Vùng Tụ Long sau hiệp ước Thiên Tân [1885], nằm trong bản đồ Trung Quốc.

2. Thanh gươm vàng: Tướng giặc Xiêm cầm gươm vàng như thế là chức quan từ cửu phẩm của Xiêm.

223.
Vua Minh Mệnh [1820-1840] (23) [9/5/1834-6/7/1834]

Tháng tư năm Minh Mệnh thứ 15 [9/5-6/6/1834], tại mặt trận Thái Nguyên Tổng đốc Ninh Thái Nguyễn Đình Phổ đích thân mang quân và voi đến địa đầu tỉnh, được tin đầu đảng giặc là Nguyễn Đình Thể, nguỵ xưng là Thống chế, họp đảng ở tổng La Đình thuộc huyện Tư Nông [huyện Phú Bình, Thái Nguyên]. Phổ liền đốc quân đuổi bắt, chém được Quản cơ, bắt tham mưu của giặc cùng với 6 tên đồ đảng và thu được cờ, trống, súng lớn, khí giới; số còn lại đều trốn chạy. Phổ liền đến đóng tại tỉnh thành, phái quyền Phó vệ uý Vũ Văn Bằng, tiến đến Chợ Đu, hiệp lực với Phó lãnh binh Nguyễn Văn Ưng đánh dẹp, rồi dâng sớ tâu rằng:

"*Đã phái người đi thám thính vùng Thái Nguyên, thì từ Chợ Rã* [huyện Ba Bể, Bắc Cạn] *trở xuống, chưa thấy giặc lan tới, nhưng ở các hạt Từ Sơn, Thuận An, Thiên Phước và Lạng Giang thuộc Bắc Ninh thì quân giặc chiêu tập, có đảng hơn nghìn, có đảng 600, 700, chống lại chức dịch đi bắt, quấy nhiễu dân cư. Phủ, huyện sở tại nhiều lần đã xin thêm quân chặn đánh. Bọn thần đã bàn cùng với Bố chính, Án sát Thái Nguyên, để lại 300 biền binh giao cho Lãnh binh Tống Văn Trị quản nhận phòng thủ. Rồi quay về Bắc Ninh, phân phái người đi tra xét tầm nã giặc. Lại sai Lãnh binh Trần Đình Di đi đôn đốc NguyễnVăn Ưng, Vũ Văn Bằng tuỳ cơ hội tiễu trừ.*

Khi nào công việc dẹp giặc ở Bắc Ninh tạm ổn, sẽ tuân dụ trước, lại trở về Thái Nguyên điều khiển".

Tham tán Nguyễn Công Trứ đánh dẹp đồ đảng Nông Văn Vân tại mặt trận Tuyên Quang phúc trình: Xuất phát từ tổng Thổ Hoàng, châu Đại Man [huyện Chiêm Hoá, Tuyên Quang], qua các xã Kim Tương, Năng Khả, chỗ nào cũng có quân giặc ngăn trở, đã lần lượt đánh tan. Duy về hữu ngạn sông Gầm giặc đông đến hơn nghìn tên, lập 3 đồn ở núi đất thuộc Nhự Hương, cách sông trông ngắm, thì ra bọn chúng có đến hơn nghìn người. Phái thổ hào Bùi Đình Đặng đến đồn Đài Mãn, hiệp lực cùng thổ ty Ma Doãn Khê mang thủ hạ theo đường bộ, thẳng tiến. Rồi lại cho làm nhiều bè nứa, ở ven sông bên rừng để chờ đợi. Giặc thấy quân của Đặng vụt đến, bèn bắn súng giao chiến. Đại binh bên ta đều vượt sông, tiếp ứng. Giặc bị thương và chết nhiều, vứt cờ trống, bỏ đồn không mà chạy. Khi tiến đến núi Bột Lĩnh, giặc cũng đóng chỗ hiểm chống cự; quan quân phải chia đường đánh úp lâu mới tan, đuổi bắt được 4 tên, đã lập tức đem chém ở trước quân. Rồi phái thổ dân đi khắp mọi nơi chiêu dụ, nhưng không có một người nào xuất hiện. Thóc gạo thì chúng mang giấu đi hết; chỗ nào không kịp tải đi thì chúng đốt trước. Vả lại, một dải hữu ngạn, năm ngoái, quan quân chưa đi đến nơi, chỗ nào cũng có giặc bố trí phòng bị. Trong rừng rậm đều mở lối tắt và đào hố thả chông; ở đây phong tục độc ác, núi sông hiểm trở còn ghê gớm hơn Bảo Lạc. Hiện nay chúng xây dựng đồn bằng đá ở núi Mã Thai và thôn Bán Dạ làm kế cố thủ; vì lúc này mưa luôn, nên chưa kịp tấn công.

Sau đó đạo quân của Tham tán Nguyễn Công Trứ tiến đóng tại xã Vĩnh Khánh [huyện Chiêm Hoá, Tuyên Quang], được tin quân giặc mưu chặn đường tiếp lương. Trứ đang đêm sai người đi tuần thám, thấy một toán từ thôn Bắc Mân lẻn ra phía sau quân ta, bèn lập tức sai thuộc hạ là lũ Nguyễn Quang Diệu mang 200 thủ hạ dõi theo. Giặc nấp chỗ rậm, bắn súng ra; Diệu sấn đến, chém được một thủ cấp và bắt được 1 tên; giặc bèn trốn chạy. Trứ tâu rằng:

"*Từ chỗ quân thứ đến Côn Lôn* [huyện Chiêm Hoá, Tuyên Quang], *quân đi hết 4 ngày đường, mà lương quân thì đã hết. Lương ở tỉnh tải đến bằng đường bộ, một chuyến chỉ ăn được một ngày, hôm sau lại hết. Đã cho đi tìm kiếm đổi mua, đều không được. Vả lại, giặc vẫn ỷ vào thế hiểm của Côn Giang, ta nên phải đề phòng. Nếu vội tiến sang qua sông mà đường tiếp lương bị nghẽn thì lầm lỡ không phải nhỏ. Hiện đương sức Thổ ty là bọn Ma Doãn Dưỡng, Ma Doãn Thản, đến các động Man, hễ thấy có chứa thóc, thì liệu lấy mà trả tiền. Nếu tìm được đủ 5 ngày lương, thì quân mới có thể tiến được; vì thế còn nán lại để chờ.*"

Bấy giờ Nguyễn Công Trứ đóng quân ở hữu ngạn sông Côn Lôn, dâng sớ rằng:

"*Quân đi chậm trễ, chỉ vì cớ thiếu lương. Nay lại gặp nắng dữ, trong quân theo nhau mà ốm; lại sắp đến tiết Tiểu mãn, kỳ mưa, sông ngòi nước lớn không tiện đi lại, thực sợ chưa xong được việc. Thiết nghĩ: An Biên* [Hà Giang] *ở vào khoảng giữa tỉnh Tuyên Quang, là nơi việc công, việc tư, đường thuỷ, đường bộ tất phải đi qua; một khi để sa sẩy, thiệt hại không phải là nhỏ. Hơn nữa, giặc Vân có Quảng Khải và Trọng Chương làm vây cánh. Đại binh ta thẳng tiến phía mặt, thì hai bên tả, hữu chúng khép lại đánh úp ở phía sau. Lại thêm Trọng Chương ở gần kề ngay An Biên, sẽ thừa lúc sơ hở mà ngăn chặn, làm cho đường sá bị nghẽn. Cân nhắc nặng nhẹ thì An Biên là nơi cần cấp, nghĩ nên lần lượt trù tính mà làm mới được vạn toàn: Xin trước hết xếp đặt An Biên, chứa lương thực làm kế lâu dài, để cho hạng dân a tòng biết có chỗ dựa, mới chịu ló đầu ra. Rồi phi tư cho Hưng Hoá chiếu theo địa hạt, phòng thủ ngăn chặn. Ma Doãn Bồi ở Tụ Long thì điều nhiều binh dõng, theo lối Hạ Giáp mà đến; biền binh thì một toán do Thu Châu, một toán do Đường Lâm, hai mặt giáp công. Như vậy, giặc Chương, giặc Tuyên không chạy trốn được, sẽ phải bị bắt. An Biên đã có cái lo ngại ở phía tả thì ta có thể chuyên chú đến Bảo Lạc, rồi sau tuỳ cơ mà đánh dẹp hoặc vỗ về. Nếu cứ một niềm mê muội, phái một toán quân ra trước ở những chỗ gần An Biên, rồi nay ra An Định, mai vào Du Gia, đốt nhà cửa, đuổi nhân dân, khiến họ chạy vạy mệt nhọc, không rỗi cứu cấp lẫn nhau, thì trong đó tất sẽ có kẻ oán trách mà sinh biến."*

Tham tán Nguyễn Công Trứ được tin giặc Chương, giặc Tuyên ở Lục Yên [Yên Bái] kéo nhiều quân đến thành Chiêm An, Long Đồ, chặn đường tiếp lương của An Biên; nếu không diệt chúng được sớm, thì đường tiếp lương thuỷ và bộ đều nghẽn cả. Cân nhắc việc nên làm trước làm sau, thì Lục Yên là cấp, Côn Lôn là hoãn; bèn khẩn cấp báo cho Tổng đốc Lê Văn Đức sức ngay cho Lãnh binh Đoàn Văn Cải chuẩn bị sẵn thuyền bè ở chỗ đối ngạn với An Long. Rồi đích thân mang quân bản bộ đến Thu Châu [huyện Yên Bình, Yên Bái], xông thẳng đến sào huyệt giặc Chương, đánh vào chỗ nhất định chúng phải cứu, thì An Long tự khắc giải được nguy. Đoàn Văn Cải nếu thấy giặc ngấm ngầm di chuyển, lập tức vượt mau sang sông, thừa thế mà đánh, có thể thắng lợi hoàn toàn. Lục Yên đã bình, sẽ quay về An Biên, hội nhau làm việc. Nhưng Vua dụ:

"Trời hè đã đến kỳ nóng dữ, quan quân không tiện ở lâu. Đã có dụ sai các đạo quân rút về tỉnh thành nghỉ ngơi.'

Tổng đốc Lê Văn Đức đạo Tuyên Quang thu phục được đồn An Biên [Hà Giang]. Trước đây, quân ta đến Du Khê, chia làm 3 đạo, tiến đến các đồn Lạp Lĩnh, Vưu Giản, Tùng Tạo. Giặc đều trốn trước cả; duy ở bờ bên hữu sông Thượng Miện thuộc An Biên, chúng còn phục quân ngăn cản. Đạo quân đi trước, quyền Lãnh binh Nguyễn Văn Quyền đánh giết được nhiều tên. Giặc vượt sang tả ngạn, chặt cầu phao mà chạy, đuổi không kịp. Đức bèn đóng quân lại An Biên, chiêu dụ nhân dân, thông sức mua thóc gạo; rồi đem tình hình giặc và việc quân nhu thiếu thốn dâng sớ tâu rằng:

"*An Biên đã khôi phục; cho thám thính tình hình giặc thì về mặt trên, An Định ở đầu địa giới Bảo Lạc và các xã Tùng Bách, Du Gia, Đại Miện, Tiểu Miện, giáp Bảo Lạc đều theo giặc cả. Và con đường thông ra đồn phía bắc Tụ Long, đều có giặc đóng chặn, mà thóc lúa ở trong nhà và ngoài đồng chúng đều cất giấu sạch. Về phía dưới, đường bộ thì có tướng giặc là Nguyễn Thế Nga cùng với giặc Chương hợp quân đến vài nghìn, lấn qua các tổng Lâm Đường, Tiên Yên và Mục Hà thuộc Vị Xuyên* [Hà Giang], *chiếm cứ đồn An Long, chia đảng đóng ở xã Bạch Sa chực chặn đường lương của ta. Châu Đại Man* [huyện Chiêm Hoá, Tuyên Quang] *cũng có tướng giặc Nông Văn Nghiệt từ Vân Trung đến họp đảng cùng giặc Khải. Vả, địa giới An Biên ở vào khoảng giữa, đường lối ăn thông với mọi nơi, nếu một khi rời khỏi nơi này, không đặt trọng binh đóng giữ, thì e giặc thừa cơ, sẽ lại chiếm mất. Ngó chỗ này, hỏng chỗ kia, tiến cũng dở, ngừng lại cũng dở. Số lương thực quân nhu thì dùng rất lớn. Từ khi đường thuỷ bị trở ngại, không chuyển vận được, chỉ còn trông vào đường bộ.*

Tuy tỉnh đã hết lòng làm việc, nhưng đường sá hiểm trở xa xôi, lại gặp mưa dầm luôn, chuyên chở rất khó. Lương đem đến đâu, ăn đến đấy, tiếp tế không được đầy đủ. Đã nhiều lần sức mua lương ở quanh vùng, nhưng không được là bao. Mấy ngày gần đây, trong quân đã có vẻ thiếu thốn. Lại tiếp được tin của Tham tán Nguyễn Công Trứ báo rằng đạo quân ấy cũng thiếu lương, đã phải ăn khoai rừng, rau núi, và bất đắc dĩ, sắp phải chuyển sang tả ngạn để tìm lương ở vùng ven sông. Thần đã khẩn cấp tư cho Công Trứ phải gấp đến An Biên, hội họp trù tính cho khỏi lỡ việc. Thiết nghĩ hai đạo tiến quân chỉ vì lương thực không kế tiếp, đến nỗi phải chậm lại, chẳng khác nào cứ phải dừng quân lại chờ từng miếng cơm, thực rất lấy làm lo sợ".

Vua truyền dụ cho Lê Văn Đức, Nguyễn Công Trứ và hai đạo Cao Bằng, Thái Nguyên lập tức rút quân về tỉnh thành nghỉ ngơi, chờ chiếu chỉ. Lê Văn Đức phải liệu lưu thổ ty, thổ dõng ở lại An Biên để đóng giữ và chứa lương thực ở đấy. Còn các đạo quân khác đều phải liệu đặt đồn, phái binh dõng đóng giữ ở những chỗ hiểm yếu.

Tổng đốc Lê Văn Đức từ An Biên đem quân rút về và dâng sớ tâu:

"*Do thám được tin tướng giặc Nguyễn Thế Khôi cùng với đồng đảng hơn 1000 tên ở Lục Yên* [Yên Bái], *lấn vào một dải tả ngạn ven sông thuộc hai xã Gia Tường, Chương Khê châu Vị Xuyên* [Hà Giang], *mưu sắp sang sông, chặn ngang phía sau quân ta. Vả, An Biên đã bị giặc tàn phá, nhân dân các xã sở tại Phú Linh, Linh Hồ đều chạy trốn, nhà cửa không còn gì, không thể đóng giữ được nữa. Trong quân thì ốm đau nhiều, lương ăn, thức dùng thiếu thốn, mỗi ngày một quá! Không lẽ ngồi để chờ nguy? Hiện đã báo cho hai đạo*

Cao Bằng, Thái Nguyên biết. Rồi thần thân đem số binh dõng của mình chuyển về các xã Bằng Hành và Vô Điếm, đến gần chỗ đóng lương ở Phù Loan để lấy quân lương, đón tin tức Nguyễn Công Trứ và tuỳ theo cơ hội, trước hãy tiễu bọn giặc ở Lục Yên để đỡ cái lo gần."

Tại mặt trận Cao Bằng Tổng thống Tạ Quang Cự và Tham tán Vũ Văn Từ đánh thắng luôn. Quân Cự đóng ở Nhượng Bạn [huyện Hoà An, Cao Bằng]; được tin quân giặc từ núi Kim Mã thuộc Thái Nguyên chia đường lấn qua Ngưu Lĩnh [huyện Thạch An, Cao Bằng], dựa chỗ hiểm để chống cự. Cự bèn điều lính và voi tiến đến, đốc sức Phó lãnh binh Văn Hữu Xuân lập mưu đánh úp ban đêm, chém được Phó cơ, Trưởng hiệu cùng 6 thủ cấp giặc và bắt sống được 4 tên. Giặc tan chạy, hôm sau lại đến Đinh Lĩnh [huyện Thạch An, Cao Bằng] chống cự từ giờ Mão [5-7 giờ sáng] đến giờ Thân [15-17 giờ], quân ta chia đường giáp công, chém được 29 thủ cấp giặc và thu được súng lớn cùng khí giới, giặc tan vỡ thua to.

Tổng thống Tạ Quang Cự, Tham tán Vũ Văn Từ và Tuần phủ Lê Đạo Quảng đạo Cao Bằng chia quân làm 3 đường, đều tiến đến Thông Nông, kiểm soát hết địa giới Cao Bằng. Quân giặc thấy bóng gió, đều trốn trước. Bọn Cự bèn bí mật bàn tính: Vũ Văn Từ mang 1500 binh dõng, Lê Đạo Quảng mang 1200 tên, đều tìm đường tiến đánh Bế Lĩnh, thẳng đến Ngọc Mạo, Vân Trung [huyện Bảo Lạc, Cao Bằng], hội binh với đạo Tuyên Quang; Tạ Quang Cự mang 900 binh dõng chia ra án ngữ các nơi mặt thượng du Thông Nông, chờ khi quân đạo Thái Nguyên đến Kim Mã, liền truyền hịch cho Phó lãnh binh Văn Hữu Xuân hợp lực tiễu trừ bọn giặc ở Long Lũng, rồi chuyển đến Vân Trung. Còn Quang Cự cũng do Bế Lĩnh tiếp tục tiến lên, càn quét sào huyệt giặc; rồi đem tình hình dâng sớ tâu lên.

Vua phê rằng:

"*Đáng tiếc! Sự việc tuy có thể thừa cơ được, nhưng nay đang mùa hè, mưa to, nắng dữ, lương thực khó khăn, nhiều điều bất tiện! Vậy cho phép tuân Chỉ, rút quân, gây nuôi cho sắc bén để tính cuộc sau, chắc cũng không lỡ cơ hội*".

Tại thành cũ Phiên An, bọn Tướng quân, Tham tán tâu báo: Nguyễn Văn Trịnh con tên Nguyễn Văn Chắm bị bắt, đã giải đến ngoài quách để dụ bố nó. Tên Chắm sai đồng đảng cảm tử là Trần Đình Tam ra xin xá tội sẽ lập tức ra hàng; bèn hạn cho chúng 3 ngày. Mãn hạn, nghịch Chắm không chịu ra hàng, bèn đem Nguyễn Văn Trịnh, Trần Đình Tam xử tử lăng trì. Lại có lũ nguỵ trung quân Phó tướng tên là Chương hơn 10 người, uỷ đồng đảng là Nguyễn Văn Long mang mật thư ra xin làm nội ứng, tiếp đón quan quân; việc lộ, bị Chắm giết.

Bọn Tướng quân, Tham tán ở quân thứ Gia Định tiếp tục tâu:

"*Quan quân hai đạo Nam Vang và Hà Tiên đều đã tập họp đông đủ ở khu vực tấn sở. Khí cụ đánh thành tiếp tục sửa soạn gần xong. Đã biểu thị các biền binh ở tấn sở: ai tình nguyện xông trước lên thành giết giặc, thì thưởng trước cho một quan tiền; nếu có ai bị chết trận, thì xin cho 1 con, hoặc em, hoặc cháu, được tập ấm. Số tình nguyện có đến hơn 7.700 người, ai cũng khoa chân múa tay chờ đợi. Đã tức thì truyền rõ hiệu lệnh ấn định kỳ hạn đánh thành*".

Quan quân ở quân thứ Gia Định đánh giặc ở thành Phiên An cũ, không thắng, Tướng quân Tống Phước Lương, Tham tán Lê Đăng Doanh đều bị giải chức; Nguyễn Xuân được trao chức Thảo nghịch Tả tướng quân. Trước kia, trong quân giao ước với nhau: bốn ngày trước thì đánh thành, địa phận tấn sở buộc phải ngày đêm bắn các hạng súng lớn nhỏ vào thành làm cho giặc mỏi mệt; ban đêm, lại bất thần treo đèn lồng, bắn pháo thăng thiên, làm rối loạn tai mắt giặc. Đến ngày đánh, đầu canh năm, cho bắn đại hoả pháo, toả khói mù vào chỗ trung tâm chiến đấu trong thành. Rồi biền binh mang theo khí cụ đánh thành, do 4 mặt tiến sát đến chân thành. Tướng sĩ binh dõng tiến theo; các Tướng quân, Tham tán thân ra đốc chiến. Giặc ở trên thành ném gạch đá và bắn súng nhỏ xuống. Quân ta dùng hoả yên, hoả tiễn và ống phun lửa bắn vào, hết sức đánh phá từ giờ Sửu [1-3 giờ sáng] đến giờ Thìn [7-9 giờ sáng]. Những người leo thang thì bị giặc đẩy ngã, những người vượt hào thì bị đạn bắn, đá ném bị thương, rút cục không sao leo lên được. Duy có viên quyền Đội trưởng Trương Văn Sĩ leo lên thang, đâm trúng một tên thuỷ quân đô quản lãnh giặc ngã xuống và chặt được đầu. Các tướng sĩ các mặt thành đều mỏi mệt. Số chết trận hơn 300 người và bị thương hơn 2400 người. Tướng quân Nguyễn Văn Trọng cũng bị thương. Họ bèn thu binh lui ra và đem tình hình làm sớ nhận tội cùng tâu:

"Trận đánh thành này đều đã hết lòng trù tính, hiệu lệnh rất đều, ba quân cùng cố sức xông pha dưới mũi tên ngọn giáo, ai cũng muốn giết hết giặc để tỏ lòng nghĩa phẫn. Ngặt vì thành này hào sâu, tường cao, đánh phá thực khó, mà đánh bằng hoả yên, hoả tiễn cũng vô hiệu, cho nên rút cục không thành công. Tham tán Nguyễn Xuân đã từ Nam Vang về đến quân thứ, đương họp bàn để tính cuộc lại đánh sau".

Thái Khắc Minh, Trưởng hộ làm dầu rái ở hạt Gia Định,

trước đây vì thấy Gia Định có việc quân, bèn tự nguyện bỏ ra dầu rái và nhựa trám mỗi thứ 10.000 cân, nộp làm của công. Quan tỉnh cho dùng vào việc quân, đến bấy giờ tâu lên; Vua dụ bộ Hộ rằng:

"Thái Khắc Minh là một người dân mọn mà biết sốt sắng việc công, chuộng điều nghĩa, thực đáng khen. Nhưng cái thiếu thốn của nhà nước không phải là ở tiền của, há nỡ lấy của riêng mà dùng việc công. Nay cho bộ ghi lấy tên của Thái Khắc Minh, khi bình định xong, sẽ tâu lại việc này, để chờ chiếu chỉ khen thưởng. Số dầu mỡ ấy đã đem dùng rồi, cũng sẽ trả tiền sau".

Bọn tướng quân, tham tán ở quân thứ Gia Định tâu báo rằng quân giặc trong thành lén ra ngoài nơi phụ quách để thám thính, quân tuần tiễu của ta đuổi bắt được một tên. Lại có đứa ra thú, nói rằng:

"Hôm đánh thành, nguỵ Hữu quân Nguyễn Vĩnh Tái và đồng đảng bị chết 44 tên, hiện chỉ còn hơn 2000 người".

Về việc đánh quân Xiêm. bọn Thự phủ Nguyễn Tú, Chưởng cơ Lê Văn Thuỵ, tỉnh Quảng Trị đánh giặc ở bờ phía bắc Khung Giang [sông Mê Kong], thắng trận. Trước kia, quân ta mới tới bản Bôn Thần thuộc Tầm Bồn, giặc bỏ trại, chạy trốn trước; bèn tiến thẳng đến bản Bồ Xân ở gần Khung Giang. Được tin có mấy trăm quân giặc đóng ở phía bắc Khung Giang, bọn Tú liền đốc binh và voi chia đường đánh khép lại. Giặc thua to, tranh nhau sang sông chạy. Voi chiến của ta ở trên sông, húc chìm hơn 10 chiếc thuyền giặc, làm chết đuối hơn 100 tên. Ta bắt được 4 tù binh, chém được 3 thủ cấp, thu được khí giới và voi; còn thì chúng vượt được sang Nam Ngạn, trốn thoát.

Bố chính Nguyễn Đình Tân và án sát Vũ Đĩnh ở Nghệ An tâu:

"*Thổ dân Trấn Ninh* [Xiêng Khoáng, Lào] *trước đây bị giặc Xiêm lùa đi, mười phần chỉ còn hai, trước giờ vẫn nương tựa quân thứ Vũ Văn Thuyên; huyện Quảng, huyện Cát, huyện Liên, huyện Khang và huyện Khâm chỉ có hơn 200 người; huyện Xôi, huyện Liêm, huyện Mộc đều chưa thấy về. Các tên nghịch Huống, nghịch Khuyết cùng với dân còn theo giặc Xiêm đến đóng ở bờ phía nam sông Khung. Hiện đã bắt được 11 tên do thám, và đã ra lệnh cho giam cầm nghiêm ngặt*".

Kinh lược đại sứ Nguyễn Văn Xuân và Phó sứ Phạm Văn Điển từ Nghệ An đem đại đội quan quân tiến đến phủ Trấn Tĩnh [đất Lào giáp huyện Hương Khê, Hà Tĩnh]. Dân cư phủ lỵ đã bị giặc tàn phá, bỏ đi. Họ lại tiến đến đất Pha Xuân là nơi tên phản nghịch Chuyên Cương, nguyên Tuyên uý đồng tri phủ Lạc Biên [Savannakhet, Lào], dẫn quân Xiêm về đóng đồn ở đấy; nhưng không thấy tung tích giặc. Bèn thông sức cho Tuyên uý đồng tri Tuấn Kỳ và Thổ tri châu là Xâm Thuý trở về Trấn Tĩnh, chiêu dụ, vỗ về nhân dân để giữ bờ cõi, rồi bọn Xuân lập tức dẫn quân về tỉnh.

Con trai A Nỗ, Quốc trưởng nước Vạn Tượng là Chiêu Thiển, Chiêu Miễn, trước ngụ ở Trấn Tĩnh, đến nay không chỗ nương tựa, xin về cư trú ở tỉnh thành Nghệ An. Vua dụ quan tỉnh, cho họ ở yên trong đồn Quy Hợp [huyện Hương Khê, Hà Tĩnh]và thường thường trông nom giúp đỡ. Chiêu Thiển bèn dâng 5 thớt voi; sai trả tiền theo giá, lại thưởng cho 100 quan tiền, 100 phương gạo.

Tại Nam Vang nước Chân Lạp, bọn Trương Minh Giảng

và Lê Đại Cương tâu rằng đồn An Man ở ngoài thành Nam Vang cũ, xây đắp đã gần xong; đồn cao 6 thước 3 tấc, rộng 27 trượng; tấn sở Lô An ở đối diện với đồn này cũng sẽ lần lượt xây đắp. Duy cái thành cũ trước kia bị giặc Xiêm phá huỷ, mà địa thế thì chật hẹp, bờ sông thì vỡ lở; nay chọn được đất La Kết là nơi cao ráo sáng sủa, lại ở vào quãng giữa sông Tiền Giang và Hậu Giang, hình thế đủ làm nơi căn cứ. Từ đấy đến thành mới An Giang và đồn Châu Đốc, đường thuỷ và đường bộ đều đi tiện cả; nếu lập thành trì ở đây thì thực là thoả đáng và tốt. Đã hỏi ý kiến Vua và các quan Chân Lạp họ đều mong muốn như thế.

Trương Minh Giảng, Tổng đốc An Hà, từ Nam Vang về Châu Đốc, sai binh và dân sửa chữa lại đồn, rồi lại đi Hà Tiên, hội với thự Tuần phủ Trần Chấn, xem địa thế, bàn việc xây dựng tỉnh thành, làm sớ tâu rằng:

"*Tỉnh lỵ cũ Hà Tiên ở gần bãi biển, địa thế chật hẹp, lập tỉnh thành ở đấy, sợ chưa được hoàn toàn. Còn như Giang Thành là nơi đã bằng phẳng rộng rãi có thể cư tụ được; các đường trọng yếu trong tỉnh hạt như đường thuỷ từ Kim Dư, đường bộ từ Cần Bột đổ về, đều có thể kiểm soát được. Đó thực là một chỗ cổ họng của chốn biên cương. Nếu nay cho đặt một đồn lớn ở chỗ tỉnh lỵ cũ để đóng trọng binh, lấy pháo đài Kim Dư và trường luỹ Phù Dung làm bình phong, rồi lập tỉnh thành ở Giang Thành, thì đất bằng phẳng rộng rãi có thể để dân cư tụ, đường thuỷ, đường bộ đều có thể ngó tới, khi lâm sự đối phó, sẽ có sự nhịp nhàng giúp nhau như cánh tay với ngón tay, xem chiều thuận tiện, thực đúng như lời triều đình đã bàn trước. Duy mới qua cơn binh lửa, dân chưa hồi phục được hết, mà việc phòng bị ở bờ biển là rất cần, pháo đài Kim Dư thì đang sửa chữa, vậy trước hết xin đóng ở tạm đấy. Chờ khi mọi việc quân dân đã sắp xếp xong xuôi, sẽ lại cho dời tỉnh thành đến Giang Thành. Như vậy thì việc trước, việc sau, việc khoan, việc vội, thứ tự đều được hợp lý cả".*

Vua cho là phải.

Trương Minh Giảng trở về Châu Đốc, được tin thám báo tướng Xiêm, Phi Nhã Chất Tri, đem 5000 quân Xiêm, đường bộ do lối Lò Gò Vật [Siem Reap, Cambodia] đến thuộc Bắc Tầm Bôn [Battambang, Cambodia], đường thuỷ do lối Biển Hồ, hẹn nhau đến xâm lấn Chân Lạp; dân hoảng sợ, chạy đến vụng Xà Năng [Kampong Chhnang,Cambodia]. Giảng liền đi Nam Vang hội với Lê Đại Cương làm việc, và phi báo cho quân thứ Gia Định phái thêm quân binh đến hội tiễu.

Ngoài ra tình hình trong tháng tư [9/5-6/6/1834], tại các vùng khác trong nước có những sự việc xãy ra như sau:

Tên đầu đảng giặc là Phan Bô ở Hà Tĩnh, thường ẩn hiện ở các huyện Kỳ Hoa, Thạch Hà, Hương Sơn, Thiên Lộc, thừa cơ cướp bóc. Tỉnh cho tầm nã, liền trốn mất. Đến đây, tụ họp mấy trăm đồ đảng đốt phá hơn 60 nhà dân ở xã Hương Lộc, thuộc huyện Thạch Hà, gần tỉnh ly. Án sát Cao Hữu Dực, Lãnh binh Phan Văn Bổng đem quân và voi chia đường đuổi đến núi Bạch Thạch, chỉ bắt được 4 tên đồng loã.

Tỉnh Quảng Yên săn bắt được tên Phó thống chế Nguyễn Văn Bằng, là đồng đảng với nghịch phạm Nguyễn Khắc Thước, bèn đem giết đi.

Vua đến thác Hữu Trạch [huyện Hương Trà, Thừa Thiên] xem xe "**Thuỷ hoả ký tế**" (1), thấy công trình nhanh chóng, rất hài lòng. Thưởng cho viên trông coi làm xe ấy là Trương

Viết Suý kỷ lục 1 thứ và 3 đồng ngân tiền Phi long hạng lớn. Sai viên Phủ doãn kinh sư chọn chỗ đất ở nơi đó lập miếu thờ chung hai vị thần khe thác và thuốc súng, hằng năm, đến kỳ trọng xuân luyện thuốc súng thì mổ trâu, dê, lợn để tế. Lại sai lập xưởng ở Thái Bình đài, sai 300 lính theo phương pháp luyện thuốc súng. Lại cho rằng số thuốc súng ở các tỉnh Quảng Nam, Quảng Ngãi, Bình Định, Phú Yên, Khánh Hoà và Bình Thuận không có nhiều, cho tải diêm tiêu, lưu hoàng ở kho trong Kinh phân phát cho các tỉnh ấy luyện thuốc súng để lưu trữ (Quảng Nam 5000 cân, Quảng Ngãi 4000 cân, Bình Định 6000 cân, Phú Yên 3000 cân, Bình Thuận 5000 cân, Khánh Hoà 1000 cân).

Thuyền binh tỉnh Quảng Đông do Trần Tử Long chỉ huy, bị bão dạt vào cửa biển Y Bích, huyện Hậu Lộc, Thanh Hoá. Vua sai quan tỉnh giúp cho tiền, gạo; lại sai Viên ngoại lang bộ Binh là Lý Văn Phức và Hàn lâm Thừa chỉ Lê Bá Tú đi thuyền hiệu chữ "Bình" hộ tống về nước.

Người ấp Đông Trì, huyện Hương Trà, Thừa Thiên là Hoàng Nghĩa Thắng đào được ngọc tỷ (2) đem dâng nộp. Ấn bằng ngọc màu xanh cánh chim trả, 4 mặt nguyên lành, đỉnh bằng, dưới nở trên thót, cao 1 tấc 6 phân 2 ly, bề vuông 1 tấc 5 phân 3 ly, khắc nổi 4 chữ "Phong cương vạn cổ" [Bờ cõi muôn thủa]. Vua dụ Nội các rằng:

"Ta xem cái ấn này, chữ triện lối rất cổ, hình như là vật về đầu đời Hán, chứ không phải chữ cận đại. Nhưng nay giặc cướp chưa yên hẳn, chính là lúc cần phải tu tỉnh, há nên khoe khoang điềm lành? Tuy nhiên gặp được dịp tốt này, cũng là triệu chứng hay. Vậy thu lấy để làm cái ấn dùng đóng vào các bản thơ văn vua làm, cũng tốt".

Bèn thưởng cho Hoàng Nghĩa Thắng 30 lạng bạc.

Tháng năm năm Minh Mệnh thứ 15 [7/6-6/7/1834], Tổng đốc Trương Minh Giảng và Thự phủ Lê Đại Cương ở quân thứ Nam Vang tiến quân đến bến sông thuộc phủ Long Tôn. Giặc Xiêm, các đường thuỷ, bộ ở Mật Vi Xà và Trúc Đồn tại đầu đất Xiêm, nghe quân ta đến, đều bắn súng ra hiệu cho nhau rút lui. Bọn Giảng bèn để lại 300 biền binh đóng ở vụng Xà Năng [Kampong Chhnang,Cambodia] để làm thanh thế cho đồn Tịch Biên rồi trở về Nam Vang.

Sau đó, Trương Minh Giảng sai Đội trưởng Dương Quan Thảo mang thư đi Xiêm. Tướng Xiêm, Chất Tri tiếp nhận đáp lễ hậu, tiễn về và nói:

"*Việc xảy năm ngoái nước Xiêm vốn không có bụng nào, mà chỉ bởi vua Chân Lạp xin cho hai người em về nước, nên nước Xiêm mới hộ tống về, không ngờ vua Chân Lạp chạy trước, thành thử sinh ra lắm chuyện. Đến khi quan quân tới, quân Xiêm lập tức rút đi. Nay được thư, rất lấy làm hả.*"

Bèn phúc thư gửi Thảo, nhưng Thảo cãi lẽ không chịu nhận; người Xiêm không khuất phục được, đành dặn rằng sau khi Thảo về, Xiêm sẽ cho người đệ thư sang sau. Giảng đem hết mọi việc tâu lên; Vua dặn nếu người Xiêm sang, nên tiếp đãi thân thiện.

Tại mặt trận Tuyên Quang, Tham tán Nguyễn Công Trứ đánh phá đảng giặc ở Lục Yên [Yên Bái]. Trước đây, Trứ đến châu lỵ Thu Châu [huyện Yên Bình, Yên Bái], tiếp giới với châu Lục Yên, nghe biết tướng giặc Hoàng Trinh Nguyên tập hợp 500 đồ đảng đóng ở thôn Mường, dựa chỗ hiểm, cố thủ. Trứ bèn phái binh dõng sấn đến đánh phá đồn giặc, chém được 4 thủ cấp, thu được khí giới, đốt kho tàng, doanh trại của giặc. Thổ ty Lương Bá Tư đi tòng chinh rất đắc lực, đã thưởng trước cho 5 đồng ngân tiền Phi long hạng lớn. Vừa dịp tiếp được chỉ dụ rút lui, Trứ lập tức dẫn quân về Tuyên Quang.

Đạo quân Tổng đốc Lê Văn Đức về đến đồn Phù Loan, cũng tuân dụ, rút quân về, cho nghỉ ngơi mấy ngày, rồi trở về tỉnh lỵ Sơn Tây. Những binh dõng do Đức mang theo, cho lựa lấy một số lưu lại để giữ Tuyên Quang, còn thì đều cho về.

Đảng giặc ở Lục Yên lại tràn xuống địa phận xã Bảo ái thuộc Thu Châu. Thổ tri châu Lương Bá Tuyển xin quân cứu ứng. Bố chính Trần Văn Trung, Án sát Nguyễn Huy Chiểu xin Tổng đốc Lê Văn Đức, Tham tán Nguyễn Công Trứ, phái 300 biền binh đang trú phòng, đi ngăn chặn.

Trần Văn Trung lại có sớ tâu báo rằng: Vị Xuyên [Hà Giang] có tướng giặc là Ma Tường Quỳ họp tập hơn 500 đồ đảng, chiếm giữ đồn Phù Loan, sách nhiễu bắt tống lương thực. Châu Đại Man [huyện Chiêm Hoá, Tuyên Quang] cũng có đồ đảng giặc tràn lan, phao ngôn sẽ định ngày đến đánh tỉnh thành. Dân đều trốn chạy. Bọn Cai đội Ma Tường Huy và Thổ ty Nguyễn Bá Cần ở Vị Xuyên có 8 người, đều mang gia quyến về tỉnh thành cư trú, chờ đại binh trở lại, thì sẽ lại theo đi ra sức đánh giặc.

Sau đó Bố chính Trần Văn Trung và Án sát Nguyễn Huy Chiểu cho biết tình hình sáng sủa hơn. Toán giặc Đại Man ở địa phận xã An Lang và xã Vi Sơn, do Đội trưởng Ma Doãn Đô, Ma Doãn Dưỡng, Ma Doãn Khê cùng với Thổ ty là Ma Doãn Thản đem lính dõng, chặn đánh, chúng đều đã chạy tan. Toán giặc Lục Yên nghe tin quân tỉnh tiến đến, cũng liền lén trốn, không dám quấy nhiễu Thu Châu nữa.

Tổng đốc đạo Tuyên Quang là Lê Văn Đức, Tham tán Nguyễn Công Trứ tâu rằng:

"Thỉnh thoảng Thu Châu và Đại Man đều báo có giặc tràn xuống, phần nhiều chỉ nghe bóng gió mà hoảng sợ. Bố chính Trần Văn Trung và án sát Nguyễn Huy Chiểu mới đến làm việc, chưa biết rõ tình hình, chẳng khỏi có sự hoang mang đôi chút. Nhất nhất tâu lên đến nỗi nói nhàm. Đã dò thám đích xác thì chỉ ở địa phương Phù Loan có bọn giặc ước hơn 200 tên, liền phái Vệ uý Hữu vệ, dinh Tuyển phong là Tô Huệ Vân đem 600 binh dõng đi đến Thu Châu phòng ngừa ngăn chặn."

Sau đó Nguyễn Công Trứ do đường thuỷ về tỉnh lỵ Hải Dương.

Tại mặt trận Cao Bằng. Tổng thống Tạ Quang Cự, Tham tán Vũ Văn Từ và Tuần phủ Lê Đạo Quảng rút quân về đóng ở tỉnh thành. Trước đó Vũ Văn Từ, Lê Đạo Quảng đều mang binh lính hành quân: một người do Nậm Chử, một người do Nậm Đông tiến đến địa phận các núi Na Tình, Bình Bán, giáp xứ Mật Lũng châu Bảo Lạc [Cao Bằng]. Được tin có giặc mai phục ở núi Chử Lĩnh, toán tiền tiêu men khe mà đi, bắt gặp tên quân đi tuần của giặc, bèn đâm giết ngay. Giặc ở trên núi bắn súng, ném đá xuống, quân ta không tiến được, giặc cũng không dám xuống. Gặp trời chiều, mưa to, bèn đóng quân lại. Tạ Quang Cự cùng đến hội quân, cho đòi bọn tổng lý và thổ mục sở tại Thông Nông [Cao Bằng], hiểu dụ cho họ biết lẽ thuận, nghịch. Họ đều tình nguyện chọn cử người biết làm việc, đốc suất nhân dân hợp sức ngăn chặn những chỗ xung yếu trên con đường đi Bảo Lạc để được ở yên. Bấy giờ tiếp được dụ chỉ cho đem quân về, bọn Cự tức thì liệu trích binh dõng, chia phòng những chỗ xung yếu, còn đều cho rút về.

Tổng thống đạo Cao Bằng là Tạ Quang Cự, Tham tán Vũ Văn Từ, Tuần phủ Lê Đạo Quảng tâu rằng:

"Nay cả tỉnh Cao Bằng đều đã yên ổn, nhân dân dần đã trở về an cư lạc nghiệp. Dò thám ra, ở Mật Lũng, Chử Lĩnh, thuộc địa phận châu Bảo Lạc, và các xứ Long Lũng, Na Miêu ở trong khoảng Tuyên Quang, Thái Nguyên giáp nhau, còn có 1, 2 giặc tàn ẩn núp từ khi quan quân rút về đến nay, chúng đều chẳng dám trở lại gây sự. Duy có dân châu Bảo Lạc chịu cho giặc Vân sai khiến, nên nó còn được thủ hiểm ở Vân Trung, Ngọc Mạo. Sau khi quân 3 đạo rút về, tất nó lại thừa cơ, lẻn ra cướp bóc những dân thung lũng gần đó để lấy thêm lương ăn, cũng là cái thế tất nhiên. Nên phải có một số quân khá nhiều mới đủ phòng giữ. Bọn thần đã bàn cùng nhau, để lại 2.000 biền binh và 4 thớt voi chiến, 40 cỗ súng lớn và 800 thổ dõng, uỷ cho Vệ uý Nguyễn Tiến Lâm coi quản, hiệp cùng quan tỉnh phòng giữ tỉnh thành, chia đóng đồn trại. Đến như việc sửa đắp thành quách, trong khoảng một tuần nữa, cũng sẽ làm xong và được kiên cố".

Vua dụ để Phó Lãnh binh Văn Hữu Xuân coi quản binh dõng và rút Nguyễn Tiến Lâm về. Cho Tổng thống Tạ Quang Cự về Nghệ An giữ chức, Tham tán Vũ Văn Từ về kinh.

Tại thành Phiên An cũ, bọn Tướng quân, Tham tán, Lãnh binh tâu rằng:

"Có tên Nguyễn Văn Hân ở trong thành ra thú. Nó nguyên là thuộc hạ của Phạm Hữu Nguyên, thự Tri huyện Vĩnh Trị cũ. Trước kia Vĩnh Long thất thủ, Nguyên bị giặc bắt, nhận

chức Phó tướng của giặc, nay sai Hân mang mật thư nói: "Số người Bắc Kỳ lầm lạc theo giặc cũng nhiều kẻ lương thiện, họ nói phẫn nộ ra miệng, xin cùng mưu với nhau giết tên đầu tội ác là Nguyễn Văn Chắm, rồi mở riêng một đường, dẫn quan quân vào thành. Nay Nguyên xin cho lời mật truyền để hiểu dụ cho mọi người khỏi nghi ngờ, mà định ngày khởi sự". Bọn thần hiện đã mật bảo chúng, đại lược nói: "Cái mưu đánh hãm thành trì, trong ứng ngoài hợp, là việc rất to lớn khó khăn, cần phải được kẻ đắc lực giúp cho một tay mới có thể thành sự. Nay tên đồng đảng giặc, Vũ Vĩnh Lộc, ở trong thành, là một tay cừ khôi, nếu ngươi có thể hiểu dụ nó bằng lẽ thuận nghịch để nó sớm biết quay đầu lại, đồng mưu ám sát tên giặc Chắm, rồi đốt các chỗ chứa thuốc súng ở trên thành để làm hiệu, thì quan quân lập tức leo thang lên thành, dễ như trở bàn tay. Hà tất phải mở một đường dẫn quan quân, không phải là cách nhanh chóng. Cửa quân ta không ưng cho làm như vậy". Chờ chúng trả lời thế nào, sẽ tuỳ cơ hành động".

Sau đó lại tâu trình tấn sở ở mặt trước thành, có đồ đảng giặc, đương đêm, lén ra ngoài luỹ đánh thanh la, bắn súng. Quan quân đều hợp sức đánh bắt, giặc chạy. Quân ta, một người trúng đạn lạc, bị chết, 1 người bị thương. Sau, có những kẻ ra thú, hỏi ra, chúng đều nói đêm ấy hơn 300 tên Hồi lương và Bắc thuận đối địch với quan quân, chúng có 1 tên bị chết và hơn 20 tên bị thương.

Ngoài ra tình hình trong tháng năm [7/6-6/7/1834], tại các vùng khác trong nước có những sự việc xảy ra như sau:

Lính bộ tỉnh Nghệ An đánh thổ phỉ ở trang Thạnh Giai thuộc huyện Thanh Chương, chém được 6 thủ cấp giặc. Cai đội Tăng Tháp, dẫn đầu quân lính hết sức đánh, bị chết trận.

Sự việc tâu lên, Vua cho truy tặng Quản cơ và thưởng thêm 20 lạng bạc.

Đóng cửa các mỏ diêm tiêu, lưu hoàng ở Bắc Kỳ. Mỏ diêm tiêu: Bắc Ninh, Tuyên Quang, Hưng Hoá mỗi tỉnh 2 sở; Lạng Sơn, Thái Nguyên mỗi tỉnh 1 sở. Mỏ lưu hoàng: Hưng Hoá 1 sở. Sắc cho các quan tỉnh, nghiêm cấm không cho khai thác; ai dám khai trộm sẽ bị tội mãn lưu (3). Cấm chợ búa và các nhà dân từ Hà Tĩnh trở ra Bắc không được tàng trữ mua bán từ 1 cân trở lên.

Bố chính Thanh Hoa, Nguyễn Đăng Giai điều binh lính đến 2 huyện Thạch Thành và Quảng Địa bắt được thổ phỉ là lũ Quách Công Thạch hơn 20 tên. Địa phương do đấy được yên tĩnh; rồi để lại 300 lính thổ đóng giữ đồn Phố Cát [huyện Thạch Thành, Thanh Hoá] và 200 đóng giữ đồn Kim Tân, rồi về.

Ngày Kỷ Sửu [1/7/1834], vua thân đi cày ruộng tịch điền. Hôm ấy ngự giá từ cung Khánh Ninh ra đi, theo lệ lầu Ngọ Môn, canh 5 đánh 3 hồi trống, nhưng Vua ra lệnh đình chỉ.

Cai đội do Kinh phái là Phạm Văn Linh đáp thuyền Hải Đạo, đi Nam Kỳ làm việc công , gặp bão trôi đến nước Xiêm, tình thế rất nguy hiểm. Có gặp người lái buôn ở đảo Phú Quốc là Hoàng Văn Kế giúp đỡ gạo ăn, rồi bỏ thuyền mình, tự làm lái, chở giúp thuyền quan, đưa về Hà Tiên. Quan tỉnh đem việc tâu lên, Vua khen là người chuộng nghĩa, cho Kế làm Đội trưởng theo tỉnh sai phái, lại thưởng thêm cho 1 chiếc áo sa và 100 quan tiền.

Sai 2 tỉnh Quảng Nam, Quảng Trị, mỗi tỉnh làm 2 xe Thuỷ hoả ký tế, chọn đất lập trường sở, luyện thuốc súng. Quảng Nam đặt ở sông hai xã Hoa An và Tân Bình An; Quảng Trị đặt ở sông xã Thạch Hãn.

Đắp thành Quang Hoá, đồn Tây Hoa ở tỉnh Gia Định. Trước kia, triều đình bàn rằng, tỉnh hạt Gia Định, trên đường bộ có thể thông đến Nam Vang có cái cầu Tây Hoa [cầu Tham Lương] và đạo Quang Hoá rất là xung yếu. Nên xin đặt một tấn sở ở cầu Tây Hoa và đắp một thành đất ở đạo Quang Hoá, lấy quân đóng giữ để nghiêm việc phòng bị. Đến đây, quan tỉnh chiếu theo địa thế, sai dân xây đắp, vẽ thành đồ bản dâng lên.

Bố chính Bắc Ninh, Nguyễn Khắc Hài, đi khám đê Đông Ngàn [huyện Đông Anh, Hà Nội], đường qua Long Tửu, bỗng gặp bọn giặc xông đến chặn đánh, những người theo hầu hoặc chết, hoặc bị thương. Hài lùi vào làng Đông Xá [huyện Từ Sơn, Bắc Ninh]; người làng ấy đóng cổng làng không cho vào, nên Hài bị giặc giết chết. Vua nghe tin, sai Tổng đốc Nguyễn Đình Phổ đến điều tra tại chỗ và lùng bắt lũ giặc. Lại cho rằng Hài là quan một địa phương, được vua chọn dùng đã lâu, vậy gia ơn thưởng cho 100 quan tiền và 50 lạng bạc, 1 cây gấm Tống. Sau đó, Phổ sai thuộc hạ dò bắt được đảng giặc và những người đóng cửa không cho quan quân vào làng, cộng hơn 20 tên, đều giết.

Chú thích:

1. Thuỷ hoả ký tế: Công trình lợi dụng sức nước tại thác, xô mạnh để máy xoay chuyển, nên không tốn công sức.

2. Ngọc tỷ: ấn bằng ngọc.

3. Mãn lưu: Tội lưu đày xa 3.000 dặm, làm lực dịch 10 năm.

224.
Vua Minh Mệnh [1820-1840] (24) [7/7/1834-2/9/1834]

Tháng sáu Minh Mệnh thứ 15 [7/7-4/8/1834], tướng giặc Sơn Tây là bọn Lê Văn Bột, Nguyễn Văn Nhàn, nhận tờ phong của Nông Văn Vân, tập hợp những tên can án ở các tỉnh, đồ đảng đến 6000, 7000, tự đặt quan chức nguỵ. Bột xưng là Tiền quân đại tướng, Nhàn xưng là Tả quân đại tướng; người Bắc Ninh là Nguyễn Đình Thể xưng là Trung quân thống tướng, người Nam Định là Phạm Văn Nam xưng Hữu quân đại tướng, người Sơn Tây là Hoàng Phùng Tiên xưng là Hậu quân đại tướng, âm mưu làm giặc, quần tụ ở địa phận Vĩnh Tường [Vĩnh Phúc] và Quốc Oai [Hà Tây]. Tỉnh phái thự Phó vệ uý Tôn Thất Bật, Quản cơ Phùng Hữu Hoà, đem 500 binh dõng, hiệp lực với Quản phủ Vĩnh Tường, Lê Huy Trị, đánh giặc ở xã Ngoại Trạch thuộc Yên Lãng [huyện Mê Linh, Vĩnh Phúc]. Thổ mục Đinh Công Thịnh, Vệ binh Nguyễn Văn An, trước nổ súng bắn, giết chết 2 tên tướng giặc. Toán giặc tan chạy; quân ta thừa thế, đánh giết được nhiều, bắt được cờ, trống, khí giới của giặc. Sau đó, giặc đến huyện Phù Ninh [Phú Thọ] và huyện Lập Thạch [Vĩnh Phúc] đốt cướp huyện ly.

Giặc tại Tuyên Quang hơn 200 tên chiếm giữ đồn Phù Loan, châu Vị Xuyên [Hà Giang]. Tổng lý là Tạ Huy Cán, Ma Văn Hào đem người thiểu số đi đánh úp, bắn chết được 2 tên tướng, giặc tan vỡ chạy. Còn giặc ở Thu Châu [huyện Yên Bình, Yên Bái] cũng bị đạo quân Vệ uý Tô Huệ Vân đuổi đánh, trốn vào ở rừng Lục Yên.

Quân binh tỉnh Sơn Tây và Hà Nội đánh tan được toán giặc ở Thanh Ba [Phú Thọ], khi giặc từ Phù Ninh tràn qua Thanh Ba đốt phá cướp bóc huyện ly, tụ lại ở quãng rừng làng Bống Châu. Thự Lãnh binh Hà Nội là Vũ Đình Quang cùng với Phó vệ uý Sơn Tây là Tôn Thất Bật, Quản cơ Hoàng Văn Hậu, Phùng Hữu Hoà và Phó quản cơ Hoàng Văn Điềm đều đem quân và voi, chia đường đánh bắt. Điềm xông lên trước quân sĩ, đánh rất hăng; mọi đạo quân đều xông vào, đánh khép lại, chém được một tướng giặc và 9 thủ cấp giặc, thu được khí giới. Giặc bị thương chết nhiều phải lui vào núi sâu, giữ chỗ hiểm chống cự.

Lãnh binh Sơn Tây là Đoàn Văn Cải đánh tan được toán giặc ở chợ Phú Lễ. Trước đây, lũ giặc Bột đã thua, mưu định tràn lên Thu Châu liên hợp với giặc Vân, sai đồ đảng là ứng nghĩa tướng quân, Hoàng Phùng Huy, đem hơn 600 quân, quay về Vĩnh Tường, tuỳ địa thế, gây sự để phân tán lực lượng đánh dẹp của quan quân. Giặc Huy nói phao lên rằng sắp đến Phú Lễ lấy tiền, lương, nếu không cho, thì sẽ đốt phá cướp bóc. Quan tỉnh Hoàng Văn Trạm nghe tin thám báo liền mật sai người hào mục làng Cổ Nha huyện Bạch Hạc [huyện Vĩnh Tường, Vĩnh Phúc] là Đặng Văn bày kế nhử giặc ở lại, rồi phái uỷ Đoàn Văn Cải đem biền binh qua sông, chẹn đánh. Giặc đánh trống, đi đến chợ Phú Lễ đóng lại, Phàn sai người đem rượu và đồ ăn thiết đãi, ngầm đốc suất tổng lý, hương dõng chia ra mai phục, nhân lúc giặc say rượu, đánh úp trước. Cải cùng với thự Phó quản cơ Trung vệ Sơn Tây là Nguyễn Ngọc Nghĩa, Huyện thừa huyện Bạch

Hạc là Phan Nha đều đem binh dõng tiếp đến. Quân giặc cả vỡ, tan chạy. Bọn Cải chém được 6 đầu giặc, bắt được tên Tham mưu giặc là Nguyễn Danh Nho, Đốc chiến giặc là Phan Văn Thành và 39 tên đồ đảng giặc; thu được cờ, trống, khí giới rất nhiều. Giặc Huy, cùng quân nó ngã xuống sông chết đuối không biết bao nhiêu mà kể.

Bọn giặc ở Sơn Tây, hơn 2000 đồ đảng, cướp đốt huyện lỵ Hạ Hoa [Phú Thọ], lại bao vây đồn Đông Lũng. Đạo quân của bộ biền Vũ Đình Quang và Tôn Thất Bật tiến đến, quân giặc liền trốn đi Thu Châu [huyện Yên Bình, Yên Bái]; quan tỉnh Hoàng Văn Trạm được tin, tức thì phi sức cho lũ Quang thượng khẩn truy tiễu.

Bọn giặc đánh giữ đồn Đại Đồng ở Thu Châu; quân binh các đạo hội tiễu, cả phá được giặc. Tổng đốc Lê Văn Đức lúc mới nghe nói giặc đến đồn Đại Đồng, đồ đảng hơn 7000 tên bắc cầu phao muốn qua sông Lôi [sông Chảy] đi theo đường Lục Yên [Yên Bái], bèn phi sức ngay cho bọn Nguyễn Văn Quyền và Tô Huệ Vân mau đem quân và voi đến đóng chặn ở bờ bên tả sông Lôi. Giặc không sang sông được; các đạo quân của Vũ Đình Quang và Tôn Thất Bật do bờ bên hữu đồng thời cùng đến, 3 mặt đánh khép lại từ giờ Mão [5-7 giờ sáng] đến giờ Mùi [13-15 giờ], phá tan luôn được gần 10 cái trại của giặc. Giặc tan vỡ, chạy trốn vào rừng, quân ta thừa thắng ruổi dài, hoặc bắt hoặc chém, đến lúc trời gần tối bèn cho quân ngừng lại. Ngày hôm sau, được tin tàn quân của giặc trốn ở rừng làng Lãnh Thuỷ, ước hơn 1000 tên; lại có vài trăm thổ phỉ ở Lục Yên đến cứu viện, lũ Quang lại đốc thúc binh dõng đuổi đánh: từ giờ Mùi đến giờ Dậu [17-19 giờ], bọn phỉ phần nhiều bị chết và bị thương, tan vỡ trốn chạy, tranh nhau sang sông, chết đuối không biết bao nhiêu mà kể. Chiến dịch này, hai ngày đánh luôn hai trận, chém được 95 thủ cấp, bắt sống được nguỵ Tả quân chánh tướng Nguyễn Văn Mang (người Từ Liêm, Hà Nội), Hữu quân phó tướng Nguyễn Văn Cấm (người Kim Hoa, Bắc Ninh), nguỵ chánh vệ, chánh cơ, cai đội và đồ đảng 72 tên, thu được súng ống, khí giới kể đến vài trăm.

Thự Phó vệ uý Tả vệ Hưng Hoá là Nguyễn Văn Quỳnh đem quân chặn đánh toán giặc Đại Đồng sổng đến Trấn Yên [Yên Bái], bắt sống được tướng giặc là Trần Minh Phụng, Nguyễn Đình Trọng và hơn 60 đồ đảng, chém được hơn 20 thủ cấp.

Tổng đốc Sơn Hưng Tuyên Lê Văn Đức tâu rằng:

"*Toán giặc Thu Châu còn phải truy nã, nên thần phải ở lại Tuyên Quang để khẩn sức cho bộ binh các đạo đổ ra bốn mặt lùng bắt, và phi sức cho các địa phương chặn đánh. Còn như 2 đạo Vị Xuyên và Đại Man lâu nay không có tin báo động, thần đã sai thám thính tình hình đích xác, nếu quả đã vô sự, thì lập tức rút hết quân binh đã phái điều về, liệu để số quân ở lại cho quan tỉnh Tuyên Quang coi giữ*".

Bộ binh Thái Nguyên thuộc Quản cơ Nguyễn Văn Yên, gặp giặc ở huyện Bình Toàn [huyện Bình Xuyên, Vĩnh Phúc], giao chiến, không lợi; Lãnh binh Tống Văn Trị đem quân tiếp ứng. Giặc lại ẩn vào miền rừng thuộc huyện Yên Lãng [huyện Mê Linh, Vĩnh Phúc]. Thự án sát Tôn Thất Lương dâng sớ xin đi hội với quân binh hai tỉnh Sơn Tây, Bắc Ninh để đánh giặc; Vua y cho.

Tổng đốc Ninh Thái là Nguyễn Đình Phổ được tin báo bộ binh Thái Nguyên bị giặc đánh thua, liền phái quyền Phó lãnh binh Lê Phước Sơn, Quản cơ Tôn Thất Loan đem

500 biền binh và 6 thớt voi trận, cùng Quản phủ phủ Thiên Phước là Phạm Hữu Cao chia đi những nơi tiếp giáp giữa Kim Hoa [huyện Đông Anh, Hà Nội], Yên Lãng, Bình Toàn, góp sức vây đánh. Sau đó lại nghe báo cáo ở Thuận An có một toán giặc hơn 800 tên, nổi lên tại tổng Quỳnh Bội, huyện Gia Bình [Bắc Ninh], lại phái Phó quản cơ cơ Cự uy là Nguyễn Văn Kim đem quân và voi đi tuần tiễu tầm nã và phi báo cho tỉnh Hải Dương hội quân đánh bắt. Rồi làm sớ đem sự việc tâu lên, Vua sai thự Tổng đốc Hải An Nguyễn Công Trứ hiệp cùng Đình Phổ đi đánh dẹp.

Tên tướng giặc ở Thái Nguyên là Nguyễn Đình Liêm đem đồ đảng lén đến làng Vân Lăng, thuộc huyện Động Hỷ, đòi tiền và gạo. Dân sở tại không cho, cùng nhau đánh giết được tên Liêm và chém được 3 thủ cấp giặc, thu được cả khí giới.

Bọn giặc Thái Nguyên xâm chiếm đồn Bắc Cạn. Người giữ đồn là Cai đội Vũ Hoàng Luyện lui giữ phố Cao Khâu. Bố chính Lê Trường Danh, án sát Tôn Thất Lương liền phái thêm quân và voi tiến đánh; lại phi báo Tổng đốc Nguyễn Đình Phổ xem xét liệu biện. Phổ cũng tâu rằng:

"Bắc Cạn là nơi địa đầu xung yếu, bị giặc chiếm cứ, thì nhân dân sở tại dễ bị dụ dỗ ép theo, e đến lan rộng, đáng nên phái thêm trọng binh mau sớm dập tắt. Nhưng Bắc Ninh hãy còn nhiều giặc lén lút nổi lên, có chỗ đến hơn 1000 tên, có chỗ đến 500, 600 tên. Hiện nay, một toán ở Yên Thế dám kéo cờ giữ ban ngày. Việc tiễu bắt chính là lúc đương khẩn cấp. Còn đảng giặc ở Bình Toàn, Thái Nguyên, nghe nói đã trốn xa rồi, thần đã tư cho Lãnh binh Tống Văn Trị liệu lưu lại một số quân để tuần tiễu tầm nã, rồi đi ngay Bắc Cạn, tuỳ cơ đánh dẹp".

Nhưng Vua sai Nguyễn Đình Phổ đem đại đội quân và voi gấp đến Thái Nguyên để từ xa làm thanh thế tiếp viện cho Cao Bằng.

Bấy giờ tại Thái Nguyên Lãnh binh Tống Văn Trị đem quân và voi tiến đánh, lấy lại đồn Bắc Cạn. Quân giặc rút, rồi lại tập hợp hơn 2000 đồ đảng từ phố Nà Cù đến núi Tượng Đầu. Văn Trị thúc quân vào đánh; Phó quản cơ Trịnh Tú, Suất đội Nguyễn Văn Đặng đều bị thương, liền báo về tỉnh thêm quân tiếp viện. Bố chính Lê Trường Danh và án sát Tôn Thất Lương tức khắc phi báo Tổng đốc Nguyễn Đình Phổ mau sai quân binh đi hội tiễu.

Tại mặt trận Cao Bằng, Bố chính, Án sát Hoàng Văn Tú và Trương Sĩ Quản tâu rằng tiền và gạo ở tỉnh chi phát đều đã hết sạch, lại gặp lúc giáp hạt, dân gian 10 nhà thì 9 nhà không còn gì, đong mua thóc gạo rất là khó khăn, dù mua bằng giá thoả thuận. Vậy xin do Lạng Sơn thông tư sang Bắc Ninh đem tiền, gạo và muối đem đến ngay cho.

Đồ đảng Nông Văn Vân là lũ Nông Văn Sĩ, Nông Văn Hoành lại tụ họp ở địa hạt Cảm Hoá [các huyện Ngân Sơn, Na Rì, Bắc Cạn]. Bọn chúng hơn 1000 tên, chia làm 3 đạo: 1 đạo tràn xuống đồn Bắc Cạn thuộc Bạch Thông; 1 đạo lấn qua đồn Gia Bằng [huyện Thạch An, Cao Bằng] thuộc Cao Bằng; 1 đạo hướng về Tiêm Lĩnh chỗ giáp giới Cao Bằng thuộc Lạng Sơn, mưu chặn đường quân lương của ta. Cao Bằng và Thái Nguyên đều đã sai quân chặn đánh.

Tướng giặc Tuyên Quang là Nông Văn Vân cùng đồ đảng là Bế Văn Cận lại tụ họp quân đến lấn cướp địa hạt Thông Nông thuộc Cao Bằng. Lũ Văn Hữu Xuân, Hoàng Văn Tú, Trương Sĩ Quản phi tâu lên nói:

"Các hạng biền binh dẫu hiện có hơn 2.000 người, nhưng dãi dầu lam chướng đã lâu, phần nhiều mệt nhọc, dù dùng cũng không được việc mấy. Bọn thần đã gọi lấy thổ dõng, nhưng chưa thấy tập hợp đông đủ. Thêm vào đó kho tàng chưa dồi dào, việc vận tải kho đều đặn. Thực lấy làm lo ngại lắm."

Vua lại sai truyền dụ cho Bắc Ninh lập tức mướn dân và sai lính vận tải gạo, muối đến Lạng Sơn; lấy luôn cả 1.000 lạng bạc trong kho đưa đến để dùng. Còn lũ Hoàng Văn Tú, chiếu theo số thóc tô phải nộp năm nay, truyền khắp cho dân trong hạt, tới chỗ gần mình ở, nộp trước 4000, 5000 phương gạo. Nếu không đủ thì lấy các thổ sản như khoai, đậu, lúa hoặc ngô nộp thay cũng được, cốt để giúp đỡ cái cần dùng trước mắt, không được ngồi đợi Bắc Ninh mang đến, để đến nỗi chậm trễ, lỡ làng. Lại sai Tổng đốc An Tĩnh là Tạ Quang Cự đi Cao Bằng, Tổng thống quân vụ.

Giặc từ Thông Nông tràn xuống Bà Đông, Nhượng Bạn [huyện Hoà An, Cao Bằng]. Văn Hữu Xuân, Hoàng Văn Tú và Trương Sĩ Quản cáo cấp lương quân không tiếp tế đủ, mà quân tiếp viện chưa đến, rất lấy làm lo! Rồi bọn giặc lấn đến tỉnh ly, quan quân đều lui cả vào thành, mưu phòng thủ.

Sai thự đốc Hải Yên, Nguyễn Công Trứ, đem số binh đang quản lãnh, đi tiếp viện Cao Bằng. Trước đó Trứ nhận chiếu chỉ cho hiệp sức với Tổng đốc Ninh Thái Nguyễn Đình Phổ dẹp giặc ở chỗ giáp giới Sơn Tây Bắc Ninh. Vua cho rằng dư đảng bọn giặc đã trốn vào rừng núi, mà tin báo về biên giới Cao Bằng rất khẩn cấp, cho nên mới đổi lệnh.

Giặc Nông Văn Vân ở Tuyên Quang xâm lấn bức bách Cao Bằng. Bố, Án, Lãnh binh là Hoàng Văn Tú, Trương Sĩ

Quản, Nguyễn Văn Thuận cùng với viên bị cách là Văn Hữu Xuân bỏ thành chạy, lùi đóng ở đồn Na Lãnh, Lạng Sơn. Thự phủ Trần Văn Tuân căn cứ vào tin thám báo của viên Tri huyện Thất Tuyền [huyện Thất Khê, Lạng Sơn] là Đặng Huy Thuật, đem việc tâu lên, và nói xin phái 1, 2 đại đội quân mạnh, đi suốt đêm ngày mau đến cứu viện. Vua lại xuống dụ giục bọn Tạ Quang Cự, Nguyễn Công Trứ và Nguyễn Tiến Lâm mau mau tiến quân, không được trì hoãn.

Bố, Án, Lãnh binh Cao Bằng là bọn Hoàng Văn Tú lại từ La Lãnh lui về đồn Lạc Dương [huyện Tràng Định, Lạng Sơn] đem tình hình tỉnh thành thất thủ làm sớ xin chịu tội, nói:

"*Lúc giặc mới xâm lấn đến Nhượng Bạn* [huyện Hoà An, Cao Bằng], *đông đến 6000 tên. Các quân góp sức liều chết cố đánh, thế giặc đã dần yếu, bỗng có 1 toán Thiều Châu hơn 1000 tên từ phía sau núi, ập lại đánh úp, đến nỗi quan quân phải rối loạn, tan vỡ, nhiều người bị chết và bị thương, vừa đánh vừa lùi. Giặc bèn thừa thế, đốt phá huyện sở Thạch Lâm, chia đường đuổi gấp, rất là hung hăng. Mà gạo lương trong thành không đủ dùng được 3 ngày, bất đắc dĩ đêm phải sai thổ dõng lên trên núi, đặt nghi binh, rồi đem hết quân và voi, cùng 2 ty Bố, án gấp đường chạy về mé giáp giới Lạng Sơn, để nhờ đó cho có lương quân; đợi viện binh ở ngoài đến, sẽ mưu tính việc khôi phục*".

Tại thành Gia Định, lũ Tướng quân, Tham tán, Lãnh binh tâu rằng giặc trong thành, nhân ban đêm, lẻn ra ngoài luỹ ở 3 mặt Tiền, Tả, Hậu: hoặc bắn súng điểu sang, hoặc phóng ống phun lửa, hoặc ném gạch đá, hoặc lấy câu liêm ngoặc ngọn cây, hoặc che ván gỗ sấn vào mặt luỹ. Quân binh ở tấn sở hết sức chặn đánh, đâm chết được 1 tên giặc, cướp được ống phun lửa và câu liêm mấy chục cái. Giặc liền lùi chạy, quân ta cũng có người chết và bị thương.

Tên Vũ Văn Duyên là Phó quản lãnh của giặc dòng dây ra khỏi thành, đầu thú. Lại có tên Trương Văn Doanh đeo khoá tay ra thú và nói rằng trước nó lập mưu trốn, bị giặc bắt giam, khoá tay; nay xin hướng dẫn quan quân lẩn vào thành "dê ngựa" (1) giết giặc dâng công. Lời nói đó các Tướng quân chưa thể vội tin, nên còn giữ lại trong quân, mật quan sát.

Các Tướng quân, Tham tán và Lãnh binh ở quân thứ Gia Định lại tâu tiếp:

"Có kẻ ở trong thành ra thú, nói rằng: quân giặc chế tạo nhiều cờ ngũ sắc, dao găm, câu liêm sắc và khâu độ 2.000 mảnh lụa trắng, dài 6 tấc, ngang 1 tấc, 2 đầu có đơm dải vải; đợi khi ra đánh, dùng lụa đó làm dấu hiệu. Chúng còn 6 con voi trận: dự định chia cho vợ con tên Khôi 1 con, các tên nghịch phạm là Nguyễn Văn Chắm, Vũ Vĩnh Lộc, Nguyễn Văn Quế, Lê Bá Minh, mỗi tên 1 con; Lê Văn Hàm cùng đạo trưởng đạo Gia tô là nghịch Du, tức Phú Hoài Nhân, 1 con. Chúng mưu định mở hai cửa thành Hữu và Hậu, phá vây mà chạy."

Ngoài ra tình hình trong tháng sáu [7/7-4/8/1834], tại các vùng khác trong nước có những sự việc xảy ra như sau:

Tướng giặc Lê Văn Phẩm, quấy phá chỗ giáp giới hai tỉnh Thanh, Nghệ bị quan quân bốn mặt nã bắt. Tình thế ngày càng cùng quẫn, Phẩm đem lũ tàn quân hơn 100 tên trốn đến địa phương Trấn Định [đất Lào giáp huyện Hương Sơn], ức hiếp thổ dân, sách nhiễu lấy ăn, định đi Hà Tĩnh, liên hợp với tướng giặc Phan Bô. Thự Vệ uý Nguyễn Văn

Lược cùng các phủ huyện đem quân và dân hết sức rượt theo và đuổi kịp bắt được Phẩm cùng đồ đảng 50 tên, thu được hết khí giới.

Tướng giặc Quảng Yên là Trần Văn Lẫm, tụ tập đồ đảng đón cướp những thuyền buôn ở hải phận huyện Hoành Bồ. Thí sai Huyện thừa là Lê Trọng Mưu đem thủ hạ và dân bắt được, giết đi. Chuẩn cho Mưu được thực thụ thổ Huyện thừa, lại thưởng thêm cho 20 lạng bạc và 100 quan tiền.

Vua ban 10 điều dạy dân trong nước, gọi là **Huấn Địch Thập Điều**, nội dung như sau:

1. Hậu luân lý: Đạo làm người, không gì cốt yếu bằng cho luân lý được trong sáng. Vua tôi có nghĩa, cha con có tình thân, vợ chồng có riêng biệt, anh em có thứ bậc, bạn bè có tin cậy. ấy là năm điều luân lý quan trọng của người ta.

2. Giữ lòng ngay thẳng: Tâm là gốc của con người. Tâm mà ngay thẳng, thì muôn điều lành do đấy sinh ra; tâm mà bất chính, thì trăm điều ác đều theo đó mà gây nên.

3. Chăm nghề nghiệp: Trời sinh ra người, thế nào cũng phó cho mỗi người một nghề. Cho nên người ta ai cũng phải chăm lấy một nghề để làm cái cơ sở lập thân.

4. Chuộng tiết kiệm: Đường lối làm ra của cải là ở chỗ làm nhiều, ăn ít, làm nhanh, dùng thưa thì tiền của thường đủ. Cho nên các thánh hiền mỗi khi bàn đến sự tiêu tiền thì cốt lấy tiết kiệm làm đầu.

5. Gây phong tục cho trung hậu: Phong tục có quan hệ với người ta không phải là nhỏ. Thói tốt tục hay thì có thể bỏ được hình luật và thôi được việc binh, trong bốn biển sẽ có âm thanh thái bình. Ta mong các ngươi, sĩ, thứ, quân

nhân, cùng trông nhau làm điều thiện, dắt nhau đi đường chính đạo.

6. Dạy con em: Người ta ai cũng trước làm con, em, rồi sau làm cha, anh, làm thầy, làm người trên. Bây giờ chẳng biết đạo làm con em, thì sau này không biết đạo làm cha, anh, sư trưởng. Cho nên cổ nhân dạy người, tất bắt đầu từ khi làm con em trước, ấy là có ý mong sẽ làm cha, anh, sư trưởng sau này.

7. Tôn sùng đạo học chân chính: Học là cốt học cái đạo làm người. Cho nên người trong thiên hạ không một người nào không học, mà cũng không một ngày nào không phải học, nhưng học lại cần phải học chân chính. Ta muốn triệu dân các ngươi chăm chỉ chính học, biết rõ luân lý. Đạo Nghiêu Thuấn chỉ có hiếu để mà thôi, đạo Khổng Mạnh thì lấy nhân nghĩa làm đầu. Đó là những điều nên học. Còn như tả đạo dị đoan, chớ để nó lừa dối cám dỗ. Đạo Gia tô lại càng vô lý: trai gái chung đụng, việc làm giống như cầm thú. Gây vây cánh, cổ động gian tà, tự sa vào tội chết. Đó là làm cho bại hoại luân lý, hư hỏng giáo hoá, không thể tin được.

8. Răn chừa tà dâm: Người ta sống ở trong trời đất, quý ở giữ tính chính đính, không buông mình vào vòng dâm đãng; phải đi theo đường thiện, chớ lạc vào con đường gian ác.

9. Cẩn thận giữ phép nước: Triều đình đối với dân, chỉ muốn dân giữ phép, chứ không muốn dân phạm pháp. Dân ta biết giữ phép thì sau ít lỗi mà không vướng vào tội vạ, mà toàn vẹn được đời sống. Như thế thì đặt ra pháp luật là vì dân.

10. Rộng làm việc lành: Nhà tích thiện hẳn có thừa

phước. Thiện là gồm các phước tập họp ở đó. Cái gọi là thiện ấy, chẳng qua là hiếu, đễ, trung, tín, nhân, nghĩa, lễ, trí mà thôi, chứ có gì khác đâu. Lũ sĩ, thứ, quân nhân các ngươi đều nên kính nghe lời ta, cố tiến đến chỗ thiện: ngày nay làm một việc, ngày mai làm một điều, lâu dần thực có ở mình chứa nhiều điều thiện, làm rộng âm đức, thì tự nhiên tai nạn qua khỏi, phước lộc được nhiều.

Tổng đốc Định Yên là Đặng Văn Thiêm tâu xin đóng thuyền tuần phòng dẹp giặc cướp:

"*Đê ở kiêm hạt Hưng Yên đã thôi không đắp, hằng năm cứ đến kỳ nước to, tràn ngập lên ruộng có khi hàng tháng. Làng xóm đường ngõ đi lại không thông đồng. Quân cướp thừa cơ nổi lên, thế tất cũng có. Vậy xin đóng lấy 6 chiếc thuyền nhanh nhẹ, mỗi thuyền có thể chở được 2, 3 chục người, giao cho lính thú coi giữ. Từ đó cứ đến mùa thu nước to, phải đi tuần tiễu ở dân gian. Và, cửa Liêu cũng là nơi xung yếu, xin cho đóng 3 chiếc thuyền nhanh nhẹ để đi tuần ngoài biển.*" Vua đều y cho.

Về phía nhà Thanh, Tuần phủ Quảng Tây Huệ Cát sai người do thám tại biên giới cho biết sau khi Việt Nam rút quân, Nông Văn Vân lại chiếm cứ đất Thông Nông, tỉnh Cao Bằng. Vua Đạo Quang tiếp tục hạ lệnh nghiêm sức thuộc hạ cẩn thận đề phòng, ra sức kê tra; không dung cho bọn khả nghi, cùng bọn giặc lén vào; khiến cho bọn gian bên trong, giặc phỉ bên ngoài không có dịp cấu kết:

"***Ngày 19 Quí Sửu tháng 6 năm Đạo Quang thứ 14* [25/7/1834]**, *Dụ các Quân cơ đại thần:*

"Cứ lời Huệ Cát tâu ' Do thám được sau khi Việt Nam rút quân, Nông Văn Vân vẫn còn chiếm cứ đất Thông Nông,

tỉnh Cao Bằng. Nước này lại điều quân Di trở lại, trú tại Phù Tang, ý định tiến đánh Thông Nông; Nông Văn Vân cũng phái binh phòng ngăn tại các ải quan trọng. Xứ này giáp giới với đồn Bình Mãnh, Khôi Lai, thuộc sảnh Tiểu Trấn An; đã sức các đồn ải nghiêm mật đề phòng, nên duyên biên vẫn yên ổn như thường.'

Việt Nam và Nông Văn Vân gây oán đã sâu, việc binh khó mà giải ra được. Viên Quốc vương lại tập trung quân tiến đánh, tất phải đi qua Bình Mãnh, Tiểu Trấn An. Quốc vương tuy cung thuận lâu năm, nhưng nội địa và bên ngoài cương giới phân minh, không thể đi vượt qua được. Nhưng *Man Xúc* (2) *tranh nhau, thế khó có thể dừng lại được. Cứ nên trấn tĩnh phủ ngự ngoại Di, lại càng nên nghiêm mật kê tra giặc phỉ trong nước. Đương lúc quân giặc đến sát gần, hoặc bọn quân lính lại dịch, cùng Hán gian nội địa, thừa dịp trộn lẫn phụ hoạ gây sự, khó đoan chắc rằng không xẩy ra.*

Vả lại bọn binh đinh lại dịch có thể từ sổ sách mà kê tra, còn bọn Hán gian thì tung tích tiềm ẩn, trong bóng tối xui dục, thi hành thủ đoạn, càng khó mà kê tra. Nếu bọn chúng cấu kết với Nông Văn Vân, lộng hành quỉ kế, hoặc nhận chức nguỵ, thì sự thể xẩy ra quan trọng rất lớn. Nay truyền cho Huệ Cát nghiêm sức thuộc hạ cẩn thận đề phòng, ra sức kê tra, không dung cho bọn khả nghi, cùng bọn phỉ lén vào; khiến cho bọn gian bên trong, giặc phỉ bên ngoài không thể trốn vượt, để nghiêm việc khống chế và yên tĩnh biên giới, đó là điều chính yếu. Đem dụ này lệnh các nơi hay biết." (**Tuyên Tông Thực Lục** quyển 253, trang 37-38)

Tháng bảy Minh Mệnh thứ 15 [5/8-2/9/1834], Tổng đốc Ninh Thái Nguyễn Đình Phổ thân đem quân và voi tiến đóng ở tỉnh thành Thái Nguyên, phái uỷ Phó lãnh binh Bắc

Ninh Phạm Phi đem quân đóng ở đồn chợ Mới [Bắc Cạn] để tiếp ứng cho đạo quân Lãnh binh Thái Nguyên Tống Văn Trị. Tống Văn Trị ở Bắc Cạn đánh nhau với giặc, giặc lại lùi và tản đi.

Sau đó Tống Văn Trị, đem quân lui về đồn Chợ Mới. Trị dò thám biết rằng quân giặc tụ tập ngày càng đông, mưu sắp đến đánh. Trị tự nghĩ quân ít, không địch nổi, mà đồn Chợ Mới là chỗ để lương thực, sợ giặc có lẽ do đường tắt, đến đằng sau đánh úp, nên rút quân lui. Giặc bèn lấn xuống Khâu Lĩnh, chẹn đóng chỗ hiểm yếu để giữ. Tổng đốc Nguyễn Đình Phổ được tin báo, liền ra lệnh gấp cho Phó lãnh binh Phạm Phi trích lấy một số biền binh theo Trị chặn đánh.

Lãnh binh Thái Nguyên, Tống Văn Trị, lại lấy lại được đồn Bắc Cạn. Lũ giặc, trước kia lấn xuống Khâu Lĩnh, Văn Trị đóng quân ở Cao Khâu, cách sông cầm cự. Giặc chia đóng 2 trại bắn nhau với quan quân. Đêm đến, Văn Trị sai quyền Vệ uý Trung vệ Bắc Ninh là Nguyễn Hiếu đem 200 kỳ binh lội sông đánh úp vào trại giặc. Suất đội Dương Văn Thuyết xông lên trước, sấn vào, nổ súng đánh ập lại. Quân giặc cả sợ, tan vỡ. Quan quân chém được 2 đầu giặc và bắt được 1 tên. Văn Trị thúc quân đuổi đánh, giặc chạy đến phố Na Cù, quan quân bèn lấy lại được Bắc Cạn.

Toán giặc Bắc Ninh nổi lên ở huyện Gia Bình. Quản cơ Tôn Thất Loan đem 400 biền binh và 2 thớt voi, hiệp cùng Quản phủ Thuận An Phạm Văn Đức đi đánh dẹp. Giặc ở hai xã Xuân Lai và Phước Lai kéo ra độ hơn 2000 tên. Cai đội Nguyễn Hữu Trì, Đội trưởng Nguyễn Văn Choa xông ra trước cố sức đánh, chết tại trận; quân lính phần nhiều bị thương vong. Lũ Loan cho rằng chỗ ấy, bên tả thì sông, bên hữu thì ruộng sâu, chỉ có một đường độc đạo, thế khó tiến lên, bèn lui về Lãng Ngâm chống giữ. Bố chánh Nguyễn Đăng Giai lập tức sai Lãnh binh Đào Văn Nghị đem quân hội tiễu.

Khâm sai thự Hữu tham tri bộ Hộ là Vũ Đức Khuê đến Bắc Ninh, trù hoạch chuyển lương quân cho Cao Bằng, dâng sớ nói:

"Cứ lũ quan tỉnh Nguyễn Đăng Giai nói lại rằng những dân phu vận tải đương thứ hơn 20000 người cộng được hơn 14300 phương gạo, 15000 quan tiền, hơn 400 phương muối. Trong một tháng cứ tiếp tục tải đến cũng có thể đủ số hơn 20000 phương gạo để chi cấp cho 5000, 6000 người ở quân thứ, có thể đủ ăn trong 3 tháng. Sự cần dùng trước mắt chắc có thể tiếp tế được đủ. Duy có số tiền và gạo thuê nhân công, hỏi các phủ, huyện, tổng, lý thì đều nói rằng: gặp mùa mưa, mỗi lần đi lại phải đến mươi ngày, lộ phí dần thấy thiếu thốn, cho nên lòng người chẳng khỏi ngại khó! Thần đã bàn nhau trả thêm công sá để cho họ vui lòng đi làm; trước cấp mỗi người mỗi chuyến: tiền 7 tiền, gạo 7 uyển; nay tăng lên: tiền 1 quan, gạo 10 uyển. Vậy thần xin đến Lạng Sơn, hội nhau bàn làm việc ấy.".

Lãnh binh Nguyễn Tiến Lâm, Vệ uý Nguyễn Tình Lộc, cùng Bố chánh, Án sát Cao Bằng là Hoàng Văn Tú, Trương Sĩ Quản và Lãnh binh Nguyễn Văn Thuận đánh thổ phỉ ở Tiêm Lĩnh [giáp giới Cao Bằng, Lạng Sơn] , bị thua trận. Trước đây, giặc Vân đã chiếm cứ thành Cao Bằng, uỷ cho đồ đảng là Bế Văn Cận tràn xuống Tiêm Lĩnh. Lũ Hoàng Văn Tú bàn mưu sắp tiến đánh, sai người mật báo cho Nguyễn Hữu Đĩnh, Ma Ngọc Lý tập hợp nhiều thổ dõng chia nhau mai phục ở phía sau giặc để đợi hội với Nguyễn Tiến Lâm, Nguyễn Tình Lộc kéo quân đến, tức thì chỉnh đốn quân và voi cùng tiến. Vừa đi đến trạm Lạng Chỉ [xã Chỉ Mê, huyện Tràng Định], đường núi hẹp, gặp giặc mai phục chỗ hiểm chặn đánh. Tiền đạo Nguyễn Tình Lộc bị chết tại trận, binh lính bị thương và chết nhiều, lại lui về đóng giữ ở Lạc Dương [huyện Tràng Định, Lạng Sơn].

Tham tán Nguyễn Công Trứ từ Bắc Ninh tiến lên Cao Bằng, lo việc đánh dẹp; đạo quân tiến đến quân thứ Lạc Dương. Trước đây, lũ Nguyễn Tiến Lâm đã thua lui về, giặc đem hơn 6000 đồ đảng vây quanh bốn mặt. Chợt thấy Trứ dẫn quân đến, chúng liền lên núi, tìm chỗ hiểm, đóng giữ.

Tổng thống quân vụ Lạng Bình là Tạ Quang Cự mới đến Lạc Dương, hội cùng Tham tán Nguyễn Công Trứ, đánh thắng giặc. Quân giặc chia đặt hơn 20 trại ở vùng núi Lạc Dương, chống cự quân ta; chúng lại chia đồ đảng lẻn xuống đường giáp xã Hoa Sơn, ngăn chặn, mong cắt đứt đường vận lương của ta. Bọn Quang Cự, Công Trứ liền thân đốc quân binh từ Hoa Sơn, Liên Thượng, Lạc Dương đồng thời tiến đánh, chém được 58 thủ cấp giặc, bắt sống được 2 tên. Giặc thua to, tan vỡ chạy trốn vào rừng sâu, quân ta đốt hết các trại và sách giặc, rồi tìm đất đóng giữ. Sau đó Nguyễn Công Trứ lại mang binh quay về Thái Nguyên.

Bọn Phó quản cơ Nguyễn Hữu Đĩnh, Cai đội Ma Văn Lý, Chánh đội trưởng Trình Văn Châu ở Cao Bằng chém được Thống chế của giặc là Bế Văn Cận, lấy lại được tỉnh thành.

Trước kia, lúc tỉnh thành thất thủ, lũ Hữu Đĩnh đóng giữ tại các huyện Quảng Uyên, Thượng Lang, Hạ Lang, chiêu tập thổ dõng để chống giặc, trước sau hơn 20 trận, giết được giặc nhiều, giặc không dám xâm phạm. Đến đây, nghe tin đại quân tiến đến Thất Tuyền [huyện Tràng Định,

Lạng Sơn] đánh dẹp, liền đem quân thẳng đến Sủng Sơn, gần bên tả tỉnh thành, trông thấy nhà kho của tỉnh bốc lửa. Khi bọn Đĩnh đến thì giặc Vân đã theo đường sau phía hữu ngoài thành trốn đi rồi; họ đuổi theo, bắt được một tên, hỏi ra mới biết tên Cận ở Lạc Dương bị quan quân đánh lui. Họ lập tức chia phái thổ dõng mai phục ở sau đồn Ninh Lạc, đón đường về của tên Cận. Lúc Cận đến, quân phục 4 mặt đổ ra; Trình Văn Châu lấy giáo đánh trúng tên Cận, Thổ dõng Hà Đình Bảo sấn vào, chém được đầu Cận. Giặc cả vỡ, vứt khí giới mà chạy. Họ bắt sống được 4 tên, chém giết được rất nhiều. Lũ Đĩnh đem đầu giặc Cận, phi ngựa đến trước quân Tổng thống Tạ Quang Cự dâng nộp. Tạ Quang Cự trước sai đem cờ đỏ phi báo tin thắng trận, rồi đem quân tiến vào tỉnh thành Cao Bằng.

Tham tán Nguyễn Công Trứ về đến Lạng Sơn, tiếp được tờ dụ nghiêm trách, bèn tâu rằng:

"*Đạo quân Lạng Sơn đã có Tổng thống Tạ Quang Cự tính toán xếp đặt, tưởng đã đủ rồi, mà sự thế Thái Nguyên hãy còn vất vả, xin tiện đường quay ngay về Thái Nguyên, hiệp cùng Tổng đốc Nguyễn Đình Phổ bàn bạc việc quân cho được đúng cách*".

Tổng đốc Sơn Hưng Tuyên là Lê Văn Đức tâu rằng giặc ở Thu Châu [huyện Yên Bình, Yên Bái] nay đã chạy trốn cả vào rừng Lục Yên [Yên Bái]; nên cho quân binh về đóng ở Sơn Tây, chỉ để Hoàng Văn Hậu ở lại, hợp với quyền Lãnh binh Nguyễn Văn Quyền và Tô Huệ Vân chia đi lùng bắt.

Sau đó, Đức được tin rằng đồn Tụ Long, châu Đại Man, có giặc quấy nhiễu. Cai đội giữ đồn là Ma Doãn Bồi, thế cô, khó chống chọi được, phải đem gia đình đến động Ngọc

Uyên thuộc thuộc châu Thuỷ Vĩ, Hưng Hoá.

Nguyễn Văn Nhàn, giặc trốn ở Sơn Tây, lại tụ tập bè đảng ở trong rừng, chỗ tiếp giáp Bắc Ninh, Thái Nguyên và Sơn Tây. Phó quản cơ phủ Vĩnh Tường, Lê Huy Trị, cùng với quyền Phó vệ uý Nguyễn Văn Thanh, đem quân và voi đi tuần tiễu, nã bắt. Khi đến đầu làng Thuỵ Lâm, huyện An Lạc, gặp hơn 1000 giặc xông đến đón đánh, Trị trước lấy giáo đâm chết một tên tướng giặc; Thanh lại chính tay giết được một tên giặc nữa. Biền binh hăng hái tiến lên, chém được mười mấy thủ cấp, quân giặc thua to, tan tác chạy trốn.

Tổng đốc Lê Văn Đức, tâu rằng:

"Cai tổng đóng giữ đồn Phù Loan là Tạ Huy Cán bắt được 8 tên giặc, chúng đều nói rằng: lũ tướng giặc Lê Văn Bột từ khi thua trận Đại Đồng [huyện Yên Bình, Yên Bái] *đem hơn 1.000 tàn quân trốn ở trong rừng thượng du thuộc Lục Yên, rau khoai qua ngày, hầu không biết sống là vui! Tên thổ phỉ Hoàng Trinh Tuyên giúp đỡ lương thực cho bọn Bột, sai người đưa đường tắt qua Thái Nguyên để trốn về. Khi đến xã An Long, Bột cùng đồng đảng đã sang qua suối nhỏ mà đi, còn bọn 8 tên này đi sau, nên bị bắt. Vả lại, lũ giặc Bột đều là những tên chánh yếu phạm hơn cả, thì há nên để chúng trốn xa? Vậy thần đã lập tức phái ngay Quản cơ cơ Tả dũng là Nguyễn Văn Hoà đem 500 binh dõng gấp đến Đại Man* [huyện Chiêm Hoá, Tuyên Quang] *đôn đốc viên lĩnh Tri châu Nguyễn Văn Biểu cùng với án thủ 2 đồn Đài Mãn và Phước Nghi là Ma Doãn Dưỡng và Ma Doãn Khê sai nhiều thổ dõng, phàm những đường tắt có thể thông đến Thái Nguyên, đều chia đi chặn bắt, chớ để chạy thoát".*

Tổng đốc Lê Văn Đức, từ Tuyên Quang về đến Sơn Tây.

Đề đốc Hà Ninh Hoàng Văn Trạm chuyển đi Hà Nội nhận chức. Văn Đức, trước kia thấy địa giới châu Đại Man không có giặc qua lại, mà Thu Châu cũng đã yên lặng, liền để một số quân và voi ở lại, giao cho quyền Lãnh binh Tuyên Quang là Nguyễn Văn Quyền cai quản, hội cùng Bố, Án là Trần Ngọc Lâm, Hồ Sĩ Lâm, phân phái đóng giữ, số còn lại thì đem ngay về lỵ sở Sơn Tây.

Tại thành Gia Định lấy bọn ra đầu hàng là Trương Văn Doanh, cùng kẻ ra hàng lần trước, dồn làm đội Lực dũng. Ban đêm, lén vào mặt trước thành "dê ngựa" chia nhau mai phục, vừa gặp du binh của giặc đi đến, Doanh xông lên trước chặn đánh, đồng bọn Nguyễn Văn Long chém trúng một tên giặc bị đau, chạy; Nguyễn Văn Thành đâm tiếp, bắt được đem nộp. Lại có Phó tướng Thuỷ quân của giặc là Nguyễn Đức Diễn, nguyên thuộc đội An lương thành Phiên An, sai người đưa thư mật xin làm nội công giết giặc, để chuộc tội.

Đốc, phủ quân thứ Nam Vang là Trương Minh Giảng và Lê Đại Cương, tâu bày về mọi việc nên làm tại Chân Lạp như:

- Đặt quan Chân Lạp coi giữ những nơi trọng yếu; xem xét đất để thiết lập đồn trại.

- Lựa dùng lính bản xứ, người Chàm và người Chà Và cư trú đất này; chỉnh đốn sửa sang đồ quân dụng.

- Chiêu tập cơ binh An Biên; cơ An Biên lệ thuộc tỉnh An Giang, nhưng điều động người Chân Lạp sung vào để tăng cường phòng thủ.

- Khám xét các thuyền buôn ở Quảng Biên. Cửa biển Cần Bột [Kampot, Cambodia] thuộc phủ Quảng Biên, nếu có thuyền buôn của người nhà Thanh chở hàng hoá vào cảng thì báo cho tỉnh Hà Tiên xét thực tình hình.

Ngoài ra tình hình trong tháng bảy [5/8-2/9/1834], tại các vùng khác trong nước có những sự việc như sau:

Dùng thự Tri huyện Vĩnh Hoà, tỉnh Nghệ An là Nguyễn Trọng Dụ làm Đồng tri phủ Trấn Ninh. Khi Trọng Dụ đến, phái người phủ dụ, nhân dân trong 6 huyện Quảng, Cát, Liêm, Khâm, Xôi, Khang, lần lượt trở về được hơn 1300 người; duy có người huyện Mộc chưa về. Trọng Dụ liền sai dân 6 huyện chọn mỗi huyện lấy 1 người xưa nay được nhân dân tin phục cho tạm trông coi công việc huyện.

Mở khoa thi hương ở Thừa Thiên và Nghệ An. Dùng Thượng thư bộ Lại Nguyễn Kim Bảng làm Chủ khảo trường Thừa Thiên , thự Bố chính Bình Định là Phạm Thế Trung làm Phó chủ khảo; thự Tuần phủ Quảng Trị là Nguyễn Tú là Chủ khảo trường Nghệ An, Án sát Thanh Hoa là Lê Đức Ngạn làm Phó chủ khảo; lấy đỗ cử nhân tất cả 46 người . Trường Thừa Thiên 30 người: Nguyễn Danh Dương, Tô Danh Ước, Vũ Trọng Bình, Trần Đức Tú, Nguyễn Hữu Thường, Nguyễn Khuê, Nguyễn Đức Thành, Nguyễn Xuân Bảng, Nguyễn Duy Hiển, Phạm Huy, Nguyễn Quang Quýnh, Phan Trí Hoà, Đỗ Hưng Thi, Cồ Văn Tín, Nguyễn Văn Sĩ, Trần Văn Gia, Nguyễn Mẫn, Lê Chân, Mai Đức Thường, Nguyễn Hữu Thành, Hoàng Hưu, Nguyễn Tất Phong, Phan Văn Xưởng, Nguyễn Văn Hành, Chu Duy Vị, Nguyễn Chính Nghị, Nguyễn Văn Thịnh, Vũ Duy Ninh, Trần Quang Chung, Đinh Văn Minh. Trường Nghệ An 16 người: Vũ Ngọc Giá, Nguyễn Trọng Thiều, Nguyễn Ngọc, Trần Ái, Đinh Xuân Cử, Nguyễn Hữu Thân, Bùi Đình Bảo, Phan Xuân Lệ, Hoàng Nho Nhã, Trương Định Hội, Phan Duy Thanh, Lê Lương

Bạt, Ngô Trí Khương, Phạm Phi Đằng, Nguyễn Văn Giao, Nguyễn Thái Để.

Tàu buôn Anh cát lợi vào cửa biển Thi Nại, Bình Định; quan tỉnh đem việc tâu lên. Vua nói:

"*Cửa biển ấy không phải là chỗ tàu Anh cát lợi vào đỗ và buôn bán. Vậy theo đại ý này, truyền bảo họ: nếu muốn buôn bán thì phải chở đi Đà Nẵng, Quảng Nam mới được*".

Nước Hoả Xá sai sứ đến cống. Vua ra lệnh cho tỉnh Phú Yên hộ tống sứ giả theo đường thuỷ vào Kinh. Khi sứ đã đến, bộ Lễ thăm hỏi phong tục trong nước, sứ giả chỉ dùng từ nói đêm mà không nói ngày, cứ lấy mùa lúa chín làm 1 tuổi, mà không nói đến năm; Quốc trưởng đến nay được 10 đời.

Chú thích:

1. Thành "dê ngựa": Thành thấp bên ngoài, giữa thành lớn và hào.

2. Man Xúc: chỉ những nước nhỏ bé. Trang Tử có câu chuyện như sau "*Hữu quốc vu oa chi tả giác giả viết Xúc dân, hữu quốc vu oa chi hữu giác giả viết Man dân, thời tương dữ tranh địa nhi chiến.*" [Có nước tại góc trái của con sên tên là Xúc, nước ở góc phải con sên tên là Man, thường tranh đất nên đánh nhau.]

225.
Vua Minh Mệnh [1820-1840] (25) [3/9/1834-30/11/1834]

Tháng tám năm Minh Mệnh thứ 15 [3/9-2/10/1834], sai Thống chế quân Thần sách là Phạm Văn Điển làm Đề đốc quân vụ, cấp cho ấn quan phòng, nhằm giờ lành vào ngày mồng 6 tháng này [8/9/1834], đem Hữu vệ Kinh binh, tiến đến quân thứ Tuyên Quang, hiệp cùng Tổng đốc Lê Văn Đức, bàn tính công việc đánh dẹp. Cho đem theo cả con là Phạm Văn Mão và 10 người thuộc hạ để sai khiến.

Tên giặc trốn là Lê Văn Bột, ở Sơn Tây cùng lũ giặc Tuyên Quang là Nguyễn Quảng Khải ở Đại Man, Nguyễn Doãn Cao ở Bảo Lạc và Ma Tường Quỳ ở Vị Xuyên, tập hợp nhau hơn 2000 tên, quấy nhiễu cướp bóc tổng Thổ Hoàng [huyện Chiêm Hoá, Tuyên Quang], xâm chiếm 2 đồn Phước Nghi và Đài Mãn. Bọn thổ mục Ma Doãn Thản, Ma Doãn Đô, Ma Doãn Khê không địch nổi, phải đem gia quyến họ hàng đến tỉnh Tuyên Quang ở nhờ. Quan tỉnh, Trần Ngọc Lâm, Hồ Sĩ Lâm, phái ngay quyền Lãnh binh Nguyễn Văn Quyền đem 200 quân binh gấp đến đồn Trinh Bảo [huyện Chiêm Hoá, Tuyên Quang], hợp cùng lũ Hoàng Văn Hậu và Nguyễn Văn Hoà đã được phái đi trước, hiệp sức đánh dẹp. Tổng đốc Lê Văn Đức tiếp được tin báo, lại phái thêm Quản cơ Nguyễn Văn Long đem 600 quân, đi tiếp ứng.

Thổ Tri châu Đại Man [huyện Chiêm Hoá, Tuyên Quang] là Nguyễn Văn Biểu, Chánh đội trưởng các đồn Phước Nghi là Ma Doãn Dưỡng, sau đó đem thủ hạ và thổ dõng giữ chỗ hiểm, mai phục, chém được vài đầu giặc. Giặc liền từ Đài Man trốn vào khu rừng Thái Nguyên. Lũ Nguyễn Văn Quyền do tỉnh phái, kéo quân đến thì giặc đã đi rồi, bèn dẫn quân về.

Toán giặc Tuyên Quang từ Tụ Long xâm lấn quấy nhiễu động Ngọc Uyển, châu Thuỷ Vĩ, tỉnh Hưng Hoá, dân đều sợ hãi tan tác. Thí sai thổ Tri châu Nguyễn Kim báo cho viên giữ đồn Bảo Thắng [huyện Bảo Thắng, Lào Cai] là Lê Thế Côn, xin quân cứu viện đánh dẹp. Quan tỉnh, lũ Ngô Huy Tuấn, sai ngay Quản cơ Lâm Uy đem 300 quân đi. Tổng đốc Lê Văn Đức cũng sai thêm biền binh đến tiếp ứng.

Bố chánh, Án sát Thái Nguyên là Lê Trường Danh và Doãn Uẩn tâu rằng:

"*Nay toán giặc ở vùng Xuân Dương, Bắc Cạn đều đã tan vỡ rút lui. Duy có nhân dân các huyện Bạch Thông* [Bắc Cạn], *Cảm Hoá* [các huyện Ngân Sơn, Na Rì, Bắc Cạn] *phần nhiều ngờ sợ, hãy còn trốn tránh, tản mát chưa dám trở về. Vậy xin thân đi vỗ về, yên ủi, chỉ bảo, ngõ hầu mới sớm yên được. Còn quân lương, nhiều lần đã tải đến chợ Mới* [Bắc Cạn], *cũng đã được nhiều, có thể đủ chi cấp cho hơn 2.000 quân binh đã phái đến trước; đợi đại quân tiến đến sẽ tải thêm sau*".

Tại Cao Bằng, Khâm phái thự Hữu tham tri bộ Hộ là Vũ Đức Khuê tâu về lương thực như sau:

"*Khi mới đến Cao Bằng cùng Tổng thống Tạ Quang Cự bàn việc lương quân, gọi dân huyện Thạch Lâm* [các huyện

Hoà An, Nguyên Bình và Thạch An, Cao Bằng] *đến, bảo đi Thất Tuyền* [huyện Tràng Định, Lạng Sơn] *đài tải quân lương thì họ đều xin nộp trước số thóc thuế mùa đông, và mỗi 1 phương gạo thuế xin bán cho Nhà nước 1 phương, nhưng xin miễn cho việc đi vận tải. Vậy tính ra có thể được đến 8000 phương gạo, thần đã cho họ về để mang nộp. Vả, gần đây, việc vận tải lương thực chỉ chuyên do nhân dân Bắc Ninh, Lạng Sơn đã thấy vất vả rồi! Vậy số gạo phải dự trữ, nếu có thể lấy đủ được ở Cao Bằng thì Bắc Ninh, Lạng Sơn đỡ được bao nhiêu khó nhọc; thực là rất tiện."*

Tại thành Gia Định, Tướng quân, Tham tán và Lãnh binh ở quân thứ tâu về việc lấy kẻ ra hàng làm đội Lực Dũng, rồi tổ chức phục kích như sau:

"Mấy lần giặc ở trong thành ra thú đều nói từ sau khi việc Lê Duy Xuân bị lộ, thì tên nghịch Chắm, tên nghịch Lộc nhân thế, tình nghi, càng thêm canh phòng cẩn mật hơn, chỉ sai vài chục người tâm phúc chia nhau đi tuần phòng ở khoảng thành "dê ngựa" (1); *bởi thế quân giặc không ra hàng được nhiều. Có bọn đầu thú là Lâm Văn Ích và Hoàng Văn Hoá tình nguyện dẫn đưa quan quân vào đánh úp để giết bọn giặc ở thành dê ngựa. Thần đã chọn lấy lũ Nguyễn Văn Tài hơn 10 người ở đội Lực Dũng, cầm gươm và đoản đao đi. Ích vào trước, chính tay giết được 1 tên giặc. Mọi người nhân đà ập vào, đâm giết được vài tên nữa. Giặc ở trên thành xúm lại tiếp ứng, dùng nhiều súng nhỏ, súng lớn và ống phun lửa để bắn ra. ích và biền binh không kịp cắt đầu giặc phải vội lui. Thần đã thưởng cho lũ Nguyễn Văn Tài mỗi người 1 lạng bạc. Duy đối với Lâm Văn ích trước là đầu mục giặc, Hoàng Văn Hoá là thủ hạ của Ích, chưa dám bàn thưởng".*

Năm ngoái, người Minh Hương [Hoa Kiều] ở Gia Định

đem bán hơn 1.350 cân diêm tiêu, hơn 2200 cân lưu hoàng, hơn 1170 cân chì; họ đều xin sung công, không lấy tiền. Nay quan tỉnh đem sự việc tâu lên; Vua khen là trọng nghĩa, sai chiếu theo giá trả tiền.

Nước sông lên to, tràn vào hạt Quỳnh Côi [huyện Quỳnh Phụ, Thái Bình]; lúa đồng phần nhiều bị hỏng. Việc tâu lên, Vua dụ sai quan tuỳ địa thế, khơi nước thoát để kịp thời cấy giặm.

Quảng Bình và Quảng Trị bão to, hơn nghìn nóc nhà bị đổ, hơn 40 người bị nhà sập đè chết hoặc bị chết đuối; Vua sai quan 2 tỉnh ấy bỏ tiền kho ra phát chẩn cho dân. Chưa được một tháng, Quảng Bình lại bị bão, lại sai phát chẩn lần nữa.

Khâm phái đốc biện công việc An Giang Hà Tiên là Đặng Chương và Tổng đốc Trương Minh Giảng cùng tâu về việc xây dựng tại tỉnh lỵ Hà Tiên như sau:

"*Đồn Trấn Biên xây đắp đã gần xong. Duy luỹ dài Phù Dung, xin nên đắp thêm một đoạn cho liền với bãi biển, dài hơn 30 trượng, và ở cửa luỹ thẳng ra con đường độc đạo, đặt một luỹ có góc và một luỹ đất*". Vua y cho.

Vào tháng tư [9/5-6/6/1834], thuyền binh tỉnh Quảng Đông do Trần Tử Long chỉ huy, bị bão dạt vào cửa biển Y Bích, huyện Hậu Lộc, Thanh Hoá; Vua Minh Mệnh sai Viên ngoại lang bộ Binh là Lý Văn Phức hộ tống về nước. Nay thuyền đáp an toàn tại tỉnh Quảng Đông, Vua Đạo Quang gửi sắc khen lao, cùng tưởng thưởng các thứ lụa. Những đồ vật mang để dẫn thuyền, cùng các vật tương lai mua để xuất khẩu đều được ban ơn miễn thuế:

"***Ngày 28 tháng 8 năm Đạo Quang thứ 14*** [30/9/1834].

Dụ Nội các:

Ngày hôm nay nhận được tờ tâu của Lô Khôn chuyển gấp qua trạm dịch rằng nước Việt Nam sai quan hộ tống thuyền binh và quân lính Quảng Đông về đến tỉnh này.

Vào ngày 26 tháng 3 [4/5/1834] năm nay Tả doanh ngoại uỷ Quảng Đông Trần Tử Long tại xưởng phủ Quỳnh Châu lãnh điều khiển chiếc thuyền Lạo Hội số 1 của Tả doanh cùng binh đinh tổng cộng 27 người. Thuyền bị bão trôi dạt đến tỉnh Thanh Hoá, Việt Nam; được quan xứ đó đưa vào cảng, tư cấp tiền gạo. Lại được viên Quốc vương phái quan đến đãi yến tiệc, ban cấp cho Ngoại uỷ và quân lính tiền gạo, cho sửa sang tu bổ thuyền và khí giới, rồi phái quan là bọn Lý Văn Phức điều thuyền hộ tống đến tỉnh Quảng Đông.

Nước Việt Nam xa cách trùng dương, vốn xưng là cung thuận; nay viên Quốc vương nhân thuyền binh nội địa gặp bão phiêu dạt đến nước này, bèn cấp dưỡng ưu đãi, mọi thứ đều chu đáo; tuy rằng viên Sứ thần nước này bẩm xưng đây là bổn phận cần nên làm. Vì năm ngoái đã hộ tống thuyền của Thuỷ sư đề tiêu bị bão đến tỉnh Quảng Đông, viên Quốc vương được thưởng rất hậu, cảm thấy không yên, nên lần này không dâng biểu tâu lên. Viên Tổng đốc hãy truyền dụ Quốc vương rằng đã tâu lên để ban ơn; một khi đại Hoàng đế nghe được nước ngươi cứu vớt thuyền quân, cung cấp đầy đủ rồi hộ tống trở về, với lòng cung kính tận lễ, tất khen lao; sẽ gia tăng tưởng thưởng, để tỏ lòng quyến luyến. Nay giáng sắc khen lao, cùng tưởng thưởng các thứ lụa đoạn. Những đồ vật nước này mang để dẫn thuyền, cùng các vật tương lai mua để xuất khẩu đều được ban ơn miễn thuế. Vẫn tuân theo chương trình cũ, cho mở cửa thuyền bán hàng để khỏi đình trệ. Những vật thưởng ban cho Quốc vương, lệnh viên Tổng đốc biên thư trước báo cho viên Quốc vương hay biết. Đợi sắc dụ phát hành, giao cho bộ Binh đem cùng với thưởng vật, do trạm dịch chuyển đến tỉnh Quảng Đông. Trường hợp gặp thuyền của xứ này, viên Tổng đốc cho mang về để chuyển đến viên Quốc vương. Nếu như không tiện thuyền, thì giao cho viên Tuần phủ Quảng Tây ước lượng gửi ổn thoả. Còn những quan sai đến như bọn Lý Văn Phức, lệnh viên Tổng đốc ưu đãi ban thưởng; giao cho viên Quốc vương ban cấp. Bộ liên quan phải hiểu rõ." (**Tuyên Tông Thực Lục** quyển 255, trang 32-33)

Tháng chín năm Minh Mệnh thứ 15 [3/10-31/10/1834], Lãnh binh Hưng Hoá Bùi Văn Đạo, đánh phá đồ đảng Nông Văn Vân ở Nhu Khê, lấy lại 2 đồn Lô Khê và Bảo Nghĩa. Trước đây, bị vây đã 7 ngày, Đạo cố giữ thành, đợi quân cứu. Khi thấy Chánh đội trưởng Cầm Nhân Cẩm và quyền Suất đội Nguyễn Văn Phụng đem hơn 600 binh dõng do tỉnh phái đến tiếp ứng; Đạo bèn nhân ban đêm, mật sai Quản cơ Lâm Uy lén cùng bọn Cẩm tìm đường đánh úp đằng sau giặc; rồi đích thân đem quân binh mở luỹ ra, trong ngoài đánh khép lại, giặc thua to, lui giữ phố Tiến Mã. Đạo nhân đà thắng trận, đánh đuổi đánh; giặc phần nhiều chết và bị thương, bèn trốn vào trong rừng. Trước sau 2 trận đánh, chém được hơn 80 đầu, bắt sống tên đầu mục giặc là Lý Văn Trung xưng là Thượng đạo phó quản cơ và vài tên đồng loã, thu được súng ống rất nhiều.

Tổng đốc Lê Văn Đức và Đề đốc Phạm Văn Điển nhằm ngày 13 [15/10/1834], từ thành Tuyên Quang chia đường xuất phát. Đạo binh của Phạm Văn Điển có hơn 3000 người, dùng bọn thổ Tri phủ Nguyễn Văn Biểu và Chánh đội trưởng Ma Doãn Dưỡng đem thổ dõng làm quân tiền khu; thự Bố chính Trần Ngọc Lâm tham biện mọi việc quân cơ, thự án sát Hồ Sĩ Lâm điều khiển vận tải quân lương, do châu Vị Xuyên [Hà Giang] thẳng tiến. Đạo quân của Lê Văn Đức hơn 3600 người, dùng bọn Cai đội Ma Doãn Bồi và Đội trưởng Ma Doãn Thản, đem thổ dõng làm quân tiền khu; thự Ngự sử Đặng Kim Giám điều khiển vận tải lương quân; do Thu Châu [huyện Yên Bình, Yên Bái] tiến đánh châu Lục Yên [Yên Bái] . Lưu lại Tô Huệ Vân, Vệ uý Hữu vệ dinh Tuyển phong, và Nguyễn Văn Thọ, Phó vệ uý vệ Tuyên Quang, coi quản 500 biền binh theo quan tỉnh phân phái đóng giữ.

Đạo quân Lê Văn Đức tiến đến châu Lục Yên, phá luôn được 5 trại giặc, chém vài thủ cấp, thu được khí giới, nhân thắng kéo thẳng đến xã Lịch Hạ, là chỗ sào huyệt của tên giặc Hoàng Trinh Tuyên (Tuyên xưng là Trung quân Hậu đồn Tổng đốc, Lôi Hà đại tướng quân, Quận công), Tuyên chạy thoát trước. Đức bèn đốt hết nhà cửa phố sá, ở lại một ngày lùng bắt nhưng không được gì thêm, lại tiến binh và dâng sớ rằng:

"Bọn giặc ấy nay dẫu tan vỡ, nhưng khi đại binh đi rồi, tất chúng lại tụ họp lại thì đường vận tải lương thực không khỏi bị trở ngại. Nếu dừng quân lại để lùng bắt, thì rừng núi man mác, chỗ nào chúng cũng có thể trốn tránh; với địa thế này thật khó tầm nã đến cùng được. Hơn nữa châu Bảo Lạc còn xa mà bọn thần đã hẹn kỳ hội tiễu với các đạo, thì một đạo quân mình sao có thể riêng chậm lại được? Vậy, cân nhắc nặng nhẹ, tưởng nên tiến quân cho nhanh là phải."

Tổng thống Tạ Quang Cự ở đạo Cao Bằng tâu báo về tình trạng Nông Văn Vân và đồ đảng Nông Văn Sĩ như sau:

"Dò biết được tên Nông Văn Vân có 1 người vợ lẽ, quê

thôn Bác Thán, phủ Trấn An [Quảng Tây]. *Một khi Vân kiệt sức, thế tất phải chạy trốn sang đấy. Bọn thần đã sai người am hiểu nơi đó là Ban Quang Nhuận, người nhà Thanh, đi đến đó để dò thám đích xác và ước hẹn nếu có thể mật dỗ dân ở đấy bắt được tên nghịch Vân giải nộp thì thưởng cho 1.000 lạng bạc; bằng không thì chuyển báo đến quân thứ, để tiện có bằng cứ phi tư cho quan địa phương, hễ ai bắt được đưa giao cho thì thưởng 500 lạng bạc. Lại dò biết bè lũ giặc là Nông Văn Sĩ, có hiềm khích với tên Vân, đem các đồng loã đóng riêng ở phố Bắc Nậm* [xã Nhạn Môn, huyện Pác Nậm , Bắc Cạn],. *Bọn thần cũng đã sai người thổ bí mật đem tờ hịch dụ bảo nó nếu bắt hoặc chém được giặc Vân, đến cửa quân thú tội thì không những được tha tội, mà lại được thưởng hậu nữa. Vậy xin đợi thám tử 2 đạo ấy về báo, sẽ tuỳ cơ liệu định".*

Tổng thống Tạ Quang Cự, Tham tán Nguyễn Tiến Lâm và Hồ Hựu ở đạo Cao Bằng, đem hơn 5900 binh dõng xuất phát từ thành Cao Bằng, lưu Phó vệ uý Chư quân là Tôn Thất Hi coi quản 500 biền binh ở lại giữ tỉnh; rồi làm sớ tâu thêm về tình hình giặc:

"*Trước đây, đã phái Thám tử Ban Quang Nhuận, lén đến Trấn An, dò được tên nghịch Vân, mùa đông năm ngoái, trốn ở quê vợ lẽ, bị sở tại phái bắt, phải đưa hối lộ 300 lạng bạc mới được tha, mùa thu năm nay, lén về Hà Dương* [tên đất, thuộc tỉnh Tuyên Quang], *thường đi lại miền Ngọc Mạo* [huyện Bảo Lạc, Cao Bằng] *và Vân Trung* [huyện Bảo Lạc, Cao Bằng]".

Bọn giặc trốn ở Quảng Yên là Hoàng Ất An và Dương Ba An đưa thư thông báo với tên Vũ Tiến Hiền, trước kia đồng loã với giặc đã bị giết là Nguyễn Khắc Thước; hẹn đến hội ở phố Na Dương [Lạng Sơn], để khởi loạn. Chúng uỷ cho

Hoàng Viết Châu, người nhà Hoàng Bảo Kiềm (Kiềm là đồ đảng, người châu Lộc Bình, tỉnh Lạng Sơn) mang thư đi; bị Vi Thế Đường, Thổ ty ở tấn sở Trĩ Mã, xét hỏi bắt được đem nộp. Thự Tuần phủ Trần Văn Tuân lập tức mật sai người đi nã bắt được Kiềm.

Tổng đốc Nguyễn Đình Phổ, Tham tán Nguyễn Công Trứ thuộc đạo Thái Nguyên, đem 4000 binh dõng, 9 thớt voi trận từ thành Thái Nguyên tiến đi: trước hết sai Án sát Doãn Uẩn đến đồn Bắc Cạn, phủ dụ dân ở vùng Bạch Thông [Bắc Cạn], Cảm Hoá [các huyện Ngân Sơn, Na Rì, Bắc Cạn] đốc suất vận tải lương và tuỳ tiện đặt mua lương thực với giá thoả thuận. Lại sai riêng Phạm Phi, Phó lãnh binh Bắc Ninh, đem 1000 quân binh, từ Định Châu [huyện Định Hoá, Thái Nguyên] chuyển đến Chợ Rã [huyện Ba Bể, Bắc Cạn], hội với đại binh. Và lưu Tống Văn Trị, Lãnh binh Thái Nguyên ở lại, hiệp với Bố chính Lê Trường Danh chuyên làm việc vận lương từ tỉnh thành tới Bắc Cạn.

Tấn sở mặt sau thành Gia Định có nhà tù của tỉnh Phiên An trước, phía trong liền với nơi đầu phụ quách, ngoài giáp với luỹ dài. Hữu tướng quân Nguyễn Văn Trọng cho là chỗ xung yếu, bèn phái Tống Văn An, quyền sai Phó vệ Bình Thuận, đem binh đến phòng thủ. Lũ giặc, nhân ban đêm, thấy quân lính canh phòng sơ hở liền lén vào đánh úp; An hoảng hốt, trèo qua tường chạy trước. Các quân binh đánh nhau với giặc, nhiều người bị thương và chết, 3 lính Vũ lâm bị bắt làm tù binh; súng ống khí giới đều mất về tay giặc. Trọng được tin, lập tức thân đến tiếp ứng, thì giặc đã đi trước rồi; bèn cùng các Tướng quân, Tham tán và Lãnh binh đem việc ấy tâu lên và xin đem chém ngay Tống Văn An. Lại có lũ giặc ban đêm đi ra ngoài hào về mặt bên hữu để do thám. Bọn Nguyễn Văn Thái và Lê Văn Bảng, là quyền sai Đội trưởng vệ Hùng uy, đem tuần binh sấn vào, bắt được tên nguỵ Cai cơ là Hoàng Trọng Lịch.

Tù bị giam cầm ở tỉnh Hải Dương gồm 58 tên, trong có 2 tên không chịu để lính ngục cùm chân, đứng đầu xướng suất chống lại lao tù. Các phạm nhân khác đều đồng thanh, làm ồn ào lên. Quan tỉnh lập tức phái lính đến vây nã bắt được cả; liền chém kẻ cầm đầu xướng suất, rồi đem sự việc tâu lên.

Quan tỉnh Thanh Hoa tâu báo: Trước đây, Nam Chưởng bị nước Xiêm dụ dỗ xui giục, chiếm cứ đồn Ninh Biên [Điện Biên], doạ nạt dân ở biên giới. Bọn thổ tri huyện và huyện thừa ở các huyện thuộc phủ Trấn Man, tỉnh Thanh Hoa, tập hợp thổ binh đóng giữ ngăn chặn. Quân Nam Chưởng không dám làm gì, người Xiêm dỗ dành, cuối cùng cũng không mê hoặc.

Sai Trịnh Quang Khanh, thự Tuần phủ Hưng Yên làm Chủ khảo trường Hà Nội; Nguỵ Khắc Tuần, Bố chính Nam Định làm Phó chủ khảo; Lê Dục Đức, Hộ phủ Quảng Yên, làm Chủ khảo trường Nam Định, Hà Thúc Lương, Bố chính Quảng Bình làm Phó chủ khảo. Lấy đỗ trường Hà Nội 28 người: Giang Văn Hiển, Phạm Gia Đôn, Bạch Đông Ôn, Đỗ Bồi Nguyên, Cao Bá Đạt, Nguyễn Nho, Nguyễn Thận Tuyển, Phạm Văn Bích, Đặng Minh Trân, Hoàng Đình Tá, Lê Duy Trung, Nguyễn Văn Tuấn, Nguyễn Huy, Dương Công Bình, Nguyễn Văn Thước, Đỗ Dương Thản, Vũ Thực, Lê Tác Lâm, Nguyễn Huyên, Trương Văn Toản, Phan Bá Ngạn, Lê Như Chẩn, Phạm Huy Bỉnh, Trần Văn Khuê, Nguyễn Đăng Sùng, Phạm Duy Thanh, Nguyễn Đình Kiên và Trần Văn Cung. Trường Nam Định 9 người: Nguyễn Hữu Cơ, Trần Tất Khắc,

Nguyễn Bảo, Nguyễn Văn ý, Phan Hiệu, Bùi Ái, Bùi Đình Trí, Phạm Xuân Huyên và Đỗ Huy Lộc.

Những quyển đỗ được đệ về Kinh. Bộ Lễ hội với Viện và Nội các duyệt lại. Trường Hà Nội Trần Văn Khuê bị cách, vì bài phú trùng vần, và truất 4 người xuống Tú tài hạng cuối là Hoàng Đình Tá, Nguyễn Huyên, Đỗ Dương Thản, và Phạm Huy Bỉnh, vì văn viết tầm thường; Chủ khảo Trịnh Quang Khanh và Nguỵ Khắc Tuần đều bị giáng 3 cấp.

Giặc biển Chà Và lén nổi ở hải phận hòn Cổ Rồng thuộc tỉnh Hà Tiên. Nguyễn Văn Hiếu, quyền Quản cơ Hà phú, đem binh đi tuần tiễu, đánh nhau với giặc, bị thua, bỏ thuyền lên bộ, chạy! Tuần phủ Trần Chấn lập tức phái binh thuyền ra đánh và đem việc tâu lên.

Bọn phái viên Lý Văn Phức và Lê Bá Tú đi hộ tống võ quan bị nạn của nhà Thanh đến tỉnh Quảng Đông, khi trở về tâu rằng:

"*Chuyến đi này có 5 người lính thuỷ quân được phân phái đi theo là bọn Nguyễn Văn Hội, ngồi chung với thuyền bị nạn, bỗng gặp đường biển sóng gió, không nhìn nhận nhau được, quan thuyền đến tỉnh Quảng Đông trước, nạn thuyền thì giạt vào huyện Văn Xương* [đảo Hải Nam] *thuộc tỉnh ấy, viên tri huyện bức bách lên bộ để đưa về, nhưng bọn Hội cứ lẽ phải bẻ bác lại, không chịu khuất, nên người Thanh phải đưa họ đến tỉnh Quảng Đông, được gặp thuyền quan*".

Vua bảo: "*Lũ kia là hạng nhỏ mọn, mà có kiến thức như thế, không để nhục sự thể. Thực đáng khen*".

Bèn chuẩn cho đầu mục Nguyễn Văn Hội được cất bổ ngay làm Đội trưởng, còn 4 người lính cùng đi, mỗi người được thưởng 2 đồng ngân tiền Phi long hạng lớn để khuyến khích. Bọn Phức lại làm phiến tâu nói về việc thuyền buôn Hồng Mao [Anh] gây hấn với người nhà Thanh. Vua triệu bọn Trương Đăng Quế và Nguyễn Tri Phương dụ rằng:

"Ta xem người Hồng Mao trao đổi với người Thanh và người Xiêm, lời lẽ phần nhiều kiêu ngạo; duy đối với nước ta, thì vẫn tin kính, vì nước Hồng Mao kia đã biết người Thanh, người Xiêm có thể lấy lợi nhử được, cho nên khinh nhờn; còn như nước ta đồ vật mua bán, giá cả vừa phải, không tham lợi và khi thù tiếp, không mất tín nghĩa, nên họ chỉ coi trọng ta. Thế mới biết, người quân tử đối đãi với kẻ tiểu nhân, không nên quá đáng, duy 2 chữ "tín nghĩa" có thể khiến cho kẻ mọi rợ dấy lòng kính sợ, đó là chước trên hết".

Tháng mười năm Minh Mệnh thứ 15 [1/11-30/11/1834], Vua ra lệnh cho Thống binh 3 đạo quân Tuyên Quang, Cao Bằng và Thái Nguyên từ nay về sau cứ 5 ngày một lần báo về tình hình; nếu thắng trận to hoặc có việc quân cơ bất thường thì lập tức tâu ngay.

Đạo binh Tuyên Quang của Tổng đốc Lê Văn Đức xuất phát từ Thu Châu [huyện Yên Bình, Yên Bái], rẽ sang bên tả, men theo sông Lôi [sông Chảy] ngang qua toàn hạt Lục Yên [Yên Bái]; lại chuyển sang bên hữu qua châu Vị Xuyên [Hà Giang] giáp sông Lô, đường sá quanh co, nên hơi chậm. Chuyến đi này vừa gặp lúa mùa đã chín, nên có thể chiếm lấy lương tại đất giặc.

Đạo quân Tuyên Quang của Đề đốc Phạm Văn Điển tiến đến đồn Phù Loan, châu Vị Xuyên. Đi đến đâu, giặc nghe tin cũng đều trốn trước. Điển bèn thẳng tiến đến xã Gia Tường ở bờ bên tả sông Lô, đốt phá sào huyệt của nghịch Nga, lùng bắt được 2 tên giặc, giết đi. Lại phái riêng Lãnh binh Tuyên

Quang Phùng Hữu Hoà, Quản cơ Trung hùng Nguyễn Văn Long và Phó quản cơ Nguyễn Văn Phượng, đánh lấy 2 đồn Đại Man và Trịnh Nghi. Giặc lui chạy vào miền rừng xã Lang Can. Sau đó, bọn Hoà đánh nhau với giặc ở xã Lang Can, liền mấy ngày sau đều thắng, chém được hơn 10 đầu, bọn giặc tan vỡ, rút lui. Điển đến An Biên [Hà Giang], lập tức đốc thúc lên đường theo đại binh tiến đánh.

Doãn Uẩn, án sát Thái Nguyên, tâu rằng:

"*Dân ở châu Bạch Thông* [huyện Bạch Thông, Chợ Đồn, Ba Bể, Pác Nậm] *và Cảm Hoá* [các huyện Ngân Sơn, Na Rì, Bắc Cạn], *trước từng bị giặc bức hại, phần nhiều đều sợ hãi, nghi hoặc. Từ lúc mới đến Bắc Cạn, thần đã sức cho chiêu an vỗ về, nên dân chúng lại dần dần tụ tập, làm việc đài đệ lương quân. Mùa thu năm nay, thóc lúa được mùa, giá gạo đã hạ, duy lúa ruộng ở nơi ấy thì ít, thu hoạch chưa xong, nên gần đây đặt mua chưa được nhiều. Xin cho kế tiếp mua nữa để đỡ công chuyên chở khó nhọc.*"

Thống đốc Nguyễn Đình Phổ, Tham tán Nguyễn Công Trứ thuộc đạo binh Thái Nguyên tiến quân đến Chợ Rã [huyện Ba Bể, Bắc Cạn]; lũ giặc đã trốn trước. Dò thám biết rằng tên Tổng nhung giặc là Nông Văn Sĩ, còn thủ hiểm ở phố Bắc Nậm [xã Nhạn Môn, huyện Pác Nậm, Bắc Cạn]; từ đấy qua Bằng Thành, Cổ Đạo và núi Kiệu Ca để tới Vân Trung [huyện Bảo Lạc, Cao Bằng], đường núi hiểm trở, quân đi phải đến 6 ngày đường. Họ bèn bàn nhau, chia đường tiến đánh; từ Chợ Rã đến Bắc Nậm có 2 con đường: 1 đường từ xã Na Dụ qua xã Bắc Phấn; 1 đường từ xã Bắc Khoát qua xã Hồng La)

Nguyễn Công Trứ, Tham tán đạo Thái Nguyên, từ Chợ

Rã tiến đến Hồng La, Điệp ải; giặc bỏ trại, lui chạy; đuổi đến Bột Lĩnh thì tối, bèn dừng quân. Được tin giặc thủ hiểm ở Phùng ải, chỗ này đá núi chót vót, dưới là khe sâu, hai bên bờ, núi sừng sững đối nhau, rất khó đi, bèn nghĩ tìm đường để đêm đánh úp, thì bỗng được tin báo có một toán giặc đi ra bên hữu Điệp ải và một toán đi ra bên tả phận núi Hồng La, định đánh chặn phía sau quân ta, Trứ lập tức chia quân phòng giữ.

Quản vệ Tôn Thất Loan, bắt, chém được tên tướng giặc và đồ đảng hơn 20 tên ở phủ Thuận Thành, Bắc Ninh.

Tổng thống Tạ Quang Cự, thuộc đạo Cao Bằng, tiến đóng Nậm Chử, trước sai Vệ uý Trình Văn Chân, đem thổ dõng đi thăm đường núi Na Tình huyện Thạch Lâm, chỗ này qua Mật Lũng và Du Lũng tới Bế Lĩnh ước nửa ngày đường. Giặc ở trên đỉnh núi dựng sách, lập trại, chồng đá làm hai lần luỹ, ngoài luỹ có hào, ngoài hào thả chông, thế rất hiểm ác kiên cố. Văn Chân vừa đến núi, bị giặc bắn bị thương, em là Trình Văn Quang cũng bị chết. Bọn Cự được tin báo, lập tức lựa vài trăm quân có lòng quyết chiến, sai đi tiền khu; nhân đêm, họ đánh úp, phá được luỹ, giặc lui chạy. Quân ta đuổi đến Mật Lũng, chia đồn đóng quân, thì vừa gặp người trước phái đi dụ giặc Nông Văn Sĩ về nói:

"Giặc Sĩ thấy tờ hịch, có ý ngờ. Chỉ nghe được tin rằng bọn giặc hẹn nhau: giặc Vân tới Hà Giang, giặc Sĩ tới Bắc Nậm, giặc Hoành tới Mật Lũng, đều đem đồ đảng để chống quan quân".

Quan tỉnh Lạng Sơn tâu mỏ vàng Nông Đồn, La Sơn và Đồng Bộc thuộc tỉnh hạt, trước vì thổ phỉ lan tràn, phu mỏ sợ hãi tan tác, thành ra bỏ hoang. Vua sai nghiêm cẩn phong toả lại, cấm không được khai trộm những mỏ ấy.

Các Tướng quân và Tham tán ở quân thứ Gia Định mật tâu rằng từ trước đến nay, bọn giặc cậy ở thành cao, hào sâu; quan quân ta, ai chẳng hăng hái mạnh dạn tranh lên trước, để mưu báo đáp, nhưng luỹ dài ngăn cách, đánh phá vẫn khó; bây giờ là phải chiếm lấy bờ hào là việc cần nhất. Vả lại, hào ở thành ấy, tính suốt cả dài hơn 700 trượng [1 trượng=4 mét]; thiết nghĩ nên làm hơn 1.000 cái ụ bằng tre, mỗi ụ dài 7 thước, cao 3 thước 5 tấc, ở ngoài dùng nẹp tre kên bằng mây, trong lấy rơm rạ nhồi vào cho đầy, mật sai biền binh 4 mặt, nhân đêm, một loạt đẩy xuống bờ hào. Bên cạnh ụ tre, đào đất đắp giữ, sâu 2, 3 thước, thì bề cao có thể thành cái luỹ tạm 5, 6 thước. Nếu giặc ở trên cao bắn súng lớn xuống, thì ta gần tầm súng, giặc cũng khó làm gì được; nếu giặc bắn súng nhỏ, thì đã có luỹ tạm để ngăn ngừa. Quân ta ở đó mỗi mặt đều mở 2 con đường, từ luỹ dài đến luỹ tạm, hình thù cong queo như con rắn bò. Đường cong queo đó đã hoàn thành, ra vào không ngại, rồi sau sẽ tuỳ cơ đánh phá: hoặc ngăn lấp miệng hào, bắc thang mà lên, hoặc đào phá thân thành, lấy đường mà vào. Như vậy tin thắng trận tưởng có thể hẹn ngày được!

Ở tỉnh Hà Tiên, có thuyền buôn của tên Diệp An, người nhà Thanh, từ nước Xiêm đến. Tuần phủ Trần Chấn bắt và xét hỏi. Diệp An nói: Quan Phạt Lăng nước Xiêm bắt giữ vợ con hắn, dặn bảo chuyến đi này, nếu thấy quân ta tiến đánh, thì đương đêm cũng phải lập tức về báo. Diệp An lại nói: Nước Xiêm sợ uy thế quân ta, không dám lại mưu xâm phạm nữa.

Đắp đồn phủ Quảng Biên [Kam pot, Cambodia] ở xứ Bông Mai. Trần Chấn, Tuần phủ Hà Tiên, tâu rằng:

"Chỗ ấy trên liền 2 đường bộ, dưới chẹn 3 dòng sông, thực là nơi hiểm yếu, xin nên đặt đồn. Về phía hữu đồn có một dải Hoành Giang dài hơn 30 trượng, sâu hơn 1 trượng 6 thước, sai dân sở tại sắm sẵn 20 chiếc thuyền độc mộc, lúc có việc, kết làm cầu phao để cho quân binh qua lại; lúc vô sự thì lưu lại vài chiếc để chở người qua sông. Lại ở 2 xứ Bông ỷ Đà và Thảo Châu đều đặt tấn sở nhỏ, trông ra ngoài biển, rồi điều 50 lính tỉnh, hiệp cùng 100 lính đã phái đi trước, theo Án phủ Trương Sùng Hi phân phái".

Dân Chân Lạp bị đói, đến nỗi có những người phải ăn tấm cám. Vua lệnh cho 2 tỉnh Vĩnh Long và Định Tường đều chở 10000 phương gạo đến để phân phát. Dạy dân ai nấy đều nên gắng sức cày cấy và cũng nên trồng các thứ khoai, đậu, rau dưa để giúp cho khỏi đói.

Tỉnh Nam Định được mùa lớn. Các tỉnh Hà Nội, Ninh Bình, Nam Định, Hưng Yên và Hải Dương đều tâu báo giá gạo đã rẻ. Quan tỉnh Ninh Bình tâu thêm huyện Kim Sơn trong tỉnh hạt, giáp liền với biển, đất chua và mặn, phải có nước ngọt tưới ruộng, mới cày cấy được. Hiện có 1 cái ngòi nhỏ từ sông Trinh Nữ huyện Yên Mô đổ vào, lâu nay bị lấp; dân sở tại đều muốn góp sức nhau, khai lại, để lợi việc làm ruộng.

Huyện Cam Linh, phủ Trấn Định [đất Lào giáp huyện Hương Sơn], tỉnh Nghệ An, có quân Man Nam Chưởng xâm lấn bờ cõi, huyện mục là Ấp Ma Hạt tập hợp và đốc thúc các thổ dõng đánh đuổi được.

Sai bọn Phó vệ uý Phạm Phú Quảng và Trần Công Chương, Cai đội Phạm Văn Phạt, đem những viên bị cách là Đỗ Tuấn Đại, Nguyễn Danh Giáp và Nguyễn Công Liên chia nhau đáp các thuyền lớn Linh Phượng, Thanh Loan và Phấn Bằng đi công cán ở Giang Lưu Ba [Jakarta, Inđônêxia], Lữ Tống [Philippin] và Hạ Châu [Singapore].

Chú thích:

1. Thành "dê ngựa": Thành thấp bên ngoài, giữa thành lớn và hào.

226.
Vua Minh Mệnh (26) [1/12/1834-28/1/2/1835]

Tháng mười một năm Minh Mệnh thứ 15 [1/12-29/12/1834], Tổng đốc đạo Tuyên Quang Lê Văn Đức tiến đến đồn An Biên [Hà Giang], hội với đạo binh của Đề đốc Phạm Văn Điển, họ lựa để bọn Quản vệ Bùi Văn Thị và Quản cơ Nguyễn Văn Di quản lĩnh hơn 1.000 binh dõng ở lại đóng giữ nơi này; rồi chia làm 3 đạo: đạo binh của Lê Văn Đức, hơn 2.200 người xuất phát từ xã Tùng Bách; đạo binh Phạm Văn Điển, hơn 1.800 người, từ xã Đại Miện; lại phái bọn Quản vệ Hoàng Trung Hậu, Nguyễn Ngọc Nghĩa và Cai đội Nguyễn Văn Quyền, đem hơn 1.200 binh dõng đi riêng từ xã An Định, cùng một loạt tiến lên.

Tổng đốc Lê Văn Đức và Đề đốc Phạm Văn Điển, hội binh ở xã Tiểu Miện, để tiến đánh Vân Trung. Trước kia đạo binh của Lê Văn Đức tiến đến Thiền Hiệp, chỗ này hai bên đá núi đứng sững, giữa núi đá ong lởm chởm, bước từng bậc mà lên, thế rất nguy hiểm. Giặc ở trên đỉnh núi, chồng đá ra bên làm luỹ, dựng đồn trại để giữ. Đức lựa vài chục binh dõng đắc lực, vin đá, víu cây leo lên ngọn núi cao nhất bắn sang, bọn giặc run sợ thụt lùi; quân ta sấn lên, giặc bèn bỏ đồn chạy, đuổi chém được vài tên, số còn lại lẩn trốn vào rừng. Đạo binh của Phạm Văn Điển tiến đến Hoạch Hiệp ,đối ngang với Thiền Hiệp, bên tả dựa vào núi đá, bên hữu gần bến Miện, ở giữa có một lối đi rất hiểm. Giặc cũng chồng gỗ, xếp đá, dựng rào, cắm chông, thủ hiểm để chống cự; Điển thúc binh tiến đánh, chúng tan vỡ. Biền binh thuộc đạo quân An Định, gặp phục binh 5 lượt, Cai đội Nguyễn Văn Quyền đi trước, đốc chiến, đều phá vỡ cả, lại hội với 2 đạo đại binh, hẹn ngày cùng tiến. Cho biết hành quân từ An Biên đến nơi này, đi đến đâu cũng đều lấy lương từ quân giặc.

Vào ngày mồng 8 [8/12/1834] Đề đốc Phạm Văn Điển và Tổng đốc Lê Văn Đức ở đạo Tuyên Quang, tiến quân đến hang ổ giặc ở Vân Trung [huyện Bảo Lạc, Cao Bằng]. Trước đây, đại binh do đường Tiểu Miện xuất phát, đến xứ Bắc Cái; xứ này bên hữu dựa vào núi cao, bên tả gần sông Miện Thuỷ, ven bờ có một con đường. Giáp gần Miện Thuỷ, đá núi lởm chởm, cây cối um tùm là xã Bách Đích đầu địa giới Để Định [huyện Bảo Lạc, Cao Bằng]; Phó thống lĩnh giặc là Ma Doãn Cao tập hợp hơn 1.000 đồ đảng ở đó, lập 2 đồn to ở hai bên tả hữu, làm thế ỷ giốc cho nhau, rất là hiểm trở, kiên cố, hai bên bờ dựa núi, dựng đồn, từ lưng chừng núi đến gần mặt nước, chất gỗ chồng đá làm luỹ; ngoài luỹ, dựng rào cắm chông lại ngả nhiều cây to chắn ngang, lấp nghẽn lối vào. Đức phái Phó vệ uý Nguyễn Văn Quyền đem vài trăm binh dõng đánh hăng đi tiền khu, mang ván gỗ che, để đỡ đạn súng, cắt những cây chẹn đường, phá hàng rào, nhổ chông nhọn, vừa đánh vừa tiến. Đức lại phái Đầu mục Hoàng Đình Phượng, đem thổ dõng, đi xuyên sơn, lên chỗ ngọn núi cao nhất, lén tới bên hữu đồn giặc, từ trên cao bắn xuống. Các quân, nhân đó thay nhau bắn súng lớn súng nhỏ; giặc không đứng vững, bị thương vong nhiều, bèn bỏ đồn, chạy trốn. Quân ta bắt được gạo lương còn lại hơn 80 gánh, cùng với điểu sang và đạn dược; từ đó, trên đường tiến nhanh, không còn ai dám chống cự nữa. Khi tới Vân Trung, giặc Vân đã đốt hết chỗ ở, đem gia quyến trốn trước. Bọn Đức bèn sai Nguyễn Văn Quyền điều hơn 1000 lính, tiến đánh Ngọc Mạo, đón tiếp đạo binh Cao Bằng.

Ngoài ra đạo binh đi riêng của Quản cơ Nguyễn Đức Chung và Phó quản cơ Nguyễn Văn Sự hành quân từ Cốc Bàng tiếp giáp địa giới nhà Thanh, quanh ra Vân Trung, cũng chém được đầu giặc và thu được đồ binh khí. Lãnh binh Phùng Hữu Hoà và Quản cơ Nguyễn Văn Long tiến quân từ Lang Can, bị giặc ngăn chặn, nhiều lần giao chiến, chém được 7 đầu giặc, cuối cùng hợp với đại binh.

Cánh quân của Thống đốc đạo Thái Nguyên Nguyễn Đình Phổ, đánh giặc ở xã Bắc Phấn, thua trận. Trước kia, cánh quân Phổ từ chợ Rã [huyện Ba Bể, Bắc Cạn] tiến đến xã Na Dụ, bọn giặc bèn chạy. Kịp đến lúc Phổ đến Bắc Phấn, gặp giặc chia làm 2 chi: một chi đóng trên núi, một chi đóng ở bên khe bên đường đi, chống cự quân ta. Phổ chia phái Phó lãnh binh Bắc Ninh Phạm Phi, và Phó lãnh binh Nam Định Lê Phước Sơn, đều đem binh dõng tiến lên đánh dẹp, chiếm được núi Tam Trùng. Bỗng có bọn giặc từ Bắc Nặm [xã Nhạn Môn, huyện Pác Nặm, Bắc Cạn] kéo đến, thủ hiểm bắn súng khiến Phó vệ uý Phạm Đức Hạnh, Quản cơ Bạch Văn Dụ đều chết trận. Phạm Phi cũng bị thương, rút lui, Lê Phước Sơn cầm gươm và mộc đi trước sĩ tốt sấn lên, vừa qua nửa ngọn núi, cũng trúng đạn chết. Phổ bèn thu quân, lui về xã Na Dụ, rồi báo ngay cho Tham tán Nguyễn Công Trứ biết.

Quân của Nguyễn Công Trứ đóng ở Hồng La; bị giặc vây 4 mặt, từ trên cao bắn xuống. Quân ta chia đường chống đánh, giặc 3 mặt rút chạy; duy mặt sau là Điệp ải, đường núi chạy dài, đá cao chót vót, giặc giữ chỗ hiểm, chống cự, từ giờ tỵ [9-11 giờ sáng] đến giờ thân [15-17 giờ], không chịu lui. Trứ lại phái thêm binh lính đánh dữ; giặc phần nhiều bị thương và chết, mới tan vỡ. Trứ đem tình hình ấy tâu lên và nói:

"Từ khi đạo binh Nguyễn Đình Phổ thua trận, giặc càng rông rỡ ngông cuồng. Nay nghe nói quân Phổ lui về Na Dụ, nên giặc mới tập hợp đồ đảng kéo đến vây cắt đường vận lương. Mà binh dõng đi trận ấy, phần nhiều bị cảm nhiễm. Tả vệ Kinh binh bị bệnh đến quá nửa. Lưu lại không tiện, đài tải lại khó, quân đi không khỏi khó khăn, xin chịu tội chậm trễ".

Nguyễn Đình Phổ tâu rằng:

"Tự khi rút quân về Na Dụ, bọn giặc ước hơn 800 tên, chia làm 4 chi, tiến đến giao chiến. Quân ta sấn lên, dùng súng lớn, súng nhỏ bắn; giặc bị thương vong nhiều, rút lui, chạy. Bấy giờ tiếp được tờ tư của Tham tán Nguyễn Công Trứ bảo chuyển đến Hồng La, góp sức tiến đánh. Thiết nghĩ Chợ Rã là nơi tạm chứa tiền và lương, mà địa phận Na Dụ là cổ họng của Chợ Rã. Nếu vội dời quân, thì bọn giặc tất bước theo sau, dẫu lưu 1.000 biền binh ở lại cũng khó chống nổi. Muôn một Na Dụ bị giặc chiếm cứ, chúng thừa thế, lan tới Chợ Rã, lại thành ra địch ở phía sau đạo binh Hồng La. Vì thế, nên thần chưa dám chuyển quân; Thần đã tư trả lời cho Trứ biết rồi. Vả lại, các tướng, biền binh, dõng phần nhiều bị bệnh. Những lính khoẻ mạnh trong Trung vệ Kinh binh chỉ còn có hơn 100 người thôi, vì thế nên không tiến quân được sớm".

Cho Hoàng Quýnh, Hàn lâm viện Thừa chỉ, đi đường

trạm, lên Thái Nguyên, hiệp cùng án sát Doãn Uẩn, đôn đốc công việc vận tải quân nhu và binh lương. Lại xuống dụ chuẩn cho thương lượng với nhau, nếu Doãn Uẩn thuận đi hộ vệ vận tải lương thực, tòng quân giúp việc binh thì Hoàng Quýnh ở lại Chợ Rã để thúc đẩy đôn đốc; hoặc giả Hoàng Quýnh ưng đi theo quân, thì Doãn Uẩn cứ ở lại Chợ Rã, cốt sao binh lương không thiếu, mọi việc ổn thoả.

Cho Chưởng cơ Lê Văn Thuỵ sung Tham tán quân vụ đạo Thái Nguyên, chuẩn cho đem theo 100 lính tỉnh đi quân thứ. Nếu Nguyễn Đình Phổ và Nguyễn Công Trứ đã hội binh làm 1 đạo, thì cùng hợp lại mà tiến, nếu họ hãy còn chia làm 2 đạo, thì Thuỵ hợp lại với Nguyễn Công Trứ để cho người văn kẻ võ giúp đỡ lẫn nhau, gặp có tâu báo thì liên danh cùng ký, nhưng ở dưới Nguyễn Công Trứ.

Nguyễn Công Trứ, Tham tán đạo Thái Nguyên, tâu rằng:

"Quân đạo Thái Nguyên còn đóng ở Hồng La, bọn giặc hằng ngày tới vây đánh. Bọn thần phái binh ra bắt thì giặc bèn chạy, rồi lại dựa vào núi cao, thủ hiểm, mưu chặn con đường đi lại. Một hôm, giặc đến thẳng gần chỗ quân thứ, hai mặt tả và hậu, hò la bắn súng; có tên đầu mục giặc đứng chỉ huy ở trên núi đá. Dương Đình Cẩm, Cai đội tỉnh Thái Nguyên, lấy súng điểu sang bắn một phát, nó chết ngay. Giặc bèn chạy trốn vào rừng sâu, ta đuổi không được. Nay bốn phía Hồng La đều đã êm lặng, từ Chợ Rã đến quân thứ, đi lại được như thường."

Nguyễn Đình Phổ, Thống đốc đạo Thái Nguyên, từ Na Dụ chuyển đi Hồng La, hội với quân của Tham tán Nguyễn Công Trứ. Trước kia những tên nghịch phạm Nông Văn Sĩ và Nông Văn Thạc nhiều lần bị quan quân đánh tan, lui về

Bảo Lạc. Thổ dân sở tại lục tục đến đầu thú ở cửa quân. Phổ bèn để Phạm Phi, Phó lãnh binh Bắc Ninh, ở lại quản lĩnh 500 biền binh, đóng giữ Na Dụ, rồi dời quân đến Hồng La.

Doãn Uẩn, Án sát Thái Nguyên, tâu rằng:

"Nay Thống đốc và Tham tán hợp binh tiến lên, thổ dân dẫu có ít nhiều ra thú, nhưng vẫn chần chừ bất thường; hiện nay thần đương thượng khẩn chiêu an để cho trở về. Vả, xét ra từ Chợ Rã đến địa phận Bảo Lạc, có 3 con đường: con đường Hồng La, là nơi đang hành binh; con đường Bắc Phấn, đã có nhiều binh đóng giữ; chỉ còn con đường từ Cao Thượng [huyện Ba Bể, Bắc Cạn] *qua Nhạn Môn* [huyện Pác Nậm, Bắc Cạn], *Bộc Bố* [huyện Pác Nậm, Bắc Cạn] *tới Bằng Thành* [huyện Pác Nậm, Bắc Cạn], *Cổ Đạo* [huyện Pác Nậm, Bắc Cạn], *dân ở liền nối, trên có thể thông thẳng tới Bảo Lạc, dưới có thể rẽ qua Đại Man* [huyện Chiêm Hoá, Tuyên Quang]*; núi rừng bát ngát, lối đi um tùm, binh lính dẫu nhiều, cũng khó phân phái chặn bắt. Thần đã chiêu tập tên đầu mục Mán Tiền, sai đem vài trăm dân Man ngầm phục ở các con đường xuyên sơn xung yếu, chớ để bọn giặc được trốn thoát. Còn về lương quân, cứ lời viên Tham tán [Nguyễn Công Trứ], từ Hồng La trở lên, núi non hiểm trở, binh đi càng xa thì vận lương càng khó; vậy cho tuỳ tiện đi đến đâu lấy lương đến đó, hoặc lấy lương ở giặc, tưởng cũng đủ dùng; còn số lương thực của nhà nước, đợi có tờ tư đòi lấy mới nên vận tới. Nhưng xét ra, số gạo chứa ở Chợ Rã, Na Miêu và Bắc Cạn còn hơn 5.800 phương, lấy đó chi cấp cho lương quân trong 1 tháng, cũng còn thừa thãi."*

Quân của Tổng thống Tạ Quang Cự, Tham tán Hồ Hựu, đóng ở Mật Lũng [huyện Bảo Lạc Cao Bằng], Nguyễn Tiến Lâm đóng quân ở Du Lũng [huyện Bảo Lạc Cao Bằng]. Có hơn 700 tên giặc từ Bế Lĩnh [huyện Bảo Lạc Cao Bằng] kéo ra; Tiến Lâm thân đốc biền binh chặn đánh, chém được 4 đầu giặc, bắn chết được hàng chục tên. Giặc lui giữ Kê Lũng dựng luỹ chống cự, chỗ này tiếp với Bế Lĩnh, hai bên núi đá đứng sững như bức vách, cây cối um tùm, giữa có một lối đi cong queo rất hiểm trở.

Tổng thống Tạ Quang Cự, Thám tán Nguyễn Tiến Lâm và Hồ Hựu thuộc đạo Cao Bằng tâu rằng:

"Dò được rằng bên hữu Bế Lĩnh núi non trùng điệp, cao vọi, không tiện hành quân; duy bên tả Bế Lĩnh có hai con đường đều có thể đi xuyên núi thông đến Ngọc Mạo, vòng ra phía sau giặc. Còn đương định chia đường đánh úp, thì bỗng được tin báo những đồn Trung Thảng [huyện Thông Nông, Cao Bằng] *và Lương Năng ở phía sau, có bọn giặc từ Thái Nguyên đến, mưu toan quấy rối, bọn thần đã phái quân binh đang đi trận, hiệp sức với lính giữ đồn cùng chặn đánh. Lại có bọn giặc từ Bế Lĩnh hướng về phía núi ở hai bên tả hữu Du Lũng, từ trên cao bắn xuống. Quân ta bắn chết được 7 tên, giặc vẫn ở trên núi, thủ hiểm chống cự. Lại tiếp được tờ tư của đạo Thái Nguyên nói đường núi Bắc Nậm* [huyện Pác Nậm, Bắc Cạn] *rất hiểm, hai lần đi đánh, cũng chưa tiến được; chính đương liệu cơ đánh úp. Vả lại, Bắc Nậm chưa lấy được, thì những nơi tiếp giới Cao Bằng và Thái Nguyên, bọn giặc thế tất lan tràn; nếu một mình đi trước vào sâu, sợ con đường tải lương ở phía sau có sự trở ngại, nên vẫn còn phải đóng đồn ở chỗ cũ: Na Tình, Mật Lũng và Du Lũng. Đợi đạo Thái Nguyên hạ được Bắc Nậm, sẽ lập tức hẹn ngày lên đường tiến đánh Bế Lĩnh, thẳng tới Vân Trung, cùng nhau hội tiễu".*

Sau đó vào ngày 14 [14/12/1834] Tổng thống Tạ Quang

Cự, Tham tán Nguyễn Tiến Lâm và Hồ Hựu điều quân từ xã Du Lũng [huyện Bảo Lạc Cao Bằng] qua Bế Lĩnh tiến thẳng vào Vân Trung [huyện Bảo Lạc, Cao Bằng], hội binh với đạo Tuyên Quang của Lê Văn Đức.

Định lại ngạch thuế về thuyền buôn ngoại quốc. Vào năm Minh Mệnh thứ nhất [1820], có lệ định về các thuyền buôn ngoại quốc tới các địa hạt: thành Gia Định cũ thì đánh thuế toàn ngạch; còn từ tỉnh Bình Thuận trở ra Bắc, chiếu theo ngạch thuế đánh ở Gia Định, mà giảm dần hoặc 2 phần, hoặc 3, 4 phần không giống nhau. Nhưng gần đây, từ Bình Thuận trở ra Bắc có đường biển thuận lợi, thuyền buôn qua lại ngày một nhiều; Nam Định, Hà Nội lại không kém gì Gia Định.Vậy từ nay, hễ các thuyền buôn ngoại quốc đến buôn bán, thì ở 6 tỉnh Nam Kỳ và Nam Định, Hà Nội cứ theo như lệ thành Gia Định cũ, tính thước đánh thuế toàn ngạch. Các tỉnh còn lại so với Gia Định giảm một phần mười; duy Thừa Thiên là nơi kinh đô, sự thể không giống với các hạt khác, theo như lệ trước, giảm 4 phần 10 so với Nam Kỳ.

Phía nhà Thanh, Tuần phủ Quảng Tây Huệ Cát tâu trình quân Việt Nam đã chiếm được Mục Mã, Cao Bằng; trường hợp Nông Văn Vân chiến bại trốn vào nội địa rồi bị bắt, lập tức tuân theo chiếu chỉ trước, trói giải giao cho nước này, để tự họ tự lo liệu:

"***Ngày 17 tháng 11 năm Đạo Quang thứ 14*** [17/12/1834]

Dụ các Quân cơ đại thần:

Huệ Cát tâu: 'Tiếp tục trinh thám tình hình nội chiến tại Việt Nam, vẫn thông sức lưu ý phòng thủ. Cứ theo lời báo quan binh nước này đã thu phục được Mục Mã, Nông Văn Vân rút lui về Bảo Lạc; hiện được tin nước này hẹn ngày phân binh tiến đánh. Vùng đất phủ Thái Bình cách hơi xa; nhưng phủ Trấn An tại biên cảnh, đối với Bảo Lạc tương đối gần. Nước này dụng binh đã hơn một năm, tuy chưa quấy nhiễu đến biên cảnh, nhưng Man Xúc (1) tương tranh, thắng bại không chắc. Nước này họp binh đến đánh, ý muốn dẹp cho được; Nông Văn Vân với quân ô hợp, một khi chiến bại, không khỏi chia ra mà trốn tránh; sợ chúng giả mạo dân nội địa, ngầm trà trộn vào vùng duyên biên. Cần thông sức chú ý nghiêm phòng để ngăn trốn vượt; nếu Nông Văn Vân bại trốn vào nội địa rồi bị bắt, lập tức tuân theo chiếu chỉ trước, trói giải giao cho nước này, để tự họ liệu lý.'

Lời tâu chu đáo, nước này binh liên miên, hoạ tiếp nối không ngừng một ngày, thì nội địa cũng không ngừng một ngày phòng bị. Huống Nông Văn Vân kết oán đã sâu, thì thế không thể đôi bên cùng tồn tại; vạn nhất nếu thua chạy vào nội địa đào thoán, rồi bị bắt; thì cứ tuân theo chiếu chỉ trước, trói giải về để tự họ liệu biện. Duy biên giới tiếp liên, cần lưu ý nghiêm phòng, thận trọng đàn áp. Phải lo việc Nông Văn Vân lúc bại trốn, có thể giả mạo làm dân nội địa, ngầm đến trà trộn, cần kê tra kỹ càng nghiêm túc, khiến cho bọn phỉ bên ngoài và kẻ gian bên trong không thể thoán vượt. Lại một mặt nghiêm sức cho các tướng, quân, tại các phủ sảnh, phân đoạn ra để tuần phòng; các quan ải tại duyên biên nhất luật tu chỉnh, thực lực ngăn phòng, không được lơ là chút nào. Cần bình tỉnh, không động thanh sắc, nghiêm mật liệu biện, không để lâu ngày sinh lười, rồi đâm sơ hốt hỏng việc. Đem dụ này truyền lệnh để hay biết." (**Tuyên Tông Thực Lục** quyển 260, trang 19-20)

Tháng chạp năm Minh Mệnh thứ 15 [30/12/1834-28/1/1835], Tổng đốc Nguyễn Đình Phổ, Tham tán Nguyễn

Công Trứ đạo Thái Nguyên kéo quân đến Bắc Nậm [huyện Pác Nậm, Bắc Cạn]. Giặc đã chạy trốn trước. Họ bèn tiến đóng Cổ Đạo [huyện Pác Nậm, Bắc Cạn], chia phái quân đi tuần tiễu thám thính. Bọn tướng giặc xưng danh hiệu là Tả uy Quản cơ Ma Đạt Trung, Hiệp quản Tiền thắng lữ Ma Văn Tú và Đốc vận Dương Văn Loan, Ma Văn Độ đến quân xin đầu thú, xin ra sức chuộc tội và đem gạo lương đến nộp.

Đạo Thái Nguyên tiếp tục tiến quân đến vùng núi xã Giai Lạc, tổng Vân Quang thuộc huyện Để Định [huyện Bảo Lạc, Cao Bằng], được tin đảng giặc còn ẩn nấp nhiều trong rừng rậm, bèn chia quân ra lùng, bắt sống được tên Thống lĩnh tướng quân giặc là Triệu Văn Triệu gốc người nhà Thanh và 7 tòng đảng, lấy lại được 1 thớt voi công bị mất lần trước. Tổng đốc Nguyễn Đình Phổ bèn cho đem Triệu Văn Triệu lăng trì xử tử và chém những tên tòng đảng.

Thống đốc Nguyễn Đình Phổ, Tham tán Nguyễn Công Trứ và Lê Văn Thuỵ lại từ Giai Lạc tiến đến Vân Trung, hội với hai đạo quân Cao Bằng, Tuyên Quang.

Ngự sử Hoàng Quýnh trước đây từ kinh phái đi, phụ trách tải quân lương cho đạo quân Thái Nguyên ở Cổ Đạo [huyện Pác Nậm, Bắc Cạn]; sau được tin báo rằng quân có thể lấy lương của giặc mà ăn, nên Quýnh tạm quay về, cùng với án sát Doãn Uẩn trù biện việc tích trữ lương thực. Khi Quýnh về tới Chợ Rã [huyện Ba Bể, Bắc Cạn], nhận được chiếu chỉ triệu về kinh; lúc sắp lên đường lại tiếp được đạo dụ cho ở lại tòng chinh. Quýnh bèn đốc suất hơn 100 lính dõng người thiểu số tiến đi, khi đến Cổ Đạo có tên tướng giặc nguỵ xưng là Tả uy phó hiệu là Ma Văn Bằng dụ được lũ chánh phó quản của giặc là Bế Văn Đức, Bế Lộc Tuyển, Bế Lượng An, và lũ đốc vận của giặc là Hà Thiên Ngân, Vi Đức

Thăng, 11 người, lần lượt ra đầu thú. Quýnh cho rằng tên nghịch Vân chưa bị giết, tòng đảng ẩn náu còn nhiều, nếu nay vội đem giết lũ này, e tuyệt mất con đường quy thuận của chúng, nên Quýnh đã cho bọn này được tòng quân, ra sức làm việc chuộc tội.

Tại mặt trận Tuyên Quang bọn Thổ huyện thừa Nguyễn Khắc Khoa ở Thu Châu [huyện Yên Bình, Yên Bái], Đội trưởng giữ đồn Đại Đồng là Lương Bá Tư và Đội trưởng thuộc tỉnh là Hoàng Trinh Nhuận đem thổ dõng đi lùng những giặc còn sót lại ở Lục Yên [Yên Bái]; bắt được 3 tên chánh cơ, cai đội của giặc và vợ tên giặc Chương.

Đạo quân Phạm Văn Điển tiến đến An Đức [huyện Bảo Lạc, Cao Bằng]; giặc ở trên núi đất, thủ hiểm chống cự. Quân ta hăng hái sấn lên, đánh nhau với giặc 2 ngày, bắn giết được rất nhiều, giặc tan vỡ bỏ trốn; chém được 10 thủ cấp, phá được hơn 10 nơi trại. Quân biệt đạo của Nguyễn Văn Quyền cũng đánh phá được 1 đồn lớn của giặc, thừa thắng ruổi dài đến An Lạc là chỗ giặc Sĩ ở, thiêu huỷ nhà cửa, lùng chém được 7 thủ cấp. Sau đó gặp đạo quân Thái Nguyên ở Bán Chàng, vừa lúc đó có Phan Bá Bành con cựu Trấn thủ Phan Bá Phùng dẫn các quan chức giặc là Tham luận Phùng Ngọc Chấn, Cai đội Hoàng Văn Nguyên và đồ đảng hơn 20 người đến xin đầu thú; bọn Điển tạm cho chúng tòng quân, gắng sức chuộc tội.

Quân hai đạo Tuyên Quang, Cao Bằng đóng ở Vân Trung hay tin giặc Nông Văn Sĩ tập hợp hơn 1000 đồ đảng đóng giữ các nơi hiểm yếu ở tổng Vân Quang [huyện Bảo Lạc, Cao Bằng], dựng đồn trại hòng ngăn trở đường tiến của đạo quân Thái Nguyên, họ bèn họp bàn chia đường đánh giặc. Tổng thống Tạ Quang Cự do đường phía tả, Đề đốc

Phạm Văn Điển do đường phía hữu, Phó vệ uý Nguyễn Văn Quyền mang riêng một toán quân, cũng do đường phía tả, ai nấy lên đường cùng tiến, làm thanh viện cho đạo quân Thái Nguyên. Đạo quân Tạ Quang Cự đi tới đâu, giặc đều sợ bóng gió tan chạy, đuổi bắt không kịp; duy thu lại được đàn bà con gái trẻ nhỏ của gia quyến nguyên Quản cơ Nguyễn Hữu Bằng 15 người bị giặc bắt trước, cho đưa về Cao Bằng và ít nhiều thóc gạo có thể nuôi quân mà thôi. Khi tới mạn núi ở Giai Lạc thì gặp quan quân đạo Thái Nguyên, lại dẫn quân về đóng ở Vân Trung.

Ba đạo quân Tuyên Quang, Cao Bằng, Thái Nguyên họp ở Vân Trung [huyện Bảo Lạc, Cao Bằng]. Cứ tin thám báo, thì giặc Vân lẩn trốn ở Ngạn Lâm, Sơn Lũng; Tổng thống Tạ Quang Cự, Đề đốc Phạm Văn Điển, Thống đốc Nguyễn Đình Phổ đều thân mang quân đi đuổi bắt, nhưng không thấy bóng giặc đâu, bèn chia nhau đi lùng. Khi đến giáp giới đất nhà Thanh, bắt được tên tù phạm trốn là Giả Văn Xu và Bào Bố Hợp, tra hỏi biết giặc Vân đã mang theo gia quyến trốn sang các thôn Lộng Mãnh, Bác Than [Tiểu Trấn An, Quảng Tây], được dân biên giới giấu giếm cho; bọn Quang Cự bèn làm giấy tư sang cho phân phủ Trấn An nhà Thanh, yêu cầu lập tức bắt giao ngay cho, rồi đóng quân lại biên giới để chờ.

Tổng thống đạo Cao Bằng Tạ Quang Cự thân đốc biền binh đi khắp các miền núi Biểu Lũng, Hiểm Lũng thuộc Thanh Qua, lùng được của giặc 15 cỗ súng thần công, súng điểu sang, ống phun lửa, thuốc súng, diêm tiêu và khí giới. Lại do đường Bắc Nậm [huyện Pác Nậm, Bắc Cạn] tắt qua Thư Sơn, vây bắt được những tên tội phạm trốn tránh và đàn bà trẻ con mấy chục người.

Nguyễn Nhược Sơn, Án sát Hà Nội, dâng tập mật tấu chiêu an Nông Văn Vân như sau:

"Triều đình có tên nghịch Vân, khác nào xưa kia nhà Ngu (2) có tộc Hữu Miêu, nhà Hạ (3) có tộc Hữu Hỗ. Nhà Ngu phải có trận đánh hàng tháng và nhà Hạ có cuộc chiến ở đất Cam, tuy đã đánh dẹp, nhưng cũng chưa hàng phục ngay được; sau rút quân về thì trong 7 tuần Hữu Miêu đến hàng, đầy tháng, Hữu Hỗ đến phục. Cái lẽ thuận nghịch, cái cơ được thua đã rõ ràng lắm. Nhà nghịch Vân đã hai đời làm tôi con, nay dám trái đạo thường như vậy là tự cho rằng thổ dân có thể sai khiến, núi hiểm có thể làm nơi căn cứ, nên mới trở thành một tên phản nghịch. Nay ba đạo đại quân hội tiễu đã tới Vân Trung, nó bèn mang vợ con đi, thì nó còn trông cậy vào đâu được nữa? Có điều là ba quân phải mạo hiểm xông pha hang cùng, núi thẳm, chưa chắc đã nhất định bắt được tên đầu đảng, mà tiết trời đương mùa đông rét dữ, khí rừng núi độc, không tiện ở lâu. Nghĩ nên nhân lúc oai trời đương lừng lẫy này, xuống chiếu rút quân, chiêu an đảng nghịch. Nếu chúng chịu sớm đem nhau quy thuận thì lấy ơn đức phủ dụ cho yên; nếu chúng còn giữ nơi rừng hiểm trở mà chống cự thì lại sẽ đánh dẹp. Vừa ra ơn, vừa dùng vũ lực như thế, dù chúng là kẻ chí ngu, chắc cũng phải quay đầu trở lại. Cái công hiệu hàng được Hữu Miêu, phục được Hữu Hỗ chính là ở đó!".

Viện Đô sát nhân dâng sớ đàn hặc rằng:

"Nguyễn Nhược Sơn là con rể Tổng đốc Ninh Thái Nguyễn Đình Phổ. Nhân vì bố vợ y đánh giặc ít khi thắng lợi, nên y bày ra những lời ấy để che giấu việc tư!".

Sau đó Vua dụ như sau:

"Gần đây, cứ như Ngự sử nêu tên tham hặc thì sự dụng tâm của nhà ngươi đã bị người ta khám phá ra rồi! Việc này bất luận là có chứng cớ hay không, nhưng chỉ biết rằng đó là việc thuộc về quân cơ mà dám đem lời càn bậy trình bày thì xử theo quân pháp đã là không còn chối cãi vào đâu được; nhưng nghĩ đương lúc cần người làm việc, nên hãy tạm cho cách lưu, để xem sự cố gắng sau này".

Bọn Tướng quân, Tham tán và Lãnh binh ở thành Gia Định tâu bày lúc quân ta đương đào những đường hầm ngoắt ngoéo; riêng về mặt trái, đã đào gần đến bờ hào, bỗng giặc nấp ở trong hào nhảy ra. Đội trưởng Hồ Văn Chất, xông lên trước chiến đấu, bị giặc đâm chết. Quyền đội trưởng Nguyễn Văn Nhất từ trường luỹ bắn súng lớn, giết được một tên, giặc bèn lui chạy.

Thuỷ quân tham tán giặc là Doãn Đình Quyền, nguyên là lính ở đội Vĩnh Lương Nhị thuộc Vĩnh Long, giòng dây ra ngoài thành, đầu thú. Tên này khai như sau: Trong thành hiện còn hai kho chứa đầy thóc, nhưng đã mục mất 3 phần 10. Các đài trên thành, mỗi đài chứa 2 hoặc 3 ngăn thóc, mỗi ngăn ước 100 hộc. Các nơi nhà lều ở phía trong chân thành mỗi cái cũng chứa nhiều thì 10 hộc, ít thì 5, 6 hộc thóc. Muối trắng, chứa đầy ở cửa Phiên An, còn thì chia phát cho các nhà lều ăn dùng. Đảng giặc chỉ còn hơn 1460 tên, nhưng ốm đau chừng 500 tên. Với số giặc này chi dùng số thóc muối ấy tưởng cũng có thể được trên dưới 3 năm nữa. Số thuốc súng chứa ở cửa Hoài Lai là 15000 cân. Bốn mặt trên thành, cứ mỗi cỗ súng lớn lại đào đất làm một hố chứa 200 cân thuốc súng. Trên hố lát ván gỗ, trên ván gỗ lại lát đá ong. Tổng số thuốc súng còn độ hơn 50000 cân. Lại ở cửa Tĩnh Biên có luyện thuốc súng, hạn mỗi tháng luyện

700 cân; khi bắn đều dùng thuốc chế ở đấy. Diêm tiêu hiện còn ước 40 chum to, còn lưu hoàng thì không được mắt trông thấy. Đạn tích trữ từ trước hiện hãy còn nhiều; giặc lại nhặt những đạn ở ngoài luỹ bắn vào mà dùng để bắn, không đúc thêm. Voi trận có 3 con, để ở cửa Tuyên Hoá. Bạc hạng 10 lạng còn 1009 đĩnh; hạng 1 lạng, 460 đĩnh.

Bọn đầu đảng giặc là Nguyễn Văn Chẩm và Vũ Vĩnh Lộc trong thành sai hơn 100 đồ đảng ra phục ở bờ hào mặt trước thành, hẹn nhau lấy tiếng súng trên thành làm hiệu, đánh úp để ngăn trở không cho quan quân đào đường ngầm ngoắt ngoéo. Tên Lộc lên trên thành, bị súng lớn ở ngoài trường luỹ bắn chết. Đồ đảng giặc bèn rút chạy.

Bọn Tướng quân, Tham tán và Lãnh binh ở thành Gia Định tâu:

"*Đồ đảng giặc luôn mấy ngày nay lén ra phía ngoài phụ quách tranh giành những đường hầm ngoằn ngoèo với quan quân. Quyền cấp Ngoại uỷ đội trưởng Hậu vệ dinh Long võ là Phạm Văn Kiệt xông lên trước đánh giặc, cướp được 2 cây trường thương và một cái phi lao. Đội trưởng Tiền vệ dinh Thần cơ là Nguyễn Văn Nhất bắn một phát đại bác, giết luôn được 3 tên, khiến giặc hoảng bỏ chạy. Lũ Tống Văn Quang 5 người thuộc ty Cảnh tất cũng dùng súng lớn, súng nhỏ mỗi người bắn giết được một tên giặc.*"

Tại Chân Lạp, lũ tên Sốc cùng 117 người dân từ Xiêm trốn về nước. Đổi tên hai phủ ở Chân Lạp tại hai bờ đông và tây Biển Hồ: Bông Xui làm Hải Đông, Phủ Lật làm Hải Tây.

Vua nước Chân Lạp là Nặc Chăn chết. Bọn quan nước này đều nói người con gái thứ là Ngọc Vân, tư chất hơi thông sáng, xin cho được lên thay; sự việc tâu về triều, Vua y cho.

Ngoài ra tình hình trong tháng chạp năm Minh Mệnh thứ 15 [30/12/1834-28/1/1834] tại các vùng khác trong nước có những sự việc như sau:

Đặt cục đúc vàng bạc ở sở Xuất nạp thuộc Nội vụ phủ. Sai viện Đô sát, toà Nội các, xứ Thị vệ, ty Thanh cẩn đều cử phái viên đến hội đồng trông nom làm việc, nếu để thợ và người làm pha trộn bớt xén thì trị tội.

Tại phủ Thừa Thiên , trích ra từ 3 huyện cũ: Hương Trà, Quảng Điền, Phú Vinh; đặt thêm 3 huyện mới: Phú. Lộc, Hương Thuỷ, Phong Điền.

Nước Nam Chưởng gửi thư đe doạ dân Trình Cố, đòi phải nộp thuế, không thì đem quân đến đánh. Tuần phủ Thanh Hoa Nguyễn Khả Bằng, được tin báo, ra lệnh cho huyện sở tại Trình Cố và hai huyện tiếp giáp là Sầm Nưa và Man Duy điều lính địa phương án ngữ phòng thủ.

Hơn 30 sách (4) người Chàm ở gần thành Quang Hoá [Tây Ninh], tình nguyện xin phụ thuộc vào nước ta. Ra lệnh cho viên quan đóng ở thủ sở Quang Hoá kiêm coi quản, chờ sau 3 năm, sẽ chiếu theo như các sách dân Phiên thuộc mà thu thuế.

Quan tỉnh Quảng Ngãi tâu rằng các đảo Lý Sơn, vụng Thuyền và vụng Quất, ven biển thuộc tỉnh hạt, đều nên đặt thủ sở. Những dân tại Lý Sơn tình nguyện tự đóng lấy thuyền rồi lĩnh khí giới nhà nước phát cho để đến kỳ thì đi tuần tiễu. Còn 2 vụng kia, từ trước đến giờ, mỗi khi có thuyền giặc lén lút phát ra ở ngoài biển, dù có đặt pháo đài mà bắn cũng không tới. Hiện đã khởi công đóng 2 chiếc thuyền lanh lẹ, nhưng tay lái và thuỷ thủ chưa mộ được để sung bổ vào. Vậy xin chọn trong số dân thừa ở các xã ven biển cho đủ 40 người, lập làm thuỷ binh của tỉnh, hằng năm cứ đến tháng xuân đi tuần biển, tới mùa thu thì thôi. Xin chiếu theo dân số, liệu cấp cho khí giới và uỷ cho viên giữ tấn sở huấn luyện, tuần phòng. Vua dụ chuẩn cho hằng năm, cứ đầu mùa hè đi tuần, đến mùa thu thì về, còn các khoản khác đều y lời thỉnh cầu.

Tổng đốc Định Yên Đặng Văn Thiêm tâu rằng:

"*Người dân trong hạt là Trần Ngọc Chấn, năm trước, tình nguyện tự bỏ của riêng, thử đắp con đê chặn lấp dòng nước sông Hoành Giang* [sông Lạch Ngang, huyện Nghĩa Hưng, Nam Định]*; mùa xuân năm nay hoàn thành. Qua vụ nước mùa thu, thân hành đến khám thấy con đê này dài 144 trượng, thực được kiên cố. Hai đầu đê, bùn cát đã bồi nông. Cửa Liêu gần đó khi nước lên, sâu 8 thước 5 tấc, so với năm ngoái sâu hơn 1 thước 9 tấc; khi nước xuống, sâu 3 thước 5 tấc, so với năm ngoái sâu hơn 1 thước.*"

Vua ban khen, sai bộ Công bàn, truy cấp cho 1.000 quan và tiền chi dùng vật liệu. Thưởng cho Trần Ngọc Chấn chức hàm Bát phẩm và một bộ mũ áo; chuẩn cho 2 người giúp việc được miễn thuế thân và dao dịch.

Chú thích:

1. Man Xúc: chỉ những nước nhỏ bé. Trang Tử có câu chuyện như sau "*Hữu quốc vu oa chi tả giác giả viết Xúc dân, hữu quốc vu oa chi hữu giác giả viết Man dân, thời tương dữ tranh địa nhi chiến.*" [Có nước tại góc trái của con sên tên là Xúc, nước ở góc phải con sên tên là Man, thường tranh đất nên đánh nhau.]

2. Nhà Ngu: Cũng gọi **Ngu Thuấn** (虞舜), là một vị Vua huyền thoại thời cổ đại Trung Quốc, ông được Đế Nghiêu nhượng ngôi, trở thành vua Trung Hoa.

3. Nhà Hạ: Triều đại sau Ngu Thuấn, từ thế kỷ 21-16 trước Công nguyên; Vua đầu tiên là Hạ Vũ.

4. Sách: Đơn vị hành chánh của người thiểu số.

227.
Vua Minh Mệnh [1820-1840] (27) [29/1/1835-28/3/1835]

Tháng giêng năm Minh Mệnh thứ 16 [29/1-26/2/1835], ba đạo quân Cao Bằng, Thái Nguyên, Tuyên Quang đứng tên chung tâu rằng từ khi quan quân hội ở Vân Trung, dân hạt Để Định [huyện Bảo Lạc, Cao Bằng] lục tục đến đầu thú; xét ra dân tình đã biết sợ hãi, hối cải. Nay gặp tiết xuân, lam chướng còn nhẹ, nếu quan quân ở lại đến tháng sau, cũng còn có thể chịu được. Từ trước đến giờ, lương lấy ở giặc chưa đến nỗi thiếu thốn; tướng sĩ tòng chinh đều không ngại khó nhọc vất vả. Duy đối với dân Để Định đã biết ra hàng thú, chính nên nhân cơ hội mà chiêu dụ. Thóc lúa của họ cất giấu không nên tìm tòi vay mượn nữa. Nếu quân lương hơi thấy khó khăn thì hai đạo binh Cao Thái đều đến những nơi thuận tiện mà lấy. Còn đạo Tuyên Quang đường xa, nên trách cứ những thôn xã hiện đã ra thú, liệu mang đến nộp, chờ sau này sẽ khấu trừ vào thuế, tưởng cũng có thể đủ tiếp tế được. Dân thiểu số sở tại tuy chưa thay đổi hẳn được lòng phản nghịch, nhưng sợ hãi binh uy, chúng cũng đều đã thay đổi ngoài mặt. Những kẻ nhận chức tước của giặc sợ tội quá nặng, chưa dám ló ra, thì từ khi chiêu dụ, cũng đã có một vài tên ra thú rồi. Nay từ Vân Trung đến Cao Bằng, Thái Nguyên và từ An Biên [Hà Giang] đến Vân Trung, sự đi lại đều không có gì trở ngại.

Vua lại thấy tên nghịch Vân lẩn trốn sang địa giới nhà Thanh, bèn thông tư sang Quảng Tây nhờ bắt giúp; đã lâu chưa thấy trả lời, nên lại sai bộ Lễ soạn công văn giao đi tỉnh Lạng Sơn, đưa sang phủ Thái Bình để thúc giục.

Các đại viên thống binh 3 đạo binh Tuyên, Cao, Thái cùng với quan địa phương nhà Thanh hội kiến ở cửa ải Bác Nậm [biên giới phía tây Cao Bằng và Quảng Tây]. Trước đây, quan quân ta dò thám được tin giặc Vân trốn ở Bác Thán [phủ Trấn An, Quảng Tây], sai người đưa công văn đến quan sở tại nhờ bắt giải sang giúp. Bọn tri phủ, phân phủ và đốc phủ ở Trấn An nhà Thanh bèn uỷ người đầu mục cửa ải mời ta sang diện hội. Tổng thống Tạ Quang Cự, Tổng đốc Lê Văn Đức, Tham tán Nguyễn Công Trứ và Hồ Hựu đem quân đi sang. Bọn họ lấy lễ chủ khách tiếp đãi trong khi đàm thoại, chỉ nói rằng đã tra xét, không thấy tung tích giặc Vân, duy săn bắt được hơn 10 người đàn ông, đàn bà và trẻ con là người Để Định thì nhân tiện giải đến giao trả. Còn như việc gửi công văn, theo lệ phải do ải Nam Quan, đi lại thẳng với nhau, e can vào lệ cấm thông giao với ngoại quốc, cho nên mời ta đến nói rõ việc đó. Lũ Quang Cự cho rằng giặc Vân trốn sang đất nhà Thanh là đích xác, có nhiều người nói. Rồi vặn bẻ hai ba lần, nhưng họ vẫn một mực từ chối, chống chế.

Đề đốc Phạm Văn Điển và Tổng đốc Lê Văn Đức đạo Tuyên Quang chia phái quân binh đi lùng ở miền rừng Giai Lạc, Vân Quang [huyện Bảo Lạc, Cao Bằng], bắt, chém được tướng và đồ đảng giặc 8 tên và tìm lấy lại được 5 cỗ súng đồng quá sơn mất khi trước. Viên giữ đồn An Biên [Hà Giang] là Quản vệ Hà Văn Cư và Quản cơ Nguyễn Văn Di đánh tướng giặc Nguyễn Thế Nga ở xã Phương Độ, châu Vị Xuyên [Hà Giang], chém được thủ cấp giặc và thu được súng ống khí giới rất nhiều; sự việc báo về quân thứ.

Tổng thống Tạ Quang Cự, Tham tán Nguyễn Tiến Lâm và Hồ Hựu đạo Cao Bằng tâu báo có hơn 20 người dân làng Ngạn Lâm, tổng Vân Quang, đem 18 khẩu điểu thương, 2 chiếc nòng súng đến quân thứ nộp và báo dẫn đến chỗ những nghịch phạm giấu khí giới, lấy được 8 cỗ súng đồng quá sơn, 2 súng lớn, 12 trường thương.

Sau đó bắt được một người Nùng khai rằng giặc Vân đã từ Bác Thán trốn đi núi Xa Đăng, bọn Cự liền mật phái Vệ uý Trình Văn Châu, thổ mục Hoàng Kim Quỳ, thông sự Thang Trường Hợp mang theo hơn 100 thổ dõng, ăn mặc giả người nhà Thanh và thuê người nhà Thanh với giá thật hậu để hướng dẫn đi bắt. Khi đến núi Bán Huống thì lùng bắt được con tên nghịch phạm Bế Văn Cận là Bế Văn Đổ cùng vợ và em gái nó đem nộp.

Quan quân 3 đạo Tuyên, Cao, Thái chia nhau đi các vùng núi thuộc Giai Lạc, An Lạc, An Đức và Vân Quang, lùng bắt bọn giặc Sĩ, giặc Thạc. Đạo Thái Nguyên săn bắt được đầu mục và đồ đảng giặc tất cả 15 tên. Đạo Tuyên Quang bắt hoặc chém được đầu mục và đồ đảng giặc tất cả 19 tên, lại lấy lại được hai cỗ súng đồng đại luân xa bị mất trước. Quản vệ coi đồn An Biên là Bùi Văn Thị đem quân đi tuần tiễu và tầm nã một dải rừng và thung lũng gần đồn, gặp giặc, giao chiến, chém hoặc bắt được nhiều.

Tuần phủ Lạng Bình Trần Văn Tuân, phái uỷ quyền sung Phó vệ uý Lê Văn Sinh và Cai đội Nguyễn Văn Thông, mang binh dõng đến vùng rừng thuộc Kim Mã tiếp giáp Thái

Nguyên, thám bắt những tội phạm sống trốn, đã săn bắt được 8 tên đầu mục và 11 đồng đảng giặc.

Các Tướng quân, Tham tán và Lãnh binh ở quân thứ Gia Định tâu rằng khi quân ta đào tường hầm ngoằn ngoèo, đồ đảng giặc thường thường lẻn ra ẩn nấp, nhằm đánh úp để ngăn chặn. Đã cho bắn các hạng súng lớn, ngày hơn 100 hoặc hơn 200 phát. Giặc cũng ở trên thành bắn trả lại. Có 1 tên giặc đương leo thang lên thành, bị Tôn Thất Khiêm ở ty Hộ vệ ty bắn chết ngay; thưởng ngay cho Khiêm 1 lạng bạc để khuyến khích.

Lại báo tiếp, đảng giặc trong thành ngày nào cũng lẻn ra, toan lấp bịt trộm những đường hầm do quan quân đào. Bọn pháo thủ Tôn Thất Nghị, Trần Văn Hổ đem khẩu súng đồng "**Thần uy vô địch đại tướng quân**" ra bắn tất cả 40 phát vào trong thành, nổ đến 30 phát, có

phát bắn trúng làm đổ khẩu pháo của giặc, có phát làm vỡ pháo của giặc. Chúng lại ở trên thành, chỉnh đốn súng lớn ngắm bắn, chuẩn bị cắm chông gỗ, quân binh ta ở trường luỹ bắn đại bác giết chết 2 tên giặc; nhà cửa và thuốc súng của giặc ở trong thành bị thiêu huỷ nhiều.

Tại phủ Thừa Thiên, cho đặt thêm xe "**Thuỷ hoả ký tế**" (1) ở xứ Yên Yên nguồn Ô Lâu, thuộc địa phận xã Lại Bằng, huyện Hương Trà, để luyện thuốc súng. Lại sai các tỉnh Quảng Nam, Quảng Ngãi, Bình Định đặt thêm xe này; Quảng Nam trước có 3 nơi, nay đặt thêm 2 nơi; Quảng Ngãi trước có 2 nơi nay đặt thêm 1 nơi; Bình Định trước có 2 nơi, nay đặt thêm 2 nơi).

Thưởng những người dân thọ 100 tuổi trở lên ở các địa phương: Thừa Thiên, Quảng Bình, Bình Định, Gia Định,

Thanh Hoa, mỗi tỉnh 1 người; Nghệ An, Hà Tĩnh, Nam Định mỗi tỉnh 2 người.

Tháng 2 [27/2-28/3/1835], lệnh chia đặt huyện Để Định tỉnh Tuyên Quang làm hai huyện Để Định và Vĩnh Điện; Để Định có 2 tổng, 5 xã; Vĩnh Điện có 2 tổng 11 xã. Châu Bảo Lạc cũ, đã có chiếu chỉ đổi làm huyện Để Định; rồi vua nghĩ rằng vùng này địa thế rộng man mác, nếu chỉ đặt một huyện, thế khó quản lý được khắp; bèn hạ lệnh chia làm 2 huyện, mỗi huyện đặt 1 thổ Tri huyện và 1 Huyện thừa, chọn những thổ ty đắc lực bổ dụng.

Đề đốc Phạm Văn Điển, Tổng đốc Lê Văn Đức đạo Tuyên Quang tâu rằng dân huyện Để Định đã ra đầu thú hết. Đã ra lệnh dân chúng phải đóng tô thuế từ 2 năm nay, nhưng đem nộp bằng thóc gạo để phát cho quân lính; và noi theo đường từ quân thứ Vân Trung [huyện Bảo Lạc, Cao Bằng] đến đồn An Biên [thị xã Hà Giang], liệu tuỳ địa phận, đặt đồn canh để hộ tống công văn đi lại. Những tên trước nhận chức Chánh vệ uý vệ Tả dực của giặc là Nông Đình Phan và Chánh quản lữ Hữu thắng Nông Tĩnh Hoà, đã đến quân thứ đầu thú, đều tình nguyện đi truy bắt nghịch Vân để chuộc tội. Lại phân phái quân binh đi lùng tìm ở vùng rừng An Lạc, bắt hoặc chém được đầu mục và đồng đảng giặc cộng 6 tên. Các viên giữ đồn An Biên là Quản vệ Hà Văn Củ và Chánh đội trưởng Mai Văn Đạo cũng chém được hơn 10 đầu giặc và bắt sống được cháu nội tên nghịch phạm Nguyễn Thế Nga là Nguyễn Thế Điển ở địa phận các xã An Định, Tùng Bách, Du Già, Đại Miện, Tiểu Miện; tên Thế Điển này đã bị đem chém.

Các viên thống binh 3 đạo Tuyên Quang, Cao Bằng, Thái Nguyên ký chung tờ tâu rằng:

"Trước đây, săn bắt được người nhà vợ tên Vân, chúng xưng ra rằng người thôn Na Lạc nhà Thanh ngầm dẫn nghịch Vân đi ẩn ở vùng núi Lệnh Thông, bọn thần đã lập tức mật báo viên phủ Trấn An nghiêm nã. Sau đó, tiếp được trả lời là luôn mấy ngày lùng xét, không thấy tung tích giặc Vân, cũng không thấy một người Để Định nào. Lại nói rằng Nam, Bắc có riêng bờ cõi, quân ta tiến vào nội địa nhà Thanh mà đóng lại và ở đêm là không hợp, nên mang quân ra phía ngoài biên giới. Bọn thần xét kỹ tình hình, là vì họ cho rằng bắt được giặc Vân ở nội địa của họ là việc kiêng kỵ, nên giả thác lời lẽ từ chối để tạm làm cho tắc trách đó thôi! Vả, đất Bác Nậm nhà Thanh là quê mẹ tên Vân, Bác Thán [phủ Trấn An, Quảng Tây] *lại là quê vợ lẽ nó. Ngày thường nó giao du nhiều, nên họ đã chuyền nhau đem Vân giấu đi. Mà bọn quan nhà Thanh lại bất lực trong việc tầm nã. Những võ quan nhỏ cũng không phải không có cái tình tệ ăn tiền, tha người, nên việc này không khỏi hơi lâu đến hàng tuần, hàng tháng. Nay họ gửi thư đến, nhất khái vin vào việc bờ cõi, thì ta cũng không nên cưỡng trái, lỡ sinh lôi thôi! Vậy nên đã thông sức ngay cho Vệ uý Trình Văn Châu là người được phái đi từ trước, rút quân về đóng ở ngoài cửa ải Bình Môn* [huyện Bảo Lạc, Cao Bằng] *để ngăn chặn, rồi lại mật uỷ Thông sự Thang Trường Hợp đem theo thủ hạ, lại lén sang do thám đích xác, tuỳ cơ bắt lấy. Lại nữa, thổ dõng do đạo Cao Bằng phái riêng đã săn bắt được con gái tên nghịch phạm Lê Văn Khôi là Lê Thị Ích; trước đây Ích bị giam ở Cao Bằng, nhân lúc tỉnh thành thất thủ, bèn trốn được; nay bị bắt tại khu núi Bác Nậm* [huyện Pác Nậm, Bắc Cạn], *đã đem giết".*

Bọn Tổng thống Tạ Quang Cự, Đề đốc Phạm Văn Điển, Tổng đốc Lê Văn Đức và Tham tán Nguyễn Tiến Lâm ở Cao

Bằng, Tuyên Quang lại tâu thêm:

"*Được tin tướng sĩ nhà Thanh vây bắt giặc Vân ở Triều Sơn, thuộc Bác Thán* [phủ Trấn An, Quảng Tây]; *Vân chạy thoát. Bắt được con trai nó là Nông Văn Lôi, cùng vợ cả, con gái và nô tỳ nó cộng 5 người. Bọn thần đã tư hỏi việc đó. Họ trả lời hãy tạm giữ bọn này ở bên ấy để tiện dùng kế dụ tên nghịch Vân ra hàng, rồi sẽ giao sang một thể. Lại có tên thám tử người nhà Thanh là Ban Quang Nhuận phái đi trước đây, cũng đuổi bắt được mẹ và vợ lẽ tên Vân, giải về quân thứ. Hiện đã thưởng cho 4 người đi bắt mỗi người 3 đồng ngân tiền Phi long hạng lớn và hai đồng ngân tiền Phi long hạng nhỏ*".

Đạo Thái Nguyên bắt được nguỵ Đốc lãnh Bế Văn Huyền, đóng cũi giải về Kinh, giết đi. Huyền, trước kia cùng anh là Bế Văn Cận, theo giặc Vân, làm loạn, hai lần đánh bức Cao Bằng, lại xâm lấn quấy nhiễu địa phương Lạng Sơn. Từ khi giặc Cận bị giết, Huyền lẩn trốn vào miền núi Cổ Đạo [huyện Pác Nậm, Bắc Cạn]. Thống đốc Nguyễn Đình Phổ, Tham tán Nguyễn Công Trứ và Lê Văn Thuỵ phân phái biền binh lùng khắp núi, bắt được.

Quân đạo Tuyên Quang săn bắt được hơn 20 đầu mục và đồng đảng giặc ở Lâm Lũng, Vân Quang [huyện Bảo Lạc, Cao Bằng]. Quân đạo Thái Nguyên cũng lùng bắt được hơn 10 tên phạm ở Long Lũng, Cổ Đạo. Các quan chức nguỵ là Chánh quản lữ lữ Hậu Thắng Nông Văn Hoành, Phó quản lữ lữ Tiền Thắng Nông Văn Nhiễu và quản cơ cai đội đến cửa quân đầu thú.

Ngoại uỷ suất cơ Nguyễn Hữu Đăng, Phó suất cơ Nguyễn Hữu Siêu mật sai thủ hạ cùng với người Thanh mà họ quen biết lén sang Man Lũng thuộc Quảng Tây, bắt được Chánh dực Nông Văn Nghiệt em con chú giặc Nông Văn Sĩ và em tên này là nguỵ Hậu thắng lữ Nông Văn Hải cùng con là Nông Văn Yên, giải về quân thứ. Đã lăng trì xử tử các tên Nghiệt, Hải và chém tên Yên.

Tại thành Gia Định các Tướng quân, Tham tán tâu rằng những tên trong thành ra thú đều nói Tiền quân phó tướng Nguyễn Văn Thuỳ bị khẩu đại bác đặt ở núi đất phía bên hữu mặt sau thành bắn chết; lực lượng giặc càng ngày càng yếu ớt. Lại thấy các đường hầm ngoắn ngoèo dần dần bức sát đến nơi, giặc càng tỏ dáng lo sợ nguy ngập. Duy tên nghịch Chắm hãy còn, nên giặc hãy còn bám lấy mà liều chết cố giữ. Lại, ở mặt sau và mặt tả thành có giặc lén ra đầu quách, tranh giành ngăn trở biền binh, thì quyền Đội trưởng Chu Phước Minh đương trường đâm chết được 1 tên giặc, lính Vũ lâm Trần Văn Gia cũng bắn chết được 2 tên.

Quyền sung Quản vệ vệ Hoà dũng là Nguyễn Công Nhàn chuyên đốc việc đào một đường hầm ở mặt tả, đã đào suốt được đến đầu quách. Các Tướng quân, Tham tán, Lãnh binh đem việc tâu lên; Vua sai thưởng thụ chức Chư quân Phó vệ uý, sau đổi bổ làm Quản cơ cơ Hoà thắng.

Thi Hương ở Gia Định; sai Tuần phủ Thuận Khánh Hoàng Quốc Điều sung Chủ khảo, lấy đỗ 9 Cử nhân: Bùi Hữu Nghĩa, Nguyễn Văn Viện, Hồ Văn Quang, Đỗ Chí Thành, Lý Phong, Trần Vân Long, Nguyễn Duy Nhất, Lê Hưng Sĩ, Hoàng Hữu Quang.

Trước đây khi Thuận Thành bị triều đình đổi đặt làm phủ huyện, **lòng** dân thiểu số Chiêm Thành không yên; bọn Cai đội Nguyễn Văn Giảng, phân tri Mai Văn Văn, liền liên kết với bọn Cai, Phó tổng Trúc Văn Lân, Long Văn Thiêm và Lâm Văn Bình, dụ dỗ dân nổi dậy đông đến vài nghìn người, lấn xuống các địa hạt Giang Man, Phù Trường, thuộc huyện Tuy Định [các huyện Hàm Thuận, Tánh Linh, thuộc Bình Thuận], và các thôn Xuân Vi, Lịch Mô thuộc huyện Hoà Đa [huyện Bắc Bình, Bình Thuận], cướp bóc giết chóc dân kinh. Tỉnh phái thí sai Quản cơ Dương Văn Khoa và Phó quản cơ Trương Văn Bính mang quân đi đánh dẹp; chém được 4 tên giặc và bắt được 13 tên; còn lại đều trốn chạy vào rừng; Án sát Phan Phu bèn đem sự việc tâu lên.

Đảng giặc Bình Thuận lại tụ họp ở thôn Cao Lãng, thuộc huyện Hoà Đa. Phó Quản cơ Trương Văn Bính mang hơn 100 quân đi tiễu. Giặc rút vào rừng sâu. Bính đuổi theo gặp quân mai phục, đánh thua, bị chết, binh lính đều tan vỡ. Án sát Phan Phu, Lãnh binh Phạm Văn Huyền được tin báo, lại phái thí sai Phó quản cơ Lê Văn Miễn đem quân đi cứu ứng; rồi đem việc tâu lên rằng:

"*Lính tỉnh không đủ sai phái, đã kíp tư đi Khánh Hoà, điều động 500 biền binh và đã báo cho Tướng quân, Tham tán ở quân thứ Gia Định biết, rồi tạm lấy lính trạm và dân phu cấp cho khí giới, sai phụ vào việc canh giữ tỉnh thành*".

Án sát Bình Thuận Phan Phu, bị mất chức. Vua xét Phan Phu trước đã sai trái trong việc vỗ về, khiến thổ dân nổi lên thông đồng với dân miền núi, xảy ra sự biến! Kịp khi mới thua một trận nhỏ, đã vội hoang mang, làm lỡ sự cơ, thực là hèn kém! Bèn truyền dụ cho quyền Tuần phủ Thuận Khánh Dương Văn Phong, cách chức Phan Phu bắt làm lính, sung đi tiền khu, làm việc để chuộc tội.

Quân giặc ở Bình Thuận đốt phá lỵ sở phủ Hàm Thuận

và huyện lỵ Tuy Phong [huyện Tuy Phong, Bình Thuận]. Các viên tỉnh phái là thí sai Quản cơ Dương Văn Khoa đánh nhau với giặc ở Hữu An và thôn Xuân Hội, luôn được thắng trận, chém hơn 40 thủ cấp; thí sai Phó quản cơ Phan Đắc Cường cũng đánh thắng giặc ở Kha Tốt thuộc huyện Tuy Định. Giặc lại lấn xuống trạm Thuận Mai, thuộc huyện Yên Phước [huyện Ninh Hải, Ninh Thuận] cướp khí giới của trạm và thiêu huỷ nhà dân. Bố chính Khánh Hoà, Nguyễn Văn Điển, được tin phi báo của thự Phó vệ uý Lê Đình Trang được phái phòng chặn nơi địa đầu từ trước, liền phái thêm Quản cơ Lê Văn Thái mang binh và voi tức tốc đi hội tiễu.

Toán giặc Bình Thuận lấn xuống thôn Đại Hoà ở lỵ sở huyện Tuy Phong. Thí sai Phó quản cơ Lê Văn Miễn do tỉnh phái, mang 100 lính, 2 thớt voi, đi đánh nhau với giặc, bị thua phải lui về vụng La Hàn. Lãnh binh Phạm Văn Huyền thân mang 200 quân và dân đi tiếp ứng, được tin giặc sắp đến Xuân Long và Vĩnh Giang thì lại quay về tỉnh lỵ, chỉ uỷ cho Lê Văn Miễn đốc quân cản đánh. Chống cự không nổi, Miễn và Cai tổng Nguyễn Văn Quang đều chết tại trận, quân binh tan vỡ. Giặc bèn đốt phá làng mạc, chém giết nhân dân rất nhiều.

Khâm phái Đại lý Tự khanh Phan Thanh Giản từ thành Trấn Tây [Chân Lạp] về đến Bình Thuận, gặp đảng giặc lan tràn, đường lối bị nghẽn; bèn dâng sớ xin lưu lại, cùng quan sở tại hết lòng bàn bạc, trù tính làm việc, chờ viện binh đến hội tiễu, khi đường trạm hơi thông, sẽ lập tức về kinh phục mệnh.

Ngoài ra tình hình trong tháng 2 [27/2-28/3/1835], tại các vùng khác trong nước có những sự việc xảy ra như sau:

Phìa Khán ở huyện Mộc, phủ Trấn Ninh, tỉnh Nghệ An, chiêu tập nhân dân trong huyện trở về. Quan tỉnh Nghệ An đem sự việc tâu lên; Vua ban cho họ là Hảo, tên Khán, rồi bổ làm Huyện thừa.

Bố chính Nguyễn Đình Tân, Án sát Mai Thăng Đường tỉnh Nghệ An tâu rằng:

"Cứ như đồng Tri phủ Trấn Ninh là Nguyễn Trọng Dụ đã báo, thì bọn nghịch phạm là tên Huống, tên Khuyết gửi thư doạ nạt dụ dỗ những phìa, tạo, ở các thổ huyện phải đem dân theo chúng, nếu không nghe, chúng sẽ dẫn quân Xiêm đến đánh phá, cướp bóc. Lại nghe đồn có hơn vạn quân Xiêm Lào mưu định sắp sang quấy nhiễu; lòng dân vì thế dao động. Bọn thổ mục đều xin lính đến phòng ngự và lại nói rằng lúa năm nay kém, dẫn đến thiếu ăn, kỳ lương tháng 2 của quan quân đóng giữ ở đây khó nộp được. Vả lại Trấn Ninh ở gần đất Xiêm, bấy nay vẫn sợ ngọn lửa hung tàn của chúng, cho nên bọn giặc Huống mới mượn cớ ấy để doạ; nhưng chắc cũng chẳng làm trò gì được. Đến như cái tin Xiêm Lào cũng là do tin phao đồn, chưa lấy gì làm đích xác bằng cứ. Vậy nghĩ bất tất phải phái quân đến. Duy có việc gạo lương của quan quân thì bọn thần lập tức đã tạm lấy 130 phương gạo ở kho tạm trữ Lãng Điền [huyện Đô Lương, Nghệ An] *cho tải đến đồn Mường Xén* [huyện Kỳ Sơn, Nghệ An], *thông sức tới gần mà lĩnh".*

Phan Huy Thực, sung Tổng tài soạn bộ **Thực Lục** đem bản thảo dâng Vua coi; Vua nhân đó bảo rằng:

"Buổi quốc sơ có Đỗ Thanh Nhân là kẻ bạo ngược, kiêu rông, chẳng biết đạo làm tôi con. Thí dụ nó làm những việc như đốt sống người, bắn chết đàn bà có thai, đều là những

việc bất nhẫn. Đến những việc tiền, lương, nó cũng tự tiện chuyên quyền tất cả. Gặp ngày kỵ Hưng miếu (2), nó không chịu chi biện lễ phẩm, đến nỗi Hoàng khảo ta [Vua Gia Long] *phải cầm áo lấy tiền làm lễ. Nó lại thường mang quân lẩn vào trong núi, muốn làm phản theo Tây Sơn, sau cùng mưu ấy không thành. Hành vi như thế biết đâu không học cái mưu Trịnh Kiểm? Được Hoàng khảo ta là bậc anh dũng, mưu lược, cho nên nó tuy có lòng gian, cuối cùng cũng không rông rỡ được! Ngươi nên ghi chép việc này".*

Đào sông Cửu An [ranh giới Hưng Yên, Hải Dương]. Trước đây, đê Hưng Yên vỡ, chuẩn y lời bàn của đình thần nghị cho tạm đắp con đê ngắn để phòng nước lớn vụ hè và khơi thêm dòng nước để giảm sức nước phá ngang. Đến đây, việc đắp đê đã xong, Tổng đốc Đặng Văn Thiêm và Tuần phủ Trịnh Quang Khanh tâu xin khơi thông dòng sông, đoạn từ đầm sâu ở Sài Thị đến xã Vĩnh Đồng, xin đổi đào sang lối khác cho bớt công sức. Trước định đào một đoạn sông cũ từ cái đầm sâu ở Sài Thị đến xã Ngô Xá dài 519 trượng [1 trượng=4 mét], một đoạn sông mới từ xã Ngô Xá đến xã Vĩnh Đồng dài 602 trượng, cộng dài suốt là 1121 trượng; nay thay đào lối khác cho thẳng thì chỉ dài có 875 trượng, gọi là sông Cửu An.

Phạm Bá Mật, đầu đảng giặc ở Bắc Ninh, nguỵ xưng Trung quân quận công, họp đảng hơn 800 tên, cướp bóc ở huyện hạt Yên Phong. Có dân xã Trần Xá, giữa lúc giặc tấn công ngặt, đóng luỹ lại, chống giữ, hoặc ném gạch, đất; hoặc té nước vôi, giặc bị thương ở mặt và mắt, cuối cùng không sao vào được, bèn quay sang đốt, cướp ấp bên cạnh rồi đi. Bố chính Nguyễn Đăng Giai và án sát Trần Thế Nho, đương đêm, thấy bốc lửa mà Lãnh binh Đào Văn Nghị và Phạm Văn

Bình thì chưa thuộc đường đất, nên uỷ cho ở lại giữ thành, rồi chính họ tự đem binh và voi chia đường đi chặn bắt. Nho gặp giặc ở xã Tiêu Sơn, đốc quân giao chiến khiến Mật bị thương, chạy thoát; quan quân bắt được 5 tên đồ đảng và khí giới rất nhiều.

Ngày Đinh Mùi [16/3/1835], tế trời đất ở đàn Nam Giao. Khi vua trở về thấy bên đường nhan nhản những mồ hoang, động lòng thương cảm. Nhân nghĩ lệ trước lễ phẩm cúng tế chưa được thịnh hậu, bèn chuẩn định: Kể bắt đầu từ tháng 3 mùa xuân năm này, 3 nơi phần mộ hoang di táng trước, mỗi nơi đặt một đàn tế, lại ở hai bên đường xe vua đi, đặt thêm hai đàn tế nữa, phẩm vật đầy đủ. 3 đàn tế mồ hoang cũ, mỗi đàn 3 con lợn, xôi và hoa quả đều 3 mâm, cơm 1000 chén, giấy tiền 10000 tờ. Hai đàn tế ở hai bên giáp đường, mỗi đàn 1 con lợn, xôi và hoa quả đều 1 mâm, cơm 500 chén, giấy tiền 5000 tờ. Hương, nến, trầu, rượu kèm theo đầy đủ.

Giặc trốn ở Hà Tĩnh là bọn Phan Bô và Đinh Lợi tụ tập đồ đảng ẩn nấp ở khoảng các núi Hồng Lĩnh [huyện Nghi Xuân, Hà Tĩnh], Trà Sơn [huyện Đức Thọ, Hà Tĩnh], Cam Sơn và động Thạch Khê. Quan tỉnh được tin báo, lập tức điều 300 biền binh ở Nghệ An cùng với binh lính của tỉnh hợp lực đánh dẹp.

Bố chính Nghệ An Nguyễn Đình Tân và án sát Mai Thăng Đường tâu rằng con quốc trưởng Vạn Tượng cũ là lũ Thiền Thiển, Thiền Miễn, trước đây được cho ở tại sách Minh Mông thuộc châu Quy Hợp [huyện Hương Khê, Hà Tĩnh]. Đất chỗ này, sỏi đá, cằn cỗi không cày trồng được; họ xin dời đến vùng Mường Xác thuộc Bổng Hỗn, huyện Cam Cát; vùng đó giáp giới với huyện Hương Sơn, địa thế rộng rãi, lại có ruộng đất bỏ hoang có thể cày cấy cư trú được. Sự việc tâu lên, được chấp nhận.

Vua ban một đàn tế cho Quốc vương Chân Lạp Nặc Chăn. Lại thưởng cấp cho 10 cây gấm Trung Quốc, 30 cây đoạn hoa các loại, the nam, là, lụa nõn mỗi thứ 50 tấm, 300 cân sáp ong, 500 lạng bạc. Sai thự Bố chính An Giang Trương Phước Cương làm Khâm sứ, lo việc tế lễ. Lại phong con gái thứ Quốc vương Chân Lạp là Ngọc Vân làm Chân Lạp quận chúa, ban cho mũ, áo.

Vua Minh Mệnh gửi thư sang nhà Thanh xin bắt Nông Văn Vân và xin chuẩn cho mang khoảng 1, 2 trăm quân, tại duyên biên chia đường truy đuổi. Phía nhà Thanh , Vua Đạo Quang, hứa sẽ truy bắt, nhưng không cho phép mang quân vào lãnh thổ Trung Quốc:

"***Ngày 26 Ất Mão tháng 2 năm Đạo Quang thứ 15*** **[24/3/1835]**.*Dụ các Quân cơ đại thần:*

Huệ Cát tâu: 'Tiếp nhận văn thư của Quốc vương Việt Nam cho biết sào huyệt tên giặc Nông Văn Vân tại Thổ châu Bảo Lạc đã bị quan quân phá, y ngầm trốn, không biết tung tích. Cứ theo lời khai của đồng đảng bị bắt là Hứa Văn Thái rằng Nông Văn Vân và gia quyến ngầm trốn tại xứ Lộng Mãnh, Bác Thán, thuộc phủ Trấn An, nội địa, xin bắt và gửi đến để liệu biện; cùng xin nạp 2000 lượng bạc, để thưởng cho binh dân ra sức. Lại xin chuẩn cho binh tướng nước này mang khoảng 1, 2 trăm quân, hoặc 5, 6 chục quân, tại duyên biên chia đường truy đuổi.'

Lại căn cứ viên Tuần phủ sao lục nguyên văn bản thông báo của viên Quốc vương để trình xem; Trẫm đọc kỹ thấy Nông Văn Vân rất quỉ quyệt; bọn đồng đảng y khai rằng Nông Văn Vân trốn tại đất Lộng Mãnh, Bác Thán, bản đồ nước ta không có địa danh đó; rõ ràng trốn phía đông chỉ phía tây, dùng lời dối trá để che dấu tung tích. Theo do thám của nội địa, Nông Văn Vân hiện trốn tại vùng Lộng Tiêu đất Di, lại có thuyết y đến đất Lão Qua qui phụ họ Lê, điều này khó mà tin được. Viên Tuần phủ đáng tuân phụng chiếu chỉ trước, hội bàn với các Đề, Trấn; cùng nghiêm sức các phủ Trấn An, Thái Bình hợp lực với các sảnh, châu, đốc suất các viên biền, binh dõng, không động thanh sắc, nghiêm mật dò xét, tập nã. Nếu Nông Văn Vân sức cùng, ngấm ngầm cạo tóc , giả làm dân, trốn vào nội địa, thì lập tức nã bắt, trói giải giao cho nước này liệu biện. Còn việc nước này xin nạp tiền thưởng, đáng dùng lời chính đính bác bỏ và cho biết chỉ vì đại thể. Còn việc xin đưa người, chia đường truy bắt; cần dụ rằng cương giới đã phân chia, tuy chỉ trong vòng thước, tức, cũng không được tự tiện vào; không những dân nội địa bị quấy nhiễu kinh hoàng; lại có thể sinh chi tiết không thành sự thể. Hiện tại các thôn duyên biên thi hành đoàn luyện bảo giáp (3), xét về sự hệ trọng của biên phòng, viên Tuần phủ đáng đốc suất các quan văn võ duyên biên tuỳ lúc điều tra quan sát, làm đúng sự phòng ngăn; không cho phép 1 tên binh đinh vượt trạm biên phòng, giết càn lấy công; vốn không được tự tiện trợ giúp quân Nguyễn, càng không thể để cho bọn Nông Văn Vân mê hoặc, ngấm ngầm cấu kết đền nỗi gây ra chuyện." Đem dụ này lệnh hay biết." (**Tuyên Tông Thực Lục** quyển 263, trang 19-21)

Chú thích:

1. Thuỷ hoả ký tế: Công trình lợi dụng sức nước tại thác, xô mạnh để máy xoay chuyển, nên không tốn công sức.

2. Hưng miếu:Tức Hưng tổ Hiếu khang Nguyễn Phước Noãn, sinh ra Vua Gia Long.

3. Bảo giáp: phép binh chính của Vương An Thạch đời Tống, lấy dân làm lính, đặt người dạy dân tập luyện võ nghệ.

228.
Vua Minh Mệnh (28) [29/3/1835-26/5/1835]

Tháng 3 [29/3-27/4/1835], quan bảo hộ nước Chân Lạp là bọn Trương Minh Giảng và Lê Đại Cương tâu báo rằng quan Chân Lạp được phái đi giữ phủ Hải Tây [tây biển hồ Tonlesap] là bọn Vệ uý lãnh ốc Nha Xô Đột Lục Thi Kê và Vệ uý lãnh ốc Nha Na Lăng Sa Đáp cho biết em vua Chân Lạp là Nặc Ong Giun sai thuộc hạ là Mang Lai mang thư đến phủ nói rằng Nặc Ong Giun bị người Xiêm kiềm thúc, nếu triều đình Chân Lạp bằng lòng dung nạp thì nên lập tức báo cho nó biết. Sau đó, lại tiếp được tin báo rằng quân Chân Lạp đi tuần tiễu ở bờ nam sông Cầm Bông Trắc [phía nam Battambang, Cambodia], phía bắc phủ Hải Tây, thấy bờ phía bắc có quân tuần tiễu của nước Xiêm; chúng bảo rằng, tướng Xiêm, Phi Nhã Chất Tri ở Bắc Tầm Bôn [Battambang, Cambodia], nghe tin vua Chân Lạp đã chết, nên sai Nặc Ong Giun mang 300 quân đến sốc Cần Sư [phía bắc địa giới phủ Hải Tây một ngày đường] ở cùng với tên đầu mục Xiêm là Bồ Nô Mẹ Tri để thám thính tình hình. Hiện tượng như vậy chứng tỏ người Xiêm ngầm tính mưu gian nhưng sợ binh uy của ta, chưa dám hành động ngay, nên đem Nặc Ong Giun làm mồi, xem tình ý người Chân Lạp.

Sau đó Trương Minh Giảng và Lê Đại Cương tâu thêm

bọn Thi Kê, Sa Tháp, quan Chân Lạp được phái giữ phủ Hải Tây lại báo viên Đầu mục nước Xiêm Bô Nô Mẹ Tri dẫn 300 quân Xiêm, hơn 20 voi và ngựa, đóng ở bờ bên nam sông Cầm Bông Trắc [phía nam Battambang, Cambodia], nói phao lên rằng Nặc Ong Giun sai chúng đến đây. Bọn Trương Minh Giảng bèn phái thêm lính Chân Lạp theo lũ Thi Kê canh phòng và tuần tiễu; phía Xiêm liệu biết mưu chước không thi hành được, bèn lui về sốc Cần Sư.

Đắp thành Trấn Tây tại Nam Vang, lòng thành rộng 45 trượng [1 trượng=4 mét]; ngoài thành ngoài trồng tre và cây, trong đắp đất cao 9 thước 9 tấc, chân dày 1 trượng 8 thước, mặt dày 3 thước 6 tấc. Ngoài thành có hào rộng 3 trượng 1 thước 5 tấc; ở trước cửa, hào rộng 5 trượng 8 thước 5 tấc, đều sâu 1 trượng. Đốc phủ lĩnh bảo hộ là Trương Minh Giảng và Lê Đại Cương tâu rằng:

"Đồn An Man cũ khuôn khổ chật hẹp, lại kề sát bờ sông, dễ bị sức nước chảy xói. Nay đã đổi là thành Trấn Tây, nên mở rộng quy mô, để cho chỗ biên phòng được mạnh mẽ."

Tại thành Gia Định, quyền Phó vệ uý Lê Văn Cư đôn đốc quân đào đường hầm ngoằn ngoèo ở mặt sau thành, tay không tiến đi trước; giặc bất ngờ tập kích, Cư bị bắt. Quyền phó đội Trần Văn Xuân đem quân tiếp ứng, cứu không kịp; các Tướng quân, xin cách chức Xuân, giáng xuống làm lính.

Nam Kỳ được mùa to, giá gạo hạ. Bộ Hộ tâu rằng 6 tỉnh Nam Kỳ, sau khi trải qua sự biến chi phí rất rộng, mà của chứa thì chưa đầy đủ. Nay thóc lúa được mùa, giá gạo hạ xuống; xin mua thêm thóc với giá thoả thuận: mua tại Gia Định, Vĩnh Long, Định Tường mỗi tỉnh 100.000 hộc; Biên Hoà 30.000 hộc; An Giang 70.000 hộc; Hà Tiên chưa có kho, nên chỉ mua gạo đủ chi dùng trong 1 năm.

Nguyễn Văn Chắm, tên đầu sỏ giặc ở trong thành, cho rằng quan quân bốn mặt đào đường hầm, đắp luỹ đất bao vây, chẳng sớm thì muộn, thế tất bị phá. Nó bèn mưu với bè đảng, dự bị cơm và muối, ra ngoài thành quyết chiến, đột mở một lối trường luỹ ở góc sau bên hữu, theo thượng đạo mà đi. Chắm sai tên Hàm điều bát, tập hợp đồ đảng cảm tử hơn 300 tên, nhân đang đêm, lẻn ra bắc thang trèo lên luỹ. Chắm ở trong thành, chuẩn bị voi chiến, đem vợ con Lê Văn Khôi định tẩu thoát. Tướng quân Nguyễn Văn Trọng tức thì thân hành đốc suất quân binh tại các tấn sở đánh nhau với giặc. Lãnh binh Mai Công Ngôn đương đầu tiến lên trước, chém giết được một tên. Giặc xúm lại đâm Ngôn bị nhiều vết thương; Trọng cũng bị trúng đạn. Quân triều đình hết sức đánh mạnh, giết được Thống đồn của giặc là Nguyễn Văn Hoà và bè lũ 100 tên, thu được rất nhiều súng điểu thương và gươm, cờ.

Các Tướng quân, Tham tán và Lãnh binh ở quân thứ Gia Định mật tâu rằng đường hầm ngoắn ngoèo ở luỹ dài 4 mặt thành, có chỗ đã suốt tới đầu quách, có chỗ sắp gần đầu quách, đều đã dựng kè gỗ làm luỹ và 4 góc đối ngang với thành đã đắp núi đất. Công việc lần lượt đắp xong, sẵn sàng để đánh thành. Vua phán rằng cơ nghi đánh thành bây giờ đại để có nhiều điều chưa tiện vì:

1. Đảng giặc trong thành dẫu rằng cùng quẫn, nhưng còn có đến 1.000 quân. Nó không thể tiến đánh được, vẫn có thể giữ thế thủ được.

2. Đường hầm 4 mặt tuy đã xuyên đến đầu quách, hào có thể lấp được, nhưng thành không thể san bằng.

3. Thành cao, thang dài, trèo lên đã khó, mà trên thành thì giặc đào nhiều hố, cắm nhiều chông, sau khi lên được rồi, cũng không có chỗ để đứng chân được, thì dù có thể thành công trong việc giết giặc, nhưng há giữ được quân ta không bị tổn thương hay sao?

4. Gần đây, nghe nói trong bọn tướng giặc dâm loạn lẫn nhau, gây thành thù oán, nhưng để hoãn lại chưa đánh thì chúng ngờ vực rồi rình hại nhau; nếu mình đánh gấp thì chúng hợp lòng để giữ.

Về việc dẹp giặc Nông Văn Vân, Án sát Thái Nguyên Doãn Uẩn, tâu rằng quan chức giặc trong hạt là Phó quản cơ Đinh Quang Quỳnh, Đốc vận Nông Công Thuần và 17 đồng đảng, đem súng điểu thương đến quân thứ chợ Rã [huyện Ba Bể, Bắc Cạn] đầu thú. Tuân theo chỉ dụ, đã sai đi tòng chinh làm việc để chuộc tội, hoặc đài tải quân lương; chúng tỏ ra biết sợ và hối lỗi.

Đạo quân Thái Nguyên bắt được mẹ, vợ cả và bà con tên nghịch phạm Nông Văn Sĩ, cùng đầu mục và đồng đảng giặc hơn 10 tên.

Thự Tuần phủ Lạng Bình Trần Văn Tuân tâu rằng hành quân đến vùng rừng núi thung lũng Báu Bổng, Báu Tượng thuộc An Lạc, bắt được 6 tên đầu mục giặc cùng súng nhỏ, súng lớn, thuốc súng và khí giới. Lại phái quyền Phó vệ uý Lê Văn Sinh, đến khu rừng ở Hoắc Lĩnh thuộc Kim Mã giáp Thái Nguyên, bắt được Phó đốc lãnh Bế Nguyễn Thục; chém được Quản cơ Bế Nguyễn Nghị. Lại có tên Phó thống chế Nguyễn Khắc Hoà, nguyên Tri châu Thất Tuyền và hơn 10 đầu mục giặc đến cửa quân, đầu thú, tình nguyện đi dò bắt giặc Nông Văn Sĩ để chuộc tội.

Về địa phận đạo quân Tuyên Quang, bọn tướng giặc là Thống chế Nguyễn Quang Khải, Chánh thống lãnh Ma Sĩ Huỳnh, Chánh quản lữ Chu Tuyển Lược và Chánh vệ, Chánh cơ, Trưởng hiệu cộng 9 tên, đều đến cửa quân đầu thú. Ngoài ra Chánh đội đồn An Biên [thị xã Hà Giang] Mai Văn Đạo bắt được con tên giặc tại châu Vị Xuyên Nguyễn Thế Nga là Chánh quản cơ Nguyễn Thế Thọ, Phó quản cơ Nguyễn Thế Liễu, cùng con Liễu là Nguyễn Thế Trụ. Bèn đem Thế Thọ, Thế Liễu xử tử lăng trì, riêng giao Thế Trụ cho tỉnh Tuyên Quang giam cấm.

Tiếp đó đạo quân Tuyên Quang đốt giết được tên thủ phạm Nông Văn Vân. Trước đây Vân trốn sang địa giới nhà Thanh; Tuần phủ Quảng Tây tiếp được tờ thông tư của nước ta, sai quân binh phủ Trấn An lùng bắt rất gấp. Vân lẻn về núi Thẩm Bát, xã An Quang, huyện Để Định [huyện Bảo Lạc, Cao Bằng]. Một tên đã ra thú là Nông Tĩnh Hoà, dò bắt được kẻ tòng đảng là Nông Văn Lô và một tên đày tớ của hắn, bèn chạy báo quân thứ. Đề đốc Phạm Văn Điển và Tổng đốc Lê Văn Đức tức thì phái Vệ uý Nguyễn Văn Quyền đem hơn 1500 binh dõng gấp đến vây bắt. Quân chưa đến nơi, Vân toan xuyên qua núi, đi nơi khác; Tĩnh Hoà đốc suất thủ hạ và thổ dõng bắn súng đón chặn; Vân lại rút lui ẩn nấp. Tĩnh Hoà đuổi theo, bắt được 3 tên đồng đảng của Vân là Lý Đẩu, Lý Uyển và Lý Sinh đều là người xã An Lạc [huyện Bảo Lạc, Cao Bằng], từng cung cấp gạo, muối giúp Vân và đồng mưu dẫn Vân đi trốn. Chỗ này, thế núi cheo leo, cây cỏ rậm rạp bát ngát, khó lùng tìm khắp cả được. Bấy giờ đã về chiều; Quyền sợ Vân chạy thoát mất, bèn phóng lửa đốt cả bốn mặt chỗ ấy; nhờ gió thổi mạnh, lửa cháy dữ, trong chốc lát, cỏ tranh, bụi nứa trở thành tro cả. Vân ở kẽ đá, đột nhiên xông ra, bị lửa đốt chết, rơi xuống sườn núi, bên mình có 1 đĩnh lớn vàng tốt và 1 thanh đao trang sức vàng bạc.

Bọn Phạm Văn Điển đệ cờ đỏ phi báo tin thắng trận, trong cờ viết những chữ "**chém được thủ nghịch Nông Văn Vân**", rồi bỏ đầu Vân vào hòm dâng dưới cửa khuyết. Còn xác Vân thì treo ngược trên cần cao, cắm ở đỉnh núi Vân Trung; bắt được mẹ, cùng vợ và hầu thiếp, giải tống về kinh đô. Nhà vua rất vui, mệnh bày tiệc rượu, sai cung tần ca hát liên hô "*Cao Bình bình phục, Cao Bình bình phục.*"

Bắt đầu đặt chức Lưu quan (1) tại các châu, huyện ở các tỉnh Tuyên Quang, Thái Nguyên, Lạng Sơn, Cao Bằng. Chia đặt huyện Vị Xuyên ở Tuyên Quang làm 2 huyện Vị Xuyên và Vĩnh Tuy; huyện Vị Xuyên có 5 tổng, 31 xã; huyện Vĩnh Tuy có 6 tổng, 21 xã.

Bọn Tổng thống Tạ Quang Cự, Đề đốc Phạm Văn Điển, Tổng đốc Lê Văn Đức, Tham tán Nguyễn Tiến Lâm và Hồ Hựu ở 2 đạo Cao Bằng, Tuyên Quang cùng tâu rằng:

"Phủ Trấn An nhà Thanh trước sau đưa sang ta: gồm có gia quyến, bè đảng của nghịch Vân và dân 2 huyện Để Định, Vĩnh Điện, kể cả đàn ông, đàn bà và trẻ con cộng hơn 60 người. Bọn thần đã đem con nghịch phạm Nông Văn Hải và Nông Văn Cương, cháu họ Văn Khôi là Lê Văn Dương và 4 tên đầy tớ tòng đảng của nghịch Vân chém đầu cả rồi; còn thổ dân thì đều tha hết. Duy con nghịch Vân là Nông Văn Lôi cùng mẹ, vợ cả , vợ lẽ và con gái nó cộng 9 người, đều là thân quyến tên đầu sỏ giặc, chưa dám tự tiện xử ngay"

Phạm Văn Điển và Lê Văn Đức dâng sớ riêng rằng:

"Bọn đầu mục giặc là nguỵ Phó thống lãnh Nguyễn Doãn

Cao, nguỵ Phó trưởng hiệu Nguyễn Thế Đĩnh đều ra thú gồm 20 người, đương ở nơi quân thứ để đợi lệnh. Lại có Thổ ty huyện Để Định là Nguyễn Đình Tân trước không theo giặc, nhiều lần trổ sức đi tòng chinh, thật là hăng hái cố gắng. Vậy xin liệu cho tưởng lục, để khuyến khích người 2 huyện Để Định, Vĩnh Điện".

Nguyễn Công Trứ và Lê Văn Thuỵ, Tham tán đạo Thái Nguyên, tâu báo đã săn bắt được tên tội phạm Hoàng Văn Vàng oa trữ đồ binh khí và giấy tờ nguỵ, ấn nguỵ của phản nghịch Nông Văn Sĩ tại xã An Đức [huyện Bảo Lạc, Cao Bằng]. Tra hỏi ra thì Vàng khai rằng: Tháng trước, nghịch Sĩ, nghịch Thạc cùng vợ lẽ và đầy tớ 6 người, đến trọ ở nhà nó, rồi quan quân tìm bắt. Dân sở tại, có người đưa lương cho, có người dẫn đường, do ải Cốc Bàng trốn sang địa giới Na Nhung thuộc Quý Châu nhà Thanh. Đã mộ được người Quý Châu, ngụ ở huyện Để Định, cấp trước cho 50 lạng bạc thuê sai đi tìm bắt 2 tên phạm ấy giải nộp lĩnh thưởng.

Cuối cùng tỉnh Tuyên Quang săn bắt được tên nghịch phạm Nguyễn Thế Nga, đóng cũi đưa về kinh giết. Sau đó lại bắt được con của Nga là Thế Tư, Thế Lục và thân thuộc 7 người, đều xử tội chém.

Về tình hình người Chiêm Thành nổi lên tại Bình Thuận, quyền Tuần phủ Thuận Khánh Dương Văn Phong tâu rằng bọn giặc rủ nhau tụ tập ở nhiều ngả: Các khu rừng ở Mai Nương, Thị Ni, Phù Trường thuộc huyện Yên Phước [huyện Ninh Hải, Ninh Thuận]; Thuận Trinh, Thuận Lãng, Húc Lam, Phù Trường thuộc huyện Tuy Phong; Cần Dữu, Kha Tang, Lịch Giang thuộc huyện Hoà Đa [huyện Bắc Bình, Bình Thuận] và Kha Tốt, Bà Dần thuộc huyện Tuy Định [các huyện Hàm Thuận, Tánh Linh, thuộc Bình Thuận]; mỗi nơi hoặc 500, 600, hoặc 300, 400, lúc ẩn, lúc hiện bất thường.

Thự Phó lãnh binh Bình Thuận, Dương Văn Khoa đánh phá đảng giặc ở Lịch Giang, chém hơn 10 thủ cấp. Suất đội Hoàng Văn Trường ở một đạo khác, gặp giặc, thua trận, bị hại; quân binh đều chạy, khí giới mất hết về tay giặc.

Đoàn Văn Bạt, Vệ uý đạo Hàm Thuận, và Dương Văn Khoa thự Phó lãnh binh tỉnh Bình Thuận, dò biết bọn giặc đóng ở đất Mường Xuân huyện Hoà Đa, bèn tiến đi đánh dẹp. Giặc thấy bóng quân đằng xa, liền trốn chạy vào rừng. Đường núi hiểm trở, không tiện đuổi đến cùng, bèn đốt sạch đồn trại, kho tàng của giặc, rồi trở về đóng ở đất Bá Ky.

Giặc Chiêm Thành ở Bình Thuận tràn qua đất Giang Mang, Thạch Bích thuộc nguồn Nha Trang, tỉnh Khánh Hoà. Các dân thiểu số vùng này đã chịu đóng thuế cho triều đình sợ hãi, tản đi nơi khác. Bố chính Nguyễn Văn Điển tức thì phái uỷ Quản cơ Nguyễn Công Nhàn và Thành thủ uý Tống Hữu Quỳnh đem 300 lính, 3 thớt voi và điều lính Hữu vệ dinh Thần cơ, từ trạm Thuận Mai [huyện Ninh Hải, Ninh Thuận] gấp đi hội tiễu.

Án sát Biên Hoà là Phạm Duy Trinh, Phó vệ uý Vũ Đức Trung, thự Phó vệ uý Nguyễn Văn Tiến, Quản cơ Vương Văn Lễ ở đạo BìnhThuận, Ninh Thuận, được tin các tướng giặc là bọn Nguyễn Văn Giảng, Sầm Văn Âu, Tùng Văn Châu, Mai Văn Thành và Tùng Văn Thông tụ tập ở Ma Nãi gần với trạm Thuận Mai, bèn chia đường đánh bắt. Giặc phục ở rừng rậm, bắn ra; quân ta hăng hái tiến lên, giặc liền chạy trốn. Quân ta đuổi bắt được 2 tên, rồi từ Húc Lam tiến đến đất La Pha và La Bá, một ngày đánh 3 trận, giặc thua chạy. Ta chém được 4 đầu giặc, đốt hết hơn 100 nóc nhà và trại của giặc, cùng với hơn 2000 phương thóc gạo và hơn 50 cỗ xe bò.

Vệ uý Đoàn Văn Bạt, thự Lãnh binh Trần Ngọc Thụ, thự Phó lãnh binh Dương Văn Khoa và Phó vệ uý Chư quân là Trương Văn Phận ở đạo Hàm Thuận, hành quân từ sông Xoang Giang, qua núi Tà Y. Giặc đốn cây, chặn đường, quân ta vượt biển mà đi, hạ được đồn giặc ở Ma Đê, tiến thẳng đến Kha Lung và La Ngư là những nơi lực lượng lớn của giặc đang đóng. Giặc sợ tan chạy, bỏ trống không hơn 10 trại, sách. Quan quân đuổi kỳ cùng, chém được 2 đầu, bắt được đàn ông, đàn bà, già trẻ hơn 40 người, thu được cờ, trống, gươm, nỏ rất nhiều, đuổi đến các xứ Ma Ác, Ma Nhung và Kha Đôn.

Ngoài ra tình hình tại các vùng khác trong tháng 3 [29/3-27/4/1835] như sau:

Sửa chữa lại thành tỉnh Hà Nội; sai lính và thuê dân bạt bớt thành theo đúng mẫu cho phù hợp với quy chế đã định. Thành cũ, cao 1 trượng 3 thước, nay đổi làm cao 1trượng 1 thước 2 tấc.

Ngày Đinh Mão [5/4/1835], tiết Thanh minh. Vua đích thân đón mẹ đến viếng lăng Thiên Thụ [lăng Gia Long]; thấy cây tùng, cây thu xanh tốt, đường sá chỉnh tề, bèn thưởng cho văn võ và binh lính giữ lăng một tháng tiền lương.

Những tên phản nghịch ở Trấn Ninh là Khuyết và Huống dẫn tướng Xiêm là Phọc Nha Lạt Xà Linh, đem hơn 1000 quân Xiêm Lào từ đồn Nùng Khai [Nong Khai, nam Vientiane] lấn cướp huyện Quảng (phủ lỵ cũ), huyện Khâm. Thổ mục, thổ binh đánh nhau với giặc, không lợi, đều chạy cả. Đồng Tri phủ Trấn Ninh Nguyễn Trọng Dụ thấy mình quân ít, khó chống lại, bèn bỏ phủ lỵ rút đóng tại xứ Lam Cốt. Các Suất đội Trần Đăng Uý, Nguyễn Bá Cường do tỉnh phái trước, vừa đem quân đến, thì đang đêm liền lẻn về. Bố chính Nghệ An Nguyễn Đình Tân và án sát Mai Thăng Đường nghe tin báo, bèn sai Lãnh binh Nguyễn Văn Kỳ mang hơn 500 quân binh đến ngay đồn Mường Xén [huyện Kỳ Sơn, Nghệ An] đóng giữ, để làm thế thanh viện.

Giặc biển ở Quảng Ngãi lén lút nổi lên ở hải phận Sa Kỳ [huyện Sơn Tịnh, Quảng Ngãi] và Đại Cổ Luỹ [huyện Tư Nghĩa, Quảng Ngãi], đón cướp thuyền buôn rồi rút đi. Thuyền quân tuần tiễu của Phó lãnh binh Trần Hữu Di đuổi theo, không bắt được.

Giặc lại đón cướp thuyền buôn ở hải phận tấn Kim Bồng thuộc huyện Hoài Nhơn tỉnh Bình Định. Tấn thủ Nguyễn Văn Thuận bị giáng 2 cấp; sai Lãnh binh Nguyễn Văn Tôn đi tuần phòng bắt giặc.

Ra lệnh cho Nguyễn Đình Tân, Bố chính Nghệ An, đem quân đến Trấn Định [đất Lào giáp huyện Hương Sơn] đánh dẹp giặc Xiêm. Phạm nhân phản nghịch ở Trấn Định là lũ Lang Vi, Hâm Thả (Lang Vi, nguyên thổ Tri huyện huyện Cam Linh; Hâm Thả, thổ Huyện thừa; năm trước làm phản, đi theo Xiêm, ở đồn Phố Khâm [Nakhon, Thái Lan]) theo tướng Xiêm là Thiều Khôn A Mạt dẫn hơn 1000 quân xâm lấn, quấy rối cướp bóc các huyện Cam Linh, Cam Cát, Cam Môn thuộc phủ Trấn Định. Thổ mục Cam Linh là ấp Ma Hạt, quân ít, không địch nổi, chạy đến vùng núi xã Tình Diệm thuộc huyện Hương Sơn, tỉnh Hà Tĩnh; Thổ huyện Cam Cát, Cam Môn cũng lui đóng ở các xứ Lam Bàn, Hà Bạn giáp miền rừng huyện Thanh Chương, Nghệ An. Viên Tấn thủ Ngàn Phố [huyện Hương Sơn, Hà

Tĩnh] được tin, đem báo lên; Nguyễn Đình Tân cùng Án sát Mai Thăng Đường tức thì sai Phó vệ uý Phan Văn Phái, quyền Phó vệ uý Trần Đăng Phú, đem 500 biền binh đến đóng ở đầu địa phận Ngàn Phố và thông tư cho tỉnh Hà Tĩnh phái quân đến cứu ứng.

Thự Tuần phủ Hưng Hoá Ngô Huy Tuấn tâu rằng Tri châu Tuần Giáo [Điện Biên] là Bạc Cầm Tiền và thí sai thổ lại mục châu Ninh Biên [huyện Mường Nhé, Mường Chà thuộc Điện Biên] Bạc Cầm Chính dò thám biết rằng có quân Xiêm Lào hơn 1000 người xâm lấn bờ cõi, xin quân đến cứu viện. Bèn tức thì đã phái thuộc viên ở tỉnh đi dò thám, và phi sức cho lực lượng sở tại gia tâm phòng bị, mật sai các châu lân cận tập hợp thổ dân sẵn sàng ứng chiến.

Tháng 4 [28/4-26/5/1835], lính tuần đạo Hàm Thuận nhặt được phong thư chữ Chiêm Thành đại lược nói từ khi có lệnh đổi thổ quan sang lưu quan, bọn tổng lý bức bách họ thay đổi áo mặc theo như dân kinh; lại đặt mua ngà voi sừng tê, dầu, mây, gỗ ván, quấy nhiễu khiến dân không chịu nỗi.

Quân binh ở đạo Ninh Thuận lùng bắt ở sách La A, chém 2 đầu giặc; lại đi đến các xứ Trà Vân và Nha Mân, giặc đã trốn xa, chỉ thấy hang sâu đầu núi, có hơn 10 chỗ chứa thóc, chỗ nhiều không kém 500, 600 hộc; chỗ ít cũng độ 50, 60 hộc; vì núi cao hiểm trở, thế khó gánh đi, bèn đốt hết. Gần đây sào huyệt giặc, nhiều lần đã bị quan quân đánh phá, chúng đều sợ, tan cả, không dám lan tràn chống cự nữa; duy một xứ Thị Linh [huyện Tánh Linh, Bình Thuận] còn có bọn giặc hò nhau tụ họp đến hơn 800 tên, đã sai Quản vệ Đoàn Văn Bạt và Vũ Văn Điềm gấp đến hội tiễu.

Bố chính Khánh Hoà, Nguyễn Văn Điển, thân đốc biền binh tiến đóng ở Triết Giang thuộc vùng đất dân tộc thiểu số miền núi. Tù trưởng 9 sách thiểu số đều đến quân thứ. Điển hiểu thị những lẽ hoạ phúc; họ đều sụp lạy, xin vâng theo mệnh lệnh.

Lĩnh chức Bảo hộ nước Chân Lạp là Trương Minh Giảng và Lê Đại Cương ở thành Trấn Tây tâu rằng:

"*Mới đây, được tin giặc Xiêm dòm ngó phủ Hải Tây* [tây biển hồ Tonlesap], *bọn thần đã phái Cai đội Dương Quan Thảo cùng Thi Kê dò thám tình hình. Đầu mục Xiêm là Bồ Nô Mẹ Tri đóng đồn ở phía bắc sông Cầm Bông Trắc* [phía nam Battambang, Cambodia], *lại sai người mang thư lần trước là Mường Lai đứng cách bờ, nói rằng: Nặc Ong Giun muốn về cố quốc, uỷ cho nó lại đến hỏi bọn Thi Kê và ốc Nha nên chăng thế nào. Thi Kê đáp rằng: Năm trước, Nặc Ong Giun nói dối là về nước thăm anh, bèn dẫn giặc Xiêm đến, rông rỡ tàn ngược, nay còn mặt mũi nào trông thấy người Chân Lạp nữa? Thi Kê này chỉ biết làm tôi thờ thiên triều* [chỉ Việt Nam] *và quốc vương* [chỉ vua nước Chân Lạp], *còn Nặc Ong Giun về hay không về, đâu cần biết đến! Nói rồi ai nấy đều lui về. Quan Thảo về báo, bọn thần liền đã phái thêm quân binh đến Hải Tây phòng bị nghiêm ngặt.*"

Bỏ lệ cấm chở gạo, muối sang bán ở Chân Lạp. Vua dụ bộ Hộ rằng lệ cấm chở riêng gạo, muối là chỉ nhằm vào những kẻ lén lút giao dịch với nước ngoài mà thôi. Còn nước Chân Lạp lệ thuộc vào bản đồ nước ta đã lâu, cũng là con đỏ của triều đình, thế mà từ trước đến nay, địa phương sở tại ngăn cấm, thực có chỗ chưa hợp.

Các Tướng quân, Tham tán ở quân thứ Gia Định tâu

rằng bọn giặc Hậu quân phó tướng Nguyễn Thế Cát, Tham bồi Nguyễn Văn Tĩnh cùng Quản lãnh, Cai cơ, Cai đội, với bè đảng hơn 90 người ở trong thành, lần lượt ra đầu thú.

Lại có tên Điển bạ Chu Văn Nhượng trước kia đã cùng Lâm Văn Ích mưu làm nội ứng nhưng việc không thành; đến đây ra hàng, xin mang theo những kẻ đã ra đầu thú, đêm vào thành dê ngựa giết giặc, chuộc tội. Bọn thần đã sai lũ Hoàng Văn Hoá hơn 10 người theo đi, chém được 2 đầu giặc, thu được súng điểu sang đem nộp. Ngoài ra đường hầm ngoằn ngoèo ở địa phận tấn sở mặt hữu đã xuyên thấu đến đầu quách được 3 đường, núi đất ở bốn góc cũng đã đắp xong. Trên núi đều đặt đại bác, nhắm bắn vào pháo đài trong thành và các sở ở góc thành; khiến bọn giặc rung động sợ hãi.

Cho quan quân 3 đạo Tuyên Quang, Cao Bằng, Thái Nguyên đã dẹp xong giặc Nông Văn Vân ăn yến và lĩnh thưởng. Vua dụ bộ Hộ rằng:

"*Trước đây quan quân 3 đạo đánh thẳng vào sào huyệt giặc, nghịch Vân đã bị nộp đầu; các tỉnh Lạng Sơn, Cao Bằng, Tuyên Quang, Thái Nguyên đã được yên cả, ta liền có chỉ cho kéo quân về. Nhân nghĩ: các tướng sĩ, trải qua 3 năm, lặn lội núi, khe, xông pha lam chướng, bấy lâu khó nhọc vì nước, nay công lớn đã nên, kéo quân khải hoàn, đáng nên ban ơn rộng khắp, để được cùng vui. Vậy, truyền dụ cho quan viên, binh dõng 3 đạo: không kể là người do Kinh phái đi, hay do các hạt điều động đến, chuẩn cho đạo Tuyên Quang thì do tỉnh Sơn Tây, đạo Cao Bằng thì do tỉnh Bắc Ninh, đạo Thái Nguyên thì do tỉnh Thái Nguyên, quan địa phương sở tại sắm đủ rượu thịt, bày tiệc cho tất cả ăn yến, dự thưởng và xem chèo hát một lượt. Gia ơn thưởng tiền cho từ lãnh binh trở xuống có thứ bậc khác nhau."*

Nguyễn Công Trứ Tham tán đạo Thái Nguyên tâu rằng trước đây dùng tên Hoàng Văn Vàng thuê người Quý Châu đến Na Nhung thám bắt 2 tên phản nghịch Sĩ và Thạc; khi đến nơi thì 2 tên ấy đã theo người quen dẫn về Nam Ninh, đi chỗ khác rồi. Nay Hoàng Văn Vàng xin để con là Hoàng Văn Lá ngồi tù thay, còn Vàng thì tìm đường sang nhà Thanh, thuê bắt 2 tên Sĩ, Thạc để chuộc tội. Nếu không bắt được phạm nhân mà Hoàng Văn Vàng cũng trốn, thì xin đem Hoàng Văn Lá và Lý trưởng xã An Đức là Anh Văn Thành chém đầu bêu cho mọi người biết, khiến những người giúp kẻ ác biết để răn sợ.

Ngự sử Đặng Kim Giám từ huyện Bảo Lạc về kinh, tâu trước mặt Vua rằng:

"Quan quân khi đốt giết nghịch Vân, vốn chỉ muốn phóng lửa đốt núi, khiến nó thế cùng, phải ngoi ra để chịu trói. Nhưng trước lúc phóng hoả, đang không có gió, đến khi lửa bốc lên, rồi thì gió liền thổi mạnh, ngọn lửa cứ cháy theo luồng gió, đợt này đợt khác chỉ xoáy lấy chỗ tên phạm kia đang ẩn nấp, làm nó không còn đường trốn để sống nữa. Giây lát nó bị đốt chết. Đến lúc nó ngã xuống, lửa tắt ngay. Thây nó nằm úp xuống không đến nỗi bị cháy nát, còn lại cả mặt mũi hình dáng, mọi người đều nhận được, không còn đáng ngờ một mảy may nào."

Tình hình phủ Trấn Ninh, Nghệ An; tháng trước bọn phản bội dẫn quân Xiêm về lấn cướp huyện Quảng, huyện Khâm; Bố chính Nghệ An sai Lãnh binh Nguyễn Văn Kỳ tiến đến Mường Xén [huyện Kỳ Sơn, Nghệ An] tăng cường. Sau đó giặc Xiêm rút lui, dân tại huyện Quảng và huyện Khâm đều lục tục trở về làm ăn.

Sau đó Nguyễn Văn Kỳ từ Mường Xén tiến đến phủ lỵ Trấn Ninh dâng sớ rằng khi quân ta chưa đến, thổ huyện thừa các huyện, là bọn Vạn Cương, Lĩnh Xỉ, Lâm Vật, Thạch Thám, điều động thổ dân, đánh giặc, chém được hơn 10 đầu, bắt được 3 tên. Giặc Xiêm chạy trốn đến bờ nam sông Khung [Mekong]. Quân ta đi đến đâu, thổ dân đều trở về làm ăn sinh sống. Có tên Thiều Xá đốc suất dân Lào hơn 300 người, năm trước bị giặc Xiêm lùa đi, từ bản Bồn Phan lén về, đến cửa quân xin thú phục.

Phủ Trấn Tĩnh [đất Lào giáp huyện Hương Khê, Hà Tĩnh] cũng có giặc lấn cướp, Tuyên uý đồng tri Xuân Kỳ cùng thổ Tri huyện Yên Sơn là Cần Chân chạy đến tấn sở Quy Hợp [huyện Hương Khê, Hà Tĩnh]. Bố chính Hà Thúc Lương, án sát Ngô Dưỡng Hạo ở Quảng Bình tiếp được tin Nghệ An báo, liền ra lệnh tuần phòng các nơi tấn thủ, chiếu theo địa hạt mà tuần thám.

Bố chính Nghệ An, Nguyễn Đình Tân, từ Ngàn Phố, đem lính và voi tiến đóng ở đồn Long Mã, huyện Cam Cát phủ Trấn Định [đất Lào giáp huyện Hương Sơn, Hà Tĩnh] dâng sớ rằng:

"*Thổ mục, thổ dân đều khai rằng: tên làm phản là Lang Vi Hâm Thả dẫn đưa quân Xiêm lén đến lấn cướp. Khi được tin quan quân tiến đánh, tức thì rút lui. Duy có một bọn dân Man ở Phàm Linh địa giới ở bờ bên bắc sông Khung, tiếp giáp với Trấn Định, dân ở đấy trước thuộc về Lạc Hoàn, từ khi đổi làm Lạc Biên không quy phụ nữa. Từ đầu năm đến giờ, quân Xiêm Lào quấy rối ở biên cảnh, chúng lại giúp cho lương thực và dò thám tình hình quân ta. Nếu không tiểu trừ, e không dứt được mối lo về sau."*

Sau đó Vệ uý Nguyễn Văn Thị, thự Phó vệ uý Phạm Văn Đống do Kinh phái ra coi quản lính và voi, khi đến quân thứ, bèn mang ngay quân do tổng Nam Phu, huyện Cam Cát, thẳng ra đường sau Phàm Linh. Khi vừa đến địa đầu Lạc Biên, thì dân Man ở Phàm Linh đều đã bỏ nhà trống, tuyệt không có khói lửa. Vả lại chỗ ấy, núi khe ác liệt, lam chướng rất nặng, đại binh không tiện đóng lại, bèn quay về đóng ở đồn Kim Mã. Nay dân 2 huyện Cam Cát và Cam Môn đều đã hồi phục, duy dân ở Cam Linh bị giặc phản loạn cưỡng ép đi gần hết. Bố chính Nghệ An, Nguyễn Đình Tân bèn sức cho Thổ mục là ấp Ma Hạt dốc lòng chiêu dụ dân trở về, rồi từ Trấn Định kéo quân về.

Thự Tuần phủ Hưng Hoá Ngô Huy Tuấn, tâu rằng quân Xiêm Lào độ hơn 1000 tên quấy rối cướp bóc châu Ninh Biên [huyện Mường Nhé, Mường Chà thuộc Điện Biên]. Thí sai Thổ lại mục Bạc Cầm Chính sai hơn 100 thổ dõng, cùng phải uỷ hào mục châu ấy là Nguyễn Văn An, nhân đêm, lẻn đến chỗ giặc đóng, bắn súng lớn; đương lúc không ngờ, giặc sợ tan vỡ rút lui.

Ngày Quý Mão [11/5/1835], vua ngự đến hành cung Quảng Trị, bèn đáp xe đi xem tường thành mới xây đắp, thấy các kỳ lão thuộc hạt này đang đứng đón. Vua dừng xe lại, cho họ chiêm bái. Các cụ già có người đi chậm, không theo kịp, quan phủ huyện phải cõng đi. Vua cười, nói rằng:

"Lũ ấy ngày thường làm cha mẹ dân, nay cõng người già đến chiêm bái, thì hầu như con của dân rồi!"

Ngày Giáp Thìn [12/5/1835], vua đóng ở hành cung Kim Đôi [huyện Quảng Điền, Thừa Thiên], sắc sai đặt tên cho chùa Kim Đôi là chùa Tuệ Vũ, rồi ra lệnh cho quan làm biển cấp cho chùa. Lại xuống dụ thưởng cho các xã thôn thuộc hai hạt Thừa Thiên, Quảng Trị, đặt hương án đón đưa ở ven đường, mỗi xã thôn được 20 quan tiền; ngày Ất Tỵ [13/5/1835], ngự giá về đến kinh đô.

Làm xe "thuỷ hoả ký tế" ở phận sông xã Cổ Bi, huyện Hương Trà [Thừa Thiên]. Chuẩn cho trả công người làm thuê, mỗi người mỗi tháng 1 quan tiền và 2 phương gạo; thưởng cho quân binh tiền lương 1 tháng. Khi công việc xong, phái 1 quản vệ, 150 biền binh đến chỗ này giã luyện thuốc súng.

Bộ biền Quảng Nam là Quản vệ Nguyễn Văn Chất gặp thuyền giặc nhà Thanh ở tấn phận Tiểu Áp [huyện Núi Thành, Quảng Nam], giao chiến: giặc thua chạy, có bọn giặc từ thuyền buôn nhảy xuống biển. Ta bắt được bọn Lương Khai Phát 3 tên, các tên khác thì chết đuối.

Cửa biển Thuận An, ở ngoài khơi, có 3 chiếc thuyền giặc nhà Thanh lén lút ló ra, đón cướp thuyền buôn. Trần Công Đào, đội trưởng Thuỷ vệ Bình Định, đi hộ tống của công, gặp giặc ấy, đuổi theo, bắn đại bác, giặc liền chạy về hướng đông.

Khai mỏ gang ở xã Minh Lương, huyện Phú Vang [Thừa Thiên]; ra lệnh xây lò ở xã Lại Thế huyện này để nấu. Thuê 300 người dân sở tại làm việc, mỗi tháng cấp cho 2 quan tiền, 2 phương gạo.

Về phía nhà Thanh, Tổng đốc Lưỡng Quảng Lô Khôn tâu rằng Nông Văn Vân bị giết, vùng biên giới đã yên; tỉnh Quảng Tây bắt được 88 tên giặc, giải giao cho Việt Nam; Vua Đạo Quang tỏ ra vui lòng:

“Ngày 23 Nhâm Tý tháng 4 năm Đạo Quang thứ 15 [20/5/1835], *Dụ Nội các:*

Bọn Lô Khôn dâng tấu triệp rằng nội chiến tại Việt Nam đã được bình định, binh phòng giữ cho phân biệt triệt hồi, nơi biên giới yên tĩnh như thường.

Nước Việt Nam từ khi có nội chiến đến nay đã 2 năm, các phủ Thái Bình, Trấn An tiếp giáp với nước này, 3 cửa quan (2) 100 cửa ải nơi nào cũng có đường thông qua. Đã mấy lần giáng chỉ dụ lệnh bọn Tổng đốc nghiêm sức các quan văn võ viên biền lưu ý đề phòng. Nay cứ bọn viên Tổng đốc tâu, tên cừ khôi tại Việt Nam đã bị giết, đất Di bình định, biên cảnh yên ổn, không còn kinh nhiễu. Nội địa lần lượt bắt được 88 tên Di phỉ, đều giải giao cho nước này biện lý. Các quân binh phái thêm đến để đề phòng, đã xét phân biệt triệt hồi; cho đến việc mộ hương dõng, điều động thổ binh , đều được lệnh bàn để lo liệu. Các quan văn võ quân lính, 2 năm nay liệu biện ổn thoả, xét cũng có công nhỏ, lệnh viên Tổng đốc chọn những người ra sức hơn người, đề cử một số viên, nhưng không chuẩn số quá nhiều, đi đến chỗ quá lạm.” (**Tuyên Tông Thực Lục** quyển 265, trang 35)

Chú thích:

1. Lưu quan: chức quan do triều đình bổ dùng, không phải cha truyền con nối như thổ quan.

2. Ba cửa quan: tức Nam quan, Bình Nhi, Thuỷ Khẩu.

229.
Vua Minh Mệnh (29)
[27/5/1835-21/9/1835]

Tháng 5 năm Minh Mệnh thứ 16 [27/5-25/6/1835], tại thành Gia Định quân dân góp sức lấp hào, đã được 6 phần 10. Bốn mặt, núi đất đắp cao đều trên dưới 2 trượng; duy ở mặt bên hữu, đối thẳng với pháo đài giữa thành, ta có thể cúi nhòm khắp cả mặt trước mặt tả, mặt sau cùng với kho tàng và nhà cửa ở trong thành.

Cứ như những kẻ ở trong thành ra thú nói, thì các tên giặc Phó tướng Lượng, Tham tán Trinh, Binh bộ thiếu khanh Hoà và Hộ bộ thiếu khanh Thanh mưu giết tên nghịch Chắm, đem thành ra hàng. Việc tiết lộ đều bị giết; Chắm nhân đó càng sinh nghi kỵ.

Tấn sở mặt hữu ở quân thứ Gia Định đào thành Dương Mã [thành nhỏ dê ngựa, ở ngoài thành lớn] vừa được hơn 10 thước, đường còn hẹp, gặp ngay bọn giặc đột nhiên đến đánh úp để ngăn trở. Tham tán Hồ Văn Khuê, Lãnh binh Mai Công Ngôn thân đốc biền binh đón đánh. Quyền Đội trưởng Mai Văn Thiết đương đầu ra trước chiến đấu, vật lộn với giặc bị giặc đâm chết. Giặc lại từ đài thành và góc thành dùng đại bác bắn chéo cánh sẻ; Hồ Văn Khuê và Mai Công Ngôn đều bị thương, quân binh cũng có người bị thương vong, phải lui ra phía luỹ dài.

Đảng giặc thành Phiên An cũ là Trung quân Thái Công Triều bị giết. Trước đây, vua dụ các Tướng quân, Tham tán ở quân thứ Gia Định rằng: Thái Công Triều từ khi trở về với triều đình, chưa được về kinh chiêm bái, bộc bạch tấm lòng. Nay đảng giặc trong thành đã sắp chết, tướng biền hiện ở đó vây đánh cũng đã thừa sức. Vậy cấp cho ngựa trạm, phái hai người thị vệ hoặc đội trưởng cùng đưa Triều đi. Khi Triều đã đến kinh, vua sai bộ Hình hỏi rõ sự việc; Triều nói nhiều lời úp mở. Bấy giờ có con nuôi nghịch Khôi là Đô quản lĩnh Bùi Văn Cúc ra thú khai Thái Công Triều từng bảo nghịch Khôi rằng nay chia đặt tỉnh hạt, thì các đại bác, khí giới, thuyền mành, và thuốc đạn ở thành sẽ chia đi các tỉnh, nếu không kịp thời nổi lên lúc này, còn đợi bao giờ? Nghịch Khôi nghe lời, bèn tập hợp đồ đảng nổi loạn. Khi bản án dâng lên, theo pháp luật, Triều đáng phải xử lăng trì (1) nhưng vì Triều sau đó đã biết trở về với triều đình, nên được đổi làm trảm quyết; còn thân thuộc và gia sản đều được miễn tra xét bắt bớ.

Bọn Tướng quân, Tham tán ở quân thứ Gia Định tâu rằng lính Cẩm y và lính cơ Gia Định nhân đào thành Dương Mã, lén lên dò thám, có bọn giặc đột nhiên đến, quân ta đánh, chúng chạy đi, bắt được khí giới. Lại có kẻ ra thú nói rằng giặc đã cùng quẫn về thức ăn, đến nỗi phải giết voi để chia nhau.

Đề đốc Bùi Công Huyên, Tán tương Lê Đức Tiệm ở Bình Thuận đem quân binh đánh phá giặc ở Kha Tốt, Tà Lạp hơn 10 chỗ, bắt được đầu mục giặc là Xạ Căn, chém giết rất nhiều, đốt hết trại, sách và thu được của cải tích trữ của giặc. Những người Sinh Man (2) sở tại ra thú hơn 200 tên; họ nói là bị thổ phỉ cưỡng ép bắt theo, nay xin miễn cho tội chết. Bọn Huyên đãi cơm rượu yên ủi vỗ về; khiến họ thông báo nhau trở về như cũ.

Đề đốc Bùi Công Huyên và Tán tương Lê Đức Tiệm ở Bình Thuận lại tâu thêm, dò thám biết rằng miền núi An Phước còn có giặc Man lén lút tụ tập. Bèn chia quân tiến đánh bắt sống được đầu mục giặc tên là Di đem xử lăng trì, chém được 1 đầu giặc, còn các tên giặc khác đều chạy trốn cả.

Ban tấm biển cho dân có nghĩa ở tỉnh Cao Bằng. Trước đây, thổ phỉ nổi lên, trong tỉnh hạt có 39 xã, thôn thuộc huyện Quảng Uyên, huyện Thượng Lang [Trùng Khánh], huyện Hạ Lang , huyện Thạch Lâm [các huyện Hoà An, Nguyên Bình và Thạch An, Cao Bằng] giữ nghĩa, không chịu theo giặc, tự đem nhau đi bắt và chém nghịch tặc, lấy lại tỉnh thành. Sau khi việc yên, lại cùng dân huyện nộp gạo để cung cấp lương quân. Đến đây, thự Tuần phủ Trần Văn Tuân dâng tập thỉnh an, tâu xin nêu thưởng để khuyến khích người sau này. Vua sai bộ Hộ bàn, chuẩn cho quan tỉnh làm tấm biển cấp cho mỗi xã, thôn một tấm biển trên mặt viết bốn chữ lớn "**hiếu nghĩa tri phương**" (3)

Vua đi tuần cửa biển Thuận An, thưởng cho lính và thợ làm ở 2 sở hành cung Thuận An, Cáp Châu mỗi nơi 400 quan tiền. Sắc sai từ nay hễ lợp hành cung, nên dùng vỏ cây đàm để thay lá dừa, vì vỏ cây đàm có chất ẩm ướt, có thể tránh được hoả tai. Ngày hôm sau, đi xem xét thành Trấn Hải; Vua bảo bộ Công rằng:

"Ta muốn đắp một cái thành ở chỗ cồn cát bờ bên nam đối với thành Trấn Hải, nhưng hơi kém 2, 3 phần 10 so với Trấn Hải, cốt có thể hai bên bắn chéo cánh sẻ để giữ cửa

biển."

Thuyền buôn nước Pháp đến buôn ở cửa biển Đà Nẵng. Khi mới đến vụng Trà Sơn; thả neo, kéo cờ trắng của nước ấy làm hiệu. Quân binh ở cửa ải Hải Vân nhầm tưởng là cờ hiệu thuyền của Thuỷ sư ta, sắc vàng lờ mờ, đem việc tâu lên. Vua dụ rằng:

"*Phòng tấn ở ải Hải Vân được đặt ra, là cốt để trông coi thuyền tàu ở ngoài biển. Lại kính thiên lý được ban phát là để dùng trông xa cho rõ mà lại xem xét không đúng như thế. Vậy những người đóng lâu ở tấn sở ấy đều phải đánh ngay 100 trượng, đóng gông 10 ngày*".

Chế tạo cái "thang bay" (4), sai bộ Binh trông coi việc ấy. Khi làm xong, vua thân đến xem, thấy thang ấy nhẹ, tiện, bền tốt, thưởng cho bọn đường quan Trương Đăng Quế mỗi người 1 cái áo đoạn, lính và thợ 100 quan tiền. Ra lệnh cho theo đúng cách thức làm thêm, sẽ tải đến quân thứ Gia Định đề phòng khi dùng đến.

Thi Hội, sai Thượng thư bộ binh Trương Đăng Quế làm Chủ khảo, Đại ký Tự khanh Phan Thanh Giản làm Phó chủ khảo. Khi danh sách dâng lên, lấy 11 người trúng cách: Hoàng Thu, Nguyễn Hoàng Nghĩa, Lưu Quỹ, Bạch Đông Ôn, Phạm Huy, Nguyễn Hữu Cơ, Bùi Đình Bảo, Nguyễn Đức Hoan, Nguyễn Thố, Nguyễn Thế Trị, Lê Chân. Hai người đỗ Phó bảng là Vũ Ngọc Giá và Đinh Văn Minh.

Tha viên phạm tội là Thân Văn Quyền, sai theo bọn phái viên Lê Văn Thu, đáp thuyền lớn Phấn Bằng đi Lữ Tống [Philippin], gắng sức làm việc để chuộc tội.

Bố chính Nghệ An Nguyễn Đình Tân xin đặt đồn Long Mã tại phủ Trấn Định thuộc Nghệ An, đổi tấn sở Ngàn Phố làm tấn sở Hà Tân. Đồn Long Mã huyện Cam Cát thuộc phủ Trấn Định, địa thế cao ráo, núi khe ôm ấp, là chỗ hình thế rất đẹp. Có 2 ngả đường băng qua: một ngả từ huyện Cam Linh thông đến phủ Trấn Tĩnh, một ngả từ huyện Cam Môn thông đến phủ Trấn Ninh. Nói về hiểm trở thì không có núi đồi trùng điệp lắm, về mặt chuyển vận, cũng có thể bớt phí tổn vất vả. Vậy xin đặt đồn phủ ở đấy, đào hào sâu, đắp luỹ cao, chọn trong các Cai đội thuộc tỉnh, ai được việc thì cho sung làm Quản phủ, liệu cấp cho 50 lính tỉnh, 100 lính Lào, chia đi tuần tiễu. Tấn sở Ngàn Phố nguyên trước đặt ở xã Lạc Phố huyện Hương Sơn, xa cách dân cư; nay xin dời đến chỗ bến sông xã Tình Diệm, đặt tên là tấn sở Hà Tân, bổ thêm 1 Bát phẩm thư lại theo làm việc với viên Thủ ngự; phái thêm 50 biền binh thay phiên nhau phụ việc phòng thủ.

Tướng giặc ở Hà Tĩnh, là Phan Bô, lẩn trốn ở miền rừng Dương Phong, Hồng Lĩnh [huyện Nghi Xuân, Hà Tĩnh]. Hộ lý Tuần phủ Cao Hữu Dực thân đốc quân và dân chặn đón bắt được đầu mục giặc và đồ đảng hơn 20 tên; hơn 30 tên khác đến đầu thú tại cửa quân.

Tháng 6 [26/6-25/7/1835] quan bảo hộ Trương Minh Giảng và Lê Đại Cương ở thành Trấn Tây tuân chỉ dụ, xét hạch tài năng phẩm cách các quan nước Chân Lạp, làm thành danh sách tâu lên.

Vua sai thuỷ quân đáp 3 chiếc thuyền Điện Hải chở đồ dùng đánh thành gồm thang phi thê hạng lớn và hạng nhỏ, áo giáp bằng tổ kén rồng, ống phun lửa, súng bài tiêu, giày da đến quân thứ Gia Định giao cho các Tướng quân, Tham tán xếp đặt đợi lệnh để dùng.

Thự Tổng đốc Hải Yên, Nguyễn Công Trứ, dâng sớ xin đi quân thứ Gia Định tham biện việc quân. Vua phê bảo rằng:

"Ngươi đua sức chốn cương trường, lâu đến 3 năm, nay sao nỡ lại sai đi vội. Ngươi hãy yên tâm chầu hầu, phòng khi hỏi han các việc".

Các Tướng quân, Tham tán và Lãnh binh ở quân thứ Gia Định tâu rằng những kẻ trong thành ra đầu thú có Nguyễn Văn Sáng và Nguyễn Văn Bá nguyên là lính ở Tượng cơ Gia Định, đều khai rằng: năm ngoái bọn giặc ở đánh cướp tỉnh Biên Hoà, chúng đều cỡi voi chống cự với quan quân; vậy nên xin chém chúng đi. Vua dụ rằng:

"Lũ Nguyễn Văn Sáng, cố nhiên là đáng tội rồi, nhưng tự chúng xưng ra, nếu ta không xét bởi cớ tự đâu, đã vội khép vào pháp luật, thì kẻ không chịu khai xưng lại sẽ được tha tội, thế là dựa vào lời cung xưng của chúng để cân nhắc sự sinh sát, chẳng hoá ra bịt miệng nói thực của phạm nhân mà dứt đường ra thú sau này hay sao? Vậy, nên gông xiềng Nguyễn Văn Sáng và Nguyễn Văn Bá nghiêm ngặt hơn nữa, rồi giải về Kinh để đợi chỉ."

Các Tướng quân, Tham tán tâu báo tiếp việc chuẩn bị đánh thành. Đường hào chung quanh đắp lấp gần xong; định nhân đường ấy đào sấn vào, xuyên qua bờ hào, thấu đến thân thành, đào làm đường hầm. Lúc tấn công sẽ dùng địa lôi để phá, thì thân thành tất bị xé vỡ, quân ta theo chỗ ấy thẳng tiến.

Về phía giặc, gần đây, những kẻ ra thú đều nói nhiều chỗ trên mặt thành, bọn giặc đều xếp gỗ lôi mộc [gỗ tròn dùng lăn xuống], chông ngựa gỗ [chông có 3 chân, cao 3 thước dài 6 thước cổ; quăng xuống để cản bước tiến đối phương] lại chất đống gạch đá, dùng để quẳng ném. Bốn góc trên thành và các nơi pháo đài ở giữa thành thì dỡ sà cột ở kho đụn, xếp lên trên, đắp đất làm luỹ, cao trên dưới 3 thước, đều khoét lỗ châu mai, đặt súng để bắn. Về việc canh phòng của đảng giặc: mặt trước thì nghịch Hàm đốc suất độ 100 người đạo Gia Tô; mặt sau thì nghịch Chắm đốc suất độ 200 người Hồi lương, Bắc thuận, mặt tả thì nghịch Quế đốc suất độ 150 người Gia Định; mặt hữu thì nghịch Minh đốc suất độ 200 người Hồi lương, Bắc thuận và Gia Định. Tất cả đều có đầu mục giặc theo sát chỉ huy.

Tại Bình Thuận, quyền Tuần phủ Bình Thuận, Khánh Hoà Dương Văn Phong tâu rằng những người đàn bà Chiêm Thành là Thị Tiết, Thị Cân Oa, đã chiêu dụ được hơn 370 người thổ dân ở huyện Hoà Đa [huyện Bắc Bình, Bình Thuận], phần nhiều sắc mặt xanh xao gầy đói; đã đem số gạo lùng được tải về, liệu phát cho họ chi dùng. Hai thị ấy lại uỷ cho người nhà dụ được 4 sách thiểu số vùng núi thuộc huyện Tuy Định [các huyện Hàm Thuận, Tánh Linh, thuộc Bình Thuận]; cũng đã liệu cấp tiền, gạo và áo cho các sách, để yên ủi lòng họ.

Đề đốc Bình Thuận Bùi Công Huyên, tâu thêm gần đây phái lính chia đi ngăn chặn ở các địa đầu, giặc Chiêm Thành phần nhiều chết đói ở rừng sâu, cũng có bọn tán lạc đi: hoặc đầu hàng ở Khánh Hoà, hoặc ra thú ở Bình Thuận. Dù còn có giặc tàn lẻ loi, năm ba tốp thì quân binh hai tỉnh Thuận Khánh cũng đủ trừ diệt được. Vậy định nhằm ngày 22 tháng này [17/7/1835] sẽ về kinh nhận mệnh.

Bọn Bố chính Nguyên Đình Tân và án sát Mai Thăng Đường ở Nghệ An tâu rằng:

"Đồn sở Đãn Tư ở huyện Xôi, phủ Trấn Ninh, có 300 lính Nam Chưởng kéo đến. Quân trong đồn có ít đều ẩn lánh cả. Bọn lính Nam Chưởng bèn để 1 tờ thư viết chữ Man rồi đi. Vả lại chỗ này, liền đất với Nam Chưởng không thể không phòng bị nghiêm ngặt. Bọn thần đã sức cho đồng Tri phủ Nguyễn Trọng Dụ hiểu thị cho đầu mục thổ sở tại thêm quân để phòng giữ. Lại phái 100 biền binh ở dinh Thần sách tiến đến, nói phao lên là đóng để canh phòng cho yên lòng người, rồi vài ngày lại rút về. Lại nữa, bức thư Man ấy là chữ Xiêm, thông ngôn ở tỉnh không người nào hiểu được. Vậy xin do bộ Binh đệ nộp tâu lên".

Bộ Binh dịch thư ấy để trình lên, Vua dụ rằng:

"Cứ như thư đã dịch ra chẳng qua là tướng ở biên giới nước Xiêm hiếu sự, nói khoác hão, để toan doạ nạt dân ngoài biên đó thôi! Vậy nên soạn văn thư cho phìa tạo Trấn Ninh trả lời tướng biền Xiêm Lào đại ý nói: "Bọn ta từ khi lệ thuộc vào bản đồ và sổ sách của triều đình, được Hoàng đế đối đãi chung một lòng nhân, ai nấy đều yên vui, quyết không bị những lời đường mật của bọn mày làm mê hoặc được. Nếu dám lại đến lần nữa, thì bọn ta chạy đi báo ngay. Quan tỉnh tất phải đại đội quan quân đến đánh giết thật dữ, bọn mày sẽ không sống sót được."

Tuần phủ Hà Tiên, Trần Chấn, tâu rằng:

"Các đảo ngoài biển thuộc tỉnh Hà Tiên từ trước đều lệ thuộc vào Long Xuyên. Vậy xin xét xem đảo lớn đảo nhỏ nào đối ngang với huyện hạt nào, thì đổi thuộc vào huyện ấy, cho đúng với tên trong sổ sách. Vũ Dữ [Hòn Khoai], *Ba Tiêu dữ* [Hòn Chuối] *thuộc huyện Long Xuyên* [Cà Mâu]; *Trúc Dữ* [Hòn Tre], *Thát Dữ* [Hòn Rái], *Nghệ Dữ, Cổ Luân*

dữ đều thuộc huyện Kiên Giang [Rạch Giá]; *Hoả Thạch dữ, Luân Dữ, Xưởng Dữ, Tranh Dữ, Phú Quốc Dữ, Thổ Châu Dữ* [Hòn Son], *Kích Sơn đều thuộc huyện Hà Châu* [Hà Tiên]. *Đảo Phú Quốc trước thuộc tổng Quảng Xuyên, huyện Long Xuyên, nay đổi thuộc huyện Hà Châu, gọi là tổng Phú Quốc*".

Vua chuẩn y lời tâu.

Đào đường sông ở Thừa Thiên từ xã Tây Thành đến xã An Xuân huyện Quảng Điền, dài hơn 990 trượng. Khi công việc làm xong, xuống dụ cho Kinh doãn nghiêm cấm dân sở tại không được trồng trọt ở hai bên bờ, để sông khỏi bị nghẽn lấp.

Ngày Quý Mão [10/7/1835] cho bầy tôi có công trong việc dẹp loạn Nông Văn Vân được làm lễ ôm đầu gối Vua [bão tất lễ]. Vua ngự cửa đại cung, cho Phạm Văn Điển, Tạ Quang Cự và Lê Văn Đức lần lượt được làm lễ ôm đầu gối. Làm lễ xong, lại tuyên chỉ cho bọn Tham tán Nguyễn Công Trứ, Lê Văn Thuy, Nguyễn Tiến Lâm và Hồ Hựu được tiến vào, vua đều chính tay rót rượu ban cho. Thưởng cho: Phạm Văn Điển, 1 con ngựa bằng vàng, để khen công lao đã đổ mồ hôi ngựa; Tạ Quang Cự: 1 con lộc (hươu) bằng vàng, để mong được hưởng tước lộc lâu dài; Lê Văn Đức, 1 con lạc đà bằng vàng, để khuyến khích mang nặng đi xa. Bọn Nguyễn Công Trứ, thưởng cho đồ chơi bằng ngọc trắng và mã não mỗi thứ 1 cái. Lại cho bọn Thống soái, Tham tán ăn yến ở công đường bộ Lễ, quân lính ăn yến ở cửa Chấn Hanh; ăn yến xong, xem hát một ngày.

Khai sông Phổ Lợi [huyện Phú Vang, Thừa Thiên]; Vua bảo Nội các rằng từ bến sông Hương do sông lớn và sông nhỏ, đều có thể đến cửa biển Thuận An. Nhưng sông lớn quanh co, đường xa; không bằng từ La ỷ đến Võng Đàm, sông nhỏ thẳng tắt đường mà gần, chỉ hiềm nông cạn, lúc nước xuống thuyền không đi được. Vậy sai thuê 1500 dân phu, tuỳ tình thế, khai đào sông sâu hơn 3 thước, rộng trên dưới 5 trượng, gọi là sông Phổ Lợi. Người làm công thì hậu cấp cho mỗi người mỗi tháng 3 phương gạo.

Dựng đền thờ thần ở đảo Hoàng Sa thuộc Quảng Ngãi. Hoàng Sa ở hải phận Quảng Ngãi, có một chỗ nổi cồn cát trắng, cây cối xanh um, giữa cồn cát có giếng, phía tây nam có miếu cổ, có tấm bài khắc 4 chữ "**Vạn lý ba bình**" [vạn dặm sóng êm], cồn Bạch Sa [cát trắng] chu vi 1070 trượng, tên cũ là núi Phật Tự; bờ đông, tây, nam đá san hô thoai thoải uốn quanh mặt nước. Phía bắc, giáp với một cồn toàn đá san hô, sừng sững nổi lên, chu vi 340 trượng, cao 1 trượng 3 thước, ngang với cồn cát, gọi là Bàn Than thạch. Năm ngoái vua toan dựng miếu lập bia ở chỗ ấy, bỗng vì sóng gió không làm được. Đến đây, mới sai Cai đội Thuỷ quân là Phạm Văn Nguyên đem lính thợ Giám thành cùng phu thuyền hai tỉnh Quảng Ngãi, Bình Định, chuyên chở vật liệu đến dựng miếu, cách toà miếu cổ 7 trượng. Bên tả miếu dựng bia đá; phía trước miếu xây bình phong. Mươi ngày thì làm xong, rồi về.

Tiếp theo kỳ thị Hội vào tháng 5 [27/5-25/6/1835], nay đến kỳ thi Đình. Sai chưởng Hữu quân Nguyễn Văn Xuân sung làm Giám thí đại thần; Thượng thư bộ Binh Trương Đăng Quế, Phó đô ngự sử viện Đô sát Phan Bá Đạt, Hữu thị lang bộ Công Hà Tông Quyền và Đại lý Tự khanh Phan Thanh Giản đều sung chức đọc quyển, Lang trung Bùi Quỹ và Phạm Sĩ Ái đều sung chức nhận quyển kiêm duyệt quyển. Cho Nguyễn Hữu Cơ, Phạm Huy, Bạch Đông Ôn đỗ Đệ nhị giáp tiến sĩ xuất thân, Lưu Quỹ, Nguyễn Thố, Nguyễn Hoàng Nghĩa, Bùi Đình Bảo, Hoàng Thu, Nguyễn Đức Hoan, Lê Chân, Nguyễn Thế Trị đỗ Đệ tam giáp đồng tiến sĩ xuất thân.

Ra lệnh cho Tổng đốc Sơn Hưng Tuyên Lê Văn Đức, thự Tổng đốc Hải Yên Nguyễn Công Trứ, đều về lỵ sở nhận chức.

Tháng 6 nhuần [26/7-23/8/1835], bọn giặc Chiêm Thành từ đất Bá Bôn lén xuống địa hạt thôn Long Bàn, xã Hoà Thuận, huyện Hoà Đa [huyện Bắc Bình, Bình Thuận]. Quyền Tuần phủ Dương Văn Phong được tin báo, liền phái quân binh chia đường tiến đánh. Đạo quân bên trái cầm đầu bởi Phó quản cơ Tôn Thất Thành đi đến phía rừng Hoà Thuận, gặp giặc ước hơn 2000 tên. Đánh nhau một chốc, giả cách là quân yếu và ít, không địch nổi; Thành lui dần đến chỗ đồng vắng. Giặc cậy quân nhiều sấn đến, Thành liền quay quân lại, xông đánh mặt trước. Án sát Lê Đức Tiệm đem quân binh 2 vệ thuộc Trung bảo và Hậu bảo đánh úp, phá đằng sau. Tri phủ Hàm Thuận là Trần Hiển Doãn cũng đem thuộc lệ và dân phu từ bên cạnh, vây đánh. Ngay tại trận, chém được 170 đầu giặc và bắt sống được 2 tên, thu được khí giới vô kể. Đạo quân bên phải, Quản cơ Nguyễn Công Nhàn đánh nhau với giặc ở phía rừng Long Bàn, quân giặc ước hơn 1000; quan quân chém được 2 đầu giặc, bắt được 1 tên; quân giặc sợ, chạy tan tác.

Tướng quân, Tham tán và Lãnh binh ở quân thứ Gia Định tâu báo đường hào bốn mặt đều đã lấp phẳng. Còn việc đào khoét vào thân thành, quân ta có chỗ ẩn nấp, thì làm cũng dễ, hiện đang đốc thúc từ từ làm dần. Quan quân bắn súng lớn và súng nhỏ, giết được nhiều giặc, bắn đổ đại bác và trúng kho thuốc súng của giặc, lửa cháy lan ra nhà cửa. Còn các tấn sở ở bốn mặt, đào khoét thân thành, dài được từ 1 trượng đến 2, 3 trượng; bốn góc thành chỗ ngang giáp nhau, đào được từ 3 thước đến 4, 5 thước.

Có kẻ trong thành ra thú, nói rằng bọn giặc thấy quan quân đào khoét góc thành thấu đến thân thành, bèn ở trên mặt góc thành, đào các hố sâu, bố trí nhiều súng điểu sang, ống phun lửa và cỏ khô, bọc kín đạn chấn địa lôi, đợi khi quan quân đào đến, sẽ châm lửa phóng xuống.

Sai các tỉnh thuộc Gia Định và Bắc Thành đem nộp về kinh các loại súng lớn du sơn đồng pháo và đại luân xa đồng pháo mà trước kia đã đưa đến. Du sơn đồng pháo 19 cỗ: Gia Định 5, Hà Nội và Cao Bằng mỗi tỉnh 5 cỗ, Tuyên Quang 4 cỗ. Đại luân xa đồng pháo 19 cỗ: Hà Nội 5 cỗ; Nam Định, Hải Dương, Bắc Ninh, Sơn Tây và Tuyên Quang đều 2 cỗ; Hưng Yên, Quảng Yên, Lạng Sơn và Cao Bằng đều 1 cỗ. Vua bảo bộ Binh rằng:

"*Ta nghe nói thành các tỉnh nhà Thanh cao độ ngang vai, lại không đào hào, cho nên có khi giặc thẳng đến sát dưới thành được. Còn các tỉnh nước ta: thành cao, hào sâu, giặc nào thẳng đến được chân thành? Nếu có sự biến thì súng nhỏ ở trên thành cũng đủ chống giặc, cần gì phải dùng đến đại bác!*".

Ý Vua muốn đề phòng nổi loạn tại các tỉnh nên sai bạt thành thấp xuống, không cho dùng các loại súng lớn, gây hệ luỵ trong tương lai.

Vua đi tuần du cửa biển Thuận An, xem các quân xây đắp kè đá thành Trấn Hải. Thưởng cho từ Giám tu Tôn Thất Bằng trở xuống mỗi người 1 tháng tiền lương, và cấp cho biền binh đóng cọc, cắm kè, 2.000 quan tiền. Vua bảo bộ Công rằng:

"Cái kè đá ấy đắp như mái nhà **có** *nửa mái, cũng đã bền chặt, vững vàng rồi, nhưng chỉ sợ nước tràn, sóng vỗ, dễ làm sụt lở. Vậy nên chặt lấy cành lá cây bó lại thành bó, đặt ở dưới chân kè đá, mỗi thước 1 bó, khiến cho dào dạt theo sóng: tuy rằng làm như trò đùa, nhưng lấy mềm chống cứng, cũng là một mẹo ngăn sóng".*

Sai biên tập cuốn **Ngự chế tiễu bình Lưỡng kỳ nghịch phỉ phương lược**. Các quan Cơ mật viện, bộ Binh, Nội các là Trương Đăng Quế và Hà Tông Quyền tâu rằng:

"Trước kia bọn nghịch phạm Bắc Kỳ là Lê Duy Lương và Nông Văn Vân ngu dại nổi lên; nghịch phạm Nam Kỳ là Lê Văn Khôi nổi dậy làm phản. Giặc Xiêm nhân lúc sơ hở, chia quân làm 5 đường đến xâm lấn! Bình Thuận lại có Thổ Man quấy rối. Bờ cõi có sự biến đã 3 năm nay, nhiều lần nhà vua sai tướng chia đường đi đánh. Phàm việc trong quân, từ mưu mô đánh giữ đến phương lược tiễu phỉ hoặc chiêu an cùng là tất cả sự nghi thiện hậu đều quyết định, từ cửu trùng truyền ra nghìn dặm, không việc gì, không đúng cơ hội. Quan quân đến đâu, thành công đến đó. Nghịch Lương, nghịch Vân lần lượt bị giết. Quân Xiêm bị đổ như gió lướt. Giặc Man Bình Thuận bị quét như bụi bay. Giặc Khôi vì khốn đốn đã chết trước, chỉ còn đám quân tàn cố chết bám giữ cô thành, chẳng mấy ngày nữa, cũng sẽ bị trừ diệt! Phàm những võ công ấy,đều do sự quyết đoán của nhà vua mà làm nên cả Kể từ khi dụng binh ở Bắc, Nam Kỳ đều được nhà vua chỉ bảo phương lược: có khi đặc cách dùng ngòi bút son mà phê bảo, có khi ban dụ chỉ cho thi hành. Văn thì thần, võ thì thánh, rực rỡ như trăng sao vận hành ở trên trời, cuồn cuộn như sông ngòi mông mênh ở mặt đất. Nay công lớn như ở Bắc Kỳ đã làm nên, xin đem những bản châu phê chữ son về

công việc đánh dẹp ở Bắc Kỳ và xen vào đó có những bài thơ ngự chế, soạn thành sách trước, rồi đến việc đánh dẹp ở Nam Kỳ sẽ kính cẩn biên tập thành sách sau, để công bố với thiên hạ, truyền lại đời sau".

Tạm ngừng xe thuỷ hoả ký tế giã luyện thuốc súng ở Thừa Thiên và các tỉnh Quảng Trị, Quảng Nam, Quảng Ngãi, Bình Định; vì rằng đã đến mùa thu, mưa lụt nên phải ngừng lại.

Ngày mồng một tháng 7 [24/8/1835] làm lễ Thu hưởng. Nhân gặp mưa lụt, sai Hoàng tử Vĩnh Tường công Miên Hoành đến lễ ở Thái miếu.

Lập đàn siêu độ ở chùa Thiên Mụ, Vua dụ Nội các rằng:

"Nay tên giặc đầu sỏ ở huyện Để Định đã bị giết, 3 năm đánh dẹp nay mới thành công. Và năm trước, người Xiêm chia quân làm 5 đường sang xâm, cũng bị quan quân thuỷ bộ đánh mạnh. Từ trận chiến thắng ở Thuận Cảng, Biển Hồ và Phủ Lật cho đến Cam Lộ, Trấn Tĩnh, nhiều lần lập được công to. Hiện nay, quân Man và giặc Xiêm đều đã dẹp yên. Quân ta rút về, được nghỉ vai, uống rượu thành công. Nghĩ lại: lúc có việc, ở nơi chiến trường, nhiều người không khỏi mắc phải mũi tên, hòn đạn. Đối với những người chết trận hoặc chết bệnh, ta đã từng tuỳ việc, gia ơn truy tặng và cấp tiền tuất, đầm đìa ưu hậu, vinh quang tận suối vàng. Lại lập đàn, ban lễ tế, để hả hương hồn. Lại nghĩ: đạo Phật lấy tế độ làm trọng, có lẽ giúp cho âm phước được nhờ. Vậy sai bộ Lễ sắm vật liệu trước, đến ngày Trung nguyên [ngày rằm tháng bảy âm lịch] truyền cho các sư tập họp ở chùa Thiên Mụ lập đàn tràng thuỷ lục 21 ngày để siêu độ vong hồn những quan quân ta đã chết vì việc nước."

Rồi vua ra chơi sông Lợi Nông [huyện Hương Thuỷ,

Thừa Thiên], thăm lúa, lại do đầm Thanh Lam qua sông Phổ Lợi, xem xét đường sông. Sắc sai bộ Công phàm các sông nhỏ và ngòi lạch, nên khơi thông đường nước, để tiện tưới ruộng, cấm dân không được ngăn lấp.

Đổi phủ Ba Thắc ở Chân Lạp làm phủ Ba Xuyên [tỉnh Sóc Trăng]. Lĩnh chức bảo hộ ở thành Trấn Tây là Trương Minh Giảng và Lê Đại Cương tâu rằng Ba Thắc tuy là đất Phiên, nhưng thực ra ở xen vào giữa hai tỉnh An Giang, Hà Tiên, ruộng đất phì nhiêu, có nhiều nguồn lợi về cá, muối, thóc, gạo. Người nhà Thanh cư trú có đến vài nghìn, người Việt ở xen cũng lắm. Lại có hai nhánh sông thông ra cửa biển, giặc cướp dễ bề qua lại ẩn hiện, thuyền buôn cũng dễ buôn lậu. Vậy xin ngay lúc này, trước hãy sửa sang sơ qua. Lựa phái cán viên làm án phủ đất ấy dùng để giúp việc vỗ về dân, chống cự giặc, phàm mọi việc đều cho theo mệnh lệnh của tỉnh An Giang. Vua chấp thuận.

Vua ban lệnh lựa trẻ em có tư chất thông minh, cho học tiếng nước ngoài để làm thông dịch, bèn dụ bộ Lễ rằng:

"Ngày xưa có ký, đề, tượng dịch (5) để làm thông ngôn với các nước khác. Triều đình ta giáo hoá, thanh danh vang dội đến các nơi xa. Tàu bè bốn phương như chim bay, cá lượn, đều đến học tập. Vậy nên có người biết tiếng và chữ ngoại quốc để làm việc thông dịch. Nay chuẩn cho các ấn quan ở bộ,viện và Nội các lựa lấy con em các thuộc viên, quan kinh doãn chọn lấy học trò và nhân dân trong hạt, từ 16 tuổi trở xuống, có chút tư chất thông sáng, và hơi thông văn nghĩa kinh sử, do bộ làm danh sách tâu lên, nhà nước sẽ hậu cấp cho lương ăn để học tập ngôn ngữ văn tự các nước ngoài. Khi học tập xong, mà tài năng kiến thức có điều khả thủ, sẽ liệu cho bổ dùng".

Nhân đó vua bảo Nội các rằng:

"Văn tự của Tây dương chỉ có 24 chữ cái. Hiểu được 24 chữ ấy thì những chữ khác đều do đấy mà ra, học cũng chẳng khó."

Sai Thị lang bộ Lễ, Nguyễn Tri Phương, đi ngựa trạm đến quân thứ Gia Định, ở lại dăm ba ngày hỏi hết tình hình, rồi về kinh nhận mệnh.

Tướng quân, Tham tán và Lãnh binh ở quân thứ Gia Định tâu rằng bốn góc thành, chỉ còn 1 góc tả hậu hậu tả là chưa sụt đổ, còn ba góc tả tiền tiền tả, hữu tiền tiền hữu, và hữu hậu hậu hữu đều đã long lở. Cai đội Cấm binh Nguyễn Song Thanh, ở chỗ thành lở về góc hữu tiền, sai Đội trưởng Trương Văn Sĩ đem quân lén lên trên thành, thấy luỹ giặc không có người, bèn kéo được những khúc lôi mộc và cỗ súng hồng y cương pháo xuống.

Lại báo tiếp quân binh ở địa phận các tấn bốn mặt thành, đào khoét góc thành, đục phá vỡ thân thành, đều đã đào đến tầng luỹ thứ hai của giặc; hiện đang sửa đắp đường lên có bậc để đến kỳ đánh thành, dễ trèo lên.

Thị lang Nguyễn Tri Phương đến quân thứ Gia Định, gặp lúc các Tướng quân, Tham tán quyết định đánh thành; liền tâu xin tạm ở lại trong quân hiệp đồng đốc quân giết giặc; việc xong sẽ về kinh ngay.

Quan quân quân thứ Gia Định định vào giờ thìn [7-9 giờ sáng] ngày 16 [8/9/1835], chia đường tiến công lấy lại được thành Phiên An cũ.

Ngày hôm ấy, Tả tướng quân Nguyễn Xuân đốc suất đánh góc tiền hữu, thự Hữu tướng quân Phạm Hữu Tâm đốc suất đánh góc hậu tả, Tham tán Hồ Văn Khuê và Tổng đốc Nguyễn Văn Trọng đốc suất đánh góc hữu hậu, Tham tán Trần Văn Trí và Khâm phái Nguyễn Tri Phương đốc suất đánh góc tả tiền, Tham tán Nguyễn Công Hoan đốc suất đánh góc hữu tiền, Lãnh binh Mai Công Ngôn đốc suất đánh góc tả hậu, Lãnh binh Lê Sách đốc suất đánh góc hậu hữu, Lãnh binh Trần Hữu Thăng đốc suất đánh góc tiền tả. Còn pháo đài giữa thành, phái riêng bọn quản vệ chia nhau đốc chiến. Ai nấy trông theo cờ hiệu, nhất tề đánh phá. Hai đạo tiền tả, tả tiền lên thành trước nhất; thứ đến hữu tiền tiền hữu; lại thứ nữa đến tả hậu, hữu hậu, hậu tả, hậu hữu và các trung đài. Quân giặc đem nhau chống cự. Quan quân thúc trống, reo hò, xông vào, ra sức đánh dữ. Phút chốc lấy lại được thành, bắt hoặc chém được 1832 tên phạm, không sót một tên nào. Bắt sống được Tiền quân điều khiển Nguyễn Văn Chắm cùng một vợ lẽ hắn, Tả quân Lê Bá Minh, Thống lãnh Tả quân Đỗ Quang Huấn, Lễ bộ kiêm Binh bộ thái khanh Đỗ Văn Dự và một vợ lẽ, hai con gái hắn, Công bộ thái khanh Lưu Tín và một vợ lẽ, một con trai hắn, Hộ bộ thái khanh Nguyễn Văn Sơn, Lại bộ thái khanh Lê Tư Dĩnh cùng đảng giặc trai, gái, già, trẻ cộng 1278 người. Chém được Trung quân Nguyễn Văn Quế, Hữu quân Nguyễn Văn Hàm, Hậu quân Nguyễn Văn Từ, Phó tướng Phạm Văn Hoà, và 3 con trai của Lê Văn Khôi: một đứa là Tiết độ Lê Văn Câu, một đứa tên là Tiểu Câu, và một đứa tên là Bế, cùng với 554 tên giặc. Quan quân bị thương hơn 400 người, chết trận hơn 60 người. Tù phạm và những kẻ đã ra thú bị thương hơn 70 người, chết trận hơn 20 người.

Quan quân đem ngay cờ đỏ báo tin thắng trận; cờ viết 5 chữ "*Thu phục Phiên An thành*", ngựa trạm chạy 4 ngày 11 giờ thì đến kinh đô; Vua bèn tự làm bài thơ ghi sự việc.

Sáu tên bị bắt là thủ nghịch Nguyễn Văn Chầm, cùng với đồng đảng Lê Bá Minh, Đỗ Văn Dự, Lưu Hàng Tín, Phú Hoài Nhân [tức Linh mục đạo Thiên Chúa Cố Du tên thật là Joseph Marchand] và con thủ nghịch Lê Văn Khôi là Lê Văn Viên đều bị nhốt vào cũi sắt, giải về Kinh. Ngoài ra bắt những tên Đầu mục đưa về bộ xét; rồi sau sẽ gộp với vợ cả, vợ lẽ, con trai, con gái của Lê văn Khôi đều xử tử lăng trì, rồi quăng xuống sông tất cả. Lại trích lấy một số đầu mục giặc, giao cho Biên Hoà, Vĩnh Long, Định Tường, AnGiang, Hà Tiên và Trấn Tây mỗi nơi 1 tên cũng lăng trì xử tử, bêu đầu 3 ngày rồi quăng xuống sông. Còn những đồ đảng giặc còn lại, không kể trai, gái, già trẻ, chẳng cần tra rõ quê quán, đều đem ra ngoài đồng, chém đầu, rồi đào một cái hố lớn ở cách thành vài dặm về mặt sau,vứt xác xuống đó mà lấp đất, chất đá đắp thành gò to trên dựng bia khắc chữ "**nghịch tặc biền tru xứ**".(6)

Quyền lĩnh Tuần phủ Thuận Khánh Dương Văn Phong tâu rằng trước đây quân giặc lấn cướp, dân trong hạt lưu tán đến 21 xã thôn, có làng chiêu tập chưa về, có làng về chưa hết; vậy những số thuế thiếu, lính khuyết, xin nên phân biệt mà tha hoặc hoãn. Lại cho rằng xã Hoà Thuận và thôn Long Bàn thuộc huyện Hoà Đa [huyện Bắc Bình, Bình Thuận], trước đây quan quân đánh dẹp giặc, bắn súng điểu sang và phóng ống phun lửa, làm cháy lan nhà ở của hơn 140 hộ; cấp cho mỗi hộ tiền 2 quan, thóc 1 hộc.

Quan nước Chân Lạp dâng 24 thớt voi; Lãnh chức bảo hộ Trương Minh Giảng và Lê Đại Cương thưởng cho họ, rồi đem việc tâu lên. Vua dụ rằng:

"Đất Chân Lạp sản nhiều voi. Gần đây, bọn quan Phiên đều biết mến theo triều đình, khuyên nhau làm thiện. Thực có điều đáng khen. Vậy thưởng thêm cho kim tiền, ngân tiền Phi Long và sa, đoạn theo thứ bậc khác nhau".

Trương Minh Giảng và Lê Đại Cương lại tâu thêm việc em Vua Chân Lạp, Nặc Ong Yêm, từ phe Xiêm gửi thư về nước, như sau:

"Quân tuần tiễu của lũ quan Phiên, tại phủ Hải Tây [tây biển hồ Tonlesap] là Thi Kê nhặt được bức thư của Nặc Ong Yêm để ở bờ bên nam sông Cầm Bông Trắc, trong thư nói được tin Phiên Vương mất, chưa biết ngày nào hoả táng, nó lấy tình anh em, muốn sai người đem lễ đến cầu phước, nên chăng thế nào, mong quan Phiên trả lời trước cho biết. Vả, người Xiêm manh tâm dòm ngó, cho nên giả thác làm lời tên Yêm để thăm dò ý kiến quan Phiên. Nay nếu ỉm đi thì nó còn lừa gạt dụ dỗ, không thôi. Bọn thần đã sai lũ Thi Kê viết thư trả lời, kể hết tội ác tên Yêm, tên Giun mà cự tuyệt nghiêm ngặt để dứt đường chúng định đến gây chuyện."

Chú thích:

1. Lăng trì: một loại xử tử thời xưa rất tàn khốc, phạm nhân bị cắt tay chân, xẻo thịt khiến từ từ chết.

2. Sinh Man, thục man: Sinh man chỉ dân thiểu số chưa đóng thuế khoá; thục man chỉ dân thiểu số được quản lý, đã đóng thuế khoá.

3. Hiếu nghĩa tri phương: Yêu làm việc nghĩa, biết theo điều phải.

4. Thang bay: tức "phi thê". Từ Hải chép cái thang dùng

để đánh thành, làm bằng gỗ, dài độ 2, 3 trượng chia làm nhiều bậc như cái thang gỗ thường, đầu hai thanh cái thang có bánh xe. Khi mọi người muốn trèo lên thành, thì đặt bánh xe sát vào thành, đẩy dần tiến lên.

5. Ký, đề, tượng dịch: Ký: thông ngôn phương Đông; đề: thông ngôn phương Tây; tượng: thông ngôn phương nam; dịch: thông ngôn phương Bắc.

6. Nghịch tặc biền tru xứ: chỗ nghịch tặc bị giết gom lại.

230.
Vua Minh Mệnh (30) [22/9/1835-16/2/1836]

Ngày mồng một tháng 8 năm Minh Mệnh thứ 16 [22/9/1835], Vua ngự tại điện Thái Hoà, các quan vào chầu mừng giặc giã dẹp yên; sau khi lễ xong, Vua xuống chiếu ban ơn cho trong kinh thành và ngoài tỉnh.

Tỉnh Thừa Thiên được mùa to, Vua rất mừng.

Tuần phủ Quảng Trị, Trần Danh Bưu phải tội, bị miễn quan cho theo đi hiệu lực đường biển. Trước đây, dân hạt Minh Linh [huyện Vĩnh Linh, Do Linh] bị đói; Trần Danh Bưu không lập tức tâu lên những lời kêu cầu của dân, bèn giao cho phủ huyện đi khám xét, để đến nỗi chậm trễ, chết đói đến hơn 400 người.

Tổng đốc Sơn Hưng Tuyên, Lê Văn Đức tâu rằng bè đảng tên giặc Nguyễn Văn Nhàn thường thường lẩn lút ở địa hạt Vĩnh Tường [Vĩnh Phúc], cướp bóc quấy nhiễu nhân dân. Xin uỷ cho Lãnh binh Tôn Thất Bật đem binh đi nã bắt; và thông tư cho hai tỉnh Bắc Ninh, Thái Nguyên phái quân hiệp lực đánh. Sau đó đã hơn vài tháng chỉ săn bắt được vài tên đồ đảng giặc; Tôn Thất Bật phải giáng 1 cấp; ra lệnh cho các đạo đều rút quân về.

Tổng đốc Hải Dương Nguyễn Công Trứ dâng tập thỉnh an đề cập rằng xã Minh Liễn, huyện Nghi Dương [huyện Kiến

Thuy, Hải Phòng], có đến hàng nghìn mẫu ruộng hoang; xem địa thế khai khẩn cũng dễ. Vậy xin ra lệnh cho mộ binh các vệ chia ban khai khẩn, cấp cho làm ruộng thế nghiệp, rồi theo lệ ruộng tư thu thuế; còn những đồ làm ruộng và trâu cày vẫn chiếu lệ doanh điền cấp cho; Vua chấp nhận.

Tướng quân, Tham tán ở quân thứ Gia Định trích phái Tiền vệ Ban trực và Hậu vệ Thần cơ áp giải bọn phản nghịch Nguyễn Văn Chầm và thủ cấp Lê Văn Khôi về kinh. Khi đến tỉnh Quảng Ngãi, Chầm dùng xích thắt cổ tự tử. Ra lệnh cho phanh thây, chặt đầu Chầm, đóng hòm đưa về kinh. Những người coi việc áp giải là bọn Tôn Thất Tê đều bị cách chức; Bố chính Tôn Thất Bạch và án sát Đặng Kim Giám ở Quảng Ngãi đều bị giáng 1 cấp.

Vua cho rằng giặc giã ở Nam Kỳ, Bắc Kỳ đều đã dẹp yên; bèn ban dụ cho thổ dân các tỉnh Bắc Kỳ và các sĩ phu và thứ dân ở sáu tỉnh Nam Kỳ, kính cẩn tuân theo pháp luật.

Giặc trốn ở Quảng Yên xưng là Hậu quân Hoàng Ất An, trước kia cùng nghịch phạm Lạng Sơn Nguyễn Khắc Thước kết họp đồ đảng, vây đánh đồn trại. Triều đình nghiêm hạn lùng bắt chưa được. Đến nay An lẻn đến phần rừng Bắc Ninh; người giữ đồn Trú Hựu là đội trưởng Vi Văn Bái ập đến bắt được đem nộp, bèn giết đi.

Đắp các đường bộ dùng về việc quan báo ở các tỉnh Nam Kỳ; từ Biên Hoà tới Hà Tiên. Phàm những nơi có bến đò thì lấy người ở gần sung làm lái đò; sông lớn 20 người, sông vừa 10 người, sông nhỏ 6 người, cho miễn hết các tạp dịch. Lại ra lệnh cho đóng thuyền bè, đêm ngày ứng trực, gặp nhân viên do nhà nước phái đi và chuyển đệ văn thư thì lập tức tiếp ứng chở đi; còn nhân dân đi lại, cho liệu lấy tiền đò, nhưng không được quá nhiều.

Sửa đền thờ Mai Hắc Đế tại huyện Nam Đàn, Nghệ An. Trước đây, quan tỉnh thấy rằng đền đổ nát, tâu xin chi của công để sửa chữa, bộ Lễ cho là không hợp lệ, bàn bác đi. Vua dụ Nội các đền Mai Hắc Đế giúp nước, giúp dân, có nhiều linh ứng; gần đây cả tỉnh Nghệ An giặc cướp im lặng, người và vật bình an, mưa hoà nắng thuận, lúa tốt, dẫu là nhờ phước trời thương, mà cũng do sức thần phù hộ rộng khắp. Vậy cho 500 quan tiền, do quan tỉnh sai dân xã sở tại đền thờ ấy sửa chữa. Khi tu bổ xong rồi, làm lễ tế một tuần, để báo đáp phước thần.

Giặc Chiêm Thành tại Bình Thuận đều dẹp yên. Quyền Tuần phủ Dương Văn Phong, trước kia đem quân đi đánh. Khi đến La Uyển, đồn trại giặc đều bỏ không, bỗng thấy người tù trưởng sở tại là Kha Hoạch Bát đến xin đầu thú. Phong lấy đồ dệt bằng tơ gốc nhuộm đỏ và đồ vật thưởng cho, rồi vỗ về yên ủi, sai bí mật chiêu dụ các dân thiểu số ở ven núi; ai cũng tuân mệnh lệnh. Bấy giờ Phong mới lên đường, tiến nhanh ập đánh Kha Cương. Thấy quan quân thình lình đổ đến, giặc cả sợ, bỏ trại lập bằng kè gỗ chạy trốn. Quân ta chia đường đuổi bắt. Nhờ người thiểu số chỉ dẫn, quan quân bắt sống được tướng giặc xưng Tả hữu là bọn Phan Dung, Nguyễn Văn Giảng và Mai Văn Văn; xưng Cai đội là bọn Tùng Văn Châu, Mai Văn Thiện và Mai Văn Thanh cùng với Đầu mục giặc và đồ đảng giặc gồm hơn 230 tên, thu được khí giới vô kể. Rồi sai nguyên Cai đội Nguyễn Văn Thuận chiêu dụ được 22 sách Man trở về và hơn 1.500 người già, trẻ, trai, gái ra đầu thú.

Vua bảo em là Kiến An công Nguyễn Phúc Đài (1) rằng trước kia trong thành Phiên An giặc kéo 1 lá cờ, đề những chữ "Kiến An công". Xét ra, những phạm nhân bị bắt đều khai rằng, vì giặc sợ người trong thành không theo, cho nên làm thế để cố kết lòng người. Vả, em là chỗ chí thân, từ trước đến nay một niềm trung ái, ta thực không ngờ vực gì cả.

Tháng 9 [22/10-19/11/1835], tỉnh Quảng Trị lúa tốt, thu hoạch được nhiều, giá gạo rẻ.

Đổi nhà công quán Thừa Thiên làm quán Tứ dịch. Sai bộ Lễ truyền lệnh tập hợp ty Hành nhân ở kinh và các thông ngôn theo các bộ đều đến cư trú ở quán Tứ dịch để giảng dạy ngôn ngữ nước ngoài.

Các Tướng quân, Tham tán và Lãnh binh tại Gia Định tâu rằng danh sách về công trạng của quan quân còn đang hiệp đồng xếp thứ tự, chưa làm xong; vậy xin cho ở lại vài ngày, rồi sẽ khải hoàn về kinh. Lùng được hơn 20 tập văn bằng nguỵ và sổ sách của giặc, xin giao quan tỉnh Gia Định xét rõ họ tên quê quán để tâu. Lại còn hơn 1000 bệnh binh và hơn 2400 biền binh bị thương vong đã thu nhặt được hài cốt còn quàn tạm, đều giao cho Gia Định, đợi sau sẽ sai thuyền đưa về quê quán. Vua dụ rằng:

"Trước đây vì đảng nguỵ nổi loạn, có kẻ cam lòng theo giặc, có người bị bắt ép phải theo; tựu trung tình và lý, nặng hay nhẹ có khác nhau. Vậy những văn bằng và sổ sách nguỵ đã bắt được nên đệ hết về Kinh, do bộ phân biệt xét xử. Đến như các biền binh hoặc chết trận, chết bệnh là những người đã từng gối giáo, nằm kích, chịu nhọc nhằn vì nước. Nay công lớn đã nên, quan quân trên dưới cùng hát khải hoàn, chung vui uống rượu thắng trận, thế mà thể phách bọn họ bơ vơ ở nơi sa trường chưa biết về đâu! ta nghĩ đến rất thương

xót! Vậy chuẩn cho quan tỉnh Gia Định xét rõ người nào thuộc vệ nào, cơ nào đội nào và quan hàm, tên họ là gì, quê quán ở đâu, phải nêu lên và ghi rõ từng người một, đợi đến sang năm, sẽ đưa về nguyên quán. Những người không có thân nhân thì do sở tại chọn đất chôn cất. Lại ban một tuần tế, để yên mồ mả. Những người đau ốm thì cứ để được điều dưỡng ở nhà tranh đã làm trước, sai lương y đến điều trị, lại liệu thuê dân phu ngày đêm ở luôn với họ để trông nom cơm cháo, cho được chóng khỏi. Có ai không may mà chết, thì cấp cho 3 quan tiền, 1 tấm vải, sắm đủ quan ván khâm liệm, tuỳ tiện đưa về, để tỏ rõ ý trẫm thể tất thương xót quân nhân, không việc gì là không rất mực chu đáo".

Định lại kiểu mẫu nhà học ở phủ, huyện các địa phương. Nguyên mẫu cũ, nhà học của phủ: 3 gian 2 chái, dài suốt 4 trượng 4 thước 7 tấc, ngang 3 trượng 1 thước, tiền vật liệu 200 quan; nay đổi làm dài 3 trượng 8 thước 9 tấc, ngang 2 trượng 4 thước 3 tấc, tiền vật liệu 170 quan. Nhà học của huyện: mẫu cũ 3 gian 2 chái, dài suốt 3 trượng 9 thước 2 tấc, ngang 2 trượng 6 thước 4 tấc, tiền vật liệu 150 quan; nay đổi làm dài 3 trượng 3 thước 4 tấc, ngang 2 trượng 6 tấc, tiền vật liệu 130 quan.

Sai bộ Binh truyền dụ các tỉnh Quảng Nam, Bình Định, Khánh Hoà, Bình Thuận, Biên Hoà và Gia Định: từ nay phàm các thuyền của Tây dương đến đỗ ở tấn phận nào thì viên Tấn thủ ở cửa biển ấy đem thông ngôn hoặc người nhà Thanh biết tiếng Tây dương đến tại chỗ, xét hỏi lý do đi đến và xem xét hình dáng thuyền, màu sơn thuyền, cờ hiệu của thuyền, số người ở trong thuyền nhiều hay ít, thuyền đó là tàu buôn hay tàu chiến, nhất nhất ghi rõ, lập tức báo tỉnh. Nếu thuyền buôn thì theo lệ thường mà làm; nếu là tàu chiến thì một mặt phi tấu, một mặt sai phái binh thuyền canh phòng nghiêm ngặt ở địa phận tấn và phi báo cho tỉnh láng giềng phòng bị. Thuyền ấy đi ngày nào, hoặc vẫn đóng lại làm những việc gì, cũng tiếp tục tâu lên để biết rõ tình trạng.

Bắt đầu dựng nhà Võ miếu tại ấp Nội Súng, huyện Hương Trà, Thừa Thiên. Quy mô miếu: 1 cái chính đường, 1 cái tiền tế, hợp làm 1 toà. Nhà chính đường 3 gian, 2 chái; nhà tiền tế 5 gian. Hai toà tòng tự [nhà thờ phụ] ở hai bên tả, hữu đều 5 gian. Bốn bề chung quanh xây tường gạch, mặt trước xây một nghi môn, hai bên tả hữu đều có 1 cửa tò vò.

Ngày mồng 1 tháng 10 [20/11/1835] tháng 10, làm lễ Đông hưởng. Các tướng quân Nguyễn Xuân, Phạm Hữu Tâm, khải hoàn từ quân thứ Gia Định về đến kinh đô.

Có chiếc thuyền đồng của thương nhân người nhà Thanh đỗ ở đảo Nan Dữ tỉnh Hà Tiên, trong thuyền có người Anh chở các thứ hàng hoá và súng điểu sang máy đá và súng mã thương ngắn, xin vào buôn bán tại tấn và chịu thuế. Sự việc tâu lên, Vua dụ rằng:

"Nay giặc giã đã yên, vốn không đáng lo; duy có lệ thuyền của Tây dương chỉ được vào đỗ ở bến Đà Nẵng, không được đến buôn bán ở các cửa biển khác. Phép nước rất nghiêm, há nên để cho vi phạm! Vậy nên mau rút ra khỏi, không cho vào cửa biển! Từ nay hễ lũ người nhà Thanh thì phải đáp thuyền nhà Thanh, mới cho chiếu lệ vào buôn bán ở các cửa biển. Còn người Tây dương thì đáp tàu Tây, vào thông thương ở cửa biển Đà Nẵng, không được trà trộn vào cửa biển khác."

Sau đó, có giặc biển Chà Và lén lút nổi lên ở thủ sở Tam Giang [Cà Mau], thuộc tỉnh này, cướp mất 2 cỗ súng quá sơn rồi đi. Bọn quan tỉnh là Đoàn Khiêm Quang, Hồ Công Hy và Hoàng Văn Lý đều phải giáng 1 cấp.

Từ Hà Tĩnh trở ra Bắc được mùa, thóc lúa tốt, giá gạo rẻ; sai phái viên là Tham tri Hoàng Văn Diễn đi Nam Định, mua 10 vạn phương gạo đem về kinh.

Tổng đốc An Tĩnh là Tạ Quang Cự tâu rằng tướng Xiêm là Ất Khả Hạt cùng tên giặc làm phản là An Sâm (nguyên thổ Huyện thừa huyện Xa Hổ) đưa thư đến các huyện Xa Hổ, Sầm Tộ và Man Soạn thuộc phủ Trấn Biên và huyện Liêm thuộc phủ Trấn Ninh đòi phải nộp thuế bạc và thuế sáp; nếu người nào trái lệnh, sẽ đến đánh phá. Quang Cự nhận định rằng người Xiêm từ đầu năm đến nay, nhiều lần cướp ở biên giới, bị quan quân chém hoặc bắt, ôm đầu chạy trốn, chắc đã sợ oai quân ta, không dám quay lại gây sự, Duy các huyện Xa Hổ, Man Soạn, Sầm Tộ và huyện Liêm, hẻo lánh ở nơi biên giới, cách xa tỉnh thành, lòng người nhát sợ, nên An Sâm mượn cớ tướng Xiêm đưa thư doạ nạt, làm kế kiếm ăn mà thôi. Nhưng việc canh giữ biên giới là cần thiết nên đã thông sức cho các huyện vỗ về tập hợp nhân dân, chia nhau canh giữ các đường xung yếu.

Ngày Bính Dần [30/11/1835] làm lễ dâng tù. Các quan bày sẵn ngựa, xe, lỗ bộ [đồ nghi vệ như cờ, quạt vv...] ở trước điện Cần Chính, trần thiết trọng thể các đồ binh khí và nghi vệ ở ngoài cầu Kim Thuỷ. Vua mặc áo long bào, tay chẽn, ngự giá ra lầu cửa Ngọ Môn. Các hoàng tử thân công và trăm quan đều mặc áo màu có hoa, tay chẽn, chia ban thứ, đứng hầu. Các Tướng quân là bọn Nguyễn Xuân và Phạm Hữu Tâm mặc quân phục, lạy nộp ấn thao cờ, bài rồi dâng tù binh và thủ cấp giặc phản nghịch. Làm lễ xong, sai Thống chế Vũ lâm là Nguyễn Tăng Minh, Thự thượng thư bộ Hình là Bùi Phổ bưng cờ, bài "vương mệnh" đem quân và voi áp giải 5 tội phạm là Lê Bá Minh, Lưu Hằng Tín, Đỗ Văn Dự và Linh mục Du tên là Mã Song, tức Phú Hoài Nhân [Joseph Marchand], cùng con Lê Văn Khôi là Lê Văn Viên đến pháp trường ở đồng phía nam, xử tội lăng trì, trăm dao xẻo thịt cho chết rồi cắt lấy đầu, cùng đem đầu Khôi, Chắm treo lên sào cao, bêu ở các chợ ngoại thành 3 ngày. Còn đầu của Minh, Tín, Dự và Văn Viên trước hãy giã nhỏ, cho vào hố xí. Đầu của Khôi, Chắm, Du đưa khắp đến các địa phương từ Quảng Trị ra Bắc, Quảng Nam vào Nam, cũng treo lên sào cao bêu 3 ngày, rồi đưa về chỗ địa phương mà chúng đã phạm tội giã nhỏ, cho vào hố xí.

Tỉnh Hưng Yên có bệnh dịch, dân trong hạt bị truyền nhiễm chết đến hơn 700 người; ra lệnh cho quan tỉnh lấy của kho cấp cho tiền tuất.

Ở tỉnh Hà Tiên, có hơn 100 người Trung Quốc từ nước Xiêm trốn về. Quan tỉnh đem việc tâu lên; Vua chuẩn giao cho bang trưởng Minh Hương sở tại coi quản cho họ làm ăn; về sau họ làm có cơ nghiệp, đăng vào sổ, sẽ đánh thuế.

Bắt đầu đặt quan lại thành Trấn Tây: 1 viên Trấn Tây tướng quân, 1 viên Tham tán đại thần, 1 quan võ làm Đề đốc, 1 quan văn làm Hiệp tán cơ vụ, 2 Lãnh binh và 2 phó Lãnh binh. Trao cho thự Đông các điện đại học sĩ Trương Minh Giảng làm Trấn Tây thành Tướng quân, vẫn lĩnh chức Tổng đốc An Hà; Tuần phủ An Giang Lê Đại Cương sung làm Trấn Tây thành Tham tán.

Cho các tướng quân đi đánh dẹp Nam Kỳ được làm lễ ôm đầu gối. Hôm ấy Vua ngự cửa Đại cung. Tướng quân Nguyễn Xuân và Phạm Hữu Tâm làm lễ ôm đầu gối xong rồi, lại tuyên vời Tham tán Trần Văn Trí, Hồ Văn Khuê, Nguyễn Công Hoán tiến đến. Vua đều chính tay ban rượu; lại thưởng cho Nguyễn Xuân 1 con mãnh hổ bằng vàng, để tỏ ý khen là có oai như con cọp đang lừ mắt; cho Phạm Hữu Tâm 1 con gấu bằng vàng để biểu dương hùng mạnh như con gấu dữ tợn. Và thưởng cho bọn Trần Văn Trí mỗi người 1 thứ đồ chơi bằng ngọc trắng chạm hình con lân, con phượng.

Cho đúc 9 cái đỉnh để ở nhà Thế miếu: Chính giữa: Cao đỉnh, bên trái thứ nhất: Nhân đỉnh, bên phải thứ nhất: Chương đỉnh, bên trái thứ hai: Anh đỉnh, bên phải thứ hai: Nghị đỉnh, bên trái thứ ba: Thuần đỉnh, bên phải thứ ba: Tuyên đỉnh, bên trái thứ tư: Dụ đỉnh, bên phải thứ tư: Huyền đỉnh; trên khắc các hình tượng sông, núi và cảnh vật.

Tỉnh Bình Định có người đào được 3 pho tượng Phật Quan Âm và 2 pho tượng Hộ Pháp. Tổng đốc Vũ Xuân Cẩn đem việc tâu lên. Vua sai thưởng cho người đó 50 quan tiền; rồi trích lấy một tượng Quan Âm, 1 tượng Hộ Pháp để lại ở chùa Linh Phong trong tỉnh, lấy ra 100 quan tiền kho làm lễ cúng dâng; còn 3 pho đưa về kinh, chia cho các đền chùa để thờ.

Thuyền buôn Anh Cát Lợi đến đỗ ở vụng Trà Sơn, cửa biển Đà Nẵng, bắn súng điểu sang để chào mừng. Viên cai quản 2 thành An Hải và Điện Hải là Nguyễn Văn Lượng dùng súng hồng y pháo bắn để đáp lễ. Việc đến tai Vua, bèn phạt Lượng 1 tháng lương và sắc lệnh từ nay, những thuyền nước ngoài đến hải phận nước ta; nếu họ không bắn đại bác mà chỉ bắn chào bằng súng điểu sang, thì ta ở trên thành không cần bắn đáp lễ.

Một thuyền buôn của người tỉnh Phước Kiến nhà Thanh

đi buôn ở Đài Loan bị bão, giạt đến cửa biển Thái Cần hải phận Quảng Ngãi. Quan tỉnh theo lệ cứu giúp nạn bão, cấp cho tiền và gạo rồi đem việc tâu lên. Trong số khách đáp thuyền có Lẫm sinh Thái Đình Lan [Đại Nam Thực Lục kiêng tên huý chép là Hương], được đặc ân cấp thêm 50 quan tiền và 20 phương gạo. Đình Lan được sự giúp đỡ trở về nước bằng đường bộ; sau đó soạn sách hồi ký ghi lại chuyến đi, nhan đề là **Hải Nam Tạp Trước** [海南雜著].

Tổng đốc Lưỡng Quảng Kỳ Cống tâu trình Việt Nam áp giải 3 tên cướp đến Quảng Châu, nhân dịp muốn tiếp tục đến nơi này buôn bán; nhưng Vua Đạo Quang chiếu theo lệ cũ cho buôn bán tại biên giới Quảng Tây:

"***Ngày mồng một Bính Thìn tháng 10 năm Đạo Quang thứ 15* [20/11/1835].** *Lại dụ:*

Cứ theo Kỳ Cống tâu: 'Nước Việt Nam bắt được 3 tên cướp thuyền buôn là bọn Lương Khai Phát; bèn sai Sứ do đường thuỷ đem đến tỉnh Quảng Đông để thẩm vấn và biện lý; lại mang một số hàng dằn thuyền, xin được cho tiêu thụ, tuân theo lệ khai thuế. Lại cứ theo viên Quốc vương tư trình, đây là mễ thuyền từ Việt Nam đến, việc nhập khẩu và ghé tại bờ biển, xin được bàn bạc lo liệu; ý viên này muốn dựa lời để đến Quảng Đông buôn bán. Hiện tại căn cứ theo chương trình cũ, cho mở thuyền đem hàng lên, còn có miễn thuế không, xin đợi chiếu chỉ tuân hành.'

Việt Nam giáp giới với Lưỡng Quảng, từ trước đến nay có đường bộ để giao dịch; không giống như các nước khác cách trở trùng dương, cần qua hàng hải chuyển vận. Nếu như để nước này trộn nhập vào sẽ sinh sự đoan; trước đây nước này vào năm Đạo Quang thứ 9 cũng khẩn khoản xin cho thuyền chở hàng hoá đến buôn bán; từng lệnh viên Quốc vương tuân theo chương trình cũ, không chấp thuận., từ đó cứ tuân theo mà biện lý. Còn lần này viên Quốc vương giải tống bọn phỉ nội địa đến tỉnh Quảng Đông, việc làm cung thuận; trong tờ trình tuy không nói rõ muốn đến Quảng Đông buôn bán, nhưng dùng lời rằng vào cửa khẩu ghé đậu, thì khó đoan chắc rằng không có ý đó; nên phải tìm cách ngăn ngừa, hiểu dụ một cách ổn thoả.

Lệnh Kỳ Cống truyền lệnh viên Quốc vương rằng ' Hiện nước ngươi giải tống bọn cướp đến tỉnh Quảng Đông, đã tâu lên, đại Hoàng đế cho rằng nước ngươi được phong đã lâu, vốn xưng cung thuận. Nước ngươi biên giới giáp với Lưỡng Quảng, từ trước đến nay triều cống và mậu dịch đều đi theo đường bộ. Từ nay trở về sau, khi giải tội phạm, nếu đi theo đường biển thì theo lệ đã định không phù hợp, lại phải mạo hiểm qua sóng gió; ngươi Quốc vương cần tuân theo lệ cũ, do đường bộ chuyển giải đến nơi gần tại địa phương châu Khâm, không còn sai sứ vượt biển giải tống; để biểu thị sự thể tuất, viên Quốc vương cần theo ý này, kính cẩn tuân theo là điều trọng yếu.'

Hãy minh bạch tuyên dụ như vậy, trong sự chiêu phủ an ủi Di bên ngoài, còn có ý hạn chế một cách rõ ràng. Bọn Kỳ Cống tiếp được chiếu chỉ này, lập tức liệu biện ổn thoả. Những hàng hoá nước Di mang đi để dẫn thuyền, và những hàng trong tương lai xuất khẩu mang về, cứ án lệ mà biện lý. Đem dụ này truyền cho Kỳ Cống, cùng Bành Niên hay biết." (**Tuyên Tông Thực Lục** quyển 272, trang 5-6)

Tháng 11 [20/12/1835-17/1/1836], cho các tướng sĩ khải hoàn sau trận đánh tại thành Gia Định được ăn yến ở lầu Phu Văn và xem hát bội.

Bình Thuận có tên giặc trốn tên là Lầy; trước đây người Chiêm Thành gây biến y là mưu chủ; trốn ở sách Kha Giai, chưa bắt được. Đến khi quan quân rút về, Lầy lại cùng đồ đảng đe doạ quấy nhiễu những sách thiểu số đã hàng phục. Tuần phủ Dương Văn Phong phái Lãnh binh Vũ Văn Nguyên và Quản cơ Nguyễn Công Nhàn đem quân lùng đánh, chiêu dụ người Chiêm Thành làm hướng đạo; bắt được Lầy ở sách Kha Phong, chém và bắt sống hơn 50 đồ đảng giặc, thu được súng ống rất nhiều.

Làm đền thờ Tam Trung (2) gồm 1 toà 3 gian ở Cao Bằng, chuẩn cho hàng năm tế vào mùa xuân. Trước kia, thành tỉnh Cao Bằng bị Nông Văn Vân vây phá; Bố chính Bùi Tăng Huy, án sát Phạm Đình Trạc và Lãnh binh Phạm Văn Lưu đều tử tiết; đã có chỉ sai lập đền thờ. Sau vì thổ phỉ lại kéo đến, nên chưa kịp làm; đến nay mới sai bộ Công đưa kiểu mẫu để làm.

Bọn giặc Tuyên Quang là Nông Văn Sĩ và Nông Văn Thạc, trốn ở phố Na Bạ, phủ Trấn An, Trung Quốc; lại tụ họp người Nùng và người nhà Thanh hơn 500 tên, từ thượng đạo Vân Trung [huyện Bảo Lạc, Cao Bằng] xuống cướp phá huyện lỵ Vĩnh Điện [huyện Bảo Lạc, Cao Bằng]. Tri huyện Phạm Đăng Tình sức không chống nổi, lui chạy về tổng An Phú, xin quân tiếp viện đánh dẹp. Bọn quan tỉnh là Trần Ngọc Lâm liền phái Phó vệ uý Phạm Văn Khai và Quản cơ Trần Văn Ái đem 400 binh dõng, cùng thổ Tri phủ lĩnh Tri châu Chiêm Hoá là Nguyễn Văn Biểu tuỳ cơ đánh dẹp.

Sau đó Phạm Đăng Tình hiệp cùng bọn Chánh đội trưởng thuộc tỉnh là Ma Doãn Đô và Cai đội Ma Doãn Dưỡng tập hợp đốc suất hơn 400 thủ hạ và thổ dõng mai phục, đánh úp, chém được và bắt hơn 10 tên; giặc tan vỡ rút chạy, thu phục được huyện lỵ.

Giặc lại đem đồ đảng lấn cướp huyện Để Định [huyện Bảo Lạc, Cao Bằng], Tri sự Nguyễn Văn Cần chạy đến đồn An Biên [thị xã Hà Giang], Phó lãnh binh Tuyên Quang là Nguyễn Đăng Khánh thân đem 500 biền binh đi đánh dẹp.

Bố chính Vũ Đĩnh và án sát Bùi Quốc Trinh ở Cao Bằng tâu rằng bọn giặc ở Tuyên Quang tràn qua địa phận tỉnh, giết chết viên Thủ bảo Na Tình [huyện Thông Nông, Cao Bằng] là Lục Văn Báo; quân binh do tỉnh phái đi là Phó vệ uý Lê Văn Sinh đuổi bắt, chém được 1 tên, còn đều chạy vào rừng sâu trốn cả.

Hoàng tử Miên Phú, ban đêm cùng với bọn thuộc hạ là Hoàng Văn Vân, Bùi Văn Nghị và Bùi Văn Quế phi ngựa ở phía tả ngoài hoàng thành. Miên Phú về trước, mấy tên kia còn cho ngựa chạy thi. Có một bà già đi bên đường tránh không kịp, bị ngựa của Vân xéo chết. Miên Phú bị tước mũ áo, cách mất lương bổng hằng năm, đóng cửa ở nhà riêng để tự xét mình sửa lỗi, không cho ra ngoài, không được dự vào hàng các Hoàng tử, chỉ gọi tên là Phú mà thôi. Bọn hung phạm Hoàng Văn Vân là đứa côn đồ, nương tựa cửa quyền, cám dỗ người khác làm những điều bất thiện. Lại dám phóng ngựa tranh trước ở nơi đường đông người chen vai sánh bước, thực là trong mắt không coi ai vào đâu, nên mới đến xéo chết người đàn bà 80 tuổi! Xét tình mà kết án, thì khó khép vào tội giết người vì lầm lỡ được, mà nên xử vào tội thực phạm; Vua xử chém Hoàng Văn Vân. Riêng anh em Bùi Văn Nghị, Bùi Văn Quế, ngày ngày dụ dỗ chơi bời; đều phát vãng đi Ai Lao, sung quân. Người đàn bà già bị giết, đã được đền mạng; nhưng già nua, mẹ con nghèo túng, lại bị nạn chết thảm ở giữa nơi kinh thành, thực đáng thương xót! Chuẩn cho tên Phú phải đền cho con người chết 200 lạng bạc.

Phái viên là Tham tri Hoàng Văn Diễn tâu việc khai mỏ kẽm ở tỉnh Thái Nguyên như sau:

"Tại Thái Nguyên có các xứ Bản Sơn, Lũng Sơn, thuộc huyện Đồng Hỷ; xã Quan Triều, sông Nam Tiền, thuộc huyện Phú Lương đều có kẽm. Nay có người Bắc Ninh tên là Chu Danh Hỗ, tình nguyện đứng thuê mộ phu khai đào và nấu. Vậy xin sai quan tỉnh trông coi công việc; cứ 100 cân, trả cho 22 quan tiền."

Truy luận về tội của nguyên Tổng trấn thành Gia Định là Lê Văn Duyệt; Vua dụ rằng:

*"Tội của Lê Văn Duyệt đếm cũng không kể hết, nói đến đau lòng; dù bổ áo quan mà phanh thây cũng không oan. Song nghĩ: hắn chết đã lâu, trước chịu tội âm rồi, lại đã truy đoạt quan tước, còn nắm xương khô trong mả, nay cũng chẳng thèm gia hình. Vậy sai Đốc phủ Gia Định lập tức san mồ mả thành đất phẳng và dựng cái bia đá ở trên khắc 8 chữ lớn: "**Quyền yêm Lê Văn Duyệt phục pháp xứ**"* [Chỗ hoạn quan lộng quyền là Lê Văn Duyệt chịu tội chết], *để nêu rõ tội danh ở sau khi chết, mà làm tỏ sáng phép nước về sau này, và để làm gương răn cho những kẻ quyền gian muôn đời.... Đạo dụ này cho sao lục phát đi trong kinh và ngoài các tỉnh mỗi nơi 1 bản, khiến cho ai nấy đều biết triều đình thi hành pháp luật một mực chí công, rõ ràng cân nhắc lưỡi gươm ba thước, nghiêm cẩn nêu cao rìu búa nghìn thu".*

Sai bọn Phó vệ uý Nguyễn Văn Pháp và Nhị đẳng thị vệ là Vũ Huy Dụng đem viên quan hiệu lực là Trần Danh Bưu, đáp thuyền Linh Phượng, đi Tiểu Tây Dương (3) làm việc công. Lại sai thông ngôn Nguyễn Văn Mẫn và mấy viên sung vào Tứ dịch quán [cơ quan học tập ngoại ngữ và làm thông dịch] là Trần Đại Trung, Nguyễn Hữu Quang đáp thuyền đi Hạ Châu [Singapore], rồi ở lại học tập.

Tỉnh Quảng Bình gạo đắt; dân huyện Lệ Thuỷ bị đói, phải xin ăn ngoài đường. Ra lệnh cho phát tiền và gạo chia ra hạng cực nghèo và hạng nghèo vừa để phát chẩn. Người cực nghèo được cấp 5 tiền và 15 uyển gạo, người nghèo vừa được 3 tiền và 10 uyển gạo, trẻ con liệt theo hạng nghèo vừa cấp cho 1 nửa.

Tháng chạp [18/1-16/2/1836], sai khắc quả ấn "**Hoàng đế chi tỉ**"; ấn bằng ngọc trắng, vuông mỗi bề 2 tấc 5 phân, dày 1 tấc, trên có cái núm chạm hai con rồng, cao 9 phân.

Về việc dẹp giặc Nông Văn Sĩ và Nông Văn Thạc Tổng đốc Sơn Hưng Tuyên Lê Văn Đức đích thân đem hơn 1000 biền binh tiến đến tỉnh thành Tuyên Quang điều khiển việc quân, rồi dâng sớ rằng:

"*Bọn giặc Vĩnh Điện* [huyện Bảo Lạc, Cao Bằng] *trước đã bị tan vỡ. Còn bọn phỉ ở huyện Để Định* [huyện Bảo Lạc, Cao Bằng] *khi quan quân chưa đến, cũng bị thổ mục, thổ dân đánh bại, bắt, chém được mười mấy tên phạm. Tri sự Nguyễn Văn Cần đã trở về huyện lỵ, duy còn nghịch Sĩ, nghịch Thạc vẫn lọt lưới, mầm ác chưa trừ tiệt, không khỏi còn cái lo cho dân địa phương! Mà vùng này núi rừng liền nhau, nếu muốn lùng bắt, thế cũng khó chu toàn! Vậy nghĩ nên phái thêm quan quân để làm thanh thế cho mạnh. Nhân đấy, dụ dân chia chặn các nơi, đón bắt, thì có lẽ sẽ làm được việc. Thần đã bàn uỷ thự Bố chính Trần Ngọc Lâm đi cùng với Phó lãnh binh Tuyên Quang là Hoàng Trung Hậu mới điều đến, đem hơn 800 biền binh, kiêm lĩnh cả các đạo binh phái đi trước, tiến đến hai huyện này tuỳ cơ đánh bắt.*"

Sau đó bọn Phó vệ uý Phạm Văn Khai đóng binh ở Vân Trung, đổ đi bốn ngả lùng bắt, lại phái người đi hội với bộ biền của tỉnh Thái Nguyên, dò la đảng giặc, nhưng cũng không thấy tung tích gì cả! Binh dõng không quen thuỷ thổ, mắc bệnh nhiều đã nên về đóng ở huyện sở Vĩnh Điện.

Đạo quân của Phó lãnh binh Nguyễn Đăng Khánh tiến đến lỵ sở huyện Để Định. Trước đó Tri sự huyện này là Nguyễn Văn Cần đã đốc suất tổng lý và thổ dân chia đi nã giặc, bắt được 7 tên phạm, chém được trên 40 đầu giặc và thu được khí giới đem nộp. Đạo binh của thự Bố chính Trần Ngọc Lâm tiến đến lỵ sở huyện Vĩnh Điện, lại chuyển đến Để Định, hội với Nguyễn Đăng Khánh. Sau đó Trần Ngọc Lâm phái uỷ người đã ra thú là Ma Sĩ Huỳnh tìm bắt được 1 tên tướng giặc và 6 tên đồng đảng. Bọn đầu sỏ phản nghịch là Nông Văn Sĩ, Nông Văn Thạc trốn xa, không có tông tích gì, liền rút quân về.

Vua dụ Trấn Tây Tướng quân Trương Minh Giảng và Tham tán Lê Đại Cương rằng:

"*Thành Trấn Tây là đất trọng yếu ở biên thuỳ, lần đầu mới xếp đặt, việc phủ ngự và đề phòng tuy rất quan trọng, nhưng đất Man đã lệ thuộc đồ bản của ta từ lâu, dân Man cũng là con đỏ của ta, phải nên dạy dỗ, giúp đỡ để ngày một nhiễm theo phong tục người Kinh. Vả lại, những việc nông, tang, giáo, dưỡng thực là chính sự đầu tiên của vương giả.*"

Rồi sai chọn lấy 52 người vừa bát, cửu phẩm vừa vị nhập lưu thư lại thuộc ty tại các nha Lục bộ, bổ sung vào ty An Biên thành Trấn Tây.

Truy tội nguyên Chưởng Hậu quân lĩnh Tổng trấn Bắc thành Lê Chất; Vua dụ rằng:

*"Lê Chất cùng Lê Văn Duyệt dựa nhau làm việc gian tà, tội ác rất nặng, đếm tóc cũng không kể hết, bổ quan tài và phanh thây, thực cũng không uổng. Nhưng Chất và Duyệt tội cũng như nhau, trước đây Duyệt đã không phải bổ quan tài mà phanh thây, thì nắm xương khô của Chất cũng không đáng gia hình. Vậy sai Tổng đốc Bình Phú là Vũ Xuân Cẩn lập tức phải san phẳng phần mộ Lê Chất thành đất bằng, và dựng bia đá, trên khắc mấy chữ to "**Gian thần Lê Chất phục pháp xứ**"* [nơi gian thần Lê Chất đền tội], *để cho gian tặc muôn đời lấy đấy làm răn. Còn vợ Chất là Lê Thị Tha đã sống cùng chồng dự biết âm mưu phản nghịch, thì khép vào cực hình cũng đáng; nhưng Thị Tha là đàn bà không thèm phải trị tội vội. Vậy LêThị Tha và các con là bọn Lê Cẩn, Lê Trương, Lê Thường, Lê Kỵ đều đổi làm án trảm giam hậu. Còn 6 phụ nữ và người cháu chú bác của Chất là Lê Cương cùng với bọn cháu trai của phạm nhân đều cho tha cả. Lại nữa, Lê Chất ngày ở Bắc Thành trước bấy lâu bòn rút máu mỡ của dân có đến hàng nghìn vạn; nay chỉ còn độ vài vạn, không bõ sung công. Vậy chuẩn cho các địa phương sở tại, theo số tài sản đã tịch biên, hễ là ruộng đất công thì giao dân xã sở tại sung làm hạng ruộng đất công, chiếu lệ thu thuế; còn ruộng đất tư và tất cả mọi tài sản đánh giá bán nộp vào kho nào gần nhất, báo cho bộ Hình xét số ấy chuyển tư cho Hà Nội lấy tiền kho chi ra, chia giao các tỉnh Bắc Kỳ giữ, phân phát cho dân nghèo, để hả lòng căm giận của nhân dân. Rồi chuẩn cho sao lục tờ dụ này phát cho các nha môn ở kinh, và các tỉnh ở ngoài để mọi người đều biết."*

Chú thích:

1. Kiến An công Nguyễn Phúc Đài: Em cùng cha mẹ với Vua Minh Mệnh; hai người là con Thuận Thiên Cao Hoàng hậu Trần Thị Đang.

2. Tam Trung: Ba trung thần, tức Bố chính Bùi Tăng Huy, án sát Phạm Đình Trạc và Lãnh binh Phạm Văn Lưu tử tiết tại Cao Bằng.

3. Tiểu Tây Dương: Thuộc địa của nước Pháp tại Ấn Độ.

231.
Vua Minh Mệnh (31)
[17/2-11/8/1836]

Ngày Tân Mão tháng giêng [23/2/1836] tế Xuân hưởng; Vua se mình nên sai hoàng trưởng tử là Trường Khánh công Miên Tông tế thay.

Quận chúa nước Chân Lạp là Ngọc Vân cung tiến phẩm vật địa phương gồm 500 cân bạch đậu khấu, sai quan nước này nói với Trấn Tây tướng quân Trương Minh Giảng và Tham tán Lê Đại Cương rằng:

"Ngước nhờ lòng thương và ơn dày của triều đình, đã bình được giặc Xiêm, lại phái binh trú phòng bảo hộ, giữ cho yên ổn mãi mãi. Vậy xin dâng sản vật địa phương để tạ ơn, xin chuyển dâng thay cho để tỏ chút lòng thành kính".

Bộ Hình làm danh sách chép số tù bị giam cấm ở các địa phương, có tỉnh đến trên 100, 200 tù.

Sai các tỉnh Thừa Thiên, Quảng Nam, Quảng Ngãi, Bình Định, Quảng Trị sửa chữa xe "**thuỷ hoả ký tế**", để giã luyện thuốc súng. Cho vào cối giã bằng sức nước 5 ngày đêm, lấy ra giã bằng chày tay một ngày nữa, rồi phơi thành thuốc súng.

Bày đàn chay lớn ở chùa Thiên Mụ; em Vua Kiến An công Nguyễn Phúc Đài đến trông coi. Đài về nói:

"Vị trí đặt ở đàn sở đã phiếm lạm về khoa nghi, mà nghĩa văn trong các sớ điệp cũng có sai lầm, càn bậy".

Liền sai quan Nội các Hà Tông Quyền, quan bộ Lễ Đặng Đức Thiệm đi đến kiểm tra xét xem, bỏ bớt và sửa đổi.

Tiếp tục đào sông Phổ Lợi [huyện Phú Vang, Thừa Thiên]; thuê 1.000 người dân đến làm. Đến khi sông đào xong, nước ngọt chảy mạnh, sắc cho Kinh doãn truyền bảo dân trong hạt; tuỳ theo hình thế hai bên bờ sông mà dẫn nước vào ruộng, lại làm thêm ngòi lạch, mương máng, đến kỳ nước mặn dâng lên thì đóng lấp lại nhằm lợi cho nghề nông.

Bắt đầu định thứ bậc trong cung, chia làm 9 bậc gọi là cửu giai (1), gồm: Quý phi, Hiền phi, Thần phi là nhất giai; Gia phi, Thục phi, Huệ phi là nhị giai; Quý tần, Hiền tần, Trang tần là tam giai; Đức Tần, Thục tần, Huệ tần là tứ giai; An tần, Hoà tần, Lệ tần là ngũ giai; [lục giai và thất giai không thấy chép?]; Mỹ nhân là Bát giai; Tài nhân là Cửu giai.

Bộ Công tâu về đảo Hoàng Sa như sau:

"Cương giới mặt biển nước ta có xứ Hoàng Sa rất là hiểm yếu. Trước kia, đã phái vẽ bản đồ mà hình thế nó xa rộng, mới chỉ được 1 nơi, cũng chưa rõ ràng. Hằng năm, nên phái người đi dò xét cho khắp để thuộc đường biển. Xin từ năm nay trở về sau, mỗi khi đến hạ tuần tháng giêng, chọn phái biền binh thuỷ quân và vệ Giám thành đáp 1 chiếc thuyền ô, nhằm thượng tuần tháng hai thì đến Quảng Ngãi, bắt 2 tỉnh Quảng Ngãi, Bình Định thuê 4 chiếc thuyền của dân, hướng dẫn ra đúng xứ Hoàng Sa. Không cứ là đảo nào, hòn nào, bãi cát nào, khi thuyền đi đến, cũng xét xem xứ ấy chiều dài, chiều ngang, chiều cao, chiều rộng, chu vi và nước biển

bốn bên xung quanh nông hay sâu, có bãi ngầm, đá ngầm hay không, hình thế hiểm trở, bình dị thế nào, phải tường tất đo đạc, vẽ thành bản đồ. Lại, xét ngày khởi hành, từ cửa biển nào ra khơi, nhằm phương hướng nào đi đến xứ ấy, căn cứ vào thuyền đi, tính ước được bao nhiêu dặm. Lại từ xứ ấy trông vào bờ bến, đối thẳng vào là tỉnh hạt nào, phương hướng nào, đối chênh chếch là tỉnh hạt nào, phương hướng nào, cách bờ biển chừng bao nhiêu dặm. Nhất nhất nói rõ, đem về, dâng trình".

Vua y lời tâu. Sai Suất đội Thuỷ quân Phạm Hữu Nhật đem binh thuyền đi. Chuẩn cho mang theo 10 cái bài gỗ, đến nơi đó dựng làm dấu ghi. Mỗi bài gỗ dài 5 thước, rộng 5 tấc, dày 1 tấc, mặt bài khắc những chữ "*Minh Mệnh thứ 17, năm Bính thân, Thuỷ quân Chánh đội trưởng suất đội Phạm Hữu Nhật, vâng mệnh đi Hoàng Sa trông nom đo đạc đến đây lưu dấu để ghi nhớ.*"

Tháng 2 [17/3-15/4/1836], bắt đầu định cấp bậc cho các thái giám. chia làm 5 đẳng cấp: Quản vụ thái giám, Điển sự thái giám đều là thủ đẳng; Kiểm sự thái giám, Phụng nghi thái giám đều là thứ đẳng; Thừa phụng thái giám, Điển thảng thái giám đều là trung đẳng; Cung sự thái giám, Hộ thảng thái giám đều là á đẳng; Cung phụng thái giám, Thừa biện thái giám đều là hạ đẳng. Cho bọn họ, người nào việc ấy, để sai khiến hầu hạ, nhưng mãi mãi không cho dự vào quan chức triều đình.

Xây dựng đồn bảo Thanh Hải và pháo đài Thanh Hải ở đảo Côn Lôn thuộc Gia Định. Bốn mặt đồn bảo đều dài 12 trượng, cao 5 thước, chân rộng 6 thước 3 tấc; đằng trước và đằng sau đều mở 1 cửa. Pháo đài xây ở phía nam đồn bảo. Sai quan tỉnh điều lính và thuê dân tất cả 500 người để làm việc. Khi làm xong, bộ Binh tâu rằng:

"Đảo ấy có nhiều núi nổi lên từng dãy từng lớp, tàu thuyền có thể đỗ lại yên ổn. Lại có mối lợi là nhiều cá, tôm, ruộng đất màu mỡ, thuỷ thổ lành, thực là hình thế đẹp ở cương giới về phần biển. Chỉ phải cái là hẻo lánh, xa xôi, hằng năm khoảng xuân sang hạ, thường có thuyền giặc Chà Và thừa cơ, lén lút nổi dậy, làm ngăn trở thuyền buôn đi lại. Nhân dân sở tại thưa ít, chẳng làm thế nào được! Vậy xin phái 1 suất đội và 50 lính thuộc tỉnh, cấp cho thuyền và khí giới đến đóng giữ, mỗi năm thay phiên một lần. Tiền và lương thì dự trữ đủ chi dùng trong 1 năm. Nơi ấy lại có nhiều đất bỏ hoang, có thể cày cấy được. Quân lính những khi làm việc tuần phòng hải phận đã nhàn rỗi, sức cho khẩn hoang trồng cấy, và chiêu mộ dân nghèo cùng ở, cho sống bằng sức mình, còn trâu cày, nông cụ thì do nhà nước cấp phát cho. Như thế, có lính để phòng thủ, có ruộng để cày cấy, giặc biển không dám lại đến, thuyền buôn ngày một đông nhiều, sau vài năm tất thành một nơi vui vẻ, mà việc phòng giữ mặt biển sẽ bền vững."

Vua chuẩn y lời tâu; lại thấy nơi ấy có nhiều yến sào, chuẩn cho quân binh trú phòng đi lấy để nộp, sẽ liệu tính giá trả tiền; mỗi người mỗi năm phải nộp 6 lạng yến sào.

Tuần phủ Ninh Bình Nguyễn Văn mật tâu rằng nghe tin bọn Quách Tất Công, Quách Tất Tại nguyên đồ đảng Lê Duy Lương, gần đây ngầm nuôi con cháu nhà Lê là Lê Duy Hiển, âm mưu gây sự, hiện đương mật phái người đi dò thám.

Sai quan đi kinh lý sáu tỉnh Nam Kỳ. Dùng Thượng thư bộ Binh Trương Đăng Quế và Thượng thư bộ Lại Nguyễn Kim Bảng làm Kinh lược đại sứ; thự Hữu thị lang bộ Lễ Tôn

Thất Bạch và thự Thông chính sứ Nguyễn Đắc Trí làm phó sứ; vào ngày 18 [3/4/1836], mang cờ và bài, do đường thuỷ khởi hành. Nhiệm vụ tra xét tất cả mọi việc quân, dân; điều hại nên bỏ, điều lợi nên làm, thì đều lần lượt tâu lên để thi hành. Quan lại các tỉnh hễ có ai chậm trễ, hững hờ, hoặc không công bằng, không giữ phép tắc , thì lập tức nghiêm khắc hặc tâu, không chút nể nang, giấu giếm.

Ngày Quý Mùi [15/4/1836], tiết Thanh minh, vua thân rước Hoàng thái hậu đi yết lăng Thiên Thụ [lăng Gia Long]

Thưởng cho những người dân thọ một trăm tuổi ở các địa phương: Vĩnh Long 2 người; Bình Định, Ninh Bình, Nghệ An, Nam Định, mỗi tỉnh 1 người; Hà Tĩnh 4 người. Có người ở huyện Tiên Lữ thuộc Hưng Yên là Nguyễn Duy Giản, ngũ đại đồng đường [5 đời sống trong một nhà]; sai bộ Lễ chiếu lệ, biểu dương; Duy Giản 85 tuổi, có 2 con, 12 cháu, 12 chắt và 1 chút.

Bọn Trấn Tây tướng quân Trương Minh Giảng, tham Tán Lê Đại Cương và thự Đề đốc Bùi Công Huyên tâu nói:

"Giặc Xiêm 500 tên, nhân đêm, ngầm đến đánh úp thủ sở Trà Lư thuộc phủ Hải Tây [tây biển hồ Tonlesap]. Viên thủ mục là Phó quản cơ Phì Bôn Sa Mộc đốc suất 200 lính Phiên chống đánh, bắn giết mười mấy tên, giặc liền rút lui. Lại, các vùng Man Chi Trinh và Sa Tôn thuộc Hải Đông [đông biển hồ Tonlesap] *cũng có quân Xiêm muốn đến xâm lấn quấy nhiễu. Dân biên giới nghe tin không khỏi sợ hãi. Bọn thần đã phái Lãnh binh Nguyễn Văn Hoà, Phó lãnh binh Vũ Đức Trung đem binh thuyền đến đồn bảo thuộc 2 phủ ấy, tuỳ nghi trấn áp".*

Tên giặc Nguyễn Văn Nhàn trước đây quấy phá ở địa hạt

Vĩnh Tường [Vĩnh Phúc]; nay cùng với đồ đảng là Nguyễn Thiết Thạch thường ẩn hiện ở địa phận rừng huyện Thanh Thuỷ [Phú Thọ]. Thự Phó vệ uý Lê Thế Côn dẫn quân vào sâu, bị giặc giữ chỗ hiểm đánh chẹn; quân binh có kẻ bị thương vong.

Tháng 3 [16/4-14/5/1836], phái viên đi Quảng Đông là Viên ngoại lang bộ Công Lý Văn Phức, lúc trở về tâu rằng khi qua hải đảo Hổ Môn (2), hai lần gặp bão, trong thuyền đọng nước hàng thước, dây buồm đứt hết, tình thế rất nguy cấp; quân binh hết sức chèo chống, may không việc gì. Vua khen thưởng Văn Phức thăng 1 cấp, quân binh được thăng chức và thưởng tiền theo thứ bậc khác nhau.

Đặt lưu quan (3) tại 3 huyện Trấn Yên [Yên Bái], Yên Lập [Phú Thọ] và Văn Chấn [Yên Bái] thuộc Hưng Hoá. Mỗi huyện đặt 1 Tri huyện; còn nguyên thổ quan thì cùng làm việc. Chuẩn cho tuỳ theo đường sá xa hay gần, ruộng đất và dân đinh nhiều hay ít, chia lập thành tổng, xã như quy chế các huyện người Việt.

Hoàng tử Ninh Thuận công Miên Nghi đi săn thấy ở phía tây ấp Dương Hoà, huyện Hương Trà [Thừa Thiên], cách bờ nguồn Tả Trạch hơn 10 trượng, có suối nước nóng chu vi đến 1 trượng, sâu 7, 8 tấc nước từ trong đất vọt ra tựa nước nóng sôi, hầu như không đến gần được; đem cá, tôm bỏ xuống thì chết ngay. Vua sai Lang trung bộ Công Vũ Trọng Đại đi xem xét; Đại vẽ bản đồ về đem dâng lên và nói nước suối ấy trong, đen và nóng.

Quân người thiểu số lẻn xuống châu Ba Lan [huyện Hướng Hoá, Quảng Trị] quấy nhiễu cướp bóc dân biên giới; bấy giờ lại mục châu Mang Bổng là Nguyễn Công Hải tập hợp thổ dân, đuổi bắt được 8 tên cùng với voi, đao và giáo.

Vua thân rước Hoàng thái hậu đi tuần du cửa biển Thuận An; cho bọn theo hầu đến hành cung Cáp Châu [Cáp Châu: tục gọi Bãi Sò] ăn yến.

Kinh lược sứ Nam Kỳ là bọn Trương Đăng Quế, Nguyễn Kim Bảng đi thuyền mới 6 ngày đã đến Gia Định, bèn dâng sớ tâu lên. Sau đó Kinh lược Nguyễn Kim Bảng tuổi già mắc bệnh, chuẩn cho giải chức về kinh điều dưỡng, cử Trấn Tây tướng quân Trương Minh Giảng thay thế. Trương Đăng Quế tâu rằng hạt này, sau nạn binh lửa, dân mới được yên ổn sum họp. Về việc tuyển lính, những kẻ ngu lười, lúc mới thì hoang mang sợ hãi, đến khi được các phủ huyện theo lời dụ, dẫn bảo bấy giờ mới hơi yên ổn; quan tỉnh hiện đương gọi và tuyển lính. Duy về việc đạc ruộng, nhân dân sở tại ít người biết toán pháp, không khỏi một phen phải tốn công chỉ bảo cho nhiều người tập quen để sẽ lần lượt tiến hành. Riêng quan tỉnh Gia Định tâu thêm:

"Năm ngoái, thuê mướn dân phu ở tỉnh hạt và ở Vĩnh Long, Định Tường để san bằng thân thành Phiên An cũ, và lấp các hào rãnh; đến nay công việc mới được quá nửa. Bây giờ có việc tuyển lính và đạc ruộng, dân các tỉnh gián hoặc có người phải đăng lính, có người phải nêu nhận ruộng đất, vậy xin hãy tạm thả cho họ về; chờ khi vãn việc sẽ tiếp tục làm". Vua y cho.

Trước kia, vua thấy Nam, Bắc yên lặng, triều đình nhàn rỗi, bèn dụ đến trung tuần tháng 5, sẽ đi tuần Quảng Nam, trung tuần tháng 6 sẽ đi tuần Quảng Trị; chuẩn cho quan địa phương sở tại chuẩn bị trước. Tuần phủ Nam Ngãi là Phan Thanh Giản nhân đó, trong tập thỉnh an tâu:

"Vua đi tuần du, dân các hạt nghe tin không ai không hớn hở, muốn tai được nghe tiếng ngựa xe vua đi, mắt được thấy cờ vũ mao tươi đẹp. Nhưng lúa chiêm năm nay kém, trong khoảng tháng 4, 5 chính là mùa gieo, cấy. Một khi phải làm việc ứng tiếp, được việc này, hỏng việc kia, sợ không lấy gì mà sống trọn năm được. Xin hãy tạm đình, để tiểu dân được chuyên sức làm ruộng".

Vua xem tờ tâu, không hài lòng, cách chức Phan Thanh Giản, giáng xuống làm thuộc viên lục phẩm, khổ sai hiệu lực chuộc tội; dưới quyền viên Tuần phủ mới. Sau đó Vua ra lệnh tuần du Quảng Nam vào mùa thu, sau khi đã tuần du Quảng Trị.

Vua dụ Nội các rằng: "Chữ huý các miếu, khi viết phải kính cẩn tránh đi, theo lễ, thế là phải. Đến như Ngọc điệp là để kính trọng tàng trữ, cũng như Thực lục là để ghi chép sự thực, truyền lại đời sau, không nên kiêng kỵ quá. Chuẩn cho từ nay khi soạn Ngọc điệp và Thực lục, hễ gặp chữ huý các miếu đều cho được viết đúng mặt chữ, không cần theo lối cũ, ghi là bên tả bộ gì, bên hữu chữ gì [Thí dụ: gặp chữ "thì 時", vì kiêng tên huý Vua Tự Đức không dám viết rõ là " 時" mà chỉ ghi là "bên tả bộ Nhật "日", bên hữu chữ tự "寺"].

Kho Quảng Thịnh số 8 bị hoả tai do sét đánh; viên Phủ doãn Vương Hữu Quang đốc suất quân và dân chữa cháy, dập tắt được. Thưởng cho Hữu Quang kỷ lục 1 thứ, quân và dân 200 quan tiền. Vua bảo Nội các rằng: "*Lửa do sét đánh chẳng qua là vì khí âm khí dương bắt gặp nhau, nếu không có vật dẫn lửa, thì bốc cháy ngay sao được?*" Rồi hạ lệnh dẹp bỏ vật dẫn lửa tại kho.

Tháng 4 [15/5-13/6/1836], bọn Kinh lược sứ Nam Kỳ

Trương Đăng Quế tâu về việc tuyển lính và đo đạc ruộng đất như sau:

"Lính mới tuyển ở Gia Định, Biên Hoà, Vĩnh Long, Định Tường đã dần đủ số. Còn việc đạc ruộng đã làm thử ở chỗ gần, thấy dân tình cũng có một vài người không vui, nhưng phần đông đều muốn đo đạc. Nhưng từ quan lại ở tỉnh đến các tổng lý, không một ai am tường về địa phận đông tây, về phân số mẫu sào và những cách ghi nhận, tính, đo ruộng! Bọn thần đã chỉ bảo hai, ba lần cho đến khi họ thông thuộc được, kể cũng rất gian khổ. Trong số các ruộng đem đạc có chỗ nguyên trưng là ruộng, mà nay thành ra vườn tược, nhà ở; có chỗ có cấy thực mà không có sổ; có chỗ ở xã khác mà ghi lầm vào bản xã; có chỗ nguyên trưng là 1 thửa mà nay chia làm mấy chục thửa, chuyển bán cho người ta rồi; có chỗ trước gọi là 1 thửa, mà dài rộng, quanh co đi đến nửa ngày đường mới hết chỗ cày cấy thực. Sự tình dường ấy không phải kể một nơi mà đủ cả được. Cho nên có đo đạc, tất phải kê cứu, nên không tránh khỏi kéo dài."

Binh thuyền Ma Li Căn đậu ở vũng Trà Sơn thuộc Đà Nẵng, Quảng Nam, nói có quốc thư cầu mong thông đạt, xin vào chầu. Quan tỉnh đem việc tâu lên. Vua hỏi Thị lang bộ Hộ Đào Trí Phú rằng: "*Xem tình ý lời lẽ của họ tỏ ra cung thuận, vậy có nên nhận hay không?*" Trí Phú đáp: "*Họ là người nước ngoài, tình ý giả dối cũng chưa biết chừng. Thần tưởng hãy cho họ vào Kinh, lưu ở công quán Thương bạc, phái người đến khoản đãi để thăm dò cái ý họ đến*". Thị lang Nội các Hoàng Quýnh tâu nói: "*Nước họ xảo quyệt muôn mặt, nên cự tuyệt đi. Một khi dung nạp sợ để lo cho đời sau. Người xưa đóng cửa ải Ngọc Quan, tạ tuyệt Tây Vực, thực là chước hay chống cự Nhung Địch* (4)". Vua nói: "*Họ xa cách trùng dương trên 40000 dặm, nay ngưỡng mộ uy đức triều đình mà đến sao lại cự tuyệt, chẳng hoá tỏ cho người ta thấy mình không rộng rãi ư?"*. Liền sai Đào Trí Phú cùng với Thị lang bộ Lại Lê Bá Tú, làm thuộc viên Thương bạc, đến tận nơi uý lạo thăm hỏi. Khi đến nơi, viên thuyền trưởng nói là bị ốm, không tiếp kiến được. Ta sai thông ngôn đến thăm; họ cũng sai người đáp lễ, rồi ngay ngày ấy, giương buồm kéo đi. Bọn Trí Phú đem việc tâu lên và nói: "*Chợt đến, chợt đi thực không có lễ nghĩa*!" Vua phê bảo rằng: "*Họ đến, ta không ngăn cản, họ đi, ta không đuổi theo. Lễ phép văn minh có trách gì man di cõi ngoài.*"

Ngày Ất Sửu [27/5/1836], Vua đi tuần du cửa biển Tư Dung [cửa Tư Hiền, Thừa Thiên], dừng chân ở hành cung núi Thuý Hoa [huyện Phú Lộc, Thừa Thiên]. Ngày Bính Dần [28/5/1836], Vua chơi núi Linh Thái [huyện Phú Lộc, Thừa Thiên], xem biển; chiều đến, lại chơi núi Thuý Hoa; ngày Kỷ Tị [31/5/1836] trở về cung. Nhân dịp Vua cho xây dựng chùa, gác, lầu, tháp ở núi Thuý Hoa và Linh Thái. Chuẩn cho dựng ở núi Thuý Hoa 1 chùa, 1 gác, 1 tháp; chùa đặt tên là Thánh Duyên, gác đặt tên là Đại Từ, tháp đặt tên là Điều Ngự . Dựng ở núi Linh Thái 1 chùa, 1 lầu; chùa đặt tên là Trấn Hải, lầu đặt tên là Vọng Hải.

Lại xem đài Hoả Phong tại các vùng này, nhà Vua thấy thiếu thực dụng trong việc báo khẩn cấp, nên ra lệnh dẹp bỏ và ban dụ rằng:

"*Hôm trước, nhân đi tuần du núi Linh Thái ở cửa Tư Dung, được mục kích hình trạng đài Hoả Phong này. Nhân nghĩ: đài phải có người giữ, nếu gặp có việc gì, phải ra biển xét đích xác mới dám nổi hiệu; mà đốt lửa, lại phải kéo dài thời khắc mới bốc khói, thì cũng chưa phải là nhanh chóng.*

Vả lại, các tỉnh Quảng Nam, Quảng Ngãi ở Tả trực, các tỉnh Quảng Trị, Quảng Bình ở Hữu trực đều tiếp giáp biển. Theo địa hạt, tuần tiễu ngoài biển, binh thuyền đi lại như mắc cửi, nếu có việc quan trọng khẩn cấp thì ngựa trạm phi báo, khó gì không đến ngay. So với cái đài đặt hão này há chẳng tốt gấp bội hay sao? Vậy triệt bỏ đi".

Tổng đốc Hà Ninh Đặng Văn Thiêm tâu rằng con đê đã bỏ ở xã Cổ Liêu, huyện Phú Xuyên [Hà Tây], nhân tiết Tiểu mãn, nước dâng lên quá sớm; nước sông tràn qua đê , lúa ruộng bị ngập. Những hạt tiếp giáp là các huyện Thượng Phước, Thanh Oai, Sơn Minh đều ngập nước.

Tháng 5 [14/6-13/7/1836], sai quan Kinh doãn thay Vua, làm lễ cày ruộng tịch điền; chọn chọn ngày tốt nhằm ngày Canh Dần [21/6/1836] làm lễ.

Vua đi tuần du cửa biển Thuận An, hôm sau trở về; xuống lệnh giảm việc chờ đợi đưa đón trên đường.

Có tên thư lại tham nhũng ở tỉnh Định Tường là Tống Hữu Tài; đưa quy thức đạc điền, sách nhiễu lấy tiền của dân. Việc phát giác, bọn Kinh lược sứ Trương Minh Giảng liền đem chém để làm gương.

Giặc thượng du Quảng Ngãi tụ họp trên 700 quân lẻn xuống đồn bảo Tứ Kỳ thuộc luỹ Tĩnh Man (5), cướp giết dân Kinh, bị lính đồn chặn đánh, bèn chạy trốn vào rừng sâu. Lãnh binh Nguyễn Vĩnh vì phòng bị sơ hở, bị phạt. Chưa bao lâu, bọn giặc lại lén xuống cướp gia súc và tài sản nhà dân. Nguyễn Vĩnh thân đốc quân và dân bắn giết được trên 10 tên, chém 1 đầu, đuổi lấy lại được hết những của đã bị cướp bóc.

Lúa chiêm Bắc Kỳ được mùa to. Các tỉnh đem việc này

tâu báo lên. Vua mừng, bảo bộ Công rằng:

"Đê quai sông Cửu An trước vì mùa nước lụt tràn vào trên 100 mẫu ruộng chiêm, Tổng đốc Hải Yên Nguyễn Công Trứ là Đốc biện xin chịu tội. Nay toàn hạt Hưng Yên lúa ruộng được mùa cả 10 phần, chỉ có trên 100 mẫu ấy bị hại vì lụt, tưởng cũng không đến nỗi hại cho dân ta. Vậy miễn tội cho Trứ".

Giặc người nhà Thanh đón cướp thuyền buôn ở hải phận Vân Đồn, Quảng Yên. Lại mục Nguyễn Hữu Thọ đem thủ hạ và dân phu vây bắt, chém được 4 đầu giặc, bắt được 10 tên phạm, còn các tên khác ngã xuống nước chết. Lại thu được thuyền, súng và khí giới của giặc để nộp. Vua khen, cho Nguyễn Hữu Thọ làm Chánh đội trưởng, thưởng 100 quan tiền.

Nguồn An Đại [huyện Quảng Ninh, Quảng Bình] có quân Lào lấn cướp dân Man [dân thiểu số miền núi]; quan tỉnh đem sự việc tâu lên. Vua dụ rằng:

"Đó là thói thường của người Lào đấy thôi. Nên sức cho các nguồn ở gần đó cùng nhau chống giữ, bảo khắp cho dân Man đừng vì có quân Lào đe doạ mà lòng sợ hãi, ai nấy đều nên tự cường giữ gìn bờ cõi. Nếu chúng dám lại đến nữa thì hợp sức lại, bắt giải lĩnh thưởng. Nếu sức không đương nổi, chuẩn cho báo quan phái quân đánh dẹp, cũng chưa muộn".

Tháng 6 [14/7-11/8/1836], ấn ngọc tỷ Hoàng đế đã khắc xong, thưởng cho thợ 100 quan tiền. Năm trước, được thứ ngọc tốt, đã làm thành hình ấn, mà chưa có chữ; năm ngoái sai khắc 4 chữ "Hoàng đế chi tỉ", nhưng nước ta không có thợ khắc ngọc, nên từ trước đến nay, ấn Hoàng đế đều dùng bằng vàng; sai khắc chữ vào ấn ngọc, thợ đều cho là khó. Vua nghĩ kim cương còn rắn hơn ngọc, bèn sai lấy kim cương khắc chữ vào ấn ngọc. Nhờ vậy ấn ngọc làm xong, nét chữ rõ ràng, bằng phẳng, chọn ngày tốt, đem cất vào nội cung. Đến như cách dùng ấn ấy thì chuẩn định: phàm gặp những việc lớn như đổi niên hiệu, cho đại xá, đại khánh, ban ân lớn, thì đóng ấn ngọc này mà ban hành, để tỏ điển lễ long trọng.

Sang năm Đinh Dậu, Hoàng thái hậu 70 tuổi thọ, khoẻ mạnh. Vua hằng ngày vào hầu, gặp mặt vui vẻ, trong lòng rất vui mừng; định làm lễ chúc thọ long trọng để tỏ lòng thành kính.

Quan tỉnh Hưng Hoá tâu tại châu Thuỷ Vĩ [Lào Cai], có bọn 50 người nhà Thanh cầm khí giới, vượt sang nhận bậy đất, dân ở động đã chống cự chặn lại. Chúng bèn đi, nhưng vẫn ở phía đầu đất nhà Thanh, ngày thường đi lại. Vua phán:

"*Châu ấy liền với đất nhà Thanh, chẳng qua quân giặc trốn vùng ấy đến nương tựa họ, bọn quan lại không tốt thừa cơ dẫn dụ đến để doạ nạt dân ngoài biên đó thôi. Ta chỉ nên tự giữ bờ cõi cho nghiêm giới hạn, không nên tự mình gây hấn trước, để lỡ xảy hiềm thù ngoài biên*".

Binh thuyền tỉnh Bình Định đi tuần biển, gặp giặc người nhà Thanh ở hải phận Phan Thiết; Suất đội Đỗ Viết Sửu đốc quân bắn súng, giết được 1 tên giặc, cướp được chiếc thuyền sam bản. Sửu lại bị giặc bắn trúng, ngã xuống nước chết. Việc đến tai, Vua dụ quan tỉnh lập tức lấy viên quan mẫn cán đi gấp đuổi bắt giặc; riêng Đỗ Viết Sửu được cấp tiền tử tuất gấp đôi.

Bọn Trưởng sử Trần Hưng Hoá là phái viên thuyền Phấn Bằng, từ Hạ Châu về, đem theo thuốc phiện lậu và sách đạo

Gia Tô là của cấm. Việc phát giác, Vua giao xuống bộ Hình nghiêm xét. Hoà bị tội, phát đi sung quân ở đồn Du Bình; đồng bọn là Viên ngoại lang Vũ Tể và Hiệu uý Nguyễn Lương Huy bị phát đi sung quân ở đạo Cam Lộ; Phó vệ uý Nguyễn Văn Cần phải cách chức làm lính Thuỷ quân.

Sai chế ấn ngà cấp cho Tham tán và Đề đốc thành Trấn Tây. Ấn vuông 5 phân, 1 cái khắc "**Trấn Tây Tham tán**", 1 cái khắc "**Trấn Tây Đề đốc**".

Khai mỏ sắt ở xã Tân Lang thuộc Lạng Sơn; mỗi năm, nộp sắt chín 160 cân;

Tỉnh Quảng Ngãi khám bắt được thuyền nhà Thanh chở lậu thuốc phiện sống 65 cân, thuốc phiện chín 25 lạng, đệ về Nội vụ phủ. Có người xin đợi dịp tiện sẽ chở sang Quảng Đông bán. Vua bảo rằng:

"*Thuốc phiện này là thuốc độc làm mê người, mình đã không ưa, lại muốn trút cho người khác hay sao?*".

Lập tức sai đưa đến Tam pháp ty, tiêu huỷ ngay ở Công chính đường.

Định khoá trình cho học trò quán Tứ dịch, học tập tiếng nước ngoài. Cho rằng thanh âm và từ ngữ Tây dương khó hơn tiếng Xiêm, Lào. Những người mới học, trong 3 tháng, chữ Tây mỗi ngày 2, 3 chữ; chữ Xiêm, Lào mỗi ngày 7, 8 chữ; ngoài 5, 6 tháng, chữ Tây mỗi ngày 4, 5 chữ, lên đến 6, 7 chữ; chữ Xiêm, Lào mỗi ngày 8, 9 chữ, lên đến 11, 12 chữ. Nếu có người thông minh thì không câu nệ theo hạn định này. Cứ 3 tháng 1 kỳ, một thuộc viên bộ Lễ và một thuộc viên Nội các sẽ đến nơi học, sát hạch: ai tinh thông chuyên cần thì khen thưởng; ai xao lãng lười biếng, người dạy, người học không siêng năng, đều trừng phạt cả. Đến cuối năm, bộ và Nội các sẽ hội đồng sát hạch chia hạng, làm danh sách, tâu lên

Sai các tỉnh Bình Thuận, Hà Nội và Tuyên Quang chọn con em của kẻ sĩ và nhân dân, cho họ đi học tập chữ và tiếng nói người Chiêm, người Ba Ni, người Thanh, người Thổ. Trước đây, vua đi chơi cửa biển Tư Dung [cửa Tư Hiền, Thừa Thiên], lên xem núi Linh Thái, thấy tháp đá và cột hoa văn có khắc chữ Man, các thông ngôn ở kinh đều nói không phải là chữ Xiêm, Lào, chẳng ai phiên dịch được. Vua nhân sắc cho Bình Thuận chọn phái 1 người thông thạo chữ Chiêm Thành đến kinh; người ấy nói rằng người bản xứ có hai thứ văn tự là Chiêm Thành và Bà Ni, hắn chỉ học chữ Chiêm Thành thôi, còn đây là chữ Bà Ni không dịch được. Vua sai in ra 1 tờ, ra lệnh cho Tuần phủ Thuận Khánh Dương Văn Phong hỏi khắp trong hạt, có ai hiểu được chữ ấy và dịch đại ý tâu lên. Lại chuẩn cho chọn trong tỉnh lấy 1, 2 người am tường chữ Chiêm, chữ Ba Ni, lại biết chữ Hán và 5, 6 người con em sĩ, dân, tư chất hơi sáng, để cùng dậy bảo nhau ngôn ngữ văn tự ấy. Lại sai Hà Nội chọn lấy 2, 3 người nhà Thanh trong tỉnh thành và 10 người con em sĩ dẫn để dạy và học thanh âm ngôn ngữ Trung Quốc; Tuyên Quang chọn 1, 2 người thiểu số trong hạt, và 5, 6 con em sĩ dân để dạy và học chữ nghĩa tiếng nói của các người thiểu số ở Để Định [huyện Bảo Lạc, Cao Bằng] và Vĩnh Điện [huyện Bảo Lạc, Cao Bằng]ven biên giới. Hết thảy đều cho chọn chỗ cư trú ở tỉnh thành, tháng cấp tiền lương; người dạy, mỗi tháng, tiền 1 quan 5 tiền, gạo 1 phương, người học, mỗi tháng tiền 1 quan, gạo 1 phương, rồi thường đôn đốc nhắc nhở cho chóng thông thạo để dùng.

Tổng đốc Hà Ninh Đặng Văn Thiêm tâu rằng người buôn

nhà Thanh nói có thuyền công Việt Nam trôi giạt đến Nhai Châu [Hải Nam, Trung Quốc] Vua nói rằng:

"Trước đây, Bắc Kỳ có 5 chiếc thuyền chở của công và 2 chiếc thuyền tào vận, bị bão đánh bạt đi, đã lâu không có tin tức. Nay cứ lời báo thì những thuyền ấy tưởng cũng chẳng vượt ngoài một dải hải phận Quảng Đông".

Bèn sai bọn Viên ngoại lang bộ Công Lý Văn Phức, Chủ sự Lê Quang Quỳnh đem thuỷ sư và lính pháo thủ dinh Thần cơ đáp thuyền Bình Dương đi khắp nơi đó để thăm dò.

Chú thích:

1. Cửu giai: từ nhất giai đến cửu giai gồm 9 bậc.

2. Hổ Môn: tên trấn, tại cửa sông Châu Giang, thuộc huyện Đông Hoàn tỉnh Quảng Đông.

3. Lưu quan, thổ quan: Lưu quan do triều đình bổ đến, thổ quan được chọn từ tù trưởng dân tộc thiểu số, theo chế độ cha truyền con nối.

4. Nhung Địch; Ngày xưa Trung Quốc gọi lân bang phương tây là Nhung, phương bắc là Địch.

5. Luỹ Tĩnh Man: Dài 177 dặm, từ huyện Hà Đông, Quảng Nam đến huyện Bồng Sơn, Bình Định; nhằm ngăn giặc thiểu số Thạch Bích.

232.
Vua Minh Mệnh (32) [12/8/1836-4/2/1837]

Ngày mồng 1 tháng 7 [12/8/1836] làm lễ Thu hưởng, trong kinh kỳ có mưa. Trước đây đại hạn đến vài tuần, sai cầu đảo ở miếu Vũ Sư, chưa ứng nghiệm. Nhân lễ Thu hưởng, làm lễ mật đảo ở trong cung; hôm ấy làm lễ xong, gió bắc nổi dần, đêm đến mây kéo đùn đùn. Giờ Dần [3-5 giờ sáng] ngày hôm sau, mưa to, phút chốc nhuần thấm khắp gần xa; bèn sai quan làm lễ tạ.

Sai quan tỉnh Gia Định làm lại chùa Khải Tường [gần dinh Độc Lập, Sài Gòn], nơi nhà Vua sinh. Vua dụ rằng nơi ấy là đất quý phát phước, trước đã lập chùa để lưu di tích danh thắng; nay cho đem 20 mẫu làm ruộng thờ cúng của chùa và 10 người làm phu chùa.

Ngày Nhâm Thìn [22/8/1836], thuyền ngự khởi hành từ sông Hương đi Quảng Trị. Ngày hôm ấy, vua đến hành cung Phước Điền [huyện Hải Lăng, Quảng Trị], đóng lại. Có hai bà già quỳ ở trên bờ; sai hỏi thì họ thưa rằng:

"*Nhà nghèo, thân già, không lấy gì sống được; nay nghe nói xe vua đi qua, nên quên mình đã làm bợn, làm nhàm, trông mong ơn trời thương cho kẻ cô độc nghèo khổ*". Vua sai ban cho mỗi người 10 quan tiền.

Ngày Quý Tị [23/8/1836], ngự giá đến hành cung Quảng

Trị, dân trong hạt đem dâng phẩm vật thổ ngơi gồm gạo trắng Minh Xuân, hoàng tinh, ý dĩ, ốc đá, ốc hương, hồ tiêu trắng, măng tươi, măng khô; Vua nói:

"Những vật này dẫu nhỏ, cũng đủ thấy lòng trung thành của dân ta". Sai thưởng cho ngân tiền Phi long, rồi chia những phẩm vật ấy cho các quan đi theo; lại xuống dụ giảm 2 phần 10 thuế thân năm này cho dân.

Ngày Giáp Ngọ [23/8/1836], ngự giá về kinh. Khi Vua tuần du địa phương Quảng Trị, dọc đường trông thấy lúa ruộng đều xanh tốt; duy hai bên bờ sông Vĩnh Định [phụ lưu sông Thạch Hãn] nhiều chỗ không cày cấy, hỏi ra thì dân sở tại đều nói: *"Bởi làm hơi khó, nên để cấy cả một vụ chiêm cho đỡ tốn công"*. Xét lời lẽ, Vua thấy đất ấy không phải là không cấy vụ mùa được, chẳng qua dân vì sợ khó nhọc, hoặc không đủ vốn, nên không nhất tề cày cấy; nên ra lệnh cho quan tỉnh xét nếu kẻ nào nghèo túng không đủ sức thì cho vay tiền hoặc thóc, để họ chăm việc cày cấy; mong đồng ruộng không bỏ hoang, dân có thừa lương thực.

Quảng Bình chở 190.000 quan tiền, mà lần trước đã tìm mò được, đến bến sông Hồ Xá [huyện Vĩnh Linh, tỉnh Quảng Trị]; rồi phái thự Thống chế Lương Văn Liễu đem binh thuyền chở tiếp về kinh dâng nộp.

Binh thuyền tuần biển ở tỉnh Phú Yên bắt được 8 tên giặc biển Chà Và [Java, Indonesia]. Việc tâu lên, Vua ban thưởng quan tỉnh kỷ lục 1 bậc và thưởng các quân binh 100 quan tiền.

Việc đạc ruộng ở sáu tỉnh Nam Kỳ đã xong. Bọn Kinh Lược sứ Trương Đăng Quế, Tôn Thất Bạch, Nguyễn Đắc Trí đến ngày 18 [29/8/1836] **và** 19 [30/8/1836] chia ra từng đợt đi theo đường trạm trở về kinh; Trương Minh Giảng cũng nhằm ngày 19 về thành Trấn Tây nhận chức. Họ đệ trình bản sách ghi số mục ruộng đất, trước đây ruộng đất nộp thuế là 20197 sở, 13 dây, 8 khoảnh và hơn 3464 mẫu; nay đạc thành các hạng ruộng đất là hơn 630.075 mẫu.

Tháng 8 [11/9-9/10/1836], Kinh lược sứ Trương Đăng Quế, Phó sứ Tôn Thất Bạch và Nguyễn Đắc Trí từ Nam Kỳ về đến kinh đô, vào chầu. Vua vời lên điện, uý lạo hồi lâu, thân rót rượu ban cho, rồi xuống dụ rằng: Kinh lược đại thần Trương Đăng Quế khâm mạng đi vào Nam Kỳ đo đạc ruộng đất, biết giữ công bằng ngay thẳng, vô tư, hoàn thành được công việc, không làm nhục mệnh vua, dẫu không so sánh được với người đi đánh dẹp ở cương trường, mở rộng đất đai bờ cõi, nhưng lần đầu đi kinh lý, làm cho cương giới được phân minh, nhân dân sáu tỉnh đều được lợi ích và vui vẻ. Lại xếp đặt phủ Tây Ninh, khiến cho dân ẩn lậu đều trở thành làng, ấp tất cả. Như vậy không khác gì những người có công mở mang đất đai bờ cõi; thực rất đáng khen. Vậy thưởng cho Trương Đăng Quế: 1 con cá bằng vàng, để ngụ ý cá nước duyên ưa, 1 thẻ bài bằng ngọc trắng có chữ "thọ" bằng bát bửu, có dây đeo xâu san hô rủ xuống, 1 cái chén bằng ngọc bịt vàng và 1 quả cây bằng vàng. Tôn Thất Bạch và Nguyễn Đắc Trí giúp đỡ công việc, cũng đáng khen; vậy đều thưởng cho 1 thẻ bài bằng ngọc trắng có chữ "thọ", có dây đeo xâu san hô rủ xuống, 1 quả cây bằng vàng, 1 cái chén có nắp bằng ngọc. Công lao Trương Minh Giảng cũng ngang với Trương Đăng Quế, vậy thưởng cũng như nhau.

Triệu Bố chính Gia Định là Tôn Thất Lương về kinh; cho Tả thị lang bộ Lại là Hoàng Quýnh đến thay. Quýnh tâu nói: "*Thần làm quan ở ngoài, nhà nghèo, con nhỏ, không trông vào đâu để có ăn. Vậy xin lưu số gạo lương ở nhà để nhà lĩnh dùng*". Vua phê rằng: "*Thưởng cho tiền 100 quan, gạo 100 phương, để cho con cái ăn. Trẫm vốn biết ngươi nghèo, cũng không trừ vào lương bổng của ngươi.*"

Kinh sư gió to, mưa lớn, nước lụt tràn trề. Vua ra kỳ đài, xem nước sông, bảo bầy tôi theo hầu rằng: "*Lúa đương ngậm màu thế mà gặp gió bão mưa lụt, e bị tổn hại; nhưng mưa trước, gió sau, gốc lúa có nước để nương tựa được, tưởng cũng không đến nỗi đổ non; dù có tổn hại cũng chẳng qua 1, 2 phần thôi.*" Ngày hôm sau nước rút, trời mưa nhỏ. Vua nói: "*Tục truyền mưa rửa bùn, tức là mưa này; vì cỏ cây một khi bị ngập lụt, cành lá dính bùn, lâu thì khô héo, cho nên nước rút mà có mưa nhỏ để rửa đi, rồi muôn loại cỏ hoa nhờ đó nảy nở tươi tốt. Thế mới gọi là sau cơn sấm sét, tất có móc mưa. Đó là một chứng nghiệm về lòng nhân từ của trời sinh ra muôn vật!*" Sau đó phủ thần Thừa Thiên tâu rằng: "*Xem khắp ruộng lúa trong kinh kỳ: chỗ thấp có tổn hại chút ít, chỗ cao đều tốt; nhà cửa nhân dân đều không bị đổ*". Vua rất mừng.

Riêng tỉnh Quảng Trị cũng mưa lụt. Nhà cửa nhân dân bị đổ đến hơn 1.000 nóc và có người chết đuối. Vua dụ cho quan tỉnh trích tiền kho ra phát chẩn.

Tháng 9 [10/10-8/11/1836], nội các tâu về các đơn kiện ty Tam pháp đã thu nhận, phần nhiều bịa đặt. Vua phàn nàn:

"*Đời xưa đặt cây trụ gỗ cho dân ghi lời chê bai (1) để mở rộng đường chính trị và thông đạt tình kẻ dưới. Nhưng Đường, Ngu là đời đại đồng, dân đen cảm hoá, liền nhà đáng nêu khen cả, thiết tưởng trụ gỗ ấy cũng đặt làm vì đó thôi. Từ lúc thói thuần hậu chuyển sang tục kiêu bạc, ba đời Hạ,*

Thương, Chu đã không bằng đời Đường, đời Ngu, mà các đời Hán, Đường, Tống lại không bằng Hạ, Thương, Chu. Nay trẫm đặt ty Tam pháp, định nhật kỳ thu nhận đơn kiện. Phàm thần dân trong Kinh, ngoài trấn, ai có oan uổng, cho được đưa đơn tố cáo; lại đặt cái trống "đăng văn" (2), *ai có việc bị hại thiết thân đều được đánh lên. Đó là muốn cho nỗi u ẩn của kẻ dưới được đề bạt lên Vua nghe. Thế mà gần đây, những đơn tố cáo, hoặc nói quan lại tham nhũng, hoặc nói cường hào lấn áp, tới khi giao xuống tra xét, thì phần nhiều là bịa đặt. Phong tục kiêu bạc như thế đấy! Nếu lại theo cổ, dựng cây cột trụ, thì những kẻ ghét ai, chắc sẽ ghi rõ tên họ người ấy vào cột trụ đó, không ngày nào không có. Trẫm đã ban bố giáo điều, chưa từng không để ý đến nhân tâm, phong tục là việc cần nhất. Có lẽ phải nhuần thấm lâu ngày rồi sau trong nước mới cảm hoá hoàn toàn chăng?"*

Thự Án sát Quảng Nam Lê Hữu Đức tâu rằng nguồn Chiên Đàn trong tỉnh là nơi tụ tập buôn bán. Những kẻ xấu phần nhiều lén lút buôn bán với dân tộc thiểu số đến nỗi thường hay gây hấn sinh sự. Vua xuống dụ cho dựng một cái đồn ở nơi quan trọng tại chỗ nguồn ấy, gọi là đồn Chiên Đàn vị trí tại gò đất xã Đại An, huyện Tam Kỳ, bốn mặt đồn chu vi 80 trượng, cao 5 thước, hào rộng 6 thước, sâu 3 thước; phái 50 quân binh thay phiên đóng giữ.

Án sát Tuyên Quang Nguyễn Văn Liễn tâu rằng tô thuế tại các huyện Để Định [huyện Bảo Lạc, Cao Bằng], Vĩnh Điện [huyện Bảo Lạc, Cao Bằng] trong hạt đều nộp ở tỉnh, việc đài tải rất vất vả; mà thổ binh ở 3 đồn Tụ Long (3), Tuyên Tĩnh [huyện Bảo Lạc, Cao Bằng], An Biên [Hà Giang], lương tháng phải lĩnh ở tỉnh, đi lại tốn nhiều. Vậy xin theo số lính hiện tại, đem số tô thuế các huyện phải nộp, chiết đi, chứa ở trong dân, để theo từng tháng mà chi cấp; như vậy quân và dân đều tiện cả hai. Vua chuẩn cho đặt 1 kho nhỏ ở phủ lỵ An Ninh (4) thu tiền và thóc trong phủ để cấp cho quân binh.

Tên đầu sỏ thổ phỉ trốn thoát là Đoàn Danh Lại lâu năm làm giặc; quân và dân các địa phương ở Bắc Kỳ phần nhiều bị hại. Năm ngoái, tỉnh Hải Dương bắt được, đem giam, Danh Lại vượt ngục trốn. Đến bấy giờ hắn lén đến huyện Gia Lâm, tỉnh Bắc Ninh. Tỉnh phái thám tử là Tú tài Bùi Duy Kỳ đem gia đinh, hiệp cùng Tổng lý sở tại bắt được, giết đi. Thưởng cho Duy Kỳ 500 quan tiền và ban chức hàm Tư vụ, hậu bổ ở bộ.

Khai mỏ vàng Tiên Kiều tại huyện Vĩnh Tuy [Hoàng Xu Phì, Hà Giang]. Sai Lang trung bộ Hộ là Mai Viết Trang trông nom công việc, thuê điều quân dân 100 người đến làm; hơn 4 tháng mà thu hoạch chỉ được 5 lạng vàng cám, mà chi phí thì nhiều. Trang bị tội cách chức; ủy cho tỉnh thần mộ người đãi vàng làm.

Xây dựng vườn Thư Quang, ở phường Nhuận Ốc trong kinh thành; chính giữa là lầu Thưởng Thắng, phía đông là viện Niên Phương, phía nam là hiên Trừng Phương, phía tây là nhà Truy Phương, phía bắc là viện Lệnh Phương; tầng dưới lầu có cái biển khắc 4 chữ "***Tứ tự thuận sướng***" [Bốn mùa thoải mái]. Sai thự Thống chế Mai Công Ngôn và Lê Văn Thảo trông coi, đem 4.000 quân binh tạo tác.

Triều đình nhà Thanh nhắc nhở các bộ về việc năm sau Sứ thần Việt Nam sẽ đến cống:

"***Ngày 27 Đinh Mùi tháng 9 năm Đạo Quang thứ 16*** **[5/11/1836]**, *Dụ Nội các:*

"*Lương Chương Cự* [Tuần phủ Quảng Tây] *dâng tấu*

triệp về ngày Cống sứ đến quan ải. Vào năm sau, theo lệ Việt Nam đến kỳ triều cống. Sứ thần mang phẩm vật đến cống, chuẩn cho vào tháng 7 đến kinh đô. Bộ liên hệ nhớ hiểu rõ việc này." (**Tuyên Tông Thực Lục** quyển 289, trang 21)

Tháng 10 [9/11-7/12/1836], sai hai bộ Lại và Binh lựa nhân viên các nha ở kinh, lấy 5 người tuổi tác lão thành, tính hạnh thuần thục, bổ làm Trưởng sử, phó Trưởng sử, hoặc Cai đội ở các phủ Hoàng tử Miên Thần, Miên Thủ, Miên Thẩm [Tùng Thiện Vương], Miên Trinh [Tuy Lý Vương], Miên Bảo, mỗi phủ 1 người.

Tỉnh Phú Yên bị bão, nhà bị đổ đổ hơn 4000 nóc, chết đuối hơn 100 người. Vua được tin lấy làm thương xót, sai quan tỉnh phát tiền kho, thân hành đến chẩn tuất.

Tổng đốc An Tĩnh là Tạ Quang Cự, trước đã từng làm Tổng thống quân vụ Ninh Bình, am tường tất cả núi sông, đường sá, thổ tục, nhân tình ở đó; nay cùng Hà Duy Phiên đi kinh lý Ninh Bình, trù tính cơ mưu bắt kẻ tội phạm trốn là Quách Tất Công và Quách Tất Tại.

Bắt đầu đặt "**Giao tử vụ**" tức cơ quan hối đoái, gửi tiền và chuyển tiền ở Cao Bằng. Phàm các thương nhân buôn bán đem tiền thu được đổi lấy giao tử ((2); khi về đến địa phương sở tại, đưa bằng khoán lấy tiền ra. Như vậy tiền ở trong hạt không bị người buôn đem đi, mà sự chi dụng của dân cũng được tiện.

Xây đắp lại tỉnh thành Gia Định ở thôn Hoà Mỹ, huyện Bình Dương. Nhân nghịch tặc đã dẹp yên, bộ Công bàn cho rằng thành cũ cao rộng quá, nghĩ nên giảm bớt đi cho hợp thể chế. Thành cũ, thông thuỷ rộng 127 trượng 5 tấc, thân thành cao 14 thước 5 tấc, dày 5 trượng; trên bức nữ tường có khoét lỗ châu mai bắn súng. Hào rộng 6 trượng; 8 cửa thành và 3 mặt tả, hữu, hậu. Ngoài các cửa lại có thành dương mã, đào thêm 1 lần hào. Nay giảm đi lòng thành thông thuỷ rộng 90 trượng, thân thành chu vi 484 trượng, cao 10 thước 3 tấc, dày 1 trượng 8 thước; bề ngoài xây đá, trên rộng 1 thước 8 tấc, dưới rộng 5 thước 1 tấc; mở 4 cửa. Hào rộng 3 trượng 5 thước, sâu 7 thước. Còn cửa pháo môn và thành dương mã đều bỏ cả. Sai giám thành hội với tỉnh thần cùng xem địa thế, rồi chuẩn cho dời đặt ở góc đông bắc thành cũ; địa thế nơi này vuông và ngay ngắn, tả hữu hơi bằng phẳng, phía trước thấp, phía sau cao. Sông đằng trước sâu rộng, nước chảy uốn quanh ôm lấy. Trước vì việc lấp hào còn bận rộn nên hoãn lại; đến bấy giờ mới sai bộ đưa kiểu mẫu đã ấn định, điều động quân và dân 4 tỉnh Gia Định, Biên Hoà, Vĩnh Long, Định Tường, 10000 người, khởi công xây đắp; 2 tháng sau, thành xây xong. Vua sai phát 1000 tiền kho, sắm sửa trâu, rượu, thết đãi các quan, dân.

Bắt đầu chế 4 cái ấn để đóng vào các sử sách và hoạ đồ: 1 ấn khắc 4 chữ triện "**Tuấn triết văn minh**" [Thâm thuý, khôn ngoan và văn minh]; 1 ấn khắc 4 chữ triện "**Quan văn hoá thành**" [Xem văn chương, thấy muôn vật đều thành tựu giáo hoá]; 1 ấn khắc 4 chữ triện "**Khuê bích lưu quang**" [Sao Khuê như ngọc bích toả sáng]; 1 ấn khắc 4 chữ triện "**Tân hựu nhật tân**" [Ngày lại ngày đổi mới].

Vua bảo Hiệp biện đại học sĩ Trương Đăng Quế rằng sau khi đạc ruộng ở Nam Kỳ, thường sai thăm dò dân tình, thì họ đều nói khi mới đạc cứ tưởng ruộng đất thêm nhiều, thì tô thuế thêm nặng, trong lòng không khỏi ngờ vực; chẳng ngờ sau khi kinh lý, bờ cõi đã đúng, kẻ giàu không được bá chiếm, người nghèo đều có tư sản, mà thuế khoá lại khoan giảm, dân được ơn rất nhiều.

Quan thành Trấn Tây tâu rằng tin do thám cho biết người Xiêm sắp phong Nặc Ong Yêm làm Quốc vương Chân Lạp, lập đồn tại Bắc Tầm Bôn [Battambang, Cambodia] để ở, hòng ngấm ngầm thu phục lòng người Chân Lạp. Lại nghe nói họ muốn đưa vợ Phiên vương Nặc Chăn về phủ Hải Tây [tây biển hồ Tonlesap].

Sai phân phát bản vẽ các hiệu cờ nước ngoài cho tấn phận Thuận An, Đà Nẵng và cửa ải Hải Vân mỗi nơi một bản. Nếu thấy có tàu nước ngoài đến đỗ ở tấn phận thì đối chiếu ngay hiệu cờ tàu ấy, so với cách thức trong bản vẽ, sẽ nhận ra cờ nước nào; rồi kể rõ trong bản tấu phiến và phụ thêm tờ giấy vẽ rõ dáng hiệu cờ của cái tàu đã đến ấy, đưa về bộ xét nghiệm.

Bọn thổ phỉ ở Thanh Hoá nổi lên ở châu Quan Hoá. Trước đây, bọn giặc trốn ở Ninh Bình là Quách Tất Công, Quách Tất Tại lén nuôi con cháu nhà Lê là Lê Duy Hiển, suy tôn làm minh chủ. chiêu tập các đồ đảng, đúc ấn, đặt chức quan. Tất Công xưng Tiền quân thống tướng; Tất Tại xưng Hậu quân thống tướng, mật dụ các thổ ty, thổ mục ở Quan Hoá, Cẩm Thuỷ, Lang Chánh thuộc Thanh Hoá, ấn định ngày khởi binh. Chúng xui bọn Phạm Công Nho người động Ái Chử [huyện Quan Hoá, Thanh Hoá], Hà Công Kim người sách Cổ Lũng [huyện Quan Hoá, Thanh Hoá], Phạm Bá Nho người động Hồi Xuân [huyện Quan Hoá, Thanh Hoá] đem hơn 500 đồng loã, đánh trống, bắn súng, thẳng tới động Hồi Xuân tức châu lỵ mới của châu Quan Hoá, giết Tri châu là Tô Danh Cận ném xác xuống sông. Thự Tổng đốc Hoàng Văn Ẩn được tin báo, phái uỷ Lãnh binh Nguyễn Văn Kỳ đem theo Quản vệ Nguyễn Cửu Ngọ, Phạm

Văn Huy và hơn 400 biền binh đi gấp, đốc suất quân binh phái đi trước là bọn Lê Văn Chấn và Đỗ Văn Tình, tuỳ cơ đánh dẹp. Con của Cận là Tô Danh Ước, cử nhân, hậu bổ tại Sơn Tây, xin đi tòng quân để báo thù cho cha. Vua khen là biết căm phẫn theo đại nghĩa, chuẩn y cho đi. Sau khi yên việc, Ước tìm thấy hài cốt của cha, đem về chôn cất. Sau đó có chiếu chỉ dùng Ước làm Tri huyện; nhưng bị bệnh chết.

Tháng 11 [8/12/1836-6/1/1837], Vua cho rằng mỏ chì Lũng Sơn và Bản Sơn ở Thái Nguyên, việc làm đã tốt dần, bèn thăng bổ phái viên Nguyễn Đại Cận làm Hàn lâm Tu soạn; Chu Văn Hỗ được thưởng Chánh bát phẩm bá hộ vì đã ra sức chiêu mộ phu. Sai Bảo tuyền cục Nguyễn Đức Hộ đi đến hiệp đồng làm việc; Đức Hộ lại xin khai mỏ chì ở Chỉ Sơn, gần Bản Sơn; Vua y cho.

Quan kinh lược Ninh Bình Tạ Quang Cự và Tham tán Hà Duy Phiên tiến binh đến phủ thành Thiên Quan [huyện Nho Quan, Ninh Bình]; sai bọn Quản cơ Ngô Đình Uý và Đinh Văn Nhị đem hơn 500 lính, chia đi đến các xã Ngọc Lâu, Quỳnh Côi thuộc huyện Lạc Thổ [huyện Lạc Sơn, Hoà Bình] phòng ngừa ngăn chặn giặc. Quang Cự xin đóng binh ở phủ thành vài ngày, nghiêm cách dò thám đích xác nơi kẻ phạm trốn tránh, rồi tức khắc chia đường tiến lên và báo cho các tỉnh lân cận hội tiễu; nhắm bắt hay chém hết sạch bọn Tất Công, Tất Tại và những tên tòng đảng là Quách Phước Thành và Đinh Thế Đức.

Sai sứ sang nhà Thanh; cử Bố chính Bình Định Phạm Thế Trung làm Chánh sứ; Thị giảng học sĩ Nguyễn Đức Hoạt làm Giáp phó sứ; Quốc tử giám Tư nghiệp Nguyễn Văn Nhượng làm Ất phó sứ.

Sai bọn Thị lang Nội các là Nguyễn Tri Phương và Quản thị vệ là Vũ Văn Giải, đem theo các viên bị cách được hiệu lực là Trần Danh Bưu và Hoàng Công Tài đáp các thuyền hiệu Thuỵ Long, Linh Phượng, Vân Điêu, Thanh Loan đi đến các nơi Giang Lưu Ba [Jakarta, Inđônêxia], Tân Gia Ba [Singapore] và Hòn Cau, làm việc công. Đặt thể lệ các thuyền phái đi đường biển được đặt súng để tự vệ; 2 thuyền Thuỵ Long, Linh Phượng, mỗi thuyền đều đặt 6 cỗ quá sơn pháo, 10 cỗ chấn hải pháo, và mỗi thuyền 6 lính pháo thủ; 2 thuyền Vân Điêu, Thanh Loan, mỗi thuyền đặt 4 cỗ đại bác, 6 cỗ quá sơn pháo, 6 cỗ chấn hải pháo, và mỗi thuyền 4 lính pháo thủ, lại cấp đủ các hạng đạn liên châu. Chấn hải pháo nguyên là súng thép của Tây Dương chế, lòng súng, đường kính 1 tấc 9 phân, chuyên bắn bằng đạn liên châu, rất lợi về thuỷ chiến.

Sai tỉnh Tuyên Quang đặt mua đồng đỏ tại Tụ Long, giao trước tiền công để làm vốn cho các nghiệp hộ; hằng năm đặt số ngạch nhất định là 100.000 cân; mỗi 100 cân đồng trả 40 quan tiền.

Lãnh binh Thanh Hoa là Nguyễn Văn Kỳ tiến đến động Hồi Xuân [huyện Quan Hoá, Thanh Hoá], chia phái quân binh lùng nã thổ phỉ, bắt được 6 tên. Bọn yếu phạm là Phạm Công Nho và Phạm Bá Nho rút về Ái Chử; Nguyễn Văn Kỳ đem quân truy kích. Bọn giặc Phạm Công Nho, Phạm Bá Nho đem đồ đảng đến vây; quân triều đình giao chiến, cũng có người chết và bị thương. Văn Kỳ sai người đến báo với thự Tổng đốc Hoàng Văn Ẩn xin quân tiếp viện. Ẩn tiến quân đến Thiết Úng, gặp giặc, chém được một thủ cấp; quan quân cũng có người bị thương, Ẩn lại lui về La Khán [huyện Cẩm Thuỷ, Thanh Hoá].

Bọn giặc tại Thanh Hoa là Hà Công Kim, Đinh Kim Bảng cùng với tên phạm trốn là Phạm Thúc Liêm, tụ tập hơn 1000 tên, từ châu Lang Chánh, tràn xuống địa hạt 2 huyện Thuỵ Nguyên [huyện Thiệu Hoá, Thanh Hoá], Lôi Dương [huyện Thọ Xuân, Thanh Hoá]; chúng sai đồ đảng là Lê Phi Ất, Lê Phi Bài, đến bắt Tri châu Lang Chánh là Hồ Tố Thiện giết đi. Bố chính Nguyễn Nhược Sơn được tin báo, bèn phái Vệ uý Tô Văn Trực, Phó lãnh binh Đặng Công Thập, đem 600 quân binh, 5 thớt voi trận, chia đi đánh dẹp. Lại phi báo cho Kinh lược, Tham tán đạo Ninh Bình, điều động ngay quân tinh nhuệ, đi gấp tới quân thứ của thự Tổng đốc Hoàng Văn Ẩn để hội tiễu.

Tháng chạp [7/1-4/2/1837], thuyền buôn Anh Cát Lợi đi qua Hoàng Sa, mắc cạn, bị vỡ và đắm; hơn 90 người đi thuyền sam bản đến bờ biển Bình Định. Vua được tin, dụ tỉnh thần lựa nơi cho họ trú ngụ, hậu cấp cho tiền và gạo. Lại phái thị vệ thông ngôn đến dịch lời thăm hỏi, tuyên chỉ ban cấp. Bọn họ đều quỳ dài, khấu đầu không thôi. Sự cảm kích biểu lộ ra lời nói và nét mặt. Phái viên về tâu, vua nói: *"Họ, tính vốn kiệt hiệt, kiêu ngạo, nay được đội ơn chẩn tuất, bỗng cảm hoá, đổi được tục man di. Thật rất đáng khen. Sai thưởng cho thuyền trưởng và đầu mục, mỗi người 1 áo đoạn vũ hàng màu, 1 quần vải tây và 1 chăn vải; các người tuỳ tùng mỗi người 1 bộ áo quần bằng vải màu. Sắc sai phái viên sang Tây là Nguyễn Tri Phương và Vũ Văn Giải đưa họ sang bến tàu Hạ Châu* [Singapore], *cho về nước."*

Riêng trang mạng **AL summary** chép về chiếc tàu HMS Cormorant bị đắm tại đảo Paracel [Hoàng Sa]vào năm 1836, cung cấp thêm những điểm sau đây:

- HMS Cormorant là tàu của hải quân Anh bị đắm trong

trận bão.

- Nạn đắm tàu xảy ra gần đảo Paracel, vùng đất tranh chấp tại biển Nam Trung Quốc.

- Tàu thi hành một phần nhiệm vụ khám phá và hiện diện hải quân.

- Địa điểm bị đắm trở thành nơi đáng lưu ý về khảo cổ hàng hải.

- Sự cố này nêu bật những thách thức về việc điều chỉnh hướng đi ở vùng biển nguy hiểm.

- Vụ đắm tàu là lời nhắc nhở về các cuộc xung đột hàng hải trong lịch sử ở khu vực này.

Xây pháo đài Ninh Hải ở tỉnh Khánh Hoà. Phần biển tỉnh này rộng và xa, lại nhiều hòn đảo; quân cướp biển và bọn buôn lậu thường ẩn núp ở đó. Tại vùng Nha Trang có một quả núi, phía trước là đầm sâu, người và thuyền tụ tập đông đúc. Quan tỉnh xin xây pháo đài ở đỉnh núi, đặt đại bác, phái lính đóng giữ, thì thế lực có thể khống chế cả 3 mặt đông, nam, bắc. Vua bèn sai bộ Công đưa kiểu mẫu cho làm. Trung tâm pháo đài rộng 10 trượng, thân dày 1 trượng 2 thước; bên trong cao 3 thước 2 tấc, trên rộng 1 thước 5 tấc, dưới rộng 1 thước 8 tấc; bên ngoài cao 6 thước 3 tấc, trên rộng 2 thước 1 tấc, dưới rộng 2 thước 7 tấc;cửa pháo đài cao 8 thước 3 tấc, trung tâm cao 5 thước 4 tấc, rộng 4 thước 1 tấc.

Quan Kinh lược Ninh Bình Tạ Quang Cự và Tham tán Hà Duy Phiên trước định đánh dẹp Thạch Bi [huyện Lạc Sơn, Hoà Bình], rồi đến Sơn Âm [huyện Lạc Sơn, Hoà Bình], thì tiếp được tin Thanh Hoa phi báo rằng Lãnh binh đạo

Quan Hoá là Nguyễn Văn Kỳ bị giặc ngăn trở và thự Tổng đốc Hoàng Văn Ẩn không tiến quân, lại đóng ở La Khán. Liền sai lũ Quản vệ Nguyễn Tiến Tá đem 1000 quân binh đi cứu viện; rồi tự đem quân và voi tiến đóng Quỳnh Côi [huyện Lạc Sơn, Hoà Bình], một là để làm thanh thế tiếp ứng cho các đạo ở Thanh Hoá, hai là để tuỳ cơ đánh bắt giặc.

Tỉnh Hưng Hoá khẩn cấp đốc thúc quan quân đang phòng chặn ở hai châu Mai [Hoà Bình], Mộc [Sơn La] lên đường thẳng tới quân thứ Nguyễn Văn Kỳ để cứu viện đánh dẹp. Sau đó, thổ mục Ninh Bình, Quách Công Độ, liền bắt được đồ đảng giặc là Quách Phước Thành ở xã Thiên Mỗ thuộc huyện Lạc Thổ [huyện Lạc Sơn, Hoà Bình]. Tạ Quang Cự thưởng trước cho Công Độ áo mặc và hà bao gấm để khuyến khích, rồi đem sự việc tâu lên: "*Phước Thành là tên chính yếu phạm trong bọn giặc, nay đã bị bắt thì Quách Tất Công như mất một cánh tay, mà bọn thổ ty, thổ mục thấy thế, cũng được khuyến khích.*"

Thự Tổng đốc Thanh Hoá là Hoàng Văn Ẩn đóng binh ở La Khán [huyện Cẩm Thuỷ, Thanh Hoá], vì số quân binh đem đi không đầy 500, mà nơi ấy bốn mặt núi non trùng điệp, không đóng đồn được, lại rút quân về tổng Quan Hoàng, huyện Cẩm Thuỷ. Khi đến Quan Hoàng, vừa gặp viện binh đạo Ninh Bình đến hội; lại có bọn Hà Công Dựng, thân nhân của những tên phạm bị giam là Hà Công Đức, Hà Công Hồ, đem thủ hạ đến trong quân, xin tình nguyện lập công chuộc tội cho lũ Công Đức, Công Hồ. Ẩn bèn cho đi đưa đường, trải qua các sách Việt An, Gia Dụ [huyện Cẩm Thuỷ, Thanh Hoá], Thuỵ Doanh, Bình Điện [huyện Cẩm Thuỷ, Thanh Hoá] đến sách Thạch Lẫm [huyện Cẩm Thuỷ,

Thanh Hoá] phá luôn hết các trại giặc dựng bằng kè gỗ; bọn giặc trốn vào trong rừng.

Hoàng Văn Ẩn lại từ sách Thạch Lẫm [huyện Cẩm Thuỷ, Thanh Hoá] tiến đến sách Kim Lô. Thổ dân sở tại săn bắt được 5 tên trong đảng giặc, đem dâng nộp, đều giết đi. Khi đến sách Thiết Ủng, thì đạo binh của Nguyễn Văn Kỳ đã từ Ái Chử [huyện Quan Hoá, Thanh Hoá], phá vòng vây đến. Trước kia, Kỳ bị giặc vây, quân cứu lâu không đến, bèn uỷ cho Quản vệ Nguyễn Văn Huy ra trước, rồi quan quân tiếp sau đốt phá 5 trại giặc, chém được hơn 20 thủ cấp. Bọn giặc tan chạy, giải được vòng vây; nhân vì lương thực đã hết, Kỳ bèn rút về.

Tổng đốc Sơn Hưng Tuyên Lê Văn Đức tâu rằng Nguyễn Văn Quýnh, Quản vệ Hưng Hoá, đem binh đóng chặn ở 2 châu Mai, Mộc thẳng tới động Hồi Xuân [huyện Quan Hoá, Thanh Hoá], hai lần đánh nhau với giặc, chém được 2 thủ cấp, bắn chết cũng nhiều. Nơi ấy núi khe hiểm trở gập ghềnh, phía trước cách sông Mã, không có thuyền để sang, nên chưa thể đạt tới chỗ quân thứ của Nguyễn Văn Kỳ. Nay Nguyễn Văn Kỳ đã đánh tan bọn giặc, đã hội quân với đại binh, thì không cần đi cứu viện cho đạo quân ấy nữa; nên đã sai Nguyễn Văn Quýnh rút quân về đóng ở Mai Châu và Mộc Châu.

Thự Đề đốc Tôn Thất Bật đến sách Thạch Lẫm [huyện Cẩm Thuỷ, Thanh Hoá], cùng với thự Tổng đốc Thanh Hoá là Hoàng Văn Ẩn, chuyển về Thuỵ Nguyên [huyện Thiệu Hoá, Thanh Hoá]. Được tin hơn 500 phỉ tụ tập ở các sách Ngọc Khuê, Cao Trĩ [huyện Thiệu Hoá, Thanh Hoá], họ bèn chia đường đều tiến. Bọn phỉ chẹn chỗ hiểm yếu, bắn súng chống lại. Quân triều đình xông đánh, chém được tên đầu mục Phạm Văn Chiếu và vài thủ cấp; giặc tan vỡ, lẩn trốn.

Sai Hiệp biện Đại học sĩ sung Cơ mật viện đại thần là Trương Đăng Quế làm Thanh Hoa Kinh lược sứ; Hữu thị lang bộ Hình là Doãn Uẩn và Bố chính Bắc Ninh là Nguyễn Đăng Giai làm Kinh lược phó sứ. Khi đến tỉnh, từ thự Tổng đốc Hoàng Văn ẩn đến thự Đề đốc Tôn Thất Bật trở xuống, đều cho đặt dưới sự điều khiển.

Thuyền nước Pháp đến đậu ở Mỏ Diều [Gành đá Bàn Than] thuộc Quảng Nam. Tỉnh thần sai người đến hỏi, thì họ nói: "*Thuyền của thành Tu Luân, quốc trưởng sai đi thao diễn ở đường biển, đã hơn 1 năm, nay từ Ma Cao* [Quảng Đông, Trung Quốc] *đến đây, xin ở lại 1, 2 hôm để lấy củi và nước.*" Xuống khám qua, thấy thuyền dài hơn 8 trượng, rộng hơn 1 trượng 8 thước, cao hơn 1 trượng 5 thước, 3 tầng ván lát, 3 cột buồm to, 24 cỗ đại bác, 10 cỗ súng quá sơn, súng điểu sang, súng mã pháo, dao ngắn đều có hàng trăm; 6 chiếc xuồng. Cuối thuyền treo cờ tam tài vuông màu xanh, trắng, đỏ. Quan tỉnh thần lấy làm ngờ, nghiêm sức cho binh thuyền ở tấn phận phải đi tuần tiễu, và phi tư cho tỉnh Quảng Ngãi phòng bị, rồi dâng sớ tâu lên. Qua hôm sau, thuyền bắn 1 phát đại bác rồi đi.

Đắp đê mới ở xã Mai Xá, huyện Mỹ Lộc, tỉnh Nam Định; đê dài hơn 200 trượng. Khi công việc xong, thưởng tiền 5.00 quan.

Ban các sách Ngũ kinh, Tứ thư đại toàn, Tứ thư nhân vật bị khảo và Thi vận tập yếu cho các học đường ở Kinh và các tỉnh, cộng 1.170 bộ).

Thự Tổng đốc Thanh Hoá là Hoàng Văn Ẩn và thự Đề đốc Tôn Thất Bật, đóng binh ở Cao Trĩ [huyện Thiệu Hoá, Thanh Hoá], được tin bọn giặc ở các sách Dựng Tú [huyện Thiệu Hoá, Thanh Hoá], Nông Vụ [huyện Thọ Xuân, Thanh

Hoá], chia nhau đóng đồn chẹn giữ những chỗ xung yếu; khiến quân binh hai đạo thuộc Tô Văn Trực và Đặng Công Thập không tiến lên được. Ẩn và Bật bèn chia đường, thẳng đến Dựng Tú, đánh đằng sau lưng, giặc bỏ đồn bảo chạy. Họ hội binh với Tô Văn Trực ở sách Hào Lương [huyện Thiệu Hoá, Thanh Hoá], từ xa làm thanh thế tiếp ứng cho đạo binh của Đặng Công Thập. Hôm sau, Đặng Công Thập từ trang Bái Thượng [huyện Đông Sơn, Thanh Hoá], lén qua sông Lương [sông Chu], đánh úp phá vỡ được đồn giặc ở Nông Vụ [huyện Thọ Xuân, Thanh Hoá]. Ẩn và Bật liền đem các đạo quân, nhất tề đến xã Lũng My [huyện Thiệu Hoá, Thanh Hoá] đóng đồn; sau đó, Hoàng Văn ẩn bị bệnh, về tỉnh điều trị; chuẩn cho Tôn Thất Bật chuyên việc đánh bắt giặc.

Chú thích:

1. Cây trụ gỗ cho dân ghi lời chê bai: Nguyên văn: "Phỉ báng chi mộc"; xưa Vua Thuấn dựng cây cột trụ để nhân dân ghi ý kiến vào đó những việc chính sự tốt hay xấu, hay hoặc dở.

2. Trống đăng văn: trống đánh kêu oan, để lọt đến tai vua.

3. Tụ Long: Đất hiện nay giáp với tỉnh Hà Giang, đã cắt cho nhà Thanh, do Hiệp ước Pháp Thanh năm 1887.

4. Phủ An Ninh: Đặt vào năm Minh Mệnh thứ 16 [1835] coi các châu huyện: Vĩnh Điện, Để Định, Vị Xuyên, Chiêm Hoá.

5. Giao tử: Tờ khoán chứng nhận đã gửi tiền do Giao tử vụ cấp cho.

233.
Vua Minh Mệnh (33) [5/2/1837-2/6/1837]

Ngày mồng một tháng giêng năm Minh Mệnh thứ 18 [5/2-6/3/1837, ban ân chiếu khắp nước gồm 13 điều.

Thự Đề đốc Tôn Thất Bật đóng quân ở Lũng My [huyện Thiệu Hoá, Thanh Hoá], cho rằng xã Lương Sơn [huyện Thọ Xuân, Thanh Hoá] là nơi rừng rậm hiểm trở, giặc giữ chỗ hiểm chống lại, thế khó tiến thẳng. Bèn sai Lãnh binh Vũ Văn Thuyên theo đường bên hữu đánh úp đằng sau giặc, Phó quản cơ Trần Văn Lai đi đường bên tả để đánh đằng trước giặc. Thuyên đem một toán quân vào sâu trận địa giặc, bị chết tại trận, Bật bèn đi đường giữa đốc quân cố sức đánh, phá được trại, giặc vỡ tan; Bật lại chuyển về Cao Trĩ [huyện Thiệu Hoá, Thanh Hoá].

Kinh lược sứ Thanh Hoá là Trương Đăng Quế, Phó sứ là Doãn Uẩn, Nguyễn Đăng Giai mới đến tỉnh, trước hết sai thị vệ đến các đạo quân Tôn Thất Bật, Nguyễn Văn Kỳ hỏi dò tình hình trong quân, nhân thế mạnh tiến nhanh.

Thự Đề đốc Tôn Thất Bật từ Lương Sơn về Cao Trĩ, nhân bọn giặc tụ họp vài trăm tên đặt đồn trại để kháng cự, Bật bèn chia quân giáp đánh, quân tiến lên, chém được sáu đầu giặc, phá hết cả đồn trại.

Vua sai khắc ấn ngọc đề 4 chữ "**Hành tại chi tỉ**"; ấn bằng ngọc vuông 2 tấc 3 phân, dày 3 phân, bề cao 1 tấc 7 phân 1 ly. Từ nay về sau, khi vua đi tuần thú các địa phương, cần ban huấn điều, sắc thư, thì đóng ấn ngọc này.

Quan quân tỉnh Quảng Ngãi gồm Suất đội Bùi Văn Đoạt, Đội trưởng Trần Văn Thực, mỗi người đem một chiếc thuyền quân, cùng viên coi đồn là Nguyễn Văn Miêu đem 10 chiếc thuyền dân đi tuần tiễu, gặp 3 chiếc thuyền giặc ở phận biển Xa Hoàng. Thuyền giặc sấn đến chống chọi, súng đạn bắn rối rít. Trần Văn Thực cùng quân lính nhảy xuống nước, thuyền dân vớt lên được khỏi chết đuối, giặc bèn cướp lấy thuyền rồi đi. Ngày hôm sau thuyền giặc lại đến đảo Lý Sơn, viên Thủ ngự là Nguyễn Văn Điện đem dân phu thuyền đánh cá ra sức đón đánh; giặc nhân thế gió, đánh lật úp thuyền, khiến Điện chìm xuống biển chết.

Quản vệ Đỗ Đức Tấn thuộc tỉnh Bình Định mang quân đi tuần biển, giao tranh với giặc, thu được súng ống khí giới, thuyền giặc chạy về hướng đông.

Kinh lược sứ Trương Đăng Quế, Phó sứ Doãn Uẩn đạo Thanh Hoa tâu rằng Lãnh binh Nguyễn Văn Kỳ, cùng Quản vệ Nguyễn Tiến Vạn tự Kim Lô đến La Khán [huyện Cẩm Thuỷ, Thanh Hoá] đánh phá trại giặc, chém được 7 tên. Vừa được tin Kinh lược đại thần đạo Ninh Bình thông báo rằng đã theo hẹn tiến đến Cổ Lũng [huyện Quan Hoá, Thanh Hoá] để hợp sức đánh giặc, lập tức tính uỷ Phó sứ Nguyễn Đăng Giai đem 200 quân vệ Kỳ võ đến ngay La Khán sách ứng. Lại nghe tin thự Đề đốc đạo Lương Chính [huyện Lang Chánh, Thanh Hoá] là Tôn Thất Bật, nhân đằng trước bọn giặc giữ chỗ hiểm cùng bắn ra, chưa tiến lên được, cũng đã sức ngay cho đạo quân Phó lãnh binh Đặng Công Thập ở sách Nông Vụ [huyện Thọ Xuân, Thanh Hoá], đạo quân

Quản vệ Ngô Tài Đắc ở động Lâm Tự [huyện Lang Chánh, Thanh Hoá] đều tiếp địa giới ngăn chặn rất nghiêm.

Lãnh binh đạo Cẩm Thuỷ, tỉnh Thanh Hoá là Nguyễn Văn Kỳ tiến quân đến Cổ Lũng [huyện Quan Hoá, Thanh Hoá], đánh tan được 5 đồn giặc, đến thẳng Trình Hoàng, đốt phá sào huyệt của giặc Hà Công Kim; nhân quân tỉnh Ninh Bình chưa đến, bèn về đóng quân ở sách Vũ Lao. Kinh lược sứ Trương Đăng Quế nghe tin báo, một mặt tư cho kinh lược Ninh Bình biết khẩn đôn đốc quân binh đến cùng với Nguyễn Văn Kỳ hợp sức đánh dẹp cho xong mặt ấy, một mặt thông tư cho Phó sứ Nguyễn Đăng Giai nhân tiện trích lấy đạo quân của Lãnh binh Vũ Văn Thuyên ở La Khán chia đường đánh phá các trại Thiết úng, Nhân Kỷ, đánh thẳng vào phía hữu châu Lương Chính [huyện Lang Chánh, Thanh Hoá], để cho đạo quân của Tôn Thất Bật dễ làm việc.

Kinh lược phó sứ đạo quân Thanh Hoá là Nguyễn Đăng Giai đóng quân ở La Khán [huyện Cẩm Thuỷ, Thanh Hoá]; thấy đạo quân Lãnh binh Ninh Bình Trần Hữu Lễ 1.500 người từ Cổ Lũng [huyện Quan Hoá, Thanh Hoá] đến, sai trở lại tìm bắt dư đảng giặc. Giai bèn chia quân theo 2 bờ sông tiến đánh Thiết Úng, giặc dựa vào rừng bắn ra, quân triều đình hăng hái tranh nhau, đi trước liền lấy được đồn giặc, bắn chết vài đứa, giặc liền chạy trốn. Duy đạo quân tiếp ứng của Lãnh binh Vũ Văn Thuyên ở mặt sau vẫn còn chưa đến, Giai bèn tạm đóng quân ở đấy. Vừa gặp Kinh lược Ninh Bình tự rút đạo quân Trần Hữu Lễ ở Phù Liễn về. Kinh lược sứ Trương Đăng Quế được tin báo, đem việc ấy tâu lên và nói: "*Nay bọn giặc ở Lương Chính* [huyện Lang Chánh, Thanh Hoá], *giữ chỗ hiểm chống lại, là sợ sức mạnh của thự Đề đốc Tôn Thất Bật, cho nên hết sức cố giữ, tuy có tìm được đường khác, chưa tiện tiến ngay, phải từ Thiết úng, Nhân Kỷ đánh xuống cho chúng thế chia sức yếu, mới dễ tiến lấy; mà quân ta tiến đánh Nhân Kỷ thì Cổ Lũng* [huyện Quan Hoá, Thanh Hoá] *lại ở đường sau, trại giặc ấy tuy đã phá tan, nhưng lũ giặc trốn tránh đều chưa bắt hết, nếu vội rút đạo quân Hữu Lễ, không khỏi bọn giặc lại tụ lại quấy rối. Xin vẫn để Hữu Lễ ở lại Cổ Lũng để làm thanh thế hậu lộ cho Nguyễn Đăng Giai, để được chuyên việc đánh Lương Chính hầu được vẹn toàn*"

Đạo quân Nguyễn Đăng Giai liền từ Thiết Úng thẳng tiến đến Nhân Kỷ, thì giặc nghe bóng gió đã chạy trốn trước, đạo quân Tôn Thất Bật bèn cùng Phó sứ Doãn Uẩn từ Ngọc Khuê xuyên qua núi đánh vào luỹ dài của giặc, lấy súng du sơn bắn mãi, giặc bị chết nhiều đều chạy tan, lũ Bật bèn vào động Khương Chính [huyện Lang Chánh, Thanh Hoá] đốt phá sào huyệt của tướng giặc Lê Phi Thái; ngày hôm ấy Nguyễn Đăng Giai cũng đến gặp.

Tạ Quang Cự, Hà Duy Phiên liền tâu rằng: "*Một dải Cổ Lũng* [huyện Quan Hoá, Thanh Hoá] *ở Thanh Hoa cùng với Ngọc Lân, Thạch Bi ở Ninh Bình cùng tiếp giáp nhau; từ trước đến nay bọn giặc quấy rối, phải phái quân đi chặn bắt, nên không được để ý tới Sơn Âm* [huyện Lạc Sơn, Hoà Bình]. *Đến như hẹn ngày cùng đánh giặc, thì Trần Hữu Lễ đã đến Mộc Sơn, suốt mấy ngày đánh phá nhiều sở trại giặc, chém được vài tên tại trận, lấy được khí giới, tiến đến đóng ở đất Canh Chân, mà đạo quân Thanh Hoa chỉ tự Võ Lao vào Trình Hoàng, đốt phá qua loa mà thôi và Trần Hữu Lễ đến nơi đã rút lui trước rồi. Vả lại Cổ Lũng, núi rừng man mác, còn từ Trình Hoàng xuống đến Võ Lao đều đã yên lặng, mà lên đến thôn Châm (tiếp giáp châu Mai thuộc Hưng Hoá) gần một ngày đường, bọn giặc còn tụ họp nhiều, đã sức cho Trần Hữu Lễ chuyển đi cùng với đạo quân quản cơ phái đi trước là Nguyễn Văn Nghĩa hợp sức đánh giặc, rồi nhân tiện về quân thứ Phù Liễn."*

Tỉnh Quảng Yên bắt được tên giặc trốn là Dương Ba An, đem giết. Vua thưởng cho quan tỉnh kỷ lục 2 thứ, chức dịch đi bắt giặc 200 quan tiền.

Tổng đốc Hải - An là Nguyễn Công Trứ, thự Tổng đốc Định An là Trịnh Quang Khanh, Tuần phủ Hưng Yên là Hà Thúc Lương hội đồng đốc suất đắp đê sông Cửu An; 1 đoạn từ Bằng Ngang [huyện Kim Động, Hưng Yên] đến Ba Đông [huyện Phù Cừ, Hưng Yên] hai bờ dài suốt hơn 5.070 trượng, thuê dân hơn 10.000 người làm việc, còn một đoạn từ Ba Đông đến Duyệt Lễ [huyện Phù Cừ, Hưng Yên] dài hơn 2.320 trượng, 1 đoạn từ Bích Chàng [huyện Ân Thi, Hưng Yên] đến Văn Nhuệ [huyện Ân Thi, Hưng Yên] và chặn ngang sông nhỏ dài hơn 2.120 trượng, 1 đoạn từ Quang Liệt đến Biện Tân [huyện Phù Cừ, Hưng Yên] dài hơn 3.170 trượng; cùng các đoạn sông cũ thuộc huyện Thanh Miện, Gia Lộc, Đường An [huyện Bình Giang, Hải Dương], Đường Hào [huyện Mỹ Hào, Hưng Yên] dài suốt hơn 24.300 trượng. Vừa 3 tháng, đê đắp xong; Vua thưởng lũ Trứ gia một cấp, sa màu mỗi người 3 tấm, phi long, đại kim tiền; cát tường, bát bảo, ngũ bảo, tiểu kim tiền mỗi người đều 1 đồng. Bố, án 3 tỉnh và nhân viên khám biện, chuyên biện đều thưởng kỷ lục, kim ngân tiền có cấp bậc, dân phu làm việc thưởng chung tiền 5.000 quan.

Ngày Quý Mão [6/3/1836] đặt 9 cái đỉnh ở trước sân Thế miếu. Trước đây đúc 9 cái đỉnh cao hơn 5 thước, đến hơn 6 thước, vòng lưng to 11 thước 6 tấc đến hơn 8 tấc, nặng 4.100

cân hay 4.200 cân có lẻ. Phàm các thứ chim cá, giống thú cây cỏ cùng đồ binh khí, xe, thuyền cho đến thiên văn địa lý trong nước, lớn nhỏ đều đủ, theo hình ấy mà đúc.

1. **Cao đỉnh**, khắc các hình: Mặt Trời, biển Đông, núi Thiên Tôn, sông Ngưu Chử, sông Vĩnh Tế, chim trĩ, con hổ, con ba ba, con rồng, hoa tử vi, quả mít, hạt thóc tẻ, trầm hương, gỗ thiết, cây hành, thuyền nhiều dây, súng lớn.

2. **Nhân đỉnh**, khắc các hình: Mặt Trăng, biển Nam, núi Ngự Bình, sông Hương, sông Phả Lợi, chim công, con báo, con đồi mồi, con cá voi, hoa sen, quả nam trân, hạt thóc nếp, cây kỳ nam, cây ngô đồng, cây hẹ, thuyền nhỏ, súng luân xa.

3. **Chương đỉnh**, khắc các hình: 5 sao, biển Tây, núi Thương Sơn, sông Linh Giang, sông Lợi Nông, con gà, con tê, con rùa, con cá sấu, hoa nhài, quả soài, cây đậu xanh, cây đậu khấu, cây gỗ thuận, cây kiệu, thuyền đồng mông, súng điểu thương.

4. **Anh đỉnh**, khắc các hình: sao Bắc đẩu, sông Ngân Hán, núi Hồng Sơn, sông Mã, sông Lô, con hạc, con ngựa, con ve, con rắn, hoa văn côi, cây cau, cây dâu, cây tô hợp, cây thị, cây nghệ, lá cờ, đạn bươm bướm.

5. **Nghị đỉnh**, khắc các hình: sao Nam đẩu, cửa biển Thuận An, cửa quan Quảng Bình, sông Bạch Đằng, sông Cửu An, chim uyên ương, con voi, con bươm bướm, cá hoa xanh, hoa hải đường, cây mai, cây biển đậu, cây quế, cây gỗ đàn, cây vải, thuyền Hải đạo, súng trường.

6. **Thuần đỉnh**, khắc các hình: gió, cửa biển Cần Giờ, núi Tản Viên, sông Thạch Hãn, sông Vĩnh Định, chim hoàng oanh, con bò lang, con trai, cá rô, hoa quỳ, cây đào, cây đậu vàng, cây túc sa, cây gỗ táu, cây hương nhu, cái thuyền, bài

đao.

7. **Tuyên đỉnh**, khắc các hình: mây, núi Duệ Sơn, núi Đại Lãnh, sông Lam Giang, sông Nhị Hà, chim yểng, con lợn, con giải, cá hậu ngư, hoa trân châu, quả long nhãn, củ lạc, tổ yến, cây trắc, cây gừng, thuyền lê, cái nỏ.

8. **Dụ đỉnh**, khắc các hình: sấm, cửa biển Đà Nẵng, cửa quan Hải Vân, sông Vệ Giang, sông Vĩnh Điện, con vẹt, con dê, con hến, cá lành canh, hoa dâm bụt, quả lê, đậu trắng, lá dầu, cây thông, cây tử tô, thuyền ô, dao phác.

9. **Huyền đỉnh**, khắc các hình: mưa, cầu vồng, núi Hoành Sơn, sông Tiền Hậu Giang, sông Thao, núi Thúc Thu, con ngựa, con cà cuống, con trăn, hoa lan 5 lá, quả vải, cây bông, sâm nam, cây sơn, cây tỏi, cái xe, ống phun lửa, đều 17 loại, mỗi loại đều 9 cái.

Hơn một năm đúc xong, sai quan có trách nhiệm chọn ngày tốt đặt đỉnh

Nguyên Thượng thư bộ Lễ là Phan Huy Thực bị cách chức. Trước đây phát ra việc đồ thờ vàng giả; Thực vì không làm sổ giao nhận đồ thờ , nên sinh ra mối tệ, bộ Lại bàn, xin xử tội đồ; Vua đặc cách đổi làm cách chức, cố sức làm việc. Con viên ấy là Chủ sự Phan Huy Vịnh cũng bị tước hàm ấm, rút xuống là Cử nhân làm Hành tẩu ở bộ Binh.

Kinh lược sứ Trương Đăng Quế ở quân thứ Lương Chính [huyện Lang Chánh, Thanh Hoá], dò biết lũ giặc sau khi bị thua, những giặc ở Tam Lô thuộc thượng du châu Lương Chính và Tứ Động thuộc thượng du châu Quan Hoá đều chạy về sào huyệt; bọn giặc ở Lương Chính đều lẻn trốn ở Lâm Lũng. Bèn tính uỷ Phó sứ Nguyễn Đăng Giai đến Tứ Động. Thự Đề đốc Tôn Thất Bật đến Tam Lô đuổi theo; rồi cùng Phó sứ Doãn Uẩn ở lại đấy ra bảng yết thị chiêu an, và phân phái đi tìm bắt những giặc trốn ở rừng rú. Thấy động Khương Chính là chỗ đường sá 4 bề thông suốt, rất là xung yếu, nên đặt một đồn lớn để trấn áp và làm lỵ sở của châu sau này, đã bắt 300 dân hợp cùng quan quân sửa đắp, gọi là đồn Ninh Lương [huyện Lang Chánh, Thanh Hoá], rồi phái quân đóng giữ.

Quan đi bắt giặc là Ngô Tài Đắc đóng quân ở Lâm Lự [huyện Thọ Xuân, Thanh Hoá], có tên Lê Công Vụ làm gián điệp cho giặc, báo là có 30 tên giặc họp ở thôn Hung, mưu toan đánh úp. Đắc tin lời, uỷ Suất đội Đặng Văn Cáo đem 80 binh dõng đi bắt, cho Vụ làm hướng đạo. Khi đến nơi, Vụ thầm trốn đi, chợt có bọn giặc hơn 200 đứa, xông lại vây, quân vỡ thua, Đắc đem việc ấy cáo cấp. Trương Đăng Quế liền phái Quản vệ Nguyễn Tiến Vạn đem quân đến cứu, Vạn bèn thẳng tiến đến Bát Vân [huyện Thọ Xuân, Thanh Hoá] 2 lần gặp giặc phục quân bắn súng, quân binh có người bị thương và chết, lại dẫn quân về thôn Hung. Quế bèn uỷ Doãn Uẩn đem một vệ quân Kỳ võ đi ngay đốc thúc tiến đánh.

Đắp đê vệ nông ở bên cạnh núi Linh Thái [huyện Phú Lộc, Thừa Thiên]. Trước đây vua nhân đi tuần, thấy trong ruộng lúa 2 bên núi ấy có một dải khe nhỏ, nước mặn đầy tràn, muốn đắp đê để ngăn nước mặn. Bèn sai quan ở Kinh hỏi dân sở tại, mọi người đều vui lòng muốn đắp, bèn phái quân binh đắp một đoạn đê ngang cửa khe, mặt rộng 6 thước, chân rộng 1 trượng, cao hơn mặt nước 4 thước. Đê đắp xong, nước mặn không vào được, nông dân được lợi.

Tháng 2 [7/3-4/4/1837] duyệt tuyển các hạt ở Bắc Kỳ; tỉnh Hà Nội số đinh 51.877 người, hơn khoá trước 3.521 người;

tỉnh Sơn Tây số đinh 29.551 người, hơn khoá trước 2.800 người; phụ tuyển huyện Tam Nông [Phú Thọ] 640 người, hơn khoá trước 28 người; tỉnh Bắc Ninh số đinh 52.235 người, hơn khoá trước 2.900 người.

Bọn Quản vệ Vũ Viết Tuần ở kinh phái đi tuần biển, bắt được một chiếc thuyền người nhà Thanh ở vùng biển Lý Sơn [Quảng Ngãi]; Quản vệ Nguyễn Văn Cúc ở tỉnh phái đi cũng bắt được một chiếc thuyền ở cửa biển Đại Cổ Luỹ [huyện Tư Nghĩa, Quảng Ngãi]; trong thuyền đều không có hàng buôn, chỉ có cát, đất, cần gỗ, vòng sắt, thanh la đồng, trống nhỏ, cùng thuốc phiện là đồ cấm; đều đưa về tỉnh tra xét.

Kinh lược Tạ Quang Cự, Tham tán Hà Duy Phiên ở quân thứ Ninh Bình, , chia đường tiến đánh bọn giặc Sơn Âm [huyện Lạc Sơn, Hoà Bình]. Đạo quân của Quang Cự từ xã Bình Hiểm [huyện Nho Quan, Ninh Bình], đến giáp địa đầu xã Kim Bôi [huyện Chương Mỹ, Hà Tây]; đạo quân của Duy Phiên từ xã Tràng Môn [huyện Nho Quan, Ninh Bình], đến giáp địa đầu xã Minh Hương [Hà Tây]. Lại sai Hộ phủ Trần Văn Trung đem một đạo quân từ xã Thượng Lũng giáp xã Tràng Môn, đến xã Chân Phước giáp xã Bình Hiểm, còn mặt Sơn Tây uỷ cho Phó lãnh binh Hoàng Văn Viện theo địa phận ngăn chặn.

Kinh lược Tạ Quang Cự ở quân thứ đạo Ninh Bình, đem đại binh tiến đánh sào huyệt giặc ở Sơn Âm, phân phái đi tìm lũ giặc, giặc ở trong bụi rậm nấp bắn ra rồi lại chạy trốn, núi khe man mác, hơn 5 ngày chưa bắt được tên giặc nào, bèn đốc thúc đẫn phá cỏ rừng, mở mang đường sá, để tìm bắt cho được.

Đạo quân Kinh lược phó sứ Thanh Hoa là Nguyễn Đăng Giai tiến đến châu Quan Hoá, thẳng đến Phú Lệ [huyện Quan Hoá, Thanh Hoá], đi đến đâu, giặc đều trốn xa, cùng Quản vệ đạo Hưng Hoá là Nguyễn Văn Quỳnh gặp nhau, bèn chia đi chiêu dụ. Đạo quân thự Đề đốc Tôn Thất Bật tiến đến Tam Lô [huyện Lang Chánh, Thanh Hoá], giặc đã bỏ sào huyệt trốn đi, Bật sai đốt hết cả, lại về đóng ở quân thứ Khương Chính. Phó sứ đạo Nông Cống là Doãn Uẩn thân đốc quan quân từ Bát Vân [huyện Thọ Xuân, Thanh Hoá] đến đánh sào huyệt giặc ở Thọ Thắng [huyện Thường Xuân, Thanh Hoá]. Giặc giữ chỗ hiểm chống cự, quân triều đình hăng hái cố đánh, liền phá được trại của giặc, giặc bị súng bắn bị thương nhiều, bèn vỡ chạy trốn.

Thự Lãnh binh Nghệ An là Nguyễn Cửu Đức tiến đến xã Thanh Nga thuộc huyện Quế Phong, dò xét được bọn giặc ở Nông Cống, Thanh Hoá ngăn chặn ở đường quan yếu, bèn đem kỳ binh đi theo đường núi ngầm phục kích ở sau lưng giặc, đại binh đánh trống tiến lên, phục binh bắn súng hưởng ứng, bọn giặc bất thình lình tan vỡ, bỏ đồn không mà trốn, Đức bèn đóng quân ở động Lâm Tự, tìm bắt giặc trốn.

Đạo quân của Kinh lược phó sứ Thanh Hoa là Nguyễn Đăng Giai đóng ở Quan Hoá, thổ dân 12 động lục tục đến quân thứ đầu thú, sai làm sổ đinh điền đã gần xong, bèn chuyển về quân thứ Lương Chính [huyện Lang Chánh, Thanh Hoá], cùng Kinh lược sứ Trương Đăng Quế hội bàn. Đạo quân của Phó sứ Doãn Uẩn tự Thọ Thắng [huyện Thường Xuân, Thanh Hoá] tiến đến sách Quân Thiên, động Lâm Tự, bọn giặc đều đã tan trốn cả. Thự Lãnh binh Nghệ An là Nguyễn Cửu Đức đưa bọn giặc ra thú và bị bắt hơn

90 người; Doãn Uẩn cho là bọn ấy bị giặc bắt hiếp đi theo, đều tha cả, bèn đóng quân ở đấy, treo bảng yết thị "chiêu an", rồi cho Nguyễn Cửu Đức rút quân về Nghệ An. Thượng du huyện Quan Hoá có 3 sông cùng chảy rót vào động Hồi Xuân [huyện Quan Hoá, Thanh Hoá]; 1 là sông Mã tự động Vân Lung chảy xuống, 1 là sông Lũng tự động Sơn Trà chảy xuống, 1 là sông Lô tự động Tam Lô chảy xuống, chỗ ấy địa thế cao ráo, xin làm 1 đồn để làm châu ly, gọi là đồn Tòng Hoá.

Phái viên đi công cán ở Quảng Đông về, mua được sa màu, xem kỹ ra thì đều là hàng Việt Nam; đấy là do lái buôn người Thanh, mua sa ở Hà Nội và các tỉnh đem về nhuộm lại đóng dấu vào, giả làm hàng Trung Quốc, đem bán để lấy lời nhiều. Vua sắc cho từ nay về sau, phàm dân gian dệt được các thứ hàng tơ như lĩnh, lụa, sa, trừu, không cứ tơ sống hay chín, đều không được bán cho lái buôn người Thanh và người Tây Dương để xuất khẩu; người nào phạm, chiểu luật vi chế xử tội, tịch thu tang vật sung công.

Ngày Giáp Tý [22/3/1837], tế trời đất ở đàn Nam Giao, đêm hôm ấy có mưa; Vua bèn dụ rằng: "*Hôm vừa qua, gặp đại lễ tế trời, trẫm trước hết đến trai cung, chính mình thấy ruộng lúa ven đường tuy sắc lúa xanh tốt, nhưng nước ở ruộng đã cạn, vả lại gần đây sắc trời quang đãng, khí nóng rất nhiều, giữa mùa xuân mà bức nóng, thực sợ người và vật không được yên, bèn trong lúc dâng hương dâng rượu, cầu khẩn trời cho mưa ngay cho muôn vật tươi tốt, triệu dân yên vui, không ngờ lòng thành thấu đến trời, làm lễ xong về cung, đã thấy chuyển sang gió bắc, nắng lui trời mát, khoảng chiều mây đen bỗng họp, đêm khuya mưa to trút xuống hết trận này đến trận khác, trẫm trong lúc vui mừng, càng thêm cảm sợ, nhân nghĩ trước đây Quảng Nam, Quảng Bình tâu báo đã được mưa khắp, duy Quảng Ngãi, Quảng Trị lại nói vẫn chưa thấm nhuần, vẫn thấy bận lòng."*

Quan thành Trấn Tây tâu rằng dò thám được tin nước Xiêm sai tướng là bọn Phi Nhã Chất Tri, Phi Nhã A Mạt, Bồ Nô Mẹ Tri cùng Nặc Ong Giun, giặc Ma, giặc Cố, đem 5.000 quân đóng ở Bắc Tầm Bôn [Battambang, Cambodia]; lại sai 3 người quan võ đóng ở Lò Gò Vật [Siem Reap, Cambodia]. Xét ra 2 phủ Hải Đông, Hải Tây tiếp giáp với Bắc Tầm Bôn, Lò Gò Vật, đồn có biền binh người Kinh người Thổ, cũng đủ chống giữ, nhưng chỗ trọng yếu ở biên thuỳ nên có trọng binh làm thanh thế tiếp viện, nên đã phái Phó lãnh binh Nguyễn Đức Trung đem 9 chiếc thuyền 400 quân đến bờ vụng Xà Năng [Kampong Chhnang,Cambodia] để đàn áp.

Tỉnh Hưng Hoá, có giặc người nước Thanh hơn 300 người đến lấn cướp động Sơn Yêu, châu Thuỷ Vĩ [Lào Cai], Tri châu là Hoàng Đình Khản thân đốc quân dân đến đánh chém được hơn 10 đầu giặc, thu được khí giới.

Ngày Mậu Dần tháng 3 [5/4/1837], Vua lễ yết lăng Thiên Thụ [lăng Gia Long], làm lễ xong nghỉ tại hành cung Tả Trạch [huyện Hương Trà, Thừa Thiên], ngày hôm sau thân đến xem suối nước nóng.

Kinh lược sứ Thanh Hoa Trương Đăng Quế tại quân thứ Lương Chính [huyện Lang Chánh, Thanh Hoá], mật phái người làm việc để chuộc tội là Hà Công Đức, bắt được đầu mục giặc là Trương Công Mật, Phạm Công Quán cùng bè lũ 7 tên. Lại phái Quản vệ Nguyễn Lương Nhàn, Phạm Bạch Như bắt được đầu mục giặc là lũ Lang Văn Thái, Tạ Văn Ninh 8 tên ở động Lương Sơn [huyện Thọ Xuân, Thanh

Hoá]. Phó sứ đạo Nông Cống là Doãn Uẩn phái Lại mục Lê Danh Chấn bắt được gián điệp của giặc là Lê Công Vụ, đầu mục giặc là Lê Yên.

Đạo quân Quỳ Châu tỉnh Nghệ An cũng bắt được đầu mục giặc là Lê Phước Hiển, giải về Kinh giết.

Kinh lược phó sứ Thanh Hoa là Nguyễn Đăng Giai, thự Đề đốc Tôn Thất Bật, đóng quân ở Ái Chử [huyện Quan Hoá, Thanh Hoá], bắt được đầu sỏ giặc là Phạm Công Nho, đóng cũi giải về Kinh giết. Trước đó Giai mang theo gia quyến người phạm tội bị giam là Nguyễn Văn Thắng đi theo quân, sai cùng thám tử dò bắt giặc trốn, hỏi biết Phạm Công Nho ẩn nấp ở núi sách Bất Căng [huyện Quan Hoá, Thanh Hoá], sấn đến ập bắt, Nho vừa chống cự vừa chạy, chém trúng vài nhát, mới bắt được.

Kinh lược sứ Trương Đăng Quế, Phó sứ Doãn Uẩn, Nguyễn Đăng Giai ở quân thứ Thanh Hoa đem quân binh các đạo định rút về, thự Đề đốc Thanh Hoa Tôn Thất Bật đã về Hà Nội nhận chức. Sớ tâu lên, Vua không bằng lòng, bắt tiếp tục đốc thúc các quân binh cùng những người cố gắng làm việc chuộc tội phải đến tận nơi đuổi bắt giặc trốn, cốt phải lần lượt bắt chém cho hết mầm ác; duy Doãn Uẩn cho lập tức về Kinh nhận chức.

Kinh lược Tạ Quang Cự, Tham tán Hà Duy Phiên đạo quân Ninh Bình đóng quân ở Sơn Âm [huyện Lạc Sơn, Hoà Bình] đôn đốc quân binh các đạo chia nhau đi vây bắt, chém được 17 đầu giặc, bắt sống được trai gái già trẻ hơn 270 người, thu được súng ống binh khí rất nhiều, duy đầu sỏ giặc là Lê Duy Hiển, chánh yếu phạm là lũ Quách Tất Công, Tất Tại chưa bắt được tên nào. Mấy hôm sau dò biết tên chánh phạm Quách Tất Tại ẩn núp ở vùng núi xã Thượng Lũng [huyện Nho Quan, Ninh Bình] tiếp giáp Sơn Âm. Quang Cự bàn với Hộ phủ Trần Văn Trung, chia phái quân chặn phục, bắt Tất Tại giải đưa về quân thứ, quân lùng khắp núi rừng lần lượt chém được 7 đầu giặc, bắt sống được đàn ông đàn bà hơn 100 người. Sau đó quan quân tiếp tục bắt được chánh yếu phạm của giặc là Quách Tất Công, Quách Tất Lĩnh (em là Tất Công) và vợ con thân thuộc Quách Tất Tế. Xét thấy bọn chúng nhiều lần kháng cự quan quân, tội to ác lắm, xin đem chém cả.

Giặc trốn tại Thông Nông, tỉnh Cao Bằng nguỵ xưng Nghĩa Thắng lữ, tên là Mai theo tướng giặc Nông Văn Sĩ mưu toan quấy rối. Sĩ sai bè lũ tên Mai xua dân Thổ, Nùng vài trăm người đánh phá phủ lỵ Hoà An, Tri phủ là Nguyễn Dĩnh cùng gia quyến 5 người bị giặc giết hại. Thí sai Tri sự là Nguyễn Huy Đàm đem dân phu sở tại hết sức đánh nhau với giặc bắt sống được 2 tên. Giặc lại tràn xuống 2 đồn Phù Tang [huyện Hoà An, Cao Bằng], Sóc Giang [huyện Hà Quảng, Cao Bằng], người giữ đồn là thí sai tòng cửu phẩm bá hộ Nông Thuần Trung, Bế Kim Tòng đều đem quân dân đánh giết, chém được 6 tên, bắt sống được 3 tên, số còn lại đều chạy tan. Quan tỉnh lập tức phái uỷ Quản cơ Hoàng Nghĩa Uyển đem quân đi đuổi bắt, và thông tư ngay cho các tỉnh bên cạnh là Tuyên Quang, Thái Nguyên theo địa giới ngăn chặn. Thự phủ Lạng Sơn, Cao Bằng là Trần Văn Tuân tiếp được tin báo, sai ngay Phó quản cơ Nguyễn Hữu Xuân đem quân đi đánh bắt giặc, lại nghĩ mình có trách nhiệm coi hai tỉnh nên dâng sớ xin thân hành đi đánh.

Ngày Canh Dần [17/4/1837], vua rước Hoàng thái hậu đi chơi núi Thuý Hoa [huyện Phú Lộc, Thừa Thiên], rồi đóng tại hành cung. Ngày Nhâm Thìn [19/4/1837], sai quan đến tế thần 2 núi Thuý Hoa, Linh Thái [huyện Phú Lộc, Thừa Thiên] rồi rước Thái hậu đến thăm chùa Thánh Duyên, thưởng cho biền binh chuyên xây chùa tháp 400 quan tiền.

Định rõ lệ thuế thuyền buôn Nam Kỳ đi buôn ở thành Trấn Tây; theo lệ thời Gia Long năm đầu thuyền đi buôn ở Nam Vang chia làm 3 hạng: hạng nhất mỗi thứ tiền thuế 210 quan, hạng nhì 140 quan, hạng ba 70 quan, không lấy thước tấc bề ngang lòng thuyền làm chuẩn, người buôn dùng tre kết bè bên thuyền chở hàng, không có hạn lượng.

Khai mỏ sắt ở tổng Bằng Mạc thuộc châu Lộc Bình, tỉnh Lạng Sơn; mỗi năm lấy thuế sắt chín 200 cân, chiết nộp bằng bạc tốt 10 lạng.

Thưởng cho dân thọ100 tuổi trở lên ở các địa phương, Quảng Nam 5 người, Bình Định 3 người, Hà Tĩnh 2 người đều thọ 100 tuổi; Quảng trị 1 người, 110 tuổi

Nhân vào tháng 6 năm ngoái [14/7-11/8/1836], Vua Minh Mệnh sai bọn Viên ngoại lang bộ Công Lý Văn Phức đáp thuyền Bình Dương đi sang Quảng Đông dò tìm thuyền Việt Nam bị bão thất lạc, tháng 7 thuyền ghé Áo Môn. Viên Tổng đốc Lưỡng Quảng Đặng Đình Trinh tâu sự việc; Vua Đạo Quang không bằng lòng, bảo Đặng Đình Trinh dụ cho Quốc vương Việt Nam rõ từ nay trở về sau nếu có thuyền gặp bão phiêu dạt đến vùng biển Quảng Đông, nhất định tống đưa về nước; Viên Quốc vương cần tuân định lệ, không được sai người hàng hải từ xa đến dò tìm:

"***Ngày 12 Kỷ Sửu tháng 3 năm Đạo Quang thứ 17*** **[16/4/1837].** *Lại dụ:*

Bọn Đặng Đình Trinh dâng tâu triệp rằng nước Việt Nam

sai sứ tìm hỏi thuyền bị bão; xin thông báo cho nước này hãy tuân theo định lệ.

'Từ trước đến nay thuyền các nước Di đến Quảng Đông, đều có tờ trình của Quốc vương làm bằng; nếu như gặp thuyền Di bị nạn, thì do tỉnh liên hệ xét biện , rồi cho tống đưa về nước; lòng thể tuất của Thiên triều đối với nước Phiên bên ngoài hết sức đầy đủ. Nước Việt Nam được liệt vào những nước Phiên được phong, hết sức cung thuận; các Sứ hàng hải đến, phải tuân theo định lệ. Vào tháng 7 năm trước, có thuyền nước này ghé biển Kê Cảnh ngoài cửa Áo Môn. Cứ viên Sứ thần Lý Văn Phức xưng rằng nghe tin có thuyền hiệu chữ Bình, do viên Thuỷ sư nước này bị bão trên biển, trôi đến phủ Quỳnh Châu tỉnh Quảng Đông; nên được viên quan Thương bạc sai bọn y đi tìm. Qua viên Hải phòng đồng tri Mã Sĩ Long hội đồng với viên chức tại doanh tra hỏi, bọn y trình xuất ra một tờ chứng nhận của viên quan Thương bạc, nhưng không có tờ trình của viên Quốc vương. Tuy tra xét thuyền này, không mang hàng hoá đến, nhưng theo định lệ vẫn không phù hợp. Theo viên Tổng đốc, đã thông sức cho thuộc hạ, rồi được phúc trình rằng không có thuyền nào của nước này phiêu bạt đến biên cảnh; lại phái thuyền quân hộ tống thuyền [đi tìm] ra khỏi lãnh thổ.

Vẫn ra lệnh Đặng Đình Trinh dụ cho viên Quốc vương rõ về chương trình cũ. Từ nay trở về sau nếu có thuyền bị gặp bão phiêu dạt đến vùng biển Quảng Đông, nhất định tống đưa về nước, quyết không để lâm vào cảnh không có chỗ nương dựa. Viên Quốc vương cần tuân định lệ, không được sai hàng hải từ xa đến. Thảng hoặc có việc cần giao thiệp với nội địa, đều do viên Quốc vương soạn văn thư trình, giao bằng đường bộ cho châu Khâm chuyển giao đến tỉnh, để được phù hợp theo định chế." (**Tuyên Tông Thực Lục** quyển 295, trang 13-14)

Năm nay sứ bộ Việt Nam sẽ đến Bắc Kinh tiến cống vào tháng 7, Vua Đạo Quang lưu ý Tuần phủ Quảng Tây ước định các quan hộ tống, dùng các dân phu để ổn thoả việc bạn tống, không được mạo lạm mang hàng tư:

"***Ngày 16 Quí Tỵ tháng 3 năm Đạo Quang thứ 17* [20/4/1837]**.*Dụ Nội các:*

Trước đây nhân Cấp sự trung Trần Công tâu 'Cống sứ Việt Nam đến quan ải lần trước, kinh qua các tỉnh như Quảng Tây; mỗi trạm dân phu dùng đến 4,5 ngàn người; lại có tệ mướn người phụ sai, phụ cống.' Lúc đó có chiếu chỉ mệnh Lương Chương Cự tra rõ rồi tâu lên đầy đủ.

Nay cứ theo tấu xưng [của Tuần phủ Quảng Tây] *những lời như ' Từ trước tới nay Cống sứ nước này được tra cấp hợp khám truyền bài; rồi do các châu, huyện lo liệu. Lần trước, số mục phu thuyền bẩm lên, đều phù hợp với chương trình đã định; lại không có bổ thêm, tuyển thêm những tạp dịch, võ biền. Còn những người dưới trướng, tuỳ viên mang hàng tư; cùng phụ sai, phụ cống không dùng quá lạm dân phu.'*

Cống sứ Việt Nam đến kinh đô, từ trước tới nay tỉnh Quảng Tây phái các viên chức lớn văn võ kê tra đàn áp; ứng phó thuyền bè dọc đường, đáng theo lệ cấp; không được mạo lấy việc công làm việc tư, sinh ra quấy nhiễu. Hiện tại tuy cứ viên Tuần phủ tra rõ không có mối tệ nêu trên, nhưng các quan văn võ, cùng Uỷ viên đều có tuỳ tòng gia nhân đi theo, khó mà bảo không có việc sai phái quấy nhiễu. Năm này Cống sứ nước này đến kinh đô, hiện đã mở cửa quan, viên Tuần phủ đáng lưu ý ngày Sứ thần khởi hành, ước định các quan hộ tống dùng các dân phu để ổn thoả việc bạn tống, không được mạo lạm chút nào; lại tuỳ lúc nghiêm mật tra xét; nếu các quan viên văn, võ hộ tống, cùng người nhà mang hàng tư, hoặc làm những việc như cho người dọc đường phụ đáp vào; lệnh cho Lương Chương Cự nghiêm khắc hặc tội trừng trị. Khi đi qua các tỉnh, lệnh nhận rõ kê tra, chiếu lệ biện lý để làm nghiêm túc hành dịch và trừ tệ đoan." (**Tuyên Tông Thực Lục** quyển 295, trang 18-20)

Tháng 4 [5/5-2/6/1837], Kinh lược sứ Thanh Hoá Trương Đăng Quế phái thổ ty châu Quan Hoá Hà Văn Vân tìm bắt giặc trốn; Vân bắn chết chính phạm là Phạm Bá Nho ở địa phận rừng động Lực Canh [huyện Quan Hoá, Thanh Hoá], đem đầu về dâng.

Kinh lược phó sứ đạo Thanh Hoá là Nguyễn Đăng Giai lại đến thượng du các huyện Quan Hoá, Cẩm Thuỷ, Lang Chánh; thân đốc thúc những người cố sức làm việc chuộc tội, cùng thổ mục thổ dân, chia đường đi tìm bắt giặc trốn; bắt được Thượng thư giặc là Đinh Kim Bảng ẩn ở xã Thịnh Điện thuộc Quan Hoá. Bọn làm việc chuộc tội là Hà Công Đức, Nguyễn Văn Thắng, Nguyễn Huy Chiểu đem thủ hạ đến bắt được đầu sỏ giặc là Phạm Phước Thượng và bắn giết tên Chánh thống lãnh là Phạm Phước Hiển.

Vua sắp đến thăm tỉnh Quảng Nam, cho đặt ở trước các sở hành cung tỉnh mỗi nơi một cái trống, gọi là trống đăng văn; phàm người có điều gì oan uổng, cho được đánh trống bày tỏ, quan 6 bộ đi theo vua, cắt lượt nhau thu nhận đơn, cứ thực tâu lên, để biết hết tình dân. Ngày Ất Mão [12/5/1837], xe vua tự kinh sư khởi hành, thuyền Vua theo sông Hương tiến đến hành cung Phước Tượng. Ngày Bính

Thìn [13/5/1837], đến hành cung Hải Vân, sai tế thần núi Hải Vân. Ngày Đinh Tỵ [14/5/1837] đến hành cung Đà Nẵng, vua ngự đài An Hải. Ngày Mậu Ngọ [15/5/1837], vua đi chơi núi Ngũ Hành, dừng chân ở hành cung Động Thiên Phước Địa, sai tế thần núi Ngũ Hành, bảo bộ Hộ rằng: "*Chỗ này núi động lóng lánh, đá núi rất đẹp, trong động nhiều danh thắng thờ Phật. Khi Trẫm bắt đầu ra đi, trước mặt đã vâng lời Từ* [mẹ Vua] *dụ, nên cúng 100 lạng bạc ở núi Ngũ Hành.*" Ngày Tân Dậu [18/5/1837], thuyền vua đến tỉnh thành Quảng Nam; Vua ngự tại hành cung Vĩnh Điện, Hộ phủ là Hồ Hựu đem các quan văn võ cùng kỳ lão lạy mừng. Ngày Nhâm Tuất [19/5/1837], giảm thuế thân năm nay cho tỉnh Quảng Nam hai phần năm số tiền thuế; ngày hôm ấy Vua trở về, sai tế thần biển; Ngày Giáp Tý [21/5/1837], xe về đến Kinh thành.

Kinh lược Tạ Quang Cự, Tham tán Hà Duy Phiên ở đạo quân Ninh Bình bắt được đầu sỏ giặc là Lê Duy Hiển, đệ ngay cờ đỏ báo tin thắng trận. Trước đây quan quân đánh phá Sơn Âm [huyện Lạc Sơn, Hoà Bình], đầu mục giặc là Quách Công Đề, Quách Công Cát đem Lê Duy Hiển thầm ẩn ở phận núi thôn Đầm Da xã Cố Đế. Hà Duy Phiên nghe được tin báo, lập tức phái thuộc hạ Vệ uý Trần Văn Luận đến lục soát, bắt ngay được Duy Hiển và cả hai tên Đề, Cát.

Vua lại dụ rằng: "*Lê Duy Hiển tuy nguỵ xưng là minh chủ, nhưng xét tình hình, đều bởi Quách Tất Công, dựng ý gây việc. Nếu chưa bắt được Tất Công thì Duy Hiển dù bắt được, ngày sau hắn lại tìm một người khác giả làm dòng dõi nhà Lê, dựa vào để làm loạn, thế là mầm ác vẫn chưa hết được. Kinh lược, Tham tán cần đôn đốc tướng biền binh dõng nhân lúc thế giặc cùng quẫn, thượng khẩn tìm bắt, cốt được Tất Công, mới là xong việc*".

Cách vài ngày sau, đạo quân Ninh Bình lại bắt được Quách Tất Công ở địa phận rừng xã Thượng Lũng [huyện Nho Quan, Ninh Bình]. Vua vui vẻ lắm, thưởng Tạ Quang Cự, Hà Duy Phiên đều gia quân công 1 cấp; người bắt được là Cai tổng Vũ Huy Chúc được đề bạt bổ làm Lục phẩm Cai đội, người cùng đi là Chánh đội trưởng suất đội Nguyễn Khắc Quy cho thăng thụ Cai đội, binh dõng thưởng chung 1.000 quan tiền; đóng cũi giải Quách Tất Công về kinh để giết.

Vua dụ bộ Hộ rằng ruộng đất từ tỉnh Bình Thuận đến Hà Tiên, nay khám đạc đã xong, nên soạn đem cách thức quân cấp công điền, in ra thành bản, chiểu cấp cho xã dân các tỉnh. Người có ruộng công đều mỗi năm nộp tiền thuế thân 1 quan 4 tiền và tiền đầu quan 1 tiền; người không có ruộng công thì tráng hạng mỗi năm nộp 1 quan 2 tiền, dân đinh già có tật, thì nộp một nửa.

Xây đắp bờ sông hộ thành ở phía tả kinh thành, tự cầu An Hội đến góc đài Trấn Ninh; phát 3.000 lính kinh làm việc, sai thự Thống chế Lê Văn Thảo trông coi.

Thự Tuần phủ Lạng Bình là Trần Văn Tuân đem theo hơn 200 quân binh từ Lạng Sơn tiến đến Cao Bằng, cùng Án sát Bùi Quốc Trinh, Phó lãnh binh Đặng Văn Đinh tìm bắt giặc, thì giặc đều đã trốn xa. Cứ theo tên giặc bị bắt khai rằng giặc ở Tuyên Quang là Nông Văn Sĩ, Nông Văn Thạc và tên Mai ngầm tụ họp ở trang Ngọc Mạo thuộc huyện Để Định và xã Yên Lạc thuộc huyện Vĩnh Điện. Định sẽ vượt qua địa giới để nã bắt, cùng tư báo cho tỉnh Tuyên Quang hẹn ngày cùng đánh. Án sát Tuyên Quang là Nguyễn Văn Liễn, Phó lãnh binh là Nguyễn Đăng Khánh lập tức phái Quản cơ Tuyên Quang là Phạm Văn Khai đem 500 binh dõng, cùng với thự Tri phủ An Ninh là Phạm Trạc Như đi ngay.

Bấy giờ Tuần phủ Quảng Tây Lương Chương Cự cũng nắm được tình hình các tỉnh biên giới tại Việt Nam, mối loạn nhen nhúm trở lại sau khi Nông Văn Vân mất; bèn dâng sớ tâu lên Vua Đạo Quang:

"***Ngày 19 Bính Dần tháng 4 năm Đạo Quang tứ 17* [23/5/1837]**

Dụ các Quân cơ đại thần:

Cứ Lương Chương Cự tâu rằng: 'Do thám biết tình hình nội chiến tại Việt Nam, hiện thông sức nghiêm mật tuần phòng.

Đất Di, Việt Nam tại các xứ như Mục Mã, cùng với các biên ải tại Tiểu Trấn An, Qui Thuận của nội địa nơi nơi đều tiếp liên. Di phỉ Nông Hồng Nhân của nước này, sau khi Nông Văn Vân bị diệt, lại xuất hiện gây chuyện, ước hẹn với Di mục Thượng hạ Ngũ Lang, đánh Mục Mã, thù giết Đầu mục; nước này động binh tiễu trừ, khó chắc rằng không trốn vào nội địa. Lệnh cho viên Tuần phủ, lập tức nghiêm sức hai trấn Tả, Hữu Giang, cùng các đạo, phủ cai quản, viên biền văn võ tại duyên biên, đốc suất quân lính tại các đồn ải, không động thanh sắc, gia tâm tuần phòng. Nếu binh lực Việt Nam không mạnh, đến quan ải xin trợ giúp, viên Tuần phủ đáng hiểu dụ đại nghĩa lấy lý mà bài xích, để chúng hiểu rằng binh lực Trung Quốc không phải vì ngoại Phiên mà khinh động, như vậy mới hợp cách để khống chế. Đem dụ này lệnh hay biết." (**Tuyên Tông Thực Lục** quyển 296, trang 23-24)

234.
Vua Minh Mệnh (34)
[3/6/1837-25/1/1838]

Tháng 5 năm Minh Mệnh thứ 18 [3/6-2/7/1837], quan tỉnh Hà Tiên tâu rằng các đảo thuộc địa phận, chỉ có đảo Phú Quốc có dân cư, đã đặt đồn đóng giữ. Còn đảo Dương (còn gọi là hòn Ông), đảo Âm (gọi là hòn Bà), đảo Vu, đảo Thăng, đảo Thổ Châu, đảo Cổ Luân, đảo Thát, đều không có dân cư và xa cách đất liền; đảo Dương, đảo Âm cách 4 ngày đường đi thuyền; đảo Vu 3 ngày, đảo Thăng 2 ngày, đảo Thổ Châu, đảo Cổ Luân đều 2 ngày rưỡi, đảo Thát 1 ngày. Hàng năm cứ tháng 3 tháng 4 là kỳ gió nam, thuyền giặc hoặc tạm đậu ở đảo Âm, đảo Dương, đảo Thăng, đảo Thổ Châu 1, 2 ngày rồi tản đi 4 ngả ăn cướp. Tháng 9 tháng 10, mùa gió đông bắc, hoặc ở đảo Vu, đảo Cổ Luân, đảo Thát bỏ neo 1, 2 ngày, rồi lại chạy về, chưa từng ở lâu đến 5, 6 ngày. Xét theo phần biển, đảo nhiều ngả, mà giặc biển đậu lại bất thường, có khi ở đảo này, có khi ở đảo khác, chẳng qua 1, 2 ngày để đợi chiều gió rồi đi; xin dùng các thuyền quân đi tuần tiễu đánh bắt, cứ tháng 4 thì phái đi, tháng 10 rút về, không phải làm đồn bảo tại đó.

Tỉnh Hà Nội bị hoả hoạn, cháy lan hơn 1.400 nhà, có người bị thương chết. Vua sai lấy tiền thóc phát chẩn và trù tính tương lai. Tổng đốc Đặng Văn Thiêm bèn xem địa thế, mở đường sá, nghiêm sức các hộ phố dự bị đồ chứa nước, đồ cứu hoả, lại chọn đất lập đền thờ Hoả thần, sai dân sở tại mùa xuân mùa thu cầu cúng.

Ngày Giáp Thân [10/6/1837], vua thân đi cày ruộng tịch điền. Chiều hôm ấy, Vua đi chơi cửa biển Thuận An, xem thao diễn thuỷ sư, các thuyền hải quân hàng lối không đúng kỷ luật, quan chỉ huy bị phạt. Lại đi chơi núi Thuý Hoa, hành cung trần thiết chưa được chỉnh tề, xe Vua đến không có chỗ dừng chân, các người đốc biện phải tội phạt trượng và cách chức.

Kinh lược Tạ Quang Cự, Tham tán Hà Duy Phiên đạo Ninh Bình tâu rằng dân xin đem nộp súng, tất cả được hơn 1.600 cây. Xin vỗ về bằng ơn, không cứ súng dùng được hay không dùng được, xin theo lệ thưởng cho mỗi cây súng 5 quan tiền; còn như việc chia đặt xã thôn, làm sổ đinh điền, hiện đương lần lượt làm tiếp.

Các hải phận cửa biển Cầu Mông, Đa Nùng tỉnh Phú Yên có thuyền giặc ăn cướp thuyền buôn rồi đi mất; Bố chính là Tôn Thất Lương tự xin đem biền binh giả làm thuyền buôn ra biển để tìm bắt; rồi giặc biển yên lặng, lại đem quân về.

Kinh lược sứ Trương Đăng Quế, Phó sứ Nguyễn Đăng Giai ở đạo quân Thanh Hoá, đốc thúc quân binh và người cố sức làm việc chuộc tội, lần lượt bắt được đầu mục giặc là Hà Công Tư, Lê Phi Hiếu, yếu nhân của giặc là Lê Phi Ất, Lê Phi Bài. Sau đó Vua triệu Trương Đăng Quế về Kinh, sai Nguyễn Đăng Giai nghiêm cách lùng bắt; rồi Nguyễn Đăng Giai phái uỷ Suất đội Vũ Đình Lượng cùng bọn hiệu lực là Hà Công Đức bắt được Hà Công Kim đóng cũi giải về Kinh.

Sai bọn Viên ngoại lang hộ lý Lê Quang Quỳnh đi thuyền Nam Hưng sang Quảng Đông công **cán**.

Vua cho rằng một dãy phố bờ phía đông sông tả hộ thành, dân cư xen lẫn nhà gianh, thường bị nạn cháy, bèn sai thự Thống chế Lê Văn Thảo đem quân binh làm nhà ở chợ Gia Hội lợp bằng ngói 89 gian; mặt trước chợ ra đến sông làm một cái đình gọi là đình Quy Giả, đình làm 2 tầng. Lại từ phía bắc cầu Gia Hội đến chỗ ngang với góc đài Trấn Bình làm lên phố dài gọi là phố Gia Hội, Đông Ba, Đông Hội tất cả 399 gian, dài suốt hơn 319 trượng; xây bằng vôi, mặt trước làm cửa ngõ, cứ 3 gian ngăn bằng tường gạch, mặt sau xây gạch, vách mở cửa cuốn, sau vách để không 5 thước làm đường nhỏ. Từ phía bắc cầu Gia Hội đến phía nam cầu Đông Ba gọi là phố Gia Hội, từ phía bắc cầu Đông Ba đến phía nam cầu Thế Lại gọi là phố Đông Ba, từ phía bắc cầu Thế Lại đến chỗ ngang với góc đài Trấn Ninh gọi là phố Đông Hội, bờ sông xây đá, lan can xây bằng gạch.

Tháng 6 [3/7-31/7/1837] ,Vua nghĩ việc dẹp giặc ở hai tỉnh Thanh Hoa, Ninh Bình đã xong, bèn thông dụ toàn quốc rằng tại các tỉnh này thổ dân đem nhau ra hàng, trong nhà có súng điểu thương thì đều vui lòng nộp cho nhà nước, nhân đó xếp đặt quan người kinh để cai trị, những mối tệ thổ tù cố kết tự trước tiêu tan.

Kinh lược sứ Trương Đăng Quế, Phó sứ Nguyễn Đăng Giai tự Thanh Hoá về đến Kinh. Vua ban dụ khen thưởng Đăng Quế quân công 1 cấp, kỷ lục quân công 1 thứ; **Đăng** Giai quân công 1 cấp, tầm thường kỷ lục 1 thứ; Doãn Uẩn quân công 1 cấp; Tôn Thất Bật: quân công 1 cấp, quân công kỷ lục 2 thứ; quan đi trận chiếu danh sách công trạng ban thưởng.

Kinh lược Tạ Quang Cự, Tham tán Hà Duy Phiên ở đạo quân Ninh Bình kinh lý đã xong, bèn về Kinh phục mệnh, dâng sớ: Thổ dân tiếp tục nộp súng điểu thương được hơn 1.500 khẩu, súng thần công 6 khẩu, các sổ sách đinh điền của thổ dân các xã thuộc huyện Lạc Thổ [huyện Lạc Sơn, Hoà Bình] cùng huyện Phụng Hoá [huyện Nho Quan, Ninh Bình], An Hoá [huyện Lạc Thuỷ, Hoà Bình] đều đã làm xong.

Giặc trốn ở tỉnh Hưng Hoá là Nguyễn Thiết Thạch ẩn ở hạt huyện Thanh Thuỷ, Thanh Sơn [Phú Thọ]. Tỉnh phái Phó quản cơ là Bùi Đình Long đem quân đi bắt; giặc nhân lúc chẳng ngờ đến đánh úp, khiến suất đội cùng binh dõng chết mất 10 người, khí giới bị giặc cướp mất nhiều.

Ba chiếc thuyền giặc biển Đồ Bà [Java] lẻn lút ở hòn Rái tỉnh Hà Tiên; quan quân đi tuần biển là Quản cơ Nguyễn Văn Do, Phòng thủ uý là Nguyễn Toán đem quân đuổi đánh, bắt được đầu mục giặc là Băng Ly Ma Ô Tôn, Băng Ly Ma Cô Lý và bè lũ 43 tên, chém được 12 tên, số còn lại nhảy xuống biển chết, lấy hết được thuyền súng và khí giới.

Lại cấm dân gian ngầm làm súng điểu thương; nếu người thợ nào dám ngầm làm hoặc sửa chữa súng điểu thương cho người đều phải tội chết; các quan phủ, huyện, châu sơ suất cũng bị trị tội nặng.

Điện Phụng Tiên đã làm xong; hàng cột chính, cột lớn, cột vừa, ván vách đều sơn sắc tía; hàng cột trước, cột xà, hoành, rui, bức xuyên hoa đều sơn son thếp vàng. Ngày Ất Mão [16/7/1836], vua đem các Hoàng tử tước Công, các quan văn võ rước Thánh vị Thế tổ Cao hoàng đế, Cao hoàng hậu đến chính điện làm lễ yên vị.

Tỉnh Quảng Trị có bọn man Lào tràn đến châu Ba Lan [huyện Hướng Hoá, Quảng Trị], bắt Thổ lại mục châu Tầm Bồn là Hạt Sà Phầu rồi đi, Thổ tri châu là Hướng Nội đem dân đi trốn, Tri phủ phủ Cam Lộ là Nguyễn Văn Sán nghe biết, lập tức đem lính thú cơ Định man đến ngay đồn Tĩnh Man tìm bắt.

Vua rước Hoàng thái hậu ra chơi cửa biển Thuận An, lại đi chơi chùa Thánh Duyên núi Thuý Hoa. Vua bảo quan phủ Thừa Thiên rằng: "*Tính trẫm thích trồng trọt, không phải vì chơi xem, thực muốn để khuyên bảo nhân dân; như các chỗ cát trắng ở cửa biển Thuận An, không trồng trọt các thứ khác được, chỉ có cây dừa, tính ưa đất ấy, mà quả ăn được, lá dùng lợp nhà được, năm trước trẫm sai trồng dừa ở đấy, nay đã to lớn rườm rà, thế là đất bỏ đi mà lại thành đất hữu dụng, lũ ngươi nên đem ý ấy hiểu thị dân sở tại.*" Sai để lại nhiều quả dừa để trồng thêm, nhà nước cấp cho tiền; sau này quả và lá cho dân được tự ăn dùng, đấy cũng là một việc làm lợi cho dân.

Đê xã Vân Trai, thuộc huyện Tiên Phong [huyện Ba Vì, Hà Tây], tỉnh Sơn Tây vỡ; trước đấy nước sông lên rất mạnh, hơn đầu mùa xuân 18 thước.

Nước sông Hưng Yên dâng to đến 14 thước, 2 bên bờ sông Cửu An, nước chảy rất mạnh, đê giữ nước bị vỡ 3 đoạn, 5 huyện thuộc phủ Khoái Châu, đồng ruộng nước sâu 5, 6 thước, trông ra mênh mông, tràn vào 4 mặt ngoài thành tỉnh, quan tỉnh phải đôn đốc lính chống giữ ở cửa thành. Tỉnh Hải Dương vì đê sông Cửu An vỡ, nước lụt chảy xuống, các đê nhỏ ở các huyện Đường An, Đường Hào, Thanh Miện đều vỡ lở, nước tràn đến các huyện Gia Lộc, Vĩnh Lại, Cẩm Giàng, ruộng nương cửa nhà của dân đều bị chìm ngập. Tổng đốc Nguyễn Công Trứ vừa đến Kinh vào chầu, Vua chuẩn cho lập tức đi ngựa trạm về tỉnh, lo liệu chẩn cấp và phát thóc cho dân vay.

Đạo quân của thự Tuần phủ Lạng Bình là Trần Văn Tuân tự đồn Long Khê tiến đến núi Ngọc Mạo [huyện Bảo Lạc, Cao Bằng], đầu sỏ giặc là Nông Văn Sĩ đã trốn trước sang Trung Quốc; Phó lãnh binh Nguyễn Đăng Khánh, Quản cơ Phạm Văn Khai ở đạo Tuyên Quang cũng lục tục đến, phân phái nhau đi tìm bắt, bắt được bè lũ giặc là bọn Tô Văn Tiệp hơn 10 đứa cùng súng ống; Án sát Bùi Quốc Trinh đi đường khác từ Tháp Nà thẳng đến xã An Lạc [huyện Bảo Lạc, Cao Bằng], bắt được Hoàng Văn Quần và bè lũ 2 đứa.

Vua ban dụ cho Tổng đốc Sơn Hưng Tuyên là Lê Văn Đức đi đánh dẹp bè lũ Nông Văn Sĩ; tờ dụ đến nơi, vừa lúc đê Vân Trai vỡ, nên Văn Đức dâng sớ xin tạm ở lại để cứu dân bị nạn lụt, và hàn lấp chỗ đê vỡ, công việc xong thì lãnh mệnh đi ngay Tuyên Quang.

Tháng 7 [1/8-30/8/1837], mở khoa thi Hương tại các tỉnh: Thừa Thiên, Gia Định, Nghệ An. Vua sai Hà Quyền Tả tham tri bộ Lại làm Chủ khảo trường Thừa Thiên, Phan Thanh Giản Biện lý bộ Hộ làm Phó chủ khảo; Doãn Uẩn Tả tham tri bộ Hình làm Chủ khảo trường Gia Định, Hà Đăng Khoa Bố chính Định Tường làm Phó chủ khảo; Vũ Đức Khuê Tả thị lang bộ Hộ làm Chủ khảo trường Nghệ An, Lâm Duy Nghĩa Thông chính phó sứ làm Phó chủ khảo.

Trường Thừa Thiên lấy Cử nhân 35 người: Lê Doãn Xuân, Nguyễn Tường Vĩnh, Hoàng Trọng Từ, Lê Đức, Lê Văn Đạt, Phạm Chân, Phạm Văn Tuyển, Lê Tiến Ích, Tạ Kim Vực, Trình Nho, Trần Kim Vỹ, Lê Thúc Đôn, Nguyễn Văn Dục, Trần Tiễn Thành, Thái Viết Điển, Nguyễn Văn Mưu, Lê Văn Thành, Trần Công Chính, Lê Dần, Trần Nguyên Phóng, Nguyễn Doãn Thành, Lưu Lượng, Phạm Văn Trị, Nguyễn Văn Đĩnh, Tạ Kim Pha, Mai Văn Mỹ, Lê Văn Nhượng, Phan

Huy Cảnh, Nguyễn Công Tùng, Hoàng Công Tính, Bùi Đạo, Nguyễn Công Chính, Tiết Văn Hanh, Hoàng Văn Thận, Trần Ngọc Diễm. Trường Gia Định lấy 11 người: Nguyễn Văn Chiêm, Bùi Văn Phong, Nguyễn Công Dự, Nguyễn Văn Trị, Nguyễn Khắc Điều, Lê Văn Dự, Nguyễn Tiến Hội, Nguyễn Văn Quyển, Vũ Doãn Nguyên, Trần Thành Lập, Hoàng Mẫn Chính. Trường Nghệ An lấy 5 người: Vương Đình Chiểu, Vũ Nguyên Doanh, Nguyễn Phong, Phạm Trọng Cát, Phan Quang Nhiễu.

Khi bộ Lễ duyệt lại quyển đỗ, thì trường Thừa Thiên bị truất 3 người là Nguyễn Công Tùng, Bùi Đạo và Mai Văn Mỹ. Nguyễn Công Tùng thì bài phú viết lầm chữ đầu đề; Bùi Đạo thì bài phú, cùng với tú tài Vũ Văn Khiêm lời văn suýt soát giống nhau; Mai Văn Mỹ là con người trùm phường hát đội Thanh bình, văn lý lại tầm thường, đều truất xuống Tú tài.

Riêng trường Nghệ An, trước đó quan trường điểm duyệt quá khắc, suốt các quyển văn, không quyển nào trúng cả 3 kỳ, dự trúng 2 kỳ cũng không được mấy người; Chủ khảo Vũ Đức Khuê bèn dâng sớ tìm người giỏi hơn trong bọn kém ấy, được 5 quyển chọn hơi khá, xếp vào loại cử nhân. Vua bảo bộ Lễ rằng: "*Triều đình mở khoa thi, kén học trò, vốn muốn được nhiều nhân tài để giúp việc nước, trường Nghệ An khoa thi năm nay lại có cả học trò Thanh Hoa hợp thí, số học trò đến hơn 3.000 người so với khoa trước đông gấp đôi, huống chi Nghệ An, Hà Tĩnh và Thanh Hoa, vốn có tiếng là văn học, sao ngạch đỗ ít ỏi như thế.*" Bèn sai quan 6 bộ, đem các quyển đỗ và hỏng tại Nghệ An hội xét lại ở viện Tả đãi lậu, lấy thêm 15 người. Lại gọi tất cả 20 người chọn thêm trong hai lần đến kinh đô, Vua đặc cách sai Hiệp biện Đại học sĩ Trương Đăng Quế và Tả tham tri bộ Lại Hà Quyền làm chủ khảo xét hạch, lấy đỗ 15 người gồm: Mai Thế Tuấn, Phan Quang Nhiễu, Phan Hữu Khải, Đỗ Xuân Tường, Lê Triết, Hồ Sĩ Tuần, Vũ Văn Dật, Nguyễn Côn, Nguyễn Hữu Độ, Đinh Viết Thận, Nguyễn Thái Thông, Phạm Trọng Cát, Hoàng Bá Nghi, Vũ Nguyên Doanh, Vương Đình Chiểu.

Trước đây Nguyễn Công Trứ, Tổng đốc Hải An về kinh bệ kiến, Vua nghĩ năm trước giặc Vân nổi loạn, Trứ từng lĩnh quân đi đánh dẹp, đã thân đến địa hạt ấy, nên triệu tập Trứ đến hỏi rằng: "*Cao Bằng, Tuyên Quang còn có giặc trốn là Nông Văn Sĩ, Nông Văn Thạc ẩn nấp mà Trần Văn Tuân không thể bắt được, ngươi có mưu lược gì, có thể làm tuyệt hết cỗi rễ độc ác ấy không?*". Trứ thưa rằng: "*Bọn giặc Sĩ ở hẻo lánh nơi rừng rú, chỗ ấy xa xôi, nhân khi sơ hở, lén lút ra vào bất thường, một khi nghe tin quan quân tiến đến, thì tìm cách ẩn trốn, lùng bắt rất khó, chỉ có Quản phủ phủ Thông Hoá ở Thái Nguyên là Dương Đình Cẩm và Đội trưởng ở Tuyên Quang là Nguyễn Văn Cầu đều là người Thổ đã quen biết mặt giặc, mà lại chịu quen thuỷ thổ, giao cho bắt giặc, tưởng cũng được việc*". Vua cho là phải, bèn sai 2 viên quan tỉnh ở Thái Nguyên và Tuyên Quang đòi Dương Đình Cẩm, Nguyễn Văn Cầu đến công đường, truyền dụ bắt giặc. Dương Đình Cẩm liền bắt được 5 người là bè lũ giặc Thạc ở phận rừng An Lạc [huyện Bảo Lạc, Cao Bằng], thưởng cho 100 quan tiền.

Về phía Trung Quốc cũng báo động về giặc phỉ nổi dậy tại các tỉnh Việt Nam giáp biên giới, nên Vua Đạo Quang ra lệnh cẩn thận đề phòng:

***"Ngày 13 Mậu Tý tháng 7 năm Đạo Quang thứ 17* [13/8/1837]**

Tổng đốc Vân Quí Y Lý Bố tâu bọn phỉ tại Việt Nam nổi loạn, hiện thông sức tuần phòng biên giới. Nhận được chiếu chỉ cẩn thận đề phòng, nghiêm răn các quan văn võ tại duyên biên không được tham công có hành động sai lầm." (**Tuyên Tông Thực Lục** quyển 299, trang 15)

Tỉnh Ninh Bình bị mưa lụt, nước sông lên đầy, lúa ruộng phần nhiều bị ngập, quan tỉnh tâu lên, vua sai đốc sức phủ huyện tìm cách để khơi thông. Vua bảo quan hầu rằng: *"Hằng năm đến mồng 7 tháng 7, trong cung phần nhiều treo đèn, đặt yến để làm vui, nay tỉnh Sơn Tây vỡ đê, nhân dân phần nhiều đắm đuối, trẫm đâu có thể vui được một mình, nên bãi đi."*

Lê Văn Đức, Tổng đốc Sơn Hưng Tuyên tâu: *"Chỗ vỡ đê Vân Trai, đã bắt dân phu 3.000 người đắp lấp lại, mới đóng cọc cắm kè được 1, 2 trượng, bỗng gặp nước lụt lại tràn về, sâu đến 9, 10 thước; công việc không thể làm được nên tạm phải đình công, đợi khi nước rút xuống, khẩn cấp làm ngay".*

Quan ở bộ xin lấy ngấn nước lụt mùa thu năm nay làm chuẩn đích, phàm sông to về trung lưu, đê điều phải cao hơn ngấn nước 1 thước 5 tấc; hạ lưu và sông vừa, đê điều cao hơn 1 thước; giả thử như thượng lưu sông to, đoạn nào ngấn nước còn cách mặt đê 1 thước, thì đắp cao thêm 5 tấc.

Làm xe máy cưa ván gỗ, bắt chước kiểu mẫu Tây Dương, Vua thưởng cho thợ 100 quan tiền. Vua đến chơi xem, bảo quan hầu rằng: *"Trẫm xem xe ấy dùng trâu chuyển vận, con trâu đã cày quen, thì dẫu gầy yếu, nhưng sai khiến được; còn như con trâu chơi dưng, dù to béo nhưng thở hộc lên không làm nổi, thế nên trẫm rất ghét những kẻ chơi dưng mà không làm việc".*

Vua sai an trí những người thuộc dòng dõi hoàng tộc nhà Lê tại các tỉnh từ Quảng Nam trở vào Nam, mỗi huyện trên dưới 15 người. Cấp cho trai tráng, mỗi người 10 quan tiền, già trẻ và đàn bà con gái tình nguyện theo đi thì cấp cho một nửa. Đến chỗ phân phối, sáp nhập vào dân làng; trai tráng cấp cho mỗi người 1 mẫu hoặc 5 sào ruộng quan hay ruộng trại, binh lính sai dịch và thuế thân đều được miễn 5 năm. Còn đền vua Lê, ruộng tự điền và phu cai mộ, vẫn do quan địa phương trông nom.

Bắt đầu làm Vọng lâu. Vua dụ rằng cửa biển Thuận An là bờ biển quan yếu ở kinh, từ trước đến nay các thuyền ra vào, chỉ căn cứ vào giấy tờ ở đồn biển báo lên, không khỏi chậm trễ. Chuẩn cho từ phía mặt trước Kinh thành theo ven biển đến thành Trấn Hải, liệu làm Vọng lâu, chế cấp cờ hiệu, để làm dấu hiệu truyền báo cùng nhau. Phái quân binh ở trên lầu gác trông, nếu thấy lầu ở phía sau treo báo cờ hiệu sắc gì, tức thì theo thứ tự theo đúng sắc treo lên để tin tức được nhanh.

Năm trước nhiều lần đóng thuyền bọc đồng; 3 chiếc thuyền Thuỵ Long, Linh Phượng, Phấn Bằng là lớn nhất; 3 chiếc thuyền Thanh Loan, Kim Ưng, Vân Điêu là hạng vừa; 5 chiếc thuyền Dương hiệu Thanh, Bình, An, Định, Tĩnh lại vừa nữa; 5 chiếc thuyền Hải hiệu Thanh, Bình, An, Định, Tĩnh và 5 chiếc thuyền Tuần hải từ số 1 đến số 5 đều là hạng nhỏ, tất cả là 21 chiếc thuyền. Đến nay đóng thêm 9 chiếc, tính tất trước sau là 30 chiếc.

Quốc vương nước Hoả Xá là Vĩnh Bảo chết, người nước ấy theo tục, cùng nhau lập người cháu gọi bằng cậu tên là Liệt nối làm Quốc trưởng; báo đến Phú Yên, quan tỉnh đem việc tâu lên.

Vào tháng 11 năm ngoái, sứ bộ Phạm Thế Trung khởi hành từ kinh đô sang cống nhà Thanh, nay đã đến triều cống tại cửa Thần Vũ, Bắc Kinh:

"***Ngày 30 Ất Tỵ tháng 7 năm Đạo Quang thứ 17 [30/8/1837]***

Sứ thần Việt Nam bọn Phạm Thế Trung 3 người, chiêm cận tại cửa Thần Vũ." (**Tuyên Tông Thực Lục** quyển 299, trang 15)

Tháng 8 [31/8-29/9/1837] bộ Binh bàn về phép thi võ cử. Xin lấy các năm Dần, Tỵ, Thân, Hợi mở khoa thi Hương; các năm Tý, Mão, Ngọ, Dậu mở khoa thi Hội. Phàm khoa thi Hương, kỳ đệ nhất thi mang nặng; kỳ đệ nhị thi các môn côn, quyền, đao, bài; kỳ đệ tam thi bắn súng điểu sang, người 3 kỳ đều trúng cả, gọi là Cử nhân võ,. Phép thi khoa Hội đều theo như thi Hương, người 3 kỳ đều trúng, là trúng cách thi Hội; trong đó người thông cả văn tự thì đều vào thi điện; còn chỉ biết nghề võ, cho tự trình bày được miễn thi.

Tỉnh Ninh Bình bắt được tên giặc trốn là Quách Công Ôn đem giết. Chánh đội trưởng là Quách Công Độ, vì bắt được tên phạm ấy, vua thưởng cho kỷ lục 2 thứ, 10 đồng Phi long ngân tiền hạng lớn và 200 quan tiền.

Quan thành Trấn Tây tâu rằng dân Chân Lạp ở hạt phủ Hải Đông [đông biển hồ Tonlesap], năm trước bị tên phản nghịch là Minh xua đuổi, theo sang nước Xiêm ở súc Tà La, nay nghe người Xiêm muốn dời đến Vọng Các, bèn đem gia quyến xin về hơn 1.000 người; xin xếp đặt cho ở các nơi gần đồn, để dễ kiểm soát.

Sai ở kinh và các tỉnh ngoài, đóng 50 chiếc thuyền vận tải đường biển; lấy thợ ở cục Kiên Chu, chia đi chỉ bảo cách đóng.

Chuẩn định từ nay phàm thuyền ngoại quốc đến phận cửa biển Đà Nẵng tỉnh Quảng Nam, không cứ là hiệu cờ nước nào và dáng thuyền thế nào, người coi giữ cửa biển lập tức thân đến hỏi rõ; việc quan yếu thì làm tập tâu tâu lên, do ngựa trạm đệ đi, hoặc phái đi tối khẩn; việc thường cũng tư bộ chuyển lên để biết ngay tình trạng.

Quản phủ Trấn Định [đất Lào giáp huyện Hương Sơn, Hà Tĩnh] tỉnh Nghệ An là Phạm Văn Thuyên, tham ngược bừa bãi, thổ dân ở 2 huyện Cam Cát, Cam Môn thuộc địa hạt đều khổ cả, chúng bèn đem nhau trốn đi, cầu cứu giặc ở Khung Giang [sông Mê Kong] đến áp bức phủ thành; Thuyên sợ, đem việc khẩn cấp tâu báo; rồi bọn giặc bỏ đi, Thuyên bèn ban đêm đốt trại lính ở ngoài thành phủ, làm giả ra tình trạng giặc phá. Phái viên ở tỉnh đến xét được sự trạng, bắt Thuyên để hỏi, y nhận tội. Bèn đem sự việc tâu lên; Vua sai áp giải Thuyên đến địa phương chém đầu, nêu rõ tội trạng cho bớt lòng căm phẫn của dân, thổ dân khi ấy bèn dần dần trở về.

Tại Bắc Kinh, sứ bộ Phạm Thế Trung sau khi chiêm bái tại cửa Thần Vũ, được dự yến tại vườn Đồng Lạc và dự lễ khánh hạ tại điện Chính Đại Quang Minh:

"*Ngày 8 Quí Sửu tháng 8 năm Đạo Quang thứ 17* [7/9/1837]

Thiên tử phụng dẫn Hoàng thái hậu đến vườn Đồng Lạc; ban ăn uống cho Hoàng tử, cùng Vương, Công, Đại thần trong triều, Vương, Công Mông Cổ, Sứ thần Việt Nam." (**Tuyên Tông Thực Lục** quyển 300, trang 10)

"*Ngày 10 Ất Mão tháng 8 năm Đạo Quang thứ 17*

[9/9/1837]

Thiên tử ngự tại điện Chính Đại Quang Minh; Hoàng tử, các quan văn võ Đại thần từ tước Vương trở xuống; Vương, Công Mông Cổ, Sứ thần Việt Nam làm lễ khánh hạ.

Thiên tử ngự vườn Đồng Lạc; ban ăn uống cho Hoàng tử, cùng Vương, Công, Đại thần trong triều; Vương, Công Mông Cổ, Sứ thần Việt Nam." (**Tuyên Tông Thực Lục** quyển 300, trang 13)

Trước ngày sứ bộ Việt Nam trở về nước, Vua Đạo Quang gặp viên Phó tướng Na Linh Ha giữ nhiệm vụ bạn tống sứ bộ; thấy viên này tuổi trên 70, khó hoàn thành nhiệm vụ, đáng cho về hưu, nên phái viên khác là Quách Kế Xương thay thế:

"***Ngày 26 Tân Vị tháng 8 năm Đạo Quang thứ 17*** **[25/9/1837]**. *Dụ Nội các:*

Ngày hôm qua, bộ Lễ đưa người bạn tống Cống sứ Việt Nam là Hiệp phó tướng Ngô Châu, Quảng Tây, Tân thái hiệp phó tướng Na Linh Ha đến gặp. Viên này đã trên 70 tuổi, tinh lực suy đồi khó có thể chấn tác được. Viên Tuần phủ đáng nên phân biệt sớm, hoặc tâu lên để cho về hưu, hoặc trình lên bộ xin dẫn gặp để lãnh chiếu chỉ. Việc bạn tống Cống sứ, dọc đường lo liệu, cần sai người tinh anh có thể nắm giữ công việc; cớ sao tuyển người suy yếu tầm thường. Nay cho Na Linh Ha giữ nguyên hàm hưu trí; lệnh thông sức cho Đặng Đình Trinh, Lương Chương Cự biết. Nay phái Quách Kế Xương bạn tống Cống sứ Việt Nam ra khỏi kinh đô, dọc đường hãy cẩn thận liệu biện. Đặng Đình Trinh nhận được chiếu chỉ này, lập tức sai phái nhân viên đảm đương công việc này ổn thoả, theo hành trình mà nghênh đón; vô luận gặp ở chỗ nào, Quách Kế Xương bàn giao cho người đến, tự đi đến nơi nhận nhiệm vụ mới." (**Tuyên Tông Thực Lục** quyển 300, trang 36-37)

Tháng 9 [30/9-28/10/1837], tỉnh Sơn Tây phái Quản cơ Nguyễn Vân Nghĩa bắt được giặc trốn là Đinh Công Thự và con hắn 3 đứa, đều giết cả; Vua thưởng cho quan quân 100 quan tiền.

Đạo trưởng nước Tây dương là Cao Lăng Ni đem đạo Thiên Chúa truyền bá tại huyện Phù Ninh [Phú Thọ]; lại thông đồng với tướng giặc, mưu đồ trái phép, tự xưng là quân sư. Tỉnh phái quan nã bắt được đem giết; Vua thưởng cho 500 quan tiền.

Tướng quân Trấn Tây là Trương Minh Giảng đến kinh bệ kiến; Vua khen và yên ủi mãi, cho 1 cái nhẫn bằng hoàng kim. Dụ Nội các rằng: Nay Trương Minh Giảng, trước đây phụng mệnh đi đánh giặc Khôi, sau lại dẹp yên giặc Xiêm, nhân nghĩ biên giới Trấn Tây là nơi quan trọng, vẫn ở lại trị yên, tính đốt tay đến nay đã 5 năm, tuy không ví như các thống binh, sau khi xong việc liền khải hoàn ngay; nhưng nghĩ khi ấy đi đánh, chính là lúc khi giặc đương thịnh, thế mà một trận đánh ở Biên Hoà, Vĩnh Long, đầu tiên nén được sức mạnh của giặc, nghịch tặc từ đó sợ hãi mất vía, giữ cô thành khốn đốn, dễ cho ta đánh giữ, việc ấy thực là quân công thứ nhất. Sau giặc Xiêm đem cả nước đến xâm chiếm, đã vượt qua Hà Tiên, Châu Đốc, đi xa vào sâu, Giảng lại phải đem số quân mấy nghìn, dùng cách lấy ít chống nhiều, ứng biến nghĩ ra mưu lạ, nhiều lần được đại thắng; bọn giặc sợ trốn, biên giới vỗ yên, thì so với công của các quan ta đem quân khi trước, thực có phần hơn, không phải là không kịp. Nay nhân vào chầu, nên nêu rõ ân vinh đặc biệt, chọn ngày 19 tháng này [18/10/1837] làm lễ ôm gối.

Định điều cấm về việc hát chèo trong dân gian các hạt Nam Kỳ. Vua bảo bộ Lễ rằng: "*Trước đây Lê Văn Duyệt, Tổng trấn Gia Định chứa nuôi con hát, nhiều đến nghìn người, đam mê trò vui, con hát cậy thế mạnh của hắn, đùa bỡn phụ nữ, trai gái lẫn lộn, phong tục hỏng nát, không gì quá hơn thế. Nay chuẩn theo nghị định: phàm các xã thôn, diễn trò chèo hát tạ thần, trong 1 năm chỉ được hát xướng 1 lần là 1 ngày đêm mà thôi, còn người hát được chiêu tập ở thôn dân gần 5 người, nếu quá số ấy, thì xử về tội trái phép. Lại do quan địa phương xét thực người làm nghề đi hát, còn ở ngoài sổ thì sai đăng ký vào sổ để chịu sai dịch. có người tình nguyện về Kinh, xin bổ vào thự Thanh Bình (1), thì phải giải về kinh để bổ sung, còn thì đều phải về làm ruộng, nếu dám vẫn như trước, không chăm chỉ làm ăn sinh sản thì phát đi làm lính ở đồn điền Trấn Tây; tổng, lý tư tình ẩn giấu và phủ, huyện không xem xét đến, sẽ phân biệt trị tội*".

Lại dụ cho dân gian từ Hà Tĩnh trở ra Bắc thay đổi cách ăn mặc. Dụ rằng: "*Trước đây từ sông Gianh trở ra Bắc, cách ăn mặc vẫn còn tục cũ, ra dụ cho đổi theo cách ăn mặc từ Quảng Bình trở vào, để cho phong tục như nhau, lại gia hạn rộng cho được cắt may thong thả, thế mà từ năm Minh Mệnh thứ 8 đến nay đã trải 10 năm, vẫn nghe nông phu thôn phụ miền ngoài, phần nhiều lần lữa chưa đổi. Xét ra từ Quảng Bình trở vào Nam, hết thảy ăn mặc theo lối nhà Hán, nhà Minh, đội mũ, mặc áo mặc quần chỉnh tề như thế, so với ngoài Bắc theo như cũ, con trai đóng khố, con gái mặc áo vạt khép với nhau, dưới mặc váy thì đẹp xấu dễ thấy rõ ràng, lại có nơi đã theo tục hay, cũng có nơi vẫn yên như cũ, há chẳng phải là có ý trái lệnh ư? Các đốc phủ, bố án các tỉnh, nên đem ý ấy dẫn bảo khuyên nhủ, lại ban cho trong năm nay phải thay đổi tất cả; nếu sang năm sau, vẫn có người theo như cũ, thì trị tội".*

Các tỉnh ở Bắc Kỳ tâu báo dòng sông đã yên sóng. Vua bảo rằng: "*Nước lụt năm nay khác thường, nên đê điều hoặc có nơi vỡ lở, hoặc có nơi đầy tràn, ngoài ra, nhiều nơi xảy ra hung hiểm luôn, thế mà nguy rồi lại yên, giữ được vô sự, nay đến tiết Sương Giáng* (2), *cùng mừng sông được yên sóng.*"

Tháng 10 [29/10-27/11/1837], mở khoa thi Hương ở Hà Nội, Nam Định. Sai Nguyễn Đình Tân, Bố chính Nghệ An làm Chủ khảo trường Hà Nội; Trần Ngọc Dao, thự Bố chính Hưng Yên làm Phó chủ khảo; Đoàn Khiêm Quang, thự Hữu tham tri bộ Lễ làm Chủ khảo trường Nam Định; Phạm Khôi, Án sát Lạng Sơn làm Phó chủ khảo; lấy đỗ cử nhân tất cả 35 người. Trường Hà Nội 17 người: Nguyễn Văn Tòng, Hoàng Đình Tuy, Nguyễn Khắc Thiệu, Lê Văn Thái, Dương Danh Thành, Vũ Văn Tuấn, Nguyễn Thuý, Khương Bá Khanh, Dương Công Bảng, Nguyễn Văn Thái, Đỗ Biều, Vũ Khách, Trần Can, Lê Hoàn Nguyện, Phan Mậu Thịnh, Lê Văn Thông, Lê Văn Huy. Trường Nam Định 18 người: Phạm Thế Húc, Vũ Ngọc Ôn, Trần Dương Quang, Phạm Khách, Nguyễn Đức Nghiệp, Nguyễn Đình Chân, Phạm Văn Nghị, Lương Trọng Sán, Vũ Khả Thái, Vũ Văn Bách, Nguyễn Quang Sán, Phạm Huy Thục, Nguyễn Duy Hổ, Vũ Doãn Khái, Doãn Khuê, Lã Huy Nhuận, Vũ Hữu Giác, Trần Văn Chù.

Án sát Tuyên Quang là Nguyễn Văn Liên nghĩ rằng giặc là bọn Nông Văn Sĩ, Nông Văn Thạc còn trốn tại Trung Quốc, đến kỳ lúa chín, thế tất phải lẻn về họp nhau tìm lương thực; bèn dâng sớ xin đích thân đem quân binh đến 2 huyện

Để Định, Vĩnh Điện [đều tại huyện Bảo Lạc, Cao Bằng] để tuỳ cơ đánh bắt. Vua y cho; Liên bèn cùng Quản cơ Nguyễn Đắc Khanh đem hơn 100 quân theo, đường phía bên phải tiến thẳng đến huyện Vĩnh Điện; mật sai Suất đội Mai Văn Đạo đem thủ hạ đi ngay đến ải Bắc Nậm, Bình Môn thuộc huyện Để Định tuần tiễu ngăn chặn, lại phi báo cho các tỉnh Cao Bằng, Thái Nguyên hội lại cùng đánh. Đến khi Liên đến Vân Trung, chia phái quân đi lùng tìm các xứ Ngọc Mạo, Ân Quang, An Lạc thì giặc Thạc trốn trước, bắt sống và chém được bọn chúng hơn 40 người, hỏi ra mới biết giặc Sĩ đã chết. Cứ tên giặc bắt được chỉ điểm, đào được thây tên Sĩ; đem việc ấy tâu lên, Vua sai đóng hòm đem đầu giặc ấy dâng đến cửa khuyết, giao cho quan có trách nhiệm đập nát vứt xuống sông.

Thự Lang trung bộ Lễ là Nguyễn Đăng Huân, trước làm Tri phủ Điện Bàn, tại chức 4 năm, tự giữ thanh liêm kiệm ước và bình tĩnh giản dị thân với dân, nha lại và dân yêu như cha mẹ, gặp khi có tang cha, đưa biếu đều không nhận. Đến khi bổ làm chức ở Kinh, hộ giá đi tuần phía nam, dân nghe tin đến, đón đường thăm hỏi, nhiều người biếu vàng và tiền cũng không nhận; đến nay chết ở nơi làm quan, trong túi không có gì cả, chỉ có một cái áo rét được thưởng để làm đồ liệm mà thôi. Quan khoa đạo là Nguyễn Tự, Lê Văn Thực làm sớ đem sự trạng tâu lên. Vua thương tiếc lắm, truy thụ Lang trung bộ Lễ, thưởng cho 100 quan tiền, sai bắt thuyền đưa về quê và thưởng cho 100 quan để nuôi vợ con viên ấy. Lại nghe nói hãy còn mẹ già, thưởng thêm 100 quan tiền và sắc cho quan địa phương thời thường thăm hỏi. Vua hỏi Trương Đăng Quế rằng: "*Ngươi có biết Nguyễn Hữu Hoàng, Nguyễn Đăng Huân không*?" Quế thưa rằng: "*Tiết tháo thanh liêm của 2 người ấy, thần cũng có nghe biết, nhưng người ta giữ được tiết tháo, có khi lúc đầu hơi biết cố gắng, mà về sau không trọn vẹn, cầu được người có trước có sau ít lắm, cho nên tuy hoặc có nghe biết, cũng ít khi dám khinh thường tâu lên.*" Vua bảo rằng: "*Phàm người ta, việc tự mình làm ra, còn không thể tự tin, huống chi người khác; nếu thấy có việc thực, bèn phải tâu lên, có gì là không nên, sau nếu thay đổi tiết tháo, là hắn tự chịu, triều đình tự có phép công, há nên đoán trước là sau này không thể giữ được, mà không đề tâu cho để phải bỏ sót người tốt!*"

Tháng 11 [28/11-26/12/1837], người Chân Lạp ở thành Trấn Tây tên Giao, trá xưng là thần tiên, đặt ra lời yêu quái để mê hoặc dân chúng. Vệ uý là Ốc Tâm mật cáo lên thành, phái người bắt được, đem việc ấy tâu lên. Vua sai đem giết, thưởng cho Ốc Tâm, Phi long ngân tiền hạng lớn, hạng nhỏ mỗi hạng 5 đồng; riêng người bắt được thưởng 100 quan tiền.

Mới đặt huyện Long Khánh thuộc tỉnh Biên Hoà. Tù trưởng dân thiểu số ở 2 đồn Long An, Phước Khánh thuộc hạt Biên Hoà, tình nguyện đem đất đặt làm 5 tổng, 36 xã thôn, số đinh 541 người; hợp thành một huyện, gọi là huyện Long Khánh. Riêng 3 sách dân thiểu số Bình Thuận, số đinh 52 người, trước ở Long An, cũng lập làm 1 tổng 3 thôn, lệ thuộc vào huyện này.

Nước Thuỷ Xá tại phía tây Phú Yên sai sứ đến cống và đưa lễ mừng dâng lên. Vua ngự điện Cần Chính, cho sứ nước ấy làm lễ chiêm bái. Lại sai bộ Lễ ban cho Quốc vương mới nối theo họ Vĩnh, vẫn tên là Liệt, ban cấp cho 1 đạo sắc thư và đồ thưởng, đợi sau khi lễ khánh hạ xong, giao cho sứ bộ lĩnh đem về nước. Quận Chúa nước Chân Lạp là Ngọc

Vân cũng sai quan cung tiến lễ phẩm.

Chuẩn bị lễ khánh tiết thất tuần Hoàng thái hậu, từ thượng tuần tháng 11 đến ngày Tân Sửu [24/12/1837] Đại khánh: điện ở trước cung Từ Thọ và các sở nghi môn, lầu kết hoa, rạp kết hoa; và các lầu kết hoa, rạp kết hoa ở ngoài Hoàng thành đều bày đặt màn trướng, treo đèn kết hoa. Hoàng tử và văn võ bách quan, đều mặc áo đẹp tới hầu ở nhà 2 bên tả hữu điện Cần Chính.

Ngày Canh Dần [13/12/1837] làm lễ Tấn tôn, vua thân cùng các quan đến cung Từ Thọ, dâng sách vàng, ấn vàng, dâng huy hiệu Hoàng thái hậu là Nhân Tuyên Từ Khánh Hoàng thái hậu.

Ngày Tân Sửu [24/12/1837] làm lễ Đại khánh. Vua đem Hoàng tử, văn võ bách quan đến cung Từ Thọ dâng tờ kim tiên và lễ phẩm chúc mừng.

Ngày Nhâm Dần [25/12/1837], vua ngự ở điện Thái Hoà, nhận chầu mừng; ban ân chiếu khắp nước.

Tháng chạp [27/12/1837-25/1/1838], sai Thị lang Lê Bá Tú; Lang trung Nguyễn Tri Phương; Hiệp lĩnh thị vệ Vũ Văn Trí, chia nhau coi các hiệu thuyền Phấn bằng, Thuỵ long, Linh phượng đi công cán ở Bột Nê [Borneo, Indonesia] , Giang Lưu Ba [Jakarta, Inđônêxia] và Hạ Châu [Singapore].

Sai sở chính yếu làm sách Cao Man kỷ lược. Vua bảo Nội các rằng người nước Chân Lạp có nước đến nay hơn 1.200 năm, chưa rõ năm bắt đầu dựng nước, ngang với nước ta và nước Trung Hoa là triều đại nào, nên tra rõ làm thành tập, để dâng lên xem.

Dân nước Nam Chưởng hơn 1.000 người lấn cướp

2 động Tiên Phong, Phong Thanh thuộc châu Ninh Biên [huyện Mường Nhé, Điện Biên] tỉnh Hưng Hoá, thổ dân sợ hãi chạy đi. Quan tỉnh nghe báo, lập tức phái quân binh, cùng điều thổ dõng các châu cùng hợp lại đánh bắt.

Vệ uý lĩnh chức An phủ, quản lý các cơ thổ binh ở đồn Sa Tháp thuộc phủ Hải Đông [đông biển hồ Tonlesap] thành Trấn Tây, dung chứa người làm phản, thông với giặc Yết, mưu đem Nặc Ong Giun về nước Chân Lạp, bị dân địa phương tố giác. Quan thành là bọn Đoàn Văn Phú, Lê Đại Cương, Bùi Công Huyên mật sai Lãnh binh là Nguyễn Văn Hoà nã bắt, xích giải về thành xét trị. Bè lũ y là cai đội Đô Y thấy việc tiết lộ, bèn họp tại đất Tăng Cần Lăng giết hại dân Kinh buôn bán hơn 100 người để làm thanh thế. Án phủ Phạm Ngọc Oánh, Hiệp lý phủ vụ là Đoàn Đức Giảng sai Quản cơ là Bồn Đột đuổi theo, đánh nhau ở đất Châm Bốc, bọn phản nghịch ấy đều tan, Đô Y cùng mấy chục người chạy trốn. Bọn Đoàn Văn Phú nghe báo, lập tức phái uỷ Phó lãnh binh là Vũ Đức Trung coi đem quân binh đuổi bắt, cùng đem sự việc tâu lên.

Sửa lại miếu Đinh Tiên Hoàng, Lê Đại Hành; Vua chuẩn cho cấp tiền mỗi miếu 500 quan, sai quan tỉnh Ninh Bình đốc sức phu miếu và dân sửa sang.

Chú thích:

1. Thự Thăng Bình: Cơ quan tại kinh đô Huế, chuyên về âm nhạc ca hát tại cung đình.

2. Sương Giáng: Là 1 trong 24 tiết thuộc Âm lịch; bấy giờ sương xuống nhiều, thông thường từ khoảng 23-24 tháng 10 Dương lịch.

235.
Vua Minh Mệnh (35)
[26/1-19/8/1838]

Tháng giêng năm Minh Mệnh thứ 19 [26/1-23/2/1838] An phủ phủ Khai Biên tỉnh Hà Tiên là tên Dy làm phản. Trước kia có tên Khống người ở phủ Khai Biên, năm trước sang nước Xiêm nhận chức Ba Lật; rồi từ nước Xiêm trốn về, Dy ẩn giấu đi; An phủ là Trương Sùng Hy biết tình hình, bắt Khống đem nộp. Dy sợ tội, bèn cùng thổ mục tên Châu, ngầm dụ người Chân Lạp chế tạo khí giới mưu đồ sinh sự. Chợt nghe tên Đô Y ở Hải Đông [đông biển hồ Tonlesap] nổi loạn, liền họp bọn 500 người đến phủ Long Tôn đốt cướp đồn trại; suất đội cơ Khai Biên là Sô Mịch, Phó quản cơ là Ân Ôn đều đến theo, giết hại lính người Kinh đóng giữ ở đấy, chia đường quấy nhiễu. Bố chính Lê Văn Trung và Án sát Phạm Ngọc Quang, thân lĩnh quan binh đuổi bắt. Quan thành Trấn Tây là bọn Đoàn Văn Phú được tin báo, cũng phái Phó lãnh binh là Nguyễn Tiến Phước, đem 2 vệ Tiền bảo, Khánh Hoà, cùng phiên mục là Vệ uý Nhâm Trật dùng thổ binh đi đến đánh.

Phó lãnh binh đạo Hải Đông là Vũ Đức Trung đuổi bắt tên phản nghịch Đô Y ở sóc Châu, núi Kha, Đô Y chạy thoát, lẩn trốn ở rừng rú; thự Đề đốc là Bùi Công Huyên thân đem biền binh người Kinh người Thổ, tiếp tục đánh dẹp. Vệ uý đạo Khai Biên là Nhâm Trật đánh nhau với giặc Châu ở sóc Cầm Lịch, phá tan được, bắn giết được 9 tên trong bọn chúng, giặc Dy ở Long Tôn nghe tin Châu thua, liền đem bè lũ rút trốn.

Tướng quân thành Trấn Tây là Trương Minh Giảng tự Kinh trở về, đi qua Gia Định, nghe tin phủ Khai Biên, đạo Hải Đông có giặc; lập tức thượng khẩn đi ngay; phi báo trước về thành, nói phao lên là "*Thần đem đại đội binh thuyền, ngày sắp tới sẽ đến nơi*", cho lòng người được yên. Tổng đốc Gia Định là Nguyễn Văn Trọng tức thì phái 300 biền binh và 5 chiếc thuyền thuộc tỉnh ấy đi hộ tống.

Án phủ Phạm Ngọc Oánh, Hiệp lý là Đoàn Đức Giảng ở đạo Hải Đông phái vận lương thực, đạn dược đến quân thứ, khi đi đến đường rừng Ca Thi bị giặc cướp mất, quân binh có người bị thương, bị chết, quan thành Trấn Tây Đoàn Văn Phú đem việc tâu lên.

Điều quân đóng ở Gia Định đi đóng giữ ở Trấn Tây; phái thêm quân ở Kinh, vệ trung dinh Hùng nhuệ đóng ở Gia Định. Lại cho đem gạo ở Vĩnh Long 30.000 phương, ở Định Tường 20.000 phương vận tải đến Trấn Tây để dùng.

Tại đảo Phú Quốc, cho dời đồn Phú Quốc ra nơi khác thuận tiện hơn, và làm thêm đồn Hàm Ninh.

Ngày Tân Tỵ [2/2/1838], làm lễ Xuân hưởng; Vua thân đến Thái miếu làm lễ, các đại thần chiếu lệ chia đứng ở 8 án thờ hai bên tả, hữu.

Giặc làm phản ở phủ Hải Đông [đông biển hồ Tonlesap] là Đô Y, họp bọn hơn 1.000 người, vây đánh đồn Cần Đa, thổ binh trong đồn đều cầm khí giới theo giặc, thự Đề đốc là Bùi Công Huyên nghe tin báo, sai ngay Vũ Đức Trung đến đồn Sa Tôn tiến quân đánh bắt.

Tháng 2 [24/2-25/3/1838], Tuần phủ An Giang giữ chức Tham tán Trấn Tây là Lê Đại Cương có tội bị cách chức. Cương ở thành đã lâu ngày, mà công việc ở ngoài biên, chỉ dựa vào người; nay dân Chân Lạp không yên, quấy rối ở biên giới, lại sợ việc, rụt cổ ở trong thành; Vua cách chức, bắt làm thuộc viên thành Trấn Tây, phái đi theo quân thứ ở Hải Đông làm việc chuộc tội.

Tướng quân thành Trấn Tây là Trương Minh Giảng mật tâu rằng người ở Hải Tây [tây biển hồ Tonlesap] do thám thấy 1.000 quân Xiêm chia làm 2 đạo, 1 đạo ở đồn Sa Đâu, 1 đạo ở đồn Viên Chăn, ý muốn nhòm ngó biên giới, chính nên phòng bị nghiêm ngặt.

Bọn giặc ở đạo Khai Biên tỉnh Hà Tiên là tên Di, tên Chu đem bè lũ trốn vào núi Dao Bốc. Phó lãnh binh Nguyễn Tiến Phước đánh cho phải chạy, đuổi đến núi La Ngốc bắt được đồ đảng của chúng là Sô Mịch và bọn Xà Non hơn 10 tên, cùng nam phụ lão ấu hơn 400 người. Thổ dân các phủ Ca Thi và Ba Lai cũng có nhiều người đi theo giặc, thổ mục là Mộc Tức, Ba Sô đem thuộc hạ đến hàng phục, chém tên thổ mục làm phản là Giao; truyền đem bêu đầu ở quân thứ Hải Đông.

Đạo quân của Phó lãnh binh Hà Tiên là Hoàng Quang Thông, thự Án sát Phạm Ngọc Quang đuổi bắt bọn giặc ở núi Côn Xa, bắn trúng vào vai tên Chu, bè lũ hắn chạy trốn, phần nhiều bị quan quân bắt được, chỉ tên Chu một mình chạy thoát.

Nước Nam Chưởng sai người nhà là Tạo Khâm Phân đưa thư đến Nghệ An kêu xin chịu tội và sửa lễ cống; Tổng đốc là Tạ Quang Cự đem việc ấy tâu lên. Bèn sai Lang trung bộ Hình Phạm Khắc Trạch, Lễ khoa Cấp sự trung là Lê Văn Thực đi đến xét hỏi, Tạo Khâm Phân nói: "*Quốc trưởng hắn là Lư Mang mới chết, em quốc trưởng là Oan Na quyền coi việc nước, mà con Quốc trưởng lại sai người cầu thông với nước Xiêm, chưa định người được lập, vì thế mà đến*". Bọn Trạch về đem việc ấy tâu lên; Vua bảo rằng: "*Nước ấy, nhân ngôi quốc trưởng chưa định, muốn vin thanh thế triều ta, quyết không dung nạp. Các người đến đó, chuẩn cho đuổi về ngay, đợi sau việc nước ấy yên ổn, ai được nối làm quốc trưởng, danh phận rõ ràng, nếu biết thực lòng xin cống, do tự lòng chân thực, tỉnh cứ thực chuyển tâu lên mới được*".

Quân vệ Tả dinh Tiền phong đi đóng ở An Giang, đi thuyền hiệu chữ Bình số một, vừa đến phận biển Đề Di ở Bình Định, nhân gặp gió bão, thuyền bị vỡ ngay ở Hòn Kiền, chết đuối hơn 280 người. Vua nghe tin thương lắm, truy tặng thự Phó vệ uý là Trần Văn Phước làm Phó vệ uý, gia thưởng cho gấm Trung Quốc 1 tấm, lụa 5 tấm; từ suất đội đến binh đinh, đều cấp cho vải lụa, sai quản lĩnh sắm sửa quan tài và đồ khâm liệm, tuỳ tiện đưa về, rồi chuẩn cho chiếu theo lệ chết trận, cấp tiền tuất cho gia đình. Lại lập đàn ở bãi biển cho tế một tuần, những người còn sống, 74 người, đều cấp tiền và cho về quê quán; phái vệ Khinh kỵ viện Thượng tứ đi đóng thay. Lại dụ đem tên lái thuyền ra bãi biển chém đầu, bêu cho mọi người biết.

Trấn Tây tướng quân là Trương Minh Giảng tâu rằng: "*Bọn giặc lấn cướp đồn Sơn Phủ, Cai đội sung Quản cơ là Sơn Sinh đem quân sấn đến, giặc đều chạy tan. Ở đạo Hải Tây, giặc Xiêm ở đồn Sa Đâu vẫn còn ẩn ở trong rừng, đã sức điệu Phó lãnh binh là Nguyễn Tiến Phước chuyển đến hai núi Cẩm Thạch và Đậu Khấu tiếp giáp với Bắc Tầm Bôn*

[Battambang, Cambodia] *chặn giữ các đường hiểm yếu. Ở đạo Hải Đông cũng có 2.000 quân Xiêm từ Lò Gò Vật* [Siem Reap, Cambodia] *đi đến, mưu đánh đồn Chi Trinh* [phủ Hải Đông], *ở thành liền đã phái thêm biền binh chia đi chặn đánh*".

Ngày Kỷ Mùi [12/3/1838], tế trời đất ở đàn Nam Giao.

Phó lãnh binh đạo Hải Đông ở thành Trấn Tây là Vũ Đức Trung đánh phá tan được giặc Xiêm ở Vũ Chân. Đức Trung ở đồn Chi Trinh, thấy quân Xiêm họp với người địa phương nhiều đến 4.000 người, tức thì thân đem quan quân hơn 1.000 người, chia đường thẳng tiến, liền phá được 7 đồn, chém giết quân giặc đến vài trăm, còn số bị thương không thể tính được, đốt xe lương, cướp khí giới, giặc bị thua to, nhân đêm tối chạy trốn ra khỏi địa giới.

Nêu thưởng dân sống lâu 100 tuổi ở các địa phương: Quảng Ngãi 8 người, Phú Yên 3 người; Quảng Nam, Bình Định, Hà Nội, mỗi tỉnh 2 người, Quảng Trị 1 người.

Ngày mồng 2 tháng 3 [27/3/1838] định quốc hiệu là nước Đại Nam. Vua ban chiếu nội dung: Nay bản triều có cả phương Nam, bờ cõi ngày càng rộng, một dải phía đông đến tận biển Nam, vòng qua phía Tây, phàm là người có tóc có răng, đều thuộc vào trong đồ bản, bãi biển xó rừng khắp nơi theo về cả, trước gọi là Việt Nam, nay gọi là Đại Nam, càng tỏ nghĩa lớn, mà chữ Việt cũng vẫn ở trong đó. Chuẩn cho từ nay trở đi, quốc hiệu phải gọi là nước Đại Nam, hết thảy giấy tờ xưng hô, phải chiếu theo đó tuân hành, gián hoặc có nói liền là nước Đại Việt Nam, về lẽ vẫn phải.

Tổng đốc Định Biên Nguyễn Văn Trọng đến thành Trấn Tây cùng với Tướng quân là Trương Minh Giảng, Tham tán là Dương Văn Phong bàn việc bắt giặc, dâng sớ rằng quan quân đạo Hải Đông [đông biển hồ Tonlesap] đánh giặc ở các xứ Trưng Thuy, Bình Tiêm bắt giết được rất nhiều, bọn chúng đều tan vỡ.

Bắt đầu thu thuế sân đánh chim ở An Giang. Sân đánh chim ở vào chỗ giáp giới hai thôn Thường Thịnh, Trường Thịnh thuộc huyện Vĩnh Định [tỉnh Sóc Trăng], bề dài 8 trượng, bề ngang 6 trượng, cho dân sở tại lĩnh trưng mỗi năm nộp tiền thuế 100 quan.

Tù giam ngục tỉnh Gia Định là Nguyễn Văn Quang, cháu nội của Khâm sai thuộc nội Chưởng cơ Nguyễn Văn Bình, mưu vượt ngục, đem cả tên phạm tội bị giam là Lê Văn Sơn, cháu họ của Lê Văn Duyệt, mưu chiếm thành làm phản, có tên tù phải tội lưu là Trần Vinh biết chuyện, đem việc ấy tố cáo ra. Sự việc tâu lên; Vua bảo rằng: Thủ phạm Nguyễn Văn Quang là con cháu công thần ở Vọng Các, trước can án ăn cướp, triều đình chưa nỡ giết, còn để giam cấm, thế mà dám chứa ngầm lòng ác, mưu đồ làm phản vượt ngục, lấy việc trước của tên giặc đã chết là Lê Văn Khôi làm khuôn mẫu, muốn suy tôn Lê Văn Sơn là cháu Lê Văn Duyệt. Bọn Nguyễn Văn Quang, Lê Văn Sơn 6 tên, chuẩn cho lăng trì xử tử; còn như Trần Vinh, khi biết âm mưu tố cáo ngay, mưu gian liền cản trở, phép nước được tỏ bày, thực đáng khen thưởng. Chuẩn cho lập tức tha tội, lại thưởng cho 100 lạng bạc, do bộ Lại xét bổ làm vị nhập lưu thư lại ở các bộ.

Sửa sang núi Ngự Bình [huyện Hương Thuỷ, Thừa Thiên]; Vua cho núi ấy là nơi thắng cảnh ở kinh kỳ, từ trước tới nay chưa từng sửa sang, cây cỏ um tùm, đường sá rậm rạp, bèn phái 500 biền binh, cứ theo đường từ bờ sông Lợi Nông chạy dài đến chân núi, tuỳ thế sửa sang, chỗ rậm rạp thì cắt bỏ đi, chỗ gập ghềnh thì san bằng phẳng, rồi ở bến sông thì xây bậc đá, khe nhỏ thì bắc cầu ván gỗ, 2 bên đường từ chân núi đến đỉnh núi thì trồng hoa cỏ để tỏ làm nơi danh thắng.

Có người đàn bà goá là Nguyễn Thị Khiết ở xã Đốn An thuộc huyện Do Linh [Quảng Trị] và con trai là Lê Mậu Điều xin đốt văn tự nợ, tính tất cả hơn 200 lạng bạc, 34.000 quan tiền, hơn 370 hộc thóc; quan tỉnh đem việc ấy tâu lên. Vua khen ngợi, chuẩn cho Lê Mậu Điều được miễn thuế hộ khẩu, thuế thân, binh dịch 15 năm.

Ngày Mậu Tý [10/4/1838, tiết Thanh minh; Vua đến lăng Thiên Thụ [lăng Gia Long] làm lễ yết, thấy phía hữu núi Thiên Thụ cây thông xanh tốt, mà phía tả bỏ không, sai quân binh đem cây thông để trồng, cho xứng với bên hữu.

Kỳ thi Hội, cho Hiệp biện Đại học sĩ Trương Đăng Quế sung làm Chủ khảo; Thượng thư bộ Công Hà Duy Phiên sung làm Phó chủ khảo. lấy trúng cách 11 người là Nguyễn Cửu Trường, Dương Danh Thành, Đinh Viết Thận, Phạm Văn Nghị, Nguyễn Văn Tùng, Lê Duy Trung, Lê Thiện Trị, Doãn Khuê, Phạm Chân, Trần Tiễn Thành, Hoàng Trọng Từ, Phó bảng 10 người là Nguyễn Tường Vĩnh, Tạ Kim Vực, Dương Công Bình, Nguyễn Hữu Độ, Lê Thúc Đôn, Diệp Xuân Huyên, Nguyễn Văn Dục, Phan Quang Nhiễu, Nguyễn Văn Siêu, Nguyễn Xuân Bảng. Riêng Dương Danh Thành, vì cung khai tam đại (1) không đúng sự thực, nên bị truất, không được dự thi Đình.

Làm xe máy xẻ gỗ ở thác dài thôn Dương Hoà, nguồn Tả Trạch [huyện Hương Trà, Thừa Thiên]. Sai bộ Binh điều một quản vệ, 300 biền binh khơi đường nước chảy, đắp bờ đê, tuỳ thế mà làm, công việc làm xong, cắm gỗ làm cưa, máy móc nhanh nhẹ, xẻ thành tấm ván, cũng được bằng phẳng, thưởng cho Phó giám đốc chế ra là bọn Vũ Huy Trinh 100 lạng bạc.

Trấn Tây tướng quân Trương Minh Giảng, Định Biên Tổng đốc Nguyễn Văn Trọng, Tham tán Dương Văn Phong dâng sớ rằng: "*Dò thám biết giặc Xiêm vẫn ở xứ Sâm Súc thuộc địa phận của chúng, họp quân đến 5, 6 nghìn người, đã bàn định Trương Minh Giảng ở lại thành trấn áp, Nguyễn Văn Trọng đem quân đi đến Hải Đông trù tính việc quân.*" Vua không bằng lòng, muốn Tổng đốc Đoàn Văn Phú phải đem ngay quan quân đi đánh tại Hải Đông; riêng Nguyễn Văn Trọng chịu trách nhiệm một địa phương, hãy về ngay lỵ sở cũ ở Định Biên.

Vào tháng 7 năm ngoái vua sai an trí những người thuộc dòng dõi hoàng tộc nhà Lê tại các tỉnh từ Quảng Nam trở vào Nam, số người này đã đến kinh thành. Bấy giờ Thường tín công Nguyễn Phúc Cự là con Vua Gia Long và bà Phi Lê Thị Bình; bà Bình thuộc dòng dõi hoàng tộc nhà Lê, con Vua Lê Hiển Tông, em Ngọc Hân Công chúa. Thường Tín công Cự vì tình họ ngoại nên tự xuất của riêng 4.000 quan đưa cho bộ Hộ, chiếu theo nhân khẩu già trẻ đã giải đến mà chia cấp. Vua chấp nhận, nhưng răn đe Công rằng để toàn vẹn một đoạn ơn riêng chu đáo như thế, thì Công đối với họ Lê tình nghĩa đã hết, không nên đề cập đến thêm nữa. Từ nay phàm các người họ Lê vĩnh viễn không cho đến Công phủ, cho đến thư từ đi lại đều cấm. Công là người rất thân của nhà nước, nên lấy công nghĩa làm trọng, nếu không biết cẩn thận, lánh sự hiềm nghi, tư tình theo bọn tiểu nhân, hoặc đến sinh thêm rắc rối, thì tội không thể chối được.

Trấn Tây tướng quân là Trương Minh Giảng, Tham tán là Dương Văn Phong tâu báo tình hình đánh dẹp và nói viên quan bị cách là Lê Đại Cương hiện ở đạo Trà Di, canh giữ đồn. Vua không bằng lòng, cho rằng kẻ bị cách chức đến trại quân gắng sức chuộc tội, phải cầm khí giới đi trước, hăng hái xông lên giết giặc, còn chưa báo đền được mảy may; huống lại nghiễm nhiên theo địa vị đại tướng, tuỳ ý phóng túng. Nếu không trị tội sao tỏ được hình pháp, bèn bắt Lê Đại Cương xiềng ngay giải về Kinh, giao cho bộ Hình nghiêm trị; sau bị tội trảm giam hậu (2).

Mệnh Nho thần soạn sách **Chính Yếu,** mục lục gồm: Kính thiên (kính trời) , Thẩm quan (xét duyệt các quan), Pháp tổ (bắt chước tổ tiên), Sùng kiệm (sùng tiết kiệm), Trọng nông (chú trọng nghề nông) , Giáo hoá, quảng ngôn lộ (dạy dỗ, rộng đường dư luận), Cầu hiền, lễ nhạc, cần chính (cầu hiền tài, chuộng lễ nhạc, cần mẫn chăm lo việc chính trị), Ái dân (thương dân), thể thần (chiếu cố đến các quan), Phủ biên (chiêu phủ chăm sóc nơi biên cương), Nhu viễn (mềm dẽo với dân tộc xa xôi), Phấn vũ (hưng phấn việc võ bị), Thận tài phú (cẩn thận việc tài chánh thuế khoá), Cố phong thủ (vững phong cương), Mục thân (hoà mục với người thân), Chế binh (đặt khuôn phép việc binh), Thuân binh (sửa đổi việc binh); gồm 22 điều.

Tháng 4 [24/4-23/5/1838], chuẩn cho từ nay, phàm cửa biển Đà Nẵng thấy có tàu nước ngoài chạy đến gần, hoặc vào đậu tại vụng biển Trà Sơn, thì lãnh binh cai quản 2 thành cùng viên coi giữ cửa biển xem xét hình dáng tàu ấy là tàu binh hay tàu buôn, tức thì đem tình hình đại khái tâu ngay; một mặt phái người xét hỏi, nếu quả là tàu binh, có sự quan ngại lại tiếp tục tâu thêm.

Trấn Tây tướng quân Trương Minh Giảng, Tham tán Dương Văn Phong tâu rằng quan quân đạo Hải Đông chia làm 3 đạo, lùng bắt bọn giặc, bắt chém rất nhiều, lấy lại dân Chân Lạp về hơn 1.300 người và thu được gươm súng, xe, trâu rất nhiều. Lại tâu thêm tháng trước quân binh gốc Chân Lạp thuộc 12 cơ Tịch biên hơn 300 người, đi đóng ở Sơn Phủ, ngầm trốn về quê nhà ở Mỹ Lâm; đã sức cho An phủ là Ô Đôn hiểu bảo, nay đều đã đem khí giới đến nộp trước.

Chuẩn định tỉnh Thanh Hoá, Nghệ An lấy sản vật quế đem nạp. Tỉnh Thanh Hoá hằng năm phải nạp 7, 8 cây, vỏ nặng trên dưới 60 cân; tỉnh Nghệ An hằng năm phải nạp 5, 6 cây, vỏ nặng trên dưới 50 cân. Nếu nạp thừa thì nhà nước thu mua, thiếu thì hộ đi lấy quế phải bồi thường, dám giấu giếm thì bị trị tội nặng.

Tháng 4 nhuần [24/5-21/6/1838], Trấn Tây tướng quân Trương Minh Giảng đích thân đến Ba Lai, đốc thúc quan quân các đạo tìm bắt giặc trốn. Quân đạo Hải Đông [đông biển hồ Tonlesap] bắt chém được bọn giặc 3 tên. Quân đạo Hải Tây [tây biển hồ Tonlesap] đi tuần dò xét ở lạch Bông Xuy gặp hơn 500 tên giặc người Xiêm lẻn đến đầu địa giới, bắn giết được 2 tên, chúng liền rút chạy. Tướng Trương Minh Giảng tiếp tục tiến đến các xứ Trưng Thuy, Bình Tiêm, sai các quan người Chân Lạp là Chưởng vệ Trà Long, Quản cơ Bồn Đột bắt được 7 tên trong bọn giặc, chiêu dụ thổ dân, phần nhiều đã trở về; duy giặc Đô Y trốn xa trong rừng sâu, chưa bắt được, quan quân hết sức tìm tòi.

Dân hạt Bình Định đào được hơn 30 lạng vàng ở ngoài đồng, tình nguyện đem nộp, Tổng đốc Vũ Xuân Cẩn đem sự việc tâu lên; Vua khen, sai phát tiền kho 1.500 quan ban cho.

Thi Đình trong cung điện Vua; sai Chưởng phủ là Phạm Hữu Tâm sung chức giám thí đại thần, Hiệp biện Đại học sĩ Trương Đăng Quế, Thượng thư Công bộ Hà Duy Phiên sung chức độc quyển; Lang trung Lại bộ Nguyễn Văn Lý, Lang trung Công bộ Đỗ Quang sung chức nhận quyển kiêm duyệt quyển. Cho Nguyễn Cửu Trường, Phạm Văn Nghị đệ nhị giáp Tiến sĩ xuất thân; Đinh Viết Thận, Phạm Chân, Nguyễn Văn Tùng, Lê Duy Trung, Trần Tiễn Thành, Hoàng Trọng Từ, Lê Thiện Trị, Doãn Khuê đệ tam giáp đồng Tiến sĩ xuất thân. Vua hỏi Hà Quyền rằng: "*Nguyễn Cửu Trường đỗ đầu, thế nào?*" . Quyền thưa rằng: "*Văn của Cửu Trường rất có kiến thức.*"

Quản cơ đóng giữ ở phủ Thiên Trường tỉnh Nam Định là Lê Văn Dũng bắt được Đạo trưởng nước Tây là Du Minh Cô ở xã Hà Lan, thuộc huyện Giao Thuỷ [Nam Định]. Tổng đốc Lê Văn Đức đem sự việc tâu lên, vua sai giết đi, thưởng cho người tố cáo 70 lạng bạc, thưởng chung cho biền binh 30 lạng bạc. Đạo trưởng nước Tây là Du Thê và Đạo trưởng nước ta là Nguyễn Bá Tuần, người xã Ngọc Đường, huyện Kim Động, tỉnh Hưng Yên, sau đó cũng bị quyền nhiếp huyện Kim Sơn tỉnh Ninh Bình là Nguyễn Liêm bắt được, đều phải tội chém; thưởng cho Nguyễn Liêm thực thụ Tri huyện, quan tỉnh và Trần Văn Trung, Bùi Mậu Tiên đều gia một cấp, tên tố cáo được thưởng bạc 100 lạng, nha lại ở huyện được thưởng tiền 50 quan. Lê Văn Đức tâu rằng: "*Lần lượt bắt được đạo trưởng nước Tây là Y Nu Xa, Du Minh Cô, Du Thê, tra xét, xưng là trước đây và mươi năm, bọn chúng từ xứ Mã Nê La nước hắn dùng thuyền đến thành Ma Cao hoặc theo thuyền buồm của người Thanh đến cửa biển Liêu Lác tỉnh Nam Định, hoặc theo thuyền nước Anh*

Cát Lợi đến cửa biển Đà Nẵng tỉnh Quảng Nam, sau khi vào cửa biển, đều có người theo tả đạo cũ tiếp dẫn cho ở, nên được chia nhau đi truyền giáo."

Vua phán: *"Nên thông dụ cho tất cả các quan địa phương có phận biển, đều nghiêm sức cho các viên coi giữ cửa biển trong hạt, từ nay có thuyền buôn nước ngoài và nước nhà mới đến bỏ neo, tức thì đến tận nơi xét hỏi, nếu có hình dáng mắt xanh mũi lõ, đích là người Tây lập tức bắt giải quan, và người nước Tây từ trước đã ở nước ta, nếu có người lẩn trốn ra nước ngoài thì cũng bắt giải cả, nếu dám dụng tình nhận của lót, buông tha và sơ suất không chu đáo thì phải tội. Các tỉnh Hà Nội, Bắc Ninh, Hưng Yên, Hải Dương, tiếp tục xét bắt được đạo trưởng, đạo đồ người nước ta cũng nhiều. Vua không nỡ để vào hình pháp cả, phàm người tình nguyện bỏ giáo bước qua chữ thập thì đều được tha, chỉ người một mực ngu dại không hiểu biết thì mới giết."*

Tháng 5 [22/6-20/7/1838], cho tân Tiến sĩ dự yến tại vườn Thư Quang; sau đó đi xem vườn hoa của Vua. Lại cấp cho mỗi người một con ngựa, nhân viên bộ Lễ mặc phẩm phục dẫn đi trước, biền binh che lọng đi theo, từ cửa đông đi ra khắp các đường phố xem hoa; người đi xem đông, đứng như bức tường. Lệ Tiến sĩ cưỡi ngựa xem hoa, bắt đầu từ đấy.

Sai bọn Tu soạn Hồ Văn Cáo, Tư vụ là Nguyễn Văn Hựu đi thuyền Nam Hưng sang công cán Quảng Đông.

Sai ở Kinh và tỉnh ngoài đóng thêm thuyền Hải vận. Thuyền hiệu Hải vận đi nhanh, vận chở rất là đắc lực, gần đây ở Kinh sư, lần lượt đóng được 49 chiếc. Vẫn lo hàng năm vận chở gạo rất nhiều, mà thuyền chuyên chở trong Nam ngoài Bắc sai phái không đủ; nay chuẩn cho lại đóng 51 chiếc nữa để đủ số 100 chiếc.

Ngoài ra Vua chuẩn theo lời tâu của bộ Công, ở Kinh đóng thuyền bọc đồng đi tuần biển dài 4 trượng 4 thước 1 tấc, chiều ngang 1 trượng 4 tấc. Các tỉnh ven biển cho theo kiểu thuyền đại dịch mà đóng, mỗi tỉnh 2 chiếc, tỉnh nào phận biển rộng hơn thì 3, 4 chiếc, đều thì gọi là thuyền tuần dương.

Thị vệ Lê Nguyên học được cách làm máy của nước Tây Dương, dùng để hút nước tưới ruộng rất tiện, chế ra đem dâng. Gặp khi trời nóng lắm, nước ruộng khô cạn, vua sai bộ Công đốc thúc ngay chế tạo 3 cái máy ấy, đưa cho phủ Thừa Thiên chia tưới đồng ruộng; bảo nếu có thành hiệu, nên cho dân đó theo cách thức mà làm.

Phận biển Nê Dữ, cửa Y Bích, thuộc huyện Hậu Lộc,tỉnh Thanh Hoá lại có giặc Thanh ngầm nổi, cướp tài vật của thuyền buôn; chủ thuyền phải vào đậu tại cửa Liêu [huyện Nghĩa Hưng, Nam Định] rồi báo lên. Vua phạt Lãnh binh tuần biển Thanh Hoá Nguyễn Lương Nhàn, các viên coi giữ cửa biển Y Bích, Liêu, đều phải giáng 2 cấp.

Tổng đốc An Hải Nguyễn Công Trứ tâu về rằng: "*Tự trước đến nay, từ tháng 8, 9 đến tháng 3, 4 người nhà Thanh có 500, 600 chiếc, tụ họp thành đoàn ở ngoài phận biển Quảng Yên đánh cá, phái thuyền quân ra, lại bỏ đi xa. Mùa xuân năm nay đã phái người đi đến núi Chàng Sơn tra xét. Nhân có người phường Khai Vĩ là Lương Bình Tổ nói: "Phường của hắn, nhân khẩu kể có hàng nghìn người, vốn là lương thiện, nếu được đánh cá ở ngoài biển, xin tự ra sức bắt giải bọn ác". Xét ra một dải Chàng Sơn, vòng quanh suốt vài dặm, có đất cấy trồng được, có suối uống được, có vụng đậu thuyền được, người nước Thanh, nhiều người làm nhà ở trên núi, cấy trồng lấy hoa lợi, phàm các thuyền bè đều đỗ ở đây. Nếu một phen bắt bớ đốt phá, chúng tất tan đi, khi quan quân đã về, thế ắt trở lại; nếu muốn vĩnh viễn cấm tuyệt, thực khó xếp đặt. Nghĩ nên theo lòng mong muốn của Bình Tổ, cho tự trông coi, thì chúng được lợi, tự nhiên cùng ngăn cấm , tưởng quan quân không đến tốn sức, mà giặc biển yên được".*

Vua theo lời bàn ấy, lại sai Giám thành suất đội là Lê Đức Hảo đi, cùng tỉnh ấy phái người hướng dẫn đến dải núi Chàng Sơn và hết thảy những hòn đảo ở hải phận, đi hết xem đo trên núi dưới núi, nơi nào có thể lập được pháo đài và đồn ải; vụng nước chỗ nào có thể đậu được binh thuyền; nơi nào có đất có thể trồng được, có suối có thể uống được, có dân ta và người nhà Thanh đến ở hay không? Trong đó từ hòn đảo nào đi vào bờ phải theo phương hướng nào và số dặm bao nhiêu? Đường biển vòng quanh chỗ nào sâu chỗ nào nông, đường núi cong hay thẳng? Chỗ nào dễ chỗ nào khó? Giặc nhà Thanh thường tụ họp ở nơi nào? Quan quân nên đi đường nào đến đánh, phàm hình núi thế nước chỗ ấy, hết thảy vẽ thành đồ bản kỹ càng đem về trình tiến lên, để quyết định.

Tỉnh Quảng Bình bắt được đạo trưởng Gia Tô là Bố Di Du Mô Linh, đạo trưởng người nước ta là Vũ Đăng Khoa, Nguyễn Điểm đều giết cả, người bắt được kẻ phạm được thưởng 400 quan tiền, tài sản của tên phạm, bạc 18 lạng, tiền 15 quan, đều sung làm phần thưởng.

Vệ uý đạo Khai Biên tỉnh Hà Tiên là bọn La Kiên, Nhâm Trật, uỷ cho thổ mục là ốc Tri, Liêm Mộc, bắt được tướng giặc là Ân Ôn và vợ con hắn 7 người, quan thành Trấn Tây được tin báo, đem sự việc tâu lên.

Tháng 6 [21/7-19/8/1838], Tướng quân Trấn Tây là Trương Minh Giảng tâu rằng: "*Hạt phủ Hải Đông, trước nhân giặc thổ không yên, nhân dân sợ phải chạy; gần đây, chia phái đi đánh, bắt giết rất nhiều, còn đều trốn chạy cả; thổ binh thổ dân sở tại đều đã trở về 8, 9 phần 10. Xin triệu tập ngay binh các cơ, một nửa làm việc quan, một nửa ở lại cày cấy, đợi tháng 10 gặt xong, gọi ra sung canh giữ; khiến cho việc làm ruộng, làm quân được tiện cả hai"*

Phận biển Lân Đà, thuộc huyện Kiên Giang tỉnh Hà Tiên có giặc biển Đồ Bà ngầm nổi lên cướp. Quản cơ Nguyễn Văn Do đem thuyền quân đuổi bắt, chém được 8 đầu giặc, bắt được một tên, còn thì rơi xuống nước chết, thu được thuyền bè, súng và khí giới.

Thuyền Bắc tào đi qua phận biển cửa Nhượng tỉnh Hà Tĩnh, bị giặc biển cướp; quan tỉnh và viên coi giữ cửa biển đều phải giáng chức

Hộ phủ Quảng Yên là Lê Dục Đức có tội phải cách chức. Đức đem thuyền quân đi tuần bắt giặc biển, vừa đến phận biển Hà Lũ, thuộc huyện Hoành Bồ; nghe tin quân bắt giặc dẫn đi trước là bọn Trần ích, gặp giặc đánh nhau ở đảo Đũa, Đức chậm trễ không đến tiếp viện, quân lính bị giặc thừa cơ đánh chìm mất thuyền, bị chết rất nhiều, Đức tả tơi dẫn quân về. Vua nghe tin liền sai Tổng đốc Nguyễn Công Trứ thân đem thuyền quân kíp đi đuổi đánh và nhân tiện xem xét hình thế núi Chàng Sơn, tính kỹ công việc thoả đáng rồi tiếp tục tâu lên. Lê Dục Đức phải cách chức trói giải về Kinh giao cho bộ Hình nghị xử, sau bị tội trảm giam hậu.

Chú thích:

1. Cung khai tam đại: Khai lý lịch 3 đời, gồm bản thân và cha, ông.

2. Trảm giam hậu: Bị xử chém, nhưng còn được giam lại để đợi vua quyết định.

236. Vua Minh Mệnh (36) [20/8/1838-13/2/1839]

Vào tháng 7 năm ngoái, ra lệnh làm vọng lâu từ mặt trước Kinh thành theo ven biển đến thành Trấn Hải; cấp cờ hiệu, để làm dấu hiệu truyền báo tin tức. Trải qua một năm thử thách, đến tháng 7 năm nay Minh Mệnh thứ 19 [20/8-18/9/1838] ra lệnh **bãi bỏ** vì thấy hiệu cờ các lầu báo lên, so với báo bằng giấy tờ không nhanh hơn mấy; lại mất nhiều người phụ trách, huống chi nhòm trông sắc cờ thường thường sai nhầm, phải kiểm nhận lại tin tức.

Thổ mục cũ ở phủ Trấn Ninh tỉnh Nghệ An là bọn Thiệu Xá Ly vì bất đắc chí ngầm đem lòng oán, họp bè lũ giết chết thổ Huyện thừa huyện Liên là Lĩnh Xỉ đóng ở Lạc Điền, rồi nổi lên làm giặc. Đồng Tri phủ Đỗ Kim Tuấn đem quân binh thuộc phủ chia đường đánh bắt, chém được Xá Ly và bọn giặc hơn 10 đứa, thu được nhiều khí giới.

Viên ngoại lang bộ Công bộ Đỗ Mậu Thưởng vâng lệnh phái đi công cán Hoàng Sa về, đem bản đồ dâng lên; Vua cho là trải qua nhiều nơi, xem đo tường tất, so với phái viên mọi lần trước thì khá hơn. Đỗ Mậu Thưởng và các người đi cùng, đều được gia thưởng áo quần và tiền.

Tổng đốc Hải Dương Nguyễn Công Trứ thân đem thuyền quân đến phận biển Quảng Yên bắt giặc, rồi dâng sớ tâu lên.

Vua khuyên nên đem nhiều mưu kế thi thố, cho xứng với uỷ nhiệm.

Tổng đốc Định Yên là Lê Văn Đức dâng tập thỉnh an tâu rằng: "Huyện nào ở tỉnh hạt nguyên có người theo đạo Gia Tô, xin tạm đặt chức Tổng giáo để giúp việc dạy bảo". Đến khi sổ dâng lên, về tỉnh Nam Định có 4 phủ, 18 huyện, chỉ có huyện Tiền Hải mới đặt, không theo đạo Gia Tô; còn 17 huyện 257 xã thôn, tính đặt Tổng giáo 39 người.

Thuyền đi tuần của quản vệ Phan Công Quý từ Kinh phái đi và thuyền đưa đồ vật ở Kinh phái đi, gặp gió làm hỏng mất 10 chiếc, quân binh chết đuối đến hơn 300 người.

Sai thị vệ Hoàng Bá Bàng đi đến Thanh Hoá, Ninh Bình xét hỏi về tình hình dân bị bão lụt, khi về tâu rằng nhân dân thuộc các huyện Hậu Lộc, Tống Sơn, Nga Sơn tỉnh Thanh Hoá bị chết đuối hơn 500 người; dân thuộc huyện Kim Sơn, tỉnh Ninh Bình cũng chết hơn 300 người. Vua thương lắm, tức thì ra dụ sai quan 2 tỉnh đều cho tế một tuần, , chuẩn cho các xã bị tai nạn, binh dao tạp vụ năm ấy đều được hoãn lại một năm.

Tháng 8 [19/9-17/10/1838], tỉnh Quảng Nam có một án mạng, người chồng lấy dao cắt cổ họng vợ. Phủ nghĩ xử phải thắt cổ chết, Án sát Nguyễn Trọng Nguyên xử tử bằng cách lấy dao cắt ở họng. Án ấy dâng lên, vua bảo rằng: "*Tội thắt cổ treo đầu lên, trong luật có chép rõ, Nguyễn Trọng Nguyên có trách nhiệm xét hỏi việc hình, lại theo ý kiến mình làm ra hình phạt ngoài pháp luật, thế là luật nào? sai phạt 6 tháng lương*".

Quan thành Trấn Tây tâu rằng thành hạt lần lượt khẩn ruộng, cộng được hơn 3.000 mẫu, phần nhiều vì nước lụt và hạn, nên thu gặt không được bao nhiêu; nay xin ở phía hữu thành, đắp một con đê để giữ nước lụt và làm một cống để dẫn nước.

Tại xã Diên An, huyện Kim Động tỉnh Hưng Yên có ngôi đền cũ, bia khắc làm từ đề ngày tháng 5 năm Chính Hoà thứ 12 [28/5-25/6/1691], trong xây tượng đá vị Tiên sư và tứ phối (1) để thờ; dân sở tại cho là trong xã không yên, đem bỏ vào trong đầm nước, quan tỉnh đem việc ấy tâu lên. Vua sai chọn nơi đất sạch để đặt lên, kẻ thủ xướng phải tội lưu, kẻ tòng phạm phải tội đồ.

Quan tỉnh Ninh Bình tâu rằng tại trại Bình Sa ấp An Lâm thuộc huyện Yên Mô đất giáp bãi biển, nguyên có một con đê riêng để chống nước mặn; đê dài hơn 3.460 trượng, mặt rộng 5 thước, chân rộng 1 trượng, thân cao 4 thước. Mới đây nước biển dâng lên to, nhiều chỗ bị sạt lở, nay nước đã xuống bớt, nên sửa đắp để giúp việc làm ruộng; nhưng công trình to lớn, mà dân vừa bị nạn bão xong, không đủ sức làm, xin cho chi tiền công để thuê làm. Vua bảo bộ Công rằng đó cũng là lấy công việc thay cho phát chẩn, bèn y cho.

Tháng 9 [18/10-16/11/1838] , xây dựng nhà thờ ở lăng Nguyên phối thần phi Hồ Thị Hoa [tức là Nhân hoàng hậu, mẹ Vua Thiệu Trị] ở bờ phía tây sông Hộ Thành, thuộc địa phân xã Vạn Xuân [huyện Hương Trà, Thừa Thiên].

Bốn trại Man Lãng, Tân Na Công, Diêm Đường, Hắc Ba Y thuộc động Phong Thu [huyện Phong Thổ, Lai Châu], châu Chiêu Tấn, tỉnh Hưng Hoá, năm trước bị họ Điêu riêng chiếm bán đợ cho người nước Thanh lấy bạc. Đến nay việc phát giác, vua sai quan tỉnh xét thực làm sổ, động mục là Điêu Quốc Trinh, Điêu Doãn Long đều phải cách chức phát làm lính, Tri châu Điêu Quốc Quán phải giáng 1 cấp.

Tiết Trùng dương, mồng 9 tháng 9 [26/10/1838], Vua đi chơi núi Ngự Bình, cho các quan theo hầu dự yến, nhân dân được du thưởng để tỏ cùng vui. Quan có trách nhiệm chăng màn vàng ở trên núi, kiệu Vua lên đến nơi, trăm quan đều mặc áo đẹp lạy đón ở bên tả núi.

Tổng đốc Hải An Nguyễn Công Trứ đem đại đội binh thuyền chia đường thẳng đến Chàng Sơn [huyện Cô Tô, tỉnh Quảng Ninh] vây bắt giặc biển; chém tại trận được 1 đầu giặc, giặc bỏ thuyền lên bờ chạy, quan quân đuổi theo bắt, chém được nhiều, thu được cả thuyền mành khí giới. Xét thấy có hơn 50 nhà, đều có tang vật cướp được; khoảng núi ấy, cấy lúa được hơn 500 mẫu, đều đốt phá hết. Công Trứ bèn cùng với Suất đội giám thành Lê Đức Hảo xem hình thể núi Chàng Sơn, vẽ thành bản đồ đệ lên dâng. Sớ tâu hai bên tả hữu Chàng Sơn lại có Đông Chàng, Tây Chàng, Nam Chàng, Đàm Chàng giúp đỡ lẫn nhau, một dải phía đông núi cao, cây rậm, giữa có dòng sông gọi là sông Thông Đồng, một dải tây nam núi non thấp phẳng, phía dưới rộng và phẳng, đất cát màu mỡ; người nước Thanh tụ ở đấy thường đến trên 500 nhà, từ trước đến nay, Quảng Yên cho là nơi không thể đến được, mới thành sào huyệt của giặc cướp. Chúng thường đón cướp tất ở các cửa biển lớn nhỏ Vạn Ninh [Thị xã Mông Cái, Quảng Ninh]; đánh cá thì tất ở các phận biển Vặng Thôn ở Vân Đồn [Quảng Ninh] và U Nang ở Hoa Phong [huyện Cát Hải, Hải Phòng]. Nếu chặn được đường đi đến, thì chúng không dám vượt biển; canh giữ cho nghiêm, thì chúng không đón cướp được. Nghĩ định ở Chàng Sơn, vụng Đàm Úc ở phía đông, vụng Thảng Úc ở phía tây nam, đều làm 1 đồn lớn, mỗi đồn đặt 1 quản vệ hoặc quản cơ, 500 binh, 20 chiếc thuyền. Bên tả Thảng Úc, bên hữu Đàm Úc làm 1 pháo đài, những nơi cao đều đặt lầu canh, chỗ đốt lửa, phía trước là bãi cát thì lập xưởng đóng thuyền, duy ở ngoài biển tin tức khó thông, hai bên tả, hữu hộ ứng, mới giữ được không ngại. Còn vụng Cai Úc ở cửa biển lớn, Vặng Thôn ở Vân Đồn, đều làm 1 đồn. Đồn Cai Úc bên tả làm pháo đài, bên hữu làm chỗ đốt lửa, 200 biền binh, 6 chiếc thuyền; đồn Vặng Thôn chỉ làm 1 chỗ đốt lửa, 150 biền binh, 4 chiếc thuyền. Chàng Sơn nếu có hoãn cấp, lập tức đốt lửa làm hiệu, 2 đồn ấy cũng đốt lửa làm hiệu, một mặt đem binh thuyền ở đồn, 1 mặt phi tư cho các châu huyện Vạn Ninh, Hoa Phong, Vân Đồn, cho đến tỉnh thành đều đến sách ứng, như thế thì tin tức cùng thông, chiếu cố được nhanh chóng, bờ biển có thể yên hẳn. Và ở Chàng Sơn thành điền đã được hơn 500 mẫu; các lính ở đóng đồn cấp cho điền khí để khai khẩn trồng cấy, không ngoài 1 năm, chi tiêu thừa thãi, cũng không phải cấp gạo thêm lương. Còn như thổ mục và thủ hạ ở Vạn Ninh, Hoa Phong, Vân Đồn, đều là quen chịu sóng gió, có thể chiến đấu được, xin mộ người địa phương ấy 1 cơ 10 đội, mỗi đội 50 người để giúp việc sai phái. Vả lại nay vào tiết cuối thu, gió mưa không lường, tạm trở về Hoa Phong, đợi hướng gió thuận tiện, lại đến Chàng Sơn liệu việc. Ngoài ra chỗ tiếp giáp với Vạn Ninh là núi Trúc Sơn động La Phù (2) thuộc châu Vĩnh An, vốn là địa giới nước ta, nay cũng nên tính lấy lại.

Sự việc ấy tâu lên, Vua thưởng cho quản vệ, quản cơ đi trận ấy đều kỷ lục 2 thứ, suất đội đều 1 thứ, binh dõng thưởng chung cho 300 quan tiền; và bảo bảo rằng: "*Từ trước đến nay giặc biển trộm nổi dậy cướp người buôn bán. Trẫm đã liệu biết tất lấy các đảo gần biển làm sào huyệt ẩn nấp. Nay cứ lời tâu, Chàng Sơn quả nhiên có một hòn đảo quanh co, thuyền có thể đậu lén lút, đất cát phì nhiêu có thể mưu sống được, hiện nay người Thanh tụ ở đấy đến hơn mấy trăm nhà, trồng cấy đến hơn 500 mẫu, vả chăng xét thấy có tang vật trộm cướp, sự trạng rõ ràng, nếu không sớm tính đánh đuổi, hằng năm thuyền đánh cá hàng trăm hàng nghìn, tụ họp thành đoàn. Thực là 1 chằm vực lớn của kẻ trốn tránh, lửa đom đóm, muỗi thành sấm, thế tất ngày càng lớn, hơi độc ở biển bao giờ yên được, đó là trách nhiệm của người chưa xong, tất phải đi nữa làm cho thoả đáng để cho xong việc. Còn nghĩ định chọn đất làm đồn luỹ, pháo đài và mộ dân Thổ trước sung làm lính đóng đồn, rất là hợp lý, nhưng 1 phen xếp đặt nên phải 10 phần chu đáo, đợi sau đi khắp xem xét trù tính kỹ càng, tâu lên, lại giáng chỉ cho thi hành. Còn như địa giới Trúc Sơn động La Phù, châu Vĩnh An là bãi biển xa xôi, việc đã lâu rồi, bản đồ sổ sách khó xét. Nay nếu tư đến Quảng Đông, ta lấy được đất làm vinh, thì chúng tất lấy mất đất làm nhục, việc liên quan đến cương giới, tất không khỏi tốn nhiều lời biện chiết, lại thành ra không khéo. Duy dân ở biên giới ở chỗ phần nhiều không căn cứ đích xác, hoặc do tỉnh Quảng Yên phái người đến tận nơi viên đồn Trúc Sơn, nói rõ đất ấy nguyên trước thuộc về cương giới triều ta, tự phải giao trả, để đưa tin lặng lẽ ở lời nói, không động đến thanh sắc, mà chúng tự nhiên phải nghe, như thế là tốt."*

Cấm thành Trấn Tây mở đặt cục hút thuốc phiện, đánh bạc. Vua nghe Quận chúa Ngọc Vân cho người buôn nhà Thanh, các nhà ở phố nấu bán thuốc phiện để kiếm lời, và thổ dân thuộc thành ấy có nhiều người mở sòng bạc chứa đánh bạc; bèn giáng dụ cho Tướng quân Trương Minh Giảng, Tham tán Dương Văn Phong xét thực tâu lên. Bọn

Giảng rằng phong tục người Phiên xưa nay lấy 2 việc ấy làm lợi, phàm chi cấp lương lính và chế tạo khí giới thuyền mành đều lấy ở đấy để chi cấp, nên noi theo thói cũ, chưa đổi.

Vua không bằng lòng, chủ trương cấm, nhưng chi giúp tiền cho Chân Lạp: "*Thuốc phiện là thuốc độc, và trò chơi, đánh bạc đều có thể mê đắm lòng người, khiến cho hết của phá nghiệp, khi sa vào chốn ấy, thường mê mà không biết, vì thế cho nên triều đình lập ra pháp luật 2 việc ấy đều cấm rất ngặt, thành Trấn Tây đã lệ thuộc đồ bản sổ sách tự phải kính theo pháp luật, không được vượt qua chút nào, thế mà chúng chỉ thấy lợi nhỏ mà không biết là hại trái phong tục, hại ấy rất lớn. Huống chi biền binh đóng giữ ở thành đều là dân Kinh, đi lại buôn bán kể có hàng nghìn, hàng vạn, nếu không nghiêm cấm, thì không những người Thổ đắm đuối ngày càng sâu, lại khiến cho quân dân tiêm nhiễm thói xấu, phạm vào hiến pháp, làm hại càng nhiều, nên phái lang trung bộ Lại Lê Khiêm Quang, Viên ngoại lang bộ Hộ Nguyễn Hữu Trì sung làm Khâm sứ mang sắc dụ đi đường trạm đến ngay lấy tiền ở kho Trấn Tây 1 vạn quan, tuyên dụ thưởng cấp cho Quận chúa Ngọc Vân và thuộc biền Chưởng vệ Trà Long, Nhâm Vu đến cả bọn đầu mục người Phiên, nhưng phải ân cần bảo ban, bọn tướng quân, tham tán cũng phải hết lòng bảo rõ, các cục hút thuốc phiện, đánh bạc đặt trước đều cấm. Còn như thổ dân ở xa xôi, chưa thể đổi hết được, thì chuẩn cho 1, 2 lần mở bảo khiến cho chúng thay đổi dần. Nếu còn cố ý phạm pháp cũng chiểu luật trị tội nặng không tha*".

Ngày mồng 1 tháng 10 [17/11/1838] tế Đông Hưởng; Vua hơi mệt, sai Hoàng tử Thọ Xuân công Miên Định đến tế thay ở Thế miếu.

Dân các huyện ở Hưng Yên thuộc hữu ngạn sông Cửu An, ruộng mùa mưa lụt tràn ngập, quan tỉnh đem việc ấy tâu lên, Vua chuẩn cho tô thuế mùa đông năm nay lui hạn đến mùa hạ sang năm mới thu.

Định lệ sai phái thuyền hải vận mới đóng ở Kinh và tỉnh ngoài. Hằng năm đến kỳ vận tải, mỗi thuyền có 1 Suất đội, 30 biền binh, 2 người lái; từ 3 thuyền trở lên thành 1 đoàn, mỗi đoàn phái 1 Quản giải, lấy Quản vệ, Quản cơ hoặc Lãnh binh làm chức ấy. Mỗi thuyền đem theo 6 cỗ súng quá sơn, 2 cỗ súng thần công, súng điểu thương, giáo dài mỗi thứ 10 cây, 20 pháo thăng thiên, 30 ống phun lửa, 1 thanh la đồng, thuốc đạn hoả khí, móc sắt, hòn đá, đem theo 1 cờ vàng lớn.

Định lệ quan báo ở cửa biển Cần Giờ tỉnh Gia Định, cửa biển Phước Thắng [Vũng Tàu] tỉnh Biên Hoà. Từ nay phàm gặp thuyền các nước Tây Dương vào đến phận cửa biển, nếu cửa Cần Giờ trông thấy trước, thì viên coi cửa biển ấy phải đem ngay tình hình chuyển báo cho cửa Phước Thắng làm tập tâu. Nếu cửa Phước Thắng trông thấy trước thì viên coi cửa Phước Thắng một mặt làm tờ tâu cho phi ngựa đệ tâu; một mặt tư báo cho cửa Cần Giờ theo lệ xét hỏi. Nếu là thuyền binh, hoặc có việc quan ngại gì khác thì viên coi cửa Cần Giờ lập tức báo tỉnh lượng phái binh thuyền canh giữ ngặt hơn.

Phân phái 5 chiếc thuyền đi làm việc công ở nước ngoài. Thuyền Thuỵ Long cho Tham tri Đào Trí Phú sung làm chánh biện, Thị vệ trưởng là Phạm Phú Quảng làm phó; thuyền Phấn Bằng cho Thị lang Nguyễn Tri Phương sung làm chánh biện, Viên ngoại lang Nguyễn Văn Tố làm phó, đều đi đến Giang Lưu Ba [Jakarta, Inđônêxia]. Thuyền An Dương cho Thị lang Lê Bá Tú sung làm chánh biện, Viên ngoại lang Lê Viết Trị làm phó; thuyền Linh Phượng cho Thị lang Lý Văn Phức sung làm chánh biện, Viên ngoại lang Phan Tĩnh làm phó; thuyền Tiên Ly cho Vệ uý Lê Văn Phú sung làm chánh biện, Lang trung Trần Đại Bản làm phó, đều đi đến Hạ Châu [Singapore]; chuẩn cho bộ Hộ bàn định, điều lệ đi đường biển.

Vua bảo thị thần về những sự khó khăn gửi người ra nước ngoài học ngoại ngữ để làm thông dịch: "*Việc thông dịch tiếng Tây dương, trẫm nghĩ rất khó, nay chọn 1 người đi sang nước ấy học tập, nếu người ấy thuần cẩn, thì thấy phong cảnh nước ngoài, không ngăn được lòng nhớ đất nước, mà việc học không được chăm chỉ; còn người hoang đãng, thì đi về tốn kém cũng chỉ phí mất công phu, rút cục chẳng có ích gì. Vả lại phong tục nước ấy, giả dối nham hiểm bất thường, đạo giáo Gia Tô, ngày thường trẫm càng ghét lắm, bọn khanh há không nhớ việc Thái tử Anh Duệ* [Hoàng tử Cảnh] *ư? Hoàng khảo ta lúc mới mở nước, bị Xiêm khống chế, gửi Thái tử Anh Duệ cho người Tây đem về nuôi dạy, để mưu tính giữ gìn. Đến khi lấy lại được Gia Định, nước ấy trả về, Thái tử không chịu bái yết Tôn miếu, nói rằng áo quần theo cách thức nước ấy, Hoàng khảo ta đến bây giờ mới hối, may có Cao hoàng hậu khéo dạy dỗ, vài tháng sau Thái tử mới thay lòng, đổi dạ, không thể, hầu làm người Tây rồi, lấy đấy suy ra, phong tục nước ấy dễ làm mê đắm lòng người, thực là đáng ghét*".

Sai Vũ khố đóng thuyền máy hơi nước theo kiểu thuyền Tây dương; thưởng cho đốc công, thợ làm việc 100 quan tiền.

Sai viện Hàn lâm làm sách **Khâm định tập vận trích yếu**, đến khi sách làm xong đem dâng gồm vần bằng 4 quyển, vần trắc 6 quyển. Vua chuẩn y, sai khắc in để ban hành.

Mùa đông, lúa Bắc Ninh chín rộ, giá lúa hạ thấp; Tổng đốc Ninh Thái Tôn Thất Bật tâu đất nước hoà bình dân được mùa, kho đầy, xin thu thuế vụ đông, cho chiết khấu nạp bằng tiền 7 phần. Nhà vua vui nói rằng: "*Trong Tôn thất đã có người giỏi!*", bèn thăng 3 cấp. Bật lại dâng biểu xin mua lúa, nhưng nhà vua bảo mua lúa là phép hay, nhưng người giữ kho và quan lại được đầy túi, còn người dân thường chưa chắc đã được ân huệ; bất nhược chiết khấu ra tiền mà không phải thêm kho.

Bật thường cùng Tuần Án chia đi tuần 4 phủ, liên miên ca nhạc; nơi nào đi qua các Tri huyện đều phải nghênh tiếp, cung đốn trâu gạo. Sau đó vợ cả và thiếp đố kỵ, ghen tuông la hét trên đường phố, bị Tuần phủ Đăng Giai trách cứ.

Tháng 11 [17/12/1838-14/1/1839], Hiệp lãnh thị vệ Vũ Huy Dụng, Vũ Văn Trí được phái đi đường biển, cùng với đồng sự là Viên ngoại lang Nguyễn Long ăn bớt tiền công đến trên 300 lạng bạc, bộ Hình nghị bàn xử tội đồ. Vua đặc ân cho cách chức, phát ra nơi công trình làm việc chuộc tội.

Chế tác đồ cổ gồm đỉnh Sách mệnh nhà Thương, đỉnh Phủ kỷ nhà Thương, đỉnh Phủ ất nhà Thương, đỉnh Văn vương nhà Chu, đỉnh Vương bá nhà Chu, đỉnh Ung công Giam nhà Chu, đỉnh Tử Phủ Cử nhà Chu. Chén sừng tê cái nhà Thương, chén Phủ Tân nhà Thương; be Tổ Mậu nhà Thương, be tượng nhà Chu, be hồ nhà Chu; chén Hợp Tôn Tổ Đinh nhà Thương, chén Quỳ Long nhà Thương, chén hình núi sấm nhà Chu; đỉnh hình chóp có thú thao thiết nhà Thương, đỉnh Miệt Ngao nhà Chu, đỉnh Bá nhà Chu, đỉnh hình thao thiết nhà Chu; môi canh của Phụ Phủ Đinh nhà

Thương, môi canh Giao Ly nhà Chu; liễn Trọng Câu Phủ nhà Chu, liễn Ngao nhà Chu; chén vuông Kỷ dậu nhà Chu, chén chỉ dọc bàn quỳ nhà Chu; liễn tròn Thúc Bang Phủ nhà Chu, liễn vuông Thái sư Vọng nhà Chu, chén tròn Tử ất nhà Chu; bình vuông đầu ly nhà Chu, bình có tai cầm đầu ly vẽ sấm nhà Chu, bình nóng vẽ rồng núi nhà Hán, chén khắc hình đầu trâu nhà Hán, xe chim cưu nhà Hán. Tất cả 33 loại, mỗi loại đều 30 chiếc, tổng số 990 chiếc.

Thuyền binh đi tuần bắt giặc của Tổng đốc Hải Yên Nguyễn Công Trứ ở phận biển xã Chân Châu thuộc huyện Hoa Phong [huyện Cát Hải, Hải Phòng] gặp thuyền giặc người Thanh trên 60 chiếc, đánh nhau; bọn Quản vệ Nguyễn Văn Ngữ thu được 3 chiếc thuyền sam bản nhỏ và khí giới. Bỗng gió đông thổi mạnh, lại chạy đến Vân Đồn, chờ gió thuận, đem việc ấy tâu lên và nói bọn giặc lảng vảng ngoài biển, khi tụ khi tan, binh thuyền không tiện ở lâu, xin đến chỗ giặc từ trước đến nay thường đậu, thiết lập đồn luỹ, pháo đài, phòng ngự nghiêm hơn.

Đắp đê mới tại huyện Phúc Thọ tỉnh Sơn Tây. Đê ở các xã Phú Nhi, Phù Sa [huyện Phúc Thọ, Hà Tây], thế nước xói thẳng vào, bờ sông ngày càng sạt lở, cách tỉnh thành chỉ trên 6 trượng. Tổng đốc Nguyễn Công Hoán cho là đắp cao để chống giữ, công việc đã khó, nếu tạm xong vẫn khó mong giữ vững; bèn đắp riêng một con đê mới, từ xã Mông Phụ qua các xã Phú Nhi, Phù Sa, đến Thiều Xuân, dài trên 550 trượng; theo cách đê thượng lưu sông lớn, mặt rộng 2 trượng, chân rộng 7 trượng, thân đê cao 1 trượng 2 thước; thuê dân các huyện khởi công làm, một tháng thì xong.

Tháng chạp [15/1-13/2/1839], Tổng đốc Hải Yên Nguyễn Công Trứ ở Vạn Thôn, châu Vân Đồn nghe tin ngoài núi Ỷ Cầm có trên 50 chiếc thuyền giặc Thanh, lập tức phái binh thuyền chia làm 5 toán, tiến đi ngay trong đêm, gặp gió đông thổi mạnh, sóng đánh trôi giạt, gần sáng thuyền giặc đều giương buồm chạy thoát; có một chiếc chưa kịp nhổ neo, suất đội Nguyễn Công Khuyến đi thuyền nhẹ nhanh sấn đến chém được một đầu giặc, còn thì nhảy xuống biển chết cả. Trứ đem sự việc tâu lên và xin tạm về Quảng Yên, chờ thuận gió lại đến Chàng Sơn [huyện Cô Tô, tỉnh Quảng Ninh].

Tổng đốc An Tĩnh Tạ Quang Cự hỏi biết tỉnh Nghệ An là quê quán tổ tiên mình, tâu xin tránh đảm nhiệm tỉnh này. Vua bảo rằng: "*Ngươi là bầy tôi chân tay ruột thịt, thực không ví như quan chức cấp nhỏ, chỉ nên giữ phép công làm việc, để xứng với sự uỷ thác, việc ấy cũng không quan ngại gì, chuẩn cho tạm ở nhận chức, không phải quan tâm.*"

Sai thự Ngự sử Định Biên Trần Thiện, tứ đẳng Thị vệ Lê Văn Hợi, Cai đội Hồ Văn Hoà nguyên cai quản các hộ lấy tổ yến ở 3 tỉnh Quảng Nam, Bình Định, Khánh Hoà; nay đem 5 người ở hộ, cùng binh thuyền tỉnh Gia Định đến đảo Côn Lôn lấy tổ yến. Côn Lôn là nơi có nhiều tổ yến, trước kia chuẩn định lính đồn 50 người hằng năm phải lấy tổ yến nộp mỗi người 6 lạng, đã 2 năm, chỉ được 3 cân, hỏi thì người giữ đồn nói: chim yến làm tổ ở hang cùng, hốc thẳm người đi lấy trước hết phải dùng dây to buộc vào gốc cây hoặc vào viên đá to vững chắc, rồi sau theo dây dòng vào, 1 tay cầm dây, 1 tay cầm đuốc, sờ tìm tạt ngang, thế rất khó khăn, không phải người quen biết không dám vào, từ trước đến nay lính ở đồn chỉ có 1, 2 người lấy được ở nơi nông và gần mà thôi. Bộ Hộ cho là Hồ Văn Hoà am hiểu nghề ấy, xin cho theo hộ lấy tổ yến đến tận nơi lấy, lại phái viên cùng đi trông coi.

Vua ngự hồ Tĩnh Tâm bắn thử súng 2 cò máy, đạn nổ rất mạnh, xét ra là Phó vệ uý coi đội Kim sang Nguyễn Cửu Ngọ đóng nhầm 2 tầng thuốc đạn. Vua bảo rằng: "*May mà trẫm từ tuổi trẻ đến nay quen dùng súng điểu thương, không thế thì quan hệ không nhỏ.*" Liền sai cất chức Cửu Ngọ, cho nhất đẳng thị vệ Vũ Văn Giải kiêm coi đội Kim sang.

Thổ mục ở Trấn Tây là bọn Trà Long, Trà Giao hiến 11 thớt voi đực, quan thành ấy lượng cấp cho áo quần đồ vật, và tâu lên. Vua khen là lòng thành, thưởng thêm cho áo đoạn ngân tiền.

Dựng bia võ công; trước vua nghĩ các quan vâng mệnh chuyên đi đánh dẹp, nhiều người có công lao, muốn dựng bia ghi công để mãi đời sau, sai bộ Binh bàn. Đến nay quan ở bộ tìm xét năm gần đây, bầy tôi dẹp yên giặc Xiêm, uy dậy biên thuỳ, cùng đánh dẹp giặc cướp ở Nam Kỳ, Bắc Kỳ, và thắng trận ở Ba Lan, Đại Đồng, phàm người theo việc đánh bắt, được phong tước và con được tập ấm là 20 người, nên ghi vào bia để nêu chiến công, gồm: Trương Minh Giảng, Trương Phước Đĩnh, Phan Văn Thuý, Nguyễn Xuân, Phạm Hữu Tâm, Trần Văn Trí, Hồ Văn Khuê, Nguyễn Công Hoán, Mai Công Ngôn, Phạm Văn Điển, Tạ Quang Cự, Lê Văn Đức, Nguyễn Công Trứ, Vũ Văn Từ, Nguyễn Tiến Lâm, Tôn Thất Bật, Vũ Đình Quang, Lê Văn Thuy, Phạm Phi, Phạm Văn Lý.

Chú thích:

1. Tiên sư và tứ phối: Tiên sư chỉ Khổng Tử, tứ phối là 4 người được thờ chung với Khổng Tử là Nhan Uyên, Tử Tư, Tăng Sâm, Mạnh Kha.

2. Trúc Sơn, La Phù: Theo biên bản hội đàm biên giới Pháp Thanh ngày 29/3/1887, thôn Trúc Sơn nằm trên đường biên giới hai nước, La Phù thuộc Trung Quốc.

237. Vua Minh Mệnh (37) [14/2-10/6/1839]

Tháng giêng năm Minh Mệnh thứ 20 [14/2-14/3/1839], dân hạt Hà Tiên có Nguyễn Văn Xung ở Xiêm trên 30 năm, đến nay đem gia quyến trốn về. Vua sai đưa về Kinh, sắc cho bộ Binh hỏi về tình trạng của nước Xiêm; Xung bèn trình bày từng điều, tâu lên:

- Hỏi về Phật vương và Ô Thiệt vương nước Xiêm nhân phẩm hơn hay kém và hành động lành hay ác, lòng người theo hay không theo? Xung nói: Phật vương nguyên là vợ thứ sinh ra, Phật vương trước chết đi, vì tuổi trưởng thành được nối ngôi, ở thành Vọng Các, nay ước trên 50 tuổi, người hắn tư chất hơi kém, chỉ nghe lời bọn dưới, làm việc không công bằng, lòng người tức giận. Ô Thiệt vương là con vợ cả sinh ra, vì tuổi trẻ tạm làm vua thứ hai, ở xứ Bằng Đổng, đối ngạn với thành Vọng Các, nay ước trên 20 tuổi, người hắn tính hơi thông minh, làm việc phần nhiều có công tâm, người trong nước đều đem lòng theo.

-Hỏi về quan nước Xiêm chuyên dùng người Xiêm, hay dùng lẫn người Kinh, người Thanh, nay ai làm Đầu mục? Xung nói: quan chức nước Xiêm, quan to phần nhiều là người Xiêm, gián hoặc có người Kinh, người Thanh chỉ là giúp việc; quan nước Xiêm Phạt Lăng là mạnh và có quyền,

Phật vương tin yêu, phàm việc làm cũng có khi không bảo Phật vương mà tự ý làm, Ô Thiệt vương, ghét là chuyên quyền thường phải ức chế, hắn tuy hơi dẹp, nhưng vẫn hung ác như trước.

-Hỏi về thành quách, nhân dân, kho tàng, súng ống, khí giới của nước Xiêm, Xung nói: chu vi thành Vọng Các ước trên 50 mẫu, xây bằng gạch, trong thành lại có lần thành nữa, ở trên đặt 3 cỗ đại bác, ngoài thành bốn mặt sông nhỏ vòng quanh, thông với sông lớn Tiền Giang, thẳng đến cửa biển Bắc Nam. Thành có 4 cửa, 2 cửa hữu và hậu thường đóng. Trong thành có kho thuốc súng 1 toà 3 gian, 5 toà kho thóc, mỗi toà 5 gian. Binh khí vẫn dùng chỉ có súng điểu thương, giáo ngắn, đao ngắn mà thôi. Trước thành có chợ, chợ có hai phố, người buôn nước Thanh ở đấy mỗi phố ước trên 100 nhà, nhà ngói nhà gianh lẫn lộn; quan nước Xiêm và nhà giàu ở đấy ước vài chục nhà. Ngoài thành dọc bờ sông, thổ dân ở khá đông, cũng có người kết bè, làm nhà ở trên mặt nước.

-Hỏi về thuế đất, thuế đinh nước Xiêm và binh đinh dao dịch, buôn bán đánh thuế nhẹ nặng thế nào? Xung nói: thuế lệ đất, đinh đều nộp bằng bạc, còn như một người đinh, một mẫu ruộng, hằng năm thu bao nhiêu, không rõ số. Còn binh lính nguyên không có lựa chọn dồn thành cơ đội, lúc thường thì ở hàng ngũ dân, đều có quản mục, khi có việc thì triệu tập đến thành, trao cho khí giới để cầm đi đánh giặc, không cấp lương. Sai khiến việc thường, người không có của thì đến làm việc, người có của thì hàng tháng nộp bạc miễn dịch 6 hột, mỗi hột nặng 4 đồng cân. Nếu có các việc quan trọng công tác chiến đấu, hằng tháng nộp bạc miễn dịch 10 hột, quản mục mượn người làm thay, đại khái quản mục phần nhiều sai làm việc riêng bóc lột cho béo mình; lính, dân khổ sở không xiết kể. Còn bọn đi buôn mua bán, đổi chác, từ năm thứ 10 đến nay mới có đánh thuế, như 10 tấm vải lụa thu 1 tấm, 100 gánh củi, thu 20 gánh, người buôn cũng khốn khổ. Lại gần đây mất mùa nắng hạn luôn, gạo đắt thiếu lương thực, mà vua tôi nước ấy phàm thóc gạo và vải lụa, vật hạng cần dùng, đòi mua cả, giá cả 10 phần giảm 6.

- Hỏi về khoảng năm Minh Mệnh thứ 14, giặc Khôi gây biến, người Xiêm sai Chất Tri, Phạt Lăng, đem quân sang xâm lấn, là có ý gì? Sau khi quân bị thua chạy về, thì xếp đặt ra sao? Xung nói: ngày tháng 8 năm ấy nghe có người Thanh ở ngụ Gia Định đưa thư của giặc Khôi thông báo cho Chất Tri, Phạt Lăng xin cứu viện, bọn Chất Tri nói với vua Xiêm, vua Xiêm y cho, Ô Thiệt vương can là không nên. Vua Xiêm không nghe, ngày tháng 10, sai Chất Tri đem 7.000 bộ binh, Phạt Lăng đem 7.000 thuỷ binh, chia đường lại cứu. Năm thứ 15, nghe tin đạo binh của Chất Tri bị quân ta đánh lui chạy về chỉ còn 400, 500 người, đạo binh của Phạt Lăng cũng thua, chỉ còn 5.000 người. Ô Thiệt vương oán mãi bọn Chất Tri, toan đón giết ở biên cảnh, Phật vương can ngăn, mới thôi. Phạt Lăng đem về một chiếc thuyền đi biển và người Kinh theo đạo Gia Tô trai, gái, già, trẻ hơn 2.000 người, và cướp được dân Kinh ước hơn 300 người, các người theo đạo Gia Tô cho ở xứ Điếm Xiển, gần thành Vọng Các, Ô Thiệt vương cai quản còn thì đều cho ở xứ Bắc Liệt, gần nước Ô Đỗ, sai người nghiêm giữ. Vua nước Xiêm từ đây mới hối, chỉ sợ quân ta đến đánh, bèn bắt chước kiểu thuyền đi biển đóng 27 chiếc, chia đặt ở các cửa biển. Lại sửa chữa 4 cửa thành Vọng Các, cho đến cửa biển Bắc Nam,

Cổ Công, Chân Bôn đều đắp luỹ đặt súng.

- Hỏi về tình hình động tĩnh 4 phía láng giềng của nước Xiêm. Xung nói: nước Xiêm về phương Tây nam nghe như giáp giới với nước Ô Đỗ, năm trước thường đem quân đánh nhau, từ năm thứ 15 trở về sau, người nước Hồng Mao [Anh Cát Lợi] đến chiếm đóng khoảng giữa hai nước, dần lấn cả đất, hai nước không dám chống cự, từ đấy không đánh nhau nữa.

- Hỏi về nước Xiêm có thông thương với nước láng giềng không? Xung nói: Các nước Tây dương từ trước cũng có đến buôn ở nước Xiêm, cách nay ước trên 10 năm, nước Tây dương có đem một con ngựa đến bán, Phật vương trước giả giá rẻ, người buôn giận chém ngựa rồi đi, từ đấy không thông thương nữa. Nước Xiêm gần đây đóng hai chiếc thuyền kiểu Tây dương, hằng năm sai người Đồ Bà ở Xiêm đi đến các nước Tây dương mua chịu súng ống, còn thì thông thương với Xiêm chỉ có người Đồ Bà và người nước Thanh mà thôi.

- Hỏi về năm trước em của vua Chân Lạp, Nặc Chân là Nặc Giun, Nặc Yêm trốn chạy sang nước Xiêm, nay ở xứ nào? Có nhận quan chức nước Xiêm không? Xung nói: anh em Nặc Giun trước ở gần thành Vọng Các, không nhận chức gì ở Xiêm, từ năm thứ 14, Chất Tri đến xâm lấn, lấy bọn chúng làm tiền đạo, đến khi quân thua chạy về, không biết ở đâu.

- Hỏi về địa giới nước Xiêm rộng hay hẹp? Xung nói: nước ấy phía trên từ giáp các nước Ai Lao, Xương Mại, phía dưới đến bờ biển ước 15 ngày đường, địa thế chênh lệch, về chiều rộng có nơi 1, 2 ngày đường, có nơi 3, 4 ngày đường, không giống nhau.

Quan thành Trấn Tây bọn Trương Minh Giảng tâu rằng căn cứ vào thám báo tại Hải Tây, giặc Xiêm trước sau đem quân trên 8000 đến Lò Gò Vật [Siem Reap, Cambodia] đắp thành chống giữ, đã cho quân binh sở tại gia tâm phòng bị.

Tấn phong hoàng tử thứ 10 là Miên Thẩm làm Tùng quốc công, hoàng tử thứ 11 là Miên Trinh làm Tuy quốc công, hoàng tử thứ 12 là Miên Bảo làm Tương quốc công.

Tổng đốc Hải Yên Nguyễn Công Trứ thân lĩnh đại đội binh thuyền lại đến Chàng Sơn [huyện Cô Tô, tỉnh Quảng Ninh] tuần bắt giặc biển; nhân dâng sớ xin tại thôn Vận ở Vân Đồn, xã Vĩnh Thực ở Vạn Ninh (tên xã, tức cửa biển Đại, tiếp gần Bạch Long Vĩ thuộc Trúc Sơn), đều làm 1 đồn. Thành đồn 4 mặt đều dài 23 trượng, chân sâu 1 thước 5 tấc, thân cao 5 thước, mặt trước xây đá, dày 2 thước, 5 tấc. Cấp giữa đổ đầy đất 3 thước 5 tấc, cấp trong xây đá 2 thước, 2 cửa trước sau đều dựng cột gỗ cao 9 thước, tầng trên làm lầu canh, dưới đóng 2 cánh cửa, bên tả làm một pháo đài, bên hữu làm một chỗ đốt lửa, về pháo đài chiếu theo thế núi, mặt rộng trên dưới 2, 3 trượng, cao 4 thước, sâu 1 thước, ngoài xây đá dày 4 thước, giữa đổ đầy đất, uỷ Lãnh binh tỉnh Hải Dương Đồng Bá Huyên trông coi. Tại xã Xuân Áng thuộc Hoa Phong [huyện Cát Hải, Hải Phòng] làm một đồn 4 mặt đều dài 19 trượng 3 thước; cao, dày, và cách thức cửa theo như trước, bên hữu làm 1 chỗ đốt lửa, không có pháo đài, uỷ Phó lãnh binh tỉnh Quảng Yên Đinh Văn Yên trông coi. Vua y cho.

Bắt đầu đặt quan người Kinh ở các huyện tại Trấn Tây. Tướng quân Trương Minh Giảng tâu xin đặt Tri huyện trước tại 13 huyện ở gần thành; gồm: Chân Tài, Bình Tiêm, Ngọc Bì, Mỹ Tài, Hoá Di, Lư An, Chân Thành, Ngọc Luật, Kim

Trường, Bát Ca, Ba Nam, Lư Viên, Thìn Tỏ.

Phong Hiệp biện Đại học sĩ lĩnh Thượng thư bộ Binh Trương Đăng Quế tước Tuy Thịnh nam. Trước đó Trương Đăng Quế được sung làm Kinh lược sứ cùng với bọn Trương Minh Giảng khám đo ruộng đất ở Nam Kỳ, chia đặt cửa quan, bến đò. Đến nay vua xem sổ tổng cộng thuế lệ năm trước do bộ Hộ dâng lên, thấy tiền thuế 6 tỉnh Nam Kỳ so với 13 năm trở về trước tăng đến gấp 3, nên rất khen.

Tháng 2 ngày Đinh Sửu [25/3/1839], tế trời đất ở đàn Nam Giao. Năm ấy đàn Nam Giao lần đầu làm màn xanh ở tầng thứ nhất, làm màn vàng ở tầng thứ hai; lễ xong xe Vua về trai cung, các quan lạy mừng.

Vua xem sách Lê Mạt Kỷ Sự, thấy trong sách nói đến bản triều; lời tuy quê mùa, cũng có chỗ lấy được, sai đưa cho sở Thực Lục để tham khảo.

Chạy thử thuyền máy hơi nước mới đóng trên sông Hương. Vua ngự ra xem, thùng nước vỡ chảy, máy hơi không chuyển động, bọn đốc công chuyên biện đều phải xích giam, lại liên luỵ cả đến bộ Công Nguyễn Trung Mậu, Ngô Kim Lân bị khiển trách là tâu càn.

Sai Bố chính Ninh Bình Trần Văn Trung đem theo 700 quân binh đến các phận rừng phủ Thiên Quan [huyện Nho Quan, Ninh Bình] tuần bắt giặc trốn là Quách Tất Tế, Đinh Thế Đội. Bọn Tất, Tế từ sau khi quan quân rút về, lẻn trốn ở rừng núi; tỉnh phái quân đi, không bắt được tên nào; Trung dâng sớ xin đi, Vua bèn đặt hạn ngắn sai đi.

Sai quan tỉnh Nghệ An phái người đi dò thám các nước Nam Chưởng, Vạn Tượng. Phái viên về nói: đến Vạn Tượng, thấy dân Xiêm, Lào cùng ở lẫn lộn, ở Nùng Khai [Nong

Khai, nam Vientiane, Lào] có 1 đồn lớn do lính Xiêm đóng giữ, thành nước ấy bỏ làm nơi hoang rậm. Còn Hạt Xà Bông [con Vua Vạn Tượng A Nỗ] năm trước ngồi thuyền chạy trốn, tuyệt không có hình tích. Đến nước Nam Chưởng, thấy có lính Xiêm đóng giữ ước trên 200 người, một nửa ở trong thành, nửa ở bờ nam Khung Giang [sông Mê Kong], con Quốc trưởng nước ấy đã chết, người Xiêm dựng con Vua nước ấy là Vàng Lãng làm Quốc trưởng, em là Hạt Xà Bút làm phó, đều ở trong thành nước ấy.

Dựng cửa phường ở núi Thuỷ Sơn tỉnh Quảng Nam. Thuỷ Sơn là một núi của Ngũ Hành sơn, núi ấy có bậc đá, trước xây cột gạch nay đổi làm cửa phường, cửa ấy cột bằng đá, xà sắt bắc ngang, để một tấm đá khắc 4 chữ lớn "Động thiên Phước địa".

Tháng 3 [14/4-12/5/1839], quan tỉnh Nghệ An tâu rằng con nguyên Quốc trưởng Vạn Tượng A Nỗ là bọn Thiều Thiển, Thiều Miễn, Thiều Xoang, trước đã xếp đặt ở huyện Cam Cát [đất Lào giáp huyện Hương Sơn, Hà Tĩnh], năm trước, đem gia quyến đến đồn Nùng Khai [Nong Khai, nam Vientiane, Lào] do đầu mục Xiêm là Xú Vu đóng giữ. Nay mới nghe trú phóng Trấn Định Nguyễn Văn Lệ báo đến, đã phái uỷ người đến hỏi. Chưa bao lâu, Thiều Xoang cấu kết với bè lũ tên Thống là con Tuân Kỳ, nguyên Tuyên uý đồng tri Trấn Tây, hơn năm người cướp địa hạt đồn Quy Hợp [huyện Hương Khê, Hà Tĩnh]. Vua sai 2 tỉnh Nghệ An, Hà Tĩnh cùng bắt, hơn một tháng không được; vì quan quân xông pha lam chướng lâu ngày nên rút về.

Sai Biện lý Hộ bộ Phan Thanh Giản đi đến vùng núi nguồn Chiên Đàn tỉnh Quảng Nam, thuê 1.000 người hộ làm vàng để khai lấy vàng cát. Sau lấy không được bao nhiêu, nên

Thanh Giản đem việc khó khăn tâu lên, chuẩn cho về Kinh, mà bãi bỏ việc ấy.

Tổng đốc Bình Phú là Vũ Xuân Cẩn vào chầu; Vua lại hỏi đến việc trước đây xin chia ruộng. Cẩn thưa: *Tỉnh Bình Định đất rất màu mỡ, không kém các tỉnh ở Nam Kỳ, lại có đê bối giữ nước, có thể không bị nạn hạn hán, nông dân 1 năm 2 vụ gặt rất được lời, nhưng ruộng đất phần nhiều là ruộng tư, nhà hào phú chiếm cả, có đến một, hai trăm mẫu, mà người nghèo không một thước tấc, suốt đời làm đầy tớ người giàu; nay nếu lấy tất cả ruộng của người giàu, để cho 1 đến2 phần làm cơ nghiệp lâu dài, còn 8, 9 phần đem chia cấp cho binh, dân và người nghèo thì nguồn lợi về ruộng đất được đều".* Vua bảo rằng: "*Theo lời khanh nói cũng tốt, nhưng nay vô cớ lấy ruộng của dân giàu, không bằng lòng thì họ kêu ca, đâu được yên lặng không lời kia khác. Nếu lấy tiền trả theo giá thì ruộng nương trong hạt ấy có nhiều, đâu có thể trả khắp được. Trẫm nghĩ: triều đình làm việc như có lợi nước, hại dân, thiệt người dưới, ích người trên, thì người ta oán, thực rất đáng sợ, còn như quả có lòng thương dân để cho nghèo, giàu nhờ nhau, quân dân cùng giúp, đấy là đạo bớt của người giàu, thêm cho người nghèo. Tuy thế việc dân với việc quân không giống nhau, việc quân còn nghiêm, người có trái khác thì đưa ngay ra pháp luật không ngại; còn như trị dân thì phải bảo ban dạy dỗ dần để cho vui lòng thực phục, rồi sau làm điều phải.*"

Binh thuyền đi tuần của Tổng đốc Hải An Nguyễn Công Trứ, ở phận biển Vân Đồn, thấy hộ thuyền đánh cá người Thanh gồm hai đoàn Khai Vĩ, Hà Cổ là bọn Thái Hợp Lợi đem tướng giặc bắt được là Lý Công Tống và đồng bọn 16 tên, 50 tên chém giết cắt lấy tai, cả thuyền mành khí giới đến dâng nộp ở trại quân. Bọn chúng nói vốn lấy nghề đánh cá buôn bán mưu sống, gần đây nhân bọn ấy cướp người buôn, sợ bị liên luỵ, nên góp sức cùng bắt được, xin đem việc ấy chuyển tâu, để được đánh cá ở ngoài biển chịu nộp thuế sản vật. Công Trứ liền đem 100 đồng bạc hoa, 100 phương gạo lương thưởng rồi cho về nước. Bọn chúng cầu xin làm dân cùng giống với Minh hương, Trứ đem việc ấy tâu lên.

Vua giao cho hai bộ Hộ, Binh cùng bàn thoả đáng rồi tâu lên rằng việc bọn chúng xin, nếu quả là thành thực, thì triều đình thương dân như một, đâu có cự tuyệt, nhưng đã xin làm dân, cũng phải có chỗ ở. Nếu chỉ ở phận biển đánh cá nộp thuế, thì ngoài biển đi lại thất thường, không ai quản thúc được. Vậy nên cho quan Tổng đốc đến ngay nơi ven biển tỉnh Quảng Yên, lựa xem chỗ đất không, đã không hiểm yếu có thể dựa được, lại có dân hạt ấy liền kề có thể ràng buộc được, thì cho bọn chúng đem gia quyến đến làm nhà nữa, lập thôn ấp, đặt đầu mục để cai quản. Không nên giao cho một dải đảo Chàng Sơn [huyện Cô Tô, tỉnh Quảng Ninh]; tụ họp cùng ở, nuôi thành thế lực, dựa vào chỗ hiểm sau này. Rồi theo hiện số người và thuyền chước định thuế lệ. Đầu thuyền hai bên má bắt sơn sắc xanh; vì thuyền đánh cá, thuyền giặc người Thanh, hai má thuyền phần nhiều sơn đỏ, cho nên sơn xanh để cho khác. Cấp cho thẻ bài của tỉnh, được ra biển đánh cá làm ăn, trong thuyền đều không được mang theo khí giới, vật cấm. Nếu có bọn giặc tụ họp ở hòn đảo nào, hoặc đi lại ở phận biển nào, biết ra sức bắt giải quan thì được thưởng, thông đồng chứa giấu thì bắt tội. Phàm các điều ấy, nên triệu tập bọn chúng bảo ban tận mặt; nếu chịu tuân theo tất cả, thì chọn đất sắp xếp chỗ ở. Nếu chỉ muốn đóng ở trên mặt biển sớm đi chiều về, thế là nói dối, hòng làm kế hoãn binh, không có lòng thành thực tình nguyện làm dân; phải lập tức đuổi đi hết, không để cho bọn chúng được xảo trá.

Hộ phủ Hà Tiên là Nguyễn Trung Nghĩa tâu rằng Quản cơ phủ Quảng Biên [Kam pot, Cambodia] là Nha Tiên, đi tuần thám địa giới Trà Ty, bắt được 15 chiếc thuyền vỏ cây, liền theo đến lạch sông Sa Ngao, thấy bọn Xiêm ở đấy, hai bên bắn nhau, bọn chúng liền chạy vào rừng ẩn nấp. Nghe tin báo, lập tức phái thêm quân binh đi ngay lùng bắt; khi đến nơi thì bọn chúng đã trốn xa, chỉ để lại trại không mười mấy chỗ.

Bắt đầu khắc ấn ***"Đại Nam thiên tử"***; ấn hình vuông mỗi chiều 2 tấc 9 phân, dày 1 tấc 2 phân, 3 ly, cao 2 tấc, 4 phân). Khi làm xong, vua dụ rằng: "*Trước kia được ngọc tốt, sai thợ trổ khắc ấn **"Đại Nam thiên tử"**, nay đã làm xong, chữ viết rõ và ngay, đáng làm ấn đời đời. Chuẩn định phàm gặp đi tuần thú xét các địa phương và ban cấp sắc thư cho người ngoại quốc, thì dùng ấn ấy thi hành, còn ấn **"Hoàng đế chi bảo"** chuyên để cáo dụ thân huân, huấn dụ các quan to trong, ngoài thì thi hành.*"

Truy tặng Nguyễn Cư Trinh làm Khai quốc công thần, vinh lộc đại phu Hiệp biện Đại học sĩ, lĩnh Thượng thư bộ Lại, tên thuỵ là Văn Khác, phong tước Tân Minh hầu. Vua xem **Đại Nam Thực lục** thấy Nguyễn Cư Trinh nhiều mưu kế, có chiến công, sự nghiệp rực rỡ, mà lâu chưa thờ phụng ở miếu đình, bèn chuẩn y bộ Lễ bàn, tặng phong quan tước, cho thờ phụ ở Thái miếu.

Quan thành Trấn Tây bọn Trương Minh Giảng tâu rằng đã phái người đi dò xét thấy giặc Xiêm xây đắp thành phủ

Lò Gò Vật [Siem Reap, Cambodia] rất lâu chưa xong, mà quân dân nhiều người trốn tránh. Lại nghe tin giặc Di, giặc Chu lẻn về địa hạt Khai Biên xua đuổi thổ dân, đã phái quan quân đi ngay đánh bắt.

Sau khi sứ bộ Phạm Thế Trung đến Bắc Kinh chiêm bái vào năm Đạo Quang thứ 17 [1837], Vua Đạo Quang tỏ lòng thể tuất; cho đổi 2 năm cống một lần, thành 4 năm cống một lần:

"***Ngày 24 Canh Thân tháng 3 năm Đạo Quang thứ 19* [7/5/1839].** *Dụ Nội các:*

Từ trước tới nay nước Việt Nam cứ 2 năm có một lần cống; cứ 4 năm sai Sứ đến triều đình một lần, gộp 2 lần cống dâng lên một lần; nước Tiêm La, 3 năm cống một lần. Các quốc gia đều có lòng thành thuận tòng, không dám cáo mệt. Riêng nghĩ đến việc đường xa vất vả, vận tải trên đường gặp mưa tuyết, thời kỳ quá gấp xúc, cống hiến liên miên, không đủ diễn tả tấm lòng thể tuất. Từ nay trở về sau các nước Việt Nam, Lưu Cầu, Tiêm La đều cho 4 năm triều cống một lần, để biểu thị tấm lòng vỗ về hoài nhu với các nước Phiên. Bộ liên hệ lập tức căn cứ vào dụ thi hành." (**Tuyên Tông Thực Lục** quyển 320, trang 37)

Tháng 4 [13/5-10/6/1839], phái viên đi việc công từ nước ngoài về, đem cây tường vi ở Tây dương về dâng, sai phát cho các tỉnh mỗi tỉnh 10 cây để trồng ở trước sân hành cung.

Đắp đập ngang sông Phổ Lợi [huyện Phú Vang, Thừa Thiên]. Hạ lưu sông ấy, tả hữu có 2 ngã sông thông nhau, ruộng của dân thường bị nước mặn tràn ngập cho nên đắp đập chặn để ngăn. Sai Chưởng trung quân Tạ Quang Cự đem 2.000 lính ở kinh đi làm. Lại sai phủ Thừa Thiên thuê bắt 1.000 dân trong hạt chiếu từ cửa sông đến bãi Sò, tuỳ đoạn khơi đào nước xuống sâu 4 thước.

Địa phận rừng dọc đường từ Bình Định trở về Nam đến Bình Thuận nhiều ác thú làm hại dân. Vua truyền dụ cho quan các tỉnh phái ngay Lãnh binh hoặc Quản vệ, Cơ, đem quân binh 100, 200 người mang theo súng ống đạn dược tìm cách bắn giết. Tỉnh nào địa thế hơi xa, thì hạn cho một tháng, nơi gần thì hạn cho 15 hoặc 20 ngày, đều rút về; rồi cứ số bắn được nhiều hay ít tâu lên để lượng cho thưởng, phạt.

Vua đi chơi cầu sông Nhị Hà, xem thí nghiệm thuyền máy hơi, thấy máy móc linh động, chạy đi nhanh nhẹ, thưởng đốc công Phó giám đốc Hoàng Văn Lịch, Vũ Huy Trinh, mỗi người một nhẫn pha lê bịt vàng, một đồng Phi long đại kim tiền, lại gia hàm cho Giám đốc, thêm hai cấp, thưởng khắp cả đốc công và lính thợ 1.000 quan tiền. Vua bảo rằng "*Trước kia bọn ngươi làm lỡ việc, hầu mắc phải tội. Nay đã hết lòng hết sức làm cho đến thành công, cho nên khen thưởng không tiếc. Vả lại thuyền ấy mua ở nước Tây cũng được; nhưng muốn thợ thuyền nước ta học biết máy móc khôn khéo, cho nên không kể nhọc tốn mà thôi.*"

Tổng đốc Hải An Nguyễn Công Trứ đem binh thuyền lại đến Chàng Sơn [huyện Cô Tô, tỉnh Quảng Ninh] tìm bắt được 4 tên giặc chém đi, rồi chiêu dụ dân, tất cả 180 người, lập làm làng Hướng Hoá, tuỳ theo chỗ ở, chia làm đông, tây, nam, bắc, 4 giáp, đặt Lý trưởng, Giáp trưởng để cai quản, lệ thuộc vào châu Vân Đồn ghi vào sổ chịu thuế; sớ tâu lên được Vua khen. Trứ lại theo dụ, bắt đầu mục 2 bang Khai Vĩ, Hà Cổ, sai cứ hiện số người, số thuyền ghi sổ định thuế; số người: đàn ông, đàn bà trên dưới 760 người, số thuyền:

trên 70 chiếc; cứ tháng ba tháng mười, hai kỳ đem nộp, thuế lệ: mỗi chiếc ngang 6 thước trở lên, hằng năm nộp 12 đồng bạc hoa; 5 thước trở xuống 6 đồng, mỗi đồng nặng 7 đồng cân. Lại sức đem gia quyến đều đến, chọn chỗ xếp đặt cho ở. Bọn chúng đều nói: sống ở mặt nước, nếu lên trên cạn cả, có trở ngại việc làm ăn. Xin chờ chọn mỗi bang 1, 2 người đến ở, còn thì cứ tháng 4 cho thuyền về, tháng 9 lại đến. Trứ bèn lượng đặt bang trưởng, bang mục, còn 2 má đầu thuyền đổi sơn màu xanh, đều cấp cho bài gỗ (bài vuông một thước sơn sắc trắng, một mặt viết 4 chữ to "**Ngư hộ thuế thuyền**", một mặt dán giấy viết: "bài cấp ngày tháng 4, niên hiệu năm thứ 20, họ tên ngư hộ, đóng dấu quan phòng, cắm cuối thuyền làm dấu. Khi ấy có người bang Khai Vĩ ở lại là bọn Tiển Thành Đức, đàn ông đàn bà 5 người, chia làm 2 bếp, cho ở chân núi Đông Sơn, thuộc xã Quan Lạn, châu Vân Đồn, giáp xứ Sa Châu, mỗi bếp cất một mẫu đất. Công Trứ đem việc ấy tâu lên, Vua cho là lời bàn ấy chiếu theo nghị quyết trước mâu thuẫn nhau; sai bộ Hộ bàn cho kỹ.

Bọn Giảng mật tâu rằng hạt thành Trấn Tây hàng năm thường mưa lụt, ruộng lúa phần nhiều bị ngập tràn, cho nên chưa thấy thành hiệu. Năm nay bắt đầu đắp đê điều, các ruộng khai khẩn cũ, mới trên 3.000 mẫu, cày cấy ước được 4, 5 phần 10, chính đương cần đốc thúc làm, nếu nắng mưa thuận hoà thì thu hoạch có thể hy vọng, không đến nỗi như năm trước vất vả không công. Lại trước đây đặt ra 13 huyện, bổ quan người Kinh, còn thì đương trù tính đặt thêm.

Nêu thưởng dân thọ 100 tuổi ở các địa phương Quảng Nam 3 người, Quảng Ngãi 2 người, Bình Định, Quảng Bình mỗi tỉnh 1 người.

Các tỉnh ở Bắc Kỳ lần lượt tâu báo nạn dịch lệ; duy Hải

Dương, Bắc Ninh rất nặng, dân 2 tỉnh ấy nhiễm bệnh chết, ở Hải Dương trên 2 vạn 3 nghìn người, ở Bắc Ninh trên 2 vạn 1 nghìn rưỡi. **Quốc Sử Di Biên** chép thêm bắt đầu từ tháng 6 năm ngoài, dịch lệ từ Đồ Sơn [Hải Phòng] truyền nhiễm đến 5 tỉnh, hàng vạn dân bị dịch, xuống đến trâu chó, ruộng đồng hoang phế.

Các phận biển ở cửa biển Nhật Lệ tỉnh Quảng Bình và cửa biển tỉnh Hà Tĩnh, giặc biển nhiều lần nổi lên, viên Tấn thủ chỗ ấy đem quân đuổi đánh, cứu thuyền buôn thoát khỏi.

Tổng đốc Hải Yên Nguyễn Công Trứ từ Chàng Sơn [huyện Cô Tô, tỉnh Quảng Ninh] về, nghe tin dân động Liêm Châu, cướp bóc ở biên giới châu Vạn Ninh, dân xã An Lương ở đấy đánh nhau với chúng, có người bị thương bị chết, bèn dâng sớ xin thông tư cho Tổng đốc Lưỡng Quảng nghiêm sức tra xét. Vua bảo rằng giặc hèn nhỏ nhặt, việc gì phải tư cho hai tỉnh Quảng thường phải chậm trễ; nên sai tỉnh Quảng Yên tư cho Khâm Châu chuyển báo cho Liêm Châu hay.

Triệu Tổng đốc Hải An Nguyễn Công Trứ về Kinh. Lấy Tổng đốc Ninh Thái Tôn Thất Bật quyền lĩnh Tổng đốc Hải An; Bố chính Bắc Ninh Nguyễn Đăng Giai gia hàm Tuần phủ, quyền giữ ấn Ninh Thái Tổng đốc.

Châu Thuỷ Vĩ [Lào Cai] tỉnh Hưng Hoá có dân Mèo trắng đến ở các động Ngọc Uyển, Sơn Yên. Quan tỉnh xin cho ghi sổ nộp thuế; số dân trên 40 người, hằng năm thu mỗi người 2 lạng bạc.

Phái viên thuyền Nam Hưng từ Quảng Đông về nói từ trước đến nay tỉnh thành Quảng Châu tỉnh ấy cho người nước Hồng Mao [Anh] bày hàng bán thuốc phiện; người Thanh nhiều người hút. Tổng đốc mới Lâm Tắc Từ cho là phạm điều cấm, thu ngay tang vật đến trên 1.000 thùng, còn phái đi tra xét chưa hết. Vua bảo bộ Công rằng thuốc phiện là thứ hao tiền của, hại mạng người, làm hại ghê gớm, già trẻ đều biết, đã giáng dụ chỉ nghiêm cấm, khốn nỗi buôn bán thứ ấy được lời nhiều, cho nên chưa trừ hết kẻ bán trộm, thì chưa hết người hút. Nhân nghĩ thứ thuốc đều do nước ngoài nấu ra, không phải nước ta vẫn có, từ trước đến nay nước ta phái người đi nước ngoài cũng đã đinh ninh răn bảo, không được ngấm ngầm đem theo. Nay nghe tỉnh Quảng Đông nước Thanh phát ra vụ án lớn hút thuốc phiện, chính đương tra xét nghiêm cấm, thì thuốc phiện của người Tây mang sang không khỏi chuyển đến Hạ Châu [Singapore] bán rẻ. Nếu người nào có mua thuốc phiện đem về nhiều ít, cho đến quan quân tuần tra xét được thực tang, trót vì nể nang không phát giác, hoặc nhận hối lộ tha kẻ phạm, hoặc thông đồng mua để hòng lấy lợi, thì trong 3 ngày tự thú, tha tội cho. Nếu không thú, việc phát giác ra, tất xử tội chết không tha. Lại mật xét nhà người ở phố chợ, nếu bắt được thực tang, lập tức bắt đưa về Quảng Nam tra xét.

Tả tham tri bộ Lại kiêm quản viện Hàn lâm là Hà Tông Quyền chết, Quyền văn học giỏi giang, theo hầu ở viện, các đã lâu, vốn được Vua cất nhắc. Lúc mới bị bệnh, vua thường sai Trung sứ mang sâm quế vua dùng để điều trị. Đến khi nghe tin chết, vua rất thương tiếc, tăng chức Thượng thư bộ Lại, cho 3 cây gấm Trung Quốc, 5 tấm lụa, 20 tấm vải, 500 quan tiền, sai phủ Thừa Thiên bắt thuyền đi hộ tang về quê chôn. Con viên ấy còn nhỏ, chuẩn bị cho đợi đến trưởng thành do bộ dẫn vào yết kiến, lượng cho lục dụng, mẹ già còn sống hằng năm cấp cho 30 quan tiền, 20 phương gạo, sai quan địa phương thời thường thăm hỏi.

Riêng sách **Quốc Sử Di Biên** của Thám hoa Phan Thúc Thực (1) , chép khác với sự kiện nêu trên:

Lúc bấy giờ nhà vua bàn về việc chọn người kế vị, nên họp đại triều, các thân thích và bậc huân nghiệp đều dự. Nhà vua hỏi Hà Tông Quyền, Quyền tâu rằng:

"Bệ hạ nên lập Hoàng hậu trước, Hoàng hậu đặt, tức người kế vị đã có."

Lúc bấy giờ, Kiến an công Đài là con út của Hoàng thái hậu (2) [em cùng mẹ với Vua] được sủng ái, không vui với câu nói đó. Lúc bãi triều mời Quyền đến phủ cùng uống rượu, Quyền vâng dạ tuân theo. Lúc Quyền đến ban cho rượu uống say, rồi lấy chuỳ đánh nát đầu, ném thây xuống sông. Sau đó Kiến an công vào triều chịu tội và nói:

"*Tông Quyền rất nịnh, thần đã giết và chôn rồi.*"

Nhà vua khóc lớn, cho lụa bạch áo quan khâm liễm, ban cho nhiều tiền; mệnh quan dùng thuyền đi biển chở về quê an táng. Năm sau đến Hà Nội, các quan tỉnh tế cúng. Quyền không có nhà thờ, vua cho tiền xây cất. Đến năm Ất Tỵ [1845], con cháu làm lễ cải táng, mở hòm ra chỉ thấy quan tài không, bèn đến kinh đô tâu; có chiếu chỉ rằng:

"*Chết thi thể bị hoai mau , nên như vậy.*"

Vua làm 5 tập thơ khắc in đã xong; gồm 509 bài, chia làm 10 quyển và 2 quyển mục lục.

Chú thích:

1. **Quốc Sử Di biên**, chép sự kiện vào tháng 10 năm Minh Mệnh thứ 19.

2. Kiến An công Đài tức Nguyễn Phúc Đài; theo **Nguyễn Phước Tộc Thế Phả**, Phúc Đài là con trai thứ hai của Cao Hoàng hậu Trần Thị Đang.

238.
Vua Minh Mệnh (38) [11/6-6/10/1839]

Tháng 5 năm Minh Mệnh thứ 20 [11/6-10/7/1839], các tỉnh từ Hà Tĩnh trở ra Bắc, lúa chiêm được mùa to, 2 tỉnh Nghệ An, Ninh Bình là hơn cả. Sớ tâu từ trước tới giờ, chưa bao giờ bội thu bằng năm nay; Vua được tin rất mừng.

Hai quân binh tỉnh Nam Định là bọn Phạm Viết Huy, Bùi Đức Thể đến kinh đô vượt cấp kêu rằng: "*Ông cha chúng tôi đời đời theo đạo Gia Tô, năm ngoái chúng tôi nhảy qua thập tự giá là do quan tỉnh bắt ép, không phải chân tâm. Nay xin vẫn theo đạo ấy để được giữ tròn đạo hiếu làm con, chết cũng không hối hận.*" Tam pháp đem việc ấy tâu lên; Vua lấy làm lạ, nói: "*Bọn chúng bị tà giáo dụ dỗ đã lâu, mê muội không biết hối cải. Trước tỉnh đã làm án, bộ đã phúc thẩm, người người đều nói đáng giết. Nhưng trẫm còn chưa nỡ vội khép vào pháp luật, tìm mọi cách hiểu bảo, mong chúng tỉnh ngộ. Kịp khi tỉnh ấy tâu chúng đã thành tâm bỏ đạo, thì lập tức tha ngay và lại thưởng cho. Nay chúng lại một mực ngoan ngạnh tối tăm, dám bỏ hàng ngũ vào kinh khiếu khống. Cái hạng dân làm loạn ấy, há nên còn để chúng sống ở đời. Vậy truyền cho vệ Cẩm y áp giải chúng ra bãi biển dùng búa lớn chặt ngang lưng vứt xác xuống biển*".

Các tỉnh Khánh Hoà, Vĩnh Long, Hà Tiên tâu báo quân binh khẩn ruộng đã thu được một số thóc. Vua sai chiếu theo số thóc nhiều ít thưởng cho; Khánh Hoà: ruộng hơn 140 mẫu, thu thóc hơn 2300 hộc, thưởng cho 200 quan tiền; Vĩnh Long: ruộng hơn 120 mẫu, thu thóc hơn 140 hộc; Hà Tiên: ruộng hơn 200 mẫu, thu thóc hơn 1400 hộc, đều thưởng cho 100 quan tiền.

Khơi vét đường sông An Giang [kênh Rạch Giá]. Vua dụ bộ Công: "*Hạt tỉnh An Giang gần Thuỵ Sơn, có một đoạn là chằm cỏ rậm dài hơn 6200 trượng, hai đầu tiếp giáp với sông cũ, phía dưới thông đến huyện Kiên Giang thuộc Hà Tiên rồi chạy thẳng ra biển. Nếu đào mở thành sông lớn, không những việc buôn bán lưu thông mà lại có thể khống chế được những chỗ hiểm yếu nữa. Năm trước đã cho đào mở gần thành dòng sông nhỏ; sau lâu năm cây cỏ mọc um tùm lại thành hoang phế. Nay nước nhà vô sự, sức dân đương rỗi, nên kịp thời chỉnh lý lại. Vậy truyền cho thự Bố chính là Lê Quang Huyên mang theo vệ Giám thành do Kinh phái thân đến xét nghiệm, và nhân khi chưa đến kỳ mưa lũ, thuê nhân công mà làm. Chỗ cỏ rậm thì phát bỏ đi, chỗ bùn lầy thì khơi vét đi. Bất cứ sâu mấy thước, tấc chỉ cần mở rộng ngoài 3, 4 trượng. Rồi đem những bùn cỏ ấy vứt bỏ lên 2 bên bờ, cắm cọc giậu ngăn giữ, để giữa khoảng có thể thông được nước. Chờ đến mùa thu nước to, nước dòng trên chảy phóng xuống đó, thì bùn bị nước quét đi, đường sông nhất định phải sâu thêm. Rồi lại xét nghiệm lại tình hình tâu lên, để tiện đến đầu xuân nước cạn, nhân đó mà đào mở thành một con sông lớn để làm cái lợi muôn đời vô cùng.*" Quang Huyên bèn dùng 2000 dân trong hạt làm việc nửa tháng thì xong; đường sông dài tất cả 6935 trượng, rộng hơn 4 trượng, giữa lòng nước sâu 2 thước. Vua ban khen, chuẩn cho một dải sông ấy, đoạn mới đoạn cũ đều gọi là sông Thuỵ Sơn.

Sai Thừa Thiên, Quảng Nam sửa sang đường núi Hải Vân. Vua dụ Hải Vân là chỗ hiểm trở thiên nhiên. Trước đây trẫm ngự chơi Quảng Nam, thấy đường sá gập ghềnh, đi lại không tiện, đã sai mở rộng sửa sang. Nay nghĩ trải qua năm tháng đã lâu, tất gai góc đã um tùm. Vậy đều phải chiếu theo địa phận từng hạt liệu thuê dân phu phụ cận, phàm chỗ nào bậc đá đổ khuyết, thì xây vá lại, chỗ nào cây cỏ mọc xen vào thì phát bỏ đi. Cần trong hàng tuần hàng tháng phải sửa xong hoàn chỉnh, để tiện cho việc đi lại.

Sai Biện lý bộ Hộ là Phan Thanh Giản đi Thái Nguyên khai lấy mỏ bạc Tống Tinh, thuộc hạt phủ Thông Hoá [huyện Bạch Thông, Bắc Cạn]. Trước đây vua xem bản Kinh Sao (1) của nước Thanh, thấy Tổng đốc tỉnh Trực Lệ nhà Thanh là Kỳ Thiện nói mỏ bạc Tống Tinh nước ta rất nhiều chất bạc, mà ta chỉ đánh thuế như thuế buôn bán cho phép người nước Thanh được khai, hằng năm họ lấy được 2 trăm vạn lạng bạc tốt mang ngầm về nước. Nhân thế vua phái Ngự sử Nguyễn Văn Chấn đến nơi khám nghiệm, Chấn tâu nói: mỏ ấy chất bạc khá nhiều, lấy thử thì công đào nhặt cũng dễ, xin chiếu ngạch thuế lĩnh trưng cũ 100 lạng, mà tăng lên một nửa. Vua bèn sai Thanh Giản đem theo thị vệ, hộ vệ đi ngựa trạm đến sở mỏ, phát ra 4, 5 nghìn quan tiền kho tỉnh ấy, thuê lấy nhiều người trả công cao, hợp với bọn phu mỏ đào nhặt lấy bạc, rồi cứ theo việc làm khó hay dễ, số bạc lấy được nhiều hay ít, cứ 15 ngày báo về một lần.

Bọn giặc người dân tộc thiểu số Quảng Nam họp nhau hơn 200 người vây bảo Chiên Đàn. Quân binh bảo ấy lên thành bắn chống cự lại; chúng bèn phóng lửa đốt nhà dân, rồi tìm đường tẩu thoát. Quan tỉnh thấy lính hiện đóng giữ bảo ấy ít, tâu xin phái thêm 100 binh đến trấn áp.

Tháng 6 [11/7-8/8/1839], bộ Hộ tâu rằng mỏ vàng Tiên Kiều ở tỉnh Tuyên Quang từ trước đến giờ thuê mộ người đãi lấy mạt vàng, hằng năm chỉ được trên dưới 20, 30 lạng; không thấy hơn lên được. Nay xin trả lương cao, thuê thêm người làm, và châm chước định ra hạn ngạch và mức thưởng để khuyến khích.

Vùng núi các xã Phú Bác, Nội Chiêm thuộc huyện Thạch An tỉnh Cao Bằng, sản xuất rất nhiều chất vàng. Có lái buôn người Thanh xin lĩnh trưng, mỗi năm nộp thuế 4 lạng vàng cốm, bán cho nhà nước 4 lạng. Quan tỉnh đem sự việc tâu lên, nhưng bộ Hộ bác đi, cho là ngạch thuế quá ít. Vua chuẩn cho quan tỉnh phái thuộc viên hội đồng với viên Tri phủ sở tại Hoà An, mộ người khai mỏ, đặt tên là mỏ vàng Phú Nội, chiếu theo lệ mỏ Tiên Kiều, Tuyên Quang thi hành.

Thành Trấn Tây trước đây chia đặt quan chức huyện, đã căn cứ vào những nơi gần đồn và những nơi ở trung tâm đặt 13 chỗ. Nay chiếu theo địa thế gần tiện, đặt thêm Tri huyện cho 10 huyện: Tuy Lạp, Long Tôn, Tầm Vu, Tầm Đôn, Trung Hà, ý Dĩ, Sơn Phủ, Trưng Thuỵ, Sơn Trung, Ô Môn.

Từ lâu tìm bắt Đạo trưởng người Tây Dương là Dê Du Ny Mô chưa được; Vua sai mật dụ cho các quan địa phương từ Hà Tĩnh trở ra Bắc bắt cho kỳ được: "*Tên phạm trốn là Dê Du Ny Mô nguyên từ nước ngoài đến hạt Nam Định dám đem tà thuật mê hoặc dân ngu, làm hư hỏng tâm thuật người ta, tội ác ấy không tha giết được. Trước đây ở Nam Định phát xuất cái án đạo trưởng Gia Tô đi lại thông đồng với nhau, lập tức xuống dụ sai kiếm cách nghiêm bắt. Bọn chúng cùng lũ người Tây Dương là Y Na Xu đều đã bị giết; duy tên phạm ấy hãy còn lọt lưới. Năm ngoái đã xuống dụ trao giải thưởng hậu, bất cứ quan quân dân chúng, ai bắt được tên ấy, giải nộp quan, thưởng 1.000 quan tiền, hoặc tố cáo bắt được, cũng thưởng hậu. Kẻ nào dám dung chứa, ẩn giấu, thì cũng bắt tội như kẻ phạm. Lại truyền dụ cho từ Hà Tĩnh trở ra Bắc nghiêm sức thuộc hạt thám bắt cho bằng được để tuyệt mối dị đoan. Thế mà sự trạng ra sao, không thấy tâu báo gì cả. Xét ra một thân tên phạm ấy tuy bé nhỏ, nhưng quyết không thể náu hình được trong buổi trời trong sáng tỏ này. Chỉ là dân ngu theo đạo, mê muội không tỉnh, ngầm vì nó giấu giếm chứa chấp, mà quan địa phương cũng không chịu thực sự ra sức, hoặc việc đã qua là quên luôn, không lưu ý đến nữa hoặc làm hão tờ trát phát đi chỉ làm cho rầm rĩ không đâu, để nó được nghe tin mà khôn ngoan lủi trốn. Chẳng thế thì nó là hình dáng người khác, mũi cao râu rậm, rất dễ nhận dạng, há có thể trà trộn với dân ta mà trốn được lâu như thế ư? Trừ ác cần phải tuyệt cả rễ, cả khóm, cái đó là do những người giữ gìn đất đai có chịu tận tâm hay không mà thôi. Nay chuẩn cho lại truyền dụ cho các Đốc Phủ, Bố, Án các tỉnh Hà Tĩnh, Nghệ An, Thanh Hoá, Ninh Bình, Hà Nội, Hưng Yên, Hải Dương, Quảng Yên, Bắc Ninh, Thái Nguyên, Sơn Tây, Hưng Hoá, Tuyên Quang, Lạng Sơn, Cao Bằng, đều nên đừng để lộ ra câu nói sắc mặt và mật sai gia nhân, con em hoặc nhân viên thuộc tỉnh, người nào làm được việc và đáng tin cẩn lấy một vài người, giả dạng làm tín đồ đạo Gia Tô, đi khắp các thôn xã trong hạt, cẩn mật dò xét cho ra chỗ ẩn náu của Dê Du Ny Mô. Nếu săn bắt được nói giải nộp quan báo dẫn đi bắt được, thì lập tức tuân theo mức thưởng trong dụ trước mà phát thưởng cho. Quan địa phương sai phái được người giỏi theo mức ưu hậu mà ghi công. Nếu chuyến này đã nghiêm dụ rồi mà không chịu để lòng, uỷ người dò thám để tên phạm ấy được ẩn náu trong hạt mình, tất phải giao bộ nghiêm xét không tha."*

Thuyền hiệu Hải Vận từ Kinh phái đi, khi từ Nam Định trở về qua ngoài khơi cửa biển Hà Tĩnh, gặp thuyền giặc xông lên đón chặn. Người áp giải là Suất đội Đặng Văn Trang hoảng sợ cuống quýt, trở tay không kịp, nấp vào lái thuyền. Giặc bèn lên thuyền, chém giết mấy binh đinh, cướp lấy súng lớn và khí giới rồi đi. Vua được tin ấy sai áp giải Văn Trang đến bờ biển chém đầu bêu lên cho mọi người biết. Quản đoàn thuyền là Phó lãnh binh Nguyễn Hữu Chính cùng các bộ biền Kinh phái, tỉnh phái cứu ứng, không nhanh đều bị giáng chức. Bèn sai thự Thống chế dinh Thần cơ là Nguyễn Hữu Thăng, Hữu tham tri bộ Binh là Nguyễn Công Trứ quản lãnh 10 chiếc thuyền binh nhằm phần biển từ Thừa Thiên trở ra Bắc suốt đến Chàng Sơn [huyện Cô Tô, tỉnh Quảng Ninh] thuộc Quảng Yên để đuổi bắt.

Sau đó thuyền binh của thự Thống chế Trần Hữu Thăng, Tham tri Nguyễn Công Trứ tiến đến hải phận Hà Tĩnh, gặp trận mưa gió kéo đến làm đứt dây rách buồm, bèn đậu ở đồn cửa Luật, dâng sớ về việc chậm trễ. Vua miễn lỗi cho và thấy thời tiết hơi muộn, giặc biển chắc cũng đã trốn xa rồi, bèn cho gọi về.

Vua đi tuần cửa biển Thuận An, xem xét con đê nhỏ bằng đá ở thành Trấn Hải, rồi lại đến núi Thuý Hoa (2), ngày hôm sau trở về.

Tháng 7 [9/8-7/9/1839], phái viên đi Hoàng Sa là bọn Suất đội Thuỷ sư Phạm Văn Biện trước đây bị bão sóng làm tản mát, đến nay lục tục về tới Kinh. Hỏi, chúng nói nhờ có thuỷ thần cứu giúp. Vua sai bộ Lễ chọn địa điểm ở đồn cửa biển Thuận An đặt đàn dùng lễ Tam sinh hướng ra biển lễ tạ. Thưởng tiền cho Phạm Văn Biện và viên biền binh, dân đi theo phái đoàn theo thứ bậc khác nhau.

Sai Thông chính phó sứ Lâm Duy Nghĩa đi Quảng Nam duyệt đinh tuyển lính. Khi danh sách tổng kê dâng lên, dân số năm trước 49.023 người, khoá duyệt tuyển này, nhân số 60.343 người; thế là hơn 11.320 người. Vua khen, bổ Duy Nghĩa làm Tả thị lang bộ Lễ vẫn sung làm việc Nội các, lại gia thưởng cho 1 đồng Phi long kim tiền hạng lớn, 2 đồng Phi long kim tiền hạng nhỏ.

Thị vệ là Tống Phước Tri đi công cán ở Gia Định về, đem dâng mấy chục hạt ngọc trai lớn nhỏ, nói: Vùng đồn biển Đồng Ninh [ngả ba sông Sài Gòn, Soài Rạp] sản nhiều con trai, con nào cũng có ngọc. Dân sở tại từng bắt trai để ăn, kỳ thuỷ không biết là ngọc, hễ được là đem bán giá rẻ cho bọn lái buôn người Thanh.

Sai Hiệp biện Đại học sĩ lĩnh Thượng thư bộ Hình kiêm quản viện Đô sát là Vũ Xuân Cẩn và Hữu tham tri bộ Hộ là Doãn Uẩn đi Bình Định làm việc quân cấp ruộng công. Khi trước Xuân Cẩn ở Bình Định, thấy ruộng tư trong hạt nhiều gấp bội ruộng công, đều bị bọn hào phú chiếm, xin liệu lấy bớt ra sung làm ruộng công, quân cấp cho dân binh. Vua ngại là khó làm, chần chừ chưa quyết. Đến nay bộ Hộ tâu cho là có thể làm được, bèn sai 6 bộ họp bàn đều xin: phàm những công tư điền thổ, thôn ấp nào công nhiều hơn tư hay công tư ngang nhau, thì không cần cắt lấy. Ngoài ra thôn ấp nào ruộng đất tư nhiều hơn ruộng đất công, thì ruộng công cứ để nguyên quân cấp như cũ; còn ruộng tư thì cắt lấy một nửa; gián hoặc có dân đinh nào không có ruộng đất và có đất không có ruộng, cùng là số người nhiều mà số ruộng ít, thì nhằm chỗ cận tiện, trích lấy ruộng công, ruộng trại công mà cấp phát cho họ, thì binh, dân đều được lợi cả. Bấy giờ vua quyết ý làm, bèn sai bọn Xuân Cẩn đi. Khi bọn Xuân Cẩn đến nơi, sớ về nói đã cho đòi Tổng lý và các phú hộ đến hiểu dụ về đại ý việc quân điền, chúng đều vui vẻ thoả thuận. Bèn sai cấp thêm bạc lạng về tiền lộ phí, và chuẩn cho theo bản nghị trước thi hành. Lại cho là việc quân cấp điền thổ, số mục rất nhiều, mà số người tuỳ tòng đi làm việc còn ít nên lại phái thêm thuộc ty ở 6 bộ viên Ngoại lang chủ sự mỗi hạng 1 viên và 4 viên bát cửu phẩm thư lại đi theo.

Bọn Xuân Cẩn tiếp tục tâu rằng ruộng trong hạt ấy, thế không thể nhất nhất chia đều được. Ấp nào ruộng hơi nhiều, thì đến kỳ quân cấp, tuân theo quy chế, chia hạng cấp suốt lượt; ấp nào ruộng hơi ít, thì trước hết cấp ruộng lương lính, còn thừa mới cấp cho khẩu phần; ấp nào ruộng rất ít, thì chỉ cấp ruộng lương lính thôi; Vua đều nghe theo

Vua ngự đến trước lầu Phu Văn duyệt cuộc diễu võ; dưới nước thời thuỷ quân thi bơi thuyền, trên bộ thì kỵ binh thi cưỡi ngựa. Vua nhân hạ sắc cho bộ Binh phái người đến núi Ngự Bình ngắm chọn đồi đất nào có thể dùng làm bia bắn được thì thiết lập trường thao diễn cho quân binh thi bắn súng nhỏ, súng lớn.

Bàn đến hình thế sông núi ở Gia Định, Bố chính là Hoàng Quýnh nói đảo Côn Lôn cách Gia Định xa mà đến Vĩnh Long thì gần, nghĩ nên cho đổi thuộc về tỉnh này cho tiện. Đồn cửa biển Cần Giờ đối ngạn với đồn cửa biển Phước Thắng [Vũng Tàu] thuộc Biên Hoà, thuyền vào cửa, tất phải qua Phước Thắng trước rồi sau mới chuyển đến Cần Giờ. Lấy địa thế mà nói, thì đồn Phước Thắng là bảo chướng [chắn giữ] của đồn Cần Giờ, cũng nên lập pháo đài để nghiêm việc phòng bị. Vua cho là phải, sai Biên Hoà xây đắp pháo đài đồn cửa biển Phước Thắng. Pháo đài xây ở ghềnh đá Ngọc Ngưu thuộc địa phận đồn, dưới, xây bằng đá núi, trên xây gạch. Khi xây xong, phía trước đặt 6 cỗ súng hồng y, tả hữu mỗi bên đặt 2 cỗ súng phách sơn, 1 cỗ súng quá sơn. Thuốc súng và đạn, mỗi cỗ 100 phát. Phái 1 Suất đội, 5 pháo thủ và 40 biền binh thuộc tỉnh hiệp cùng với viên Tấn thủ canh giữ, cứ mỗi tháng 1 lần thay đổi. Cho binh, dân, đài, bảo ở Côn Lôn lệ thuộc tỉnh Vĩnh Long quản hạt.

Phái viên Phan Thanh Giản đến mỏ bạc Tống Tinh thuộc Thái Nguyên thuê phu khai mỏ. Thấy công việc khó khăn vất vả, xin trả thêm tiền gạo, thuê người làm và hằng tháng chi tiền lễ thần. Vua nói: "*Công việc ấy lúc ban đầu tuy không khỏi vất vả khó khăn, nhưng sau này thành mỏ, số bạc lấy được nhiều ra, há chẳng là mối lợi vô cùng ư*?" Bèn theo lời xin, cấp thêm tiền cho phu mỏ.

Bọn giặc thuộc dân thiểu số Quảng Ngãi hơn 200 người, lẻn xuống các bảo biên giới thuộc cơ tứ, cơ ngũ, cướp lấy trâu bò đem đi. Suất đội Trần Văn Chử thân đốc binh dân đánh giết, từ giờ Ngọ đến giờ Dậu, bắn chết được mấy tên. Giặc không lấy gì được bèn trốn chạy.

Vua ngự điện Cần Chính Hoàng tử thân công cùng các quan đến sân lạy mừng; trước đây Vua mệt, nghỉ chầu đã lâu, đến nay mới ra điện coi việc.

Tháng 8 [8/9-6/10/1839], các viên Tướng quân, Tham tán thành Trấn Tây tổng kết số quân người Chân Lạp tại các nơi; số trực tại ban (tuỳ tình hình sử dụng một vài ban) như sau: Số lính lưu ở thành Trấn Tây làm việc công: các cơ Trấn

Tây tam tứ, lục, thất và cơ Tượng Mục, cơ An Man nhị, tam cộng 7 cơ, 60 Suất đội, 3.090 biền binh; mỗi ban 772 người. - Đóng giữ thành La Kết: các cơ Trấn Tây nhất, nhị, 2 cơ ấy, 4 Quản cơ, 20 Suất đội, 1.100 biền binh; mỗi ban 275 người. - Đóng giữ bảo Lư An: cơ Trấn Tây ngũ: 2 Quản cơ, 10 Suất đội, 550 biền binh; mỗi ban 137 người. - Đóng giữ phủ Hải Đông: 5 cơ Tịch Biên lục thất, bát, cửu, thập: 8 Quản cơ, 46 Suất đội, 2.530 biền binh. Mỗi ban 632 người. - Đóng giữ phủ Hải Tây: 4 cơ Tịch Biên nhị, tam, tứ, ngũ, 6 Quản cơ, 40 Suất đội, 2.200 biền binh; mỗi ban 550 người. Đóng giữ đồn canh Xà Năng: cơ Tịch Biên nhất, một Quản cơ, 5 Suất đội, 275 biền binh; mỗi ban 68 người. - Đóng giữ phủ Sơn Tĩnh: các cơ Tịch Biên thập nhất, thập nhị, cơ An Man nhất cộng 3 cơ, 5 Quản cơ, 25 Suất đội, 1.226 biền binh; mỗi ban 306 người. - Đóng giữ phủ Ba Xuyên: cơ Trấn Tây bát, 2 Quản cơ, 10 Suất đội, 550 biền binh; mỗi ban 137 người.

Ngày Kỷ Sửu [3/10/1839], xây dựng Vạn niên đại cát địa (3) ở Thuận Sơn [huyện Hương Trà, Thừa Thiên]. Sai Thượng thư bộ Công là Đặng Văn Thiêm, thự Tiền phong Thống chế là Trần Hữu Lễ trông coi công việc.

Sai quan ở kinh, văn từ Khoa đạo, viên Ngoại lang trở lên, võ từ Quản vệ trở lên, diễn tập bắn súng điểu sang ở diễn trường trong khu đài Đông Ba. Vua bảo các quan rằng: "*Nước nhà dùng người, văn hay võ đều không coi khác nhau: quan văn cũng muốn cho biết nghề võ, quan võ cũng muốn cho biết việc văn; cho nên Tổng đốc các tỉnh, có viên là quan văn, viên là quan võ xen nhau. Các quan văn đừng cho việc súng nhỏ súng lớn là phận sự của nhà võ mà không chịu khó diễn tập*".

Châu Mường Vang thuộc phía tây huyện Hướng Hoá

tỉnh Quảng Trị có bọn người Lào họp nhau đi quấy nhiễu đốt phá nhà dân. Bọn Tri châu, Lại mục đem dân đuổi chặn, bắn giết được 3 tên; giặc bèn trốn chạy. Dân sở tại có đến hơn 300 người bị cướp mang đi; quan tỉnh được tin báo, liền phái Quản vệ Nguyễn Văn Vân đem 100 biền binh đến trấn áp.

Năm huyện Nam Xang, Thượng Phúc, Thanh Trì, Thanh Oai, Thanh Liêm thuộc tỉnh Hà Nội lại phát dịch, nhân dân nhiễm bệnh chết hơn 1.600 người. Dụ quan tỉnh cứ tuân theo chiếu chỉ trước, chiếu theo hạng cấp tiền tử tuất.

Tuần phủ Bắc Ninh Nguyễn Đăng Giai làm rạp trang sức gấm, lụa ỷ, trưng bày câu đối mừng Vua ngũ tuần đại khánh năm sau, như sau:

Nam phong chi huân, Nam phong chi thời, cửu bệ tuyên truyền Thuấn đán,

南風之薰, 南風之時, 九陛宣傳舜旦,

Bắc sơn hữu tang, Bắc sơn hữu kỷ, vạn niên khánh chúc Chu thi.

北山有桑, 北山有杞, 萬年慶祝周詩.

(Gió nam đầm ấm, gió nam phải thời; chín bệ truyền thông ngày Thuấn,

Núi bắc trồng tang, núi bắc trồng kỷ (4) , vạn năm mừng hội thơ Chu.)

Nhà vua khen công lao, thưởng một thỏi bạc.

Chú thích:

1. Kinh Sao: Văn bản từ kinh đô như các dụ chỉ, chương

tấu sao phát ra các tỉnh ngoài.

2. Núi Thuý Hoa: nguyên tên là Mỹ Yêm, năm Minh Mệnh thứ 6 đổi là Thuý Hoa; rồi vì kiêng tên Hoa là mẹ Vua Thiệu Trị nên đến năm Thiệu Trị thứ nhất đổi gọi là Thuý Vân.

3. Vạn niên đại cát địa: Sinh phần Vua Minh Mệnh.

4. Tang: kinh Thi mô tả tang du là cây trồng trong vườn quê của cha mẹ, nên tưởng nhớ đến tượng trưng cho đạo hiếu; cây kỷ tượng trưng cho nhân tài.

239.
Vua Minh Mệnh (39) [7/10/1839-2/2/1840]

Tháng 9 năm Minh Mệnh thứ 20 [7/10-5/11/1839], diễn tập trận thuỷ chiến ở bến Thanh Phước [huyện Hương Trà, Thừa Thiên]. Sai Đô thống là Nguyễn Tăng Minh, Hiệp biện Đại học sĩ là Trương Đăng Quế đến nơi coi xét. Khi trở về tâu rằng các quân bơi chèo, lúc đi lúc ngừng, coi khá được; diễn bắn điểu sang cũng khá thạo. Vua khen, đặc thưởng cho Thuỷ sư Đề đốc Hiệp lý trở xuống đến quân binh tiền gạo theo thứ bậc.

Tiết Trùng dương ngày mồng 9 tháng 9 âm lịch [15/10/1939]; Vua se mình, miễn việc ngự giá lên chơi núi Ngự Bình. Chuẩn cho Hoàng tử, Hoàng thân và đình thần hôm đó lên núi thưởng ngoạn thắng cảnh và chiếu như lệ năm ngoái ban yến thưởng trong dịp vui.

Ngày mồng 10 tháng 9 [16/10/1939] mưa lớn, nước dâng lên cao tại huyện Yên Phong. Vào ngày mồng 3 cùng tháng Bắc Ninh mưa lớn, trải qua 7 ngày mới dừng, đến ngày mồng 10 gió nổi lên, nước sông ngập lụt, thành tại tỉnh lại đổ, ruộng lúa ngập 7/10; quan phủ huyện sai dân phu vận chuyển đá ong bồi đắp, quyền Tổng đốc Giai mang áo tơi dầm mưa đôn đốc, mới tạm đỡ.

Quan thành Trấn Tây là Trương Minh Giảng tâu rằng

số huyện đáng phải đặt trong hạt là 32 huyện, đã chọn bổ lưu quan mới được 23 huyện. Nay xin tiếp tục đặt thêm Tri huyện ở 9 huyện: Lò Việt, Ca Thi, Phước Lai, Ca Âu, Vọng Vân, Thâu Trung, Hoa Lâm, Quế Lâm, Khai Biên.

Định lại mức thưởng cho các trạm dọc đường và nhân dân sở tại từ Quảng Bình trở vào Nam bắt giết thú rừng: Giết được bò tót nộp sừng mỗi đôi thưởng 5 quan; giết được hổ, mỗi con thưởng 15 quan; giết được voi đực nộp ngà mỗi đôi nặng từ 50 cân trở lên thưởng 40 quan, 40 cân trở lên thưởng 30 quan, 30 cân trở lên thưởng 20 quan, 20 cân trở lên thưởng 15 quan, 10 cân trở lên thưởng 10 quan, không tới 10 cân thưởng 5 quan. Giết được con tê nộp sừng, mỗi chiếc sừng dài 7 tấc trở lên thưởng 20 quan, 5 tấc trở lên thưởng 15 quan, trên dưới 3 tấc thưởng 8 quan, trên dưới 2 tấc thưởng 5 quan.

Xây lại luỹ bằng đá ở đồn Chiên Đàn tỉnh Quảng Nam. Bốn mặt đồn ấy trước rào bằng giậu gỗ, Suất đội coi bảo là Nguyễn Văn Phú phòng bị hơi trễ nhác, bỗng bọn giặc người thiểu số bất thần xông tới; Đội trưởng Phan Văn Khương mở cửa đồn chạy trước. Quân giặc ập vào đâm bị thương lính, cướp khí giới mà đi. Việc đến tai Vua, Khương bị tội trảm giam hậu; Phú bị phát đi làm quân, quan tỉnh bị giáng 1 cấp.

Biện lý bộ Hộ Phan Thanh Giản đem tình hình hai mỏ bạc Tống Tinh [huyện Bạch Thông , Bắc Cạn], Nhân Sơn [Thái Nguyên] tâu lên rằng hai mỏ ấy khí bạc bốc lên chưa vượng lắm, công việc khai lấy vất vả khó khăn mà không được bao nhiêu bạc. Vua nghĩ phái đi đã lâu ngày, cũng đã vất vả, bèn triệu về, sai Ngự sử là Lê Khắc Nhượng, Vũ Đức Nhu đến thay. Sau vì số bạc ngày một kém, bỏ việc khai thác;

lại giao cho người trưởng mỏ lĩnh trưng.

Tháng 10 [6/11-5/12/1839], tỉnh Nam Định bắt được các trưởng giáo Gia Tô người trong nước là Đinh Viết Dụ, Nguyễn Văn Xuyên, bắt nhảy qua thập tự giá, đều không chịu. Quan tỉnh đem việc ấy tâu lên; Vua sai giết chết và thưởng kẻ tố giác 600 quan tiền. Lại có trưởng giáo là Nguyễn Văn Thiều lẩn trốn ở nhà dân, đào hầm ẩn thân, làm vách 2 lần để giấu kinh đạo, lại làm bài "**Thán đạo ngâm**"(1), nhằm khuyên những kẻ theo đạo kiên tâm giữ đạo. Tỉnh phái thám tử bắt được, Thiều xin nhảy qua thập tự cầu tha cho tội chết. Quan tỉnh cho là tình tội của y tương đối nặng, điều mà y thỉnh cầu không phải xuất phát tự chân tâm, xin khép vào tội trảm quyết; Vua theo lời, thưởng cho phái viên của tỉnh 100 quan tiền.

Vua nghe thấy trong Kinh thành có tiếng trống, thanh la, sai người hỏi thì ra ở phủ đệ Hoàng tử Miên Thẩm [Tùng Thiện vương] có diễn trò vui. Vua dụ rằng: "*Các Hoàng tử, ngoài những lúc chầu hầu, thăm hỏi và học tập được rồi, thì lấy thơ văn làm vui, không được đàn đúm với những kẻ hèn mọn diễn kịch chơi âm nhạc. Thế mà Miên Thẩm không chịu thận trọng giữ gìn pháp độ, chơi những trò vô ích, trái với gia huấn. Lính thuộc hạ của Miên Thẩm biết diễn trò vui gồm 17 người,* không được lưu ở trong phủ; lập tức đuổi *ra cho làm lính ở các đội Kỳ võ.*"

Định rõ lại điều lệ cấm thuốc phiện:

- Phàm các quan lại, quân dân, ai hút vụng thuốc phiện, tang vật từ 1 cân trở xuống, đều phạt 100 trượng, phát lưu 3.000 dặm; tang vật từ 1 cân trở lên thời nghĩ xử theo lệ chứa giấu thuốc phiện và tịch thu gia sản. Cha, anh không biết ngăn cấm con em, cùng người lân cận biết mà không báo, đều phạt 100 trượng. Phàm ai cáo giác đúng, bắt được tang vật từ 1 cân trở xuống đều thưởng 60 quan; bắt được 1 cân trở lên, cũng theo lệ cáo giác chứa giấu mà nghị thưởng.

- Những người hàng phố làm nghề nấu thuốc phiện bán và hiện tàng trữ, bán thuốc phiện sống, thuốc phiện chín, không tới một cân trở xuống, phát đi sung quân ở viễn biên (2); từ 1 cân trở lên xử giảo giam hậu, tịch biên gia sản sung công.

- Phàm các thuyền buôn ngoại quốc đến đậu cửa biển, viên coi đồn cửa biển đều chiếu theo lệ cũ cùng đem theo lại, lệ; xuống thuyền kiểm tra. Nếu là thuyền mới lần đầu đến, trước hết nên hiểu thị những điều lệ cấm, cho họ được rõ. Nếu họ chịu mang ngay thuốc phiện ra nộp thì chuẩn cho miễn tội; nếu họ không chịu thú nộp thì lập tức bắt cam đoan thực nặng: "*Nếu trong thuyền dám có mang theo thuốc phiện hay chứa giấu thuốc phiện ở đâu, hoặc thuê mượn hạng thuyền nào mang giúp thì cam chịu tội chết*". Sau khi cam đoan rồi mà khám bắt được thuốc phiện ở trong thuyền không tới 1 cân trở xuống, xử giảo giam hậu; 1 cân trở lên xử giảo lập quyết. Thuyền và hàng hoá của can phạm đều tịch thu sung công.

- Phàm những thuyền công phái đi ngoại quốc mà bọn quan lại quân lính trong thuyền mua giấu thuốc phiện sống chín mang theo về thì tang vật không tới 1 cân trở xuống, thì xử trảm giam hậu, 1 cân trở lên, trảm lập quyết, tài sản của can phạm bị tịch thu.

-Thuyền buôn, thuyền chài nếu nhận tiền thuê chuyển giúp thuốc phiện lên bờ hay cửa hiệu trong phố nhận thuê chuyển thuốc phiện ấy đi giấu cho họ, đều đồng tội với kẻ chính phạm, nhất định không được giảm bậc lại còn bị tịch thu gia sản.

- Những người phải phái đi bắt thuốc phiện mà ăn tiền, cố ý tha ra, hay bọn lý dịch sở tại ăn tiền mà trang trải riêng với nhau, khi truy cứu được căn nguyên, đều bị xử tội như kẻ phạm, nhất thiết không được giảm bậc.

Chế tạo thêm một chiếc thuyền lớn, máy chạy bằng hơi nước, tính tiền hết hơn 11.000 quan. Vua bảo bộ Hộ: "*Trẫm muốn những người làm thợ nước ta đều học tập máy móc được tinh xảo, cho nên không tính đến sự tổn phí*".

Phân phái thuyền công đi công cán ở nước ngoài. Thuyền Thuỵ Long, cho Tham tri Đào Trí Phú làm Chánh biện, viên Ngoại lang Trần Tú Dĩnh làm Phó biện đi Giang Lưu Ba [Jakarta, Inđônêxia]; thuyền Phấn Bằng, cho Thự lang Trần Bưu làm Chánh biện, thự viên Ngoại lang Cao Hữu Tán làm Phó biện đi Tam Ba Lăng [thuộc Inđônêxia]; thuyền Linh Phượng, cho Phó vệ uý Nguyễn Đức Long, viên Ngoại lang Lê Bá Tú, Phan Tĩnh đều sung Phó biện đi Tiểu Tây Dương. Thuyền Tiên Ly, cho Lang trung Trần Đại Bản làm Chánh biện, thự viên Ngoại lang Nguyễn Du làm Phó biện; thuyền Tường Hạc, cho Lang trung Lê Văn Thu làm Chánh biện, viên Ngoại lang Đỗ Mậu Thưởng làm Phó biện, đều đi Hạ Châu [Singapore].

Vua nghe nói địa phương Đại Tây Dương vốn có tiếng là nơi đô hội, sai Tư vụ Trần Viết Xương, Thư lại Tôn Thất Thường mang theo người thông ngôn cùng ngồi thuyền Thuỵ Long đến Giang Lưu Ba, rồi do phái viên chuyển đáp nhờ sang thuyền Tây Dương mà đi, năm sau thì về. Phàm đến nơi nào, mắt trông thấy, tai nghe thấy cái gì đều ghi tường tận về tâu, để biết rõ phong vật phương xa; nhân tiện tìm mua một vài thứ hàng Tây Dương đem về dâng.

Lính đồn Sâm Tiệp phủ Hải Đông [đông biển hồ Tonlesap] thuộc thành Trấn Tây lập kế dụ bọn trinh thám của Bắc Tầm Bôn [Battambang, Cambodia] bắt được 5 tên, một khẩu điểu sang có máy đá và 2 thuyền độc mộc đem nộp. Việc tâu lên, Vua chuẩn cho trích riêng tên thủ phạm, áp giải ra địa đầu đem chém, còn những tòng phạm giải đi Gia Định, Vĩnh Long để sung sai dịch vĩnh viễn.

Tháng 11 [6/12/1839-4/1/1840], sai dò tìm những di cảo văn chương của người trong nước. Dụ rằng: "*Nước Đại Nam ta vốn có tiếng là một nước văn hiến, danh thần, văn sĩ đời nào cũng không thiếu người, trong đó chắc cũng có nhiều văn trước thuật. Nhưng từ trước tới giờ không biên chép góp nhặt thành ra mất mát không còn dấu tích gì. Vậy truyền dụ cho các quan thượng ty cho hỏi tìm khắp trong hạt, phàm quan lại, học trò và thường dân, nhà ai còn giữ được những tác phẩm như thơ, vịnh, minh, ký, từ, phú, bất luận đã lâu hay gần đây, nếu muốn đem dâng thì tất ban khen ngợi; nếu họ không muốn nộp quan thì mượn về sao chép ra, dâng lên ngự lãm, sẽ giao cho bộ Lễ họp với viện Hàn lâm chọn lựa: bản nào hay thời soạn đóng lại thành sách, đặt tên là "**Nam Thổ Anh Hoa Lục**", khắc thành bản in để tỏ rõ việc tốt đẹp tôn chuộng văn học của triều thịnh trị*".

Vua ngự điện Văn Minh, sai thị thần là Trương Đăng Quế, Lê Văn Đức đọc tập "**Hà Tiên Thập Vịnh** [10 bài vịnh cảnh trí Hà Tiên] của Nguyễn Cư Trinh, đến bài thơ "**Kim dữ lạn đào**" [Đảo Kim Dữ ngăn sóng], có câu phá đề rằng:

Đế nộ Dương Hầu (3) xúc phạm biên,
Cố tương Tiên đảo trấn tiền xuyên.

(Trời giận Dương hầu hay xâm phạm biên giới,
Cho nên đem hòn đảo Tiên chắn ở con sông mặt trước).

Vua có vẻ thán phục, nói: "*Các bài vịnh cảnh Hà Tiên, những lúc rỗi việc, trẫm cũng muốn theo vần ngâm vịnh tiếp, nhưng đọc đến mấy câu trong bài thơ này, thấy được cảnh trí thiên nhiên, bút lực cứng cỏi, nên lại không làm nữa. Vì rằng non sông trong khoảng trời đất chỉ có phong cảnh như thế, phẩm đề của thi nhân cũng chỉ nên nói đến như thế; người làm trước đều đã chiếm mất cái hay, người sau dẫu có làm, há lại hơn được thế ư!*"

Lại hạ sắc bộ Lễ truyền dụ cho Hà Tiên tìm hỏi kỹ xem văn chương của Mạc Thiên Tứ làm ra, ngoài 10 bài vịnh ấy ra, nếu còn tập nào khác cũng nên tìm chép dâng nộp.

Thuyền Tiên Ly đi Hạ Châu [Singapore], vừa mới ra cửa Thuận An, bị gió sóng gãy mất lái thuyền bằng đồng, tạm đỗ lại hải phận ải Hải Vân. Vua được tin ấy tức thì sai binh thuyền của Thuỷ sư đến nơi dắt vào vũng, rồi đổi phái thuyền Thần Giao đi.

Có 7 người ở Trấn Tây là lũ tên Giao, mang theo 16 thuyền cùng gia quyến, 4 con voi, ngựa, 1 chiếc thuyền ván, từ Bắc Tầm Bôn [Battambang, Cambodia], trốn về Hải Tây [tây biển hồ Tonlesap]; lính đồn ấy bắt được đem nộp. Bọn Tướng quân Trương Minh Giảng đem voi ngựa sung công, còn người cho dời đến Ba Xuyên để coi giữ. Vua không bằng lòng nói: "*Bọn chúng vì khổ về sự ngược đãi của Xiêm, trốn về quê cũ, có thể chắc không phải là trinh thám. Nếu ngờ vì từ đất giặc đến mà dời chúng đi hạt khác, sao yên ủi được tấm lòng nhớ quê hương của những người đi xa ư? Chuẩn cho chúng được tuỳ tiện an cư làm ăn ở phủ huyện sở tại. Còn như voi ngựa sung công, nên cấp trả cho chúng 100 quan tiền, 5 tấm vải."*

Việc quân điền ở Bình Định đã hoàn thành; quan phái đi là Vũ Xuân Cẩn, Doãn Uẩn về kinh tâu, Vua rất khen ngợi, dụ Nội các rằng: "*Làm vua cai trị dân, lấy việc thi ơn huệ cho dân làm bụng nghĩ, há nỡ để 1 người không có nơi ăn chốn ở. Xét việc bao chiếm ruộng đất là thói quen đã lâu, bọn cường hào độc chiếm mối lợi, thì kẻ cùng dân không trông vào đâu mà sống được. Cái tệ này ở một hạt Bình Định lại càng quá lắm. Nay đem ruộng tư chia cắt làm ruộng công, khiến kẻ giàu người nghèo cùng chia sẻ cho nhau, binh, dân đều có lợi, thì chẳng những kẻ cùng nghèo đều được trông cậy, mà ngay những kẻ nhiều ruộng, trước mắt tuy có mất chút ít, nhưng đến khi chia cấp ruộng công, thì gia quyến con cháu họ cũng vĩnh viễn được cùng mọi người cùng lợi, há chẳng phải mất ít mà được nhiều không? Phàm người hiểu biết chắc đều rõ cả. Không thế thì một phen cải cấp, công việc bề bộn, thế mà mới có mấy tháng đã được xong xuôi, không phải là dân tình đều biết: "vui việc nên vui, lợi việc nên lợi"*

Khai mỏ vàng An Bảo thuộc Thái Nguyên; mỏ ở núi Tam Bảo thuộc địa phận các xã Cát Nê, Thượng Kết, Hạ Kết huyện Phổ Yên [Thái Nguyên], mỗi năm thu thuế 10 lạng vàng.

Phủ Thái Bình nhà Thanh gửi công văn của bộ Lễ nước ấy nói: nước ta cùng với các nước Lưu Cầu, Xiêm La đều đổi làm 4 năm 1 lần triều cống; sự việc tâu lên. Vua nói: "*Điển lễ bang giao của nước ta cứ 2 năm 1 lần cống và 4 năm sai sứ sang chầu 1 lần, thì 2 lễ cống cùng dâng 1 lúc. Nay nói 4 năm triều cống 1 lần, thì so với trước có gì là khác, trong công văn nói chưa được rõ ràng".* Sai gửi công văn sang Tuần phủ Quảng Tây, hỏi lại, thì là: đổi 4 năm sai sứ sang triều cống 1 lần; chiếu số phương vật 2 lần cống bớt đi một nửa. Từ đó bèn ghi lại làm lệ vật cống: 1 đôi ngà voi, 2 chiếc sừng tê, lụa dày, lụa nõn, lụa mộc, vải địa phương mỗi thứ đều 100 tấm, 200 lạng trầm hương, 600 lạng tốc hương, sa nhân, hạt cau đều 45 lạng.

Riêng **Thanh Thực Lục** cũng xác nhận sự kiện nêu trên:

"***Ngày 2 Giáp Ngọ tháng 11 năm Đạo Quang thứ 19* [7/12/1839].** *Dụ Nội các:*

Trước đây giáng chỉ dụ nước Việt Nam 2 năm 1 lần cống, nay sửa thành 4 năm sai Sứ cống 1 lần, để làm rõ sự thể tuất. Nay cứ theo lời tâu của bộ Lễ, viên Quốc vương này cứ 4 năm cống 1 lần, vậy số lượng và phẩm chất có hay không căn cứ theo cũ mà liệu biện; vậy xin được đưa ra bộ bàn. Nay bộ này xin chiếu theo số lượng 2 lần tiến cống, giảm bớt một nữa; rồi soạn đơn trình lên xem.

"Từ trước tới nay Việt Nam theo lệ mỗi kỳ 4 năm, gộp 2 lần cống trình tiến. Nay đổi sang 4 năm 1 lần cống; những cống vật đáng giảm đi 1 lần. Lệ cũ 2 lần cống gộp lại, nay đình chỉ, để biểu thị lòng Trẫm vỗ về hoài nhu các nước Phiên thuộc. Bộ liên hệ, tuân theo dụ thi hành." (**Tuyên Tông Thực Lục** quyển 328, trang 1-2)

Nhà sư chùa Thiên Mụ tên Nguyễn Văn Huấn vì ghen, giết người. Bộ Hình và viện Đô sát xét hỏi qua một năm không khám phá ra manh mối. Đến nay Khoa đạo là Nguyễn Sĩ Đăng, Lê Tập bí mật đi dò xét thấy được tình trạng, đều thưởng cho mỗi người 10 lạng bạc và gia một cấp. Khi án giao xuống đình thần xét, Huấn bị xử trảm giam hậu; Sư trưởng Nguyễn Tâm Đoan bị cách bỏ chức trụ trì, bắt phải làm việc nặng nhọc tại chùa này.

Tháng chạp [5/1-2/2/1840], lại cho khai mỏ vàng ở Tuyên Quang, Lạng Sơn. Về tỉnh hạt Tuyên Quang: mỏ vàng Quan Quang thuộc Niêm Sơn [huyện Bảo Lạc, Cao Bằng], lệ cũ mỗi năm thu thuế 4 lạng vàng cám, nay tăng làm 6 lạng; mỏ Ngọc Liễn thuộc Bạch Ngọc [huyện Vị Xuyên, Hà Giang] mỗi năm thu 1 lạng vàng cám tăng làm 4 lạng; mỏ Linh Hồ thu một lạng vàng cám tăng làm 3 lạng; về tỉnh hạt Lạng Sơn: mỏ La Sơn, theo lệ cũ mỗi năm thu thuế 5 lạng vàng cám, bán cho nhà nước 5 lạng.

Tỉnh Quảng Nam đưa số thuế vàng về kinh nộp; vì nhân số các hộ lấy vàng ở huyện Hà Đông [huyện Tam Kỳ] thuộc tỉnh ấy tăng lên nhiều, nên thuế vàng hơn 1.200 lạng, y hạn thu nộp đủ số.

Nặc Yểm là em quốc vương Chân Lạp cũ Nặc Chăn từ nước Xiêm mang quân về nước. Năm trước Yểm không hoà với anh, sang nương tựa nước Xiêm. Người Xiêm cho ở Bắc Tầm Bôn . Đến nay tướng Xiêm là Chất Tri về thành Vọng Các, chỉ để đầu mục Xiêm là bọn Ba Lặc (3) Đột ở lại cai quản vài ba trăm lính Xiêm phòng giữ. Nay nhân lúc chúng sơ phòng, Yêm mưu tính quay về đất cũ, bèn họp thuộc hạ đánh úp, giết lính Xiêm, bắt trói bọn Ba Lặc Đột 12 người, phóng hoả đốt nhà dân phía ngoài thành, rồi mang gia quyến cùng hơn 9.000 thổ dân, hơn 800 chiếc thuyền và voi ngựa, súng lớn nhỏ, khí giới do đường thuỷ kéo về cuối địa giới phủ Hải Tây [tây biển hồ Tonlesap] và cho người mang thư về trước xin binh tiếp viện. Trấn Tây Tướng quân là bọn Trương Minh Giảng bắt đầu được tin báo, trao mật kế cho viên phủ Hải Tây phái binh đón ở biên giới giết đi. Lại ngờ người Xiêm mang quân đuổi theo, bèn phái thêm 2 nghìn quan quân đóng chặn và lấy thêm quân ở tỉnh An Giang để sách ứng, rồi mật tấu lên. Vua nói: "*Tên Yểm là kẻ phạm phản bội, tội không thể tha, giết đi vốn không đáng tiếc. Nhưng bọn thổ dân nó mang về, thấy như thế không hiểu đầu đuôi, không khỏi kinh sợ. Làm như thế là thất sách*". Bèn khẩn cấp ban dụ ngăn lại. Vừa lúc đó, thự Đề đốc Vũ Đức Trung đi tuần sát phủ Hải Đông, được tin tên Yểm đến đồn Sâm Tiệp phủ này, tức thì đến nơi cùng với thự Tuyên phủ phủ Hải Tây là Nguyễn Song Thành, Phó lãnh binh là Tôn Thất Quỳ và bọn Quản cơ là Lê Văn Do, Cai đội quyền làm việc Phó vệ uý là Lê Tô họp ở nơi này. Yểm đem mọi tình hình trình bày và đưa các tên can phạm đầu mục Xiêm là bọn Ba Lặc Đột dâng nộp. Bọn Đức Trung lấy lời ngọt vỗ về yên ủi; Yểm cúi đầu vâng lời theo dẫn về thành. Bọn Trương Minh Giảng bèn trích gia thuộc và bọn hùa theo của tên Yểm hơn 200 người, chia đi Gia Định, Vĩnh Long giam cấm, còn những thổ dân, giao cho phủ, huyện uý sở tại trông coi tuỳ nơi ghép cho chúng ở yên một chỗ, rồi đem việc tâu lên.

Vua xem sớ cả mừng nói: "*Trù biện như thế là phải lẽ, rất hợp ý trẫm. Phải lập tức chọn một viên chức được việc làm người áp giải đường dài, đem tên Yểm, tên Ba Lặc Đột và 1 tên đầu mục người Man rất am hiểu tình hình giặc Xiêm xích khoá giải về Kinh và tư khắp cả cho các tỉnh từ Bình Thuận trở ra Bắc, phái lính hộ giải, giữ cho chúng sống về đến Kinh. Còn bọn đầu mục Xiêm là 11 phạm thì giết hết đi. Vợ con thân quyến tên Yểm cùng những bọn liều chết của nó, đem nghiêm cấm chờ xử án, tịch thu tài sản sung công. Ngoài ra, những đứa tôi tớ của chúng không biết gì, chia gán đi các tỉnh Biên*

Hoà, Vĩnh Long, Định Tường, giao cho dân quản thúc. Còn như số thổ dân theo về đông người, cũng vì khổ về sự ngược đãi của Xiêm, chứ chẳng phải yêu mến gì tên Yểm mà theo. Nay lúc mới đến, đói khát, tình cũng đáng thương, chuẩn cho chọn phái uỷ viên chức giỏi giang, đem binh và thuyền chở đến 6.000, 7.000 quan tiền, 2.000, 3.000 phương gạo, 300 phương muối chia ra từng hạng mà chẩn cấp cho họ. Những đầu mục liệu cấp cho lụa sa, đoạn, bạc, tiền".

Vua cho rằng, chùa Khải Tường [gần dinh Độc Lập, Sài Gòn], n**ơi** nhà Vua sinh vào năm Tân Hợi (1791).1) là nơi đất quý, chung đúc điềm lành; bèn dụ cho quan tỉnh đến tháng 4 sang năm triệu tập các tăng trong hạt đến chùa lập đàn tụng kinh ba tuần, tức là 21 ngày đêm, cứ mỗi tuần 7 ngày phát chẩn một lần.

Tổng đốc Hải Yên là Tôn Thất Bật dâng sớ xin thuê mướn dân đào lấy than mỏ tại núi An Lãnh ở huyện Đông Triều [Quảng Ninh]. Trước đây bộ sai đào lấy 10 vạn cân, đưa về nộp kinh. Vua phê: "*Nhân dân hạt ngươi vừa mới được hồi lại yên vui, sao nỡ đem việc không cần kíp làm mệt nhọc người ta, chầm chậm lại cũng chưa muộn gì*". Bật tâu: "*Dân hạt sau khi gặp tai hại riêng, lại bị luôn vụ mùa tổn thất, đời sống có điều khó khăn; chúng đều tình nguyện đi làm thuê trông vào tiền công để nuôi thân.*" Vua bèn cho làm.

Ngự sử đạo Hà Ninh là Nguyễn Hữu Thường đem sách **Lê Sử Tục Biên** dâng lên gồm 2 quyển in, chép từ niên hiệu Nguyên Hoà [niên hiệu của Lê Trang Tông (1533 – 1548] đến niên hiệu Đức Nguyên [niên hiệu của Lê Gia Tông (1671 – 1675)]; giao cho Nội các thu giữ phòng để tham khảo trong việc làm sử.

Phái viên thuyền Nam Hưng sang Quảng Đông công cán về tâu Tổng đốc nhà Thanh là Lâm Tắc Từ kháng cự nhau với quân Hồng Mao [Nước Anh], hai bên đều có người chết, người bị thương, chưa rõ bên nào thắng.

Chú thích:

1. Thán Đạo Ngâm: Khúc ngâm than cho đạo Thiên Chúa.

2. Viễn biên: Nơi biên giới xa, gần hơn cực biên, xa hơn cận biên.

3. Dương Hầu:Tên thuỷ thần, Lăng Dương quốc hầu bị chết đuối dưới nước, sau làm thần hay làm sóng, nhân thế gọi là sóng Dương hầu; đây chỉ về nước Xiêm hay đến Hà Tiên quấy nhiễu.

4. Ba Lặc: tên quan chức của nước Xiêm.

240.
Vua Minh Mệnh (40) [3/2/1840-30/5/1840]

Tháng giêng năm Minh Mệnh thứ 21 [3/2-3/3/1840], Vua dụ bọn Tướng quân, Tham tán Trấn Tây rằng: "*Trước đây, thổ dân từ Bắc Tầm Bôn* [Battambang, Cambodia] *trốn về nhiều đến hơn 9000 người. Đã xuống dụ theo số người cấp tiền gạo muối giao cho phủ, huyện cai quản. Xét ra, bọn chúng buổi đầu quy phụ, không như dân cố thổ, nên gọi là Tân dân, thuộc lưu quan sở tại cai quản, thổ quan không được sai khiến thu thuế. Lại chọn chỗ đất bỏ không có thể cày ở được chia ghép cho họ ở. Hoặc ở xen lẫn với thổ dân hoặc ở riêng một nơi, đều đặt làm tổng xã, thôn có tên gọi; người đầu mục thì đặt làm Tổng trưởng, Lý trưởng, cho họ cai quản nhau và đặt họ tên làm sổ sách đưa về bộ để lưu chiểu. Hết thảy dao dịch năm nay đều cho miễn cả.*"

Vua bảo Tham tri bộ Binh là Lê Văn Đức rằng: "*Gần đây nghe nói nước Thanh đánh nhau với nước Hồng Mao* [Anh] *đã 5, 6 tháng mà chưa thắng được. Kể ra nước Thanh đường đường một nước lớn, thiên hạ trông vào mà lúc trước thất tín để gây chiến, sau lại đánh lâu làm cho mỏi quân mà nuôi giặc, còn ra sự thể gì nữa? Tuy việc ở nước kia mà trẫm cũng không thể quên nghĩ trong bụng được. Vì nước ta tiếp giáp với nước Thanh, từ trước đến nay của cải hàng hoá trăm thứ đổi chác lưu thông. Nay nước Hồng Mao làm ngăn trở, thì đường biển không thông, những thứ dân gian thường dùng như thuốc bắc, chè tầu, mua vào đâu được. Thế thì đã thiệt cho người buôn lại thiệt cho dân nữa."*

Đắp đê mới huyện Nam Xang [huyện Lý Nhân, Hà Nam] tỉnh Hà Nội, dài suốt hơn 390 trượng. Đê thuộc địa phận hai xã Nga Thượng, Dũng Kim của huyện ấy; đê cũ gần bờ sông quá, nước chảy xói, mỗi ngày càng lở thêm. Quan tỉnh xin cắm đê mới, thuê dân đắp; Vua y cho.

Tháng 2 [4/3-1/4/1840], Tướng quân thành Trấn Tây là Trương Minh Giảng tâu rằng nhiều lần thám báo từ các phủ Hải Đông, Hải Tây, cho biết tướng nước Xiêm Phi Nhã Chất Tri, từ tháng chạp năm ngoái nghe tin tên Nặc Yểm trốn về, bèn từ thành Vọng Các đem hơn 1000 quân Xiêm, Lào đến Bắc Tầm Bôn [Battambang, Cambodia], gọi thêm nhiều dân các mường đến ở đấy. Lò Gò Vật [Siem Reap, Cambodia] cũng có Xiêm mục là Khung Lật đem 1000 lính, 30 thớt voi đến sửa đắp thành phủ để đóng giữ. Đã ra lệnh phòng bị ở các địa đầu quan yếu.

Người nấu bếp thuộc phủ Thường Tín công Nguyễn Phúc Cự [con Vua Gia Long và bà Phi Lê Thị Bình con Vua Lê Hiển Tông] là Lê Văn Thiện cậy thế mua rẻ hoá vật ở chợ. Khoa đạo Đặng Quốc Long đem sự việc hặc tâu; Vua sai vệ Cẩm y lập tức đem Lê Văn Thiện treo sống ở chợ Nam Thọ 3 ngày, rồi phát đi sung quân ở đồn Côn Lôn. Thường Tín công vì không xem xét nên phạt lương 6 tháng.

Vua cho là Côn Lôn nay thuộc tỉnh Vĩnh Long, đất rộng hoa màu tốt mà dân ở thưa thớt. Dụ cho quan tỉnh sai quân binh trú phòng ra sức khai khẩn, lượng cấp cho trâu **cày** điền khí và hạt giống, tuỳ theo thổ nghi mà gieo trồng lúa khoai đậu để dùng. Vua lại cho là phần biển của đồn ấy là nơi thường có các thuyền đi lại; sắc cho lính đồn ấy do thám, thấy có thuyền nước khác đi qua, thành đoàn 3, 5 chiếc giống như thuyền quân, thì liền lập tức báo tỉnh, thượng khẩn tư về bộ, để chóng biết tin tức.

Đào sông Thuỵ Sơn [kênh Rạch Giá] tỉnh An Giang. Trước đây quan tỉnh là bọn Lê Quang Huyên, Nguyễn Nhật Thạnh tuân dụ khám nghiệm dòng sông tâu rằng đoạn giữa sông ấy có hai ngọn nước giáp nhau (1), nước triều buổi sớm buổi chiều đều có chia ngả, không như các sông khác thế nước chảy thẳng đi, cho nên việc khơi sâu thêm không mấy. Nghĩ xin thuê 6500 người dân trong hạt đào khơi, độ 2 tháng có thể xong việc. Vua nghe theo, chuẩn định cho dòng sông ấy trên rộng 6 trượng, dưới rộng 5 trượng, sâu 5 thước làm mức. Rồi vì dân phu thuê làm phần nhiều không đủ số, lại xin thêm hạn một tháng nữa. Vừa gặp Lê Quang Huyên đến kinh chúc mừng, Vua sai đi ngựa trạm về đốc thúc đào sông, đến lúc hết hạn vẫn chưa làm xong. Đường sông dài suốt hơn 7600 trượng, mới đào được hơn 4600 trượng, mà mưa dồn đến, việc cấy lúa đã đến kỳ. Bọn Huyên xin nhận tội là làm việc chậm trễ; Vua sai tha cho dân làm việc đều về, đợi mùa xuân sang năm sẽ tiếp tục làm.

Bố chính Biên Hoà là Phạm Duy Trinh tâu rằng năm trước phái quân binh cùng tù phạm đi đồn điền vùng nguồn sông Xích Lam [tỉnh Bà Rịa], khai khẩn thành ruộng công được hơn 300 mẫu; năm nay thu được thóc hơn 4600 hộc. Đã cho vận tải để vào kho, và lưu lại quân binh 50 người để giữ canh ngưu điền khí ở đồn điền; kiêm việc quản thúc bọn tù phạm, sai họ tiếp tục khai khẩn.

Ngày Quý Mùi [25/3/1840], Vua rước xa giá của Hoàng thái hậu đến chính lầu; cho Hoàng tử thân công cùng các quan văn võ đi theo, thả đèn lửa, nổi âm nhạc; Hoàng thái hậu vui lòng khen ngợi mãi. Vua cả mừng dụ rằng năm nay gặp chính thọ ngũ tuần của trẫm; rất mừng thánh mẫu đi đứng mạnh khoẻ, ngày càng sống lâu.

Vua cho là cầu Gia Hội [cầu bắc qua một nhánh sông Hương, Huế] nhiều người đi lại, sai làm nhà rạp dài ở trên; chính giữa cầu tầng trên làm 3 gian, đằng trước đằng sau ở tầng dưới đều làm 2 gian để treo đèn lồng.

Ngày Giáp Ngọ tháng 3 [5/4/1840] là tiết Thanh minh; trước kỳ ấy Vua xuống dụ định đến ngày Thanh minh đến làm lễ yết các lăng. Gặp mưa rét luôn mấy hôm, Vua hơi se mình; Phủ Tôn nhân, viện Cơ mật và Nội các cùng xin Vua chọn sai Hoàng tử tước công đi làm lễ thay, Vua bất đắc dĩ phải nghe.

Kỳ lão trong Kinh kỳ dâng thóc mới, Vua sai lấy mấy hạt thân tự nếm thử; rồi triệu Hoàng trưởng tử là Trường Khánh công Miên Tông [ThiệuTrị] và đại thần là bọn Vũ Xuân Cẩn, Trương Đăng Quế cho mỗi người một bông lúa và bảo rằng: "*Trẫm nếm hạt gạo này đã chắc mà ngọt, thực lấy làm vui và yên lòng lắm. Trước kia lúa ruộng đương xanh tốt, gặp mấy hôm rét buốt, trẫm lo quá mà sinh ốm. Trẫm nghe nói lúa trỗ gặp rét thì bị tổn hại. Nay lại tốt mà chắc hạt như thế, có lẽ là họ chọn những lúa chín sớm mà tốt đẹp để dâng lên chăng*!"

Tỉnh Sơn Tây săn bắt được tên giặc trốn là Quách Đình Chí, nguỵ xưng là Thiên hùng quân, vốn đồng bọn với phản nghịch Lê Duy Lương; bèn đem giết.

Khai mỏ sắt ở xã Thượng Kết, thuộc huyện Phổ Yên, tỉnh Thái Nguyên; mỗi năm thu thuế 1000 cân sắt.

Ngày Đinh Mùi [18/4/1840], tế trời đất ở đàn Nam Giao. Trước đấy vài ngày trời mưa rét, từ lúc vua đến trai cung cho đến khi lên đàn tế, gió rét im lập tức; tế Giao xong, vua rất vui mừng.

Ngày Mậu Thân [19/4/1840], Vua cưỡi ngựa đi xem các sở lầu rạp đại khánh của các địa phương. Thấy nhà rạp của tỉnh Nghệ An có bày hình hai con thú bằng gỗ, sai thị vệ tiến lên để xem. Vua thích hai con thú gỗ ấy có vẻ thiên nhiên, không phải trạm trổ, vua lấy 1 con, thưởng cho Bố chính Nguyễn Đình Tân tiền vàng Phi long hạng lớn một đồng. Khi vua đến xem nhà rạp của tỉnh Nam Định, thấy trình bày xa xỉ, bảo Bố chính là Trần Quang Tiến rằng: nay gặp khánh tiết, các quan chúc mừng, bày nhiều văn vật, trẫm cũng không cấm, song xa xỉ lộng lẫy quá, trẫm cũng không thích. Về bảo bạn đồng liêu của ngươi, nếu giữ được kỷ luật làm quan, vỗ yên nhân dân, cho dân không mất chỗ ăn ở, mới xứng đáng lòng ta, nếu chỉ chuyên việc làm cho lộng lẫy, có ích gì đâu. Lại đi xem khắp các lầu rạp của các tỉnh, chỗ nào trần thiết thanh nhã đều vỗ về yên ủi.

Ngày Canh Tuất [21/4/1840], Vua ngự chính lầu, xem diễn các trò. Thưởng 4 người leo dây, đứa trẻ lộn dây, đứa trẻ múa trên bàn tay 2 người, mỗi người đều 1 lạng bạc.

Đầu mục người Xiêm là Ba Lặc Yết lại họp bè lũ, ngầm đến sóc Phủ Ấp, phủ Hải Đông cướp bắt hơn 70 người thổ dân đem đi. Việc ấy đến tai vua. Quản thủ đồn là Phó lãnh binh Nguyễn Công Nhàn bị giáng 2 cấp.

Bọn Trương Minh Giảng, Tướng quân thành Trấn Tây

tâu nói: dân ở núi Đậu Khấu thuộc Bắc Tầm Bôn lần lượt trốn về phủ Hải Tây được hơn 170 người, cho họ ở chỗ gần phủ. Bọn kia đều nói quen ở chân rừng, xin lưu ở chân núi.

Ngày Quý Sửu [24/4/1840], vua thân hành đến lăng Thiên Thụ [Gia Long], lăng Thuỵ Thánh của Hiếu Khang hoàng hậu [mẹ Vua Gia Long], lăng Cơ Thánh của Hưng tổ Hiếu Khang hoàng đế [thân phụ Vua Gia Long], làm lễ yết.

Tổng đốc An Tĩnh là Mai Công Ngôn tâu rằng: thổ dân 2 huyện Cam Cát, Cam Môn thuộc phủ Trấn Định, thường bị giặc đến quấy nhiễu, cùng đem nhau tránh đi đến ở xứ Hà Tân, thuộc huyện Hương Sơn tỉnh Hà Tĩnh. Đã phái người đến phủ dụ 2, 3 lần, bọn thổ dân sợ hãi bảo nhau rằng: thà chết ở đấy chứ không dám trở về chỗ cũ. Xét ra, xứ Hà Tân núi rừng liên lạc đều là đất bỏ không, không có người ở và cày cấy, xin hãy cho chúng ở tạm đấy 2, 3 năm, khai khẩn thành điền, bấy giờ sẽ khám thực chiếu theo lệ thuế dân Việt mà nghĩ định. Đến khi quan tỉnh đến nơi, hội đồng xử trí, dâng sớ nói: thổ dân 2 huyện ấy, ngày thường không liên thuộc với nhau, nay đến trú ngụ cũng đều ở riêng, đều muốn theo tục cũ. Vua bèn chuẩn cho cứ để 2 huyện Cam Cát, Cam Môn, bất tất đổi đặt tên huyện. Đồn Hà Tân đổi thuộc về tỉnh Hà Tĩnh, cho Cai đội nguyên trú phòng phủ Trấn Định là Nguyễn Văn Lệ sung chức Thủ ngự. Cách một **vài** tháng một lần, đến Trấn Định đi tuần dò xét; nếu có việc gì cảnh báo ở cõi ven, thì lập tức báo về tỉnh phái thêm quân binh đến trấn áp.

Phần biển tỉnh Hà Tiên có thuyền buôn người nước Đồ Bà [Java] bị gió trôi giạt đến. Quan binh là Trần Công Chiếu đuổi bắt, bọn kia bỏ neo lạy phục; Chiếu cho là giặc, cho binh dân chia lấy của cải mà báo bậy là bắt được giặc. Quan tỉnh hỏi được thực trạng, đem sự việc tâu lên, Chiếu bị tội đồ. Vua nghĩ rằng bọn thuyền buôn dầu là người ngoại quốc mà bị nạn gió trôi giạt, tình cũng nên thương; sai quan tỉnh ấy thết một bữa cơm rượu, lại cho thêm 100 quan tiền, 50 phương gạo và trả lại cả đồ vật binh khí, cho trở về nước.

Tỉnh Nam Định tâu rằng đã xét hỏi trong hạt, dân tình đều một loạt yên ổn sinh nhai. Duy có bọn theo tả đạo Gia Tô, vào khoảng đêm vắng canh khuya thường nghe chúng đọc ngầm kinh, vẫn chưa đổi lỗi. Vua dụ rằng: "*Những dân trước theo tả đạo, trong óc bị che lấp đã sâu, đã nhiều lần nghiêm cấm, nguồn tệ vẫn chưa dứt, thực là không thoả mãn lòng người. Nay nên nghiêm sức phủ huyện sở tại khuyên bảo cho khéo, không nên vội đốc trách làm dao động nhiễu loạn, cũng không nên cho là việc ngẫu nhiên, qua việc lại quên đi, cốt phải dỗ bảo có cách, khiến cho chúng dần dần tiến lên, lâu ngày ngấm nghía, tự nhiên có thể tiêu tan ngầm ngấm được sự tập quán đã lâu vậy*".

Bộ Lễ bàn định nghi tiết đại khánh:

- Lễ kính cáo đàn Giao, Xã tắc, các miếu, đều dâng ba tuần rượu có văn tế; ở điện Phụng Tiên, dâng 1 tuần rượu, không văn tế.

- Trước kỳ ấy ty bộ cùng bọn nhạc sinh, vũ sinh luôn ngày diễn tập ở bộ đường cho đến khi hơi thành thuộc. Các người dự sung vào chấp sự như Hoàng tử, các tước công, đại thần văn võ, hợp cả ở nhà Đoan Bản tập lễ nghi, đến trước ngày khánh tiết 5 ngày, vào nhà Duyệt thị diễn tập 1 lần, kính đợi Chỉ thị.

- Ngày đại khánh, rước vua ngự điện Thái Hoà. Lúc vua mới lên bảo toạ, tấu bài nhạc **Lý bình**; các quan vào lạy, tấu bài nhạc **Túc bình**; lúc làm lễ khánh hạ, tấu bài nhạc **Khánh bình**. Các quan reo chúc vạn tuế 3 lần. Lễ thành, tấu bài nhạc **Hoà bình**. Sáu pháo đài trước cửa kinh thành đều theo thứ tự bắn súng mừng mỗi đài đều 9 tiếng súng.

- Ngày ban yến, rước vua lên bảo toạ, bọn múa nhạc mặc mũ áo múa nhạc võ, múa mộc, giáo, tấu bài nhạc **Hy khánh**.

Ngày mồng một tháng 4 [2/5/1840] làm lễ Hạ hưởng; ty Từ tế trần thiết lò hương không chỉnh tề, đến lúc đem lụa đi đốt lại chậm. Bộ Lễ và viện Đô sát đem việc ấy tham hặc; người giữ việc đều phải giáng chức.

Ngày Nhâm Tuất [3/5/1840], vua ngự lầu chính, nhạc công, ca công và người dân tộc thiểu số diễn bày các trò hý kịch. Vua bảo bộ Hộ rằng: "*Kỹ thuật bọn kia, dẫu không đáng khen lắm, nhưng trong buổi khánh điển, cùng mọi người cùng vui, cũng nên liệu gia ơn khen thưởng.*"

Định phép thao diễn thuỷ sư: làm sẵn một cái bè nổi, giả làm hình thuyền dài độ hơn 3 trượng, ngang độ hơn 1 trượng, dùng phên nứa theo thế dựng lên, giả làm lá buồm, đặt bè ấy ở ngoài biển, cách bờ hơi xa; bốn bề cái bè đều thả neo xuống cho gió khỏi làm trôi đi. Những binh thuyền diễn tập đều sẵn sàng, bày hàng chữ nhất, mỗi thuyền cách nhau trên dưới 50 trượng, chỉnh bị đâu vào đấy. Đợi thành Trấn Hải treo cờ đỏ truyền lệnh thao diễn; các thuyền đều nhổ neo kéo buồm theo gió tiến lên, vừa đến quãng giữa, thuyền nào đã đến chỗ tiêu chuẩn, lập tức đem súng Hồng y, chiếu đầu ruồi ở ngọn súng ngắm để bắn ngắm vào cái bè, bắn 3 phát. Nếu thuyền nào trúng liền 3 phát vào cột buồm thân bè, thì cho là hạng ưu; trúng 2 là hạng bình;

trúng 1 phát là hạng thứ; không phát nào là hạng liệt; theo đó mà định thưởng phạt.

Ngày Giáp Tý [5/5/1840], đặt nghi vệ thường triều ở điện Cần Chính, cho sứ thần nước Hoả Xá vào chiêm bái, làm lễ tiến cống. Thổ tri châu phủ Cam Lộ, thổ tri huyện, huyện thừa các phủ Trấn Ninh, Trấn Định, Trấn Man, Trấn Biên cùng các đầu mục đi thay đều đến chiêm bái, Vua truyền cho nghỉ ở trại lính Thừa Thiên.

Ngày Bính Dần [7/5/1840], vua đi chơi cửa biển Thuận An, lên lầu Lưỡng Kiêm (2) ngoạn cảnh; lại lên lầu Quan Hải xem thuỷ sư thao diễn, bắn súng lớn, ai bắn trúng thì thưởng tiền Phi long bằng bạc theo thứ bậc khác nhau.

Ngày Kỷ Tỵ [10/5/1840], vua ngự chơi xem lầu rạp các tỉnh dựng lên ở mặt sau hoàng thành. Đến lầu của tỉnh Lạng Sơn, thấy có cây bàn đào bằng vàng và bản vẽ nhà chất thẻ. Lấy điển cố ngày xưa có 3 cụ già gặp nhau hỏi tuổi nhau, một cụ nói rằng: "*Nhà tôi ở gần biển, cứ mỗi lần nước biển biến thành ruộng dâu thì tôi bỏ một cái thẻ vào hòm, nay đã 10 cái thẻ rồi*"; nên người đời lấy thẻ làm câu chúc thọ. Vua sai Hoàng tử dâng lên xem và bảo rằng: thứ tự trong ấy cũng khả quan; duy cái nhà vàng chứa thẻ, cách làm hơi thô vụng mà thôi.

Ngày Tân Mùi [12/5/1840], vua thân đến lễ Thái miếu, Triệu Miếu; ngày Nhâm Thân [13/5/1840] đến Thế miếu, Hưng miếu là lễ cáo yết, Vua đều thân tự dâng hương, dâng rượu. Làm lễ xong, thưởng kỷ lục tiền vàng, tiền bạc cho các người chấp sự bồi tế và các quan viên lớn nhỏ theo hầu theo thứ bậc khác nhau.

Ngày Quý Dậu [14/5/1840], vua ngự chơi ngoài Kinh

thành, xem khắp các rạp của dân hộ, phố hộ, thấy các lầu rạp của phủ Thừa Thiên trần thiết thanh nhã, vua thích lắm. Lại đến xem các rạp của Bắc Kỳ, trần thiết rất lộng lẫy. Vua dụ rằng: "*Bọn ngươi từ xa đến chúc hỗ có lòng thành tôn Vua thân bề trên như thế, trẫm đã soi xét biết cho, nhưng không nên xa xỉ quá.*"

Thổ quan thành Trấn Tây là Phó quản cơ Hồ Mịch Hạnh Phủ đem lính thổ đi tuần từ cuối địa giới phủ Hải Đông đến đồn Tâm Bông, gặp quân giặc cùng bắn nhau, giặc thua chạy, bọn Mịch thừa thế đuổi quá sang cõi giặc, xua được hơn 200 người dân thổ trước bị giặc Y bắt, rồi đem quân trở về.

Ngày Nhâm Ngọ [23/5/1824], vua thân đem các quan đến kính cáo Thế miếu, làm lễ xong lại đến bái yết cung Từ Thọ nơi Hoàng thái hậu ở.

Ngày Quý Mùi [24/5/1840] làm lễ đại khánh. Vua ngự điện Thái Hoà, **các** Hoàng tử thân công, các quan văn võ, cùng các thuộc quốc đến cống, theo lấy thứ tự dâng biểu chúc mừng. Làm lễ xong, ban ân chiếu gồm 26 điều, trong đó có các điều như:

- Tiền thuế thân, tiền đầu quan, tiền thuế hộ ở các địa phương đã cho về năm nay hoãn 5 phần 10; nay cho miễn cả 5 thành ấy.

- Các thuế sản vật, các hạng tiền lương tích khiếm ở dân các địa phương từ năm Minh Mệnh thứ 19 trở về trước do bộ Hộ làm danh sách tâu lên, đợi chỉ liệu cho chước miễn.

- Dân các địa phương vay thóc công từ năm Minh Mệnh thứ 19 trở về trước, đến nay quá hạn chưa trả xong, cũng do bộ Hộ xét rõ tâu lên, đợi chỉ liệu cho chước miễn.

Ngày Giáp Thân [25/5/1840], vua ngự điện Cần Chính nhận lễ mừng từ các Hoàng tử, Hoàng thân và các quan.

Ngày Ất Dậu [26/5/1840], ban yến cho các người Tôn Thất văn giai, tản giai (3).

Ngày Bính Tuất [27/5/1840], ban yến cho kỳ lão 70 tuổi trở lên thuộc phủ Thừa Thiên và 4 trực tỉnh Quảng Trị, Quảng Bình, Quảng Nam, Quảng Ngãi. Cho uống rượu ăn cỗ 3 ngày, lại thưởng cho tiền vàng tiền bạc theo thứ bậc tuổi khác nhau.

Ngày Đinh Hợi [28/5/1840], Vua ngự thuyền Phước An, sai gọi dân phố dự làm lầu rạp, cho ăn cỗ ở trước lầu Phu Văn. Đến gần tối, múa bài bông, đốt cây bông, rồi Vua đi xe về cung.

Phái viên thuyền Thuỵ Long là bọn Tham tri Đào Trí Phú, Viên ngoại lang Trần Tú Dĩnh từ Giang Lưu Ba [Jakarta, Inđônêxia] công cán trở về. Vua nghĩ bọn Trí Phú vào ngày khánh tiết chưa được dự ban yến; bèn gia ơn thưởng cho các thứ lụa đoạn, nhiễu các màu. Trí Phú mua được một cái tàu chạy máy hơi nước của Tây dương đem dâng lên. Vua nhân hỏi rằng: "*Ngươi có nghe biết việc nước Hồng Mao* [Anh] *quấy rối Quảng Đông không*?" Tâu rằng: "*Thần cùng người nước Phú Lãng Sa* [Pháp] *mua bán quen nhau, hắn thường nói chuyện với thần rằng nước Hồng Mao nhân việc Tổng đốc Lưỡng Quảng là Lâm Tắc Từ bắt được người nước Hồng Mao phạm cấm bán thuốc phiện lậu, hoặc đứa thì cắt tai, đứa thì cắt mũi đuổi về để làm sỉ nhục nước Hồng Mao. Năm trước, Hồng Mao đã gây việc với Quảng Đông, Quảng Đông không đánh lại nổi, họ biết người nước Thanh hơi yếu, bèn liên kết với các nước đại tây như Phú Lãng Sa để mưu đánh nước Thanh. Quân họ nếu đến, dẫu không có thể bỏ thuyền lên chiếm đất Trung Hoa; nhưng một dải ven biển, người nước Thanh cũng khó giữ được.*"

Bọn Tướng quân Trương Minh Giảng tại thành Trấn Tây tâu nói: cứ phủ Sơn Tĩnh báo có man trưởng nước Thuỷ Xá tên là Tiết đem theo hai người cưỡi hai thớt voi, đến man Phủ Nộn chỗ tiếp giáp huyện Sơn Bốc, sai người nói với Huyện uý là tên Liệt muốn đến thăm. Vua dụ rằng: "*Trẫm từ lúc bé từng nghe nói có tên 2 nước là Hoả Xá và Thuỷ Xá, mà từ trước đến nay, chỉ có Hoả Xá đến cống, còn Thuỷ Xá thì không có tin tức gì. Nay bèn từ cõi xa mà đến. Không ngại gì, tuỳ nghi vỗ về yên ủi để tỏ lòng yêu mến. Hơn nữa, nhân tiện hỏi cho minh bạch để biết rõ được phong tục phương xa.*" Khi tờ dụ đến nơi thì người của Thuỷ Xá đã đi rồi. Bọn Giảng hỏi thổ mục là tên Mạt, tên Kế, so với lời tên Liệt tự kể lại năm trước, thấy hai lời nói không giống nhau; bèn đem lời lũ tên Mạt, tên Kế nói rằng: Lũ ấy nghe nói hai nước ấy dẫu nhỏ, mà quỷ thần thiêng hơn Chân Lạp. Năm trước Phiên vương sai lũ ấy đem vật hạng đi, cầu quỷ thần hai nước ấy phù hộ. Lần ấy đi từ huyện Sơn Bốc, hướng về phía đông tìm đường mà đi, qua 15 ngày mới đến chỗ ở của Quốc trưởng Thuỷ Xá. Đất nước ấy đông giáp nước Hoả Xá, tây giáp huyện Sơn Bốc, nam giáp man Diên Điên, bắc giáp Lai Man. Chỗ Quốc trưởng nước ấy ở 3 mặt ngăn núi, 1 mặt đồng ruộng, trong có 100 nhà dân. Quốc trưởng ở nhà tranh 7 gian, ở phía đông dân cư, không đặt thành quách. Trong nhà làm gác thờ thần, gia quyến nô lệ chỉ độ 14 hay 15 người mà thôi.

Sai thị vệ là Tôn Thất Hạ đi ra đảo Côn Lôn tỉnh Vĩnh Long do thám tình hình. Về nói rằng: dân sở tại có đến 200 người, tù phạm đưa đến cũng nhiều; những ruộng hiện đã khai khẩn, ước khoảng 150 mẫu. Dân ở đấy cứ đến tháng 3 tháng 4, nhân tiện gió thuận đi thuyền vào mua gạo để ăn; tự tháng 5 đến tháng giêng, chiều gió dòng nước không tiện, chỉ kiếm lấy khoai núi nấu trộn với gạo để ăn. Vua phán: "*Trước đây ta nghĩ xứ ấy bắt đầu khai khẩn, việc sinh lý của dân chưa được đầy đủ, đã mấy lần sai quan cấp cho canh ngưu điền khí và thóc giống, và cho gà, lợn, dê, chó để họ nuôi. Lại nhiều lần phát tù phạm đến ở đấy làm ăn cốt mong cho dân cư ngày một đông, dần dần thành chỗ vui vẻ. Nay cứ tin thám báo, thì chỗ đất cày cấy được còn ít, nhật dụng chưa khỏi khó khăn. Vậy hạ lệnh cho tỉnh thần chở gạo kho 1000 phương đem chứa ở đảo Côn Lôn. Để đến kỳ thu đông, chiểu theo số dân số tù, ai thiếu ăn, liệu mà cấp cho. Vua lại nghĩ: biền binh trú phòng chỉ có hơn 50 người, lính ít tù nhiều, phòng giữ cũng khó đắc lực. Sai lập tức cứ những tù phạm hiện ở đấy, người nào tình tội hơi nhẹ, lại biết yên phận giữ phép, từ 200 người trở xuống, vẫn theo dụ trước sáp nhập ở yên đấy để làm đồn điền. Còn những người vốn tính hung ác, không tiện tha ra, và những người già yếu, trẻ thơ, không thể làm lấy mà ăn được thì trích ra đem về tỉnh, hoặc giam cấm, hoặc chia đi các đồn trạm, sáp nhập vào các xã thôn, không cho họp thành đàn nữa.*"

Chú thích:

1. Hai ngọn nước giáp nhau: Sông tại miền nam Việt Nam thường có chỗ giáp nước, còn gọi là hai ngọn nước gặp nhau. Ví như kênh Rạch Giá một mặt giáp sông Hậu, một mặt giáp biển Hà Tiên; khi mực nước sông Hậu cao thì nước chảy ra biển Hà Tiên; có lúc ngược lại nước chảy từ

biển Hà Tiên đến sông Hậu; chỗ nước quân bình trên sông gọi là chỗ giáp nước.

2. Lầu Lưỡng Kiêm: Lầu làm ở bên tả đằng trước hành cung, có thể trông thấy cả trong sông ngoài biển, cho nên gọi tên là lầu Lưỡng Kiêm là gồm cả hai.

3. Tản giai: chức nhàn tản có tên quan mà không có việc làm, không phải là chính giai.

241. Vua Minh Mệnh (41) [31/5/1840-25/9/1840]

Tháng 5 năm Minh Mệnh thứ 21 [31/5-28/6/1840], ban **Ngự Chế Thi Tập** tập thứ 5; cho các yếu nhân trong triều, ngoài tỉnh. Các Hoàng tử, Hoàng thân, các đại thần văn ban trong triều; các Tổng đốc, Tuần phủ, Bố Chánh, Án sát tại tỉnh; mỗi người được một bộ.

Sau ngày lễ lễ đại khánh, thưởng cho bọn nấu bếp cung điện cỗ yến và bọn lính thợ đặt bày các khí vật, mỗi ban 100 quan tiền. Thưởng cho bọn nhạc sinh múa Bát Dật, múa bài bông và bọn binh đinh làm cây bông, mỗi bọn 50 quan tiền. Thưởng thêm 50000 quan tiền về các lầu rạp của trong kinh ngoài các tỉnh, giao cho đình thần chước lượng chia cấp. Thưởng thêm 1500 quan tiền cho dân hộ phố hộ; các tỉnh tả trực [Quảng Nam đến Bình Thuận], các tỉnh hữu trực [Quảng Bình đến Thanh Hoá].

Có tên Chu Đức Tuấn, dân hộ Hưng Yên, kiện Cai tổng là Lê Đa Phú thu tiền của dân đến hơn 3000 quan tiền để biện lễ đại khánh, mà nghi phẩm đem dâng lên chỉ có 2 cái quạt lông, 20 tấm lụa dày. Vua sai bộ Hình điều tra nghiêm trị và bảo bộ Lễ rằng: "*Giá tiền mua phẩm nghi của bọn kia không quá 200 quan mà bổ thu nhiều đến như thế, chỉ mong bẻo xén, có lòng thành gì đâu? Những vật đã dâng ấy, chuẩn cho ném trả lại.*" Đến khi án thành Lê Đa Phú phải tội xử trảm, nhưng còn giam lại đợi mùa thu xét lại, tịch thu gia tài đem cấp cho dân.

Thưởng cho các viên đổng lý coi làm lầu rạp là bọn Hà Duy Phiên, Lê Văn Đức, Nguyễn Công Trứ đều gia 2 cấp; bọn Nguyễn Tiến Lâm, Tôn Thất Bạch, Bùi Quỹ, Lê Văn Phú đều gia 1 cấp.

Bọn Tướng quân Trương Minh Giảng thành Trấn Tây tâu rằng: đồn canh Mạt Tra ở địa đầu phủ Hải Đông [đông biển hồ Tonlesap], có quân giặc nhân khi sơ hở ngầm đến vây bắt dân. Thổ binh ở đồn ấy không chống nổi, bị giặc bắt mất 5 người. Đã lập tức phái uỷ cho Lãnh binh Hoàng Phước Lợi đem quân đi đến bảo Chi Trinh [phủ Hải Đông] hiệp cùng Phó lãnh binh là Nguyễn Công Nhàn chia đường tuần hành dò xét.

Thự Công khoa chưởng ấn là Đặng Quốc Lang nhân đi công sai từ Nam Định về, dâng sớ rằng: hạt Nam Định có các huyện Giao Thuỷ, Nam Chân, Thượng Nguyên, Thiên Bản, nhân dân chết dịch đến có hàng nghìn người. Khi đi đường qua huyện Kỳ Hoa tỉnh Hà Tĩnh, huyện Phong Lộc tỉnh Quảng Bình cũng nghe nói có bệnh dịch; xin ban sắc hỏi rõ để cứu chữa.

Quan tỉnh Quảng Yên tâu trong hạt có con sông Bạch Đằng tiếp giáp tỉnh Hải Dương, là chỗ địa đầu quan yếu, trộm cướp thường ra vào ở đấy, người buôn bán lấy làm e ngại. Xin đặt một đồn canh ở chỗ bến đò thuộc xã Yên Hưng, huyện Yên Hưng, phái một Đội trưởng và 30 lính ở tỉnh đến đóng giữ; Vua y cho.

Vua sai đưa loại dê to đuôi cho các hạt Nam, Ngãi, Trị,

Quảng Bình, Bình Định, Gia Định, Hà Nội chăn nuôi.

Vua đi tuần cửa biển Thuận An xem Thuỷ sư thao diễn; ngay ngày hôm sau trở về cung.

Sai Phó vệ uý Nguyễn Tiến Song sung làm Chánh biện thuyền Thanh Dương; Viên ngoại lang là Trần Tú Dĩnh sung là Phó biện, đưa bọn người Tây dương là Bo Di Trợ, do phái viên Đào Trí Phú thuê đi theo tàu thuỷ máy hơi nước, đến kinh đô vào tháng trước; nay đưa về Hạ Châu [Singapore], nhân tiện mua hàng hoá.

Đổi đặt lại phủ huyện thành Trấn Tây. Bọn Tướng quân Trương Minh Giảng tâu xin đem phủ huyện toàn hạt, trừ ra 2 phủ 5 huyện đã chia thuộc vào 2 tỉnh An Giang, Hà Tiên gồm phủ Ba Xuyên với 2 huyện Ô Môn, Ngọc Luật thuộc về An Giang; phủ Quảng Biên với 3 huyện huyện Khai Biên, huyện Vĩnh Tường và huyện Chân Thành thuộc tỉnh Hà Tiên. Số còn lại thì chiếu theo địa thế liên lạc, số dân nhiều ít, đặt làm 14 phủ 29 huyện, cho thống thuộc vào 6 tỉnh.

Triều đình chiếu theo các phủ, huyện trong tập tâu xin chia đặt, dồn lại làm 10 phủ, 23 huyện, cho tên mới. Nơi nào gần phủ hạt Trấn Tây thì do Tướng quân, Tham tán, quản nhiếp, nơi nào gần địa hạt 3 phủ: Hải Đông, Hải Tây, Sơn Tĩnh, thì do các tuyên phủ quản hạt; riêng Tướng quân, Tham tán thống trị cả:

- Phủ Trấn Tây nguyên là phủ Nam Vang đổi ra, lấy bờ phía tây phủ cùng đất La Kết đặt làm huyện Thái An; lấy bờ sông phía đông phủ 2 huyện Lư An, Tầm Vu dồn làm huyện Lư An thuộc vào phủ ấy. Phủ nha kiêm lý huyện Thái An, thống hạt huyện Lư An, đinh số 6769 người.

- Phủ Nghi Hoà mới đặt ra, lấy hai huyện Thượng

Phong, Phong Nhương thuộc vào. Phủ nha kiêm lý huyện Thượng Phong thống hạt huyện Phong Nhương, đinh số 6570 người. Huyện Thượng Phong nguyên là huyện Hoá Di đổi ra; huyện Phong Nhương nguyên là huyện Bát Ca đổi ra.

- Phủ Nam Ninh mới đặt ra, lấy 3 huyện Nam Thịnh, Phù Nam, Nam Thái thuộc vào. Phủ nha kiêm lý huyện Nam Thịnh, thống hạt huyện Phù Nam, Nam Thái, đinh số 4326 người. Nam Thịnh nguyên là huyện Ba Nam đổi ra, Phù Nam nguyên là huyện Tầm Đôm, huyện Tuy Lạp dồn lại đổi ra.

- Phủ Vũ Công mới đặt ra, lấy 3 huyện Bình Tiêm, Kỳ Tô, Trưng Thuỵ thuộc vào. Phủ nha kiêm lý huyện Bình Tiêm, thống hạt huyện Kỳ Tô, huyện Trưng Thuỵ, đinh số 6329 người. Huyện Kỳ Tô nguyên là huyện Thời Tô đổi ra. Bốn phủ này đều do Tướng quân, Tham tán thành Trấn Tây quản nhiếp.

- Phủ Hải Tây, lấy 2 huyện Hải Bình, Thâu Trung thuộc vào. Phủ nha kiêm lý huyện Hải Bình, thống hạt huyện Thâu Trung, đinh số 2501 người. Hải Bình nguyên là phủ lỵ, cùng huyện Ca Âu dồn lại và đổi tên. Thâu Trung nguyên là 3 huyện Ý Dĩ, Vọng Vân, Thâu Trung dồn lại.

- Phủ Ninh Thái mới đặt ra, lấy 3 huyện Ngọc Bi, Giang Hữu, Thái Thịnh thuộc vào. Phủ nha kiêm lý huyện Ngọc Bi, thống hạt huyện Giang Hữu, huyện Thái Thịnh, đinh số 5257 người. Giang Hữu nguyên là đất Lò Việt cùng một thôn Trung Hà đổi ra; Thái Thịnh nguyên là Long Tôn đổi ra. Hai phủ này đều do Tuyên phủ sứ phủ Hải Tây quản hạt.

- Phủ Hải Đông lấy 2 huyện Hải Ninh, Tập Ninh thuộc vào. Phủ nha kiêm lý huyện Hải Ninh, thống hạt huyện Tập Ninh, đinh số 1804 người. Hải Ninh nguyên là phủ lỵ, cùng huyện Ca Nhi dồn lại đổi tên là Hải Ninh; Tập Ninh nguyên là 2 bảo Sa Tôn, Chi Trinh dồn lại đổi tên là Tập Ninh.

- Phủ Hà Bình mới đặt ra, lấy 2 huyện Trung Hà, Phước Lai thuộc vào. Phủ nha kiêm lý huyện Trung Hà, thống hạt huyện Phước Lai, đinh số 2808 người. Trung Hà nguyên là huyện Chân Tài cùng 5 thôn Trung Hà dồn lại. Hai phủ này đều do Tuyên phủ sứ phủ Hải Đông quản hạt.

- Phủ Sơn Tĩnh lấy 2 huyện Quế Lâm, Sơn Đông thuộc vào. Phủ nha kiêm lý huyện Quế Lâm, thống hạt huyện Sơn Đông, đinh số 475 người. Quế Lâm nguyên là phủ lỵ, cùng huyện Quế Lâm dồn lại; Sơn Đông nguyên là huyện Sơn Phú đổi ra.

- Phủ Mỹ Lâm, lấy 2 huyện Mỹ Tài, Hoa Lâm thuộc vào. Phủ nha kiêm lý huyện Mỹ Tài, thống hạt huyện Hoa Lâm, đinh số 3226 người. Hoa Lâm nguyên là huyện Sơn Trung cùng với Hoa Lâm dồn lại. Hai phủ này đều do Tuyên phủ sứ phủ Sơn Tĩnh quản hạt.

Đổi phong Quận chúa Chân Lạp là Ngọc Vân làm Mỹ Lâm quận chúa; huyện quân là Ngọc Biện làm Lư An huyện quân; Ngọc Thu làm Thâu Trung huyện quân; Ngọc Nguyên làm Tập Ninh huyện quân; cấp cho lệ lương bắt đầu từ ngày mồng 1 tháng 7 năm nay. Ngọc Vân mỗi năm 500 quan tiền, 100 phương gạo; Ngọc Biện 300 quan tiền, 80 phương gạo; Ngọc Thu, Ngọc Nguyên mỗi người 200 quan tiền, 60 phương gạo. Lại sai bọn Tướng quân, Tham tán trích phái những lính ở dinh mới dồn, cắt đi thuộc theo Ngọc Vân 2 suất đội, 100 lính; thuộc theo Ngọc Biện, Ngọc Thu, Ngọc Nguyên mỗi người đều 1 suất đội, 30 lính.

Làm thêm thuyền hiệu rất to nhiều dây, bọc đồng gọi là

thuyền Kim Ưng, theo như cách thức thuyền Thanh Loan, duy chiều rộng thêm 1 thước 3 tấc, cộng bề rộng là 2 trượng 2 thước 5 tấc; chiều dài thêm 2 thước 2 tấc, cộng bề dài 9 trượng 7 thước 2 tấc. Sai Chưởng vệ là Đoàn Kim, Chánh phó giám đốc là Đinh Văn Quý, Lê Văn Xuyên trông coi việc đóng thuyền ấy.

Tháng 6 [29/6-28/7/1860], Vua sai Tham tri bộ binh Lê Văn Đức sung Khâm sai đại thần, thự Tham tri bộ Hộ Doãn Uẩn làm phó, mang cờ bài vương mệnh và đem theo khoa đạo nhân viên ở ty trong 6 bộ gồm 10 người đến thành Trấn Tây, hội đồng với bọn Tướng quân, Tham tán, chiếu theo số bãi, bến, sông, ngòi, đầm, ao, chỗ nào có người, buôn bán, đi lại, đổi chác; liệu đặt cửa quan, bến tuần, định rõ ngạch thuế. Còn điền thổ sản vật, phàm thứ gì thuộc về sức dân làm ra thì ngạch thuế đánh nhẹ, để tỏ rõ chính sách của triều đình khoan rộng. Những điền thổ đã thành bờ ngăn, đều đem trượng đo, cho thành mẫu sào. Sản vật hoa lợi sản xuất ra, thì cho cứ nộp thuế bằng sản vật ấy, cho dân được tiện.

Vua đi tuần chơi núi Thuỷ Ba; thuyền Vua đi đường sông Lợi Nông [huyện Hương Thuỷ, Thừa Thiên]. Khi đến nơi, sai gióng xe đến chùa Thánh Duyên, đề thơ ở chùa trên núi rằng:

"Ký hữu hành cung phạn vũ,
khởi vô liễu lục đào hồng.
Cảnh như thị, nhân như thị,
không thị sắc sắc thị không".

Dịch nghĩa:

"Đã có cung vua chùa Phật,
há không liễu biếc đào hồng.

Cảnh như thế, người như thế,
không là sắc, sắc lại là không".

Lại thuận đường ra cửa biển Thuận An; lên lầu Quan Hải, xem các hiệu thuyền nhiều dây bọc đồng thao diễn. Thấy thuyền Thanh Loan mới chế, đi lại nhanh lẹ, rất khen ngợi. Thưởng cho bọn chuyên biện áo sa dày mỗi người một cặp. Lại thí nghiệm tàu thuỷ chạy bằng hơi nước, tập bắn súng lớn súng nhỏ, rồi trở về cung.

Sai bộ Công phái bộ ty đi ra quán Chân Vũ [Trấn Vũ, Quan Thánh] Hà Nội, xem kỹ sự tích, theo từng khoản biên lấy; khi về dâng lên. Vua bảo bộ Lễ rằng: "*Quán này trước có bia của họ Trịnh để lại, phần nhiều để khoe khoang; lại có biển khắc thơ nôm, càng bỉ lậu. Xét ra, họ Trịnh chuyên quyền lấn áp, tiếng là tôi nhà Lê, thực là giặc nhà Lê. Danh phận không chính thì lời nói không thuận, phàm có đăng ký cái gì đều không đủ tin, há nên đủ lưu truyền về sau. Chuẩn cho lập tức triệt bỏ bia ấy, mài đục chữ đi, cái biển đề thơ cũng đốt đi. Lại truyền dụ cho các địa phương từ Hà Tĩnh trở ra Bắc, phàm các đền, từ nếu có bia, biển của họ Trịnh làm ra, đều cho theo như thế mà làm. Lại các sườn núi, đỉnh núi ở các núi có tiếng nào mà có chữ của họ Trịnh đề khắc, đều mài đục đi, chớ để dấu tích lại.*"

Làm tàu bằng hơi nước hạng trung kiểu mới. Sai Chưởng vệ là Đoàn Kim, Chánh phó giám đốc là Lê Văn Quý, Lê Văn Xuyên chiếu theo thể chế cách thức tàu chạy hơi nước hạng to mới mua về, châm chước mà làm; thân tàu dài 5 trượng 4 thước, ngang 9 thước, sâu 4 thước 3 tấc 6 phân. Nồi chứa nước dài 6 thước 5 tấc, ngang 5 thước, cao 4 thước 1 tấc, trục bánh xe guồng 2 bên làm dài thêm 2 thước. Tay guồng 12 cái vẫn làm bằng sắt, duy ván tay lái làm bằng gỗ lim dài 3 thước 3 tấc, mặt 9 tấc, 2 đầu trục bánh xe guồng làm thêm mỗi bên một cái đỡ trục bằng đồng. Còn ống còi cùng ống khói cùng cột đồng trung tâm cái guồng và cái nắp nồi chứa nước, hoặc làm bằng sắt, hoặc làm bằng đồng, tuỳ tiện mà làm. Ván thân tàu hoặc gỗ tử gỗ đỗ cũng được, ván chỉ dày 8 phân. Còn tàu chạy hơi nước hạng trung cũ để làm tàu vận tải tầm thường gọi là ô thuyền [tàu đen].

Hà Tiên, Vĩnh Long, Khánh Hoà đem số quân binh phái đi khai khẩn ruộng, tâu báo lên; chiếu theo số ruộng, số thóc thu được nhiều hay ít, thưởng tiền theo thứ bậc khác nhau. Hà Tiên ruộng hơn 940 mẫu, thu hoạch được thóc hơn 3900 hộc, thưởng tiền 300 quan. Vĩnh Long ruộng 260 mẫu, thu hoạch được thóc hơn 2800 hộc, thưởng tiền 250 quan. Khánh Hoà ruộng hơn 140 mẫu, thu hoạch được thóc hơn 230 hộc, thưởng tiền 100 quan.

Thưởng cho dân thọ 100 tuổi ở các địa phương: Thừa Thiên 2 người, Bình Định, Phú Yên, An Giang, Nam Định mỗi tỉnh một người.

Nhân ngày chúc thọ 60 tuổi của Vua Đạo Quang vào năm sau [1841], gọi là lễ Vạn Thọ, Sứ thần Việt Nam sẽ đến chúc mừng; Vua Đạo Quang ban lệnh cho Tuần phủ Quảng Tây Lương Chương Cự thu xếp để Sứ thần có thể đến kinh đô Bắc Kinh đúng nhật kỳ vào tháng 7 năm sau:

"***Ngày 26 Giáp Thân tháng 6 năm Đạo Quang thứ 20*** [24/7/1840], *lại dụ:*

Lương Chương Cự dâng tấu triệp về việc Quốc vương Việt Nam xin năm sau dự lễ cung chúc vạn thọ và cho biết ngày đến quan ải. Quốc vương Việt Nam Nguyễn Phúc Kiểu nặng tình chúc mừng, Sứ thần nước này cho vào tháng 7 năm sau đến kinh đô; viên Tuần phủ hãy ước định nhật kỳ đến quan ải, báo cho viên Quốc vương tuân theo mà liệu biện. Đem dụ này lệnh hay biết." (**Tuyên Tông Thực Lục** quyển 335, trang 31)

Tháng 7 [29/7-26/8/1840], mở khoa thi Hương ở Thừa Thiên, Nghệ An, Gia Định. Sai Tả tham tri bộ Lễ Phan Bá Đạt làm Chủ khảo trường Thừa Thiên; Thông chính phó sứ Phan Thanh Giản sung Phó chủ khảo. Tả tham tri Đặng Văn Thiêm làm Chủ khảo trường Nghệ An; Án sát Hải Dương là Hoàng Tế Mỹ sung Phó chủ khảo. Lang trung bộ Binh Phạm Sỹ Ái làm Chủ khảo trường Gia Định, thự Tế tửu Quốc tử giám Nguyễn Văn Nhượng sung Phó chủ khảo.

Lấy đỗ Cử nhân trường Thừa Thiên 31 người là: Trần Văn Chỉnh, Nguyễn Đức Trứ, Nguyễn Thanh Oai, Nguyễn Văn Quý, Ngô Khắc Kiệm, Nguyễn Đắc Tuấn, Phan Hữu Từ, Nguyễn Thế Vinh, Nguyễn Tiến Lộc, Nguyễn Phiên, Dương Văn Hiển, Nguyễn Văn Mẫn, Nguyễn Ngọc Chân, Nguyễn Sỹ Long, Đặng Công Tuấn, Nguyễn Hữu Trinh, Trần Công Bình, Hồ Văn Trị, Vũ Duy Thành, Phan Văn Thuật, Mai Trúc Tùng, Trần Văn Tảo, Nguyễn Đăng Ngạn, Vũ Văn Trị, Vũ Văn Khiêm, Lê Đình Dương, Nguyễn Công Vụ, Lê Văn Cẩn, Trần Văn Gia, Cung Thế Dự, Vũ Khắc Đồng. Trường Nghệ An 20 người là: Nguyễn Huy Giáp, Lê Thế Quán, Nguyễn Huy Tế, Vũ Nguyên Doanh, Nguyễn Trùng Tân, Mai Anh Tuấn, Phan Đình Phong, Bùi Thức Kiên, Phạm Truỳ, Phan Duy Vĩnh, Hồ Sỹ Tuần, Trần Hậu Lộc, Lê Dụ, Nguyễn Đình Phác, Uông Nhật Hân, Đào Đăng Phẩm, Nguyễn Văn Hào, Nguyễn Thái Thông, Nguyễn Thành Doãn, Dương Lệ.

Đến lúc danh sách đệ lên, bộ Lễ xét ra Cử nhân trường Thừa Thiên là Mai Trúc Tùng, Vũ Khắc Đồng, quyển thi thứ hai bài phú trùng vận, đều truất xuống làm Tú tài; quan trường bị giáng 1 cấp.

Trường Gia Định Chánh phó chủ khảo, chấm văn chưa xong, nối nhau ốm chết. Vua sai bọn Đề điệu đem cả quyển thi niêm phong lại đưa về bộ. Khi đệ đến nơi, vua sai đường quan 6 bộ và viện Đô sát, mỗi bộ viện cử 1 người; hội lại chấm văn ở viện Tả Đãi Lậu. Lấy đỗ Cử nhân 6 người: Nguyễn Hoài Vĩnh, Lê Phước Đức, Trần Văn Lập, Vũ Tiến Huy, Kiều Khắc Hài, Phan Văn Chất. Đưa danh sách về Gia Định treo bảng, chiếu lệ cấp cho mũ áo, ban yến theo lệ.

Quan tỉnh Hưng Yên tâu hạt ấy vào đầu xuân có bệnh dịch hơn một tháng thì thôi. Đến tháng 5 tái phát, bị truyền nhiễm chết đến hơn 3000 người, nay mới yên hẳn; Vua dụ theo lệ, cấp cho tiền tuất.

Quan tỉnh Quảng Trị tâu rằng thổ dân châu Mường Bổng phủ Cam Lộ, kỳ thuế năm ngoái đều trốn tránh đi; thổ ty là Cốc Phả Xuyên gọi về không được, cũng trốn đi luôn. Hiện đã phái quan tỉnh hiệp cùng với viên phủ đến khám. Cốc Phả Xuyên mới đến thú tội, xin hoãn thuế đến tháng 8 tháng 9, chiêu tập những dân trốn nộp thuế đủ như lệ.

Cho dời Công chúa Chân Lạp mới được phong là Mỹ Lâm quận chúa Ngọc Vân, Thâu Trung huyện quân Ngọc Thu, Tập Ninh huyện quân Ngọc Nguyên đến ở Gia Định. Trước đây Nặc Yểm từ nước Xiêm về, có tên Mao là em tên giặc Ma và là cậu của Công chúa Chân Lạp Ngọc Biện, lẫn vào với bọn dân cùng về; ghép cho ở huyện Hải Bình. Ngọc Biện thường ngầm đem tài vật đưa cho. Mao nhân thế ngầm dẫn thám tử của tên giặc Ma đem mật thư đến thành La Kết rủ Ngọc Biện trốn sang cõi giặc để đoàn tụ với mẹ là Thị

Tiếp. Ngọc Biện lại viết thư đưa cho. Thư đại khái nói: "*Tình trạng trong nhà rất không được như trước, thường muốn trốn đi, nhưng quan binh đường thuỷ đường bộ phòng giữ nghiêm mật, chưa thể trốn đi được, xin liệu tính hộ cho*". Khi ấy có một tôi tớ gái nói rằng: "*Việc này nếu có Nhâm Vu ở nhà cùng nhau điều đình mới ổn*". Nhâm Vu trước từng nuôi Ngọc Biện, rất là thân tín. Cai đội Dương Quan Thảo dò thám được tin ấy, mật báo viên phủ Hải Tây uỷ cho thổ biền Phó quản cơ lĩnh Phủ uỷ là Sa Mộc dò xét bắt được tên Mao đem nộp. Bọn Tướng quân Trương Minh Giảng bèn mật tâu xin đem bọn Ngọc Biện trị tội, Ngọc Vân, Ngọc Nguyên cũng xin chọn một chỗ cho ở yên một nơi.

Vua dụ lập tức cách bỏ hàm được phong Huyện quân của Ngọc Biện, cùng với tên Mao và một đám can phạm, giao cho bọn Tướng quân, Tham tán điều tra rõ, nghị tội rồi tâu lên. Nhâm Vu trước đây bị giáng làm Chánh đội trưởng phát đi Bắc Ninh. Hãy báo dọc đường; nếu Nhâm Vu đi đến hạt nào, lập tức áp giải đến Kinh, giao bộ Hình xét hỏi. Còn Ngọc Vân, Ngọc Nguyên cho dời đến ở Gia Định, thân thuộc nô lệ đều cho mang đi theo. Cai đội Dương Quan Thảo dò thám tố cáo, thưởng gia hàm Phó quản cơ và 300 quan tiền.

Đến khi án dâng lên, Ngọc Biện, tên Mao cùng cùng đồng loã là tên Ô, tên Tiên, đều chiếu luật "mưu bạn" xử trảm quyết.

Phái viên thuyền Linh phượng là bọn Nguyễn Long, Lê Bá Tú từ Tiểu Tây dương [thuộc địa của nước Pháp tại Ấn Độ] công cán trở về, vô sự.

Cấp 10 chiến thuyền cho đồn cửa biển Đà Nẵng tỉnh Quảng Nam, gồm thuyền Hải đạo lớn 5 chiếc, thuyền Hải đạo 5 chiếc, đồ vật phụ tùng thuyền. Giao cho Lãnh binh chuyên quản 2 thành An Hải, Điện Hải là Lương Văn Liễu nhận giữ, để phòng khi sai phái. Vua bảo viện Cơ mật rằng: "*Nay nghe nước Anh Cát Lợi cùng nước Thanh gây hiềm khích, xảy ra chiến tranh, mà nước ta tiếp liền với cõi nước Thanh, từ trước đến giờ tàu ngoại quốc cũng thường đến đậu ở vụng Trà Sơn tỉnh Quảng Nam, cần nên trước khi có việc gia tâm tuần xét để việc phòng bị bờ biển được vững chắc. Vậy nên truyền dụ cho tỉnh thần Quảng Nam sức ngay cho Lương Văn Liễu cùng viên coi đồn Đà Nẵng liệu phái người biết việc ngày thường đem kính thiên lý ngồi vào chiếc thuyền nhanh nhẹ ra ngoài biển khơi trông nhòm. Nếu thấy chiến thuyền kiểu Tây dương chỉ độ 1, 2 chiếc, tất phải thân đến hỏi rõ tình hình, theo lệ trước mà làm. Nếu thấy chiến thuyền đến 3, 4 chiếc trở lên, lập tức báo cho tỉnh biết, tỉnh thần thượng khẩn làm tờ sớ đệ tâu. Và phải phái 1 viên quản vệ, cơ đem lính tỉnh 500 hay 600 tên đến ngay hội đồng với biền binh trú phòng 2 thành An Hải, Điện Hải, hợp sức lại để phòng hộ, không được để chậm một khắc nào*".

Ngày Quý Sửu [22/8/1840] vua thân đến làm lễ yết lăng Trường Cơ (1); trước đây vua dụ bộ Lễ rằng: "*Năm nay gặp chính thọ ngũ tuần của trẫm, đi đứng khoẻ mạnh, ăn ngủ đều tốt, 4 cõi yên bình, trăm họ yên vui, đều nhờ phúc ấm tổ tiên, chứ ta làm gì mà được. Nghĩ đến đức tổ để lại, lòng cháu tưởng nhớ xiết bao....*"

Đặt tên cho 3 tàu thuỷ chạy bằng hơi nước: tàu lớn gọi là tàu Yên Phi, tàu hạng trung gọi là tàu Vân Phi, tàu nhỏ gọi là tàu Vũ Phi, đều khắc chữ thếp vàng ở đằng sau lái. Tàu Yên Phi khi mới mua ở Tây dương về, máy móc nhiều chỗ han gỉ, nồi sắt cũng rò nước, chạy thử chưa được nhanh lẹ. Đã sai đốc công sức thợ tháo ra xem xét, mài giũa từng cái, sửa chữa chỉnh đốn, lại lắp vào như cũ. Cho cùng thuyền hiệu Bình Hải ra biển chạy thử, từ cửa biển Thuận An đến đồn Đà Nẵng, đi về 2 lần, tàu chạy máy hơi nước, chạy nhanh hơn. Vua ban khen thưởng Đốc công là Hoàng Văn Lịch, Vũ Huy Trinh đều gia một cấp, áo quần mỗi người 2 cái; còn các thợ thì thưởng chung 300 quan tiền.

Xây pháo đài Phòng Hải ở tỉnh Quảng Nam. Trước đây vua cho là chỗ vụng Trà Sơn ở đầu cửa biển Đà Nẵng là chỗ trọng địa của bờ biển, công việc phòng bị nên phải 10 phần chu đáo cẩn mật. Sai Hữu tham tri bộ Công là Nguyễn Công Trứ đem theo bọn Phó vệ uý Tôn Thất Tường đi đến nơi khám xét chỗ các thuyền lớn bọc đồng chứa đậu. Nếu dùng để đánh trận nên đặt thêm mấy cỗ súng, bao nhiêu lính cho đủ dùng. Lại xem chỗ đỗ thuyền cách bờ gần xa thế nào; một dải núi ven bờ biển, chỗ nào xung yếu mà địa thế hơi bằng phẳng nên đặt pháo đài, để cho trên bờ dưới thuyền chiếu ứng với nhau được, thì vẽ đồ bản dâng lên. Đến khi về, Trứ nói rằng: Các thuyền hiệu Thuỵ long, Phấn bằng, Thanh loan, mỗi thuyền nên phái thêm 100 biền binh thủ hộ, 10 cỗ súng quá sơn (trước cấp cho 6 cỗ súng Hồng y đồng), 100 súng điểu thương, 15 cây giáo dài, để việc canh giữ được nghiêm. Còn như việc đặt pháo đài, đã xem được đảo Mỏ Diều ở vụng Trà Sơn, 4 mặt rộng rãi đối nhau với pháo đài Định Hải, có thể nương tựa được. Xin xây pháo đài hình bầu dục dài 57 trượng, ngang 7 trượng, để cùng chống đỡ hộ nhau. Phía đông pháo đài mở một cửa, ven cửa xây luỹ đá, trong dựng trại lính kho lương. Lại đặt lầu trông ngắm ở đài đốt lửa cũ tại núi Trà Sơn, chế cấp cờ hiệu để lâm thời treo lên làm hiệu.

Cho Tả tham tri bộ Lễ Nguyễn Tri Phương quyền thự Tuần phủ Nam Ngãi. Tri Phương đến lỵ sở, đi xem hình thế, dâng sớ rằng: Đảo Mỏ Diều nguyên từ núi Trà nhô ra, trông chếch về phía đầu nguồn Câu Đê. Nếu xây pháo đài hình bầu dục thì không những thấp méo nhiều đoạn, xây dựng tốn nhiều công, mà ở ngoài biển trông vào, hình pháo đài lại không tề chỉnh. Xin đổi xây làm pháo đài tròn, đường kính 9 trượng, hơn pháo đài Định Hải 7 thước, 2 tầng trên dưới đài thành đặt 27 cỗ súng lớn; tầng trên 8 cỗ súng đồng Quá sơn, tầng dưới 19 cỗ súng gang Hồng y. Kho thuốc súng, kho lương, trại lính đều làm ở trong đài, cho được chỉnh và tiện. Lại từ thành An Hải đến thôn Vĩnh Yên, một dải bãi cát ven biển, cùng chỗ thuyền đỗ xa nhau lắm. Nếu vào chỗ nước sâu 10 thước, dời thuyền đến đỗ, chỉ được hơn 10 trượng, vẫn còn cách xa, tầm súng không thể tới được. Đắp luỹ ở đấy tưởng cũng vô ích. Mà gần cạnh Trà Sơn đã có pháo đài Phòng Hải mới đặt, đài ấy với thuyền đã có thể chiếu cố lẫn nhau; lại có thể át chế thuyền ngoài biển đến, cũng đủ ngăn giữ, không cần phải đắp luỹ làm gì. Lại cái đài đốt lửa cũ ở Trà Sơn, từ chân núi đi lên phải mất 2 chuyển đồng hồ mới đến nơi, nhòm ra ngoài biển thì phía đông bắc bị ngọn núi cao của Trà Sơn che lấp. Cứ ở cột cờ thành An Hải trông ra là thấy cả. Tuy về phía tây bắc có vướng núi Trà Sơn, nhưng đã có pháo đài Phòng Hải có thể thấy được cũng đủ để gọi bảo đáp ứng lẫn nhau. Xin ở trên chòi cao trên kỳ đài An Hải tuỳ thế làm gác che chắn để làm nơi trông ra ngoài biển, không cần phải đặt thêm lầu trông ngắm nữa, chỉ thêm khó nhọc vô ích. Đến như cờ hiệu ở đài thành thì cờ vàng đã có của công chế cấp cho; còn cờ đỏ, cờ gấm đỏ trắng, cờ gấm lam trắng, xin chế cấp cho mỗi hiệu đều 2 bức. Đều dài 6 thước 3 tấc, rộng 5 thước 6 tấc. Những biền binh canh giữ hằng ngày đem kính thiên lý lên chòi trông ngắm hướng ra biển mà nhòm, nếu thấy hình dáng thuyền nhiều dây mà chưa biết đích là thuyền công nước mình, hay thuyền ngoại quốc, 1, 2 chiếc thì treo cờ đỏ, 3, 4 chiếc trở lên thì treo cờ gấm hồng trắng. Đến khi nhận biết là thuyền nước mình thì hạ cờ trước xuống mà đổi treo cờ vàng; là thuyền ngoại quốc thì cũng hạ cờ trước xuống, đổi treo cờ gấm lam trắng. Nếu ở thành An Hải trông thấy trước treo cờ lên thì pháo đài Phòng Hải cũng theo hiệu cờ của An Hải mà đem cờ ấy treo lên để trả lời; ở pháo đài Phòng Hải trông thấy trước treo cờ lên, thì thành An Hải cũng theo cờ trả lời như thế. An Hải hoặc pháo đài Phòng Hải treo cờ hiệu lên, trừ cờ vàng ngày thường treo thì không kể, còn như cờ đỏ, cờ gấm hồng trắng, cờ gấm lam trắng, thì Hải Vân Quan lập tức làm tờ tâu chạy nhanh đệ lên, Điện Hải cũng lập tức báo ngay đến tỉnh để dự bị trước khi có việc. Vua theo lời tâu ấy. Chuẩn cho lượng lấy hơn 400 binh dân giao cho Lãnh binh Lương Văn Liễu, hiệp cùng với ty ở bộ, vệ Giám thành ở Kinh phái đến trông coi việc làm pháo đài ấy.

Hộ đốc Ninh Thái là Nguyễn Đăng Giai tâu rằng nước sông lên to, đê sông con tại xã Du Lâm, Đông Xá [huyện Từ Sơn, Bắc Ninh] bị vỡ. Đã đốc suất binh dân ra sức đắp lấp, hiện đã đắp kín lại rồi; duy ruộng lúa chỗ thấp noi có bị ngập.

Tuần phủ Hưng Yên là Hà Thúc Lương tâu mực nước cây thuỷ chí (2) ở bến sông lên hơn kỳ đầu xuân 12 thước 9 tấc, các đoạn đê ở tả ngạn sông Cửu An và đường quai giữ quanh thành, nước đều tràn qua, sạt lở đến hơn 1400 trượng; đã điều nhiều dân binh ra sức sửa đắp, giữ vững được.

Xây pháo đài Hổ Cơ và bảo Thi Nại tỉnh Bình Định. Vua nghĩ cửa biển Thi Nại nước sâu núi cao, thuyền tàu đi lại thường hay đỗ lại, cũng là chỗ địa đầu xung yếu. Phái nhân viên bộ Công và vệ Giám thành hội với quan tỉnh xem hình thế đất. Bèn chuẩn cho lập một pháo đài ở xứ Hổ Cơ, gọi là pháo đài Hổ Cơ. Lại đặt 1 đồn đắp luỹ đất ở gò cát đối ngạn với pháo đài, gọi là đồn Thi Nại để chống đỡ với nhau. Xứ Hổ Cơ ở bờ đông nam đồn cửa biển, trên có một núi cao hơn 7 trượng, có thể trông ra ngoài biển. Pháo đài xây hình tròn, chu vi 27 trượng, thân đài cao 5 thước 4 tấc, 3 mặt đằng trước, bên tả, bên hữu đều xây bậc đá, chia đặt 10 cỗ súng gang Hồng y, 2 cỗ súng gang Phách sơn, 6 cỗ súng đồng Quá sơn. Mặt sau làm cửa đài, khoảng giữa đài về mạn trước xây cột cờ, bên tả đặt kho thuốc súng, bên hữu làm trại lính. Gò cát ở phía tây đồn cửa biển ngang đối với xứ Hổ Cơ, cách nhau hơn 280 trượng, đồn đắp hình dài, trước sau đài đều 10 trượng, tả hữu ngang đều 7 trượng 2 thước, thân luỹ cao 6 thước 3 tấc. Mặt trước xây bậc để súng, chia đặt súng gang Hồng y, Phách sơn mỗi thứ 2 cỗ, 2 cỗ súng đồng Quá sơn. Mặt sau làm cửa đồn, quãng giữa đồn làm một trại lính. Chỗ gần đồn làm một cái nhà vuông, cho viên coi đồn ở.

Ngày Canh Thân tháng 8 [29/8/9/1840] sửa đắp bảo thành, tức thành bao nơi lăng tẩm các lăng liệt thánh và đế hậu; xây cao thêm 3 thước, xây thêm cửa có cánh đóng.

Đổi kỳ thi Hương ở trường Gia Định. Vua dụ bộ Lễ rằng: Trường thi Hương ở Gia Định, lệ trước thi vào tháng 7. Xét ra, trường ấy đường đi khá xa, trong Kinh có phái quan đi chấm trường, thì thượng tuần tháng 6 đã phải lên đường, mới kịp kỳ vào trường, mà tháng ấy khí trời đương nóng nực nung nấu, rất là khó nhọc vất vả. Nhân nghĩ: đặt ra khoa thi Hương trong tiết thu đều có thể cử hành; nay đổi lấy tháng 9 vào thi.

Tỉnh Hưng Yên bị trận gió bão to, 3 huyện: Kim Động, Phù Dung, Tiên Lữ thuộc hạt ấy, nhà cửa của dân, phần nhiều bị đổ gãy. Quan tỉnh đem việc tâu lên. Vua nói: "*Các huyện ấy ở về bờ phía hữu sông Cửu An, hằng năm gặp nước lớn, ruộng lúa bị ngập mất, đã từng nhiều phương cứu chữa, đau khổ của dân đã hơi hồi lại. Nay đã từng bị ngập lụt, lại gặp nạn gió, thì trông nhờ vào đâu?". Bèn sai tỉnh thần, chi tiền ở kho ra lập tức chiếu những nhà bị hại phát chẩn cho nhà lớn cấp cho 3 quan, nhà nhỡ 2 quan, nhà nhỏ 1 quan*."

Tỉnh Quảng Nam có chủ thuyền người nước Anh tên là Yết Giả, đến đỗ thuyền ở vụng Trà Sơn; quan tỉnh xin theo lệ thuyền buôn Tây dương, đánh thuế vào cảng; nếu họ muốn mua đường cát, cũng chiếu theo người buôn nước Thanh, thu thuế hàng hoá. Vua dụ rằng: "*Nay Yết Giả đem hàng hoá Tây dương đến, nhà nước thu mua, họ muốn đổi lấy đường cát, hoặc muốn nhận mua, cũng lấy hoá vật của công mà cung cấp. Nếu nhất khái, đánh thuế hàng hoá, không phải là cách vỗ yên thân mến người phương xa. Nên cho miễn thuế, nhưng nên bảo cho họ biết đức ý của triều đình*".

Xây nhà công quán, kho thóc công ở cửa biển Đà Nẵng, tỉnh Quảng Nam. Công quán 1 sở, 4 phía xây tường gạch vuông đều 9 trượng; thân cao 3 thước 8 tấc, trước sau đều xây 1 cửa tò vò. Kho thóc công 3 toà, xây tường gạch trước sau đều dài 15 trượng 2 thước, tả hữu đều dài 23 trượng, thân cao 4 thước 5 tấc, đằng trước xây 1 cửa tò vò.

Ngày Đinh Sửu [15/9/1840] làm ngôi sinh phần của Vua ở

núi Hiếu [quận Hương Trà, Thừa Thiên] điều binh dân 3000 người khởi công làm. Sai Hiệp biện Đại học sĩ là Trương Đăng Quế, Hộ bộ Thượng thư là Hà Duy Phiên đứng trông nom công việc.

Khâm sai đại thần là Lê Văn Đức và Doãn Uẩn hội đồng với bọn Tướng quân, Tham tán thành Trấn Tây Trương Minh Giảng và Dương Văn Phong cùng tâu: Sông, ngòi, cồn, bãi, thuộc toàn hạt Trấn Tây, hằng năm về tháng 5, 6 quận chúa và huyện quân cùng bọn thuộc biền, đều chiếu theo chỗ nào về phần mình thì đem bán màu. Về đậu khấu (3) thì hằng năm khi đã chín, thổ mục sai dân ở chân núi đi hái nhặt, quận chúa chi bạc trả giá có thứ bậc khác nhau. Năm nay các chỗ sông, ngòi, cồn, bãi, có chỗ đã đem bán, có chỗ chưa đem bán; mà đậu khấu chính là lúc đương chín, quận chúa cũng có phát bạc giao cho Phủ uý Hải Tây; theo như trước thu mua. Nay bọn quận chúa, huyện quân, đã cho dời về Gia Định, vậy sông, ngòi, cồn, bãi, chỗ nào đã bán rồi, nên căn cứ vào bọn chuyên biện thổ quan, mà truy thu nộp vào kho; chỗ nào chưa bán, chiếu theo giá năm trước cho bán đi gồm: sông, ngòi, 136 sở, cộng thành bạc 2590 lạng, bạc tiểu kê [bạc có dấu hiệu con gà nhỏ] 3952 đồng, tiền 11200 quan; cồn, bãi 3006 sở, cộng thành bạc 8080 lạng; bông sợi 3300 cân. Về đậu khấu xin sai phủ Hải Tây lượng phái quân binh đến núi ấy tuần tiễu, nhưng sức thổ dân hái nhặt, hết thảy đều nộp quan mà lĩnh giá tiền; không được bán riêng cho người nước Thanh, hoặc người nước Xiêm.

Quân và dân Chân Lạp ở thành Trấn Tây làm phản. Từ khi Ngọc Biện bị tội, những người liên can phần nhiều bị giam, mọi người ngờ sợ; lại nghe tin bọn Trà Long, Nhâm Vu và La Kiên bị lỗi, càng có lòng oán. Bấy giờ bọn Huyện uý, ở huyện Thái Thịnh, phủ Ninh Thái [phủ Hải Tây quản hạt] là Tùng Hiên; Huyện uý, huyện Thượng phong, phủ Nghi Hoà [thành Trấn Tây quản hạt] là Đào Vân; Tùng Hiên khi Ngọc Biện còn bé thường theo hầu sai bảo, Đào Vân là thông gia của Tùng Hiên, đều đem gia quyến và thổ dân, mang theo khí giới, thớt voi, lẻn trốn đi, mưu định quấy rối. Thổ mục phủ Võ Công [thành Trấn Tây quản hạt] là ốc Nha tên là Lạp bộ hạ của Nhâm Vu, họp bọn đánh phá phủ nha. Nguyên Tri huyện Bình Xiêm, quyền thự Tri phủ Hải Đông [đông biển hồ Tonlesap] là Hoàng Công Hiền, tư vụ do Kinh phái ra là Nguyễn Văn Bách và lại mục là Võ Văn Thọ đều bị giết chết. Tri phủ Võ Công là Phạm Văn Chĩnh, sức không chống nổi, chạy đến thôn người Việt thuộc hạt ấy, xin quân đến cứu viện. Bọn Tướng quân Trương Minh Giảng nghe báo, lập tức phái Phó lãnh binh Nguyễn Tiến Phước đến phủ Võ Công; Quản cơ Lê Văn Chân đến phủ Nghi Hoà, liệu cơ phủ dụ hoặc đánh dẹp. Lại cho là lính ở hạt ấy hiện không có mấy, bàn với bọn Khâm sai đại thần là Lê Văn Đức và Doãn Uẩn gọi quân binh các tỉnh láng giềng là: An Giang, Vĩnh Long mỗi tỉnh điều 1000 người, đến nơi để trấn áp; rồi hội hàm làm sớ tâu ngay. Vua bảo viện Cơ mật rằng: "*Địa hạt Trấn Tây, rừng núi nhiều ngả, phải có nhiều quân chặn bắt, mới có thể dẹp tắt được sớm. Vậy truyền dụ cho tỉnh Gia Định, lập tức phái Chánh, Phó lãnh binh, hoặc Quản vệ, cơ lấy 2 người và 1000 biền binh; tỉnh Định Tường cũng phái 1 người Quản vệ, cơ, và 500 biền binh đi ngay đến theo bọn Tướng quân, Tham tán sai khiến. Và treo giải thưởng hậu: không cứ binh dân Kinh, Thổ, ai bắt hoặc chém được tên thủ nghịch là Tùng Hiên đem nộp, được thưởng 200 quan tiền; thứ phạm là Đào Vân và tên Lạp, đều thưởng 100 quan tiền.*

Nếu bắt sống được người trong bọn lũ ấy, thì mỗi tên phạm thưởng cho 10 quan tiền; chém được mỗi thủ cấp cắt lấy tai thưởng tiền 5 quan".

Huyện uý huyện Nam Thái, phủ Nam Ninh [giáp tỉnh Đồng Tháp, Long An, Tây Ninh] là An Hồng, tụ họp thổ dân đến phá huyện lỵ. Thự Tri huyện là La Văn Chức, Chủ sự kinh phái là Nguyễn Đức Hựu chạy đến đồn Tuyên Uy [huyện Hồng Ngự, Đồng Tháp], ở Định Tường xin cứu viện; dân Việt tránh giặc, cũng chạy đến đấy hơn 200 người. An Hồng bèn cùng Huyện uý huyện Nam Thịnh là Ba Mạt, họp bọn lan tràn đến đồn Thông Bình [sông Sở Thượng, Đồng Tháp], giết hại dân Việt hơn 90 người. Tù trưởng ở sóc Sa Lầy là Âm, thuộc hạ của La Kiên, cũng họp thổ dân theo giặc, cướp bóc thuyền buôn. Bọn giặc lại quấy nhiễu đồn Bông Nguyên, đốt hết nhà ở của người dân ở nơi ấy. Quan tại tỉnh tiếp được tin báo, lập tức sai Vệ uý vệ Tả thuỷ là Trần Hợp quản suất đem binh thuyền từ Vũng Cù [kênh Trung ương, Đồng Tháp] tiến thẳng đến đồn Tuyên Uy chặn đánh. Thự Bố chính là Nguyễn Đắc Trí lại thân đem binh thuyền theo sông Trí Tường [Tiền Giang], thẳng đến các đồn Thông Bình, Bông Nguyên đánh dẹp, và tư ngay cho Gia Định phái binh đến Quang Hoá. Thành Trấn Tây cũng phái binh đến Nam Ninh, ngăn chặn đường của bọn giặc chạy, và dâng sớ tâu lên ngay.

Cho Tham tri lĩnh Tuần phủ An Giang sung làm Tham tán Trấn Tây là Dương Văn Phong thăng thự Tổng đốc An Hà; Khâm sai đại thần là Lê Văn Đức quyền kiêm Trấn Tây Tham tán đại thần, Doãn Uẩn quyền sung Trấn Tây bang biện đại thần, hội cùng với bọn Tướng quân, Hiệp tán, trù nghĩ việc bắt giặc.

Người Chân Lạp Phó quản cơ, Lãnh phủ uý phủ Hải Tây là Sa Mộc làm phản bỏ đi; Phó quản cơ phụ giữ đồn Xà Năng [Kampong Chhnang, Cambodia] là Bồn Tốt cũng đem thổ binh trốn đi. Bọn giặc nổi dậy khắp cả mọi nơi, phủ huyện không kiềm chế được, lưu quan và dân Việt, phần nhiều bị giết hại.

Tổng đốc Định Biên là Nguyễn Văn Trọng tâu rằng phủ Tây Ninh thuộc hạt này, tiếp giáp địa giới thành Trấn Tây, động tĩnh có quan hệ với nhau. Nay thổ dân Trấn Tây gây biến, hiện đã uỷ cho Bố chính Lê Khánh Trinh, đem 600 biền binh đi tới phủ ly, chia phái đóng giữ, để dân được yên ổn.

Trương Đăng Quế tâu rằng thổ biền, thổ dân ở Trấn Tây, cùng theo nhau làm phản, phần nhiều là thuộc hạ của bọn Trà Long; xét về tình hình, chẳng qua vì cớ bọn Trà Long, Nhâm Vu bị tội mà sinh ra. Vua bèn xuống sắc cho bộ Hình, truyền dụ áp giải Trà Long, La Kiên, Nhâm Vu về Kinh, rồi tra hỏi nhưng không ai nhận tội, bèn cách chức, giam cấm. Bọn Trà Long xin viết thư gửi về cho họ hàng thân nhân bảo phải quay đầu lại để mong được khoan giảm bớt tội; Vua y cho.

Thổ biền phủ Quảng Biên [Kam pot, Cambodia] tỉnh Hà Tiên là Quản cơ Nha Tiên; Huyện uý huyện Khai Biên là Biên Kế, tụ họp thổ binh, thổ dân, hơn 2000 người, giữ trạm Quảng Trường, huyện Vĩnh Trường làm phản, đánh hãm đồn cửa biển ở bên tả phủ ly; binh ở đồn ấy ít và yếu khó chống nổi, đều chạy đến phủ Tĩnh Biên. Lại có hơn 300 thổ phỉ thuộc huyện Thượng Phong, lấn qua huyện Hà Âm [huyện Tịnh Biên, An Giang] xua đuổi bắt hiếp thổ dân, cùng bọn giặc ở Khai Biên, Quảng Biên cùng cứu viện cho nhau. Hộ phủ và Bố chính là bọn Nguyễn Trung Nghĩa lập tức uỷ cho Lãnh binh Hà Văn Củ, đem binh đến thẳng trạm Quảng Trường, cùng với Án phủ Lê Quang Nguyên, Phòng thủ uý Phạm Văn Sĩ đánh dẹp; lại khẩn tư cho tỉnh An Giang phái binh ở nơi gần đấy hiệp cùng với Tri phủ Tĩnh Biên là Nguyễn Khắc Biểu phòng giữ ngăn chặn.

Đạo binh của Đề đốc Vũ Đức Trung tiến đến vụng Xà Năng [Kampong Chhnang,Cambodia] phủ Ninh Thái [phủ Hải Tây quản hạt], sai bọn Phó quản cơ là Tôn Thất Mậu, chia đường đánh giặc. Khi đến Lợi Bắc và Rừng Me, tên nghịch phạm là Bồn Tốt, cùng tên Huyện uý Ngọc Bi là Thạch Viết, họp bọn hơn 1000 người ở nơi dọc theo rừng, phất cờ, đánh trống, bắn súng chống cự lại. Đức Trung thúc quân đánh rất dữ, giặc chết và bị thương rất nhiều, tan vỡ trốn chạy, đuổi chém được 6 tên, lấy được thuyền và khí giới rất nhiều. Bèn lưu Tri phủ Ninh Thái là Tống Đức Hưng, hiệp cùng với Quản cơ Tôn Thất Mậu giữ vụng Xà Năng, rồi lập tức đem binh thuyền thẳng tới Hải Tây [tây biển hồ Tonlesap] để đàn áp.

Vua cho là việc chạy trạm báo tin ở ngoài biên thuộc Trấn Tây được nhanh chóng, thưởng cho trạm mục ở các trạm men đường, từ trạm Thừa Nông [huyện Phú Lộc, Thừa Thiên] [tây biển hồ Tonlesap] trở vào Nam đến Trấn Tây, mỗi trạm mục đều được 1 đồng ngân tiền Phi long hạng nhỏ; phu trạm mỗi trạm đều được 10 quan tiền. Lại nghĩ họ đi lại phiền nhọc, thưởng thêm cho mỗi trạm 20 quan tiền nữa. Duy 8 trạm: Thừa Phước, Nam Châu, Bình Phú, Phú Thịnh, Phú Hoà, Hoà Mã, Hoà Quân và Thuận Lai, phần nhiều đường đi thuộc về núi khe, đều thưởng cho 30 quan.

Chú thích:

1. Trường Cơ: Lăng Thái tổ Gia Dụ hoàng đế Nguyễn Hoàng.

2. Thuỷ chí: Cây mốc ghi mực nước lên xuống.

3. Đậu khấu: Loại trái dùng làm thức ăn và làm dược liệu đông y.

242.
Vua Minh Mệnh (42) [26/9/1840-10/2/1841]

Tháng 9 năm Minh Mệnh thứ 21 [26/9-24/10/1840], tình hình đánh dẹp cuộc nổi dậy của người Chân Lạp tại các địa phương như sau:

Tên thổ mục huyện Hà Âm [huyện Tịnh Biên, An Giang] là Y La Việt Tốt theo theo phe nổi dậy quấy rối. Thự Bố chính Lê Quang Huyên, và Thự Án sát nguyễn Nhật Thạnh tỉnh An Giang nghe tin báo, bèn sai Lãnh binh Nguyễn Đức Huấn, đem binh thuyền, mang theo quân thổ cùng Quản cơ Chân Triết và Phó quản cơ Hàn Biện, đến ngay đánh dẹp. Khi tới trạm Tiên Nông, Chân Triết, Hàn Biện đem 700 thổ binh, chia đường đi trước, cùng giặc đánh nhau, bị thua. Huấn nghe tin, bèn rút về đóng ở đồn Vĩnh Tế [Thị xã Châu Đốc, An Giang]. Bọn Triết bèn bỏ đi theo giặc; Thự Tri phủ Tĩnh Biên [bắc sông Vĩnh Tế] là Nguyễn Khắc Biểu, bỏ phủ chạy về An Giang cáo cấp; Lê Quang Huyên bèn đem quân đến ứng viện. Ngoài ra Huyện uý huyện Phong Nhương Tây là Sa Tuân cũng làm phản, Tri huyện là Vũ Doãn Thạnh, Huấn đạo là Nguyễn Văn Tiết, thế cô chạy đến tỉnh An Giang ký ngụ, vì huyện này cùng với tỉnh địa thế lên tiếp.

Thự Bố chính An Giang là Lê Quang Huyên đến đồn Vĩnh Tế, sai Lãnh binh là Nguyễn Đức Huấn đem binh thuyền đã mang theo khi trước làm đạo quân tiên phong. Vừa mới gặp giặc giao chiến đã rút lui. Huyên lập tức thân đem binh các đạo sấn tới. Bọn giặc hơn 2000 tên tụ họp lại chống cự, quân ta hăng hái ra sức, chém trước được 1 thủ cấp, súng bắn ra bọn giặc bị thương bị chết khá nhiều. Giặc tan vỡ trốn chạy hết, bắt được hết các thuyền và khí giới, thu phục lại phủ lỵ Tĩnh Biên.

Quang Huyên liền phái đi thăm dò thấy ở nơi cửa quan Giang Thành gần tỉnh lỵ Hà Tiên, giặc phần nhiều rủ nhau tụ họp ở đấy; bèn tiến đánh phá tan. Nghe tin đất Cam La, Cốt Phủ thuộc tỉnh An Giang có giặc, lại đem binh trở về Tĩnh Biên rồi đến Cam La, Cốt Phủ để đánh dẹp.

Lãnh binh Hà Tiên là Hà Văn Củ tiến quân đến núi Bạch Mã [huyện Kiên Lương, Kiên Giang], gặp bọn giặc hơn 2000 đứa, tự liệu tính quân giặc nhiều, quân mình ít, không thể địch nổi, vừa đánh vừa lui, quân được toàn vẹn rút về. Giặc đến đánh sát đồn Chu Nham [huyện Kiên Lương, Kiên Giang], Củ cùng Bố chánh, Án sát Nguyễn Trung Nghĩa, Nguyễn Văn Tuân, hết sức ngăn giữ, rồi đem tình hình nguy cấp thượng khẩn tâu lên.

Thổ binh ở huyện Khai Biên tỉnh Hà Tiên, bỏ trốn hết, Suất đội cơ Vĩnh tiền đóng giữ ở đấy là Đỗ Văn Gia, đem 20 tên lính đuổi bắt. Đi đến Thạch Môn, gặp hơn 100 quân giặc, súng và cung bắn ra loạn xạ. Gia hết sức đánh, giặc lui chạy về phận rừng huyện Ninh Thái.

Bọn giặc Chân Lạp ở Hà Tiên có hơn 2000 tên, đánh vây đồn Chu Nham rồi đốt đài Hoả Phong ở núi Lộc Ty, đánh trống reo hò tiến sát đến luỹ dài. Bố, Án là Nguyễn Trung Nghĩa, Nguyễn Văn Tuân, cùng với Lãnh binh Hà Văn Củ ở trên luỹ, lấy súng nhỏ súng lớn, ống phun lửa, đốc lính bắn đánh, giặc ngầm lui vào rừng, giữ chỗ hiểm ẩn nấp.

Bọn giặc Hà Tiên chiếm giữ đồn Chu Nham. Quyền thự Tổng đốc An Hà là Dương Văn Phong, đem binh vừa đến, bèn bàn cùng với Bố, Án Nguyễn Trung Nghĩa, Nguyễn Văn Tuân, uỷ cho Lãnh binh Hà Văn Củ, quản suất đem hơn 600 biền binh, chia đường đánh dẹp. Đồn ấy rất hiểm yếu, đằng sau đồn dựa vào núi, mặt trước và 2 bên tả hữu đồn là rừng rậm, giặc hoặc ở trên đồn, hoặc ở rừng rậm 2 bên đồn, súng nỏ bắn liên tiếp. Quân ta tiến đến chỗ cầu ở ngoài đồn, cùng bắn nhau với giặc, cầu chợt bị gẫy, bọn giặc nhân đó sấn lại chống chọi. Phó vệ uý Nguyễn Văn Điệp; Cai đội thuỷ vệ Ngô Thiên Tường và quân binh tất cả hơn 70 người bị chết trận, súng nhỏ súng lớn bị thất lạc nhiều. Củ cũng bị trọng thương, lui về luỹ đài; bọn Phong vì điều độ trái phương pháp bèn dâng sớ xin nhận lỗi.

Phòng thủ uý phủ Quảng Biên [Kam pot, Cambodia] tỉnh Hà Tiên là Phạm Văn Sĩ, đóng ở thành bảo huyện Khai Biên, đem hơn 60 thú binh, đánh phá bọn giặc Chân Lạp ở bờ sông Sa La, giặc giải vây chạy. Sĩ lại đến những nơi Lô Úc, Bà Đát, gặp hơn 2000 giặc, cùng nhau đối trận, mình bị thương nặng, còn nhịn đau cố sức đánh, thế rất khẩn bách. Vừa gặp đạo binh của Quản cơ Mai Văn Tích do tỉnh phái đến tiếp viện, giặc thua to, tan vỡ chạy trốn, bèn cùng nhau tiến đến cửa biển bên tả phủ Quảng Biên, đánh lấy được đồn giặc, giặc bèn đốt cháy các thuyền ở thuỷ trường rồi đi.

Bọn Bố, án Hà Tiên là Nguyễn Trung Nghĩa, Nguyễn Văn Tuân tâu rằng bọn giặc đánh phá huyện Vĩnh Tường, phủ Quảng Biên, sung biện Tri huyện là Trần Văn Trì bỏ chạy về tỉnh. Đã phái Quản cơ cơ hữu An Giang, kiêm quản sở đồn điền trồng cây chàm là Mai Văn Tích đem 100 biền binh đi đánh dẹp. Xét ra, tỉnh hạt ấy tiếp giáp với nước Xiêm, nay bọn giặc thổ sinh chuyện, chưa chắc giặc Xiêm đã không dòm ngó đến, mà hiện binh ở tỉnh chỉ còn hơn 140 người, hiện đã tư ngay cho Gia Định, Vĩnh Long và Định Tường, phái ngay biền binh đến để đủ người sai phái.

Thự Bố chính Định Tường Nguyễn Đắc Trí tâu rằng y tự Hùng Ngự [huyện Hồng Ngự, Đồng Tháp] tiến đến đồn ở Bồng Nguyên nghe thám tử báo thôn Bình Giang, huyện Nam Thái, phủ Nam Ninh [giáp tỉnh Đồng Tháp, Long An, Tây Ninh] có giặc đóng đồn, bèn phái binh đến đánh, giặc thua chạy; rồi giặc lại tụ họp ở thôn Xướng Ca, lập tức sai thự Quản cơ là Lê Văn Bích và Phó quản cơ là Dương Văn Lược đem quân binh chia đường cùng tiến đi trước, rồi đích thân đem theo Chủ sự là Nguyễn Đức Hựu và Huyện uý là Bồ Bang tiếp theo sau. Đạo binh của Bích thấy giặc liền tự tiện đuổi theo đến địa phận rừng, gặp quân mai phục của giặc, Bích cùng Suất đội Hoàng Văn Quỳ và biền binh bị hại đến hơn 10 người. Đã đốc thúc đạo binh của Dương Văn Lược đến cứu viện, giặc bèn rút lui tản mát.

Án sát Định Tường là Hà Thúc Giao tâu thổ dân huyện Nam Thái biến động càn bậy, đến cướp lấy đồn Bồng Nguyên [gần sông Sở Thượng, Đồng Tháp]. Có nguyên thổ Cai đội sung biện Huyện uý là Bồ Bang, nhân việc tên An Hồng gây biến, chạy đến đồn Tuyên Uy [huyện Hồng Ngự, Đồng Tháp], tình nguyện xin hướng dẫn quan quân đánh dẹp, hiện đã đưa đến quân thứ Trần Hợp làm quân tiền khu. Bọn Trần Hợp sau đó đánh đồn; giặc thua chạy, thu phục lại đồn Bông Nguyên.

Phủ uý phủ Hải Đông [đông biển hồ Tonlesap] là Bồn

Đột; Phó cơ là Hồ Mịch ở Trấn Tây đều làm phản, đem thổ binh, thổ dân hơn nghìn người, đến bến sông về mặt tả phủ thành bắn súng khiêu chiến. Tuyên phủ là Trần Văn Thông và Lãnh binh là Hoàng Phước Lợi, đem binh ra đánh, giặc lui chạy. Lợi qua sông đuổi theo, gặp quân mai phục, đánh nhau bị chết, bỏ mất súng và khí giới, quân binh bị thương, bị chết cũng nhiều. Bọn Tướng quân, Tham tán Trấn Tây nghe báo lập tức sai Phó lãnh binh là Phan Đình Vinh đem 800 biền binh đến cứu viện. Lại nghe bọn giặc sắp đánh úp vây thành phủ Mỹ Lâm [phủ Sơn Tĩnh quản hạt] ,bèn phái Phó lãnh binh Nguyễn Tiến Phó, đem 300 biền binh đến dẹp; rồi tâu lên rằng mặt sau thành hạt từ các huyện Phong Nhương, Thượng Phong liên tiếp đến các hạt Thái Thịnh, Ninh Thái và Thâu Trung, một dải ven rừng, giặc đều chiếm giữ. Về mặt trước như các hạt: Nam Ninh, Nam Thịnh, Phù Nam, Lư An và Kỳ Tô, bọn giặc vẫn thông tin tức với nhau. Hiện đã thương lượng cùng nhau, hãy tạm chia phái phòng thủ quanh thành và các đồn bảo ở chỗ địa đầu quan yếu, đợi quân binh các tỉnh đến họp đông đủ, lập tức chia đường thuỷ, bộ một loạt tiến đánh, mới có thể quét sạch được hết. Xét ra bọn thổ phỉ quấy rối, tới nay đã đầy 2 tuần [10 ngày là 1 tuần] mà chưa diệt được một bọn nào cả, rất sốt ruột.

Vua ban lệnh giáng Đông các Đại học sĩ là Trương Minh Giảng làm Thị lang bộ Binh, nhưng kiêm coi công việc Trấn Tây Tướng quân. Nguyên Tham tri, sung Tham tán là Dương Văn Phong, giáng làm Lang trung bộ Binh, nhưng quyền thự Tổng đốc An Hà; Thị lang sung Hiệp tán là Cao Hữu Dực, giáng làm Viên ngoại lang bộ Binh, nhưng vẫn kiêm Trấn Tây Hiệp tán cơ vụ.

Đề đốc Trấn Tây là Vũ Đức Trung đến phủ lỵ Hải Tây [tây

biển hồ Tonlesap], nghe tin phủ Hải Đông cáo cấp nhưng vì những huyện Thái Thịnh, Giang Hữu, Ngọc Bi, Thâu Trung có nhiều giặc tụ họp và dân ở núi Đậu Khấu cũng họp bọn quấy rối nên chưa tiện chuyển đi đến Hải Đông được. Trung bèn phái Phó vệ uý Thuỷ vệ An Giang cùng đi chuyến ấy là Nguyễn Văn Ổn, đem hơn 300 lính tới cứu viện.

Bọn giặc đánh sát đến phủ lỵ Mỹ Lâm [phủ Sơn Tĩnh quản hạt], Phủ uý là My Hồng mở cửa phủ đón giặcvào, quyền nhiếp Tri phủ là Trương Tăng Diễn cùng lính người Kinh 50 tên chạy thoát đến bến đò phủ Võ Công [thành Trấn Tây quản hạt] dừng đỗ lại. Bọn giặc đem hơn 300 tên đuổi theo, vừa gặp đạo binh của Phó lãnh binh Nguyễn Tiến Phước tiến đến đón đánh. Giặc bị chết, bị thương nhiều, rút lui về rừng ẩn nấp. Bọn Tướng quân, Tham tán lại phái thêm biền binh chia đi đến chỗ quân thứ của Vũ Đức Trung và Nguyễn Tiến Phước, rồi làm sớ tâu lên.

Bọn giặc ở huyện Nam Thái phủ Nam Ninh [thành Trấn Tây quản nhiếp] lan tràn qua địa đầu phủ Tây Ninh, tỉnh Gia Định; dân Chân Lạp và dân người Chàm đều theo đi, vây đánh đồn Quang Phong. Lính ở đồn ít, không địch nổi quân giặc nhiều, bỏ khí giới chạy. Viên Suất đội giữ đồn là Nguyễn Văn Nhiên ngoảnh lại bảo Đội trưởng là Trần Văn Nguyên rằng: "*Đánh cũng chết, chạy cũng chết, ta thà đánh nhau với giặc cho đến chết*". Giặc chém đứt lá cờ của Văn Nguyên cầm tay, Nguyên cũng chạy. Nhiên bèn bị hại. Giặc ngầm sang qua sông nhánh Xỉ Khê [rạch Tây Ninh], cách phủ thành hơn 1 dặm. Bố chính là Lê Khánh Trinh, sai Vệ uý là Trương Cầm, Phó cơ là Trần Văn Thanh, chia đường đánh ập lại, bắn chết nhiều đứa. Giặc bèn rút lui, dựa rừng làm hiểm, không chịu ra trận đối địch.

Tổng đốc Định Biên là Nguyễn Văn Trọng tâu nói: bọn thổ phỉ ở Trấn Tây có hơn 1000 đứa, vượt qua sông xâm lấn những nơi: Mông Phụ, Cần Thăng, huyện Quang Hoá [tây Tây Ninh], xua đuổi ức hiếp thổ dân sở tại, mưu đánh úp lấy huyện thành. Quân thứ phủ Tây Ninh là Bố chính Lê Khánh Trinh và Lãnh binh là Trần Nhữ Đoan phái uỷ Phó quản cơ là Trần Văn Thanh đến nơi phòng giữ đánh dẹp, tỉnh được tin báo, đã lập tức phái thêm biền binh đến tiếp ứng. Xét ra nay phủ Tây Ninh huyện Quang Hoá, bọn giặc ngày càng thêm lên, mà địa phận 2 hạt ấy đường rừng liên tiếp với nhau, lại gặp tiết mưa lụt, tiến đánh cũng khó, đến nỗi phái quan binh nhiều đến hơn 1000 người, chưa sớm tiêu diệt được

Tỉnh Nam Định bắt được đạo trưởng Thiên Chúa là Tạ Đức Thịnh người Hà Nội, đem giết đi; thưởng cho người tố cáo và viên đi bắt 200 quan tiền.

Ngày mồng một tháng 10 [25/10/11/1840], làm lễ Đông hưởng. Vua mệt, sai Hoàng trưởng tử Trường khánh công Miên Tông [ThiệuTrị] đến Thế miếu tế thay.

Mở khoa thi Hương tại Hà Nội, Nam Định. Vua sai Hữu tham tri bộ Binh Nguyễn Công Trứ làm Chủ khảo trường Hà Nội; thự Bố chính Quảng Bình Nguyễn Tự làm Phó chủ khảo. Tổng đốc Sơn Hưng Tuyên Nguyễn Quốc Hoán làm Chủ khảo trường Nam Định; Bố chính Hà Nội Nguyễn Công Hoan làm Phó chủ khảo. Lấy đỗ cử nhân trường Hà Nội 14 người: Bùi Tuấn, Trần Vỹ, Nguyễn Huy Huỳnh, Hoàng Đình Tá, Nguyễn Văn Trừng, Nguyễn Hy Nguyên, Ngô Chẩn, Ngô Thủ, Vũ Tá An, Phan Đình Dương, Hà Đức Thạc, Vũ Văn Lý, Phạm Hoàng Nghị, Cát Văn Tuy. Trường Nam Định 12 người: Đỗ Phát, Bùi Duy Phan, Vũ Quang Hiển, Nguyễn

Văn Tố, Đỗ Huy Uyển, Đào Danh Văn, Trần Văn Hợp, Đặng Xiển, Phạm Kim Chung, Vũ Huy Duệ, Phạm Công Bồi và Đào Công Nhất.

Các huyện thuộc hạt Sơn Tây, bệnh dịch lại phát, chết hơn 4900 người; Vua sai phát tiền tử tuất.

Đúc 2 cỗ súng lớn Chấn Hải; sai ty trách nhiệm theo đúng cách thức của Tây Dương mà làm; 1 cỗ bằng gang, trong lòng đường kính 2 tấc, 2 phân; 1 cỗ bằng đồng, trong lòng đường kính 1 tấc 9 phân. Khi đúc xong đem thí nghiệm, đều được cứng tốt. Vua cho là thứ súng lớn ấy dùng về thuỷ chiến rất đắc lực, lại sai đúc thêm 30 cỗ bằng đồng nữa.

Ngày Mậu Dần [15/11/1840], vua ngự điện Cần chính, trăm quan dâng biểu lạy mừng. Vua trước đây nhân vì mệt, nghỉ không ra thị triều mấy hôm; đến bấy giờ khỏi, mới ra nhận lễ chúc mừng.

Vua cho là sang năm tới kỳ sang nhà Thanh tiến cống hằng năm, lại gặp lễ khánh tiết lục tuần vua Thanh, nên sai đình thần cử 2 sứ bộ. Bèn cho Tả thị lang bộ Binh Nguyễn Đình Tân làm Chánh sứ đi mừng thọ; Hộ khoa Chưởng ấn Cấp sự trung là Phan Tĩnh làm Giáp phó sứ; Viên ngoại lang bộ Lễ Trần Huy Phác làm Ất phó sứ. Án sát Hải Dương Hoàng Tế Mỹ làm Chánh sứ đi tiến cống, Lang trung bộ Binh là Bùi Nhật Tiến làm Giáp phó sứ; Viên ngoại lang bộ Hộ là Trương Hảo Hợp làm Ất phó sứ.

Tướng quân, Tham tán ở Trấn Tây tâu rằng các tỉnh điều động quân binh tới, đã lần lượt chia phái đi ngăn giữ đánh dẹp, hiện còn 2080 người. Lại có thổ biền, thổ mục 40 người, đều xin theo đi đánh trận. Đã uỷ cho Hiệp tán Cao Hữu Dực, đem hơn một nghìn binh, tiến trước đến chỗ gần cạnh thành lỵ. Khi đến chỗ Án Xuy sông Tiền, có bọn giặc vài nghìn tên ở trong bụi rậm đánh trống reo hò. Bèn sai bọn thổ biền, thổ mục, đem thủ hạ tiến đi trước; Phó quản cơ là Dương Quang Thảo, đốc quân đánh. Bắn súng phá vỡ 3 chiếc thuyền giặc, bắt sống 14 tên phạm, thu được khí giới, số giặc còn lại đều chạy tan,

Bọn giặc ở phủ Nghi Hoà [thành Trấn Tây quản hạt], đánh quấy phủ lỵ, thự Tri phủ là Trương Đình Bằng đem binh giao chiến, chém được 1 thủ cấp cắt lấy tai, giặc bèn rút lui tản mát. Lính phủ Hải Tây [tây biển hồ Tonlesap] có người từ trong đám giặc trốn về, và thám tử phủ phái đi dò đều nói có tin bọn đầu mục của giặc mưu thông với giặc Xiêm đến cứu viện. Phủ Hải Đông [đông biển hồ Tonlesap] cũng báo có bọn giặc thường đến trước sông phao lên rằng: *"Họ cho ta là người thù, cho Xiêm là ân nhân, đợi khi có viện binh của giặc Xiêm đến, rồi sẽ ra đánh"*.

Suất đội An Giang là Lê Văn Lễ đem binh thuyền tải gạo đến Trấn Tây. Khi về đi qua sông nhánh Thảo Khê, thuộc hạt huyện Thượng Phong [phủ Nghi Hoà], gặp giặc chặn đánh, Lễ bị thương, bèn cùng với biền binh nhảy xuống sông chạy, thuyền bị giặc cướp lấy mất.

Bọn Tướng quân, Tham tán ở Trấn Tây, đem tình hình dẹp giặc tâu nói: đạo binh của Lãnh binh Nguyễn Tiến Phước tiến đến phủ Sơn Tĩnh, nhân vì nước sông chảy xiết, binh thuyền ngược dòng đi lên, bọn giặc chỉ ở ven bờ sông và bụi rậm trong rừng ngầm bắn ra, quân ta nhiều người bị thương bị chết, vừa đánh vừa đi, trải hơn 10 ngày, mới đến thành đất phủ ấy. Hiện đã phát thêm binh thuyền, từ Vũ Công [thành Trấn Tây quản hạt], Mỹ Lâm [phủ Sơn Tĩnh quản hạt] cho đến Sơn Tĩnh men theo con đường bờ sông, liệu cơ đánh dẹp. Ở phủ Hải Tây có hơn một nghìn tên thổ phỉ, chợt đến bờ bên tả sông Lật sau thành đất phủ ấy, bắn súng lớn súng nhỏ vào phủ. Đề đốc là Vũ Đức Trung, Tuyên phủ là Nguyễn Song Thanh, thân đem biền binh, cùng nhau đánh giết, chém được 4 thủ cấp cắt lấy tai tại trận, giặc lui chạy vào rừng.

Quản cơ Lê Văn Chân, đi tuần tiễu ở phận sông thuộc phủ Nghi Hoà, vừa đến cửa sông nhánh Ma Đa thuộc Hậu Giang, thấy trại giặc bỏ không, bỏ thuyền lên bờ phóng lửa đốt, chợt có bọn giặc từ trong rừng xông ra, Chân chống cự không nổi, kíp chạy xuống thuyền, bỏ mất súng lớn súng nhỏ, biền binh có người bị giặc giết hại, có người ngã xuống nước chết; Tướng quân, Tham tán dâng án xin xử trảm giam hậu.

Đình thần bàn cho là bọn thổ phỉ kia quấy rối không đáng lo; nhưng tù trưởng giặc Xiêm, có giúp kẻ bạo ngược mà đến hay không, khó thể lường trước được. Nếu đợi tin báo, rồi mới phát binh đi, thì chi bằng khi nhàn hạ dự bị trước là hơn. Xin nên trích các hạng lính ở Kinh hiện đương tại ban, dồn làm 5 vệ, rồi chọn sai 2 viên đại thần thống suất, chọn ngày tốt cho khởi hành đi đường bộ, tưởng cũng ổn thoả. Vua chấp nhận lấy giờ tốt ngày 17 [10/11/1840], dùng hành trang nhẹ nhàng tiến đóng tại Bình Định, đợi Thống suất đại viên đến nơi, đem đi Trấn Tây dẹp giặc

Vua sai thự Chưởng vệ Thuỷ sư Nguyễn Văn Pháp, trông coi chiếc thuyền Vân Điêu, lĩnh chở áo trận, khí giới của 5 vệ do Kinh phái đi, tải đến tỉnh Bình Định đệ giao và lĩnh chở súng đạn, thuốc súng đến Gia Định, để chuyển đưa đến Trấn Tây, dùng vào việc binh.

Cho Tả quân Chưởng phủ là Phạm Văn Điển sung làm Kinh lược đại thần ở Trấn Tây; Thống chế dinh Hùng nhuệ là Nguyễn Tiến Lâm, sung làm Tham tán đại thần; Biện lý bộ Hình là Đinh Văn Huy, sung làm Tá lý cơ vụ, chuyên giữ việc giấy tờ. Vua dụ rằng: "*Bọn thổ phỉ ở Trấn Tây chẳng sớm thì tối sẽ thấy bại vong ngay, vốn không nên động phiền đến lính ở Kinh đi dẹp. Duy địa giới hạt ấy gần với đất giặc* [tức Xiêm], *nay gặp lúc phòng bị mùa đông, cũng nên dự bị trước. Đã phái 5 vệ lính ở Kinh, 2 vệ, cơ Nam, Ngãi đến đóng ở Bình Định trước; chuẩn cho bọn ngươi từ từ đi đường trạm, đến nơi thay quản lĩnh bọn ấy tiến đi. Hôm đến Trấn Tây, nếu bọn thổ phỉ đã dẹp yên từ trước, chỉ còn 1, 2 bọn nhỏ thì chuyên do bọn Tướng quân, Tham tán liệu lý, bất tất lại phải lính Kinh ra tay khó nhọc, tạm đóng tại đó, đợi có chiếu chỉ cho trở về. Nếu hoặc có giặc Xiêm rình chỗ sơ hở đến xâm lấn thì lập tức hiệp nhau lại cùng đánh dẹp ngăn chống, giết cho họ một phen rất dữ dội, để họ khiếp sợ lâu dài, cho yên bờ cõi ngoài biên*".

Sai thự Chưởng phủ Trung quân là Tạ Quang Cự, kiêm quản ấn triện dinh Hùng nhuệ, Thống chế Tả dực dinh Vũ lâm là Nguyễn Trọng Tính, kiêm quản các vệ ở dinh Kỳ võ.

Phó lãnh binh giữ đồn Sa Tôn ở phủ Hải Đông [đông biển hồ Tonlesap] là Đoàn Văn Sách, đánh bọn giặc ở đồn Chi Trinh thắng trận lớn. Trước đây, bọn giặc Minh, Ma, Y và Yết ở Lò Gò Vật và Bắc Tầm Bôn, tụ họp bọn giặc người Xiêm, Lạp, Lào, vài nghìn người, lại thông đồng với bọn giặc ở Hải Đông để quấy rối. Phó lãnh binh đóng giữ đồn Chi Trinh là Nguyễn Công Nhàn cho là đồn Tà Sô ở xa và hiểm trở, tự rút Quản cơ Nguyễn Văn Thuận đem quân đóng đồn trở về. Khi đi giữa đường chợt gặp phục binh của giặc, Thuận cùng thự Chủ sự là Nguyễn Khắc Thiệu cố sức đánh, không địch nổi, bị chết ở trận, lính phần nhiều bị thương bị chết tan vỡ cả, súng và khí giới bị giặc cướp lấy hết. Giặc thừa thắng đến bức bách đồn Chi Trinh. Nhàn nhân thấy khí thế giặc đương kiêu, bèn đêm sai hơn trăm lính tinh tráng đánh úp, chém được 4 thủ cấp giặc cắt lấy tai, đâm giết được vài mươi đứa. Giặc bèn thêm quân đóng trại vây chặt bốn mặt đồn, đều đắp núi đất chở súng lớn đến bắn. Lại ở 2 bên bờ sông nhánh, gần đồn, dựng 2 cái đồn lớn giao nhau lấy cọc ván chặn lấp lòng sông nhánh. Còn chỗ ngã ba về hạ lưu sông nhánh, thì chặt các cây to bỏ ngang ngăn cản, cũng đặt 1 đồn để phòng bị viện binh của ta. Nhàn ở trong đồn, quân lính chỉ còn hơn 200 người, hết sức chống giữ, đào hầm hố để tránh đạn súng lớn của giặc. Trải 24 ngày, thế rất nguy cấp. Văn Sách từ đồn Sa Tôn phái quân đến tiếp ứng, bị ngăn trở không tiến được. Lập tức lựa trích hơn 370 biền binh, chia ngồi các thuyền chiến, thân tự đốc suất quân đi. Đến chỗ ngã ba sông nhánh đánh phá đồn giặc, thẳng tới nơi đồn sở giao nhau, trước hết sai hai toán quân lên bờ 2 bên tả hữu, tự mình do lòng sông nhánh chặt phá các cọc và ván, rồi cùng một loạt xông lên đánh bừa vào, chém được hơn 30 thủ cấp cắt lấy tai, giặc bỏ đồn chạy. Nhàn thấy quân viện đã đến, mở cửa đồn ra, đằng trước đằng sau đánh ập lại, giặc tan vỡ cả, chém được 5 thủ cấp cắt lấy tai, đốt hết đồn trại của giặc, bèn giải được vây. Sách cùng Nhàn thương lượng, cho nơi ấy đường nguy hiểm, quan báo khó thông, đóng giữ không tiện, bèn rút về đồn Sa Tôn, đắp thêm luỹ đất ở ngoài đồn để phòng bị. Sách nhân có bệnh, quay về Hải Đông, vẫn để Nhàn ở đó gồm cai quản hơn 1000 lính, chia phái đi ngăn giữ. Bọn Tướng quân, Tham tán tiếp được tin báo thắng trận, đem sự việc tâu lên.

Quyền thự Tổng đốc An Hà là Dương Văn Phong, đánh phá bọn thổ phỉ, thu lại đồn Chu Nham [huyện Kiên Lương, Kiên Giang]. Bọn giặc từ sau khi vòng vây ở Quảng Biên bị tan vỡ, đều đến đấy tụ họp, nhiều đến 3000 người. Phong bắt phá chằm rậm, bắc cầu đi, thân đốc 900 binh dũng, chia đường đều tiến. Giặc dựa chỗ hiểm chống cự lại, quân ta không tránh gươm giáo, tranh nhau lên trước luỹ, hương dũng là Nguyễn Văn Tuấn xông pha trong trận, chém được thủ cấp tên đầu sỏ giặc là Nha Tiên, bọn giặc khiếp sợ, quan binh thừa thế, hoặc lấy dao chém, hoặc lấy giáo đâm, giết chết và đâm bị thương vô kể, giặc bỏ đồn chạy tan, thu được súng và khí giới rất nhiều. Đem tin thắng trận tâu lên, Vua khen và vui lòng,

Quyền thự Tuần phủ An Hà là Lê Quang Huyên, từ phủ Tĩnh Biên về tỉnh, tạm thay giữ ấn, cùng với Thự đốc Dương Văn Phong cùng thương lượng, cho là bọn thổ phỉ ở Tĩnh Biên, dẫu đã bị giết tan, mà tên đầu sỏ là Chân Triết còn chưa bị bắt, thế tất lại tụ họp nhau làm cản trở. Bọn thổ phỉ ở phủ Quảng Biên là giặc Tiên, dẫu đã bị chém đầu, nhưng bọn lũ sót lại hãy còn ẩn náu trong địa hạt. Quang Huyên liền do đường núi Địa Tạng, thẳng đến Giang Thành [huyện Kiên Lương, Kiên Giang], nghe tin bọn thổ phỉ có hơn 2000 tên, tụ họp ở núi Bà Điên, Huyên thân đốc biền binh tiến đánh, chém được 5 thủ cấp cắt lấy tai, súng bắn chết trận rất nhiều.

Quyền thự Tổng đốc An Hà là Dương Văn Phong, thự án sát Hà Tiên là Trương Phước Cương tâu rằng được tin thám báo tàn dư giặc ở đồn Chu Nham, chạy lẻn về đóng ở địa hạt trạm Quảng Trường [quãng giữa từ tỉnh lỵ đến Quảng Biên], đã phái Quản vệ Đỗ Văn Đô, Suất cơ Trần Văn

Hoằng, quản suất đem 300 binh dũng, từ đồn Chu Nham thẳng tới đồn Thổ Sơn; lại phi báo cho đạo binh ở Quảng Biên [Kam pot, Cambodia], Quản vệ Nguyễn Văn Do, Quản cơ Trương Văn Tố, thẳng tới Quảng Trường, đằng trước đằng sau đánh giáp lại, đều được thắng lợi, đồn trại sào huyệt của giặc đều phá huỷ đốt hết; con đường bộ từ An Biên đến Quảng Biên, hiện đã yên tĩnh.

Bố chính tỉnh Biên Hoà là Phạm Duy Trinh tâu rằng 2 huyện Bình An và Phước Bình [tỉnh Bình Phước] thuộc tỉnh hạt, địa giới tiếp giáp phủ Tây Ninh, tỉnh Gia Định, một dải thượng nguyên, đều là người thiểu số ở núi rừng hẻo lánh rậm rạp. Trước đã phái thự Quản cơ, Trần Văn Khả, quản suất đem 200 binh dũng đến đóng đồn ở địa đầu để ngăn giữ. Nay tiếp báo có bọn người thiểu số và người Chân Lạp kết hợp nhau đến hơn 500 người, đều đội khăn vải trắng từ Nam Ninh [giáp tỉnh Đồng Tháp, Long An, Tây Ninh] đến. Quân ta giao chiến với bọn ấy, viên Suất đội là Nguyễn Văn Thành, bị súng của giặc bắn chết tại trận, giặc cũng nhiều đứa bị thương, bèn lui chạy. Hiện đã phái thêm 500 binh lính uỷ cho Phó lãnh binh là Trần Văn Tuấn đem đi đuổi bắt.

Thự Bố chính Định Tường là Trương Văn Uyển và Phó lãnh binh là Tạ Văn Linh đi vận tải đồ vật trở về tiến đến quân thứ ở Bông Nguyên [gần sông Sở Thượng, Đồng Tháp], vừa được tin báo có bọn giặc đóng đồn ở Cần Chấp thuộc huyện Nam Thịnh, giáp đồn Thông Bình [sông Sở Thượng, Đồng Tháp], bèn đốc quân chia đường tiến đánh, vừa mới dàn trận, giặc đều bỏ đồn chạy cả, đuổi theo không kịp.

Tháng 11 [24/11-23/12/1840], tỉnh Sơn Tây săn bắt được tên giặc là Hoàng Danh Hán tự xưng là Quốc sư, đem giết đi. Vua thưởng công cho viên Quản vệ Tôn Thất Đàm kỷ lục

2 thứ, tiền 100 quan.

Sai Tham tri Đào Trí Phú làm Chính biện; Viên ngoại lang Phan Hiển Đạt làm Phó biện đáp thuyền Thanh Loan, đi Giang Lưu Ba [Jakarta, Inđônêxia] và Tam Ba Lăng [thuộc Inđônêxia]; Lang trung Lê Văn Thu làm Chính biện đáp thuyền Thuỵ Long đi Tân Gia Ba [Singapore].

Đúc 15 cỗ súng "Xung tiêu" bằng đồng. Loại lòng súng bắn đạn ra đường kính 5 tấc 4 phân, lòng súng để nạp thuốc đường kính 3 tấc, có 10 cỗ. Loại lòng súng bắn đạn ra đường kính 5 tấc, lòng súng để nạp thuốc đường kính 2 tấc 8 phân, có 5 cỗ. Lại chế 30 cái thước đo, để thí nghiệm thuốc súng, đều theo cách thức của Tây dương.

Tiết Thánh thọ (1) Vua bị bệnh, bộ Lễ tâu rằng: "*Việc thừa hoan, phụng dưỡng nơi bố mẹ ở, năm tháng còn dài, nên lấy sự vui thuận làm hiếu, xin nhà Vua tĩnh dưỡng, ngày một khoẻ mạnh, để trên hả lòng mẫu hậu, mà càng tỏ rõ lòng hiếu của thánh thượng, vậy xin buổi sớm hôm ấy, cho trăm quan tới cung Từ Thọ làm lễ khánh hạ.*" Vua nói: "*Lời tâu xuất ở lòng thành trung ái, ta bất đắc dĩ theo lời xin ấy*".

Tuần phủ Bắc Ninh Nguyễn Đăng Giai xây chùa Đại Giác. Con Giai là Bình, mới 6 tuổi, thông minh hơn người, Giai rất yêu thương. Nhân bị đậu mùa chết, Giai nghe lời nhà sư, xây chùa tại xã Bồ Sơn [huyện Tiên Du, Bắc Ninh] có đến 100 gian, xây tượng Kim Tương; xung quanh chùa rào bằng tường gạch. Vào ngày 22 tháng này [15/12/1940] đúc chuông, 2 khánh; lại lập am đằng sau chùa, chôn di hài con, đúc tượng hai vợ chồng hiệu Pháp Phương, Pháp Thanh khắc vào đá.

Tổng đốc Định Biên Nguyễn Văn Trọng tiến đến phủ

thành Tây Ninh, bấy giờ 2 mặt tiền và hữu phủ thành, địa phận rừng rú, giặc Chân Lạp đều dựng đồn chiếm giữ, thế rất bền vững. Trọng bèn phái Lãnh binh là Ngô Văn Giai, quản đốc các binh dõng, chia đường đánh dẹp, giặc bỏ đồn chạy, quân ta chém được 1 thủ cấp, đốt hết trại và hàng rào của giặc. Văn Trọng tại Tây Ninh lại phái Chánh phó lãnh binh là Ngô Văn Giai, Trần Nhữ Đoan, chia đường đánh dẹp bọn giặc ở Tham Linh, Lò Gò, chém được vài thủ cấp, thu được súng và khí giới, bọn giặc đều lẩn trốn qua địa phận rừng phủ Nam Ninh [giáp tỉnh Đồng Tháp, Long An, Tây Ninh] chạy thoát.

Thự Bố chính Định Tường Trương Văn Uyển; Phó lãnh binh Tạ Văn Linh đem quân tới đồn Bông Nguyên [gần sông Sở Thượng, Đồng Tháp], do thám thấy bọn giặc tụ họp ở địa hạt huyện Nam Thái, đánh nhau liền mấy hôm, súng bắn trúng được nhiều tên, giặc chạy trốn vào rừng sâu, đuổi không kịp, bèn tiến đóng ở thôn Liễu Khê. Trương Văn Uyển, Phó lãnh binh Tạ Văn Linh, lại từ Liễu Khê tiến đóng đồn ở thôn Như Đăng, nghe tin bọn giặc bắc cầu ở sông nhánh Tân Trạch để cùng tiếp viện cho nhau. Bèn sai Suất đội là Nguyễn Văn Túc, đem 60 tên lính, đi thăm địa thế. Túc thấy giặc họp ở trong rừng, coi thường tiến đi, sa cơ bị giặc giết chết, quân binh cũng có người bị thương bị chết. Giặc đem hơn nghìn người sấn đến ngoài đồn. Bọn Uyển cùng với phái viên đã có chiếu chỉ cho làm Thự Án sát Hà Tiên, là Hoàng Mẫn Đạt, đốc suất binh dũng các đạo ra đánh. Giặc nhiều đứa bị chết ngã lăn ra lui chạy; Mẫn Đạt trúng đạn bị thương, bèn thu quân về.

Bọn Tướng quân, Tham tán ở Trấn Tây phái Lãnh binh là Vũ Viết Tuấn, đi cùng với Phó vệ uý Lê Kim Trợ, quản suất đem 1300 binh dũng, đến đồn Sa Tôn, nhắm hội cùng Nguyễn Công Nhàn góp sức đánh dẹp. Phó vệ uý Phạm Văn Phạt quản suất đem 500 binh dũng, đến phủ Hải Đông, nhân tiện hộ tống quân lương để dự trữ. Đạo binh của Tuấn tiến đến địa phận sông nhánh Sa Tôn, đồn bảo đã bị giặc vây kín, mà đường sông nhánh ấy, hết đoạn này sang đoạn khác, cây cối nằm chặn ngang, quân ta dọn phá mà đi. Khi đến đất Chiết Súc 2 bên bờ sông, giặc đã dựng rào sách, lại có 2 đồn giao nhau của giặc, trên đồn đặt nhiều súng lớn để phòng bị. Tuấn cùng Kim Trợ rấn mình đi trước quân lính, chia đường lên bờ để đánh, từ giờ Tỵ đến giờ Thân, đồn của giặc kiên cố, không thể phá được. Súng lớn súng nhỏ của giặc, 4 mặt bắn ra, đạn rơi xuống như mưa. Kim Trợ và biền binh bị chết ở trận hơn 30 người, bị thương vài trăm người. Tuấn cũng bị súng bắn trúng ngã xuống; bèn thu quân lui về đồn cửa biển Hải Đông, Tuấn nhân bị thương rồi chết.

Trấn Tây Tướng quân là Trương Minh Giảng, Long Tường Tổng đốc là Bùi Công Huyên và Tham tán là Lê Văn Đức, đem đại đội binh thuyền tiến đến Hải Đông dẹp giặc. Trước đây bọn Giảng nghe tin ở Sa Tôn bị vây, đương thương lượng chỉnh bị binh lính đến nơi; vừa gặp quân binh 3 vệ: Hổ uy hữu, Tiền bảo nhị, Hữu bảo nhất ở tỉnh Bình Định đến hạt, tức thì kiểm điểm các hạng binh dũng, hiện số hơn 4100 người. Bèn để lại 1300 người theo Bang biện là Doãn Uẩn, Hiệp tán là Cao Hữu Dực ở lại thành coi giữ; còn Trương Minh Giảng, Lê Văn Đức đem hơn 2600 quân làm tiền đạo, Bùi Công Huyên đem hơn 1200 quân làm hậu đạo, lần lượt tiến đi.

Khi bọn Trương Minh Giảng tiến quân đến bờ bên bên trái Biển Hồ, tiếp được tờ phi báo của Hải Tây nói người

Xiêm người Chân Lạp họp bọn ước 5000, 6000 người chia nhau quấy nhiễu phủ hạt; xin thêm quân ứng viện. Bọn Giảng cùng nhau thương lượng cho rằng thành phủ Hải Tây, hiện có hơn 2000 quân, đã có Đề đốc Vũ Đức Trung và các tỳ tướng, phần nhiều đắc lực có thể phòng thủ được; duy đồn Sa Tôn ở Hải Đông, sự thế chính đương nguy cấp, nên đến nơi ấy trước. Bèn thẳng qua bờ bên hữu, chỗ cửa Liên Cảng, thấy binh thuyền của Phó lãnh binh là Đoàn Văn Sách đóng ở đó. Hỏi thì Sách nói rằng: "*Trước đây nghe tin Lãnh binh Vũ Viết Tuấn làm hỏng việc, nên thay lĩnh quân của Tuấn, sắp kiếm đường tiến đem quân đi đến Sa Tôn cứu viện và đánh dẹp*". Bọn Giảng tức thời trích binh dũng đem đi theo, hợp cùng với đạo binh của Đoàn Văn Sách cộng 1500 tên, uỷ cho Sách khẩn cấp đi ngay; còn mình tạm dừng ở Liên Cảng, để làm thanh viện xa cho các đường. Đợi Tổng đốc Bùi Công Huyên đến nơi cùng nhau hội họp bàn luận.

Đạo binh của Phó lãnh binh phủ Hải Đông là Đoàn Văn Sách, đánh giải được vòng vây ở Sa Tôn. Trước đây, tên can phạm làm phản là Sa Mộc chạy sang Bắc Tầm Bôn [Battambang, Cambodia] cầu cạnh người Xiêm viện trợ. Xiêm mục là Phi Nhã Chất Tri giúp Sa Mộc tụ họp người Xiêm, người Man và bọn vô lại nước Thanh, chia nhau quấy nhiễu ở nơi biên giới. Chất Tri lại sai thuộc hạ là Phi Nhã Lạc Xa Thi Côn đem hơn vạn quân vây đồn Sa Tôn; lại ở đường sông, đặt đồn giao nhau, để chống quân ta. Sách từ Liên Cảng tiến đến đồn sở, liệu để lại binh thuyền đắp luỹ đất để ngăn chống và làm nghi binh, rồi đi đường tắt khác lén đến đánh mạn sau giặc. Ngày đã sắp tối, giặc rút lui ra đóng ở 4 phía ngoài bảo. Sách cũng thu quân vào đồn nghỉ ngơi. Hôm sau lại thân đốc các binh dũng đem đi theo và lính ở đồn ra đánh nhau với giặc, lấy được đồn của giặc 14 nơi, chém được 190 thủ cấp cắt lấy tai, bắn chết hơn 400 tên, thu được 7 cỗ súng lớn và giáo mác khí giới rất nhiều. Nhân thế sai Quản cơ là Hoàng Văn Quang triệt bỏ đồn của giặc, sửa thêm luỹ đất ở đồn Sa Tôn [Hải Đông]. Chợt thấy bọn giặc lẩn núp, Quang bèn thúc quân đuổi theo. Sách nghe tin, cùng với người em là Đoàn Văn Lộc kíp tới tiếp ứng. Khi đến phận rừng, bọn giặc nhô lên 4 phía, đánh giáp công cả đằng trước đằng sau. Sách mình bị thương nặng, Lộc đánh nhau với giặc bị chết, Quang cũng bị giặc giết chết. Viên giữ đồn Sa Tôn là Phó lãnh binh Nguyễn Công Nhàn trông thấy thế sấn lại cứu viện và đánh giặc, giặc rút lui, Nhàn bèn đỡ Sách về đồn; bọn Tướng quân Tham tán đem tình trạng tâu lên.

Bọn Kinh lược đại thần là Phạm Văn Điển, Tham tán là Nguyễn Tiến Lâm đến tỉnh lỵ Khánh Hoà, tiếp được thuyền Vân Điêu tải giao áo trận, khí giới để chia cấp cho 5 vệ lính ở kinh chuẩn bị hành quân tại Chân Lạp. Vua còn sai thự Tả đô ngự sử Nguyễn Công Trứ làm Tán lý cơ vụ ở Trấn Tây, hiệp cùng với bọn Kinh lược Phạm Văn Điển, Nguyễn Tiến Lâm, đem quân đánh giặc.

Quyền thự Tuần phủ Hà Tiên là Lê Quang Huyên đến núi Bạch Mã [giáp giới phủ Quảng Biên], giặc thấy bóng gió đã chạy trốn. Huyên tiếp được tin báo con đường rừng tại đất Lợi Nông, Đồ Mật giặc còn nhiều;, trước đây phái đạo binh của bọn Nguyễn Văn Do đến đánh bị giặc cản trở. Huyên bèn chia binh làm 2 đạo đều tiến đánh, phá đồn giặc 2 nơi này, rồi đến thẳng phủ thành Quảng Biên.

Tên đầu sỏ giặc ở Hà Tiên là Chân Triết uỷ cho bọn Thuý Sinh, Ngọc Thâm đem hơn 2000 quân từ núi Thất Sơn [huyện Tịnh Biên, An Giang] đến quấy nhiễu huyện lỵ Kiên Giang [Rạch Giá]. Quyền nhiếp việc huyện là Hoàng Mẫn Chính và dân người Kinh sở tại đều sợ chạy; giặc bèn đến ở ven bờ sông nhánh Giá Đà, ngăn lấp cửa cảng. Thự phủ là Lê Quang Huyên nghe báo tức thời liệu để lại quân binh hiệp cùng lính phủ Quảng Biên để phòng giữ, rồi về tỉnh làm việc. Phái Quản vệ Nguyễn Văn Do, thự Phó quản cơ Nguyễn Văn Điều, đem ngay binh thuyền chia đường thẳng tiến Giá Đà dẹp giặc. Chém được 6 thủ, bắt sống được 1 tên; giặc thua chạy vào rừng, bèn thu lại huyện lỵ.

Quyền thự Tổng đốc An Hà là Dương Văn Phong về đến An Giang, thương lượng uỷ cho Lãnh binh là Nguyễn Duy Tráng, đem 300 quân đi đến phủ hạt Tĩnh Biên phòng giữ đánh dẹp; rồi đem theo Quản vệ là Hoàng Văn Quý đi cùng, quản lĩnh hơn 700 binh dũng thẳng tiến phủ hạt Nghi Hoà [thành Trấn Tây quản hạt]. Nghe tin ở huyện Phong Nhương thuộc phủ này có bọn giặc 2000 đứa, tụ họp ở Cổ Thành Lò Gò. Phong lập tức chia quân làm 3 đạo, sấn lên trước đánh dẹp rất dữ, chém được 10 thủ cấp, đâm chết, bắn chết vài mươi tên; giặc bèn bỏ thành chạy trốn, thu hoạch được thuyền và khí giới rất nhiều.

Sau đó Dương Văn Phong, từ phủ Nghi Hoà trở về phủ hạt Tĩnh Biên, nghe do thám bảo bọn giặc thuộc tên đầu sỏ giặc là Chân Triết, còn tụ họp ở địa phận các núi Xuy Tốn và Ba Xuy (những nơi ấy đều thuộc huyện hạt Hà Dương, huyện Kiên Giang cùng tiếp giáp). Bèn sai Lãnh binh là Nguyễn Duy Tráng đem hơn 700 binh dõng, do sông nhánh Hiến Cần tiến đánh xứ Xuy Tốn; báo cho Thự phủ Hà Tiên là Lê Quang Huyên tiến đánh xứ Ba Xuy; định ngày đánh giáp công, lấy núi Nam Vi [huyện Tịnh Biên, An Giang] là nơi hội binh ở đó. Đạo binh của Phong đánh phá bọn giặc ở Xuy Tốn, bắt chém hơn 20 người, phá tan sào huyệt của giặc, nhưng không thấy đạo binh của Quang Huyên đến. Bèn đem sự việc ấy tâu lên, nhưng Huyên liền tâu quân đi đến núi Trà Lân, gặp giặc đón đánh, bắt sống được 1 tên đầu mục của giặc là Môn Tri An Rặc Lục và chém được 1 thủ cấp cắt lấy tai; số còn lại đều tản mát trốn chạy.

Tháng chạp [24/12/1840-22/1/1841], Thự Bố chính Định Tường Trương Văn Uyển và Phó lãnh binh Tạ Văn Linh, đem tình hình đánh dẹp bọn giặc ở huyện Nam Thái [gần sông Sở Thượng, Đồng Tháp]; tâu rằng bọn chúng dẫu không dám đương đầu đối địch, nhưng bạ nơi nào tụ họp ở nơi ấy, có nơi 300, 500 tên, có nơi hơn 1000 tên, dựa vào rừng lúc ẩn lúc hiện; quan quân lần lượt chia đường tiến đánh, đều đánh giết được bọn giặc, đốt cháy đồn chứa lương. Sau đó bọn giặc lại tụ họp ở thôn Xướng Ca, bèn đem quân về đồn Bông Nguyên [gần sông Sở Thượng, Đồng Tháp] để phòng giữ. Vừa được tin báo ở sông nhánh Long Cốt, nơi giáp giới hai hạt Gia Định và Trấn Tây có giặc; Tạ Văn Linh thân đem hơn 500 binh dũng chia đường tiến đánh; đạo binh của Phó quản cơ Tống Văn Lập, gặp phải phục binh, Lập cùng binh lính bị chết hơn 20 người.

Quyền thự Tuần phủ Hà Tiên là Lê Quang Huyên theo lời dụ, đem việc trước đây tiến đánh Quảng Biên, chưa được sớm tiêu diệt bọn giặc, nên chưa có thể tiến đến Khai Biên, tâu xin nhận lỗi.

Đạo binh của quyền thự Tổng đốc An Giang là Dương Văn Phong đánh phá bọn giặc ở huyện Hà Dương [huyện Tri Tôn, An Giang] tại các địa phận núi Ba Xuy và Trà Nục, thẳng đến bờ bên tả sông Vĩnh Tế, chém được hơn 20 thủ cấp ; trại sách và nhà cửa, chỗ chứa lương của giặc, đều bị đốt cháy hết. Lại cùng đạo binh của Thự tuần phủ Hà Tiên là Lê Quang Huyên, đánh giáp công bọn giặc tại huyện Hà Âm còn lại ở bờ bên hữu sông. Giặc trông thấy bóng gió trốn chạy. Bèn ở nơi quân thứ hội họp thương lượng; Phong vẫn ở Tĩnh Biên đánh dẹp, Huyên quay về Giang Thành cùng với viên án sát mới là Hoàng Mẫn Đạt, mưu tính việc của tỉnh.

Bang biện là Doãn Uẩn và Hiệp tán Cao Hữu Dực ở Trấn Tây tâu rằng tên đầu sỏ giặc ở huyện Quế Lâm [phủ Sơn Tĩnh], nguyên là Phó quản cơ Na Tiên, họp bọn hơn 700 người, đến quấy nhiễu phủ hạt Sơn Tĩnh. Bọn Tuyên phủ Phùng Nghĩa Phương, Phó lãnh binh Nguyễn Tiến Phước, đem quân ở phủ đi đánh, giặc lại rút lui vào rừng ẩn nấp. Lại xứ La Kết [phủ Trấn Tây] tiếp gần thành , có bọn giặc nhân ban đêm lẻn đến, xua đuổi dân ở đó, cướp lấy tài vật; đã phái quân qua sông đánh dẹp, giặc bèn chạy tan.

Trấn Tây Tướng quân Trương Minh Giảng, Long Tường Tổng đốc là Bùi Công Huyên và Tham tán là Lê Văn Đức, cho là bọn giặc ở Sa Tôn, thế còn hung hăng; bèn thân đốc binh thuyền tiến đến đồn này. Thấy giặc ở ngoài ven rừng, mỗi nhóm vài trăm đứa, gặt cướp thóc lúa, lại có voi ngựa đi lại, để phô trương thanh thế. Bèn lưu Chưởng vệ là Đoàn Văn Sách giữ đồn, rồi chia quân làm 3 đạo, Trương Minh Giảng đi trước. Đức thứ hai, Huyên lại thứ ba; mỗi đạo đều hơn 1 nghìn quân. Phó lãnh binh là Nguyễn Công Nhàn đem 700 lính ở đồn đi trước làm quân tiền khu, từ My Súc đến cầu Tà Sà, luôn mấy ngày chuyến đi đánh phá được hơn 10 đồn sở của giặc, chém được 5 thủ cấp, bắt được 1 tên phạm, thu được súng lớn, khí giới một số rất nhiều; giặc bèn đương đêm trốn đi. Rồi tiến đến đồn Chi Trinh, có một đám giặc vài nghìn tên ẩn nép ở bên kia sông, quân ta đuổi theo, lại chém được 5 thủ cấp, giặc hướng về Sâm Súc là cõi giặc Xiêm để trốn chạy. Bọn Giảng bèn về Sa Tôn đem tình hình làm bản tâu lên rằng một vùng Hải Đông, bọn thổ phỉ quấy rối, chỉ nhờ có nước Xiêm cứu viện, tự cho là đắc sách. Nay quan quân tiến đánh, phàm những súng lớn mà giặc Xiêm tư cấp cho, bị ta thu lấy được hết; quân giặc đến cứu viện, phần nhiều bị ta giết chết, nơi đặt đồn trại hết thảy bị phá tan.

Bọn Giảng đi đến Xỷ Cảng vừa gặp binh thuyền của Hữu vệ Bình Định và 2 cơ Nam, Ngãi tới đó. Bèn cùng với Bùi Công Huyên thương lượng bảo số quân nay đã thêm nhiều, về vùng Hải Tây, Hải Đông có đạo binh hơn 3000 người của Giảng và Đức, cùng đánh trống reo hò mà tới, cũng đủ dẹp tắt. Riêng giặc ở phủ Sơn Tĩnh tụ họp, từ Chế Lăng đến thành phủ, con số có hàng vạn người, đường sá thường bị ngăn trở; nên do đạo binh 1400 người của Huyên, đi riêng tới cứu viện đánh dẹp. Bàn định xong, Huyên tức thời trở về Trấn Tây, chỉnh đốn lại quân khí lương thực, tiến đi, rồi đem việc sự tâu lên.

Bang biện Doãn Uẩn và Hiệp tán Cao Hữu Dực ở Trấn Tây tâu rằng bốn phía gần lỵ sở thành, bọn giặc thường dựa vào rừng để ra vào, quan quân đến thì chạy tan, đi thì lại họp. Một dải đường sông ở phủ Nghi Hoà [thành Trấn Tây quản hạt] là con đường công văn thường qua lại, và tỉnh An Giang vận chở lương thực tất phải do đó. Giặc thường lén nấp ở 2 bên bờ sông, thấy có thuyền dân, thuyền binh, ngược dòng đi lên, bèn ở trong bụi rậm, ngầm bắn súng nỏ ra. Đã phái Lãnh binh Nguyễn Văn Hoà quản suất đem 600 biền binh, đánh nhau ở sông nhánh Thuyết Nột, chém được 3 thủ cấp. Lại bọn giặc ở Sơn Tĩnh, mưu vây phủ thành, phủ thần xin thêm quân cứu viện đến đánh dẹp.

Bọn Kinh lược đại thần là Phạm Văn Điển, Tham tán là Nguyễn Tiến Lâm, Tán lý là Nguyễn Công Trứ và Tá lý là Đinh Văn Huy, tiến đến Trấn Tây. Dâng sớ rằng binh thuyền từ huyện hạt Tân Thành thuộc An Giang tiến đi, đường qua xứ Sa An thuộc phủ Nghi Hoà ở Trấn Tây, có 50, 60 tên thổ phỉ ở bờ bên tả sông trông ngóng. Sai người thông ngôn ra hỏi, họ bèn hỏi rằng: "*Nữ chúa còn không*?", đáp: "*Hiện hãy còn ở Gia Định*". Họ đều lấy tay giơ lên trán nói rằng: "*Nếu được nữ chúa lại trở về, xin cùng bảo nhau ra thú*". Đi đến sông nhánh Thuyết Nột, bọn giặc ước độ 500 tên ở 2 bên bờ sông chặn bắn. Tức thời thân đốc quan quân lên bộ đánh giết, chém được 3 thủ cấp, bắt sống 3 tên, còn đều trốn chạy. Khi tới bến đò đồn thuỷ thành Trấn Tây hỏi về tình hình giặc, thì Bang biện là Doãn Uẩn và Hiệp tán là Cao Hữu Dực nói trước đây bọn thổ phỉ hội họp, kể có hàng vạn, cùng nhau đánh vây hạt ly, bị biền binh giết tan; nay còn lo sửa đắp đồn luỹ. Đã thương lượng cùng nhau, Phạm Văn Điển cùng với Đinh Văn Huy quản lĩnh 3 vệ, cơ, ở lại cùng với bọn Doãn Uẩn liệu cơ đánh dẹp; còn Nguyễn Tiến Lâm và Nguyễn Công Trứ đem 4 vệ binh tiến đến Hải Tây hội cùng Tướng quân, Tham tán bàn công việc bắt giặc.

Đề đốc Hải Tây là Vũ Đức Trung, Tuyên phủ Nguyễn Song Thanh, Phó lãnh binh là Tôn Thất Quý, Quản cơ Triệu Văn Bảo, có tội bị mất chức. Trước đó Xiêm mục là Phi Nhã Chất Tri đem vài vạn quân đến xâm lấn phủ thành Hải Tây; ngoài phủ thành cách sông độ hơn 2 dặm, 4 mặt đều dựng đồn trại vây chặt, lại ở trạm Ca Âu, sông nhánh Đại Song lối quan quân tiến đến, các đường thuỷ đường bộ, đều đóng quân ngăn chặn đường cứu viện của ta. Bọn Trung mấy lần ra đánh, tự liệu nhiều ít không địch nổi, đóng chắc cửa thành tự giữ. Có một hôm giặc treo tờ thư ở ngoài thành, nói muốn giảng hoà. Bọn Trung làm thư đáp: việc ấy không dám tự chuyên, nên đợi báo đến viên Thủ hiến ở hạt chỉ bảo. Giặc bèn đặt thêm 4 đồn ở gần thành, lại đắp núi đất, chở súng lớn lên nã bắn. Đạn như lửa cháy, nhà cửa trong thành phần nhiều bị đốt cháy, quân binh cũng có người bị thương bị chết, đến phải đào hang ở để lánh đạn. Giặc lại cho những hương binh bị bắt được thả cho vào thành, yêu cầu phải ra mắt để nói chuyện, họ mới thôi không đánh nữa. Bọn Trung cùng nhau thương lượng rằng: việc đã cấp bách, tạm nghe hoà giải, để toàn tính mệnh quân sĩ trong 1 thành; nhưng trước hãy uỷ cho Tôn Thất Quỳ đi. Chất Tri dự đặt nhà công quán ở bên cạnh thành. Khi Đức Trung và Song Thanh đến, cúi mình xuống lạy, Chất Tri đứng dậy không nhận, mời ngồi cùng nói chuyện, Chất Tri nói: "*Quý quốc cùng với nước Xiêm, trước là nước láng giềng vẫn giao hiếu với nhau. Khi xưa Thế tổ Cao hoàng đế ở Xiêm, từng cùng với vua Xiêm tôi giao ước, 2 nước cùng giúp đỡ mãi mãi. Có chữ vàng để làm ghi, nước tôi chưa từng bội ước quên đi. Duy năm trước vì cớ nước Vạn Tượng* [Ai Lao], *sau lại lầm nghe cái thư của giặc Khôi, thành ra hiềm khích với nhau. Nay nếu hoà hiếu như trước, cho nước Chân Lạp, thần phục cả 2 nước, đều nghỉ việc binh, há chẳng có lợi ư?*" Bọn Trung nhận lời, từ đó thường qua lại chỗ ở của Chất Tri, họ cũng không ngăn giữ gì. Bọn Trung nhân cáo từ về Trấn Tây, để báo với Thủ hiến ở hạt. Tuyên phủ Song Thanh chợt bị ốm, Chất Tri sai sửa soạn thuyền, súng, khí giới và 600 quân ta, với hơn 300 dân Kinh ở quanh thành, do đường thuỷ tiến đi. Lại phái 400 lính Xiêm, Lào đi hộ tống tới bến đò Xá Tân. Bọn Đức Trung, Quý, Bảo đem hơn 1200 quân ta đem theo khí giới, do đường bộ khởi hành. Chất Tri phái viên Ba lặc [tên quan Xiêm], đem 1000 quân, 30 thớt voi đi hộ tống đến vụng Xà Năng [Kampong Chhnang,Cambodia] . Khi đi, Chất Tri gửi đệ thư Xiêm về thành hạt, nhờ chuyển tấu lên. Lại đem thứ vàng cám đưa cho bọn Trung mỗi người 1 hột, dặn là lời giao ước phải đúng như hột vàng ấy mới tốt. Bọn Trung nhận rồi đi. Hai đạo binh của Tướng quân Trương Minh Giảng và Tham tán Lê Văn Đức từ Xỉ Cảng, chuyển qua Hồ Hải [Biển Hồ] đến bến đò Bông Long, khai phá những gỗ ngăn lấp, cho quân qua sông lên bộ. Vừa đi độ nửa giờ, xa trông thấy quân tuần do của giặc phóng ngựa tới trước hô to lên rằng: "*Quan quân chớ có đánh, bọn Vũ Đức Trung, đã cùng với nước Xiêm giảng hoà, đầu mục nước Xiêm đi hộ tống đưa về, sớm tối sẽ đến*". Bọn Giảng chưa tin, tức thời đánh trống vẫy quân thẳng tiến, quân tuần do của Xiêm lui chạy, phút chốc quả thấy 1 người lính Kinh tới trước quân nói rằng: "*Viên Ba lặc nghe có quan quân đến, còn giữ đạo binh của bọn Trung ở bảo Ca Âu, xin Tướng quân, Tham tán tạm trở lại, may được toàn quân quay về.*" Bọn Giảng nhìn nhau khôn xiết quái lạ, cho là việc ra ngoài ý định liệu. Nếu tiến nhanh đánh dẹp, thì tính mệnh hơn nghìn người thuộc đạo binh ấy, còn chưa ra khỏi vòng của giặc, tiến lui 2 đường đều khó. Trời đã gần tối, bất đắc dĩ đem quân trở lại bến đò. Hôm sau bọn Trung đến, trình bày tình trạng. Bọn Giảng làm sớ thượng khẩn tâu lên, và nói: "*Chất Tri là tên đại đầu mục của nước Xiêm, nhân bọn Man phỉ* [giặc Chân Lạp] *cầu viện, vì đó mà đến, bọn lũ đông nhiều như thế, đồn đóng kiên cố như thế, vây sát phủ thành, rồi lại cầu hoà, đưa trả quan quân ở phủ thành, cho chí tiền lương súng lớn, khí giới, không xâm phạm một tý gì. Hoặc giả muốn làm kẻ cả để chiếm mọn trên chiều gió, không có lẽ là thế yếu cầu hoà.*

Huống chi xét như tin thám báo thì họ đã ngầm sai chiêu tập thổ dân, mưu dựng Nặc Ong Giun là Quốc trưởng Chân Lạp. Lời nói ấy dẫu chưa xác cứ, song họ nhiều ngón xảo quyệt, cũng là đáng ngờ. Nhưng xét ra 2 đạo binh dũng đi chuyến này, chẳng đầy 4000, mà số hơn nghìn lính, ở Hải Tây về đã trải khốn đốn, chưa có thể cho là đắc lực được. Nay nếu tiến đi ngay, thì từ Bông Long đến phủ thành, trải 2 ngày đường mà ven rừng đều là giặc, quân ta chỉ đem được 3, 4 ngày lương; họ thời giữ vững đồn chống cự đánh lại, lấy quân ngồi rỗi, chọi với quân đi mệt, chưa dễ một trận đánh đã phá được, phải lâu đến hàng tuần, thì quân lương không đủ cung cấp, có phần nhiều sự trở ngại. Hiện đã phái người được việc tới chỗ Chất Tri ở để biện thuyết trước, để xét xem họ có thật cầu hoà không và thăm dò tình hình hư thực của giặc, sau mới dần dần tiến quân, liệu cơ đánh dẹp, vả lại bọn giặc ở Sa Tôn, nay đã trốn xa. Vậy đã có Hải Đông, lại có Sa Tôn, chia phái đi phí nhiều binh lực. Xin cho rút quân ở Sa Tôn trở về cả Hải Đông, cho tiện việc phòng thủ". Tờ sớ dâng lên, Vua lấy làm lạ chuẩn cho Kinh lược đại thần là Phạm Văn Điển, và Trấn Tây Tướng quân là Trương Minh Giảng, viết thư đáp lại, đại lược rằng: "*Nước ta cùng với nước Xiêm từ trước vốn vẫn hậu tình lân hiếu, trước sau quyết không phụ ước. Mà nước Xiêm làm nhiều điều bất nghĩa, mấy lần giúp kẻ bạo ngược, biến đổi lời minh thệ. Nay đã muốn giảng hoà, phải nên rút quân về Bắc Tầm Bôn [Battambang, Cambodia], đều giữ bờ cõi của nhau, thì lời giảng hoà mới thành được. Quân môn chúng tôi mới dám trình bày lý do tâu xin. Nếu không thế, thì đánh nhau một trận kịch liệt, để quyết được thua*".

Thế rồi bọn Giảng sai người đưa thư cho Chất Tri biện thuyết bắt bẻ, việc giảng hoà chưa định, Chất Tri đã đem quân về Bắc Tầm Bôn.

Tổng đốc Định Biên Nguyễn Văn Trọng cho là bọn giặc ở huyện Quang Hoá phía tây phủ Tây Ninh, đã lần lượt giết tan, đồn trại thóc gạo, đốt cháy không còn gì. Bèn liệu lượng lưu lại binh dũng phòng giữ đồn bảo ở nơi địa đầu; còn thì đem hết, theo sông Xuy My [nhánh sông Vàm Cỏ Đông] ở huyện Quang Hoá tiến đi, tới hội với quan binh Định Tường, để đánh dẹp bọn giặc Chân Lạp ở huyện Nam Thái [gần sông Sở Thượng, Đồng Tháp]. Mới được vài ngày, lại có bọn giặc ở huyện Nam Thịnh đột nhiên đến Tây Ninh, chúng nhiều tới hơn 700 tên. Đầu mục giặc là Đinh Tuân, cưỡi ngựa che lọng, nói dối là đến hàng. Quyền nhiếp việc phủ là Phan Khắc Thận ở trên thành, sai người thông ngôn ra tiếp chuyện. Giặc bèn đánh trống reo hò, tiến gần bờ hào đánh vây. Thận sẵn nỏ cầm ở tay bắn trước, lính ở phủ là Phạm Văn Uý lấy súng điểu sang bắn kế tiếp luôn mấy phát trúng tên Đinh Tuân ngã xuống ngựa. Tức thời thúc binh và voi mở cửa thành ra đánh bắt được Đinh Tuân, chém bọn giặc được 1 thủ cấp, giặc bèn tan vỡ, Tuân rồi sau chết, đem chém đầu bêu lên để răn bảo.

Tại triều đình, vào ngày Nhâm Tuất mồng 6 [29/12/1840], Vua ra ngự điện Cần chính, trăm quan lạy mừng. Khi làm lễ xong, thưởng cho các quan có mặt ở sân rồng tiền đồng lớn nhỏ có thứ bậc khác nhau. Lại thưởng cho Ngự y là Hoàng Đức Hạ kỷ lục 1 thứ và 5 đồng ngân tiền Phi long hạng lớn; nhân viên thuộc viện Thái y, thưởng chung cho 100 quan tiền.

Bộ Lễ dự soạn sẵn những câu ứng đối cho sứ bộ ta sang Trung Quốc và tra xét ban thứ của sứ bộ nước ta đứng vào hàng nào, tâu lên. Vua nói: "*Về việc ban thứ, năm trước đây bộ Lễ nước Thanh có nhầm lẫn về việc xếp đặt mà thôi, há có lệ nào sứ nước ta lại đứng hàng dưới các sứ Cao Ly, Nam Chưởng, Xiêm La và Lưu Cầu ư? Xét ra, Cao Ly là nước văn hiến, cố nhiên không cần phải bàn; còn như Nam Chưởng thì vẫn tiến cống ta, mà Xiêm La, Lưu Cầu đều là nước di dịch, thế mà sứ ta lại xếp hàng dưới họ, còn có quốc thể gì nữa. Nếu lại xếp đặt như thế, thà đi ra ngoài bọn đành chịu trách phạt, chứ không nên đứng dưới các nước ấy, việc ấy rất là cốt yếu. Ngoài ra thì liệu việc mà ứng đáp, không phải ấn định sẵn*". Tả thị lang bộ Binh Nguyễn Đình Tân được cử làm Chánh sứ, tâu xin: Ngày đến Bắc Kinh, trước đệ tờ biểu mừng và nộp cống lễ, rồi đem việc ban thứ bẩm tới bộ Lễ, biện thuyết cho ra, để xem ý tứ. Nếu họ không bằng lòng, thì làm tờ biểu trình bày, đợi chiếu chỉ vua Thanh.

Ngày Ất Hợi 19 [11/1/1841] vua bị ốm, ngày Giáp Thân 28 [20/1/1841] bệnh rất nguy kịch. Cho vời Hoàng tử, các Thân công và Cơ mật viện đại thần là Trương Đăng Quế vào hầu. Bèn sai Đăng Quế cầm nến đến trước giường vua nằm, dụ rằng: "*Hoàng tử là Trường Khánh công lấy về ngôi thứ là hàng trưởng, lấy về đức, về tuổi, nên nối ngôi lớn. Ngươi nên hết lòng hết sức giúp rập, hễ việc gì chưa hợp lẽ, ngươi nên dẫn lời nói của ta mà can gián: Ngươi trông mặt ta, nên ghi nhớ lấy*". Lại ngoảnh trông hoàng trưởng tử là Trường Khánh công, cầm lấy tay trối trăng rằng: "*Trương Đăng Quế thờ ta đến nay là 21 năm, trọn đạo làm tôi, một lòng công trung, bày mưu dưới trướng, ra sức giúp việc ngoài biên, thực là một người công thần kỳ cựu của triều đình, ngươi nên đãi ngộ một cách ưu hậu, hễ nói gì phải nghe, bày mưu kế gì phải theo, ngày sau có thể được theo thờ vào nhà Thế thất* (2)." Hoàng trưởng tử là Trường Khánh công khóc lạy xin vâng theo mệnh lệnh. Hôm ấy vào giờ Hợi, vua mất ở điện Quang minh, thọ 50 tuổi, có con trai, con gái 142 người [con trai 78 người, con gái 64 người].

Hoàng trưởng tử là Trường Khánh công lên nối ngôi, tức Vua Thiệu Trị . Sang năm vào ngày Giáp Ngọ mồng 8 tháng giêng năm Tân Sửu [30/1/1841] làm lễ an tử cung (3) ở chính điện cung Khánh ninh. Ngày Kỷ Dậu 24 tháng 3, dâng tôn thuỵ là: **Thể thiên xương vận, chí hiếu thuần đức, văn vũ minh đoán, sáng thuật đại thành, hậu trạch phong công, Nhân hoàng đế; miếu hiệu là Thánh Tổ**. Ngày Tân Dậu mồng 9 tháng 7 [25/8/1841], đem an táng vào lăng ở Hiếu Sơn; dùng lễ quan tài đi dưới đường ngầm, gọi tên lăng là Hiếu Lăng.

Chú thích:

1. Tiết thánh thọ: Chỉ ngày sinh nhật của Hoàng thái hậu.

2. Nhà Thế thất: Tức là nhà Tôn miếu thờ công thần có công lớn.

3. Tử cung: Về quan tài của thiên tử, làm bằng gỗ tử nên gọi là tử cung.

BẢNG TRA CỨU

MỤC LỤC TẬP 7

Nhân Ảnh

2026

Liên lạc tác giả:
Email: thao. b. ho@gmail. com

Liên lạc Nhà xuất bản
Nhân Ảnh
E. mail: han. le3359@gmail. com
(408) 722-5626

www.ingramcontent.com/pod-product-compliance
Lightning Source LLC
LaVergne TN
LVHW090252210926
848480LV00001B/1